பண்டைய இந்தியாவில் புரட்சியும் எதிர்ப்புரட்சியும்

டாக்டர் பாபாசாகேப் அம்பேத்கர்

வெளியீடு
சிந்தன் புக்ஸ்

This is from the second part of the English Edition Volume 3:
Babasaheb Ambedkar - Writings and Speeches published by the
Education Department. Government of Maharashtra

Chinthan Books first published 2023

Chinthan Books
327/1 Dewan Sahib Garden
T.T.K.Road, Royapettah
Chennai - 600014

Phone 044 28114164

Mobile - 9445123164

Email - kmcomrade@gmail.com

பண்டைய இந்தியாவில் புரட்சியும் எதிர்ப்புரட்சியும்

டாக்டர் பாபாசாகேப் அம்பேத்கர்

அச்சிட்டோர் : லக்ஷன் பிரிண்டர்ஸ்
மந்தவெளி, சென்னை - 4.
கைபேசி எண் 9080681503

வெளியீடு :

சிந்தன் புக்ஸ்

327/1 திவான் சாகிப் தோட்டம்

டி.டி.கே. சாலை, இராயப்பேட்டை

சென்னை- 600014

தொலைபேசி 044 28114164

கைபேசி - 9445 123 164

முதற்பதிப்பு : 2023

அட்டை வடிவமைப்பு:எம்.ஜி. ராகுல்

பக்கம்:392

விலை: ரூ-400/-

உள்ளடக்கம்

1. மறைவிலிருந்து வெளிப்பட்ட பண்டைய இந்தியா — 6
2. பண்டைய அமைப்பு முறை: ஆரிய சமூகத்தின் நிலை — 9
3. மதிப்பிழந்துபோன புரோகிதத் தொழில் — 15
4. "சீர்திருத்தக்காரர்களும் அவர்களுக்கு நேர்ந்த கதியும்" — 23
5. பௌத்த சமயத்தின் நலிவும் வீழ்ச்சியும் — 98
6. பிராமணீய இலக்கியம் — 113
7. பிராமணீயத்தின் வெற்றி: மன்னன் கொலை அல்லது எதிர்ப்புரட்சியின் தோற்றம் — 153
8. குடும்ப ஒழுக்க நெறிகள் — 250
9. பகவத் கீதை பற்றிய கட்டுரைகள் — 286
10. விராட பருவம் மற்றும் உத்தியோக பருவம் பற்றிய பகுப்பாய்வுக் குறிப்புகள் : — 314
11. பிராமணர்கள் - சத்திரியர்கள் போராட்டம் — 329
12. சூத்திரர்களும் எதிர்ப் புரட்சியும் — 364
13. மகளிரும் எதிர்ப்புரட்சியும் — 381

பகுதி 1

பண்டைய இந்தியாவில் புரட்சியும் எதிர்ப்புரட்சியும்

டாக்டர் பி.ஆர். அம்பேத்கர், 'பண்டைய இந்தியாவில் புரட்சியும் எதிர்புரட்சியும்' என்ற தலைப்பில் தனி நூலொன்றினை எழுத திட்டமிட்டிருந்தார். அதற்கு அவர் வகுத்துக் கொண்ட பொருளடக்கம் 'புத்தகங்களுக்கான திட்டம்' என்று குறிப்பிடப்பட்டிருந்தது. இநதப் பெருந் தலைப்பின் கீழ் ஏழு நூல்களை எழுதவே அவர் முதலில் திட்டமிட்டிருந்தார். அவற்றின் சில பக்கங்களும், சில இயல்களுமே இந்தத் தொகுப்பில் சேர்க்கும் வாய்ப்பு ஆசிரியர் குழுவினர்க்குக் கிடைத்தது. இந்த இயல்களும் முழுமையானவையல்ல. பலவற்றையும் தேடிப் பார்த்ததற்குப் பின்னர், 'புரட்சியும் எதிர்புரட்சியும்' பற்றிக் கிடைத்துள்ளவை முழுமையாக இல்லாத போதிலும் அவற்றை இந்தத் தொகுதியில் சேர்த்தளிக்க ஆசிரியர் குழுவினர் முடிவெடுத்தனர். டாக்டர் அம்பேத்கர் பௌத்தத்தின் தோற்றத்தைப் புரட்சியெனக் கருதினார். பிராமணர்கள் தோற்றுவித்த எதிர்ப்புரட்சி, பௌத்தத்தின் நலிவுக்கும் வீழ்ச்சிக்கும் காரணமாயிற்று.

இயல் 1

மறைவிலிருந்து வெளிப்பட்ட பண்டைய இந்தியா

இந்த இயலுக்குரிய தட்டச்சு செய்த இரு பிரதிகள் உள்ளன. இந்த இரண்டிலும் டாக்டர் பாபாசாகேப் அம்பேத்கர் தம் கைப்பட அடித்தல், திருத்தல்களைச் செய்துள்ளார். இவற்றில் பின்னதாக உள்ள பிரதியை இங்கு அளிப்பதென முடிவெடுத்தோம். மூன்று பக்கங்களே உள்ள இந்தக் கட்டுரை, டாக்டர் அம்பேத்கர் எண்ணியிருந்த பெரியதொரு கருப்பொருளுக்கான முன்னுரை எனத் தோன்றுகின்றது.

-பதிப்பாசிரியர்கள்

பண்டைய இந்தியாவைப் பற்றிய வரலாற்றின் பெரும்பகுதி வரலாறே அல்ல எனலாம். இதனால் பண்டைய இந்தியாவிற்கென வரலாறே இல்லை என்றாகிவிடாது, பண்டைய இந்தியாவிற்கு நிறைய வரலாறு உண்டு. ஆனால் அது வரலாற்றுத் தன்மையை இழந்து விட்டது. பெண்களையும் சிறுவர்களையும் மகிழ்விப்பதற்கெனப் புனையப் பெற்ற பிராமண புராணங்களைக் கொண்டதாக அது ஆகிவிட்டது. நூலாசிரியர்கள் இவற்றைத் திட்டமிட்டு எழுதியுள்ளனர் எனத் தோன்றுகின்றது. தேவர் என்னும் சொல்லை எடுத்துக் கொள்வோம். அதன் பொருள் என்ன? 'ஜன விசேஷ்' என்னும் சொல் மனிதக்குடும்பத்தில் ஒரு பகுதியினரைப் குறிக்கின்றதா? அவர்கள் மனிதநிலைக்கு மேம்பட்ட அமானுஷ்யர்கள் என்று கருதும்படித் தரப்பட்டுள்ளது. இதன் மூலம் அதில் பொதிந்துள்ள வரலாற்றுக் கரு வெளிக்காட்டப்படுகின்றது.

தேவர்கள் என்னும் பெயரோடு யட்சர்கள், கணங்கள், கந்தர்வர், கின்னரர் என்னும் பெயர்களும் சேர்ந்தே வருகின்றன.

மகாபாரதத்தையும், இராமாயணத்தையும் படிப்போர்க்கு அவர்கள் வானில் நிரம்பியுள்ளனர், ஆயினும் அங்கு இல்லாத கற்பனை உருவங்கள் என்ற எண்ணத்தையே தருகின்றது.

ஆயின் யட்சர்கள், கணங்கள், கந்தர்வர், கின்னரர் எனப்படுவோர் மனிதக் குடும்பத்தைச் சேர்ந்தவர்களே ஆவர். இவர்கள் தேவர்களுக்குப் பணி செய்தவர்கள். யட்சர்கள் அரண்மனைக் காவலர்களாக இருந்தவர்கள். தேவர்களுக்குக் காவலர்களாக இருந்தவர் கணங்கள். ஆடிப்பாடிக் தேவர்களை மகிழ்வித்தவர்கள்

கந்தர்வர்கள். கின்னரர்களும் தேவர்களுக்குப் பணிவிடை செய்து வந்தவர்களே. இந்தக் கின்னரர்களின் இன்றளவும் வழித் தோன்றல்கள் இமாச்சலப்பிரதேசத்தில் வாழ்ந்து வருகின்றனர்.

அசுரர்களை எடுத்துக்கொள்வோம், மகாபாரதத்திலும், இராமாயணத்திலும் வருகின்ற வருணனைகள் அவர்கள் மனித குலத்தைச் சேராதவர்கள் என்பதைக் காட்டுகின்றன. ஓர் அசுரன் பத்து வண்டி சோற்றை உண்பவனாக வருணிக்கப் பட்டுள்ளான். அவர்கள் பூத, வேதாள, கோர உருவத்தினர். அவர்கள் ஆறுமாதம் தூங்குபவர்கள்; பத்து வாயுடையவர்கள். இராக்கதர்கள் யார்? இராக்கதரும் மனிதரினத்தைச் சேராதவர்களாகவே காட்டப்பட்டுள்ளனர். அவர்கள் உருவம், உண்ணும் திறன், பழக்கங்கள் ஆகியவற்றில் அசுரர்களை ஒத்தவர்கள்.

நாகர்களைப் பற்றியும் நிறைய வருணனைகள் வருகின்றன. நாகர் எனப்படுவோர் யார்? நாகர் என்னும் சொல் பாம்பு அல்லது நாகப்பாம்பினைக் குறிப்பதாக ஆகிறது. இது உண்மையாக இருக்க முடியுமா? அது உண்மையோ இல்லையோ, ஆயினும் இந்துக்கள் இதனை நம்புகின்றனர். எனவே பண்டைய இந்திய வரலாறு மறைவிலிருந்து தோண்டி எடுக்கப்பட வேண்டியதாக உள்ளது. இவ்வாறு தோண்டி எடுக்காமற்போனால் பண்டைய இந்தியாவுக்கு வரலாறே இல்லாமல் போகும். பிராமண எழுத்தாளர்கள் ஆவேச வெறியோடு பௌத்த இலக்கியங்களின் மேல் குவித்து மூடி மறைத்துள்ள குப்பை கூளங்களை அகற்றி இந்திய வரலாற்றைத் தோண்டி எடுக்கலாம்.

பௌத்த இலக்கியங்கள் இந்தக் குப்பை கூளங்களை அகற்றவும், அவற்றிற்குக் கீழே தெளிவாகவும், தனித்தன்மையுடனும் பொதிந்துள்ளவற்றைக் காணவும் பெரிதும் உதவுகின்றன.

பௌத்த இலக்கியங்கள், தேவர்கள் எனப்படுவோர் மனித இனத்தைச் சேர்ந்தவர்களே எனக்காட்டுகின்றன. தேவர்கள் பலர் புத்தரிடம் வந்து தங்கள் ஐயங்களையும் துன்பங்களையும் தீர்த்துக் கொண்டு போயினர்.தேவர்கள் மனிதரல்லாமற் போனால் இது எவ்வாறு நடந்திருக்க முடியும்.

மேலும் பௌத்த சமய இலக்கியங்கள் நாகர்கள் பற்றிய புதிரான கேள்விகளுக்கு விளக்கம் காண உதவுகின்றன. கருவிலிருந்து பிறந்த நாகர்கள், முட்டையிலிருந்து பிறந்த நாகர்கள் என இருவகையாக வேறுபடுத்திக் காட்டப்பட்டுள்ளனர். இதனால் நாகர் என்னும் சொல் இருவகையான பொருளுடையது என்றாகிறது. முதலில் அது மனிதர்களில் ஒரு வகுப்பினரைக் குறிக்கும் பெயராகவே இருந்துள்ளது.

அவ்வாறே அசுரர்கள் இராக்கதர்கள் அல்லர். அவர்களும் 'ஜன விசேஷ்' மனிதக் குடும்பத்தினரேயாவர். சத்பத பிராமணம், அசுரர்கள் படைப்புக் கடவுளான பிராஜாபதியின் வழித்தோன்றல்கள் என்கிறது. அப்படியாயின் அவர்கள் தீய ஆவிகளானது எப்படி? அவர்கள் மண்ணுலகைக் கவர்ந்து கொள்வதற்குத் தேவர்களுடன் போரிட்டனர் என்பதற்கும், தேவர்கள் அவர்களை வென்று இறுதியில் அவர்களைச் சரணடைய வைத்தனர் என்பதற்கும் சான்றுகள் உள்ளன. எனவே அசுரர்கள் மனிதரினத்தைச் சேர்ந்தவர்களே என்பதும் அரக்கர்கள் அல்லர் என்பதும் தெளிவாகிறது. இத்தகைய குப்பையைக் கிளறுவதன் மூலம், பண்டைய இந்திய வரலாற்றைப் புதிய வெளிச்சத்தில் காணலாம்.

★★★

இயல் 2

பண்டைய அமைப்பு முறை: ஆரிய சமூகத்தின் நிலை

முழுநீளத் தாளில் தட்டச்சு செய்யப்பட்டுள்ள இந்தக் கட்டுரை 17 பக்கங்கள் கொண்டது. இந்த இயல் முடிவடையவில்லை என்பதைக் கடைசித் தாளிலிருந்து அறிகிறோம்

- பதிப்பாசிரியர்கள்

பௌத்தம் ஒரு புரட்சியாகும். பிரெஞ்சு புரட்சியைப் போன்று அது ஒரு மாபெரும் புரட்சி. இது சமயப் புரட்சியாகத் தோன்றியதாயினும் அதினினும் மேலாக, சமூக, அரசியல் புரட்சியாக மாறியது. இந்தப் புரட்சி எத்தகைய ஆழமான விளைவுகளை ஏற்படுத்தியது என்பதை அறிய வேண்டுமாயின் இந்தப்புரட்சி உருப்பெறுவதற்கு முன்பிருந்த சமூக நிலையை நாம் அறிந்து கொள்ள வேண்டும். பிரெஞ்சுப்புரட்சியின் மொழியில் கூறுவதானால், இந்திய நாட்டில் நிலவிய அமைப்பு முறையை நாம் அறிந்திருக்க வேண்டும்.

புத்தரின் போதனைகளால் உண்டான மாபெரும் மாற்றங்களை அறிந்துகொள்ள வேண்டுமானால், புத்தர் அவர்தம் இலட்சியப் பயணத்தைத் தொடங்கிய காலத்திலிருந்த ஆரிய நாகரிகத்தின் தரம் குறைந்த நிலையைப்பற்றிச் சிறிதளவாவது தெரிந்து கொள்ள வேண்டும்.

அவரது காலத்தில் ஆரிய சமுதாயத்தின் சமூக, சமய, ஆன்மீக நிலை பெரிதும் தரங்கெட்ட நிலைக்குத் தாழ்ந்து போய்க் கிடந்தது.

சமூகத்தில் நிலவிய சில கேடுகளைச் சுட்டிக்காட்டவேண்டுமானால் சூதாட்டத்தைக் குறிப்பிடலாம். மது அருந்துவதைப் போலவே சூதாட்டமும் ஆரியர்களிடையே மலிந்துகிடந்தது.

மன்னர்கள்அனைவரும் தமது அரண்மனைகளில் சூதாடுவதற்கென்றே அரங்குகளைக் கட்டி வைத்தனர். தம்மோடு சூதாடுவதற்கென்றே அந்தக்கலையில் தேர்ந்தவர்களைத் தமது பணியாளர்களாக மன்னர்கள் வைத்துக் கொண்டிருந்தனர். விராட தேசத்து மன்னன் இவ்வாறு தன்னிடம் கங்கன் என்னும் சூதாட்ட விற்பனனைப் பணியாளனாகக் கொண்டிருந்தான். மன்னர்களுக்குச் சூதாட்டம் ஒரு பொழுதுபோக்காக மட்டும் இருந்ததில்லை, பெரும் பொருளை ஈடுவைத்துச் சூதாடினர். தமது நாடுகள், தமது உற்றார் உறவினர், தம்மைச் சார்ந்தோர், அடிமைகள், பணியாளர்கள். ஆகியோரை வைத்துச் சூதாடினர்.[1] நளன்

---

1 மகாபாரதம் - வனப்பருவம்

புஷ்கரனுடன் ஆடிய சூதாட்டத்தில் தனக்குரிய அனைத்தையும் ஈடாக வைத்து எல்லாவற்றையும் இழந்தான். சூதாட்டத்தில் தன்னையும் தன் மனைவி தமயந்தியையும் ஈடுவைத்து ஆடாதது ஒன்றுதான் அவன் செய்தது. இந்தச் சூதில் தோற்று அவன் காட்டிற்குச் சென்று இரந்துண்டு வாழ்ந்தான். சூதாட்டத்தில் பல மன்னர்கள் நளனையும் மிஞ்சியவர்கள். பாண்டவர்களின் மூத்தோனான தருமன் சூதாடி, தனக்கும் தம்பிகளுக்கும் மனைவியான துரோபதை ஆகியோர் உட்பட அனைத்தையும் இழந்ததை மகாபாரதம் கூறுகின்றது.[1]2 ஆரியர்கள் சூதாடுவதை ஒரு கௌரவமாகவே கருதினர். சூதாட அழைப்பதை ஏற்கமறுப்பது மானம், மரியாதைக்கு இழுக்கு என்றே கருதினர். சூதாடவேண்டாம் என்று எச்சரிக்கை செய்யப்பட்ட போதிலும் தருமர் சூதாட்டத்தில் ஈடுபட்டுப் பேரழிவைத் தந்த விளைவுகளைச் சந்தித்தார். தன்னைச் சூதாட அழைத்ததாலேயே தான் அதற்கு இசைந்ததாகக் கூறியது அவர் அளித்த சமாதானம். மரியாதைக்குரியவராக இருந்த போதிலும் அவரால் மறுத்துரைக்க முடியாமல் போனது.

இந்தச் சூதாட்டப்பழக்கம் மன்னர்களோடு நின்றுவிடவில்லை. குடிமக்களிடமும் இந்தப் பழக்கமிருந்தது. ஏழை ஆரியனொருவன் தான் சூதாடி அழிந்துபோனதை எண்ணிப்புலம்புவதாக ரிக் வேதத்தில் குறிப்பிடப்பட்டுள்ளது. கௌடில்யரின் காலத்தில் சூதாட்ட இல்லங்கள் மன்னரின் அனுமதியுடன் நடைபெற்றன.

மன்னன் சூதாடுமிடங்களுக்கு அனுமதி வழங்கி அதன் மூலம் மிகுந்த வருவாய் ஈட்டியதாகக் கூறப்படுள்ளது.

மது அருந்தும் பழக்கமும் ஆரியரிடையே பெருவழக்காக இருந்தது. சோமபானம், சுராபானம் என மது இருவகைப்பட்டது. சோமபானம் யாகங்களுக்குப் பயன்பட்டது. சோமபானம் அருந்துவது ஆரம்ப காலத்தில் பிராமணர், க்ஷத்தியர், வைசியர் ஆகியோருக்கு மட்டுமே உரியது. பின்னர் அந்த உரிமை பிராமணர், சத்திரியர் ஆகியோருக்கு மட்டுமே என்றாயிற்று. வைசியர் இதிலிருந்து விலக்கப்பட்டனர். சூத்திரர்

மது அருந்துவதற்கு அனுமதிக்கப்படவில்லை. சோமபானம் தயாரிக்கும் முறை பிராமணருக்கு மட்டுமே தெரிந்த இரகசியமாகக் காப்பாற்றப்பட்டது. சுராபானத்தைப் பிராமணர் உட்பட அனைவரும் அருந்தினர். அசுரர்களின் குருவான சுக்கிராச்சாரியர் அளவுக்கு மீறி மது அருந்தித் தன்நிலை மறந்து தனக்கு மட்டுமே தெரிந்திருந்த இறந்தோரை உயிர்ப்பிக்க வல்லதும், தேவர்களால் உயிரிழந்த அசுரர்களை உயிர்ப்பிக்கக் கூடியதுமான மந்திரத்தைத் தேவகுரு பிரகஸ்பதியின் மகன் கட்சனுக்குக் கற்றுக் கொடுத்தார். கிருஷ்ணனும் அர்ச்சுனனும் அளவுக்கு மீறி மது அருந்தியிருந்ததொரு சந்தர்ப்பத்தை மகாபாரதம்

1 மகாபாரதம் - சபா பருவம்

குறிப்பிடுகின்றது. இதனால் ஆரியர்களில் சிறந்தவர்களும்கூட மது அருந்தும் பழக்கமுள்ளவர்கள் என்பதும், அதுவும் அளவுக்கு மீறியும் மது அருந்துபவர்கள் என்பதும் புலப்படும். இது மட்டுமல்ல, ஆரியப் பெண்களும் மது அருந்தும் வழக்கமுடையவர் என்பது பெரிதும் வெட்கப்பட வேண்டிய விஷயமாகும். எடுத்துக்காட்டாக விராடனின் மனைவி சுதேஷனை[1] தன்னுடைய பணிப்பெண் சைரந்திரியைக் கீசகனின் அரண்மனைக்கு அனுப்பித் தனக்கு சுராபானத்தைக் கொண்டு வரச் சொன்னதைக் குறிப்பிடலாம். அரசர்களின் தேவியர் மட்டுமல்லாமல், பிராமணப்பெண்கள் உட்பட அனைத்து வருணங்களைச் சேர்ந்த பெண்களும் மது அருந்துதல் இயல்பான பழக்கமாக இருந்தது. மது அருந்துவதிலும் நடனமாடுவதிலும் ஆரியப் பெண்கள் ஈடுபட்டதைக் கௌஷீதகி கிருஹ்ய சூத்திரம் *1:11-12*-இல் பின்வருமாறு கூறப்பட்டுள்ளது. விதவைகளல்லாத நான்கு அல்லது எட்டுப் பெண்கள் திருமணத்திற்கு முன்னாள் இரவு மதுவும் உணவும் அருந்திய களிப்புடன் நான்கு முறை நடனமாட வேண்டும்."

ஆரியவர்த்தத்தின் மத்தியப்பிராந்தியத்தில் கி.பி, ஏழாம் அல்லது எட்டாம் நூற்றாண்டின் இறுதிக் காலத்தில் பிராமணப் பெண்கள் மட்டுமல்லாமல் பிற வருணங்களைச் சேர்ந்த பெண்களும் மயக்கந்தரும் மது அருந்தும் பழக்கமுடையவராக இருந்ததைக் குமரில பட்டரின் தந்திர வார்திகம் கூறுகின்றது. அந்த நூலின் *1 :3 : 4*-ல் "அகிசத்திரா, மதுரா ஆகிய நாடுகளில் தற்காலத்தில் வாழும் மக்களில் பிராமணப் பெண்கள் மது அருந்தும் பழக்கத்திற்கு அடிமையாகியிருப்பதைக் காண்கிறோம்" எனக்குறிப்பிடப்பட்டுள்ளது. குமரில பட்டர் பிராமணர்க்கு இந்தப் பழக்கம் கூடாதெனக் கண்டிக்கின்றார். ஆயின் தானியத்திலிருந்து தயாரிக்கப்படும் சுராபானம் நீங்கலாக பழங்களிலிருந்தோ, மாதவி மலர்களிலிருந்தோ, காடியிலிருந்தோ தயாரித்த மதுவைத் சத்திரியர், வைசியர், ஆண், பெண் அனைவரும் அருந்தலாம் என்கிறார்.

ஆரியர்களின் இன்றைய வழித்தோன்றல்களுக்கு அன்றைய ஆரியசமூகத்திலிருந்த பாலியல் ஒழுக்கக்கேடு அதிர்ச்சி அளிக்கக் கூடியதாகும். புத்தருக்கு முற்பட்ட ஆரியரிடையே இன்று நம்மிடையே வழக்கில் இருந்துவரும் பாலியல் அல்லது மணஉறவு பற்றிய கட்டுப்பாடுகள் போன்றவை அன்று இருந்ததில்லை.

ஆரியரின் புராணமரபின்படி பிரம்மா படைப்புக்கர்த்தா ஆவார். பிரம்மனுக்கு மூன்று புதல்வர்களும் ஒரு புதல்வியும் இருந்தனர். அவர்களில் ஒரு மகனான தக்ஷன் தன்னுடைய சகோதரியை மணந்தான். சகோதரனும் சகோதரியுமான இவர்களுக்குப்பிறந்த பெண் மகளிரை

---

1 வனப்பருவம். அத்தி 15:10

பிரம்மனின் மகன் மரீசிக்குப் பிறந்த காசிபன் மணந்தான். சிலரைப் பிரம்மனின் மூன்றாவது மகனான தருமன் மணந்தான்.[1]

ரிக் வேதத்தில் அண்ணன் தங்கையரான யமன், யமி ஆகியோரைப் பற்றிய கதை ஒன்று உள்ளது. அந்தக் கதையின்படி யமி தன் அண்ணன் யமனைத் தன்னுடன் வருமாறு அழைக்கின்றாள்; இதற்கு மறுக்கும் யமன் மீது அவள் கோபம் கொள்கிறாள்.[2]

அக்காலத்தில் தந்தை மகளை மணப்பதும் வழக்கமாக இருந்துள்ளது. வசிட்டர் தன் மகள் சத்ரூபை பருவமெய்திய போது அவளை மணந்தார்.[3] மனு தன்மகள் இளையை மணந்தார்.[4] ஜானு தன் மகள் ஜானவியை மணந்தார்.[5] சூரியன் தன் மகள் உஷையை மணந்தான்.[6]

ஒரே பெண் பல ஆண்களைக் கணவராகக் கொள்ளும் விநோதமானதொரு முறை அவர்களிடையே வழக்கத்திலிருந்தது. ஒரே பெண்ணை இரத்த உறவுடைய பலர் கூடும் பல கணவர்முறை ஆரியர்களிடையே இருந்தது. தஹா பிரசேத்னியும் அவனுடைய மகன் சோமனும், சோமனின் மகள் மரீஷையைக் கூடினர்.[7]

பாட்டன் தன் பேத்தியை மணந்து கொண்டதற்கான சான்றுகளுக்கும் குறைவில்லை. தக்ஷன் தன் மகளைத் தனது தந்தை பிரம்மனுக்கு மணம் முடித்தான்.[8] அந்தத் திருமணத்தின் விளைவாகப் பிறந்தவரே பிரசித்திபெற்ற நாரதர். தௌகித்திரன், தன்னுடைய 27 பெண்மக்களைத் தன் தந்தை சோமனுக்கு அளித்தான்.[9]

அவர்களுக்குப் பிள்ளைகள் பலர் பிறந்தனர்.

ஆரியர்கள், பலரும் காணும் வகையிலும், வெட்ட வெளிகளிலும் பெண்களோடு கூடுவதைப் பற்றிக் கவலைப்படாதவர்கள். வாமதேவ்ய விரதம் என்னும் ஒரு சமயச் சடங்கினை யாக பூமியில் ரிஷிகள் நடத்தும்போது அந்த வழியாகப் போகும் பெண்ணொருத்தி தன் விருப்பத்தைத் தெரி-வித்தால் அவளது விருப்பத்தை நிறைவேற்ற அந்த யாக பூமியிலேயே ரிஷிகள் அவளோடு கூடுவர். இத்தகைய நிகழ்ச்சிகள் பலவற்றைக் கூறலாம்.

---

1 மகாபாரதம் - ஆதிபருவம் - அத்தியாயம் - 66

2 ரிக் வேதம்

3 ஹரிவம்சம்,-அத். 2

4 மேலது, அத்.10

5 மேலது, அத்.27

6 யக்ஷநிருத்தம் - அதி. 5 காண்டம் - 6

7 ஹரிவம்சம், -அத். 2

8 மேலது, அத்.3

9 ஹரிவம்சம்

பராசர முனிவர், சத்தியவதியோடும், திர்கதாபையுடனும் இத்தகைய உறவு கொண்டவர். அயோனி என்ற சொல்வழக்கின் மூலம் இத்தகைய பழக்கம் நிலவியதை அறியலாம். அயோனி என்னும் சொல்லுக்குக் களங்கமற்று, தூய்மையாகக் கருவுறுதல் என்று பொருள்.

ஆயின் அந்தச் சொல்லுக்கு ஆரம்பகாலத்தில் நிலவிய பொருள் வேறானது. யோனி என்னும் சொல்லின் மூல அர்த்தம் வீடு என்பது. அயோனி என்பது வீட்டுக்கு வெளியே அதாவது வெட்ட வெளியில் கருவுறுவதைக் குறிக்கிறது. சீதையும் துரோபதையும் இப்படிப்பட்ட அயோனிஜிகளே ஆதலால், இந்தப் பழக்கத்தில் தவறேதும் இருப்பதாகக் கொள்ளவில்லை என்றாகிறது. இத்தகைய வழக்கத்தை எதிர்த்து சாஸ்திர நூல்களில் தடை விதித்திருப்பதால் இந்த வழக்கம் பரவலாக இருந்ததை அறியலாம்.[1]

தம் மனைவியரைச் சிறிது காலத்திற்கு அயலாருக்கு வாடகைக்கு விடும் வழக்கமும் ஆரியரிடையே இருந்துவந்தது. மாதவியின்[2] கதையை இதற்கு எடுத்துக்காட்டாகக் கூறலாம். யயாதி மன்னன் தன்மகள் மாதவியைக் குரு காலவருக்குத் தானமாக அளித்தான். காலவமுனிவரோ மாதவியைக் குறிப்பிட்ட காலங்களுக்கு மூன்று மன்னர்களுக்கு அளித்தார். பின்னர் அவளை விசுவாமித்திரருக்கு மணமுடித்து வைத்தார். ஒரு மகனைப் பெற்றெடுக்கும் வரை மாதவி அவருடன் இருந்தாள். பின்னர் காலவ முனிவர் அவளை அழைத்துச் சென்று மீண்டும் அவளுடைய தந்தை யயாதிக்கே அளித்தார்.

இவ்வாறு மகளிரை மாற்றாருக்குக் குறிப்பிட்ட காலத்திற்கு அளிக்கும் வழக்கத்தைப் போலவே, சிறந்த ஆடவர் மூலம் பிள்ளைகளைப் பெற்றுக் கொள்ளும் பழக்கமும் ஆரியரிடையே இருந்தது. குடும்பம் என்பது அவர்களிடையே பிள்ளைகளைப் பெருக்குவது என்றே இருந்தது. ஆரியர்களிடையே வலிமையிலும் அந்தஸ்திலும் உயர்ந்தவர்களாக விளங்கிய பிரிவினர் தேவர்கள் எனப்பட்டனர். சிறந்த பிள்ளைகள் பிறக்க வேண்டுமென்பதற்காக இந்தத் தேவர்களோடு கூடுவதற்குத் தம் மகளிரை ஆரியர் அனுமதித்தனர். ஆரியப் பெண்களை இவ்வாறு முதலில் சுகிப்பது தங்களுடைய உரிமை எனத் தேவர்கள் கருதிய வழக்கம் பரவலாக இருந்தது. இத்தகைய வகையில் தேவர்கள் ஒரு பெண்ணைச் சுகித்த பின்பு, அவதானம் என்னும் விலையை அளித்து அவர்களிடமிருந்து மீட்ட பின்பே ஆரிய மகளிர் திருமணம் செய்துகொள்ள முடியும். முதலில் தேவர்கள் சுகித்த பெண்ணை மீட்பது பற்றி அஸ்வல்யான்கிரஹ்ய சூத்திரத்தில் விவரமாகக் கூறப்பட்டுள்ளது. இந்து திருமணங்களில் நடத்தும் லஜஹோமமும் இந்த வழக்கத்தின் எச்சத்தையே நினைவுட்டுகின்றது.

1 மகாபாரதம் - ஆதிபருவம், அத்.193

2 மகாபாரதம் - உத்யோகப் பருவம், அத். 106-123

அவதான் கொடையும், லஜ ஹோமம் வளர்த்தலும் இவ்வாறு திருமணப் பெண்ணைத் தேவர்களின் பிடியிலிருந்து விடுவிப்பதற்கு அளிக்கப்படும் விலையேயன்றி வேறல்ல. இந்து திருமணங்களில் இடம் பெற்றுள்ள சப்தபதி சடங்கும், அந்தச் சடங்கினைச் செய்யாமல் நிகழ்த்தப்படும் திருமணம் சட்டப்படியானதாகாது என்னும் அளவுக்கு அவசியமான சடங்காகக் கொள்வதும் தேவர்கள் மகளிரைத் திருமணத்திற்கு முன் சுகிக்கும் உரிமையோடு தொடர்புடையது. சப்தபதி என்பது மணமகள் மணமகனுடன் ஏழு அடியெடுத்து வைத்து நடத்தல் என்னும் சடங்காகும். இதற்கு அவசியமென்ன? தேவர்கள் அந்தப் பெண்ணை விடுவிப்பதற்குத் தமக்கு அளிக்கப்படும் நஷ்ட ஈடு போதுமானதல்ல என்று கருதினால், அந்தப் பெண் ஏழாவது அடியெடுத்து வைப்பதற்குள் தன் உரிமையை நிலைநாட்டிக் கொள்ளலாம் என்பதையே இது குறிக்கிறது. மணப்பெண் ஏழாவது அடியெடுத்து வைத்த பின்பு அவள் விடுதலை பெறுகின்றாள். அதன் பின்பே மணமகன் அவளைத் தன் மனைவியாக்கிக்கொள்ள முடியும்; தேவர்களின் தொல்லையோ, தடைகளோ இல்லாமல் அவர்கள் கணவன், மனைவியராக வாழ முடியும்.

பெண்களின் கற்பு சம்பந்தமான விதிகளேதும் அச்சமயம் இருக்கவில்லை. திருமணம் செய்து கொள்ளாமலேயே ஒரு பெண் எவருடனாவது கூடிப் பிள்ளைகளும் பெற்றுக் கொள்ளலாம். கன்யா என்னும் சொல்லின் வேர்ச்சொல்லுக்குக்குரிய பொருளே இதற்குச் சான்றாகிறது. கன்யா என்னும் சொல்லின் வேர்ச் சொல்லான கம் என்பது ஒரு பெண் தன்னை எந்த ஆடவனுக்கும் உரியவளாக்கும் சுதந்திரமுடையவள் என்னும் பொருளுடையது. எனவே பெண்கள் முறையான திருமணத்திற்கு முன்பு எந்த ஆடவனுடனும் கூடிப் பிள்ளைகளைப் பெற்றுக் கொண்டனர் என்பதற்குக் குந்தியும், மச்சியகந்தியும் சான்றாக உள்ளனர். பாண்டுவைத் திருமணம் செய்து கொள்வதற்கு முன் குந்தி பலருடன் கூடிப் பிள்ளைகளைப் பெற்றுக் கொண்டாள். மச்சியகந்தி பீஷ்மரின் தந்தையான சந்தனுவை மணப்பதற்குமுன் பராசரனுடன் கலவிசெய்தவள்.

ஆரியர்கள் விலங்குகளையும் புணரும் பழக்கமுடையவர். தாமரிஷி பெண் மானுடன் கூடிய கதை யாவரும் அறிந்தது. சூரியன் பெண் குதிரையுடன் கூடியது இன்னுமொரு எடுத்துக்காட்டு. இவையெல்லாவற்றையும் விட வெறுக்கத்தக்க உறவு அசுவமேத யாகத்தில் பெண்டிர் குதிரையுடன் உறவு கொள்வதுதான்.

(முற்றுப் பெறவில்லை)

இயல் 3

மதிப்பிழந்துபோன புரோகிதத் தொழில்

'பண்டைய நடப்புமுறைகள்' என்ற தலைப்புடைய கோப்பில் தட்டச்சு செய்த 16 பக்கங்கள் கொண்ட இக்கட்டுரை மூன்றாம் இயலாக வெளியிடப்பட்டுள்ளது. இந்த இயலும் முடிவுறாமல் விடப்பட்டதாகவே தோன்றுகின்றது.

-பதிப்பாசிரியர்கள்

பண்டைய ஆரியர் சமுதாயத்தில் புரோகிதத் தொழில் முழுதும் பிராமணர் ஆதிக்கத்திலேயே இருந்தது. பிராமணரைத் தவிர வேறெவரும் புரோகிதராக முடியாது. மதத்தின் பாதுகாவலர்கள் என்ற வகையில், அறம் மற்றும் ஆன்மிக விஷயங்களில் பிராமணர்களே மக்களுக்கு வழிகாட்டிகளாக விளங்கினர். மக்கள் பின்பற்றி நடப்பதற்குரிய விதிமுறைகளையும் அவர்களே வகுத்தனர். ஆனால் அந்த நியதிகளுக்கு உரியவர்களாக நடந்து கொண்டார்களா? நமக்குக் கிடைத்துள்ள சான்றுகள் பிராமணர்கள் அறநெறிப் பிறழ்ந்து படுகுழியில் வீழ்ந்ததையே காட்டுகின்றன.

ஒரு சுரோத்திரிய பிராமணன் உணவு தானியங்களை மூன்று வாரங்களுக்கு மேலாகத் தன்னிடம் தக்க வைத்துக்கொள்ளக் கூடாது என்பது மரபு. ஆனால் அவர்கள் இந்த மரபைத் திட்டமிட்டு மீறித் தானியங்களைச் சேகரித்து வைக்கும் பழக்கத்திற்கு அடிமையாயினர். உணவுப் பொருட்கள், பலவகை பானங்கள், உடைகள் அணிமணிகள், படுக்கைப் பொருள்கள், நறுமணப் பொருள்கள், வாசனைத்திரவியங்கள் முதலியவற்றை அவர்கள் சேர்த்துப் பாதுகாத்து வைத்தனர்.

பிராமணர்கள் பின்வரும் களியாட்டங்க்ளைக் காண பெரிதும் விரும்பும் பழக்கத்தினர் ஆவர்:

1)சதிராடல்.

2) பாட்டுப் பாடல்

3) வாத்திய இசை

4) சந்தைகளில் வேடிக்கைக் காட்சிகள்

5) நாட்டுப் பாடல்கள் இசைத்தல்

6) கைக்கருவிகள் இசை

7) கவிதை பாடுதல்

8) பறை கொட்டுதல்

9) பொருட்காட்சிகள்

10) காந்தாளர்களின் கழைக் கூத்து

11) யானை, குதிரை, எருமை, காளை, செம்மறியாடுகள் ஆட்டுக்கடா, சேவல், கவுதாரிச்சண்டைகள்

12) மற்போர், குத்துச்சண்டை

13-16 போர் ஒத்திகைகள், வியூகங்கள் அமைத்தல், படை அணிவகுப்புகள், அவற்றைப் பார்வையிடுதல்.

அவர்கள் பின்வரும் பொழுதுபோக்குகளிலும் விளையாட்டுப் போட்டிகளிலும், பெரு விருப்பமுடையவர்களாயிருந்தனர்.

1) எட்டு அல்லது பத்து வரிசைச் சதுரங்கள் கொண்ட பலகைகளின் மீது விளையாடுதல்.

2) இவ்வாறு சதுரத்தில் இருப்பதாகக் கருதிக்கொண்டு விளையாடுதல்.

3) தரையில் கோடுகள்வரைந்து ஒவ்வொரு அடியாகஎடுத்துவைத்து விளையாடுதல்.

4) குவியலிலிருந்து நகத்தால் துண்டுகளை அசைவு இல்லாமல், எடுத்தலும் அப்படி எடுக்கும்போது குவியலில் அசைவு ஏற்பட்டால் தோற்றுப்போகும் விளையாட்டு.

5) பகடையாடுதல்

6) கிட்டி விளையாடுதல்

7) அரக்கு, செந்தூரம், கரைத்த மாவு ஆகியவற்றில் கையைத் தோய்த்துத் தரையிலோ, சுவற்றிலோ ‘என்ன உருவம் வேண்டும்‘ என்று கேட்டு, கேட்டபடி யானைகள், குதிரைகள் முதலிய உருவங்கள் தோன்றும்படி செய்தல்.

8) பந்தாடுதல்

9) இலைகளாலான ஊதுகுழல் கொண்டு ஊதுதல்

10) பொம்மைக் கலப்பையைக் கொண்டு உழுதல்

11) குட்டிக்கரணம் போடுதல்

12) பனையோலையால் செய்த காற்றாடிகளைக் கொண்டு விளையாடுதல்.

13) பனையோலையால் செய்த படி, ஆழாக்கு ஆகியவற்றைக் கொண்டு விளையாடுதல்

14),15), பொம்மை வண்டிகள், வில் அம்புகள் கொண்டு விளையாடுதல்

16)பாவனையாகவோ, உடன் விளையாடுபவன் முதுகிலோ எழுத்தை வரைந்து அது என்ன எழுத்து என்று கேட்டு விளையாடுதல்

17) உடன் விளையாடுபவன் என்ன நினைக்கின்றான் என யூகித்துக் கூறுதல்.

18) அருவெறுப்பான உருவங்கள் போல நடித்துக் காட்டல்

அவர்கள் உயரமான, அகன்ற படுக்கைகளையும், திண்டுகளையும் உபயோகிக்கும் வழக்கத்தினர்:

1) ஆறடி நீளமும் உயரமுள்ளதுமான சாய்வுப்படுக்கைகள்

2) விலங்குகளின் உருவங்கள் செதுக்கிய மெத்தை வைத்த நீண்ட இருக்கைகள்.

3) ஆட்டு ரோமத்தாலான நீண்ட போர்வைகள்

4) பலவண்ண வடிவங்கள் பதித்த படுக்கை விரிப்புகள்

5) வெண்ணிறப் போர்வைகள்

6) பூவேலைப்பாடு செய்த கம்பளி விரிப்புகள்.

7) பஞ்சு மெத்தைகள்

8) சிங்கங்கள், புலிகளின் உருவ வேலைப்பாடுகள் கொண்ட விரிப்புகள்

9) விலங்குகளின் மென்மயிர் குஞ்சங்களை இருபக்கங்களிலும் கொண்ட தரைவிரிப்புகள்

10) ஒரு பக்கக்குஞ்சம் கொண்ட தரைவிரிப்புகள்

11) இரத்தினக் கற்களைக் கொண்டு சித்திரவேலைப்பாடு செய்யப்பட்ட விரிப்புகள்

12) பட்டு விரிப்புகள்

13) பதினாறு நடனமாதர்கள் நடனமாடுவதற்கேற்ற தரைவிரிப்புகள்

14-16) யானை, குதிரை, தேர் ஆகியவற்றின்மேல் போர்த்த பயன்படுத்தும் விரிப்புகள்

17) மான் தோலைத் தைத்துச் செய்த விரிப்புகள்

18) கலைமான் தோலாலான போர்வைகள்

19) மேற்கவிகைகளோடு அமைந்த தரைவிரிப்புகள்

20) தலையைச் சாய்த்துக் கொள்வதற்கும் பாதங்களைத் தாங்குவதற்குமான சிவந்த திண்டுகளோடு அமைந்த சாய்வு இருக்கைகள்.

பிராமணர்கள் தங்களை அலங்காரம் செய்து கொள்ளும் பழக்கமுடையவராய் பின்வருமாறு செய்தனர்:

வாசனைப் பொடிகளையும் தைலங்களையும் உடலில் பூசிக் கொள்ளுதல், குளித்தல், எண்ணெய் தேய்த்து உடம்பின் மீது மல்வீரர்கள் செய்வதுபோலக் கட்டைகளால் உருட்டி எடுத்தல், நிலைக்கண்ணாடி பயன்படுத்துதல், கண் மையிடுதல், மாலைகள் அணிதல், கன்னத்திலும் இதழிலும் செவ்வண்ணம் பூசுதல், நறுமணப் பொருட்கள் பூசிக் கொள்ளுதல், கடகம், கழுத்தணி ஆகியவற்றை அணிதல், கைத்தடி பயன்படுத்துதல், மருந்துப் பெட்டகம், குத்துவாள் ஆகியவற்றை எடுத்து செல்லுதல், பூவேலைப்பாடுடைய பாத அணிகள், தலைப்பாகை, மணிமுடி அணிதல், வெண் சாமரம் வைத்துக் கொள்ளல், அலங்காரக் கரையுடைய மேலங்கி அணிதல்.

அவர்கள் பின்வருமாறு இழிவான உரையாடலில் ஈடுபடும் பழக்கமுடையவர்கள்:

அரசர்களைப்பற்றிய கதைகள், திருடர்களைப் பற்றிய கதைகள், அரசாங்க மந்திரிகள், போர்கள், பயங்கரச் சம்பவங்கள், போர்க்காட்சிகள் ஆகியவற்றைப் பற்றிப் பேசுதல், உணவுவகை, பானங்கள், உடைவகை, படுக்கைகள், மாலைகள், வாசனைப் பொருட்கள் பற்றிய உரையாடல், உறவு முறைகள், பயணத்திற்கான பொருட்கள், கிராமங்கள், நகரங்கள், நாடுகள், ஆகியவைப் பற்றிப் பேசுதல், பெண்கள், வீரர்கள் பற்றிய பேச்சுக்கள், தெருமுனைகளில் கூடிப்பேசுதல், தண்ணீர் எடுக்குமிடங்களில் பேசுதல், பேய்பிசாசுக்கதைகள், தொடர்பில்லாத வெற்றுப் பேச்சுகள், கடல், நிலம் ஆகியவற்றின் படைப்பு அல்லது நிலையானது, நிலையற்றது பற்றிய யூகங்கள்.

அவர்கள், பின்வருமாறு சண்டை சச்சரவிற்கு இடமான வார்த்தைகளைப் பேசும் வழக்கமுள்ளவர்களாக இருந்தனர்;

“உனக்கு இந்தக் கோட்பாடு, ஒழுங்குமுறைகள் எல்லாம் தெரியாது, எனக்குத் தெரியும்.”

“இந்தக் கோட்பாடு ஒழுங்கு முறைகள் பற்றி நீ எப்படித் தெரிந்து கொள்ள முடியும்?”

“நீ பேசுவதெல்லாம் தவறானது, நான் பேசுவதே சரியானது.”

“நீ பேசவேண்டியதையே நான் பேசுகின்றேன்; அவ்வாறில்லாமல் நீ வெற்றுப்பேச்சுப் பேசுகிறாய்.”

“முதலில் வைக்கவேண்டியதைப் பின்னும், பின்னால் வைக்கவேண்டியதை முன்னும் வைக்கிறாய்.”

“இதுவரை நீ கருதியிருந்ததெல்லாம் சுத்தமாக அடிபட்டுப் போய் விட்டது”

“உன் கருத்து தவறானது என்று நிரூபிக்கப்பட்டு விட்டது.”

"முடியுமானால் குழப்பத்திலிருந்து உன்னை விடுவித்துக் கொள்."

பிராமணர்கள் செய்திகளை எடுத்துச் சென்று அளித்தல், தூதுரைத்தல், இருதரப்பினரைச் சமாதானப்படுத்துதல் ஆகியவற்றில் ஈடுபடும் வழக்கத்தினர். மன்னர்கள், அரசாங்க அமைச்சர்கள், சத்திரியர்கள், பிராமணர்கள் அல்லது இளைஞர்கள் ஆகியோரைப் பார்த்து 'அங்கே போ, இங்கே வா, இதை எடுத்துச் செல், அதைக் கொண்டுவா' என அதிகாரம் செய்ய வல்லவர்கள்.

பிராமணர்கள் சூழ்ச்சிக்காரர்கள், பூஜை செய்யும்போது கிளிப்பிள்ளைகள் போல் மந்திரங்களைத் திரும்பத் திரும்ப ஓதுபவர்கள், சோதிடம் கூறுவதிலும் மந்திரத்திலும் ஈடுபாடுடையவர்கள், எப்போதும் காரியத்திலேயே கண்ணாக இருப்பவர்கள்.

பிராமணர்கள் தம்முடைய பிழைப்பிற்காகப் பின்வருவன போன்ற இழிந்த கலைகளை மேற்கொண்டு பொருளீட்டினர்.

1) கைரேகைப் பார்த்தல் - நெடிய ஆயுள், செல்வ வளம் முதலியவற்றைக் கைரேகையைக் கொண்டு கணித்துரைத்தல் (அல்லது) குழந்தையின் கையைப்பார்த்து எதிர்காலப் பலன்களைக் கூறுதல்)
2) சகுனங்கள், குறிகள் முதலியவற்றின் பலாபலன் கூறுதல்
3) இடி, மின்னல், கோள்நிலை ஆகியவற்றைக் கொண்டு சகுனம் கூறுதல்
4) கனவுகளின் பலாபலன் கூறுதல்.
5) உடலின் அங்க அடையாளங்களைக் கொண்டு பலாபலன் கூறுதல்
6) எலி கடித்த துணியின் அடையாளத்தைக் கொண்டு சகுனம் கூறுதல்
7) அக்னிபகவானுக்கு வேள்வி செய்தல்
8) கரண்டியால் படையல் வழங்குதல்
9-13) கடவுளர்க்குத் தானியங்கள் கலந்த அட்சதைப் பொருட்கள், புழுங்கல் அரிசி, நெய், எண்ணெய் ஆகியவற்றைச் சமர்ப்பித்தல்
14) கடுகு முதலியவற்றை வாயிலிருந்து வேள்வித்தீயில் உமிழ்தல்
15) காலிலிருந்து இரத்தத்தை எடுத்து கடவுளுக்கு அர்ப்பணம் செய்தல்
16) கைகளை மூடி மந்திரம் சொல்லித் திறந்து பார்த்து ஒருவனது எதிர்காலப் பலாபலன் கூறுதல்
17) வீட்டுமனை முதலியவை அதிர்ஷ்டமான இடமா, இல்லையா எனமுடிவு செய்தல்
18) பழக்க வழக்கங்கள் பற்றி அறிவுரை கூறுதல்
19) சுடுகாடுகளில் பில்லி, சூனியம் வைத்தல்

20) பேய், பிசாசு ஓட்டுதல்
21) பழங்கால நிலத்தடி மனையில் தங்கியிருக்கும் போது ஓதவேண்டிய மந்திரங்கள் அறிந்திருத்தல்.
22) பாம்பாட்டுதல்
23) விஷ முறிவுக்கலை
24) தேள் விஷமுறிவுக் கலை
25) எலி விஷமுறிவு
26) புறாவைப்பிடித்தல்
27) காக்கை பிடித்தல்
28) ஆயுள் ஜாதகம் கணித்தல்
29) பாய்ந்துவரும் அம்புகளை விலக்கும் மந்திரம்
30) விலங்குபோன்ற சக்கரம்

பின்வருவன போன்ற இழிந்த கலைகளின் மூலம் வாழ்க்கைக்கான ஆதாரங்கள் பெற்றனர்.

பின்வரும் பொருள்களின் மீதுள்ள குறிகளையும், தன்மைகளையும், மச்சம் முதலியவற்றையும் பார்த்து அவற்றிற்கு உரியோரின், அவற்றைப் பயன்படுத்துவோரின் உடல் நலம், அதிர்ஷ்டம் ஆகியவற்றைக் கணித்துரைக்கும் அறிவு:

இரத்தினம் முதலிய மணிகள், ஏணிகள், வாள், வில், அம்பு, மற்றவகைப் படைக்கலன்கள், பெண்கள், ஆண்கள், சிறுவர், சிறுமியர், அடிமைகள், யானைகள், எருமைகள், எருதுகள், காளைகள், ஆடுகள், பறவைகள், கவுதாரி, உடும்பு, மீன்வகை, ஆமைகள் மற்றும் பிறவகை விலங்கினங்கள்.

மேலும், பின்வரும் வகைகளில் குறி சொல்லிப் பிழைத்தனர்:

உள்நாட்டுப் படைத்தலைவர்கள் தாக்குவர், பகைவர் பின்வாங்குவர். பகைவர் தாக்குவர், நம் படைவீரர் பின்வாங்குவர், உள்நாட்டுப் படைத்தலைவர்கள் வெல்லுவர், பகைவர் தோற்றோடுவர், வெளிநாட்டுப் படைத் தலைவர்கள் வெல்லுவர், நம்படைகள் தோல்வியடையும்.

இந்தப்பக்கம் வெல்லும் அந்தப்பக்கம் தோற்கும்.

மத விசுவாசிகள் அளிக்கும் உணவை உண்டு, சோதிடம் முதலியவற்றால் வரும்பொருளுரைத்துப் பொருளீட்டிப் பிழைத்தனர்.

1) சந்திரகிரகணம் நிகழுவதைக் கணித்துக் கூறுதல்
2) சூரியகிரகணம் நிகழ்வதைக் கணித்துக் கூறுதல்

3) நட்சத்திர கிரகணம் நிகழும் எனக் கூறுதல்

4) சூரியன்,சந்திரன் தம் சுழல்பாதையிலிருந்து வழுவிச் செல்வதைக் கணித்துரைத்தல்

5) சூரியன் அல்லது சந்திரன் மீண்டும் தமது பாதைக்குத் திரும்புவதைக் கூறுதல்.

6) நட்சத்திரங்களின் சுழற்சிப் பாதை மாறுவதைக் கணித்துரைத்தல்

7) நட்சத்திரங்கள் தமக்குரிய பாதைக்குத் திரும்புவதைக் கூறுதல்

8) காட்டுத் தீ ஏற்படும் எனக் கூறுதல்.

9)எரிநட்சத்திரம்வீழும் எனக் கூறுதல்.

10) பூகம்பம் நிகழும் எனக்கூறுதல்

11) கடவுள் இடிமுழக்கம் செய்வார் எனக்கூறுதல்

12-15) சூரிய, சந்திர நட்சத்திரத் தோற்றம், அவை ஒளிவீசுதல், ஒளி மழுங்குதல் இவற்றால் ஏற்படும் பதினைந்து வகைப்பட்ட உற்பாதங்களைக் கூறுதல்.

பின்வரும் தொழில்கள் செய்து பிழைத்தனர்.

பெருமழை வருமென உரைத்தல்,

மழைவளம் குறையுமென உரைத்தல்,

அமோக அறுவடை ஏற்படுவதுரைத்தல்,

பஞ்சம் வருவதுரைத்தல்,

அமைதி நிலவுமெனக் கூறுதல்,

அமைதி குலையுமெனக் கூறுதல்

கொள்ளைநோய் வருவதுரைத்தல்

நல்ல பருவம் வருவதுரைத்தல்,

விரல்களை எண்ணாமல் கணக்கிடுதல்,

பெருந்தொகையான எண்ணிக்கையைக் கூட்டிக்கூறுதல்,

கதைப் பாடல்கள், கவிதைகள் இயற்றுதல்,

தத்துவம் பேசுதல், குதர்க்கம் செய்தல்.

பிராமணர் தம் பிழைப்பிற்காகப் பின்வருபவற்றையும் செய்தனர்:

1) தனக்கு நன்மை ஏற்பட்டால் இன்னின்ன நேர்த்திக்கடன் செய்வேன் என்று உறுதிகூறல்.

2) அப்படி உறுதிகூறியபடி நேர்த்திக் கடன்களை நிறைவேற்றல்

3)நிலத்தடி மனையிலுள்ள போது மந்திரங்கள் ஓதுதல்

4) வீரியம் உண்டாகச் செய்தல்

5) பிறரை ஆண்மை இழக்கச் செய்தல்
6) வீடு கட்டுவதற்கு வீடுஅதிர்ஷ்டமுள்ள மனை தேர்வு செய்தல்
7) வீடு கட்டுவதற்குப் பூமிபூஜை செய்தல்
8) வாய்க் கொப்பளிப்பதற்கான சடங்கு
9) குளிப்பதற்கான சடங்கு
10) வேள்வி செய்தல்
11-14) வாந்தி எடுக்க மருந்து கொடுத்தல், பேதி மருந்து கொடுத்தல்
15) மூக்குச் சளி அடைப்பு போக்க மருந்தளித்தல் (தும்முவதற்கு மருந்தளித்தல் ஆகியவை)
16) காதுகளுக்கு எண்ணெயிடுதல் (காது புண்ணுக்கு மருந்திடுதல்)
17) கண்வலிக்கு மருந்திடுதல்
18) மூக்கு வழியாக மருந்து கொடுத்தல்
19) கண்களுக்கு அஞ்சனம் தீட்டுதல்
20) கண்நோய்க்கு மருந்து கொடுத்தல்
21) கண் மருத்துவம் பார்த்தல்
22) அறுவைச் சிகிச்சை செய்தல்
23) குழந்தை மருத்துவராகத் தொழில் செய்தல்
24) காலமுறைப்படித் தொடர்ந்து மருந்து கொடுத்தல்

(முற்றுப் பெறவில்லை)

★ ★ ★

இயல் 4

"சீர்திருத்தக்காரர்களும் அவர்களுக்கு நேர்ந்த கதியும்"

இது 87 பக்கங்கள் கொண்ட தட்டச்சு செய்யப்பட்ட கோப்புப் பிரதியாகும். அம்பத்த சூத்திரம் கையெழுத்துப் பிரதியில் 69ஆம் பக்கத்தில் தொடங்குகிறது; 70ஆம் பக்கத்திற்குப் பிறகு பக்கங்களுக்கு கி முதல் ஸ்ரீ வரை இலக்கங்கள் தரப்பட்டுள்ளன. 71ஆம் பக்க ஆரம்பத்தில் சூத்திரம் தொடங்குகிறது

- பதிப்பாசிரியர்கள்

I. ஆரிய சமுதாயம். II. புத்தரும் சீர்திருத்தமும் III

I

நமது காலத்து இந்து சமுதாயம் பற்றிச் சர்.டி. மாதவராவ் பின்வருமாறு குறிப்பிடுகிறார்:

"இந்த உலகத்தில் அரசியல் தீமைகளினால் குறைவாகவும், சுயமாக உருவாக்கிக் கொண்ட அல்லது ஏற்றுக் கொண்ட தீமைகளால் மிக அதிகமாகவும் துன்பத்திற்குள்ளாகும் இனம் இந்து சமூகமேயாகும் என்பதை நெடுநாள் வாழ்ந்து கூர்ந்து நோக்கிச் சிந்திப்போர் உணர்கின்றனர்."

சமுதாயத்தில் சமூக சீர்திருத்தம் தேவை என்பதை இக்கூற்றுத் தெளிவாக - அதே நேரத்தில் மிகையின்றிப் புலப்படுத்துகிறது.

சமூக சீர்திருத்தக்காரர்களில் முதன்மையானவர், அனைவரிலும் மிக உயர்ந்தவர் என்னும் பெருமை கௌதம புத்தரையே சாரும். சமுதாயச் சீர்திருத்த வரலாறு என்பது அவரை முதன்மைப்படுத்தித்தான் தொடங்க வேண்டும். இந்தியாவில் சமுதாயச் சீர்த்திருத்த வரலாறு என்பது அவர்தம் சாதனைகளைப் பற்றிக் குறிப்பிடாது போனால் முழுமையான வரலாறு ஆக முடியாது.

சித்தார்த்த கௌதமர் கி.மு. 563இல் சாக்கிய வம்சத்தில் கபிலவஸ்துவில் பிறந்தார். அவர் ஓர் இளவரசர். இளவரசர்க்கு உரிய கல்வியை அவர் பெற்றார். திருமணம் புரிந்து கொண்டார்; ஒரு

மகனுக்குத் தந்தையானார். ஆரிய சமூகத்தில் அப்போது பரவலாக நிலவிய கொடுமைகளையும் ஏழ்மையையும் கண்டு உள்ளம் நொந்தார். தமது 29ஆவது வயதில் அரண்மனையை ஆடம்பர வாழ்வைத் துறந்து, உண்மையைத் தேடி, மீட்பைத் தேடி வெளியேறினார். பின்னர் ஓர் இரவலராக மாறினார்; சிறந்த ஆசிரியர்கள் இருவரிடம் போதனை பெற்றார். அவர்தம் போதனைகள் அவருக்கு மனநிறைவு தரவில்லை. எனவே, அவர்களை விட்டுப் பிரிந்து துறவியானார். அதுவும் பயனற்றது என்பதை உணர்ந்து அதையும் கைவிட்டு விட்டார். கடுமையாகச் சிந்தித்ததன் விளைவாகப் பல விஷயங்களைத் தெளிவாக உணரலானார். இதன் விளைவாகத் தனக்கே உரித்தான தத்துவத்தை உருவாக்கினார். இது நிகழ்ந்தது அவரது 35ஆவது வயதில். தமது வாழ்நாளின் ஏனைய எட்டு ஆண்டுகளைத் தம் மதத்தைப் பரப்புவதிலும், பிக்குகள் அமைப்பைத் தோற்றுவித்து, அதனை நிர்வகிப்பதிலும் செலவிட்டார். கி.மு.483இல் குசிநாராவில் அவர் உயிர் நீத்தார். அப்போது அவரது சீடர்கள்-பற்றாளர்கள்-அவரைச் சூழ்ந்திருந்தனர்.

ஞானம் பெற்ற பின்னர், தாம் மேற்கொண்ட பணிக்காகத் தமது வாழ்நாளை அர்ப்பணித்துக் கொண்டார். தனிமையில் இருந்து இயேசு போல - தமது ஆன்மீக வாழ்வின் விளக்கிற்கு ஒளியூட்டினார்; மறுபுறம் தமது சீடர்களான பிக்குகளுக்குப் போதனை அளித்து வந்தார்; உள்மன வளர்ச்சி பற்றிய மிக நுட்பமான கருத்துக்களை எடுத்துக் கூறினார்; சீடர்களின் ஒழுங்கீனத்தைக் கண்டித்தார்; அவர்களின் ஒழுக்கத்தின் மீதான நம்பிக்கையை உறுதிசெய்தார்; பிரதிநிதிக் குழுக்களை வரவேற்றார்; கற்றுத் தேர்ந்த எதிராளிகளுடன் வாதமிட்டார்; துயரத்தில் ஆட்பட்டவர்களுக்கு ஆறுதல் கூறினார்; அவரை நாடிவந்த மன்னர்கள், விவசாயிகள், பிராமணர், ஒதுக்கப்பட்டவர்கள், பணக்காரர், ஏழைகளைச் சந்தித்தார். விலைமாதர்களிடமும் பாவம் செய்தவர்களிடமும் பரிவு காட்டினார். விலைமாதர்கள் பலர் தமது தவற்றை உணர்ந்து அவரிடம் அடைக்கலம் புகுந்தனர். இத்தகு வாழ்க்கைக்கு உயர்ந்த பல்வகைப்பட்ட அற குணங்களும் சமூகத்துக்குச் சேவை செய்யும் அரியபண்பும் தேவைப்படுகின்றன. ஜனநாயக உணர்வுகளும் மேட்டுக்குடி சாமர்த்தியமும் பின்னிப் பிணைந்து காணப்படுவது என்பது மிகவும் அபூர்வமாகும். அவர்தம் உரையாடல்களைப் படிக்கும் ஒருவர் கௌதமர் உயர்குடியில் பிறந்து வளர்ந்தவர் என்பதை மறக்க முடியாது. அந்தணர், பண்டிதர் ஆகியோருடன் மட்டுமல்லாமல் இளவரசர்கள், அமைச்சர்கள் அரசர்கள் ஆகியோருடன் எளிமையாகவும் சரிசமமாகவும் பேசவல்லவர். வெளி விருந்துகளுக்கு அவர் அடிக்கடி செல்வார். மிகுந்த நகைச்சுவையுடன் பேசுவார். இதனால் ஒவ்வொரு வீட்டினரும் அவரை வரவேற்பதில்

ஆனந்தம் கண்டனர். தலைசிறந்த பிராமணர் ஒருவர் அவரைப் பின்வருமாறு வருணிக்கிறார்:

"கௌதமர் நற்குடிப் பிறப்பாளர்; அழகானவர்; நம்பிக்கையூட்டுபவர்; ஒழுக்க சீலர், வசீகர தோற்றமும் கேட்போரை ஈர்க்கும் குரல்வளமும் படைத்தவர்; அடிக்கடி மாறும் மனம் அவருக்குக் கிடையாது; காம எண்ணமும் கிடையாது; எல்லோரையும் முகம் மலர வரவேற்பார்; அனைவரும் அவரை எளிதில் அணுகலாம்; கலந்துரையாடுவதில் திறமையானவர்".

ஆனால், அவர் காலத்து இந்தியாவை மட்டுமல்ல, காலங்காலமாகவே தொடர்ந்து இந்தியாவைக் கவர்ந்தது எது என்பது குறித்துப் பிராமணர் ஒருவர் பின்வருமாறு குறிப்பிடுகிறார்:

"கௌதமர் எனும் துறவி, ஏராளமான உறவினர்களையும், பணம், தங்கம் ஆகியவற்றையும் பூமிக்குமேலேயும் கீழேயுமுள்ள பொக்கிஷங்களையும் துறந்தவர்; நரையோடாமல் இளமைத்துடிப்பும் அழகும் மிகுந்த இளைஞனாக இருந்தபோதே, குடும்ப வாழ்வைத் துறந்து வீடற்ற நிலைக்கு மாறியவர்."

"இதுபோன்ற வாழ்க்கைக்கு இனிமையான நடத்தை, பணிவு, அன்பு ஆகியவற்றுடன் உள்ளத் திறமையும் தைரியமும் பெரிதும் தேவைப்பட்டன. பிறருக்குத் தீங்கிழைப்போரிடமிருந்து அமைதியாக விலகிவிடக் கூடியவர்; தனக்கு ஏற்படும் தீங்குகளைப் பெருந்தன்மையோடு பொறுத்துக் கொள்ள வல்லவர். அதனை மனதில் கொள்ளமாட்டார். அவரிடம் தைரியம் குடி கொண்டிருந்தது. எடுத்துக்காட்டாக, அவரைக் கொல்வதற்குத் தேவதத்தா பல முறை முயற்சி செய்த போதும், கொலை அச்சுறுத்தல் விடுக்கப்பட்ட போதும், கோசலை நாட்டைச் சேர்ந்த புகழ்பெற்ற கொள்ளையனை அமைதியான முறையில் துறவியரில் ஒருவராக மாற்றியபோதும் அவர் அமைதியாகவும் அதே வேளையில் தைரியமாகவும் இருந்தது கண்கூடு. வேதனை, அபாயம், அவமதிப்பு ஆகியவை அவரது மன அமைதியைக் குலைத்து விடவில்லை. அவரது ஆதரவையும் ஆறுதலையும் நாடியவர்களிடம் அவர் கனிவோடு நடந்து கொள்ளத்தவறவில்லை".

அனைவரும் விரும்பத்தக்க ஒருவராக அவர் விளங்கினார். மக்களின் நன்மைக்காகவும், மகிழ்ச்சிக்காகவும் அவர் இவ்வுலகில் பிறந்தார். உலகத்தின் மீதான பரிவு காரணமாக மனிதர்கள், கடவுள்கள் ஆகியோர் தம் மகிழ்ச்சிக்காக அவர் இவ்வுலகில் பிறந்தார் என்று திரும்பத் திரும்பக் கூறப்படுகிறது.

ஆரிய சமூகத்தின் மீது, அழிக்க முடியாத அழிக்க இயலாத முத்திரையை அவர் பதித்துள்ளார். அவரது பெயர் கடல்கடந்து பரவிய போதிலும், அவரது போதனைகளின் தாக்கம் இன்றும் நிலைத்து நிற்கிறது. அவரது சமயக்கொள்கை காட்டுத் தீ போல் பரவியது; வெகுவிரைவிலேயே அது இந்திய நாடு முழுவதன் சமயமாகப் பரிணமித்தது. ஆனாலும் இந்தியாவுடன் நின்றுவிடாமல் உலகின் மூலைமுடுக்குகளில் எல்லாம் அது பரவியது. எல்லா இனத்தவரும் அதை ஏற்றுக் கொண்டனர். ஆப்கன் மக்கள் கூட ஒரு காலத்தில் பௌத்தர்களாக இருந்தவர்களே ஆவர். ஆசியாவுடன் அது நின்றுவிடவில்லை. செல்டிக் பிரிட்டனின் சமயமாகவும் பௌத்தம் விளங்கியது என்பதற்குச் சான்று கிடைத்துள்ளது.[1]

இவ்வாறு ஏக தீவிரமாகப் பௌத்த நெறி பரவியதற்கு என்ன காரணம்? இது தொடர்பாகப், பேராசிரியர் ஹாப்கின்ஸ் பின்வருமாறு கூறுகிறார்:

> *"ஆரம்பத்தில் அது தீவிரமாகப் பரவியதற்கு அதன் போதனைகளும்,அதனை நிறுவியவரின் பேராதரவும் தான் காரணமாகும். தனி நபரான புத்தர் மனிதர்களைக் கவர்ந்தார். அவரிடமிருந்து வெளிப்பட்ட போதனைகள் ஆர்வத்தைத் தூண்டின; உயர்குடியில் பிறந்தவர் என்பதால் உயர்குடியினர் அவரை ஏற்றனர்; அவரிடம் காணப்பட்ட வசீகர கவர்ச்சி, மக்களின் நாயகனாக அவரை மாற்றிவிட்டது. அவர் ஆற்றல் மிக்கவர். போதனை மூலம் மக்களின் இதயங்களைக் கொள்ளை கொண்டவர் என்பதை வரலாற்றின் ஒவ்வொரு ஏடும் எடுத்தியம்புகிறது. அவரைப் போல நாத்திகராக வாழ்ந்தவருமில்லை; கடவுள் போல மதிக்கப்பட்டவரும் இல்லை; அவர் தெய்வீகத் தன்மை தமக்கு இருப்பதாக அகம்பாவத்துடன் உரிமை கொண்டாடாதவர். எளிமையாகச் சராசரி மனிதரிடையே அவர் உலா வந்தார். தூற்றியவர்களைப் புறமுதுகிடச் செய்தார். இனிமையும் எடுப்பும் நிறைந்தது அவரது பேச்சு. அவர் ஒவ்வொருவருக்கும் தலைவர்; அனைவருக்கும் நண்பர். அவரது கனிவான எடுப்பான பேச்சு, கேட்போரை ஆட்கொண்டது. ஒருவரின் ஆளுமைத் திறன் ஒருவரைத் தலைவனாக மட்டுமல்ல எண்ணற்றோரின் தெய்வமாகவும் உயர்த்தக்கூடும் என்பதற்கு அவரை மரபுவழி எடுத்துக்காட்டாகக் கூறலாம். இவர் போன்ற ஒருவர் பேசினால் கேட்பவர் கூட்டம் அதிகரிக்கிறது. அவர் என்ன பேசுகிறார் என்பது முக்கியமல்ல; ஏனெனில் இயக்கத்தைக் கட்டுப்படுத்தி, கேட்போரை அன்பான வளையவைக்கும் ஆற்றல் படைத்தவராக*

---

1 டாக்டர் டோனால்டு ஏ. மெகன்ஸி, கிறிஸ்தவத்துக்கு முந்திய பிரிட்டனில் பௌத்தம், பிளர்க்கி அண்டு சன், 1928.

அவர் காட்சியளிக்கிறார். மீட்சிக்கு அவரே பொறுப்பு என்று மக்கள் நம்புகின்றனர். அடிமைகள்சுதந்திரமனிதர்களாகும் உண்மையையும் சாதிகளைக் கடந்து அனைவரும் சகோதரத்துவம் உள்ளவர்கள் என்பதையும் அவருடைய பேச்சில்தான் முதன் முதன்முதலாக மக்கள் உணர்ந்தனர்; எனவே இதயத்திலிருந்து மற்றோர் இதயத்திற்கு, மின்சாரம் எனப் பாயும் மின்னல் வேகம் எங்கே இருக்கிறது என்பதைக் காண்பது கடினமாக இருக்கவில்லை. இத்தகைய மனிதர்தான் புத்தர். இதுவே அவரது போதனையின் அடிப்படை; பௌத்த நெறி விரைவாகப் பரவியதற்கு இதுவே காரணமாகும்.''

தமது போதனையில் புத்தர் கொண்டு வந்த மாபெரும் சீர்திருத்தத்தைப் புரிந்து கொள்ள வேண்டுமானால் அவரது காலத்தில் ஆரிய நாகரிகம் சீரழிந்த காட்சியைக் காண்பது மிக மிகத் தேவையாகும்.

அவர் காலத்தில் சமூக, அரசியல், ஆன்மிகத் துறைகளில் வரம்பு மீறிய ஒழுக்க கேட்டில் ஆரிய இனம் மூழ்கித் திளைத்தது.

சமூகச் சீர்கேடுகள் சிலவற்றைக் குறிப்பிடும் வகையில் சூதாட்டத்தை இங்குக் கூறலாம். மது அருந்துவது போல் சூதாட்டமும் ஆரியரிடையே பரவிக் கிடந்தது.

மன்னர்கள் அனைவரும் தமது அரண்மனைகளில் சூதாடுவதற்கென்றே அரங்குகளைக் கட்டிவைத்தனர். தம்மோடு சூதாடுவதற்கென்றே அந்தக்கலையில் தேர்ந்தவர்களைத் தமது பணியாளர்களாக மன்னர்கள் வைத்துக் கொண்டிருந்தனர். விராட தேசத்து மன்னன் இவ்வாறு தன்னிடம் கங்கன் என்னும் சூதாட்டவிற்பனனைப் கொண்டிருந்தான். மன்னர்களுக்குச் சூதாட்டம் ஒரு பொழுது போக்காக மட்டும் இருந்ததில்லை, பெரும் பொருளை ஈடுவைத்துச் சூதாடினர். தமது நாடுகள், தமது உற்றார் உறவினர், தம்மைச் சார்ந்தோர், அடிமைகள், பணியாளர்கள். ஆகியோரை வைத்துச் சூதாடினர்,[1] 'நளன் புஷகரனுடன் ஆடிய சூதாட்டத்தில் தனக்குரிய அனைத்தையும் ஈடாக வைத்து எல்லாவற்றையும் இழந்தான். சூதாட்டத்தில் தன்னையும் தன் மனைவி தமயந்தியையும் ஈடுவைத்து ஆடாதது ஒன்றுதான் அவன் செய்தது. இந்தச் சூதில் தோற்று அவன் காட்டிற்குச் சென்று இரந்துண்டு வாழ்ந்தான். சூதாட்டத்தில் பல மன்னர்கள் நளனையும் மிஞ்சியவர்கள். பாண்டவர்களின் மூத்தோனான தருமன் சூதாடித் தனக்கும் தம்பிகளுக்கும் மனைவியான துரோபதை ஆகியோர் உட்பட அனைத்தையும் இழந்ததை மகாபாரதம் கூறுகின்றது.[2] ஆரியர்கள்

1 மகாபாரதம்-வனப்பருவம்

1 மகாபாரதம் - சபா பருவம்

சூதாடுவதை ஒரு கௌரவமாகவே கருதினர். சூதாட அழைப்பதை ஏற்கமறுப்பது மானம், மரியாதைக்கு இழுக்கு என்றே கருதினர். சூதாடவேண்டாம் என்று எச்சரிக்கை செய்யப்பட்ட போதிலும் தருமர் சூதாட்டத்தில் ஈடுபட்டுப் பேரழிவைத் தந்த விளைவுகளைச் சந்தித்தார். தன்னைச் சூதாட அழைத்ததாலேயே தான் அதற்கு இசைந்ததாகக் கூறியது அவர் அளித்த சமாதானம். மரியாதைக்குரியவராக இருந்த போதிலும் அவரால் மறுத்துரைக்க முடியாமற் போனது.

இந்தச் சூதாட்டப்பழக்கம் மன்னர்களோடு நின்றுவிடவில்லை. குடிமக்களிடமும் இந்தப் பழக்கமிருந்தது, ஏழை ஆரியனொருவன் தான் சூதாடி அழிந்துபோனதை எண்ணிப்புலம்புவதாக ரிக் வேதத்தில் குறிப்பிடப்பட்டுள்ளது. கௌடில்யரின் காலத்தில் சூதாட்ட இல்லங்கள் மன்னரின் அனுமதியுடன் நடைபெற்றன.

மன்னன் சூதாடுமிடங்களுக்கு அனுமதி வழங்கி அதன் மூலம் மிகுந்த வருவாய் ஈட்டியதாகக் கூறப்படுள்ளது.

மது அருந்தும் பழக்கமும் ஆரியரிடையே பெருவழக்காக இருந்தது. சோமபானம், சுராபானம் என மது இருவகைப்பட்டது. சோமபானம் யாகங்களுக்குப் பயன்பட்டது. சோமபானம் அருந்துவது ஆரம்ப காலத்தில் பிராமணர், சத்திரியர், வைசியர் ஆகியோருக்கு மட்டுமே உரியது. பின்னர் அந்த உரிமை பிராமணர், சத்திரியர் ஆகியோருக்கு மட்டுமே என்றாயிற்று. வைசியர் இதிலிருந்து விலக்கப்பட்டனர். சூத்திரர் மது அருந்துவதற்கு அனுமதிக்கப்படவில்லை. சோமபானம் தயாரிக்கும் முறை பிராமணர்க்கு மட்டுமே தெரிந்த இரகசியமாகக் காப்பாற்றப்பட்டது. சுராபானத்தைப் பிராமணர் உட்பட அனைவரும் அருந்தினர். அசுரர்களின் குருவான சுக்கிராச்சாரியர்[1] அளவுக்கு மீறி மது அருந்தித் தன்நிலை மறந்து தனக்கு மட்டுமே தெரிந்திருந்த இறந்தோரை உயிர்ப்பிக்க வல்லதும், தேவர்களால் உயிரிழந்த அசுரர்களை உயிர்ப்பிக்கக் கூடியதுமான மந்திரத்தைத் தேவகுரு பிரகஸ்பதியின் மகன் கட்சனுக்குக் கற்றுக் கொடுத்தார், கிருஷ்ணனும் அர்ச்சுனனும் அளவுக்கு மீறி மது அருந்தியிருந்ததொரு சந்தர்ப்பத்தை மகாபாரதம் குறிப்பிடுகின்றது. இதனால் ஆரியர்களில் சிறந்தவர்களும்கூட மது அருந்தும் பழக்கமுள்ளவர்கள் என்பதும், அதுவும் அளவுக்கு மீறியும் மது அருந்துபவர்கள் என்பதும் புலப்படும். இது மட்டுமல்ல, ஆரியப் பெண்களும் மது அருந்தும் வழக்கமுடையவர் என்பது பெரிதும் வெட்கப்பட வேண்டிய விஷயமாகும். எடுத்துக்காட்டாக விராடனின் மனைவி சுதேஷனை[2] தன்னுடைய பணிப்பெண் சைரந்திரியைக் கீசகனின் அரண்மனைக்கு அனுப்பித் தனக்கு சுராபானத்தைக்

1 வனப்பருவம் - அத்தி 15 : 10

2 மகாபாரதம் விராட பருவம் அத்15:10

கொண்டு வரச் சொன்னதைக் குறிப்பிடலாம். அரசர்களின் தேவியர் மட்டுமல்லாமல், பிராமணப்பெண்கள் உட்பட அனைத்து வருணங்களைச் சேர்ந்த பெண்களும் மது அருந்துதல் இயல்பான பழக்கமாக இருந்தது.[1] மது அருந்துவதிலும் நடனமாடுவதிலும் ஆரியப் பெண்கள் ஈடுபட்டதைக் கௌஷீதகி கிருஹ்ய சூத்திரம் *1:11-12* ல் பின்வருமாறு கூறப்பட்டுள்ளது. விதவைகளல்லாத நான்கு அல்லது எட்டுப் பெண்கள் திருமணத்திற்கு முன்னாள் இரவு மதுவும் உணவும் அருந்திய களிப்புடன் நான்கு முறை நடனமாட வேண்டும்“

ஆரிய சமூகத்தில் வர்க்கப் போராட்டமும் வர்க்க தாழ்ச்சியும் தெள்ளத் தெளிவாகக் காணப்பட்டன. அந்தணர், சத்திரியர், வைசியர், சூத்திரர் என நான்கு பிரிவாக மக்களை ஆரிய சமூகம் அங்கீகரித்தது. இவை ஒன்றோடு ஒன்று சேரும் பிரிவினர் அல்லர்; மாறாக, ஒன்றின் மேல் ஒன்று அமைந்தவையாக சமூக உறவில் கருதப்பட்டன. மேல் அல்லது கீழ் என்பதால், இவற்றிடையே போட்டியும் காழ்ப்புணர்ச்சியும் தலைதூக்கின. இவை பகைமைக்கும் வழி கோலின. அந்தணர், சத்திரியர் எனும் உயர்குலத்தவரிடையே நிலவிய பகைமையுணர்ச்சி வெளிப்படையாகவே தெரிந்தது. அவற்றைப் பற்றிய விவரங்களைப் படிக்கும் வாய்ப்பு மார்க்சீயவாதிகளுக்குக் கிடைத்தால் மகிழ்ச்சியடையக்கூடும். ஆனால் இப்பகைமை பற்றிய விளக்கமான வரலாறு ஏதும் எழுதப்படவில்லை. ஒரு சில நிகழ்ச்சிகள் மட்டுமே பதிவு செய்யப்பட்டுள்ளன. ஒரு சில சத்திரிய அரசர்கள் அந்தணர்களுடன் மோதியிருப்பது தெரியவருகிறது. வீணா, புரூரவர், நகுஷன், சுதர், சுமூகன், நிமி ஆகியோர் பிராமணர்களோடு மோதிய சத்திரிய மன்னர்களுக்கு எடுத்துக்காட்டாக உள்ளவர்கள். இந்த மோதல்களுக்கான காரணங்கள் வெவ்வேறானவை.

கடவுளுக்குப் பதிலாகத் தன்னை வணங்கி வழிபடவேண்டும், தனக்குப் பூசை புனஸ்காரம் செய்ய வேண்டும் என்பதே மன்னன் வீணனுக்கும் பிராமணர்களுக்கும் இடையே இருந்த தகராறு. ஒரு சத்திரிய மன்னன் பிராமணர்களுடைய சொத்தைப் பறிமுதல் செய்யமுடியுமா என்பதே புரூரவர்களுக்கும் பிராமணர்களுக்கும் இடையே இருந்த விவகாரம். ஒரு சத்திரிய மன்னன் ஒரு பிராமணனை எடுபிடி வேலை செய்யும்படிக் கட்டாயப்படுத்த முடியுமா என்பதே நகுஷனுக்கும் பிராமணர்களுக்கும் இடையே இருந்த சச்சரவு. யாக நிகழ்ச்சியில் ஒரு மன்னன் தனது குடும்பம் புரோகிதரைத்தான் அமர்த்திக் கொள்ள வேண்டும் என்ற கட்டாயம் ஏதும் உண்டா என்பதே நிமிக்கும் பிரர்மணர்களுக்கும் இடையே இருந்த பூசல். மன்னன் ஒரு பிராமணனையே புரோகிதராக நியமித்துக் கொள்ளக்

1 குமாரபட்டரின் தாந்திரீக வார்த்தகம் 1 (III)

கட்டுப்பட்டிருக்கிறானா என்பதே சூதர்களுக்கும் பிராமணர்களுக்கும் இடையே இருந்த பிரச்சினையாகும். அவர்களுக்கிடையே நடைபெற்ற சண்டை வெறுஞ்சண்டை அல்ல; ஒருவரையொருவர் அழித்தொழிக்க மேற்கொண்ட முயற்சியாகும். பரசுராமன் எனும் அந்தணர் சத்திரியர்களுக்கு எதிராக 21 முறை போரிட்டு, சத்திரியர்களை எல்லாம் கொன்று விட்டதாகக் கூறப்படுகிறது.

இவ்வாறு இவர்கள் சண்டையிட்டு வந்தாலும் வைசியரையும் சூத்திரரையும் அடக்கி ஒடுக்கும் பொருட்டுக் கூட்டணி அமைத்துக் கொண்டனர். வைசியன் என்பவன் பால் தரும் பசு. வரி கொடுப்பதற்காகவே அவர் உயிர் வாழ்ந்தான். சூத்திரனோ ஒரு சுமை. பிராமணர்களும் சத்திரியர்களும் பெருமையாகவும் மகிழ்ச்சியாகவும் வாழ்க்கை நடத்துவதற்காகத்தான் வைசியரும் சூத்திரரும் வாழ நேரிட்டது. தமக்காக வாழ்வதற்கு இவ்விருவருக்கும் உரிமை கிடையாது.

இவ்விரு பிரிவினருக்கும் கீழே மேலும் இருவகை மக்கள் இருந்தனர் அவர்கள் சண்டாளர்கள், சௌபாக்கள் எனப்படுவோர். அவர்கள் தீண்டத்தகாதவர்கள் அல்லர். எனினும் இழிந்தவர்களாகக் கருதப்பட்டனர். அவர்கள் சமூகத்திற்கும் சட்டத்திற்கும் தொடர்பற்றவர்கள். எத்தகைய உரிமைகளும் வாய்ப்பு வசதிகளும் அவர்களுக்குக் கிடையாது, ஆரிய சமூகத்தால் புறக்கணிக்கப்பட்டவர்கள் அவர்கள்.

ஆரியரின் இன்றைய வழித்தோன்றல்களுக்கு அன்றைய ஆரிய சமூகத்திலிருந்த பாலியல் ஒழுக்கக்கேடு அதிர்ச்சி அளிக்கக் கூடியதாகும். புத்தருக்கு முற்பட்ட ஆரியரிடையே இன்று நம்மிடையே வழக்கில் இருந்துவரும் பாலியல் அல்லது மணஉறவு பற்றிய கட்டுப்பாடுகள் போன்றவை அன்று இருந்ததில்லை.

ஆரியரின் புராண மரபின்படி பிரம்மா படைப்புக்கர்த்தா ஆவார். பிரம்மனுக்கு மூன்று புதல்வர்களும் ஒரு புதல்வியும் இருந்தனர். அவர்களில் ஒரு மகனான தக்ஷன் தன்னுடைய சகோதரியை மணந்தான். சகோதரனும் சகோதரியுமான இவர்களுக்குப்பிறந்த பெண் மகளிரை பிரம்மனின் மகன் மரீசிக்குப் பிறந்த காசிபன் மணந்தான். சிலரைப் பிரம்மனின் மூன்றாவது மகனான தருமன் மணந்தான்.[1]

ரிக் வேதத்தில் அண்ணன் தங்கையரான யமன், யமி ஆகியோரைப் பற்றிய கதை ஒன்று உள்ளது. அந்தக் கதையின்படி யமி, தன் அண்ணன் யமனைத் தன்னுடன் வருமாறு அழைக்கின்றாள்; இதற்கு மறுக்கும் யமன்மீது அவள் கோபம் கொள்கிறாள்.[2]

---

1 மகாபாரதம்-ஆதி பருவம், அத். 66

2 ரிக் வேதம்

அக்காலத்தில் தந்தை மகளை மணப்பதும் வழக்கமாக இருந்துள்ளது. வசிட்டர் தன் மகள் சத்ரூபை பருவ மெய்திய போது அவளை மணந்தார்[1] மனு தன்மகள் இளையை மணந்தார்[2] ஜானு தன் மகள் ஜானவியை மணந்தார்[3] சூரியன் தன் மகள் உஷையை மணந்தான்.[4]

ஒரே பெண் பல ஆண்களைக் கணவராகக் கொள்ளும் விநோதமானதொரு முறை அவர்களிடையே வழக்கத்திலிருந்தது. ஒரே பெண்ணை இரத்த உறவுடைய பலர் கூடும் பல கணவர்முறை ஆரியர்களிடையே இருந்தது. தஹா பிரசேத்னியும் அவனுடைய மகன் சோமனும், சோமனின் மகள் மரீஷையைக் கூடினர்.[5]

பாட்டன் தன் பேத்தியை மணந்து கொண்டதற்கான சான்றுகளுக்கும் குறைவில்லை. தக்ஷன் தன் மகளைத் தனது தந்தை பிரமனுக்கு மணம் முடித்தான்.[6] அந்தத் திருமணத்தின் விளைவாகப் பிறந்தவரே பிரசித்திபெற்ற நாரதர். தௌகித்திரன். தன்னுடைய 27 பெண்மக்களைத் தன் தந்தை சோமனுக்கு அளித்தான்.[7]

அவர்களுக்குப் பிள்ளைகள் பலர் பிறந்தனர்.

ஆரியர்கள், பலரும் காணும் வகையிலும், வெட்ட வெளிகளிலும் பெண்களோடு கூடுவதைப் பற்றிக் கவலைப்படாதவர்கள். வாமதேவ்ய விரதம் என்னும் ஒரு சமயச் சடங்கினை யாக பூமியில் ரிஷிகள் நடத்தும்போது அந்த வழியாகப் போகும் பெண்ணொருத்தி தன் விருப்பத்தைத் தெரிவித்தால் அவளது விருப்பத்தை நிறைவேற்ற அந்த யாக பூமியிலேயே ரிஷிகள் அவளோடு கூடுவர். இத்தகைய நிகழ்ச்சிகள் பலவற்றைக் கூறலாம். பராசர முனிவர், சத்தியவதியோடும், தீர்கதாபையுடனும் இத்தகைய உறவு கொண்டவர். அயோனி என்ற சொல்வழக்கின் மூலம் இத்தகைய பழக்கம் நிலவியதை அறியலாம். அயோனி என்னும் சொல்லுக்குக் களங்கமற்று, தூய்மையாகக் கருவுறுதல் என்று பொருள்.

ஆயின் அந்தச் சொல்லுக்கு ஆரம்பகாலத்தில் நிலவிய பொருள் வேறானது. யோனி என்னும் சொல்லின் மூல அர்த்தம் வீடு என்பது. அயோனி என்பது வீட்டுக்கு வெளியே அதாவது வெட்ட வெளியில் கருவுறுவதைக் குறிக்கிறது. சீதையும் துரோபதையும் இப்படிப்பட்ட

1 ஹரிவம்சம் - அத் 2

2 ஹரிவம்சம் - அத்10

3 ஹரிவம்சம் - 27

4 யஷ நிருத்தம்அதி.5 காண்டம் 6

5 ஹரிவம்சம் - அதி-7

6 ஹரிவம்சம் - அதி -3

7 ஹரிவம்சம் - மேலது

அயோனிஜிகளே யாதலால், இந்தப் பழக்கத்தில் தவறேதும் இருப்பதாகக் கொள்ளவில்லை என்றாகிறது. இத்தகைய வழக்கத்தை எதிர்த்துக் சாஸ்திர நூல்களில் தடை விதித்திருப்பதால் இந்த வழக்கம் பரவலாக இருந்ததை அறியலாம்.[1]

தம் மனைவியரைச் சிறிது காலத்திற்கு அயலாருக்கு வாடகைக்கு விடும் வழக்கமும் ஆரியரிடையே இருந்துவந்தது. மாதவியின்[2] கதையை இதற்கு எடுத்துக்காட்டாகக் கூறலாம். யயாதி மன்னன் தன்மகள் மாதவியைக் குரு காலவருக்குத் தானமாக அளித்தான். காலவ முனிவரோ மாதவியைக் குறிப்பிட்ட காலங்களுக்கு மூன்று மன்னர்களுக்கு அளித்தார். பின்னர் அவளை விசுவாமித்திரருக்கு மணமுடித்து வைத்தார். ஒரு மகனைப் பெற்றெடுக்கும் வரை மாதவி அவருடன் இருந்தாள். பின்னர் காலவ முனிவர் அவளை அழைத்துச் சென்று மீண்டும் அவளுடைய தந்தை யயாதிக்கே அளித்தார்.

இவ்வாறு மகளிரை மாற்றாருக்குக் குறிப்பிட்ட காலத்திற்கு அளிக்கும் வழக்கத்தைப் போலவே சிறந்த ஆடவர் மூலம் பிள்ளைகளைப் பெற்றுக் கொள்ளும் பழக்கமும் ஆரியரிடையே இருந்தது. குடும்பம் என்பது அவர்களிடையே பிள்ளைகளைப் பெருக்குவது என்றே இருந்தது. ஆரியர்களிடையே வலிமையிலும் அந்தஸ்திலும் உயர்ந்தவர்களாக விளங்கிய பிரிவினர் தேவர்கள் எனப்பட்டனர். சிறந்த பிள்ளைகள் பிறக்க வேண்டு மென்பதற்காக இந்தத் தேவர்களோடு கூடுவதற்குத் தம் மகளிரை ஆரியர் அனுமதித்தனர். ஆரியப் பெண்களை இவ்வாறு முதலில் சுகிப்பது தங்களுடைய உரிமை எனத் தேவர்கள் கருதிய வழக்கம் பரவலாக இருந்தது. இத்தகைய வகையில் தேவர்கள் ஒரு பெண்ணைச் சுகித்த பின்பு, அவதானம் என்னும் விலையை அளித்து அவர்களிடமிருந்து மீட்ட பின்பே ஆரிய மகளிர் திருமணம் செய்துகொள்ள முடியும். முதலில் தேவர்கள் சுகித்த பெண்ணை மீட்பது பற்றி அஸ்வல்யான் கிரஹ்ய சூத்திரத்தில் விவரமாகக் கூறப்பட்டுள்ளது. இந்து திருமணங்களில் நடத்தும் லஜ ஹோமமும் இந்த வழக்கத்தின் எச்சத்தையே நினைவூட்டுகின்றது. அவதான் கொடையும், லஜ ஹோமம் வளர்த்தலும் இவ்வாறு திருமணப் பெண்ணைத் தேவர்களின் பிடியிலிருந்து விடுவிப்பதற்கு அளிக்கப்படும் விலையேயன்றி வேறல்ல. இந்து திருமணங்களில் இடம் பெற்றுள்ள சப்தபதி சடங்கும், அந்தச் சடங்கினைச் செய்யாமல் நிகழ்த்தப்படும் திருமணம் சட்டப்படியானது ஆகாது என்னும் அளவுக்கு அவசியமான சடங்காகக் கொள்வதும் தேவர்கள் மகளிரைத் திருமணத்திற்கு முன் சுகிக்கும் உரிமையோடு தொடர்புடையது. சப்தபதி என்பது மணமகள் மணமகனுடன்

1 மகாபாரதம். அத் 1-193

2 மகாபாரதம் -193. 2 மகாபாரதம். உத்யோகபருவம்: அதி 106-123

ஏழு அடியெடுத்து வைத்து நடத்தல் என்னும் சடங்காகும். இதற்கு அவசியமென்ன? தேவர்கள் அந்தப் பெண்ணை விடுவிப்பதற்குத் தமக்கு அளிக்கப்படும் நஷ்ட ஈடு போதுமானதல்ல என்று கருதினால், அந்தப் பெண் ஏழாவது அடியெடுத்து வைப்பதற்குள் தன் உரிமையை நிலை நாட்டிக் கொள்ளலாம் என்பதையே இது குறிக்கிறது. மணப் பெண் ஏழாவது அடியெடுத்து வைத்த பின்பு அவள் விடுதலை பெறுகின்றாள். அதன் பின்பே மணமகன் அவளைத் தன் மனைவியாக்கிக்கொள்ள முடியும்; தேவர்களின் தொல்லையோ, தடைகளோ இல்லாமல் அவர்கள் கணவன், மனைவியராக வாழ முடியும்.

பெண்களின் கற்பு சம்பந்தமான விதிகளேதும் அச்சமயம் இருக்கவில்லை. திருமணம் செய்து கொள்ளாமலேயே ஒரு பெண் எவருடனாவது கூடிப் பிள்ளைகளும் பெற்றுக் கொள்ளலாம். கன்யா என்னும் சொல்லின் வேர்ச்சொல்லுக்குக்குரிய பொருளே இதற்குச் சான்றாகிறது. கன்யா என்னும் சொல்லின் வேர்ச் சொல்லான கம் என்பது ஒரு பெண் தன்னை எந்த ஆடவனுக்கும் உரியவளாக்கும் சுதந்திரமுடையவள் என்னும் பொருளுடையது. எனவே பெண்கள் முறையான திருமணத்திற்கு முன்பு எந்த ஆடவனுடனும் கூடிப் பிள்ளைகளைப் பெற்றுக் கொண்டனர் என்பதற்குக் குந்தியும், மச்சியகந்தியும் சான்றாக உள்ளனர். பாண்டுவைத் திருமணம் செய்து கொள்வதற்கு முன் குந்தி பலருடன் கூடிப் பிள்ளைகளைப் பெற்றுக் கொண்டாள். மச்சகந்தி, பீஷ்மரின் தந்தையான சந்தனுவை மணப்பதற்குமுன் பராசரனுடன் கலவி செய்தவள்.

ஆரியர்கள் விலங்குகளையும் புணரும் பழக்கமுடையவர். தாமரிஷி பெண் மானுடன் கூடிய கதை யாவரும் அறிந்தது.[1] சூரியன் பெண் குதிரையுடன் கூடியது இன்னுமொரு எடுத்துக்காட்டு.[2] இவையெல்லாவற்றையும் விட வெறுக்கத்தக்க உறவு அசுவமேத யாகத்தில் பெண்டிர் குதிரையுடன் உறவு கொள்வதுதான்.

யாகம் அல்லது வேள்வி அல்லது பலி என்பது ஆரியரின் மதத்தில் மிகவும் முக்கியமானதாக இடம் பெற்றிருந்தது. தெய்வீகத் தன்மையை அடைவதற்கும் கடவுளரைக் கட்டுப்படுத்தவும் ஒரு வழியாக இத்தகைய யாக வேள்வி பயன்பட்டது. பாரம்பரியத்தின்படி மொத்தம் 21 பலி ஒவ்வொரு பிரிவுக்கும் ஏழு வீதம் மூன்று பிரிவாகப் பிரிக்கப்பட்டிருந்தது. வெண்ணெய், பால், (மக்காச்) சோளம் முதலானவை முதல் பிரிவில் அடங்கும். இரண்டாவது பிரிவில் சோம பானமும், மூன்றாவது பிரிவில் விலங்குகளும் இடம் பெற்றிருந்தன. ஓராண்டுக்கும் அதற்கு மேலும் நீடிக்கும் நீண்டகால, அல்லது குறுகிய

1 மகாபாரதம் அத்.1-118

2 மகாபாரதம் அத்.66

கால இடைவெளியில் பலி தரப்படும். நீண்டகாலப் பலியிடும் முறை சாத்திரம் எனப்பட்டது. இவ்வாறு பலி தரும் ஒருவன் முடிவற்ற புனிதத்தை அடைவானாம். இதனால் அவனுடைய பிதுர்களும் மகிழ்வார்களாம். புனிதத்தை அடைவார்களாம். அவன் மட்டுமல்ல, பலி தரும் குதிரை முதலான விலங்குகளும் மேலோகத்தில் உயிர் வாழ் அவனால் அனுப்பப்படுகின்றனவாம்.[1]

மேலுலகப் பேரின்பத்தை அடைவதற்கு மட்டுமின்றி, இந்தப் பூமியில் பலவற்றைப் பெறுவதற்காகவும் பலிதரப்பட்டது. எதையும் எதிர்பாராமல் பலி தர வேண்டும் என்னும் கருத்து நிலவவில்லை. பலன் எதிர்பாராத காணிக்கையைப் பிராமணீய இந்தியா அறியாது. எந்தத் தெய்வத்துக்குப் பலி தரப்படுகிறதோ அந்தத் தெய்வத்திடமிருந்து ஏதேனும் எதிர்பார்த்தே இது செய்யப்படுகிறது பலிகள் பின்வரும் மந்திரத்துடன் தொடங்குவன: "நீ இதை எனக்குக் கொடு; நான் உனக்கு இதைத் தருவேன்; எனக்கு நீ இதை அளிப்பாயாக; இதை நான் உனக்கு அளிப்பேன்".

பலியிடும் சடங்கு அச்சமும் மதிப்பும் தரும் முறையில் நடத்தப்பட்டது. ஒவ்வொரு சொல்லும் பலனை எதிர்பார்ப்பதாக அமைந்திருந்தது. ஒவ்வொரு சொல்லின் உச்சரிப்பும் அழுத்தமும் முக்கியத்துவமுடையவையாக இருந்தன. எனினும் இப்படிப்பட்ட சடங்குகள் வெறும் ஏமாற்றுவித்தை என்பதையும், வெளிக்குத்தெரிவதுபோல் அத்தனை முக்கியத்துவம் வாய்ந்தவை அல்ல என்பதையும் புரோகிதர்களே உணர்ந்திருந்தனர் என்பதற்கான சான்றுகள் காணக்கிடக்கின்றன.

பணம் பெறுவதற்காகத்தான் இத்தகைய பலியிடும் சடங்குகளை வேதியர் நடத்திக் கொடுத்தனர். பசுக்கள், குதிரைகள், தங்கம், உயர்ந்த ஆடைகள் முதலானவை கட்டணமாகச் செலுத்தப்பட்டன. கட்டணம் வாங்குவதில் வேதியர் கண்ணும் கருத்துமாய் இருந்தனர். இத்தகைய கட்டணம் ஆயிரம் பசுக்கள் என்ற அளவுக்கும் இருந்தது என்றால் பார்த்துக் கொள்ளுங்கள். இப்படிச் செய்தல் - அதாவது ஆயிரம் பசுக்களைக் கொடுத்தால் - அவனுக்கு மோட்சப் பலன் முழுமையாகக் கிடைக்கும் என்று கூறப்பட்டது. மேலோகத்தில் உள்ள கடவுளர், ஒருவருக்கொருவர் உதவும் போது, பரிசுப் பொருள் கேட்பதாகக் கதைகள் கூறுகின்றன. புரோகிதர் இதைப்பயன்படுத்திக் கடவுளுக்குத் தேவைப்படுவதாகக் கூறி, உரிமையாகவே இவ்வாறு கேட்கத் தொடங்கினார்.

விலங்குகளைப் பலியிடுவது என்பது முதன்மைப் பலியாக இருந்தது. பலியிடுவது நிறைந்த செலவு செய்வதற்குரியதாகவும் அநாகரிகமானதாகவும் அமைந்தது. பலியிடுவதற்கானவை என ஐந்து

1 இந்தியச் சமயங்கள்' - என்னும் ஹாப்கின்ஸ் அவர்களின் நூலிலிருந்து எடுத்தது.

விலங்குகள் தெரிவு செய்யப்பட்டன. இந்தப் பட்டியலில் முதலிடம் மனிதனுக்கு. மனிதபலி மிகுந்த செலவு செய்வதற்குரியது. இவ்வாறு பலியாக வேண்டியவன் புரோகிதனாகவோ, அடிமையாளாகவோ இருக்கக் கூடாது; சத்திரியனாகவோ வைசியனாகவோ இருக்க வேண்டும். ஒரு மனிதனின் விலை ஆயிரம் பசுக்களாகும். பலி-யிடப்பட்ட மனிதரைப் பலியிடுவோர் தின்ன வேண்டும் என்னும் பழக்கமும் இருந்தது. அடுத்தபடியாக, குதிரை இடம் பெற்றிருந்தது. இதற்கும் அதிகம் செலவாகும். இந்தியாவை வெற்றி கொள்வதற்கு ஆரியர்களுக்கு குதிரைகள் மிகவும் தேவைப்பட்டன. பலிதரும் ஆடவனின் மனைவியுடன் பலியாகும் குதிரை உடலுறவு கொள்ள வேண்டும் என்பது மகா கொடூரம்.

விவ்சாயத்திற்குப் பயன்பட்ட பசுக்களும் காளைகளும் தான், மிக அதிக அளவு பலி தரப்பட்ட கால் நடைகளாகும்.

பலியிடுவதற்கு ஆகும் செலவைக் கணக்கிட்டால் அது தேவை-யில்லை என்றாகிவிடும்; ஆனால், புரோகிதரின் வருமானத்தைக் கணக்கில் எடுத்த காரணத்தால் அது தேவை எனப்பட்டது. பலி தரப்படவில்லை என்றால், புரோகிதனுக்கு வருமானம் இருக்காது. அவன் பட்டினி கிடக்க நேரிடும். எனவே, மனிதனுக்குப் பதிலாக வைக்கோல் அல்லது உலோகம் அல்லது மண்ணால் செய்யப்பட்ட மனிதனைப் பலிதரலாம் என்று புரோகிதர்கள் தெரிவித்தனர். ஆனாலும் எங்கே யாகம் நடத்தப்படுவது நின்றுபோய், தங்கள் வருமானத்தை இழக்க நேரிடுமோ என அஞ்சி அவர்கள் மனித உயிர்ப்பலியை அறவே நிறுத்தி விடவில்லை. மனித உயிர்ப்பலி அரிதான போது அதன் இடத்தை மிருக உயிர்ப்பலி நிரப்பியது. பாமர மக்களுக்கு இதுகூடப் பெருஞ்செலவாகத் தோன்றியது. இதனால் சில கால்நடைகளைப் பலிகொடுத்து அவர்கள் ஒப்புக் கொள்ளத் தொடங்கினர். படிப்படியாக, அரிசியே போதும் என்று புரோகிதர்கள் திருப்தியடையலாயினர்.

எனினும், பலி தரும் நபரின் நிலையைப் பொறுத்து இந்த ஈட்டுப் பொருள் நிர்ணயிக்கப்பட்டது. ஏழை என்றால் அரிசி; ஓரளவு நல்ல நிலையில் இருப்பவர் என்றால் ஆடு: செல்வந்தர் என்றால் மனிதன், குதிரை, பசு அல்லது காளை. இதனால் பலியிடுவதும் தொடர்ந்தது.

புரோகிதருக்குக் கிடைக்கும் வருமானமும் தொடர்ந்தது. ஆயிரக்கணக்கில் விலங்குகள் பலியாவதும் தொடர்ந்தது.

பௌத்த இலக்கியத்தின் வாயிலாக, கசாப்புகாரர்களாகச் செயல்பட்ட அந்தணர் பற்றி அறிய முடிகிறது. சுத்த நிபாதத்தில் வருணித்துள்ளபடி கோசல நாட்டு மன்னன் பசேன்தி கொடுத்த பலியின் விவரம் இது: 500 எருது, 500 காளை,500 பசுக்கள், 500 செம்மறி ஆட்டுக்குட்டி

ஆகியவை பலியிடுவதற்காகக் கம்பங்களில்கட்டப்பட்டிருந்தன. அந்தணர் இட்ட கட்டளையை, கண்ணில் நீர் ததும்ப, அரசனின் ஏவலாட்கள் நிறைவேற்றினார்களாம்.

இது படுகொலை என்றாலும், கேளிக்கைக் களியாட்டமாகவும் இருந்தது. வறுத்த இறைச்சியை உண்டு, மது அருந்தினர். அந்தணர் சோமபானமும் சுராபானமும் குடித்தனர். மற்றவர்கள் சுராபானம் குடித்தனர். பிறகு, சூதாட்டம். தவிர, திறந்த வெளியில் உடலுறவு கொண்டனர். பலி என்பது ஒழுக்கக்கேடாக மாறிவிட்டது; மதத்துக்கும் அதற்கும் சிறிதளவு கூடத் தொடர்பே இல்லை.

நியமம் அல்லது சடங்குகளின் கோர்வையாக ஆரியர்தம் மதம் இருந்தது. சிறந்த வாழ்க்கை வாழ வேண்டும், ஒழுக்கத்தைத் கைக்கொள்ள வேண்டும் என்ற தாகம் எழவில்லை. ஆன்மிக உள்ளடக்கம் இல்லாத மதமாக ஆரியர் மதம் ஆகி விட்டது. ரிக்வேதத்தில் காணப்படும் பாசுரங்கள் இதற்குச் சிறந்த ஆதாரமாகும். இந்தப் பாசுரங்கள் ஆரியர் தம் கடவுளைப் போற்றிப் பாடியவை. எதைக் கேட்பதற்குப் பிரார்த்தனை செய்தனர்? ஆசைகளிலிருந்து விடுவிக்கும்படி வேண்டினார்களா? தீமையிலிருந்து நீக்குமாறு வேண்டினார்களா? பாவமன்னிப்பு கேட்டார்களா? இந்திரனைப் போற்றிப் புகழ்வதாக அமைந்தவை இந்தப் பாசுரங்கள் - ஆரியர்களின் எதிரிகளை அழித்தற்காக - கிருஷ்ணன் எனும் அசுரனின் கர்ப்பிணி மனைவியை அவன் கொன்றதற்காக அசுரர்களின் நூற்றுக்கணக்கான கிராமங்களை நாசப்படுத்தியதற்காக பாராட்டு தெரிவிக்கின்றன. இலட்சக்கணக்கான தஸ்யூக்களை அழித்தற்காக இந்திரனை அவை போற்றுகின்றன. அனாரியர்களின் செல்வத்தைக் கவர்ந்து கொள்வதற்காகவும், அவர்களின் தானியங்களைப் பெறுவதற்காகவும் அனாரியர்களுக்கு இந்திரன் அழிவை ஏற்படுத்துவான் என்று இந்திரனைப் புகழ்ந்தனர். கொடூரமான எண்ணங்களின், கொடிய செயல்களின் மொத்த உருவமாக ரிக் வேதத்துப் பாசுரங்கள் உள்ளன; நாணயமான - ஒழுக்கம் நிறைந்த வாழ்க்கை குறித்து ஆரிய மதம் எப்போதும் கவலைபட்டதே கிடையாது.

II

புத்தர் பிறந்தபோது இருந்த ஆரிய சமூகத்தின் நிலை இதுதான். இதை மாற்ற அவர் மேற்கொண்ட நடவடிக்கை முயற்சி குறித்து இரண்டு வினாக்கள் எழுகின்றன. அவரது சீர்திருத்தத்தின் முக்கிய அம்சங்கள் யாவை? அவரது சீர்திருத்த இயக்கத்தில் எந்த அளவுக்கு அவர் வெற்றி கண்டார்?

முதலாவது வினாவுக்கு விடை காண்போம். நல்ல தூய வாழ்க்கை மேற்கொள்வதற்கு நீதிபோதனையை விட மற்றவர்களுக்கு எடுத்துக் காட்டாக விளங்குவது மேல் என்று புத்தர் கருதினார். எனவே, மற்றவர்க்கு முன் மாதிரியாக இருக்கும் வகையில் தூய்மையான வாழ்வை அவரே நடத்திக் காட்டினார். 'பிரம்ம ஜல சுத்தா' மூலம் இதை அறிய முடிகிறது. தவிர, ஆரியர்களில் சிறந்தவர்கள் என்று கருதப்பட்ட அந்தணர்களின் தூய்மையற்ற வாழ்வையும் அது எடுத்துக் காட்டுகிறது. எனவே, அது கீழே தரப்படுகிறது:

பிரம்ம ஜல சுத்தா

1. இவ்வாறு நான் கேட்டறிந்தேன்: 500 பேர் புடைசூழ, ராஜகிரகாவுக்கும் நாளந்தாவுக்கும் இடைப்பட்ட நெடுஞ்சாலையில் புத்தர் சென்று கொண்டிருந்தார். சுப்பியா எனும் துறவியும் பிரம்மதத்தன் எனும் சீடருடன் அவ்வழியே சென்றார். குருவானவர் புத்தரையும் அவரது போதனைகளையும் சங்கத்தையும் பழித்துரைத்தவாறு சென்றார்; ஆனால் சீடரான பிரம்மதத்தர், அவருக்கு நேர்மாறாகப் புத்தரையும் தம்மத்தையும் சங்கத்தையும் புகழ்ந்துரைத்தார். இவ்வாறே,உயர்வெய்திய புத்தரைப் பின்தொடர்ந்து சென்றனர்.

2. இரவுப் பொழுதைக் கழிப்பதற்காக அம்பலத்திரி(கையி)ல் முகாமிட்டுத் தங்கினர். அவருடன் சீடர்களும் சுப்பியாவும், இளந்துறவி பிரம்மத்தனும் உடனிருந்தனர்.

3. விடியற்காலையில் புத்தருடன் வந்தோர் பலர் ஒன்றுகூடினர், அவர்களின் பேச்சு பிரம்மதத்தனைப் பற்றி அமைந்திருந்தது. மனிதரின் விருப்பம் பலவாறாக இருக்கிறது எனும் கருத்தைப் புத்தர் எவ்வளவு சரியாகக் கண்டறிந்திருக்கிறார் பாருங்கள். சுப்பியாவும் பிரம்மதத்தனும், குருவும் சீடனும் என்ற போதிலும் எதிர்மாறாகப் பேசுவதையும், புத்தரைப் பின்தொடர்வதையும் பாருங்கள்''.

4. கண்விழித்து எழுந்த புத்தர் அவர்களிடம் சென்றார்.

என்ன பேசிக் கொண்டிருக்கிறீர்கள் என்று கேட்டார். அவர்கள் விவரத்தைத் தெரிவித்தனர்.

5. உடன் பிறப்புக்களே! பிறர் என்னைப் பற்றி, என் போதனை பற்றி அல்லது சங்கத்தைப் பற்றித் தவறாகப் பேசுவதைக் கேட்டு வருந்தக்கூடாது; எரிச்சலடையக் கூடாது. நீங்கள் ஆத்திரப்பட்டால் அது உங்களுடைய கொள்கைக்கு எதிராகும். இவ்வாறு கோபப்படுவதால், மற்றவர்கள் கூறுவது சரியா தவறா என்று உங்களால் எவ்வாறு தீர்மானிக்க முடியும்?

'முடியாதுதான், ஐயா'.

‘ஆனால் அவர்கள் கூறுவதில் தவறு இருந்தால், “இன்ன காரணத்தால் நீங்கள் கூறுவது தவறு, நாங்கள் அவ்வாறில்லை” என்று எடுத்துச் சொல்ல வேண்டும்‘.

6. இதே போல, மற்றவர்கள் என்னையும், நமது தம்மத்தையும் நமது சங்கத்தையும் பாராட்டிப் பேசும் போது அதற்காக நீங்கள் மகிழ்ச்சியடையக் கூடாது, மனத்திருப்தி அடையக் கூடாது, அவ்வாறு செய்தால் அது உங்கள் தன்னடக்கத்துக்கு இடையூறாக இருக்கும். என்னையும் நமது தம்மத்தையும் சங்கத்தையும் மற்றவர்கள் பாராட்டிப் பேசும்போது எது சரியோ அதை ஏற்க வேண்டும்.

“இதற்காக இந்தக் காரணத்தினால் இதுதான் உண்மையானது. எனவே, நீங்கள் குறிப்பிடுவது எங்களிடமுள்ளது” என்று கூற வேண்டும்.

7. அற்பமான எதற்கும் பயனற்ற அல்லது வெறும் நீதிப் பண்பு பற்றியே மனிதன் நமது பாதையைப் பின்பற்றாத மனிதன் ததாகதரைப் புகழும் போது பேசுவான். அவன் பெருமையாக உயர்த்திப் பேசும் இத்தகைய அற்பப் பயனற்ற ஒழுக்கநெறி விஷயங்கள் யாவை? (4) (ஒழுக்க நெறிகள், பாகம்1)

8. “உயிரை அழிக்கும் செயலுக்கு அப்பாற்பட்டவர் கௌதமர்; அவர், தடியையும் வாளையும் விலக்கி வைத்தவர். கருணையே வடிவமானவர். எல்லா உயிரிடத்தும் அன்பு செலுத்துபவர்” என்று அவன் ததாகதரைப் புகழ்ந்து பேசக்கூடும்.

அல்லது இவ்வாறு கூறுவான், “தனக்குச் சொந்தமில்லாததைப் பற்றிக் கவலைப்படாமல் விலகி வாழ்வார் கௌதமர்; கிடைப்பது, கொடுக்கப்பட்டது எதுவோ அதை மட்டுமே பெற்றுக் கொள்வார். நேர்மையுடனும் தூய நெஞ்சத்துடனும் வாழ்க்கை நடத்துகிறார். அவர் தூய்மையானவர். கேடான செயல்களிலிருந்தும் பாலியல் நடத்தைகளிலிருந்தும் அவர் விலகி நிற்கிறார்.

9. “பொய்யை விட்டு அவர் விலகியே இருக்கிறார், எப்போதும் உண்மையே பேசுகிறார்; கொடுத்த வாக்கை மீறுவதில்லை. காதால் கேட்பனவற்றை வெளிப்படுத்திச் சச்சரவு உண்டாக்க மாட்டார். பிரிந்து கிடப்பவர்களை ஒன்று சேர்க்கப் பிரயத்தனம் செய்வார். சமாதானத்தை விரும்புவார்”.

“கடுஞ்சொல் பேசமாட்டார், காதுக்கு இனிமையாக, மக்களின் இதயத்தைத் தொடும் கனிவான மொழி பேசுவார்”.

“பயனற்ற கலந்துரையாடலை விரும்பவே மாட்டார். மதம், ஒழுக்கம் பற்றி அர்த்தம் பொதிந்த வார்த்தைகளையே பேசுவார். சொல்ல வந்த கருத்துக்கேற்ப சரியான நேரத்தில் சரியான வார்த்தைளைப் பயன்படுத்துவார்”.

10. "விதை, செடி ஆகியவற்றுக்குத் துன்பம் விளைவிக்க மாட்டார். ஒரு நாளைக்கு ஒரு வேளை மட்டும் உணவு உட்கொள்வார். இரவில் உண்பதில்லை. நடனம், பாட்டு, அலங்காரம் செய்து கொள்வதில்லை. நீண்ட ஆடம்பர படுக்கையைப் பயன்படுத்த மாட்டார். வெள்ளி, தங்கம் ஏற்பதில்லை. சமைக்காத தானியத்தை ஏற்கமாட்டார். வேகவைக்காத இறைச்சியை மறுத்துவிடுவார். பெண்களை வெறுத்து ஒதுக்குவார், அடிமைகள், ஆடுகள், பறவை, பன்றி, யானை, கால்நடை, குதிரை, விளை நிலம், தரிசு நிலம், முதலியவற்றை மறுத்துவிடுவார். தரகராக இருக்கமாட்டார். வாங்குவதிலும் விற்பதிலும் ஈடுபட மாட்டார். எடை அளவை, முகத்தலளவை சம்பந்தமாக ஏமாற்றமாட்டார். கையூட்டு வாங்குவதோ, ஏமாற்றுவதோ கிடையாது. கொலை, கொள்ளை, வன்முறை முதலானவற்றிலிருந்து விலகியே இருப்பார்".

கௌதமரைப் புகழ்ந்து பேசும்போது ஒருவன் இப்படித்தான் பேசுவான்.

குலசீலம் (அறநெறி பற்றிய சுருக்கமான பத்தி) இங்கு முடிகின்றது.

11. அல்லது இப்படிப் பேசுவான்; "சமயப்பற்றுடையவர்கள் அளிக்கும் உணவை உண்டு வாழும் சில துறவிகளும் பிராமணர்களும். நாற்றுக்கும் விளையும் பயிருக்கும் ஊறு விளைவிப்பது போல கௌதமர் விளைவிப்பதில்லை."

12 "கொட்டிக் குவித்து வைத்திருக்கும் உணவு, பானம், உடை, வாசனைத் திரவியம், படுக்கை போன்றவற்றுக்குச் சில துறவிகளும் பிராமணர்களும் ஆசைப்படுவது போல கௌதமர் ஆசைப்படாமல் அவற்றை அறவே வெறுப்பார்.

13." பிராமணர்கள் பின்வரும் களியாட்டங்களைக் காணப் பெரிதும் விரும்பும் பழக்கத்தினர் ஆவர்:

1) சதிராடல்.

2) பாட்டுப் பாடல்

3) வாத்திய இசை

4) சந்தைகளில் வேடிக்கைக் காட்சி

5) நாட்டுப் பாடல்கள் இசைத்தல்

6) கைக் கருவிகள் இசை

7) கவிதை பாடுதல்

8) பறை கொட்டுதல்

9) பொருட்காட்சிகள்

10) காந்தாளர்களின் கழைக் கூத்து

11) யானை, குதிரை, எருமை, காளை, செம்மறியாடுகள் ஆட்டுக்கடா, சேவல், கவுதாரிச்சண்டைகள்

12) மற்போர், குத்துச்சண்டை

13-16 போர் ஒத்திகைகள், வியூகங்கள் அமைத்தல், படை அணிவகுப்புகள், அவற்றைப் பார்வையிடுதல்.

ஆனால், கௌதமர் இதை எல்லாம் வெறுப்பவர்.

14. அல்லது அவன் இவ்வாறு கூறலாம்: "பிராமணர்கள் பின்வரும் பொழுதுபோக்குகளிலும் விளையாட்டுப் போட்டிகளிலும், பெரு விருப்பமுடையவர்களாயிருந்தனர்.

1) எட்டு அல்லது பத்து வரிசைச் சதுரங்கள் கொண்ட பலகைகளின்மீது விளையாடுதல்.

2) இவ்வாறு சதுரத்தில் இருப்பதாகக் கருதிக்கொண்டு விளையாடுதல்.

3) தரையில் கோடுகள்வரைந்து ஒவ்வொரு அடியாகஎடுத்துவைத்து விளையாடுதல்.

4) குவியலிலிருந்து நகத்தால் துண்டுகளை அசைவு இல்லாமல், எடுத்தலும் அப்படி எடுக்கும்போது குவியலில் அசைவு ஏற்பட்டால் தோற்றுப்போகும் விளையாட்டு.

5) பகடையாடுதல்

6) கிட்டி விளையாடுதல்

7) அரக்கு, செந்தூரம், கரைத்த மாவு ஆகியவற்றில் கையைத் தோய்த்துத் தரையிலோ, சுவற்றிலோ 'என்ன உருவம் வேண்டும்' என்று கேட்டு, கேட்டபடி யானைகள், குதிரைகள் முதலிய உருவங்கள் தோன்றும்படி செய்தல்.

8) பந்தாடுதல்

9) இலைகளாலானஊதுகுழல் கொண்டு ஊதுதல்

10) பொம்மைக் கலப்பையைக் கொண்டு உழுதல்

11) குட்டிக்கரணம் போடுதல்

12) பனையோலையால் செய்த காற்றாடிகளைக் கொண்டு விளையாடுதல்.

13) பனையோலையால் செய்த படி, ஆழாக்கு ஆகியவற்றைக் கொண்டு விளையாடுதல்

14,15) பொம்மை வண்டிகள், வில் அம்புகள் கொண்டு விளையாடுதல்

16) பாவனையாகவோ, உடன் விளையாடுபவன் முதுகிலோ எழுத்தை வரைந்து அது என்ன எழுத்து என்று கேட்டு விளையாடுதல்

17) உடன் விளையாடுபவன் என்ன நினைக்கின்றான் என யூகித்துக் கூறுதல்.

18) அருவெறுப்பான உருவங்கள் போல நடித்துக் காட்டல். ஆனால் கௌதமர் இவற்றைக் கண்டெடுத்தும் பார்ப்பதில்லை".

15. "நம்பிக்கை மிகுந்தவர்களான மற்றவர் தரும் உணவு கொண்டு வாழ்ந்து வரும் சில துறவிகளும் பிராமணர்களும், உயர்ந்த நீண்ட படுக்கையைப் பயன்படுத்தும் பழக்கத்திற்கு அடிமையாகி விட்டனர்.

1) ஆறடி நீளமும் உயரமுள்ளதுமான சாய்வுப்படுக்கைகள்
2) விலங்குகளின் உருவங்கள் செதுக்கிய மெத்தை வைத்த நீண்ட இருக்கைகள்.
3) ஆட்டு ரோமத்தாலான நீண்ட போர்வைகள்
4) பலவண்ண வடிவங்கள் பதித்த படுக்கை விரிப்புகள்
5) வெண்ணிறப் போர்வைகள்
6) பூவேலைப்பாடு செய்த கம்பளி விரிப்புகள்.
7) பஞ்சு மெத்தைகள்
8) சிங்கங்கள், புலிகளின் உருவ வேலைப்பாடுகள் கொண்ட விரிப்புகள்
9) விலங்குகளின் மென்மயிர் குஞ்சங்களை இருபக்கங்களிலும் கொண்ட தரைவிரிப்புகள்
10) ஒரு பக்கக்குஞ்சம் கொண்ட தரைவிரிப்புகள்
11) இரத்தினக் கற்களைக் கொண்டு சித்திரவேலைப்பாடு செய்யப்பட்ட விரிப்புகள்
12) பட்டு விரிப்புகள்
13) பதினாறு நடனமாதர்கள் நடனமாடுவதற்கேற்ற தரைவிரிப்புகள்
14-16) யானை, குதிரை, தேர் ஆகியவற்றின்மேல் போர்த்த பயன்படுத்தும் விரிப்புகள்
17) மான் தோலைத் தைத்துச் செய்த விரிப்புகள்
18) கலைமான் தோலாலான போர்வைகள்
19) மேற் கவிகைகளோடு அமைந்த தரைவிரிப்புகள்
20) தலையைச் சாய்த்துக் கொள்வதற்கும் பாதங்களைத் தாங்குவதற்குமான சிவந்த திண்டுகளோடு அமைந்த சாய்வு இருக்கைகள். ஆனால், கௌதமர் இவற்றைக் கனவிலும் நினைப்பதில்லை."

அல்லது அவன் இவ்வாறு சொல்லுவான்:

16. சில துறவிகளும் பிராமணர்களும் தங்களை அலங்கரித்துக் கொள்ளும் பழக்கத்திற்கு அடிமையாகி உள்ளனர். வாசனைப் பொடிகளையும் தைலங்களையும் உடம்பில் பூசிக் கொள்ளுதல், குளித்தல், எண்ணெய் தேய்த்து உடம்பின் மீது மல்வீரர்கள் செய்வதுபோலக் கட்டைகளால் உருட்டிஎடுத்தல், நிலைக்கண்ணாடிகள் பயன்படுத்துதல், கண் மையிடுதல், மாலைகள் அணிதல், கன்னத்திலும் இதழிலும் செவ்வண்ணம் பூசுதல், நறுமணப் பொருட்கள் பூசிக் கொள்ளுதல், கடகம், கழுத்தணி ஆகியவற்றை அணிதல், கைத்தடி பயன்படுத்துதல், மருந்துப் பெட்டகம், குத்துவாள் ஆகியவற்றை எடுத்து செல்லுதல், பூவேலைப்பாடுடைய பாத அணிகள், தலைப்பாகை, மணிமுடி அணிதல், வெண் சாமரம் வைத்துக் கொள்ளல், அலங்காரக் கரையுடைய மேலங்கி அணிதல். கௌதமர் அவ்வாறில்லை.

17. "பிராமணர்கள் பின்வருமாறு இழிவான உரையாடலில் ஈடுபடும் பழக்கமுடையவர்கள்:

அரசர்களைப்பற்றிய கதைகள், திருடர்களைப் பற்றிய கதைகள், அரசாங்க மந்திரிகள், போர்கள், பயங்கரச் சம்பவங்கள், போர்க்காட்சிகள் ஆகியவற்றைப் பற்றிப் பேசுதல், உணவுவகை, பானங்கள், உடைவகை, படுக்கைகள், மாலைகள், வாசனைப் பொருட்கள் பற்றிய உரையாடல், உறவு முறைகள், பயணத்திற்கான பொருட்கள், கிராமங்கள், நகரங்கள், நாடுகள், ஆகியவைப் பற்றிப் பேசுதல், பெண்கள், வீரர்கள் பற்றிய பேச்சுக்கள், தெருமுனைகளில் கூடிப்பேசுதல், தண்ணீர் எடுக்குமிடங்களில் பேசுதல், பேய்ப்பிசாசுக்கதைகள், தொடர்பில்லாத வெற்றுப் பேச்சுகள், கடல், நிலம் ஆகியவற்றின் படைப்பு அல்லது நிலையானது, நிலையற்றது பற்றிய யூகங்கள் போன்றவற்றில் ஆர்வம் நிறைந்து காணப்படுவர். ஆனால், கௌதமர் இவற்றை அறவே வெறுப்பவர்".

18. "தவிர, பின்வருவன போன்ற தொடர்களைப் பயன்படுத்துவதில் துறவிகளும் பிராமணர்களும் தீவிரம் காட்டுவர்:

"உனக்கு இந்தக் கோட்பாடு, ஒழுங்குமுறைகள் எல்லாம் தெரியாது, எனக்குத் தெரியும்."

"இந்தக் கோட்பாடு ஒழுங்கு முறைகள் பற்றி நீ எப்படித் தெரிந்து கொள்ள முடியும்?'

"நீ பேசுவதெல்லாம் தவறானது, நான் பேசுவதே சரியானது."

"நீ பேசவேண்டியதையே நான் பேசுகின்றேன்; அவ்வாறில்லாமல் நீ வெற்றுப்பேச்சுப் பேசுகிறாய்."

"முதலில் வைக்கவேண்டியதைப் பின்னும், பின்னால் வைக்க வேண்டியதை முன்னும் வைக்கிறாய்."

"இதுவரை நீ கருதியிருந்ததெல்லாம் சுத்தமாக அடிபட்டுப் போய் விட்டது".

"உன் கருத்து தவறானது என்று நிரூபிக்கப்பட்டு விட்டது."

"முடியுமானால் குழப்பத்திலிருந்து உன்னை விடுவித்துக் கொள்."

ஆனால், கௌதமர், இப்படிப்பட்ட வார்த்தைகளைப் பயன் படுத்துவது கிடையாது.

19."செய்தித் தூதனாகச் செயல்படுவது, அங்கே போ, இங்கே வா, இதை எடுத்துப் போ, அங்கிருந்து அதைக் கொண்டுவா' எனப் பிராமணர்களையும் சத்திரியரையும் பேசுவது முதலானவற்றில் சில துறவிகளும் பிராமணர்களும் ஈடுபடுவர்; ஆனால் கௌதமர் அப்படிப்பட்டவரல்லர்".

20. "சில துறவிகளும் பிராமணர்களும் ஆதாயம் வேண்டி மந்திர தந்திரங்களில் ஈடுபடுவார்கள். ஆனால் கௌதமருக்கு அவை அறவே பிடிக்காது".

மஜ்ஜிம சீலம் இங்கு முடிவடைகிறது (சீலம் பற்றிய நெடிய பத்தி)

21. "சில துறவிகளும் பிராமணர்களும் கீழ்த்தரமான கலைகளில் ஈடுபட்டுப் பிழைப்பு நடத்துவார்கள். அவையாவன:

1) கைரேகைப் பார்த்தல் நெடிய ஆயுள், செல்வ வளம் முதலியவற்றைக் கைரேகையைக் கொண்டு கணித்துரைத்தல் (அல்லது குழந்தையின் கையைப்பார்த்து எதிர்காலப் பலன்களைக் கூறுதல்)

2) சகுனங்கள், குறிகள் முதலியவற்றின் பலாபலன் கூறுதல்

3) இடி, மின்னல், கோள்நிலை ஆகியவற்றைக் கொண்டு சகுனம் கூறுதல்

4) கனவுகளின் பலாபலன் கூறுதல்.

5) உடலின் அங்க அடையாளங்களைக் கொண்டு பலாபலன் கூறுதல்

6) எலி கடித்த துணியின் அடையாளத்தைக் கொண்டு சகுனம் கூறுதல்

7) அக்னிபகவானுக்கு வேள்வி செய்தல்

8) கரண்டியால் படையல் வழங்குதல்

9-13) கடவுளர்க்குத் தானியங்கள் கலந்த அட்சதைப் பொருட்கள், புழுங்கல் அரிசி; நெய், எண்ணெய் ஆகியவற்றைச் சமர்ப்பித்தல்

14) கடுகு முதலியவற்றை வாயிலிருந்து வேள்வித்தீயில் உமிழ்தல்

15) காலிலிருந்து இரத்தத்தை எடுத்துக் கடவுளுக்கு அர்ப்பணம்

16) கைகளை மூடி மந்திரம் சொல்லித் திறந்து பார்த்து ஒருவனது எதிர்காலப் பலாபலன் கூறுதல்

17) வீட்டுமனை முதலியவை அதிர்ஷ்டமான இடமா, இல்லையா எனமுடிவு செய்தல்

18) பழக்க வழக்கங்கள் பற்றி அறிவுரை கூறுதல்

19) சுடுகாடுகளில் பில்லி, சூனியம் வைத்தல்

20) பேய், பிசாசு ஓட்டுதல்

21) பழங்கால நிலத்தடி மனையில் தங்கியிருக்கும் போது ஓதவேண்டிய மந்திரங்கள் அறிந்திருத்தல்.

22) பாம்பாட்டுதல்

23) விஷ முறிவுக்கலை

24) தேள் விஷ-முறிவுக் கலை

25) எலி விஷமுறிவு

26) புறாவைப்பிடித்தல்

27) காக்கை பிடித்தல்

28) ஆயுள் ஜாதகம் கணித்தல்

29) பாய்ந்துவரும் அம்புகளை விலக்கும் மந்திரம்

30) விலங்குபோன்ற சக்கரம்

ஆனால், கௌதமர் இத்தகைய இழிசெயலில் விலகியே இருப்பர்.

22. "சில துறவிகளும் பிராமணர்களும் மட்டமான கலைகளின் துணை கொண்டு பிழைக்கத் தலைப்படுகின்றனர். மணிக்கற்கள், துணிகள், கத்தி, அம்பு, வில், பெண்கள், ஆடவர், சிறுவர்-சிறுமியர், அடிமைகள், அடிமைப் பெண்கள், யானைகள், குதிரைகள், எருமைகள், எருது, காளை, ஆடு,ஆமை முதலானவற்றின் மீது காணப்படும் அடையாளத் குறியின் அடிப்படையில் அவற்றின் உரிமையாளர்களின் உடல் ஆரோக்கியம் அல்லது அதிர்ஷ்டம் பற்றிக் கூறுவர்."

ஆனால், கௌதமர் இத்தகைய இழிசெயலில் ஈடுபடவே மாட்டார்.

23. "மேலும், பின்வரும் வகைகளில் குறி சொல்லிப் பிழைத்தனர்:

உள்நாட்டுப் படைத்தலைவர்கள் தாக்குவர், பகைவர் பின்வாங்குவர். பகைவர் தாக்குவர், நம் படைவீரர் பின்வாங்குவர், உள்நாட்டுப் படைத்தலைவர்கள் வெல்லுவர், பகைவர் தோற்றோடுவர், வெளிநாட்டுப் படைத் தலைவர்கள் வெல்லுவர், நம்படைகள் தோல்வியடையும்.

இந்தப்பக்கம் வெல்லும் அந்தப்பக்கம் தோற்கும்.

ஆனால், கௌதமர் இவை தீயவை என்பதால் ஒதுங்கியே இருப்பார்".

24. சில துறவிகளும் பிராமணர்களும் வருவது உரைத்தல் கூறி, வாழ்க்கை நடத்துவர்:

1) சந்திரகிரகணம் நிகழ்வதைக் கணித்துக் கூறுதல்

2) சூரியகிரகணம் நிகழ்வதைக் கணித்துக் கூறுதல்

3) நட்சத்திர கிரகணம் நிகழும் எனக் கூறுதல்

4) சூரியன், சந்திரன் தம் சுழல்பாதையிலிருந்து வழுவிச் செல்வதைக் கணித்துரைத்தல்

5) சூரியன் அல்லது சந்திரன் மீண்டும் தமது பாதைக்குத் திரும்புவதைக் கூறுதல்.

6) நட்சத்திரங்களின் சுழற்சிப் பாதை மாறுவதைக் கணித்துரைத்தல்

7) நட்சத்திரங்கள் தமக்குரிய பாதைக்குத் திரும்புவதைக் கூறுதல்

8) காட்டுத் தீ ஏற்படும் எனக் கூறுதல்.

9) எரிநட்சத்திரம் வீழுமெனக் கூறுதல்.

10) பூகம்பம் நிகழும் எனக்கூறுதல்

11) கடவுள் இடிமுழக்கம் செய்வார் எனக்கூறுதல்

12-15) சூரிய, சந்திர நட்சத்திரத் தோற்றம், அவை ஒளிவீசுதல், ஒளி மழுங்குதல் இவற்றால் ஏற்படும் பதினைந்து வகைப்பட்ட உற்பாதங்களைக் கூறுதல்.

ஆனால், கௌதமர் இவை குறித்து வாய் திறப்பதில்லை.

25."பிராமணர்கள் பின்வரும் தொழில்கள் செய்து பிழைத்தனர்.

பெருமழை வருமென உரைத்தல்
மழைவளம் குறையுமென உரைத்தல்
அமோக அறுவடை ஏற்படுவதுரைத்தல்
பஞ்சம் வருவதுரைத்தல்
அமைதி நிலவுமெனக் கூறுதல்
அமைதி குலையுமெனக் கூறுதல்
கொள்ளைநோய் வருவதுரைத்தல்
நல்ல பருவம் வருவதுரைத்தல்
விரல்களை எண்ணாமல் கணக்கிடுதல்
பெருந்தொகையான எண்ணிக்கையைக் கூட்டிக்கூறுதல்
கதைப் பாடல்கள், கவிதைகள் இயற்றுதல்
தத்துவம் பேசுதல், குதர்க்கம் செய்தல்.

ஆனால், கௌதமர் அவ்வாறு செய்யமாட்டார்.

26."சில துறவிகளும் பிராமணர்களும் தவறான வழிகளில் பிழைக்க முற்படுவார்கள். அவையாவன: பிராமணர் பிழைப்பதற்குரியனவாகப் பின்வரும் தொழில்களைச் செய்தனர்.

1) மணமகன் அல்லது மணமகள் வீட்டுக்கு வருவதற்குரிய சுப முகூர்த்தம் குறித்தல்

2) மணமகன் அல்லது மணமகளை அனுப்பி வைப்பதற்குச்சுப முகூர்த்தம் குறித்தல்

3) அமைதி உடன்படிக்கைகள் செய்து கொள்வதற்குரிய நல்ல நேரத்தைக் குறித்தல் (அல்லது உடன்பாடு ஏற்படுவதற்காக மந்திரம் ஜெபித்தல்)

4) நல்ல நாள் குறித்தல் (அல்லது பகையை உண்டாக்க மந்திரம் ஜெபித்தல்)

5) கடன்கள் பெறுவதற்கு நல்லநேரம் குறித்தல் (அல்லது தாயம் உருட்டுவதற்கு மந்திரம் ஜெபித்தல்)

6) பணச் செலவு செய்வதற்கு நல்ல நாள், நேரம் குறித்தல் (அல்லது சூதாட்டத்தில் எதிரணிக்கு அதிர்ஷ்டம் இல்லாமல் செய்ய மந்திரம் ஜெபித்தல்)

7) அதிர்ஷ்டசாலிகளாக்குவதற்கு மந்திரம் ஜெபித்தல்

8) அதிர்ஷ்டம் இல்லாமல் செய்வதற்கு மந்திரம் ஜெபித்தல்

9) கருப்பம் தரிப்பதற்கு மந்திரம் ஜெபித்தல்

10) மற்றவர் வாய்திறக்க முடியாமல் செய்வதற்கு மாயவித்தை செய்தல்

11) மற்றவரைப் பேசமுடியாமல் செய்வதற்கு மாயவித்தை செய்தல்

12) மற்றவனைக் கைவீசும்படிச் செய்ய மாயவித்தை செய்தல்

13) மற்றவனைச் செவிடனாக்குவதற்கு மாயவித்தை செய்தல்

14) மாயக்கண்ணாடியின் மூலம் தெய்வவாக்குக் கேட்டல்

15) ஆவிபிடித்தாட்டும் பெண் வாயிலாகத் தெய்வவாக்குக் கேட்டல்

16) தெய்வவாக்குக் கேட்டல்

17) சூரியவழிபாடு

18) பரம்பொருள் வழிபாடு

19) வாயில் தீச்சுவாலை வரச்செய்தல்

20) அதிர்ஷ்ட தேவதைக்குப் பூஜை போடுதல்

இத்தகைய கீழான செயல்களிலிருந்து கௌதமர் ஒதுங்கி நிற்பார்.

27. ஒரு சில துறவிகளும் பிராமணர்களும் கீழ்க்கண்ட கீழான வழிகளில் ஜீவனம் செய்ய முற்படுகிறார்கள்:

1) தனக்கு நன்மை ஏற்பட்டால் இன்னின்ன நேர்த்திக்கடன் செய்வேன் என்று உறுதிகூறல். 2) அப்படி உறுதிகூறியபடி நேர்த்திக் கடன்களை நிறைவேற்றல்

3) நிலத்தடி மனையிலுள்ள போது மந்திரங்கள் ஓதுதல்

4) வீரியம் உண்டாகச் செய்தல்

5)பிறரை ஆண்மை இழக்கச் செய்தல்

6)வீடு கட்டுவதற்கு அதிர்ஷ்டமுள்ள மனை தேர்வு செய்தல்

7) வீடு கட்டுவதற்குப் பூமிபூஜை செய்தல்

8) வாய்க் கொப்பளிப்பதற்கான சடங்கு

9) குளிப்பதற்கான சடங்கு

10) வேள்வி செய்தல்

11-14)வாந்தி எடுக்க மருந்து கொடுத்தல், பேதி மருந்து கொடுத்தல்

15) மூக்குச் சளி அடைப்பு போக்க மருந்தளித்தல் (தும்முவதற்கு மருந்தளித்தல் ஆகியவை)

16) காதுகளுக்கு எண்ணெயிடுதல் (காது புண்ணுக்கு மருந்திடுதல்)

17) கண்வலிக்கு மருந்திடுதல்

18) மூக்கு வழியாக மருந்து கொடுத்தல்

19) கண்களுக்கு அஞ்ஞனம் தீட்டுதல்

20) கண்நோய்க்கு மருந்து கொடுத்தல்

21) கண் மருத்துவம் பார்த்தல்

22) அறுவைச் சிகிச்சை செய்தல்

23) குழந்தை மருத்துவராகத் தொழில் செய்தல்

24) காலமுறைப்படித் தொடர்ந்து மருந்து கொடுத்தல்

கௌதமர் இவ்வாறு எல்லாம் செய்ய மாட்டார்.

சகோதரர்களே, நம் மார்க்கத்தை ஏற்றுக் கொள்ளாதவன் ததாகதரைப் பாராட்டும்போது அறநெறி சம்பந்தப்பட்ட இந்த அற்ப விஷயங்களைப் பேசக் கூடும்.

மனிதன் நடத்தை பற்றிய நீண்ட பத்தி இங்கு முடிவடைகிறது.

III

நெறிமுறை தவறாத வாழ்க்கையைக் கடைபிடிக்க இதுவே உயர்ந்த நெறியாகும். ஆனால், இத்தகைய உயர்நிலை வாழ்க்கை நெறிமுறை என்பது அவர் காலத்து ஆரிய சமூகத்தில் அறவே கிடையாது.

முன்மாதிரியாக வாழ்ந்தது மட்டுமல்ல, சமூகத்தில் வாழும் சாதாரண மனிதர்களையும் நல்வழிப்படுத்த அவர் விரும்பினார். அவர்களுக்காக, அதுவரை ஆரிய சமூகம் கண்டிராத சமயச் சடங்கினை அவர் உருவாக்கினார்.

புத்தர் வகுத்த அறக் கொள்கைககள் - கோட்பாடுகள் இவற்றைக் கைக்கொள்வது அதன் முக்கிய அடிப்படையாகும். அவை ‘பஞ்சசீலம்’ எனப்பட்டன. அவையாவன: 1) கொல்லாமை 2) திருடாமை 3) பொய் பேசாதிருத்தல் 4) தூயவராக இருத்தல் 5) மது அருந்தாமலிருத்தல். இவை ஐந்தும் பாமர மக்களுக்கானவை, இதே போல் துறவிகளுக்கு மேலும் ஐந்து அறத் கொள்கைகளை, வகுத்துத்தந்தார். அவை வருமாறு, 6: தடைவிதிக்கப்பட்ட வேளைகளில் உணவு உட்கொள்ளாமை, 7. நடனம், பாட்டு முதலில் கேளிக்கைகளில் ஈடுபாடு கூடாது; 8. மாலை, வாசனைத் திரவியம், பிற அணிகலன் கூடாது. 9) உயர்ந்த அல்லது நீண்ட படுக்கை கூடாது. 10) எப்போதும் பணம் பெறலாகாது.

ஆண், பெண் இருவரின் எண்ணங்களையும் செயல்களையும் முறைப்படுத்துவதற்கு இவை உருவாக்கப்பட்டன.

இவற்றில், கொல்லாமை மிகமிக முக்கியமாகும். இது உயிரை வாங்குதல் மட்டுமல்ல, மூச்சுவிடும் உயிரினம் எல்லாவற்றிடத்தும் பரிவும் அன்பும் காட்டப்பட வேண்டும் என்று புத்தர் வலியுறுத்தினார்...

இதே போன்று பிற நீதிபோதனைகளுக்கும் விளக்கம் தந்தார். தீச் செயல் செய்யாமை, தீய வார்த்தைகளைப் பேசாதிருத்தல், தீய எண்ணம் இல்லாமலிருத்தல், தீய வாழ்க்கை வாழாதிருத்தல் ஆகியவை இல்லாத நிலையில் உயர்ந்த நெறி இருப்பதாக, புத்த மதம் சாராத துறவியின் கூற்றை ஒருவர் புத்தரிடம் கூறினார். “இப்படி அவர் கூறியிருப்பாரேயானால், அது உண்மை எனில், ஒவ்வொரு குழந்தையும் வாழ்வின் குறிக்கோள் நிலையை அடைந்திருக்கக் கூடும்... நல்லது, தீயது ஆகியவையே வாழ்க்கை. அதன் பின்னர், தீய செயல்கள், சொற்கள், எண்ணங்கள், வாழ்க்கை ஆகியவற்றை நல்லனவற்றுக்கு மாற்றுதல் நிகழ்கிறது. இது நீண்டகால மன உறுதியினால் மட்டும் ஏற்படும்“.

புத்தரின் போதனைகள் எதிர்மறையானவை மட்டுமல்ல. அவை நேரிடையானவை; ஆக்கப்பூர்வமானவை, அவரது குறிக்கோள்களை ஒருவன் பின்பற்றுவதில் மட்டும் மனநிறைவு அடையாமல், அவற்றைப் பின்பற்றுமாறு மற்றவர்களை உற்சாகப் படுத்துவதில் அவர் முனைந்து நின்றார். எடுத்துக்காட்டாக, ஆகுத்தர நிகயாவில், நல்லவன், மிக நல்லவன் ஆகியோருக்கிடையிலான வேறுபாடு குறித்து புத்தர் பேசுகிறார். கொலை செய்தல், திருடுதல், ஒழுக்கக் கேடு, பொய் பேசுதல், மது அருந்துதல் முதலியவற்றில் ஈடுபடாதவன் நல்லவன் எனப்படலாம்; ஆனால் தான் மட்டுமல்லாது, மற்றவர்களும் இந்தச் செயல்களைச் செய்யாமல் இருக்க அறிவுறுத்துபவனே மிகவும் நல்லவன் ஆவான் என்கிறார் புத்தர்...

அன்பும், ஞானமும் பௌத்த நெறியின் மிக முக்கியமான கோட்பாடுகளாகும்; நற்பண்புகளாகும்.

"தனது உயிரையும் பொருட்படுத்தாது ஒரு தாய், தனது குழந்தையைக் கவனித்துக் கொள்வது போல, வெறுப்பு இல்லாமல் எல்லார் மீதும் அன்பு காட்டிப் பழக வேண்டும். இவ்வாறு வாழ்வதே சிறந்த வாழ்க்கை" என்று புத்தர் போதித்தார்.[1]

உலகளாவிய பரிவு, இரக்கம், கருணை என்பது புத்தரின் உருவமாகவே கருதப்பட்டது. தன்னைப் பின்பற்றுபவர்களை இதில் கவனம் செலுத்துமாறு செய்வதில் புத்தர் வெற்றி கண்டார்.[2]

அன்பு போலவே ஞானத்திற்கும் வெகு முக்கியத்துவம் அளித்தார் புத்தர். நன்னெறி வாழ்க்கையானது அறிவில் தொடங்கி ஞானத்தில் முடிந்ததாக அவர் கருதினார். உலகைக் காப்பாற்ற வந்தவர் புத்தர். அறியாமையை ஒழித்து, வாழ்வதற்குரிய அறிவார்ந்த மார்க்கமாகவும் வாழ்வின் இலட்சியப் பாதையாகவும் அறிவைப் பயன்படுத்துவதன் மூலம் இதைச்சாதிப்பது என்பதே அவர்கண்ட வழி. மக்களைக் காப்பாற்றுவதற்காக அதிகாரங்களைத் தன்னிடம் குவித்துக் கொள்ளாதவர் புத்தர். மக்கள் தாமாகவே அதைச் செய்துகொள்ள நேரிட்டது. காப்பாற்றுவது என்பதன் வழிமூலமாக அறிவு விளங்கியது. அறிவு இடம்பெறாத நன்னடத்தையானது ஒழுக்க நெறியாகாது என்று புத்தர் கருதினார். வேதங்கள், பலி (யாகம், வேள்வி) ஆகியவற்றுக்கு எதிராகப் புத்தர் பரந்த அளவில் இயக்கமே மேற்கொண்டார்.

உயிர்ப்பலி பற்றிய புத்தரின் மனப்பாங்கானது ஜாதகமாலாவில் ஒரு கதை வடிவில் தெளிவாக எடுத்துரைக்கப்பட்டுள்ளது. அந்தக் கதை வருமாறு:

உயிர்ப்பலியின் கதை

தூய இதயம் படைத்தவர்கள், தீயவர்களின் விருப்பத்திற்கேற்ப செயல்படமாட்டார்கள். இதனால், இதயம் தூய்மையாக இருப்பதை நாட வேண்டும். பின்வரும் கதையினால் இதைப் போதிக்கலாம்:

முன்னொரு காலத்தில், போதிசத்துவர் மன்னராக விளங்கினார். பரம்பரை எனும் நிலையில் அவருக்கு இது கிடைத்தது. தகுதி காரணமாக சிறந்த மன்னரானார்; அமைதியான முறையில் ஆட்சி செய்தார். எதிரிகள் எவரும் அவருக்கு இடையூறு செய்யவில்லை. அவருடைய ஆட்சி பரவலாக அங்கீகரிக்கப்பட்டிருந்தது. தொல்லை, வெறுப்பு, இயற்கை பாதிப்பு ஆகியவை எதுவும் அவருடைய நாட்டை

---

1 சுத்த நிபாதம்
2 பராட். பௌத்தம், பக்.49

அலைக்கழிக்கவில்லை. உள்நாட்டுத் தொடர்பும், வெளிநாடுகளுடனான உறவும் மிக அமைதியான முறையில் நிலவிவந்தன. குடிமக்கள் அனைவரும் அவரது ஆணைக்குக் கட்டுப்பட்டனர்.

1. உணர்ச்சிகளெனும் எதிரிகளை அவர் வெற்றி கண்டார். இகழப்படும் தன்மை படைத்தனவற்றை அவர் விரும்பியதில்லை. ஆனால் மக்களின் மனத்தில் மகிழ்ச்சி தாண்டவமாட வேண்டும் என்பதற்காக அவர் இதயப்பூர்வமாகச் செயல்பட்டார். தமது செயல்பாடுகளின் அடிப்படையாக ஒழுக்க நெறி (தர்மம்) யைக் கொண்ட காரணத்தால் முனிவர் போல அவர் நடந்து கொண்டார்.

2. உயர்நிலையில் உள்ளோரின் நடத்தை போன்றே காட்டி நிற்பதில் மக்களுக்கு உள்ள பிடிப்பை அவர் உணர்ந்திருந்தார். இதன் காரணமாக, மக்களுக்கு விமோசனம் கொண்டுவர வேண்டும் என்று விரும்பி, மதச்சார்பான கடமைகளை நிறைவேற்றுவதில் தம்மைப் பெரிதும் ஈடுபடுத்திக் கொண்டார்.

3. இரவலர்க்குப் பிச்சையிடுவதில் ஈடுபாடு காட்டினார்; ஒழுக்க நன்னெறி போதனைகளை உறுதியாகக் கடைபிடித்தார். அருள் இரக்கம் காட்டுவதை வளர்த்துக்கொண்டார். உயிரினங்களின் நன்மைக்காகவும் பாடுபடலானார். அவரது எண்ணங்களை அவர் முகபாவம் வெளிப்படுத்தி நின்றது. மக்களின் மகிழ்ச்சிக்காகவே தன்னை அர்ப்பணித்துக் கொண்டார். தர்மத்தின் மொத்த உருவமாக அவர் தோற்றமளித்தார்.

ஒரு முறை நாட்டின் சில பகுதிகளில் பஞ்சம், வறட்சி நிலவியது. மக்களின் தவறான செய்கையும் வருண தேவனின் புறக்கணிப்பும் இதற்குக் காரணமாகும். மக்களின் நலனில் பெரிதும் அக்கறை செலுத்தி வந்த மன்னர், தாமும் மக்களும் ஒழுக்க நெறியிலிருந்து விலகியதால் இத்தகைய பாதிப்புக்கு நாடு ஆளாக்கப்பட்டதாக உணர்ந்தார். மதம் தொடர்பான விஷயங்களில் புகழ்பெற்றவர்களின் அறிவுரையை நாடினார். அவரது குடும்பப் புரோகிதர் தலைமையிலான மூத்த பிராமணர்களிடம் சகல உண்மைகளையும் கேட்டறிந்தார். வறட்சியைப் போக்குவதற்கான வழிமுறையைக் கூறுமாறு அப்பெரியவர்களைக் கேட்டார். அதிக அளவில் மழை பெய்ய உயிர்ப்பலி தேவை என்று வேதம் குறிப்பிடுவதைச் சுட்டிக்காட்டி, இதுபோன்று உயிர்ப்பலி கொடுப்பது நல்லது என்று அவர்கள் விளக்கமாக எடுத்துரைத்தார்கள். இந்தப் பலிக்கு நூற்றுக்கணக்கான உயிரினங்கள் உயிரிழக்க வேண்டும். ஆனால், அவருடைய உள்ளம் இதற்கு உடன்படவில்லை. பெரியவர்களைக் கடுமையாகப் பேசவும் விரும்பவில்லை. எனவே, இதைப் பற்றித் தொடர்ந்து பேசாமல் வேறு விஷயம் குறித்துப் பேச்சை மாற்றிவிட்டார். ஆனால், மன்னருடன் கலந்துரையாடும் வாய்ப்பு

கிடைத்ததை நன்கு பயன்படுத்திக் கொண்டு, உயிர்ப்பலி தருமாறு அவர்கள் வற்புறுத்தினர். அவரது இதயத்தில் புதைந்து கிடக்கும் எண்ணத்தை அவர்கள் அறிந்து கொள்ளவில்லை.

4. "தாங்கள் நிலத்தை உடைமையாக்குவதற்கும் அதை ஆள்வதற்கும் செய்யவேண்டிய பல்வேறு அரச கடமைகளை உரிய காலத்தில் செய்வதில் எப்போதும் கவனமாயிருக்கிறீர்கள். இந்தச் செயல்களைத் தாங்கள் செய்யும் வரிசை முறையானது; தர்மத்தின் நெறிகளுக்கு முற்றிலும் இணக்கமானதே".

5. "இவ்வாறு தாங்கள் அறம், பொருள், இன்பம் ஆகிய மூன்றையும் கடைப்பிடிப்பதில் வேறு எல்லா வகைகளிலும் சிறந்தவராக தங்கள் மக்களின் இருக்கிறீர்கள். நலனைக் காப்பதற்கே வில்லேந்தி இருக்கிறீர்கள். ஆனால், தேவர்களின் உலகுக்குப் பாலமாக உள்ள வேள்வியைச் செய்வதில் மட்டும் எப்படி கவனமில்லாமலும், மந்தமாகவும் இருக்கிறீர்கள்?

6. "மன்னர்கள் அதாவது தங்கள் சிற்றரசர்கள் வேலைக்காரர்களைப் போலத் தங்களுடைய கட்டளைகளை நிறைவேற்றுகிறார்கள். அதுதான் வெற்றிக்கு அளவுகோல் என்று அவர்கள் நினைக்கிறார்கள். எதிரிகளை அழிப்பவரே, வேள்வியின் மூலம் உயர்ந்த வரங்களைப் பெறுவதற்கான சமயம் வந்துவிட்டது. இவை தங்களுக்குப் பெரும் புகழைத் தரும்."

7, 8. "ஒரு தீட்சிதருக்கு இருக்க வேண்டிய புனிதத்தன்மை தங்களிடம் நிச்சயமாக இருக்கிறது. தாங்கள் வழக்கமாகச் செய்யும் தான, தர்மங்களும், நன்னடத்தையின் கட்டுப்பாட்டைக் கடைப்பிடிப்பதில் காட்டும் உறுதியும், அதைத் தங்களுக்குத் தந்துள்ளன. என்றாலும், வேதங்கள் கூறுகின்ற வேள்விகள் மூலம் தேவர்களுக்குத் தாங்கள் செய்யவேண்டிய கடமையை நிறைவேற்றுவது பொருத்தமாகும். முறைப்படி, வழுவில்லாமல் செய்யப்படும் வேள்விகள் மூலம் தேவர்கள் மகிழ்ந்து, அதற்குக்கைம்மாறு செய்யும் வகையில் மழை பெய்யச்செய்து உயிர்களை வாழ வைக்கிறார்கள். எனவே தங்களுடைய குடிமக்களின் நன்மையையும் தங்களின் நன்மையையும் கருத்தில் கொண்டு, தங்கள் பெருமையை விளங்கச் செய்யும் முறையான வேள்வியைச் செய்வதற்கு இணங்குங்கள்."

இதைக் கேட்ட மன்னர் பின்வருமாறு நினைத்தார்: "இத்தகைய தலைவர்களிடம் நம்பிக்கை வைக்கும் என்னுடைய பாதுகாப்பு மிகவும் பலவீனமானது. சட்டத்தில் நம்பிக்கையும் பற்றும் கொண்டவனாக நான் இருந்துகொண்டு, அதேசமயம் மற்றவர்களின் சொற்களைக் கேட்டு நடக்கும் என்னுடைய இளகிய தன்மையை மாற்றிக்கொள்ள வேண்டும்".

9. மிகச்சிறந்த பாதுகாப்பாளர்கள் என்று பெயர் பெற்றுள்ளவர்கள் தான், சட்டத்தின் வாதங்களைச் சொல்லிக் கொண்டு தீங்கு செய்வோராய் இருக்கிறார்கள். அந்தோ! இவர்கள் காட்டும் தவறான வழியைப் பின்பற்றுபவன் தீமைகளால் சூழப்பட்டுத் துன்பத்தையே அடைவான்.

10. அறநெறிக்கும், விலங்குகளுக்குத் தீங்கிழைப்பதற்கும் இடையே உண்மையில் என்ன தொடர்பு இருக்க முடியும்? நான் தேவருலகில் வாழ்வதோ, தேவர்களைத் திருப்தி செய்வதோ, மிருகங்களைக் கொல்வதுடன் எந்த வகையில் தொடர்புள்ளதாயிருக்க முடியும்?

11,12. வேள்வியில், முறையான சடங்குகளுடன் மந்திரங்களைச் சொல்லி, ஒவ்வொரு மந்திரமும் ஒரு அம்பாகப் பாய்ந்து குத்துவதுபோல், பலியிடப்படும் விலங்குகள் சுவர்க்கத்துக்குச் செல்லுகின்றன என்றும், அதற்காகவே அவை கொல்லப்படுகின்றன என்றும் கூறப்படுகிறது. இவ்வாறு இந்தச் செயல் சட்டப்படி செய்யப்படுவதாக விளக்கமளிக்கப்படுகிறது. ஆனால் இது பொய். பிறர் செய்யும் செயலின் பலனை ஒரு உயிர் மறு உலகில் எப்படிப் பெறமுடியும்? பலி கொடுக்கப்படும் விலங்கு சுவர்க்கத்திற்குச் செல்லுவதற்கு என்ன காரணம் இருக்கிறது? தானே தீய செயல்களிலிருந்து விலகியிராமலும், நற்செயல்களைச் செய்யாமலும் இருந்தாலும் கூட, தன்னுடைய செயல்களின் காரணமாக இல்லாமல் வேள்வியில் கொல்லப்பட்ட காரணத்துக்காக மட்டும் அந்த உயிர் சுவர்க்கம் புகுந்து விடுமா?

13. வேள்வியில் கொல்லப்படும் விலங்கு உண்மையிலேயே சுவர்க்கத்தை அடைவதாக இருந்தால், பிராமணர்கள் தங்களையே வேள்வியில் பலியாகக் கொடுக்க முன் வருவார்கள் என்று நாம் எதிர்பார்க்கலாம் அல்லவா? ஆனால் அப்படி ஒரு வழக்கம் அவர்களிடம் எங்குமே காணப்படவில்லையே! அப்படியானால் இந்த ஆலோசகர்களின் யோசனையை யார் பின்பற்றுவார்கள்?

14. தேவர்கள், ஒப்பற்ற மணமும் சுவையும், சிறப்பும், சக்தியும் வாய்ந்த அமிர்தத்தை, அழகிற் சிறந்த அப்சரசுகள் கொடுக்க, அதைப் பருகி இன்பமடைகிறார்கள். அவர்கள் அந்த இன்பத்தை விட்டுவிட்டு வேள்வியில் பலியிடப்பட்ட விலங்கிலிருந்து எடுத்துக் கொடுக்கப்படும் வயிற்றுத் தசையையும் பிற உறுப்புக்களின் ஊனையும் விருந்தாக ஏற்பார்கள் என்று நாம் நம்பவேண்டுமா?

இவ்வாறு சிந்தித்த மன்னர் தாம் என்ன செய்ய வேண்டும் என்பதை மனத்தில் முடிவுசெய்து கொண்டு, வெளியில் வேள்வி செய்வதில் ஆர்வம் கொண்டவர்போலக் காட்டிக்கொண்டு,

அவர்கள் கூறியதை ஏற்பவர்போலப் பின்வருமாறு பதிலளித்தார்: "என்னுடைய நன்மையில் இவ்வளவு அக்கறை கொண்ட உங்களைப் போன்ற ஆலோசகர்களைப் பெற்றிருக்கும் நான் உண்மை யிலேயே மிகுந்த பாதுகாப்புப் பெற்றிருக்கிறேன்; நான் மிகவும் திருப்தியடைந்திருக்கிறேன். ஆகையால் மனிதர்களைப் பலியிடும் புருஷமேத வேள்வி செய்ய நான்விரும்புகிறேன். அதில் ஆயிரம் மனிதர்களைப் பலியிட வேண்டும். என்னுடைய அதிகாரிகள் ஒவ்வொருவரும் அவரவர்களுடைய துறைகளிலிருந்து இதற்குத் தேவையான மனிதர்களைத் திரட்டிச் சேர்க்குமாறு கட்டளை பிறப்பிக்கட்டும். வேள்விக் கூடாரங்களையும் மற்ற கட்டிடங்களையும் அமைப்பதற்குத் தகுந்த இடம் பற்றி ஆய்வு நடத்தப்படும். வேள்வி நடத்துவதற்கான நேரத்தைச் சோதிடர்கள், சுபமான திதி, கரணம், முகூர்த்தம், நட்சத்திரம் பார்த்துத் தீர்மானம் செய்யட்டும்." இவ்வாறு மன்னர் கூறப் புரோகிதர் பின்வருமாறு பதிலளித்தார்: "மன்னரின் எண்ணம் நிறைவேறுவதற்கு அவர் ஒரு பலி முடிந்ததும் அவபிருத (கடை முழுக்கு) நீராடல் செய்யவேண்டும். அதன் பின் அடுத்தடுத்து பலியிடலாம். ஏனென்றால் வேள்வியில் பலியிடுவதற்கு ஆயிரம் மனிதர்களை ஒரே சமயத்தில் பிடித்தால், தங்கள் குடிமக்கள் தங்கள் மீது பழிகூறி, பெரும் கிளர்ச்சி செய்வார்கள்." புரோகிதர் இவ்வாறு கூறியதை மற்ற பிராமணர்கள் ஏற்றுக் கொள்ளவும், மன்னர் பின்வருமாறு கூறினார்: "மரியாதைக்குரியவர்களே, மக்களின் கோபத்தைப் பற்றி நீங்கள் கவலைப்பட வேண்டாம். என்னுடைய குடிமக்கள் எந்தக் கிளர்ச்சியும் செய்யாமல் நான் பார்த்துக்கொள்கிறேன்."

இதன்பின் மன்னர் நகரமக்கள், நிலக்கிழார்கள் ஆகியோரின் கூட்டம் ஒன்றைக் கூட்டி, இவ்வாறு கூறினார்: "நான் ஆயிரம் மனிதர்களைப் பலிகொடுக்கும் மனிதவேள்வி நடத்த எண்ணியிருக்கிறேன். ஆனால் நேர்மையான நடத்தை உள்ள எவரையும் பலி கொடுப்பது எனக்குத் தகுந்ததாகாது. இதைக் கருத்தில் கொண்டு நான் உங்களுக்கு இவ்வாறு அறிவுரை கூறுகிறேன்: இனிமேல் உங்களில் யாரேனும் அறநெறி வரம்பை மீறி நடப்பதாக உங்களுக்குத் தோன்றினால், அவர் தமது குடும்பத்துக்கு ஒரு களங்கம் என்றும் நாட்டுக்கு அபாயமானவர் என்றும் கருதி, அவரை நரபலியிடுவதற்குப் பிடித்து வருமாறு உத்தரவிடுவேன். இதைச் செயல்படுத்துவதற்காக குற்றமற்றவர்களும் கூர்மையான பார்வை உடையவர்களுமான என்னுடைய தூதர்கள் அயராத விழிப்புடன் உங்களைக் கண்காணித்து உங்கள் நடத்தை பற்றி எனக்குத் தெரிவிப்பார்கள்."

அந்தக் கூட்டத்தில் முக்கியஸ்தர்களாக இருந்தவர்கள் எழுந்து கைகூப்பி வணங்கி இவ்வாறு கூறினார்கள்:

15,16. "மன்னரே, தங்களுடைய செயல்கள் எல்லாம் தங்கள் குடிமக்களின் நன்மையையே நோக்கமாகக் கொண்டுள்ளன. இதில் தங்களைக் குறை கூறுவதற்கு என்ன இருக்கிறது? பிரமதேவன் கூட தங்கள் நடத்தையைக் குறை கூற முடியாது. சான்றோரில் சிறந்தவரான தங்களுக்கு மகிழ்ச்சியளிக்கும் எதுவும் எங்களுக்கும் மகிழ்ச்சியானதே. உண்மையில் எங்களுடைய மகிழ்ச்சியும் இன்பமும் தான் தங்களுக்கு மகிழ்ச்சியளிக்கின்றன."

இவ்வாறாகக் கூறி நகரமக்கள், கிராமமக்கள் ஆகிய எல்லா மக்களின் தலைவர்களும் மன்னரின் கட்டளையை ஏற்றுக் கொண்டார்கள். மன்னர் நகரங்களிலும் நாடு முழுவதிலும் தமது அதிகாரிகளை அனுப்பி வைத்தார். அவர்களது தோற்றத்தைப் பார்த்தாலே மன்னரின் அதிகாரிகள் என்று மக்கள் தெரிந்து கொள்ளுமாறு இருந்தது. தவறு செய்பவர்களைப் பிடித்து வருமாறு மன்னர் அவர்களுக்குக் கட்டளையிட்டிருந்தார். நாடெங்கும் பல நாட்கள் முரசறைந்து தமது கட்டளையைப் பின்வருமாறு அறிவிக்குமாறு மன்னர் உத்தரவிட்டார்:

17. பாதுகாப்பு அளிப்பவரான மன்னர், நேர்மையையும் நன்னடத்தையையும் எப்போதும் பின்பற்றி நடப்பவர்கள் அனைவருக்கும் சுருக்கமாக, அறநெறிப்படி நடப்பவர்கள் எல்லாருக்கும் பாதுகாப்பு உத்தரவாதம் அளிக்கிறார். ஆயினும் அவர் நாட்டு மக்களின் நன்மைக்காக மனிதபலி வேள்வி நடத்த விரும்புவதால், தவறான நடத்தை கொண்ட மக்களிலிருந்து ஆயிரக்கணக்கான பேரை நரபலிக்குப் பிடித்து வரக் கட்டளை இட்டிருக்கிறார்.

18. எனவே இனிமேல் யாரேனும் தவறான நடத்தையில் ஈடுபட்டால், சிற்றரசர்களான மன்னர்கள் கூடப் பணிந்து நடக்கின்ற நமது மன்னரின் கட்டளையை யாரேனும் மீறி நடந்தால், அவர்கள் தங்களுடைய செயல் காரணமாகவே பலியிடுவதற்காகப் பிடித்துச் செல்லப்படுவார்கள். அவர்கள் வேள்வித் தூண்களில் கட்டிவைக்கப்படும்போது படும் வேதனையும் துன்பத்தையும் எல்லா மக்களும் காண்பார்கள்.

நாட்டு மக்கள் அனைவரும் மன்னர் நரபலியிடுவதற்காகத் தீய நடத்தை உள்ளவர்களைப் பிடித்துவரச் செய்வதில் தீவிரமாயிருக்கிறார் என்று உணர்ந்து கொண்டார்கள். ஒவ்வொரு நாளும் மன்னரின் பயங்கரமான அறிவிப்புகளை அவர்கள் கேட்டுக் கொண்டிருந்தார்கள். தீயவர்களைப் பிடித்து வருவதற்காக மன்னரால் அனுப்பிவைக்கப்பட்ட ஏவலாளர்கள் எந்த நேரத்திலும் எந்த இடத்திலும் வந்து கண்காணிப்பதையும் அவர்கள் பார்த்தார்கள். எனவே அவர்கள் தீய நடத்தைகளைக் கைவிட்டு, அறநெறியையும் சுயக்கட்டுப்பாட்டையும் கண்டிப்பாகப் பின்பற்றுவதில் கருத்தாயிருந்தார்கள். வெறுப்புக்கும் விரோதத்துக்கும் இடம் கொடாமல்

தங்களுடைய சச்சரவுகளையும் கருத்து வேறுபாடுகளையும் தீர்த்துக் கொண்டார்கள். ஒருவருக்கொருவர் அன்புடனும் மரியாதையுடனும் நடந்துகொண்டார்கள். பெற்றோரின் சொல்லுக்கும் ஆசிரியரின் சொல்லுக்கும் கீழ்ப்படிந்து நடப்பது, பொருள்களைப் பிறருக்குத் தாராளமாகக் கொடுத்துப் பகிர்ந்து கொள்ளுவது, விருந்தோம்பல், நல்ல நடத்தை முறைகள், பணிவு போன்ற பண்புகள் மக்களிடையே நிலவின. சுருக்கமாக, அவர்கள் கிருதயுகத்தில்இருப்பதுபோல நடந்து கொண்டார்கள்.

19. சாவைப் பற்றிய அச்சம் அவர்களிடம் மறு உலகைப் பற்றிய சிந்தனைகளைத் தூண்டிவிட்டது. தங்கள் குடும்பங்களின் பெருமைக்குக் களங்கம் ஏற்படும் என்ற பயத்தினால் அவர்கள், தங்கள் நற்பெயரைக் காப்பற்றுவதில் கவனமாக இருந்தார்கள். அவர்களுடைய மனத்தின் தூய்மை அவர்களின் நாணஉணர்வை வலுப்படுத்தியது. மக்கள் இவ்வாறாக நடந்து கொண்டதால் விரைவிலேயே அவர்களின் நடத்தை மாசுமறுவற்றதாக விளங்கியது.

20. மக்கள் நன்னெறியைப் பின்பற்றி நடப்பதில் மிகுந்த கவனம் செலுத்திச் செயல்பட்டார்கள். என்றாலும், மன்னரின் ஏவலாளர்கள் தீய நடத்தை உள்ளவர்களைத் தேடும் முயற்சியில் தளர்ந்து விடவில்லை. இதுவும் மக்கள் நன்னடத்தையில் குறைந்துவிடாமல் தடுக்க உதவிற்று.

21. தமது நாட்டில் நிலவும் நிலைமையைத் தூதர்கள் மூலம் அறிந்த மன்னர் பெருமகிழ்ச்சி அடைந்தார். நல்ல செய்தி கொண்டு வந்ததற்காக அவர்களுக்குப் பரிசுகள் வழங்கினார். பின்னர் தமது அமைச்சர்களுக்கு அவர் இவ்வாறு கட்டளையிட்டார்:

22-24. "எனது குடிமக்களைப் பாதுகாப்பதுதான் என்னுடைய மிகப் பெரிய விருப்பம் என்பதை நீங்கள் அறிவீர்கள். இப்போது அவர்கள் வேள்வியில் கொடுக்கப்படும் கொடைகளைப் பெறுவதற்குத் தகுதியுள்ளவர்களாகி விட்டார்கள். என்னுடைய வேள்விக்காகத்தான் நான் இந்தச் செல்வங்களையெல்லாம் ஒதுக்கி வைத்திருக்கிறேன். என்னுடைய வேள்வியை, நான் தகுந்ததாகக் கருதுகின்ற ஒரு முறைப்படி நடத்த விரும்புகிறேன். பணத்தினால் தங்கள் இன்பம் பெருகும் என்று நினைக்கும் ஒவ்வொருவரும் என்னிடம் வந்து தங்களுக்கு வேண்டிய மட்டும் பணம் பெற்றுக் கொள்ளட்டும். அதனால் நாட்டை வாட்டும் வறுமையும் துன்பமும் ஒழிந்து போகும். என்னுடைய மக்களைப் பாதுகாக்கவேண்டும் என்ற என்னுடைய உறுதியையும், அந்தப் பணியில் எனக்கு நீங்கள் அளிக்கும் உதவியையும் எண்ணிப்பார்க்கும் போது, மக்களின் துயரங்கள் என் கோபத்தைத் தூண்டிவிட்டு, என் உள்ளத்தில் தீயாக எரிவதுபோல் உணர்கிறேன்"

அமைச்சர்கள் மன்னரின் கட்டளையை நிறைவேற்றுவதில் உடனடியாக ஈடுபட்டார்கள். எல்லாக் கிராமங்களிலும் நகரங்களிலும் சந்தைகளிலும், சாலைகளிலும் அறச்சாலைகள் திறக்குமாறு அவர்கள் உத்தரவிட்டார்கள். தாங்கள் விரும்பும் பொருள்களை யாசிப்பவர்களுக்கு அந்த அறச்சாலைகளில் அவற்றை வழங்கும்படி மன்னர் பிறப்பித்த உத்தரவைச் செயல்படுத்தினார்கள்.

25. இவ்வாறாக வறுமை ஒழிக்கப்பட்டதால், மன்னரின் கொடையால் செல்வம் பெற்ற மக்கள் நல்ல ஆடை, அணிகலன்கள் அணிந்து விழாக்கோலம் கொண்டவர்களாக விளங்கினார்கள்.

26. மன்னரின் கொடையைப் பெற்ற மக்களின் புகழுரைகளால் அவரது பெருமை எல்லாத் திசைகளிலும் பரவியது. ஏரியில் நீர்ப்பரப்பில் சிந்திய தாமரை மலர்களின் மகரந்தத் தூள், அலைகள் மூலம் மேலும் மேலும் நெடுந்தூரம் நீர்ப்பரப்பில் பரவுவதுபோல் மன்னரின் பெருமை பரவியது.

27. மன்னர் எடுத்த விவேகமான நடவடிக்கை மூலம் எல்லா மக்களும் நன்னெறியில் நடப்பதில் ஆர்வமுள்ளவர்கள் ஆன பின், நாட்டின் செழுமையை வளர்க்க உதவும் நற்பண்புகளின் வலிமை- யினால், நோயும் துன்பங்களும் தோற்றுப்போய், வலுவிழந்து மறைந்துபோயின.

28. பருவ காலங்கள் முறை பிறழாமல் சுழன்றன. புதிதாகப் பதவியில் அமர்த்தப்பட்ட மன்னர்களைப்போல் அவை சட்ட ஒழுங்கு முறையைப் பின்பற்றி மக்களை மகிழ்வித்தன. இதன் விளைவாக நிலத்தில் எல்லாவிதமான தானியங்களும் ஏராளமாக விளைந்தன. நீர் நிலைகளிலெல்லாம் தூய்மையான தெளிந்த நீர் நிரம்பித் ததும்பியது ; தாமரை மலர்கள் நிரம்பின.

29. மக்களை எந்த நோயும் வாட்டவில்லை. மூலிகைச் செடிகளின் குணங்கள் முன்னைவிடச் சக்தி பெற்றன; பருவ மழை உரிய காலத்தில் தவறாது பெய்தது. கிரகங்கள் நன்மை விளைவிக்கும் பாதைகளில் சுழன்றன.

30. எங்குமே எந்த அபாயமும், வெளியிலிருந்தோ, உள்ளே- யிருந்தோ, இயற்கையின் சீற்றத்தாலோ, வரக்கூடிய எந்தக் கேடும் இல்லாமற் போயிற்று. நன்னெறியையும் சுயக்கட்டுப் பாட்டையும் தொடர்ந்து பின்பற்றி அந்த நாட்டின் மக்கள் கிருத யுகத்தின் மக்கள் போல் இன்புற்று வாழ்ந்தார்கள்.

இவ்வாறாக, மன்னர் சட்டத்தில் கூறப்பட்டபடி தமது வேள்வியைச் செய்ததன் பலனாக ஏழை மக்களின் துன்பங்களும் நாட்டைப் பற்றியிருந்த நோய்களும் துயரங்களும் ஒழிந்துபோயின ; நாட்டில்

செழிப்பு மிகுந்து மக்கள் வளம்பெற்று மகிழ்ச்சியுடன் வாழ்ந்தார்கள்; தங்கள் மன்னரை அவர்கள் ஓயாது வாழ்த்தி, அவரது புகழ் எல்லாத் திசைகளிலும் பரவச் செய்தார்கள்.

ஒருநாள், உண்மையான நம்பிக்கையை உள்ளத்தில் கொண்ட உயர் அரசு அதிகாரி ஒருவர் மன்னரிடம் இவ்வாறு கூறினார்: "இது உண்மையில் உண்மையாகும்"

31. மன்னர்கள் எப்போதும் எல்லாவிதமான அலுவல்களிலும், உயர்ந்தது, தாழ்ந்தது, நடுத்தரமானது என்ற எல்லா வகை அலுவல்களிலும் ஈடுபடுவதனால் அவர்கள் ஞானிகளை விட மிக அதிக ஞானம் பெற்றிருக்கிறார்கள்.

"மன்னரே, தாங்கள், பழிபாவத்துக்கிடமான மிருக பலி இல்லாமல் அறநெறி முறையில் வேள்வி நடத்தியதன் மூலம் தங்களுடைய குடிமக்களுக்கு இந்த உலகிலும் மறு உலகிலும் இன்பம் கிடைக்கச் செய்திருக்கிறீர்கள். மக்களெல்லாம் நன்னெறியில் உறுதியாக நடப்பதால் துன்பங்கள் நிறைந்த காலம் முடிந்து போய், வறுமையின் கொடுமை மறைந்துவிட்டது. அதிகம் சொல்வானேன்? தங்கள் குடிமக்கள் மகிழ்ச்சியாக வாழ்கிறார்கள்."

32. "தாங்கள் அணிந்திருக்கும் கறுப்பு மான்தோல், நிலவில் உள்ள கறைபோலக் காணப்படுகிறது; தாங்கள் தீட்சிதர் என்ற முறையில் ஏற்றுக்கொண்டுள்ள கட்டுப்பாடுகள் தங்கள் முகத்தின் இயல்பான ஒளியை மங்கச் செய்துவிட முடியாது. தீட்சிதர் என்ற முறையில் தாங்கள் செய்து கொண்டிருக்கும் தலைமுடிக்கோலம், மன்னரின் வெண் கொற்றக் குடையின் நிழலில் தங்கள் தலை பெற்றிருந்த அழகைவிட, எழில் குறைந்ததாக இல்லை. எல்லாவற்றுக்கும் மேலாக, தங்களுடைய கொடையின் மூலம் தங்கள் புகழ் நூறு வேள்விகள் செய்தவர் பெறும் புகழையும் மிஞ்சிவிட்டது".

33. "வழக்கமாக, ஏதேனும் பொருளைப் பெற விரும்புவோர் செய்யும் வேள்வி, உயிர்களுக்குத் துன்பம் இழைப்பதாக இருப்பதால், அது ஒரு தீய செயலாகும். மாறாக, தாங்கள் நடத்திய வேள்வி தங்களுடைய உயர்ந்த நடத்தைக்கும், தீய செயல்களிடம் தாங்கள் கொண்டுள்ள வெறுப்புக்கும் பொருத்தமாக அமைந்தது."

34. தங்களின் பாதுகாப்பைப் பெற்றுள்ள குடிமக்கள் இன்பமாக வாழ்பவர்கள்! ஒரு தந்தைகூடத் தன் குழந்தைகளுக்கு இதைவிடச் சிறந்த பாதுகாவலராக இருக்க முடியாது.

இன்னொருவர் பின்வருமாறு கூறினார்:

35. "செல்வம் படைத்தவர்கள் தான தர்மம் செய்கிறார்கள் என்றால் அதன்மூலம் அவர்களுக்கு ஏதேனும் நன்மை கிடைக்கும் என்ற

நம்பிக்கைதான் அதற்குக் காரணம்; நன்னடத்தைக்கும் கூட, பிறருடைய மதிப்பைப் பெறும் விருப்பமும், இறந்தபின் சுவர்க்கத்துக்குச் செல்லும் ஆசையும் காரணமாயிருக்கிறது. ஆனால் தாங்கள் இந்த இரண்டையும் மற்றவர்களின் நன்மைக்காகப் பின்பற்றினீர்கள். இந்தப் பண்பு கல்விச் சிறப்பும் ஒழுக்க மேன்மையும் பெற்றவர்களிடம் கூட காண முடியாதது". "இவ்வாறாக தூய்மையான இதயம் படைத்தவர்கள் தீயவர்களின் தூண்டுதல்களின்படி செயல்படமாட்டார்கள். இதை உணர்ந்து இதயத்தின் தூய்மையை அடைவதற்கு முயற்சி செய்யவேண்டும்."

அரசர்களுக்கான ஆன்மிகப் பாடங்களில் பின்வருமாறு கற்பிக்க வேண்டும்:

"தனது குடிமக்களின் நன்மையை விரும்பி, தானே முயலுகின்றவன் மீட்சியையும், பெருமையையும், இன்பத்தையும் கொண்டு வருகிறான். வேறு எதுவும் மன்னனின் பணியாக இருக்கக்கூடாது."

மேலும் பின் வருமாறு கூறலாம்: "பொருட் செழிப்பை அடைய விரும்பும் அரசன், சமயம் கூறும் நெறிகளின்படி நடந்துகொள்ள வேண்டும்; தமது குடிமக்கள் சமயநெறிப்படி நடப்பதுதான் பொருட் செழிப்புக்கு ஆதாரமே என்று அவன் கருத வேண்டும்."

மேலும் பின்வருமாறு கூற வேண்டும் : "விலங்குகளுக்குத் தீங்கு செய்வது ஒருபோதும் இன்பத்துக்கு வழியாகாது. ஆனால், ஈகை, சுயக்கட்டுப்பாடு, மனஅடக்கம் போன்ற செயல்களுக்கு அந்தச் சக்தி உள்ளது. எனவே இன்பத்தை நாடுபவன் இந்தப் பண்புகளை வளர்த்துக் கொள்ளவேண்டும்". ததாகதரைப் பற்றிப் பேசும் போதும் இவ்வாறு கூறவேண்டும்: "இந்த விதமாக பகவான் தம்முடைய முன் பிறவிகளிலேயே உலகின் நன்மையில் தமக்கு உள்ள நாட்டத்தைக் காட்டினார்!"

IV

வேள்விகளுக்கெதிரான மற்றொரு வன்மையான தாக்குதல் 'குடதந்த சூத்தா' எனப்படும் அவரது உரையில் காணப்படுகிறது. அது வருமாறு:

தவறான வேள்வியும் சரியான வேள்வியும்

1. நான் இவ்வாறு கேள்விப்பட்டிருக்கிறேன். புத்தபிரான் ஒரு முறை மகத நாட்டில் சுற்றுப்பயணம் செய்தபோது கனுமதா என்ற பிராமண கிராமத்துக்குச் சென்றார். அவருடன் பெருந்திரளான சகோதரர்கள், ஏறத்தாழ ஐந்நூறு பேர் சென்றார்கள். கனுமதாவில் அவர் ஆம்பலத்திகா என்ற பூங்காவில் தங்கினார்.

கனுமதாவில் அப்போது குடதந்தா என்ற பிராமணர் வசித்து வந்தார். மக்கள் நிறைந்த அந்த கிராமம் புல்வெளியும், மரங்களடர்ந்த நிலங்களும், நீர் வளமும், பயிர்வளமும் கொண்டு விளங்கியது. அதை மகத மன்னர் சேனிய பிம்பிசாரன் அந்த பிராமணருக்குத் கொடையாக வழங்கிஅதன்மீது மன்னரைப் போல அதிகாரம் செலுத்தும் உரிமை கொடுத்திருந்தான்.

அந்தச் சமயத்தில் பிராமணர் குடதந்தாவின் சார்பில் பெரிய வேள்வி ஒன்றை நடத்துவதற்கு ஏற்பாடுகள் நடைபெற்றுவந்தன. நூறு காளைகள், நூறு மாடுகள். நூறு கிடாரிகள், நூறுவெள்ளாடுகள், நூறு செம்மறிக்கிடாக்கள் வேள்விக்காகத் தூண்களில் கட்டப்பட்டிருந்தன.

2. கனுமதா கிராமத்தின் பிராமணர்களும் இல்வாழ்வோரும் சமணகோதமர் வந்திருக்கும் செய்தியைக் கேள்விப்பட்டார்கள். அவர்கள் கூட்டம் கூட்டமாக ஆம்பலத்திகா பூங்காவுக்குப் புறப்பட்டுச் சென்றார்கள்.

3. அப்போது பிராமணர் குடதந்தா பகல் நேரத்தில் சிறிது ஓய்வெடுப்பதற்காகத் தமது இல்லத்தின் மேல்தளத்துக்குச் சென்றார். மக்கள் சென்று கொண்டிருப்பதைப் பார்த்துத் தமது வாசல் காவலரிடம் அதற்குக் காரணம் என்னவென்று கேட்டார். காவலர் காரணத்தைக் கூறினார்.

4. அப்போது குடதந்தா இவ்வாறு எண்ணினார்: ‘வேள்வியைச் சிறப்பாக நடத்துவது பற்றி சமணகோதமர் நன்றாக அறிந்திருக்கிறார் என்று கேள்விப்பட்டிருக்கிறேன். அதன் மூன்று வகைகள், பதினாறு துணைச் சாதனங்கள் பற்றி அவர் அறிந்திருக்கிறார். எனக்கு இவையெல்லாம் தெரியாது. ஆயினும் நான் வேள்வி நடத்த விரும்புகிறேன். எனவே சமண கோதமரிடம் சென்று இதைப்பற்றிக் கேட்பது நல்லது.’

இவ்வாறாக நினைத்து அவர் தம்முடைய வாசல் காவலரை அனுப்பி, புத்தபிரானைப் பார்ப்பதற்குத் தாமும் வருவதாகவும், அதுவரை காத்திருக்கும்படியும் பிராமணர்களிடமும் இல்வாழ்வோரிடமும் கூறச் சொன்னார்.

5. அப்போது அந்த வேள்வியில் கலந்து கொள்வதற்காகப் பல பிராமணர்கள் கனுமதா கிராமத்தில் தங்கியிருந்தார்கள். அவர்கள் குடதந்தாவிடம் சென்று நீங்கள் போகாதீர்கள் என்று கூறினார்கள். சோனதந்தாவிடம் கூறிய அதே காரணங்களை அவரிடமும் கூறினார்கள். சோனதந்தா அந்தப் பிராமணர்களுக்கு அளித்த பதிலைப் போலவே அவரும் பதிலளித்தார். அவர்கள் திருப்தியடைந்து அவருடன் சேர்ந்து புத்தபிரானைச் சந்திக்கச் சென்றார்கள்.

9. அங்கு சென்று அமர்ந்தபின் பிராமணர் குட தந்தா புத்த பிரானிடம் தாம் கேள்விப்பட்டதைத் தெரிவித்தார். வேள்வியை அதன் மூன்று வகைகளிலும் பதினாறு விதமான துணைச் சாதனங்களுடனும் வெற்றிகரமாக நடத்துவது பற்றித் தமக்குக் கூறும்படி அவர் கேட்டுக்கொண்டார்.

'அப்படியானால் பிராமணர்களே, கவனமாகக் கேளுங்கள், நான் கூறுகிறேன்'.

'நல்லது ஐயா' என்று குடதந்தா பதில் கூற, புத்தபிரான் பின்வருமாறு கூறினார்:

10. 'பிராமணர்களே, நீண்ட காலத்துக்கு முன் மகா விகிதர் என்ற மன்னர் இருந்தார். பெரும் செல்வமும் உடைமைகளும் கொண்ட பெருமன்னராக அவர் விளங்கினார். பொன்னும், வெள்ளியும், பல்வேறு சுகபோகப் பொருள்களும், தானியங்களும் அவரிடம் ஏராளமாக இருந்தன. அவருடைய கருவூலமும் தானியக் களஞ்சியங்களும் நிரம்பி-யிருந்தன. ஒரு சமயம் மன்னர் மகா விகிதர் தனியாக தியானத்தில் இருந்தபோது அவருடைய மனத்தில் பின்வரும் சிந்தனை தோன்றியது: "ஒரு மனிதன் அனுபவிக்கக்கூடிய எல்லா நற்பொருள்களும் என்னிடம் உள்ளன. இந்தப் பரந்த உலகம் முழுவதும் எனது வெற்றியால் என்னுடையதாகியுள்ளது. எனக்கு நீண்ட காலத்துக்கு நலமும் நல்வாழ்வும் தரவல்ல பெரிய வேள்வி ஒன்றை நடத்துவது நல்லது."

அவர் தமது புரோகிதரான பிராமணரை அழைத்துவரச் செய்து தாம் நினைத்ததை அவரிடம் கூறினார்: "பிராமணரே, நான் ஒரு பெரிய வேள்வி நடத்த ஆசைப்படுகிறேன். நீண்ட காலம் எனக்கு நலமும் நல்வாழ்வும் தருவதற்கு அதை எப்படி நடத்த வேண்டும் என்று பெரியோரான தாங்கள் கூறவேண்டும்."

11. இதைக் கேட்டு புரோகிதரான பிராமணர் பின் வருமாறு கூறினார்:

"மன்னரின் நாடு தொல்லைக்கும் துன்பங்களுக்கும் உள்ளாகியிருக்கிறது. கொள்ளைக்காரர்கள் கிராமங்களையும் நகரங்களையும் கொள்ளையடிக்கிறார்கள். அவர்களால் சாலைகள் பாதுகாப்பற்றவையாகிவிட்டன. இப்படியிருக்கும்போது மன்னர் புதிதாக வரிவிதித்தால் அது தவறாகும். ஆனால் மன்னர் 'நான் அந்த அயோக்கியர்களைத் தண்டித்து, நாடுகடத்தி, அபராதம் விதித்து, மரண தண்டனை விதித்து அவர்களின் செயலுக்கு முடிவுகட்டுவேன்,' என்று நினைக்கலாம். ஆனால் அவர்கள் தடையின்றிச் செயல்படுவதை ஒழித்துவிட முடியாது. தண்டனைக்குத் தப்பி எஞ்சியவர்கள் தொடர்ந்து மக்களைத் துன்புறுத்தி வருவார்கள். ஆனால் இந்தக் குழப்பத்தை முற்றிலுமாக ஒழிப்பதற்கு ஒரு வழி இருக்கிறது. மன்னரின் நாட்டில்

கால் நடை வளர்ப்போர், விவசாயம் செய்வோர் அனைவருக்கும் மன்னர் உணவும் விதைத் தானியமும் கொடுக்கவேண்டும். வர்த்தகத்தில் ஈடுபட்டவர்கள் அனைவருக்கும் மன்னர் கைமுதல் அளிக்கவேண்டும். அரசுப் பணி செய்வோர் அனைவருக்கும் மன்னர் உணவும் ஊதியமும் வழங்க வேண்டும். இப்படிச் செய்தால் ஒவ்வொருவரும் தங்களுடைய வேலைகளில் ஈடுபட்டு விடுவார்கள், யாரும் நாட்டை அலைக்கழிக்க மாட்டார்கள்; மன்னரின் வருவாய் பெருகும்; நாட்டில் அமைதி நிலவும்; மக்கள் மகிழ்ச்சியடைவார்கள், தங்கள் குழந்தைகளைக் கைகளில் வைத்துச் சீராட்டுவார்கள், தங்கள் வீடுகளின் கதவுகளைத் திறந்தே வைத்து வாழ்வார்கள்."

மன்னர் மகாவிகிதர் புரோகிதர் சொன்னதை ஏற்று அப்படியே செய்தார். மக்கள் ஒவ்வொருவரும் தங்கள் வேலைகளில் ஈடுபட்டார்கள். யாரும் நாட்டுக்குத் தொல்லை கொடுக்கவில்லை. மன்னரின் வருவாய் பெருகியது. நாட்டில் அமைதி நிலவியது. மக்கள் மகிழ்ச்சியடைந்து, தங்கள் குழந்தைகளைக் கைகளில் சீராட்டிக்கொண்டு வீடுகளின் கதவுகளைத் திறந்தே வைத்து வாழ்ந்தார்கள்!

12. மன்னர் மகா விகிதர் தமது புரோகிதரை அழைப்பித்து இவ்வாறு கூறினார்: "நாட்டில் குழப்பம் நீங்கிவிட்டது. அமைதி நிலவுகிறது. நான் அந்தப் பெரிய வேள்வியை நடத்த விரும்புகிறேன். நான் நீண்டகாலம் நலமும் நல்வாழ்வும் பெறுவதற்கு அதை எப்படி நடத்த வேண்டும் என்பதைத் தாங்கள் கூறவேண்டும்."

"அப்படியானால் மன்னர் தம்முடைய நாட்டில் உள்ள சத்திரியர்கள், சிற்றரசர்கள் அனைவருக்கும், நகரங்களிலும் கிராமங்களிலும் உள்ள அத்தகைய அனைவருக்கும் அழைப்பு அனுப்புவாராக; நகரங்களிலும் கிராமங்களிலும் உள்ள அமைச்சர்கள், அதிகாரிகள் ஆகியோருக்கும், உயர்ந்த நிலையில் உள்ள பிராமணர்களுக்கும், வசதி படைத்த இல்வாழ்வோருக்கும் அழைப்பு அனுப்புவாராக"

"நான் ஒரு பெரிய வேள்வி செய்ய விரும்புகிறேன்; எனக்கு நீண்டகாலம் நலமும் நல்வாழ்வும் தரக்கூடிய அந்த வேள்விக்குப் பெரியோராகிய நீங்கள் அனுமதி அளிக்கவேண்டும்" என்று கூறி அழைப்பாராக'.

'பிராமணரே, மன்னர் மகாவிகிதர் அதை ஏற்று அப்படியே செய்தார். அவர்கள் அனைவரும் சத்திரியர்கள், அமைச்சர்கள், பிராமணர்கள், இல்வாழ்வோர் - ஒரே மாதிரியாக இவ்வாறு பதிலளித்தார்கள்: 'மன்னர் அந்த வேள்வியை நடத்துவாராக அதற்குத் தகுந்த சமயம் வந்து விட்டது'. இவ்வாறாக அந்த நான்கு பிரிவினரின் சம்மதத்தால் அவர்கள் சகாக்களாகி வேள்விக்கு வேண்டிய பொருள்களைக் கொடுப்பவர்கள் ஆனார்கள்.

13. மன்னர் மகா விகிதர் பின்வரும் எட்டு விதங்களில் சிறப்புப் பெற்றிருந்தார்;

'தாய், தந்தை ஆகிய இரண்டு வழிகளிலும் அவர் நற்பிறப்பைப் பெற்றிருந்தார்; ஏழு தலைமுறைகளாகத் தூய்மையான வம்சத்தில் பிறந்திருந்தார். பிறப்பைப் பற்றி அவர் மீது எந்தக் குறையோ பழியோ கூறமுடியாது.'

'அவர் அழகான தோற்றத்தைப் பெற்றிருந்தார். பார்ப்பவர் மனத்தில் நம்பிக்கை ஏற்படுத்தும் கம்பீரமும், அழகிய வண்ணமும், தோற்றப் பொலிவும் கொண்டவராக அவர் விளங்கினார்.'

'அவர் பெரும் செல்வமும், உடைமைகளும் பெற்றிருந்தார். அவரிடம் பொன்னும் வெள்ளியும் சுகபோகப் பொருள்களும் தானியங்களும் நிறைந்திருந்தன. அவருடைய கருவூலங்களும் களஞ்சியங்களும் நிரம்பியிருந்தன'

'அவர் சக்தி மிக்கவராக விளங்கினார். விசுவாசமான, கட்டுப்பாடான நாற்படைகள் (யானை, குதிரை, தேர், வில்லாள்) அவரிடம் இருந்தன. அவருடைய பெருமையைக் கண்டு எதிரிகள் மனம் எரிந்து கொண்டிருக்கவேண்டும்.'

6 'அவர் தாராளத்தன்மையும், பெருந்தன்மையும், பெருந்தன்மையான கொடை குணமும் கொண்டு, வந்தவர்களுக்கெல்லாம் வழங்குபவராகத் திகழ்ந்தார். சமணர்கள், பிராமணர்கள், ஏழைகள், வழிப்போக்கர்கள், இரவலர்கள் முதலானோருக்கு உதவும் ஊற்றாகத் திகழ்ந்தார்'.

'அவர் எல்லாவிதமான அறிவுத்துறைகளிலும் தேர்ந்த வராயிருந்தார்.'

'நூல்களில் கூறப்பட்டுள்ளவற்றின் பொருளை அறிந்திருந்தார். இவ்வாறு கூறப்பட்டுள்ளதன் பொருள் இது என்றும், அதன் பொருள் அது என்றும் அவர் விளக்க வல்லவர்.'

'அவர் நுண்ணறிவும், தேர்ச்சியும், விவேகமும் பெற்றவராக விளங்கினார். நிகழ்காலம், இறந்தகாலம், வருங்காலம் ஆகியவற்றைச் சிந்தித்து உணரும் திறன்பெற்றிருந்தார்.'

'அவருக்கு இருந்த இந்த எட்டு விதச் சிறப்புகளும் கூட அவருடைய வேள்விக்கு வேண்டிய பொருள்களைத் தருவன ஆயின.'

14. அவருடைய புரோகிதரான பிராமணர் பின்வரும் நான்கு சிறப்புகளைப் பெற்றிருந்தார்:

'அவர், தாய், தந்தை ஆகிய இரு வழிகளிலும் நற்பிறப்புப் பெற்றிருந்தார். ஏழு தலை முறைகளாகத் தூய்மையான வம்சத்தில் பிறந்தவராகவும், பிறப்பைப்பற்றி எந்தக் குறையோ, பழியோஇல்லாதவராகவும் இருந்தார்.

‘அவர் மந்திரங்களை மனப்பாடமாக அறிந்தவராகவும், மூன்று வேதங்களையும், குறியீடுகள், சடங்குகள், மொழி ஒலிப்பியல், (நான்காவதாக) விரித்து விளக்கல், ஐந்தாவதாக மரபுக்கதைகள் ஆகியவற்றையும் அறிந்தவராகவும், இலக்கணத்திலும் லோகாயதத்திலும் மகான்களின் உடம்பில் காணும் முப்பது குறிகள் பற்றிய அறிவிலும் தேர்ந்தவராகவும் இருந்தார்’.

‘அவர், அறநெறி ஒழுக்கம் உள்ளவராகவும், அறநெறியில் நிலைகொண்டவராகவும், உயர்ந்த அறநெறிப் பண்பு கொண்டவராகவும் இருந்தார்.’

‘அவர் நுண்ணறிவும் தேர்ச்சியும் விவேகமும் கொண்டவராக விளங்கினார்.யாகக் கரண்டியைப் பிடித்தவர்களில் முதலாமவராகவும், அல்லது இரண்டாமவராகவும் இருந்தார்.’

‘அவருடைய இந்த நான்கு சிறப்புகளும் கூட வேள்விக்கு வேண்டிய பொருள்களைத் தருவன ஆயின.’

15. ‘பிராமணரே, அந்தப் புரோகிதர், வேள்வி தொடங்குவதற்கு முன், மன்னர் மகாவிகிதருக்கு வேள்வியின் மூன்று வகைகளையும் விளக்கிக் கூறினார்:

‘வேள்வி தொடங்குவதற்கு முன் மன்னரின் மனத்தில்’, ‘ஐயோ, என்னுடைய செல்வத்தில் ஒரு பெரும் பகுதி இதில் செலவாகிப் போகுமே.” என்று வருத்தம் தோன்றினால், மன்னர் அந்த வருத்தத்துக்கு இடம் கொடுக்கக்கூடாது. வேள்வி நடத்தும்போது அத்தகைய வருத்தம் தோன்றினால் அந்த வருத்தத்துக்கு மன்னர் இடம் கொடுக்கலாகாது. வேள்வி நடத்தப்பட்டபின் அத்தகைய வருத்தம் ஏற்பட்டாலும் மன்னர் அதற்கு இடம் கொடுக்கக்கூடாது.

‘இவ்வாறாகப் புரோகிதர் வேள்வி தொடங்குவதற்கு முன் மன்னருக்கு மூன்று வகைகளையும் விளக்கிக் கூறினார்.’

16. “மேலும் பிராமணரே, புரோகிதர் வேள்வி தொடங்குவதற்கு முன், வேள்வியில் கலந்து கொண்டவர்கள் பற்றி, பின்பு பத்து நாட்களுக்குள் ஏற்படக்கூடிய மனஉறுத்தல் எதையும் தடுக்கும் நோக்கத்துடன் பின்வருமாறு கூறினார்: “ஐயா, தங்கள் வேள்விக்கு உயிர்க்கொலை செய்பவர்கள், உயிர்க்கொலை தவிர்ப்பவர்கள், தங்களுக்குக் கொடுக்கப்படாத பொருளை எடுத்துக் கொள்வோர், அதைத் தவிர்ப்பவர்கள், பொய் பேசுவோர், பொய் பேசாதவ்ர்கள், கோளுரைப்பவர்கள், அதைத் தவிர்ப்பவர்கள், வன்சொல் பேசுபவர்கள், வன்சொல் பேசாதவர்கள், பயனற்றவைகளைப் பேசுபவர்கள், அவர்றைப் பேசாதவர்கள் - பேராசை கொள்வோர், பேராசை கொள்ளாதவர்கள் கெட்ட எண்ணம் கொண்டவர்கள், அது இல்லாதவர்கள் தவறான

கருத்தைக் கொண்டவர்கள், சரியான கருத்தைக் கொண்டவர்கள் - ஆகிய பலரும் வருவார்கள். இவர்களில் தீமை செய்வோர் தங்கள் தீமைகளுடன் இருந்து விட்டுப் போகட்டும். நன்மை செய்வோருக்கு மன்னர் செய்யவேண்டிய சடங்குகளை ஏற்பாடு செய்து, அவர்களைத் திருப்தி செய்பவராக இவர்களால் நமது உள்ளம் அமைதி காணும்".

17. மேலும், பிராமணர்களே, மன்னர் வேள்வி செய்து கொண்டிருந்தபோது புரோகிதர் பதினாறு விதங்களில் கட்டளைகளும், தூண்டுதல்களும், மனத்துக்கு மகிழ்ச்சியும் அளித்தார்: "மன்னர் வேள்வி நடத்திக் கொண்டிருக்கும்போது 'சிலர் மன்னரைப்பற்றி நான்கு வகுப்பினரையும் அழைக்காமல் வேள்வி நடத்துகிறார்; தமக்கு எட்டுவிதச் சிறப்புகள் இல்லாமலும், நான்குவிதச் சிறப்புகள் கொண்ட பிராமணரின் உதவி இல்லாமலும் வேள்வி நடத்துகிறார்' இவ்வாறு பேசுவோர் உண்மை பேசுவோர் அல்ல; ஏனென்றால், நான்கு வகுப்பினரும் சம்மதம் அளித்திருக்கிறார்கள். மன்னருக்கு எட்டு விதச் சிறப்புகளும், அவரது பிராமணருக்கு நான்குவிதச் சிறப்புகளும் அமைந்துள்ளன. இந்தப் பதினாறு நிபந்தனைகளும் நிறைவேற்றப்பட்டுள்ளன என்று மன்னர் உறுதியாகக் கொள்ளலாம். அவர் வேள்வியை நடத்தி, மன மகிழ்ச்சி பெற்று, இதயத்தில் அமைதி கொள்ளலாம்."

18. "மேலும், பிராமணரே, அந்த வேள்வியில் மாடுகளோ, ஆடுகளோ, கோழிகளோ, கொழுத்த பன்றிகளோ அல்லது வேறு எந்த பிராணிகளோ கொல்லப்படவில்லை. வேள்வி நடக்கும் இடத்தில் பரப்புவதற்காக தர்ப்பைப்புல் அறுக்கப்படவில்லை. அங்கு பணி செய்த அடிமைகள், ஏவலர்கள், வேலையாட்கள் ஆகியோர் கழிகளால் அடிக்கப்பட்டோ, அச்சத்தாலோ வேலை செய்யவில்லை. முகத்தில் கண்ணீர் ஒழுக அழுது கொண்டு வேலை செய்யவில்லை. உதவி செய்ய விரும்பியவர்கள் வேலை செய்தார்கள்; உதவி செய்ய விரும்பாதவர்கள் வேலை செய்யாமலிருந்தார்கள். ஒவ்வொருவரும் தாங்கள் விருப்பப்பட்ட வேலையைச் செய்தார்கள்; விரும்பாததைச் செய்யவில்லை. நெய்யும், எண்ணெயும், வெண்ணெயும் பாலும், தேனும், சர்க்கரையும் மட்டுமே பயன்படுத்தி அந்த வேள்வி இயற்றப்பட்டது".

19. "மேலும் பிராமணரே, சத்திரிய சிற்றரசர்கள், அமைச்சர்கள், அதிகாரிகள், உயர்ந்த நிலையில் உள்ள பிராமணர்கள், கிராமங்களையும் நகரங்களையும் சேர்ந்த இல்வாழ்வோர், ஆகியோர் மிகுந்த செல்வங்களை எடுத்துக்கொண்டு மன்னர் மகாவிகிதரிடம் சென்று இவ்வாறு கூறினார்கள்: " இந்தச் செல்வங்களையெல்லாம் நாங்கள் மன்னருக்காகக்கொண்டு வந்திருக்கிறோம். மன்னர் இவற்றை எங்களிடமிருந்து ஏற்றுக்கொள்ள வேண்டும்."

“நண்பர்களே, என்னிடம் போதிய செல்வம் சேர்ந்திருக்கிறது. விளைபொருள்களும், நியாயமான வரிகளும் எனக்குச் செல்வம் அளித்துள்ளன. நீங்கள் உங்கள் பொருள்களை வைத்துக்கொள்ளுங்கள் வேண்டுமானால் அதற்கு மேலும் எடுத்துச் செல்லுங்கள்.”

“மன்னர் இவ்வாறு மறுத்துக் கூறியபின் அவர்கள் ஒருபுறமாகச் சென்று ஒருவருக்கொருவர் இவ்வாறு பேசிக் கொண்டார்கள்: நாம் இந்தப் பொருள்களை மீண்டும் நமது வீடுகளுக்கே எடுத்துச் செல்வது நமக்குத் தக்கதல்ல. மன்னர் மகாவிகிதர் பெரிய வேள்வி நடத்துகிறார், நாமும் கூட இந்த வேள்விக்குப்பின் ஒரு வேள்வி நடத்துவோம்.”

20.’இவ்வாறாக, சத்திரியர்கள், மன்னரின் வேள்விக் குண்டத்துக்குக் கிழக்கே கொடைகள் வழங்கினார்கள். அதிகாரிகள் தெற்கிலும், பிராமணர்கள் மேற்கிலும், இல்வாழ்வோர் வடக்கிலும் கொடைகள் வழங்கினார்கள். அவர்கள் கொடுத்த கொடைப் பொருள்களும், அவற்றைக் கொடுத்த விதமும், எல்லா வகையிலும் மன்னர் மகாவிகிதர் தமது வேள்வியில் கொடுத்த கொடைகளைப் போல இருந்தன.’

‘பிராமணர்களே, இவ்வாறாக நான்கு மடங்கான ஒத்துழைப்பு ஏற்பட்டது. மன்னர் மகாவிகிதர் எட்டுவிதச் சிறப்புகளும், அவருடைய வேள்விப் பிராமணர் நான்குவிதச் சிறப்புகளும் பெற்றிருந்தார்கள். அந்த வேள்வி மூன்று வகைகளில் நடத்தப்பட்டது. பிராமணர்களே, இதுதான் வேள்வியை மூன்று வகையாக பதினாறு விதமான சாதனங்களுடன் சரியான முறையில் நடத்துவதாகும்‘.

21.’அவர் இவ்வாறு பேசி முடித்ததும் அந்தப் பிராமணர்கள் ஆரவாரமரகக் குரல் எழுப்பிக் கூறினார்கள்: “எவ்வளவு சிறப்பு மிக்க வேள்வி, எவ்வளவு தூய்மையாக நடத்தப்பட்டது! ஆனால்,பிராமணரான குடதந்தா மௌனமாக அமர்ந்திருந்தார்.

அப்போது பிராமணர்கள் குடதந்தரைப் பார்த்து இவ்வாறு கூறினார்கள்: “சமணகோதமர் சொன்ன வார்த்தைகள் நல்லவை என்று நீங்கள் ஏன் ஏற்கவில்லை?”

“நான் ஏற்காமலில்லை. சமணகோதமர் நன்றாகச் சொன்ன வார்த்தைகளை நல்லவை என்று ஏற்காதவனுடைய தலை இரண்டாக வெடித்துவிடும். ஆனால் சமணகோதமர் நான் இவ்வாறு கேள்விப்பட்டிருக்கிறேன்,” என்றோ, “இவ்வாறு இருப்பது தகுந்தது” என்றோ சொல்லவில்லை என்பதைச் சிந்தித்துக் கொண்டிருக்கிறேன். அவர், “அப்போது இப்படி நடந்தது” என்றோ “இந்த மாதிரியாக அப்போது இருந்தது” என்றோ தான் கூறுகிறார். ஆகவே நான் இவ்வாறு நினைத்தேன்: “நிச்சயமாக சமணகோதமரே அந்தக் காலத்தில் மன்னர் மகா விகிதராக, அல்லது அவருக்காக வேள்வியை நடத்துகிறவர்

அல்லது நடத்தச் செய்கிறவர், தாம் இறந்துபோய் தமது உடம்பு அழிந்த பின் சுவர்க்கத்தில் ஏதேனும் ஒரு ஆனந்த நிலையில் மீண்டும் பிறக்கிறார் என்று வணக்கத்துக்குரிய கோதமர் ஒப்புக் கொள்கிறாரா? "

'ஆம், பிராமணரே, நான் அதை ஒப்புக்கொள்கிறேன். அந்தக் காலத்தில் நான் அந்த வேள்வியை நடத்தி வைத்த பிராமணராக இருந்தேன்.'

22. 'கோதமரே, இதைவிடச் சிரமம் குறைந்த, தொல்லைகள் இல்லாத அதிகப் பலனும் அதிக ஆதாயமும் தரக்கூடிய வேள்வி ஏதேனும் இருக்கிறதா?'

'ஆம், பிராமணரே, இருக்கிறது.'

'கோதமரே, அது என்ன வேள்வி?'

'எப்போதும் கொடை கொடுத்து வருவதைக் குடும்பத்தில் தொடர்ந்து பின்பற்றுவதாகும், குறிப்பாக, அறநெறி ஒழுக்கம் உள்ள துறவிகளுக்குக் கொடுப்பதாகும்.'

23.'கோதமரே, அதற்கு என்ன காரணம்? எப்போதும் கொடை கொடுத்து வருவது, குறிப்பாக, அறநெறி ஒழுக்கம் உள்ள துறவிகளுக்குக் கொடுப்பது, மூன்று வகையாக, பதினாறு விதமான துணைச்சாதனங்களுடன் நடத்தப்படும் வேள்வியை விடச் சிரமம் குறைந்ததும், தொல்லைகள் குறைந்ததாகவும் அதேசமயம் பலனிலும் ஆதாயத்திலும் மிகுந்ததாகவும் இருப்பதற்கு என்ன காரணம்?'

'பிராமணரே, அரஹதர்களோ, இரண்டாவதாகக் கூறப்பட்ட வேள்விக்கு அரஹத நெறியில் செல்பவர்களோ, போகமாட்டார்கள். ஏனென்றால் அதில் கம்பால் அடிப்பதும், கழுத்தைப் பற்றுவதுமான செயல்கள் நடக்கின்றன. ஆனால் முதலில் கூறப்பட்ட வேள்விக்கு அவர்கள் போவார்கள். ஏனென்றால் அதில் அத்தகைய செயல்கள் நடப்பதில்லை. அதனால் எப்போதும் கொடை கொடுப்பது மற்றவகை வேள்வியை விட மேலானது;

24.'கோதமரே, இந்த இரண்டையும் விட கடினமும் தொல்லையும் குறைந்ததும், பலனும் ஆதாயமும் மிகுந்ததுமான வேள்வி வேறு ஏதேனும் இருக்கிறதா?

'ஆம், பிராமணரே, இருக்கிறது.'

'கோதமரே, அது என்ன?

'சங்கத்துக்காக நான்கு திசைகளிலும் விஹாரம் அமைப்பதாகும்.'

25. 'கோதமரே, இந்த மூன்றையும் விட, செய்வதற்கு எளிதானதும் அதிகப் பலன் தருவதுமான வேள்வி வேறு ஏதேனும் இருக்கிறதா?'

'ஆம். பிராமணரே, இருக்கிறது.'

'கோதமரே, அது என்ன?'

'உள்ளத்தில் நம்பிக்கையுடன், ஒரு புத்தரைத் தனக்கு வழிகாட்டியாகக் கொண்டு தம்மத்தையும், சங்கத்தையும் ஏற்பதாகும். இத்தகைய வேள்வி தாராளக் கொடைகளையும் விட, எப்போதும் ஈகை செய்து வருவதையும் விட, விஹாரம் அமைப்பதையும் விட மேலானது.'

26. 'கோதமரே, இந்த நான்கையும் விட, செய்வதற்கு எளிதானதும், அதிகப் பலன் தருவதுமான வேறு வேள்வி இருக்கிறதா?'

'ஒரு மனிதன் உள்ளத்தில் நம்பிக்கையுடன், கொல்லாமை, களவு செய்யாமை, தீய காமச் செயல்களைச் செய்யாமை, பொய் சொல்லாமை, மதியை மயக்குவதான மதுவை உண்ணாமை ஆகிய நெறிகளைப் பின்பற்றினால் அது, தாராளக்கொடை, எப்போதும் ஈதல், விஹாரம் அமைத்தல், வழிகாட்டியை ஏற்றல் ஆகியவற்றைவிட மேலான வேள்வியாகும்.

27. 'கோதமரே, இந்த ஐந்தையும் விட, செய்வதற்கு எளிதானதும், அதிகப் பலன் தருவதுமான வேறு வேள்வி இருக்கிறதா?'

'ஆம், பிராமணரே, இருக்கிறது,'

'கோதமரே, அது என்ன?'

(இதற்குக் கூறப்படும் சமண-பலோ சூத்தா 40, பக்கம் 62 (அந்தப் புத்தகத்தில்) முதல் 75 வரை (பக்கம் 74), முதலாவது கணா பற்றிய நீண்ட பகுதியாகும். அது வருமாறு:

1. அறிமுகப் பத்தியில் புத்தரின் தோற்றம், அவரது தர்மோபதேசம், அந்த உபதேசத்தைக் கேட்பவர் புத்த தர்மத்துக்கு மாறுதல், அவர் உலகைத் துறத்தல் ஆகியவை கூறப்படுகின்றன.
2. சீலங்கள் (சிறிய அறநெறிகள்).
3. தன்னம்பிக்கை பற்றிய பத்தி
4. 'அவனுடைய புலன் கதவுகள் காவல் காக்கப்பட்டுள்ளன' என்பது பற்றிய பத்தி
5. 'கவனமாகவும் சுயக்கட்டுப்பாட்டுடனும் இருப்பது' பற்றிய பத்தி.
6. போதுமென்ற மனம் பற்றிய பத்தி
7. தனிமைபற்றிய பத்தி.
8. ஐந்து இடையூறுகள் பற்றிய பத்தி
9. முதல் கணா பற்றிய விவரிப்பு

பிராமணரே, இந்த வேள்வி, முன்பு சொன்ன வேள்விகளைவிட செய்வதற்கு எளிதானதும் அதிகப் பலன் அளிப்பதுமாகும்.

(இதே போல இரண்டாவது, மூன்றாவது, நான்காவது கணாக்கள் பற்றி அடுத்தடுத்து (சமண-பலோ சூத்தாக்கள் 77-82-இல் உள்ளது போல) கூறப்படுகிறது. அறிவினால் ஏற்படும் தெளிவுநோக்கு பற்றியும் (அதே புத்தகம் 83,84), ஆசவங்களை அழித்தல் பற்றியும் கொடுமையான போதைகள் அல்லது வெள்ளங்கள் (அதே புத்தகம் 97-98) பற்றியும் கூறப்படுகிறது.

'பிராமணரே, மனிதன் இதைவிட மேலானதாக, இனிமையானதாக வேறு எந்த வேள்வியும் செய்ய முடியாது.'

28. புத்தபிரான் இவ்வாறு பேசியதைக் கேட்டபின் குடதந்தா அவரிடம் பின்கண்டவாறு கூறினார்:

'கோதமரே, தங்களுடைய வாய்மொழிகள் மிக அற்புதம்! மிக அற்புதம்! கீழே சாய்க்கப்பட்டதை ஒரு மனிதன் மீண்டும் நேரே நிறுத்தியது போல, மறைத்து வைக்கப்பட்டதை வெளிப்படுத்தியது போல, வழி தவறிப் போனவனுக்குச் சரியான வழியைக் காட்டியது போல, இருள் நிறைந்த இடத்துக்கு விளக்கைக் கொண்டு வந்து, கண் உள்ளவர்கள் பொருள்களைப் பார்க்கச் செய்தது போல வணக்கத்துக்குரிய கோதமர் எனக்குப் பல உருவகங்களில் உண்மையை வெளிப்படுத்தி விட்டார். நானும் கூட, வணக்கத்துக்குரிய கோதமரை என்னுடைய வழிகாட்டியாகக் கொண்டு, தர்மத்தையும் சங்கத்தையும் ஏற்கிறேன். வணக்கத்துக்குரியவர் என்னைச் சீடனாக ஏற்றுக்கொள்வாராக. இன்று முதல் என்னுடைய உயிர் இருக்கும் வரை தங்களை என் வழிகாட்டியாக ஏற்றுக் கொள்கிறேன். கோதமரே, நானே அந்த ஏழுநூறு காளைகளை, ஏழுநூறு மாடுகள், ஏழுநூறு கிடேறிகள், ஏழுநூறு வெள்ளாடுகள், ஏழுநூறு செம்மறிக்கிடாக்கள் ஆகியவற்றை விடுவிக்கிறேன். அவை உயிர்வாழச் செய்கிறேன். அவை பசுமையான புல்லை மேய்ந்து, நல்ல தண்ணீரைக் குடித்து, குளிர்ந்த காற்றையும் அனுபவித்து உயிர்வாழட்டும்.

29. பின்பு புத்தபிரான் குடதந்தாவுக்கு முறைப்படி விரிவாக எடுத்துக் கூறினார்; அதாவது தியானத்தையும், நன்னடத்தையையும் பற்றியும், சுவர்க்கம், அபாயம், வீண் பெருமை, காமத்தின் தூய்மைக் கேடு, துறவின் சிறப்பு ஆகியவை பற்றியும் விரித்துரைத்தார். பிராமணரான குடதந்தா, பக்குவமடைந்து, மென்மையாகி, வெறுப்பு இல்லாதவராகி, உயர்வடைந்தவராகி, உள்ளத்தில் நம்பிக்கை கொண்டவராகி விட்டார் என்று புத்தபிரான் உணர்ந்தபோது, அவர் புத்தர்கள் மட்டுமே அறிந்த கோட்பாட்டை அவருக்குப் போதித்தார்; அதாவது, துக்கம், துக்ககாரணம், துக்க நிவாரணம், துக்க நிவாரண மார்க்கம் ஆகிய உண்மைகளை எடுத்துரைத்தார். கறைகளெல்லாம் கழுவிப் போக்கப்பட்டு சுத்தமடைந்த துணி, சாயத்தை விரைவாக

ஏற்றுக் கொள்ளுவது போல, பிராமணர் குட தந்தா அங்கே அமர்ந்திருந்த போதே உண்மையைக் காணக்கூடிய தூய்மையான கண்களைப் பெற்றார். அப்போது அவர், தொடக்கம் என்ற ஒன்று உள்ள எல்லாவற்றுக்கும், மறைவு என்பதன் அவசியமும் அவற்றின் உள்ளேயே அமைந்திருப்பதை உணர்ந்தார்.

30. பிராமணர் குடதந்தா, உண்மையைக் கண்டு, அதை முற்றுமாக உணர்ந்தவராகி, அதில் ஆழ்ந்து மூழ்கினார். சந்தேகங்களையெல்லாம் கடந்து, குழப்பங்கள் நீங்கி, முற்றிலும் தன்னம்பிக்கை பெற்று, ஆசானின் போதனைகளைத் தெரிந்து கொள்வதற்கு வேறு யாரையும் சார்ந்திராத நிலையை அடைந்த அவர், புத்தபிரானைப் பார்த்து இவ்வாறு கூறினார்.

'வணக்கத்துக்குரிய கோதமர் நாளை என்னுடன் உணவு உண்டருள வேண்டும்.; அவருடன் சங்கத்தின் உறுப்பினர்களும் உண்ணவேண்டும்.'

'புத்தபிரான் மௌனத்தின் மூலம் தமது சம்மதத்தைத் தெரிவித்தார். பிராமணர் குடதந்தா, புத்தபிரான் சம்மதித்துவிட்டார் என்று தெரிந்து கொண்டு, தமது இருக்கையிலிருந்து எழுந்து, அவரை நோக்கித் தமது வலப்பக்கம் இருக்குமாறு அவரைக் கடந்து சென்று அங்கிருந்து புறப்பட்டுச் சென்றார். மறுநாள் பொழுது விடிந்ததும் அவர் மென்மையானவையும், முறுகலானவையுமான இனிய உணவுகளைத் தயாரிக்கச் செய்தார். தமது வேள்விக்காக அமைக்கப்பட்டிருந்த குழியிலேயே அவற்றைத் தயாரிக்கச் செய்தார். புத்தபிரானிடம் 'கோதமரே நேரமாகிவிட்டது, உணவு தயாராயிருக்கிறது' என்று அறிவிக்கச் செய்தார். காலையில் முன்பாகவே ஆடையணிந்து தயாராயிருந்த புத்தபிரான், தமது மேலங்கியை எடுத்து அணிந்து கொண்டார்; கையில் தமது கப்பரையை எடுத்துக்கொண்டு, சகோதரர்களுடன் குடதந்தாவின் வேள்விக் குண்டத்துக்குச் சென்றார்; தமக்காக அமைக்கப்பட்டிருந்த இருக்கையில் அமர்ந்தார். குடதந்தா தமது கைகளாலேயே புத்தருக்கும் அவருடன் இருந்த சகோதரர்களுக்கும் இனிய உணவுகளை, அவர்கள் வேண்டாம் என்று மறுத்துக் கூறும் வரை படைத்து அவர்களை திருப்தியடையச் செய்தார். புத்தபிரான் உண்டு முடித்து, தமது கப்பரையையும் கைகளையும் சுத்தம் செய்து கொண்டபின் பிராமணர் குடதந்தா அவருக்கருகே தாழ்வான ஒரு இருக்கையில் அமர்ந்தார். அவர் இவ்வாறு அமர்ந்தபின் புத்தபிரான் அவருக்குச் சமய உபதேசம் செய்து அவர் மனக்கில் மகிம்ச்சி பெருகச் செய்தார். பின்பு அவர் தமது இருக்கையிலிருந்து எழுந்து அங்கிருந்து புறப்பட்டுச் சென்றார்.

குடதந்த சூத்தா நிறைவடைந்தது.

V

மூன்றாவதாக புத்தர் சாதி முறையைக் கண்டனம் செய்தார். சாதிமுறை இப்போதுள்ள வடிவில் அப்போது இல்லை. சாதிகள் கலந்து உண்ணக்கூடாது, கலப்பு மணம் செய்யக்கூடாது என்ற தடைகள் அப்போது நடைமுறைக்கு வரவில்லை. நிலைமை இப்போது இருப்பதுபோலக் கடுமையானதாக இல்லாமல் நெளிவு சுழிவானதாக இருந்தது. ஆனால் சாதிமுறைக்கு அடிப்படையாகவுள்ள சமத்துவமின்மைக் கோட்பாடு நன்கு நிலைநிறுத்தப்பட்டு விட்டது. இந்தக் கோட்பாட்டை எதிர்த்துத்தான் புத்தர் உறுதியாகவும் கடுமையாகவும் போராடினார். பிராமணர்கள், தாங்கள் மற்ற வகுப்புகளைவிட உயர்ந்தவர்கள் என்று கூறிக் கொள்வதை அவர் வன்மையாக எதிர்த்தார். அதை எதிர்த்து அவர் எடுத்துவைத்த ஆதாரங்கள் எவ்வளவு தூரம் அசைக்க முடியாதவையாக இருந்தன என்பதை அவருடைய உரையாடல்கள் பலவற்றில் காணமுடிகிறது. இவற்றுள் மிக முக்கியமானது அம்பத்த சூத்தா எனப்படுவது.

அம்பத்த சூத்தா

(ஓர் இளம் பிராமணனின் துடுக்குத்தனமும் முதிய பிராமணரின் நம்பிக்கையும்)

1. நான் இவ்வாறு கேள்விப்பட்டிருக்கிறேன். புத்தபிரான் ஒரு முறை கோசல நாட்டில் பெருந்திரளான சகோதரர்களுடன், ஏறத்தாழ ஐந்நூறு பேருடன் பயணம் செய்து கொண்டிருந்த போது இக்கனாங்கலா என்ற பிராமண கிராமத்துக்குப் போய்ச் சேர்ந்தார்; அங்கே அவர் இக்கனாங்கலா வனத்தில் தங்கினார்.

அந்தச் சமயத்தில் போக்கர்சாதி என்ற பிராமணர் உக்கத்தா என்ற இடத்தில் வசித்து வந்தார். மக்கள் நிறைந்ததாகவும், புல்வெளியும், மரங்கள் அடர்ந்த பகுதிகளும், பயிர்வளமும் கொண்டதாகவும் அந்த கிராமம் விளங்கியது. அதைக் கோசல மன்னர் பசேனதி அவருக்குத் தமது கொடையாகக் கொடுத்து, அதன்மீது மன்னரைப் போல அதிகாரம் செலுத்தும் உரிமையும் கொடுத்திருந்தார்.

2. பிராமணர் போக்கர்சாதி இவ்வாறு செய்தி கேள்விப்பட்டார்: 'சாக்கிய வம்சத்தைச் சேர்ந்த சமணகோதமர், சாக்கிய குடும்பத்திலிருந்து வெளியேறி சமய வாழ்க்கையை மேற்கொண்டவர், இப்போது பெரும் திரளான தமது சங்கத்தின் சகோதரர்களுடன் இக்கனாங்கலாவுக்கு வந்து, இக்கனாங்கலா வனத்தில் தங்கியிருப்பதாகக் கூறுகிறார்கள். வணக்கத்துக்குரிய கோதமரைப் பற்றி எங்கும் பெருமையாக புகழ்ந்து பேசப்படுகிறது: அவர் ஒரு அரஹதர் என்றும், முற்றும் உணர்ந்தவர்

என்றும், ஞானமும் அன்பும் நிறைந்தவர் என்றும் கூறப்படுகிறது. அவர் ஆனந்தம் நிறைந்தவர், உலகங்களைப் பற்றி அறிந்தவர், அவரை ஏற்பவர்களுக்கு ஒப்பற்ற வழிகாட்டியாயிருப்பவர், தேவர்களுக்கும் மனிதர்களுக்கும் ஆசானாயிருப்பவர்; அவர் ஒரு புத்தர் என்றெல்லாம் கூறப்படுகிறது. அவர் தாமே இந்தப் பிரபஞ்சத்தை நேருக்கு நேர் காண்பது போல முற்றிலுமாக அறிந்திருக்கிறார். மேலே தேவர்கள், பிராமணர்கள், மாரர்கள் ஆகியோரின் உலகங்களையும், கீழே துறவிகள், பிராமணர்கள், மன்னர்கள், மக்கள் ஆகியோரைக் கொண்ட உலகத்தையும் அவர் அறிவார். இவற்றை அறிந்து, அந்த அறிவை மற்றவர்களுக்குத் தெரிவிக்கிறார். அழகுமிக்கதான உண்மையை தோன்றிய தொடக்கத்திலும், வளர்ச்சியிலும், இறுதி நிறைவிலும் அவர் அறிவிக்கிறார். உயர் வாழ்க்கையை அதன் முழுமையையும் தூய்மையும் விளங்குமாறு அவர் தெரிவிக்கிறார்.

‘அப்படிப்பட்ட அரஹதர்களைப் பார்ப்பது நல்லது.’

3. அந்தச் சமயத்தில் ஒரு இளம் பிராமணன், அம்பத்தா என்பவன், பிராமணர் போக்கர்சாதியின் சீடனாயிருந்தான். அவன் மந்திரங்களை மனப்பாடமாக அறிந்து (புனிதச் சொற்களை) உச்சாடனம் செய்பவனாகவும், மூன்று வேதங்களில் தேர்ந்தவனாகவும் குறியீடுகள், சடங்குகள், மொழி ஒலிப்பியல், விரித்து விளக்கல், மரபுக்கதைகள் ஆகியவற்றை அறிந்தவனாகவும், இலக்கணம், லோகாயத வாதம், மகான்களின் உடம்பில் காணும் அடையாளங்கள் ஆகியவற்றில் தேர்ந்தவனாகவும் இருந்தான். மூன்று வேதங்களைத் தனது ஆசிரியர் கற்பித்தபடி அவன் முற்றிலுமாக அறிந்து தேர்ச்சி பெற்றிருந்தான். ஆசிரியர் அவனைப் பற்றி ‘நான் அறிந்ததை நீ அறிவாய், நீ அறிந்ததை நான் அறிவேன்’ என்று கூறும்படியாக இருந்தான்.

4. போக்கசாதி, அம்பத்தாவிடம் செய்தியைத் தெரிவித்து இவ்வாறு கூறினார்: ‘அன்புக்குரிய அம்பத்தா, சமண கோதமரிடம் நீ சென்று அவரைப் பற்றி எங்கும் பேசப்படும் புகழுரைகள் உண்மைக்குப் பொருந்துவனவா அல்லவா என்பதையும் சமணகோதமர் உண்மையிலேயே அவர்கள் கூறுவதைப் போல் இருக்கிறாரா, இல்லையா என்பதையும் கண்டறிந்து வா.’

5. ‘ஐயா, அதை நான் எப்படி அறிவது?’

‘ஒருவருடைய உடம்பில் இந்த அடையாளங்கள் காணப்பட்டால் அவர் இரண்டு விதமான நிலைகளில் ஏதேனும் ஒன்றை அடைவார், வேறு எவ்விதமாகவும் அவர் ஆகமாட்டார். அவர் இல்வாழ்க்கையில் இருந்தால் உலகை ஆளும் மாமன்னர் ஆவார். அவர் அறநெறியில் ஆட்சி செய்பவராக, நான்கு பெரும் கடல்களின் கரை வரை ஆட்சி

செலுத்துபவராக, வெற்றி வீரராக, தமது குடிமக்களைப் பாதுகாப்பவராக, ஏழு வகையான அரசச் செல்வங்களைப் பெற்றவராக இருப்பார். சக்கரம், யானை, குதிரை, மாணிக்கம், பெண், கருவூல அதிகாரி, ஏழாவதாக ஆலோசகர்- வையே அந்த ஏழு வகைச் செல்வங்கள். அவருக்கு ஆயிரத்துக்கும் அதிகமான புதல்வர்கள், உடல் வலிமை மிக்க வீரர்கள், எதிரிகளின் படைகளைச் சிதறடிக்கும் வீரர்கள் இருப்பார்கள். அவர், பரந்த உலகம் முழுவதையும், கடல் முதல் கடல் வரை, அறநெறியின்படி, கோலின் துணையோ வாளின் துணையோ தேவைப்படாமல் ஆட்சி செய்வார். ஆனால் அவர் இல்வாழ்க்கையை விட்டு வீடற்ற வாழ்க்கையை மேற்கொண்டால், உலகின் கண்களை மறைக்கும் திரையை விலக்குகின்ற புத்தர் ஆவார். அம்பத்தா, நான் இந்த மந்திரங்களை உனக்குத் தந்தேன்; நீ இவற்றை என்னிடமிருந்து பெற்றுக்கொண்டாய்.

6. அம்பத்தா, 'நல்லது ஐயா,' என்று கூறி, போக்கர்சாதிக்கு வணக்கம் செலுத்திவிட்டு, பெண் குதிரைகள் பூட்டப்பட்ட தேரில் ஏறி, இளம் பிராமணர்கள் உடன்வர, இக்கனாங்கலா வனத்துக்குப் புறப்பட்டுச் சென்றான். தேர் செல்லக்கூடிய தூரம் வரை சென்றபின் இறங்கி நடந்து அந்தப் பூங்காவுக்குச் சென்றான்,

7. அப்போது சகோதரர்கள் பலர் திறந்த வெளியில் அங்குமிங்குமாக நடந்துகொண்டிருந்தார்கள். அம்பத்தா அவர்களிடம் சென்று 'வணக்கத்துக்குரிய கோதமர் எங்கிருக்கிறார்? நாங்கள் அவரைக் காண வந்திருக்கிறோம், 'என்று கூறினான்.

8. அப்போது அந்தச் சகோதரர்கள் பின்வருமாறு நினைத்தார்கள்: 'இந்த இளம் பிராமணன் அம்பத்தா, பெருமைமிக்க குடும்பத்தைச் சேர்ந்தவன்; புகழ் பெற்ற பிராமணர் போக்கர்சாதியிடம் சீடனா-யிருக்கிறான். புத்தபிரான் இத்தகையவருடன் உரையாடுவது கடினமா-யிராது.' இவ்வாறு நினைத்து அவர்கள் அம்பத்தாவிடம், 'அதோ அங்கே, கதவு மூடியிருக்கும் இடத்தில் கோதமர் இருக்கிறார். அமைதியாகச் சென்று முன்கூடத்தை அடைந்து, இருமல் சத்தம் கொடுத்து, குறுக்குக் கட்டையில் தட்டுங்கள். புத்தபிரான் உங்களுக்குக் கதவைத் திறப்பார்,' என்று கூறினார்கள்.

9. அம்பத்தா அப்படியே செய்தான். புத்தபிரான் கதவைத் திறக்க, அம்பத்தா உள்ளே சென்றான். மற்ற இளம் பிராமணர்களும் உள்ளேசென்றார்கள். அவர்கள் புத்த பிரானுடன் வணக்கத்தையும் மரியாதை வார்த்தைகளையும் பரிமாறிக் கொண்டு அமர்ந்தார்கள். ஆனால் அம்பத்தா அங்குமிங்கமாக நடந்துகொண்டு, அமைதியின்றி கைகளை ஆட்டியவாறு அல்லது நின்றவாறு, பொதுவாகச் சில விஷயங்கள் பற்றி அங்கு அமர்ந்திருந்த புத்தபிரானிடம் வாயில் வந்ததை கூறிக்கொண்டிருந்தான்.

10. அப்போது புத்தபிரான் அவனிடம் இவ்வாறு கூறினார்: "அம்பத்தா, வயது முதிர்ந்த ஆசிரியர்களிடம், உன்னுடைய ஆசிரியர்களிடம் நீ பேசும் முறை இதுதானா? இப்போது இங்கே அமர்ந்திருக்கும் என்னிடம் நீ அங்குமிங்கும் நடந்துகொண்டு அல்லது நின்றுகொண்டு பேசுவது போலத்தான் அவர்களிடம் பேசுவாயா?"

11. 'கோதமரே, நிச்சயமாக அப்படியில்லை. ஒரு பிராமணரிடம் நடந்து கொண்டே பேசுவது அவரும் நடந்துகொண்டிருந்தால் முறையாகும். நின்றுகொண்டிருக்கும் பிராமணரிடம் நின்று கொண்டு பேசலாம். அமர்ந்திருக்கும் பிராமணரிடம் அமர்ந்துகொண்டு, சாய்ந்து படுத்திருக்கும் பிராமணரிடம் சாய்ந்து படுத்துக்கொண்டும் பேசலாம். ஆனால் மழித்த தலையர்களிடம்; போலி சன்னியாசிகளிடம், கீழ்நிலையில் உள்ள ஆட்களிடம், எங்களைச் சேர்ந்தவர்களின் காலடியில் பட்டவர்களிடம் பேசும்போது நான் இப்போது பேசுவது போலத்தான் பேசுவேன்.

'ஆனால் அம்பத்தா, நீ இங்கே வரும்போது எதையேனும் விரும்பி-யிருக்கவேண்டும். நீ வரும் போது என்ன நினைத்து வந்தாயோ அதில் மனத்தைச் செலுத்து. இந்த இளம் பிராமணன் அம்பத்தா, தனது பண்பாட்டைப் பற்றிப் பெருமைப்பட்டுக் கொண்ட போதிலும் அவன் கீழ்த்தரமானவனாயிருக்கிறான்; சரியான பயிற்சி இல்லாததைத் தவிர இதற்கு வேறு என்ன காரணம் இருக்கமுடியும்?'

12. அம்பத்தாவுக்கு இது பிடிக்கவில்லை. அவமதிப்பாக நடந்ததாகத் தன்னைச் சொன்னது பற்றி அவனுக்குக் கோபம் வந்தது. புத்தபிரானுக்குத் தான் செய்வது பிடிக்கவில்லை என்ற எண்ணம் வந்ததும் அவன் அவரைக் கேலியும் கிண்டலுமாகவும், மட்டம் தட்டியும் பேசி இவ்வாறு கூறினான்: 'கோதமரே உம்முடைய சாக்கிய குலம் முரட்டுத்தனமானது, மரியாதை இல்லாதது; உம்முடைய சாக்கிய குலம் எளிதில் கோபமடைவது, வன்முறையானது. அவர்கள் கீழ்நிலையில் உள்ளவர்கள்; அவர்கள் பிராமணர்களை வணங்குவதோ, மதிப்பதோ, போற்றுவதோ, அவர்களுக்குப் பொருள்கள் கொடுப்பதோ, கௌரவம் செய்வதோ கிடையாது. கோதமரே, அது சரியானதல்ல, முறையானதல்ல'

இவ்வாறாக இளம் பிராமணன் அம்பத்தா சாக்கியர்களை முதல்முறையாகக் கீழ்நிலையில் உள்ளவர்கள் என்று குற்றம் கூறினான்.

13. 'அம்பத்தா, சாக்கியர்கள் உனக்கு என்ன குற்றம் செய்தார்கள்?

'கோதமரே, ஒருமுறை நான் போக்கர்சாதிக்காக ஓர் அலுவல் காரணமாக கபிலவஸ்துவுக்குச் சென்றேன். அங்கே சாக்கியர்களின் சபை கூடும் மண்டபத்துக்குள் சென்றேன். அப்போது அங்கே இளைஞர்களும் முதியவர்களுமான பல சாக்கியர்கள் இருந்தார்கள். அவர்கள் சிறப்பான இருக்கைகளில் அமர்ந்துகொண்டு உல்லாசமாகவும் வேடிக்கைப்

பேச்சுக்கள் பேசிக்கொண்டும் ஒருவருக்கொருவர் சீண்டிக்கொண்டும் இருந்தார்கள். உண்மையில் அவர்கள் என்னைப் பற்றித்தான் வேடிக்கை பேசினார்கள் என்று நினைக்கிறேன். அவர்களில் ஒருவர்கூட நான் அமர்வதற்கு இருக்கை தர முன்வரவில்லை. கோதமரே, கீழ்நிலையில் உள்ளவர்களான சாக்கியர்கள், பிராமணர்களை வணங்காமலும், மதிக்காமலும் இருப்பதும் அவர்களுக்குக் கொடைப்பொருள்களைக் கொடுக்காமலும் கௌரவம் செய்யாமலும் இருப்பதும் தகுந்ததோ, முறையானதோ அல்ல'.

இவ்வாறாக அம்பத்தா இரண்டாவது முறையாக சாக்கியர்கள் கீழ்நிலையில் உள்ளவர்கள் என்று குற்றம் கூறினான்.

14. 'அம்பத்தா, ஒரு சிறிய பெண்காடைப் பறவை கூட, தன்னுடைய கூட்டில் இருக்கும்போது தன் விருப்பம்போலக் கூவமுடியும். அங்கே சாக்கியர்கள் தங்களுடைய சொந்த ஊரான கபிலவஸ்துவில் இருக்கிறார்கள். இவ்வளவு சிறிய விஷயத்தைப் பற்றி நீ கோபப்படுவது தகுதியல்ல.'

15. கோதமரே, மக்களில் நான்கு தரத்தினர் உள்ளனர் - பிரபுக்கள், பிராமணர்கள், வணிகர்கள், பணிசெய்வோர். இந்த நான்கு தரத்தினரில் மூன்று தரத்தினர் அதாவது பிரபுக்கள், வணிகர்கள், பணிசெய்வோர் ஆகியவர்கள்-உண்மையில் பிராமணர்களுக்கு ஏவலாளர்களே. எனவே, கோதமரே, வெறும் கீழ்நிலை மக்களான சாக்கியர்கள் பிராமணர்களை வணங்காமலும், மதிக்காமலும் அவர்களுக்குக் கொடைப் பொருள்கள் கொடுக்காமலும் அவர்களைக் கௌரவிக்காமலும் இருப்பது தகுந்ததோ முறையானதோ அல்ல'

இவ்வாறாக இளம் பிராமணன் அம்பத்தா மூன்றாவது முறையாக சாக்கியர்களைக் கீழ்நிலையினர் என்று குற்றம் கூறினான்.

16. அப்போது புத்தபிரான் இவ்வாறு நினைத்தார்: 'இந்த அம்பத்தா சாக்கியர்கள் பணிந்து வேலைசெய்யும் வகுப்பைப் சேர்ந்தவர்கள் என்று கூறி அவர்களை இழிவாகப் பேசுவதில் குறியாயிருக்கிறான். நான் அவனுடைய குலவழி பற்றி அவனைக் கேட்டால் என்ன?' பின்பு அவர் அவனிடம் இவ்வாறு வினவினார்:

'அம்பத்தா நீ எந்தக் குடும்பத்தைச் சேர்ந்தவன்?'

'ஆம் அம்பத்தா, ஆனால் உன்னுடைய பழைய பெயரையும் குலவழியையும் உன்னுடைய தாய் வழியிலும் தந்தை வழியிலும், முன்னே சென்று பார்த்தால், ஒரு காலத்தில் சாக்கியர்கள் உங்களுடைய எஜமானர்களாக இருந்தார்கள் என்றும், நீ அவர்களுடைய அடிமைப் பெண்களில் ஒருத்தியின் வழியில் பிறந்தவன் என்றும் தெரிகிறது. ஆனால் சாக்கியர்கள், ஒக்ககா மன்னர்களின் பரம்பரையில் வந்தவர்கள்?'

‘அம்பத்தா, நீண்ட காலத்துக்கு முன் மன்னர் ஒக்ககா தம்முடைய அபிமானத்துக்குரிய ஒரு இராணியின் மகனுக்குப் பட்டம் கிடைக்கச் செய்யும் நோக்கத்துடன் தம்முடைய மூத்த புதல்வர்களை-ஒக்கமுகா, கரண்டா,ஹத்தினிகா, சினிபுரா ஆகியோரை-நாடு கடத்தினார். அவர்கள் இமயமலைச் சாரலை அடைந்து அங்கே ஓர் ஏரிக்கரையில் சாகோமரம் வளர்ந்திருந்ததோர் இடத்தில் வாழ்ந்தனர். தங்களின் குலத்தூய்மையைக் காப்பதற்காகத் தங்கள் சகோதரிகளையே மணந்து கொண்டனர்.

‘மன்னர் ஒக்ககா தமது அமைச்சர்களிடம் தமது புதல்வர்கள் எங்கே இருக்கிறார்கள்?’ என்று கேட்டார்.

இமயமலைச் சாரலில், ஏரிக்கரையில், ‘சாகோ’ மரம் வளர்ந்துள்ள ஒரு இடத்தில் அவர்கள் வாழ்கிறார்கள். குலத்தூய்மையைக் காப்பதற்காகத் தங்கள் சகோதரிகளையே (சாக்கிகள்) மணந்து கொண்டார்கள்!

‘இதைக்கேட்ட ஒக்ககா மன்னர் அவர்கள் வியந்து ‘அந்த இளைஞர்கள் சாகோ மரத்தின் இருதயங்கள் (சாக்கியர்கள்)’’ என்று கூறினார்.

‘அம்பத்தா, சாக்கியர்கள் என்ற பெயர் இதனால்தான் வந்தது. ஒக்ககா மன்னரிடம் திசா என்ற அடிமைப்பெண் இருந்தாள். அவளுக்குக் கருப்பான ஒரு குழந்தை பிறந்தது. பிறந்தவுடனேயே அது ‘அம்மா, என்னைக் குளிப்பாட்டு, என்னைச் சுத்தம் செய், நான் உனக்குச் சேவை செய்கிறேன்’ என்று பேசியது.

‘அந்தக் காலத்தில் பிசாசைக் ‘கருப்பானவன்’ (கன்ஹே) என்று குறிப்பிடுவார்கள். அந்தக் குழந்தை பிறந்தவுடனே பேசியதால் அதைப் பிசாசு என்ற பொருளில் ‘கன்ஹா’ - என்றார்கள். அதிலிருந்துதான் ‘கன்ஹாயனா’ என்ற பெயர் வந்தது. அந்தக் குழந்தைதான் கன்ஹாயனர்களின் மூதாதை. இவ்வாறாக, அம்பத்தா, உன்னுடைய புராதனப் பெயரையும் தாய், தந்தை ஆகிய இருவழிகளின் முன் வரலாற்றையும் பார்த்தால், சாக்கியர்கள் ஒரு காலத்தில் உன் மூதாதையர்களின் எஜமானர்களாக இருந்தார்கள் என்றும், நீ அவர்களுடைய அடிமைப் பெண்களில் ஒருத்தியின் பரம்பரையில் வந்தவன் என்றும் தெரிகிறது.’

17. அப்போது உடனிருந்த இளம் பிராமணர்கள் புத்த பிரானிடம், அம்பத்தா அடிமைப் பெண்ணின் பரம்பரையில் வந்தவன் என்று குறைவாகப் பேசவேண்டாம் என்று கேட்டுக் கொண்டு, அவன் நல்ல குடும்பத்தில் வந்தவன் என்றும், அவன் மந்திரங்களில் தேர்ச்சி பெற்றவன் என்றும், கல்வி மிக்கவன் என்றும், இந்த விஷயங்களில் அவன் அவருக்கு பதில் சொல்ல முடியும் என்றும் கூறினார்கள்.

18. அதற்குப் புத்தபிரான் கூறினார்: ‘உண்மைதான், நீங்கள், வேறுவிதமாக நினைத்தால், நீங்கள்தான் நமக்கிடையிலான பேச்சைத்

தொடர்ந்து நடத்தவேண்டும். ஆனால் நீங்கள் இப்படி நினைப்பதால் அம்பத்தா தானே பேசட்டும்.'

19. 'நாங்கள் வேறுவிதமாக நினைக்கவில்லை. அம்பத்தா தங்களுக்கு இந்த விஷயங்களில் பதில் கூறுவார்'.

20. புத்தபிரான் அம்பத்தாவிடம் இவ்வாறு கூறினார்: 'அம்பத்தா, இப்போது நியாயமான ஒரு கேள்வி எழுகிறது; உனக்கு விருப்பமில்லா விட்டாலும்கூட நீ பதில் சொல்ல வேண்டும். இல்லையென்றால் உன் தலை துண்டுகளாக வெடித்துவிடும். வயது முதிர்ந்த பிராமணர்களும், உன்னுடைய ஆசிரியர்களின் ஆசிரியர்களும், அவர்களின் ஆசிரியர்களும் பேசிக்கொள்ளும்போது கன்ஹாயனர்களின் மூதாதையர் யார்? அவர்கள் யாரிடமிருந்து தோன்றியதாகக் கூறப்படுகிறது என்பது பற்றி என்ன சொல்வதை நீ கேட்டிருக்கிறாய்?'

அம்பத்தா இந்தக் கேள்விக்கு பதில் கூறவில்லை. மீண்டும் புத்தபிரான் அதே கேள்வியைக் கேட்டார். அப்போதும் அம்பத்தா பதில் கூறவில்லை அப்போது புத்தபிரான் கூறினார்: 'அம்பத்தா இப்போது நீ பதில் கூறவேண்டும். ஒரு ததாகதர் (உண்மையை அடைந்தவர்) மூன்று முறை ஒரு நியாயமான கேள்வியைக் கேட்டு ஒருவன் பதில் கூறவில்லை என்றால் அவனுடைய தலை வெடித்துச் சிதறிவிடும்.'

21. அப்போது இடியை வைத்திருக்கும் தேவதை, அம்பத்தா பதில் கூறாமல் போனால் அவன் தலையைச் சிதறடிப்பதற்காக நெருப்பு மயமான இரும்பை வைத்துக்கொண்டு வானத்தில் நின்று கொண்டிருந்தது. புத்தபிரான் இதை அறிந்தார். அம்பத்தாவும் உணர்ந்தான். அவன் பயந்துபோய் புத்தபிரானின் பாதுகாப்பை நாடி அவரருகில் பதுங்கிக் கொண்டு, 'புத்தபிரானே என்ன கேட்டீர்கள்? திரும்பவும் சொல்லுங்கள்' என்றான். புத்தபிரான் தமது கேள்வியை மீண்டும் கேட்டார்.

'வணக்கத்துக்குரிய கோதமர் கூறியபடியேதான் நானும் கேட்டிருக்கிறேன். கன்ஹாயனர்கள் தோன்றிய வரலாறு அதுதான், அவர்களின் மூதாதை வரலாறு அதுதான்.'

22. அவன் இப்படிக் கூறியவுடன் அங்கிருந்த இளம் பிராமணர்கள் உரத்த குரலில் 'பிராமணன் அம்பத்தா உயர் குடும்பத்தில் வந்தவனல்ல, அடிமைப்பெண்ணின் பரம்பரையில் வந்தவன் என்று கூறுகிறார்கள். சமணகோதமர் நம்பத்தகாதவர் என்று நாங்கள் நினைக்கவில்லை'.

23. அப்போது புத்தபிரான் அவர்கள் அம்பத்தாவை அடிமைப்பெண்ணின் பரம்பரையில் வந்தவன் என்று இழிவாகப் பேசுவதில் அளவுமீறிப் போகிறார்கள் என்று நினைத்து இவ்வாறு கூறினார்: 'அம்பத்தாவின் குடும்பவழி பற்றி அவனைக் கடுமையாக இழித்துப் பேசாதீர்கள். கன்ஹா என்ற அந்தக் குழந்தை பிற்காலத்தில்

ஒரு பெரிய ரிஷி ஆயிற்று. அவர் தக்கணத்துக்குச் சென்று மந்திரங்கள் கற்றுக் கொண்டு ஒக்ககா மன்னரிடம் திரும்பிவந்து, அவருடைய மகளான 'மத்தரூபி'யைத் தமக்கு மணம் செய்து தருமாறு கேட்டார். 'என்னுடைய அடிமைப் பெண்ணின் மகன் என் மகளை மனைவியாகக் கேட்கிறான்,' என்று மன்னர் கோபமடைந்து தமது வில்லை எடுத்து அம்பைத் தொடுத்தார். ஆனால் அவர் அம்பை வில்லிலிருந்து விடுவிக்கவும் முடியவில்லை, நாணிலிருந்து எடுக்கவும் முடியவில்லை.

அப்போது அமைச்சர்களும் அவையோரும் கன்ஹரிஷியிடம் சென்று மன்னரைக் காப்பாற்றும்படி கேட்டுக் கொண்டார்கள்.

"மன்னருக்கு எந்தத் தீங்கும் வராது; ஆனால் அவர் அம்பைக் கீழ்நோக்கி எய்தால், அவருடைய நாடு முழுவதிலும் பூமி வறண்டு போகும்."

"ஐயா, மன்னரையும் நாட்டையும் காப்பாற்றுங்கள்."

"மன்னருக்கோ நாட்டுக்கோ எந்தத் தீங்கும் வராது, ஆனால் அவர் மேல்நோக்கி அம்பைச் செலுத்தினால் ஏழு ஆண்டுகளுக்கு மழை பெய்யாது."

"ஐயா மன்னரையும் நாட்டையும் காப்பாற்றுங்கள், மழையும் பெய்யட்டும்."

"அப்படியே ஆகும். ஆனால் மன்னர் தமது மூத்த மகனை நோக்கி அம்பைக் குறி வைக்கட்டும். அவனுக்கு அதனால் ஒரு தீங்கும் நேராது."

மன்னர் அவ்வாறே செய்தார். தீங்கு எதுவும் நேரவில்லை. ஆனால் மன்னர் தனக்கு அளிக்கப்பட்ட படிப்பினையினால் பயமடைந்து தமது மகள் மத்தரூபியை அவருக்கு மணம் செய்து கொடுத்தார். பிராமணர்களே, அம்பத்தா அடிப்பெண்ணின் பரம்பரையில் வந்தவர் என்று இழிவாகப் பேசாதீர்கள், அந்தக் கன்ஹா ஒரு பெரியரிஷி."

24. பின்னர் புத்தபிரான் அம்பத்தாவிடம் பின்வருமாறு கூறினார்: அம்பத்தா, ஒரு சத்திரிய இளைஞனுக்கு ஒரு பிராமணப் பெண்ணுடன் தொடர்பு ஏற்பட்டு, அந்தப் பெண்ணிடம் அவன் மூலம் ஒரு மகன் பிறக்கிறான் என்று வைத்துக்கொள். அந்த மகனுக்குப் பிராமணர்கள் (மரியாதையின் அடையாளமாக) இருக்கையும் தண்ணீரும் கொடுப்பார்களா?"

'ஆம், கோதமரே, கொடுப்பார்கள்.'

'ஆனால் பிராமணர்கள் இறந்தவர்களுக்காக அளிக்கும் விருந்தில் அவன் உண்பதற்கும், கடவுளுக்கு நிவேதித்த உணவை உண்பதற்கும், தங்களுக்கு அன்பளிப்பாக அனுப்பப்பட்ட உணவை அவன் உண்பதற்கும் அனுமதிப்பார்களா?

'ஆம், அனுமதிப்பார்கள்?

‘பிராமணர்கள் அவனுக்கு மந்திரங்களைக் கற்பிப்பார்களா?

‘ஆம், கற்பிப்பார்கள்.’

அவனை அவர்கள் தங்களுடைய பெண்களிடமிருந்து தனிமைப்படுத்தி வைப்பார்களா?

“மாட்டார்கள், கோதமரே.’

‘ஆனால் அவன் சத்திரியர்களுக்குரிய அபிடேகச் சடங்கைப் பெறுவதற்கு சத்திரியர்கள் அனுமதிப்பார்களா?’

‘நிச்சயமாக மாட்டார்கள், கோதமரே.’

‘ஏனென்றால் தாய் வழியில் அவனுடைய குலவழி தூய்மையாய் இல்லை.’

25. ‘அம்பத்தா, ஒரு பிராமண இளைஞனுக்கு ஒரு சத்திரியப் பெண்ணுடன் தொடர்பு ஏற்பட்டு அவன் மூலம் அவளிடம் ஒரு மகன் பிறந்தால் அவனுக்குப் பிராமணர்கள் (மரியாதையின் அடையாளமாக) இருக்கையும் தண்ணீரும் அளிப்பார்களா?

‘கொடுப்பார்கள், கோதமரே?

‘பிராமணர்கள் இறந்தவர்களுக்காக் கொடுக்கும் விருந்தில் அவன் உண்பதற்கும், கடவுள்களுக்கு நிவேதிக்கப்பட்ட உணவை அவன் உண்பதற்கும், அன்பளிப்பாக வந்த உணவை உண்பதற்கும் அனுமதிப்பார்களா?’

‘ஆம், அனுமதிப்பர்கள்.’

‘பிராமணர்கள் அவனுக்கு மந்திரங்களை கற்பிப்பார்களா?’

‘ஆம் கற்பிப்பார்கள்.’

‘ஆனால் அவன் சத்திரியர்களுக்குரிய அபிடேகச் சடங்கைப் பெறுவதற்கு சத்திரியர்கள் அனுமதிப்பார்களா?’

‘நிச்சயமாக மாட்டார்கள், கோதமரே.’

‘ஏன் மாட்டார்கள்?’

‘ஏனென்றால் தந்தை வழியில் அவனுடைய குலவழி தூய்மையாயில்லை.’

26. அப்படியானால், அம்பத்தா, பெண்களைப் பெண்களுடன் ஒப்பிட்டுப் பார்த்தாலும், ஆண்களை ஆண்களுடன் ஒப்பிட்டுப் பார்த்தாலும் சத்திரியர்கள் உயர்ந்தவர்களாகவும், பிராமணர்கள் தாழ்ந்தவர்களாகவும் இருக்கிறார்கள்.

‘ஒரு பிராமணன் ஏதாவது குற்றம் செய்ததற்காக, அவனுடைய தலையை மழித்து, தலைமேல் சாம்பலைப் போட்டு, பிராமணர்கள் அவனை நாட்டைவிட்டு வெளியேற்றினார்கள் என்று வைத்துக்கொள்.

அவனுக்கு பிராமணர்களிடையே இருக்கையும் தண்ணீரும் அளிக்கப்படுமா?

'நிச்சயமாக அளிக்கப்படாது.'

"இறந்தவர்களுக்காக அளிக்கப்படும் விருந்தில் அவன் உண்பதற்கும், கடவுள்களுக்கு நிவேதனம் செய்யப்பட்ட உணவையும், அன்பளிப்பாக வந்த உணவையும் அவன் உண்பதற்கும் பிராமணர்கள் அனுமதிப்பார்களா?

'நிச்சயமாக அனுமதிக்க மாட்டார்கள்.'

'அவனுக்குப் பிராமணர்கள் மந்திரங்களைக் கற்பிப்பார்களா?

'நிச்சயமாகக் கற்பிக்கமாட்டார்கள்'

'தங்களுடைய பெண்களிடமிருந்து அவனைத் தனிமைப் படுத்துவார்களா?'

'ஆம், தனிமைப் படுத்துவார்கள்.'

27. 'அம்பத்தா, இதேபோல சத்திரியர்கள் ஒரு சத்திரியனை நாடு கடத்தினால் அவனுக்கு பிராமணர்களுக்குகிடையே இருக்கையும் கண்ணீரும் அளிக்கப்படுமா?'

'ஆம், அளிக்கப்படும்'

'இறந்தவர்களுக்காக அளிக்கப்படும் விருந்தில் அவன் உண்பதற்கும், கடவுளுக்கு நிவேதிக்கப்பட்ட உணவையும் அன்பளிப்பாக வந்த உணவையும் அவன் உண்பதற்கும் அனுமதிப்பார்களா?

'ஆம், அனுமதிப்பார்கள்.'

'பிராமணர்கள் அவனுக்கு மந்திரங்களைக் கற்பிப்பார்களா?'

'ஆம், கற்பிப்பார்கள்.' 'அவர்களின் பெண்களிடமிருந்து அவனைத் தனிமைப்படுத்துவார்களா?

'மாட்டார்கள்.'

'அம்பத்தா, அந்த சத்திரியன், மிகவும் நிலைதாழ்த்தப்பட்டு, தலை மழிக்கப்பட்டு, தலைமேல் சாம்பல் கூடை வைக்கப்பட்டு வெளியேற்றப் பட்டவன். ஆகவே சத்திரியர்கள் மிகவும் நிலைத்தாழ்த்தப்பட்டாலும் கூட அவர்கள் உயர்ந்தவர்கள் என்றும், பிராமணர்கள் அவர்களைவிடத் தாழ்ந்தவர்கள் என்றும் ஆகிறது.

28. மேலும் பிராமண கடவுள்களில் ஒருவரான சனம்-குமாரா தான் பின்வரும் சுலோகத்தைக் கூறியிருக்கிறார்.

"வம்ச வழியில் நம்பிக்கை வைக்கும் மக்களில் சத்திரியன் மிகச் சிறந்தவன்.

ஆனால், ஞானத்திலும், அறநெறி ஒழுக்கத்திலும் குறையற்றவனே தேவர்களிலும் மனிதர்களிலும் மிகச் சிறந்தவன்.

'அம்பத்தா, பிராமண சனம்-குமாரா இந்த சுலோகத்தில் சரியாகத்தான் சொல்லியிருக்கிறார்; தவறாகச் சொல்லவில்லை. அது பொருள் நிறைந்தது, பொருளற்றதல்ல. இதை நானும் ஒப்புக்கொள்கிறேன்.

'நானும் தான், ' என்கிறான் அம்பத்தா.

'வம்ச வழியில் நம்பிக்கை வைக்கும் மக்களில் சத்திரியன் மிகச் சிறந்தவன்.

ஆனால், ஞானத்திலும் அறநெறி ஒழுக்கத்திலும் குறையற்றவனே தேவர்களிலும் மனிதர்களிலும் மிகச் சிறந்தவன்.''

உரையின் முதல் பகுதி நிறைவடைந்தது

1.'ஆனால் கோதமரே, அந்த சுலோகத்தில் கூறப்படும் அறநெறி ஒழுக்கம் எது? ஞானம் எது?'

'ஞானமும் அறநெறி ஒழுக்கமும் உயர்ந்த நிறைவை அடைந்த நிலையில் பிறப்பைப் பற்றியோ, வம்ச பரம்பரையைப் பற்றியோ பேசப்படுவதில்லை. "நீ என்னைப் போல உயர்ந்தவன்" என்றோ' ''நீ என்னைப் போல் உயர்ந்தவன் அல்ல" என்றோ கூறும் பெருமைப் பேச்சுக்கும் அங்கு இடம் இல்லை. திருமணம் செய்து கொள்ளும்போது அல்லது திருமணம் செய்துகொடுக்கும் போதுதான் இம்மாதிரிப் பேச்சுக்களுக்கு இடம் உண்டு. அம்பத்தா, யாரெல்லாம் பிறப்பு, வம்ச பரம்பரை என்ற கருத்துக்களுக்கு, அல்லது சமூக அந்தஸ்துப் பெருமைக்கு, திருமணத் தொடர்புப் பெருமைக்கு அடிமையாய் இருக்கிறார்களோ, அவர்களெல்லாம் சிறந்த ஞானத்திலிருந்தும் அறநெறி ஒழுக்கத்திலிருந்து வெகு தூரத்தில் இருக்கிறார்கள். இத்தகைய அடிமைத்தனங்கள் எல்லாவற்றையும் ஒழிப்பதன் மூலம்தான் ஒருவன் உயர்ந்த நிறைவுள்ள ஞானத்தையும் நடத்தையும் அடையமுடியும்.'

2. 'ஆனால், கோதமரே, அந்த நடத்தை என்ன? அந்த ஞானம் என்ன? (இதைத் தொடர்ந்து 'அறநெறி' (சீலம்) என்பதன் கீழ் பின்வருவன வருகின்றன)

புத்தரின் தோற்றம், அவரது உபதேசம், கேட்பவர் புத்த தர்மத்துக்கு மாறுவது, அவர் உலகைத் துறப்பது பற்றிய முன்னுரைப் பாராக்கள் ('சமணபலா'வின் 40.42, புத்தகத்தின் பக்கம் 62, 63) இதைத் தொடர்ந்து வருவன

1. மேலே கூறிய சீலங்கள் புத்தகத்தின் பக்கம் 4-12 (8-27). பல்லவிபோல மீண்டும் மீண்டும் கூறப்படும் வாசகம் மட்டும்

மாறுகிறது. இங்கே திரும்பக் கூறப்பட்டுள்ள இந்தப் பகுதியில் ஒவ்வொரு பிரிவின் முடிவிலும் 'இது அவனுக்கு ஒரு அறநெறியாகக் கருதப்படுகிறது' என்ற வாசகம் வருகிறது.

பின்பு 'நடத்தை' (கருணா) என்பதன் கீழ்

2. மேலே கூறப்பட்ட 'தன்னம்பிக்கை' பற்றிய பத்தி புத்தகத்தின் பக்கம் 69, (63) இது முதல் பல்லவி இவ்வாறு வருகிறது: இது அவனுக்கு நடத்தையாகக் கருதப்படுகிறது.

3. மேலே கூறப்பட்ட 'புலன் கதவுகள் மூடப்பட்டுள்ளன' என்பது பற்றிய பத்தி, புத்தகத்தின் பக்கம் 70, (64).

4. 'கவனமாகவும் சுயகட்டுப்பாடுடனும் இருப்பது' பற்றிய பத்தி, புத்தகத்தின் பக்கம் 70, (65).

5. மேலே கூறப்பட்ட 'போதும் என்ற மனம்' பற்றிய பத்தி

6. மேலே கூறப்பட்ட 'தனிமை' பற்றிய பத்தி புத்தகத்தின் பக்கம் 71-72, (67)

7. மேலே கூறப்பட்ட 'ஐந்து இடையூறுகள்' பற்றிய பத்தி புத்தகத்தின் பக்கம் 71-72, (68-74)

8. 'நான்கு மனமொன்றிய தியானங்கள்' பற்றிய பத்தி,73-76, பக்கம் 7582. இவை ஒவ்வொன்றின் இறுதியிலும் வரும் பல்லவியான "(முன்னதைவிட உயர்ந்தும் நல்லதும் ஆகும்') என்பது துறவியின் வாழ்க்கையில் உயர்ந்த பலன் என்று பொருள்படாமல், உயர்ந்த நடத்தை என்று பொருள் படுவதாகக் கொள்ளவேண்டும்.

ஞானம் (விக்கா) என்பதன் கீழ்

9. மேலே கூறப்பட்ட 'அறிவின் மூலம் கிடைக்கும் தெளிந்த பார்வை? (நானதஸ்ஸனம்) பற்றிய பத்திகள் புத்தகத்தின் பக்கம் 76 (83, 84) இது முதல் பல்லவி 'இது அவனுக்கு ஞானமாகக் கருதப்படுகிறது, இது முன்னதைவிட உயர்ந்ததும் இனிமையானதும் ஆகும்' என்று வருகிறது.

10. மேலே கூறப்பட்ட 'மனத்தோற்றம்' என்பது பற்றிய பக்கம் 77. (85-86)

11. மேலே கூறப்பட்ட 'அற்புதப் பேறுகள்' (இத்தி) பற்றிய பாராக்கள் (87,88) பக்கம் 77.

12. மேலே கூறப்பட்ட 'தெய்வீகச் செவி' (திப்பசோதா) பற்றிய பாராக்கள் (89,90) பக்கம் 79.

13. மேலே கூறப்பட்ட 'பிறர் உள்ளங்களை அறிதல்' (கடோபரியநானம்) பற்றிய பாராக்கள் (93,94),பக்கம் 81.

14. ‘தனது சொந்த முன் பிறவிகள் பற்றிய நினைவு’ *(புப்பே-நிவாசஅனுசதி-நாமா)* பற்றிய பாராக்கள் *(93,94)* பக்கம் *81.*

15. மேலே கூறப்பட்ட ‘தெய்வீகக் கண்’ *(திப்பகாக்கு)* பற்றிய பாரா *(95, 96)* பக்கம் *82.*

16. ‘கொடிய வெள்ளங்களை அழித்தல்’ *(அசவனம் கய-நானம்)* பற்றிய ஜி பாராக்கள் *(97,98)* பக்கம் *83.*

அம்பத்தா, இத்தகைய மனிதன் ஞானத்தில் நிறைவடைந்தவனாக, நடத்தையில் நிறைவடைந்தவனாக, ஞானத்திலும் நடத்தையிலும் நிறைவடைந்தவனாகக் கூறப்படுகிறான். இதைவிட உயர்ந்ததாகவும் இனியதாகவும் ஞானத்திலும் நடத்தையிலும் நிறைவு எதுவும் இல்லை.

3. ‘அம்பத்தா, ஞானத்திலும் நன்மையிலும் இந்த உயர்ந்த நிறைவுக்கு, ஒழுகி வீணாகிப் போகும் வழிகள் நான்கு உள்ளன. அந்த நான்கு யாவை?

‘அம்பத்தா, ஒரு துறவியோ பிராமணனோ ஞானத்திலும், நடத்தையிலும் உயர்ந்த நிறைவை அடையாமல், சந்நியாசியின் தீக்கோல், தண்ணீர்க்கலம், ஊசி முதலான பொருள்களைக் காவடியில் தோளில் தூக்கிக் கொண்டு, தாமே கீழே விழுந்த பழங்களை மட்டும் உண்டு வாழ்வேன் என்று விரதம் கொண்டு காட்டுக்குச் சென்றால், ஞானத்தையும் நன்னெறி ஒழுக்கத்தையும் அடைந்தவனுக்குத் தொண்டு செய்யவே தகுதியாகிறான்.’

‘அம்பத்தா, ஒரு துறவியோ பிராமணனோ ஞானத்திலும் நடத்தையிலும் உயர்ந்த நிறைவை அடையாமலும், விழுந்த பழங்களை மட்டும் உண்டு வாழும் வாழ்க்கை வாழ முடியாமலும்; களைக்கொட்டுக் கருவியும் கூடையும் எடுத்துக்கொண்டு, கிழங்குளையும் வேர்களையும் உண்டு வாழ்வேன் என்று விரதம் பூண்டு காட்டுக்குச் சென்றால், அவன், ஞானத்தையும் ஒழுக்கத்தையும் அடைந்தவனுக்குப் பணி செய்யவே தகுந்தவன் ஆகிறான்’.

‘ஒரு துறவியோ பிராமணனோ ஞானத்திலும் நடத்தையிலும் உயர்ந்த நிறைவை அடையாமலும், விழுந்த பழங்களை உண்டு வாழமுடியாமலும்,‘ கிழங்குகளையும் வேர்களையும் உண்டு வாழமுடியாமலும், ஊரின் எல்லையில் தீ வளர்க்கும் ஆலயம் அமைத்துக்கொண்டு அக்னி தேவனுக்குச் சேவை செய்து கொண்டிருந்தால், அவன், ஞானத்தையும் ஒழுக்கத்தையும் அடைந்தவனுக்குப் பணி செய்யவே தகுதியுள்ளவன் ஆகிறான்.’

‘ஒரு துறவியோ பிராமணனோ ஞானத்திலும் நடத்தையிலும் உயர்ந்த நிறைவை அடையாமலும், விழுந்த பழங்களை அல்லது கிழங்குகளை உண்டு வாழமுடியாமலும், அக்னிக்குச் சேவை செய்து

கொண்டிருக்க முடியாமலும், நாற் சந்தியில் நான்கு வாசல்களையுடைய தர்மசாலை அமைத்துக்கொண்டு, 'வருவோருக்கெல்லாம் என்னால் முடிந்த அளவு வழங்குவேன்' என்று கூறுவானானால், அவன் ஞானத்தையும் ஒழுக்கத்தையும் அடைந்தவனுக்குப் பணி செய்யவே தகுந்தவன் ஆகிறான்.'

'அம்பத்தா, ஞானத்திலும் நடத்தையிலும் உயர்ந்த நிறைவை அடைய முடியாமல் ஒழுகிப்போகச் செய்யும் நான்கு வழிகள் இவை.'

4. 'அம்பத்தா, ஞானத்திலும் நடத்தையிலும் உயர்ந்த நிறைவை ஆடைவது பற்றி உனக்குக் கற்பிக்கப்பட்டுள்ளதா?

'இல்லை கோதமரே, நான் கற்றது எவ்வளவு குறைவு! ஞானத்திலும் நடத்தையிலும் இவ்வாறு நிறைவடைவது எவ்வளவு உயர்ந்தது?'

'நிறைவான ஞானத்தையும் நடத்தையையும் நீ அடையாவிட்டாலும் காட்டில் போய், தாமே விழுந்த பழங்களை மட்டும் உண்டு வாழ்வதற்கு உனக்குப் பயிற்சி அளிக்கப்பட்டுள்ளதா?

'அது கூட இல்லை, கோதமரே'

'ஞானத்திலும் நடத்தையிலும் நிறைவடையாவிட்டாலும், காட்டில் விழுந்த பழங்களை மட்டும் உண்டு வாழமுடியாவிட்டாலும், கிழங்குகளையும் வேர்களையும் உண்டு வாழ்வதற்கு உனக்குப் பயிற்சி அளிக்கப்பட்டுள்ளதா?

'அதுகூட இல்லை, கோதமரே'.

'அவையெல்லாம் இல்லாவிட்டாலும் ஊரின் எல்லையில் தீ வளர்க்கும் ஆலயம் அமைத்து, அக்னி தேவனுக்குச் சேவை செய்து கொண்டிருக்கக் கற்பிக்கப்பட்டதா?

'அதுகூட இல்லை கோதமரே.'

'அவையெல்லாம் இல்லையென்றாலும், நாற்சந்தியில் நான்குவாசல்கள் கொண்ட தர்மசாலை அமைத்து வழியில் போவோருக்கெல்லாம் உன்னால் முடிந்தமட்டும் கொடுத்துக் கொண்டிருக்க உனக்குக் கற்பிக்கப்பட்டதா?.

'அது கூட இல்லை, கோதமரே.'

5. 'ஆகவே அம்பத்தா, ஞானத்திலும் நடத்தையிலும் உயர்ந்த நிறைவை அடைவதில் நீ பயிற்சி பெறவில்லை என்பது மட்டுமின்றி, அதை அடைவதற்கு இடையூறாக உள்ள நான்கு வழிகளில் எதையும் கூட நீ அறிந்திருக்கவில்லை. உன்னுடைய ஆசிரியர் போக்கர்சாதி உனக்கு இதைச் சொல்லியிருக்கிறார்: "மழித்த தலையர்களும், போலிச் சந்நியாசிகளும், தாழ்ந்த கறுப்பு ஆட்களும், நமது உறவினர்களின் காலடியில் பட்டவர்களுமான இவர்கள் யார்?

இவர்கள் மூன்று வேதங்களைக் கற்ற பிராமணர்களுடன் பேச வருகிறார்கள்! ஆனால் அவர் தமது சிறிய கடமைகளான இவற்றில் ஒன்றைக்கூட நிறைவேற்றவில்லை. (இதனால் பெரிய கடமைகளும் கவனிக்கப்படாமல் போகும்). உனது ஆசிரியரான பிராமணர் போக்கர்சாதி உனக்கு எவ்வளவு பெரிய தீங்கு செய்திருக்கிறார் பார், அம்பத்தா'

6. 'அம்பத்தா, பிராமணர் போக்கர்சாதி கோசல மன்னர் பசேனதியின் மானியத்தில் வாழ்ந்து வருகிறார். ஆனால் அரசர் அவரைத் தம் எதிரில் வர அனுமதிப்பதில்லை. அரசர் அவருடன் ஆலோசனை செய்யும்போது ஒரு திரைக்குப் பின்னால் இருந்தே பேசுகிறார். சட்டப்படியான, தூய்மையான மானியத்தைத் தம்மிடமிருந்து பெற்றிருப்பவரை மன்னர் தம் எதிரில் வர அனுமதிக்காதது ஏன்? அம்பத்தா, உனது ஆசிரியர்பிராமணர் போக்கர்சாதி இதில் உனக்கு எவ்வளவு பெரிய தீங்கு செய்திருக்கிறார் பார், அம்பத்தா.'

7. 'அம்பத்தா, மன்னர் யானை மீதோ, குதிரை மீதோ அமர்ந்து அல்லது தேரில் நின்றுகொண்டு, முக்கிய பிரமுகர்களுடன் அல்லது சிற்றரசர்களுடன் ஏதேனும் அரசாங்க விஷயம் பற்றிப் பேசுகிறார் என்று வைத்துக்கொள். அவர் அந்த இடத்திலிருந்து ஒருபக்கமாகச் சென்றபின் ஒரு பணியாள் (சூத்திரன்) அல்லது பணியாளின் அடிமை அந்த இடத்தில் நின்று கொண்டு 'மன்னன் பசேனதி இப்படியிப்படி சொன்னார்' என்று கூறுகிறான் என்று வைத்துக்கொள். அவன் மன்னர் சொன்ன அதே வார்த்தைகளைத் திரும்பச் சொன்னாலும் அவன் அதனால் மன்னராகவோ அல்லது அவருடைய அதிகாரிகளில் ஒருவனாகவோ ஆகிவிடுவானா?'

'ஆக மாட்டான், கோதமரே.'

8. 'அம்பத்தா, பிராமணர்களின் ரிஷிகள் மந்திரங்களை இயற்றினார்கள், உச்சாடனம் செய்தார்கள். இப்போதுள்ள பிராமணர்கள் அவர்களைப்போலவே-அட்டகர், வாமகர், வாமதேவர், யமத்தகி, அங்கீரசர், பரத் வாஜர், வசிட்டர், விசுவாமித்திரர், கசியபர், பிருகு ஆகிய ரிஷிகளைப்போல-அந்த மந்திரங்களை உச்சரித்துத் திருப்பிக் கூறினாலும், 'அவர்களுடைய மந்திரங்களை நான் மனப்பாடமாகக் கற்றிருக்கிறேன்' என்று நீ கூறினாலும், அதனாலேயே நீ ஒரு ரிஷி ஆகிவிடவோ, முனிவரின் நிலையை அடைந்து விடவோ முடியாது.'

9. 'அம்பத்தா, வயது முதிர்ந்த பிராமணர்களும், உனது ஆசிரியரின் ஆசிரியர்களும் அவர்களின் ஆசிரியர்களும் பேசும்போது நீ என்ன கேட்டிருக்கிறாய்? நீங்கள் உருப்போட்டுத் திருப்பிச் சொல்லும் மந்திரங்களை இயற்றிய பழங்கால ரிஷிகள், நீயும் உன் ஆசிரியரும்

இப்போது செய்வதுபோல, நல்ல ஆடையணிகள் அணிந்து, வாசனைத் திரவியங்கள் பூசிக்கொண்டு, முடியும் தாடியும் அழகு செய்துகொண்டு, மாலைகளும் அணிந்து கொண்டு, வெள்ளை ஆடை உடுத்திக்கொண்டு, ஐம்புலன்களின் இன்பங்களை முழுவதுமாக அனுபவித்துக்கொண்டு வாழ்ந்தார்களா?

'அப்படியில்லை, கோதமரே.'

'அல்லது அவர்கள், நீயும் உன் ஆசிரியரும் இப்போது செய்வது போல, மாசு, மறு நீக்கப்பட்ட உயர்ந்த வகை அரிசியில் சமைத்த உணவை, பலவிதமான சுவைமிக்க கறி வகைகளுடன் உண்டு வாழ்ந்தார்களா?'

'அப்படியில்லை, கோதமரே.'

'அல்லது அவர்கள், உன்னையும் உன் ஆசிரியரையும் போல, சுருக்கு வைத்து அழகு செய்யப்பட்ட ஆடைகளை அணிந்த பெண்கள் பணி செய்ய, வாழ்ந்தார்களா?

'அல்லது அவர்கள், நீயும் உன் ஆசிரியரும் செய்வதுபோல பெண் குதிரைகள் பூட்டிய தேர்களில் அமர்ந்து, நீண்ட கோல்களைக் கையில் பிடித்துத் தேரைச் செலுத்திச் சென்றார்களா?

'அப்படியில்லை, கோதமரே.'

'அல்லது நீயும் உன் ஆசிரியரும் அரணும் அகழியும் குறுக்குச் சட்டம் போட்டு அடைக்கப்பட்ட கதவுகளும் பாதுகாப்பாக அமைந்த நகரங்களில், வாளேந்திய வீரர்கள் காவல் காத்து நிற்க வாழ்வது போல அவர்கள் வாழ்ந்தார்களா?'

'அப்படியில்லை, கோதமரே,'

10. 'ஆகவே, அம்பத்தா, நீயோ உன் ஆசிரியரோ ரிஷி அல்ல. ரிஷிகள் வாழ்ந்தது போல நீங்கள் வாழவில்லை. உனக்கு ஏதேனும் சந்தேகம் இருந்தால் என்னிடம் கேள், நான் விளக்குகிறேன்.'

11. பின்னர் புத்தபிரான் தமது அறையிலிருந்து சென்று அங்குமிங்குமாக உலாவினார். அம்பத்தாவும் அவருடனே உலாவினான். அப்போது அவன் அவருடைய உடம்பில் மகான்களின் உடம்பில் காணப்படும் முப்பத்திரண்டு அடையாளங்கள் உள்ளனவா இல்லையா என்று கவனித்துப் பார்த்தான். அவற்றில் இரண்டு தவிர மற்ற அனைத்தும் இருப்பதை அவன் கண்டான். இந்த இரண்டு பற்றி- மறைவாக உள்ள உறுப்பு பற்றியும், நாக்கின் நீளம் பற்றியும் அவன் நிச்சயமாக அறியமுடியாமல் சந்தேகத்தில் இருந்தான்.

12. அவன் இவ்வாறு சந்தேகக் குழப்பத்தில் இருப்பதைப் புத்தபிரான் அறிந்தார். அப்போது அவர் தம்முடைய அற்புத சக்தியின் மூலம் அவன் அவற்றைக் கண்டு கொள்ளச் செய்தார். ஆடையால் மறைக்க வேண்டிய

உறுப்பு ஒரு உறையால் மூடப்பட்டிருப்பதை அவன் கண்டான். புத்தபிரான் தமது நாக்கை நீட்டி அதைக் கொண்டு, தமது இரண்டு காதுகளையும், மூக்கு துவாரங்களையும், நெற்றியையும் தொட்டார்.

அம்பத்தா, சமணகோதமரிடம் முப்பத்திரண்டு அடையாளங்களில் சில மட்டும் இருப்பதாக இல்லாமல் அவை அனைத்துமே பொருந்தியுள்ளன என்று எண்ணினான். பின்பு அவரிடம் விடை பெற்றுக்கொண்டு, தனது தேரில் ஏறிப் புறப்பட்டுச் சென்றான்.

13. அப்போது பிராமணர் போக்கர்சாதி, பிராமணர்கள் பலர் புடைசூழ, உக்கட்டாவிலிருந்து புறப்பட்டுச் சென்று தம்முடைய ஆசிரமத்தில் அமர்ந்து அம்பத்தாவின் வருகைக்காகக் காத்துக்கொண்டிருந்தார். அம்பத்தா அவர் இருக்குமிடத்துக்கு வந்து, வணக்கம் செலுத்தி, அவருக்கு ஒருபுறமாக மரியாதையுடன் அமர்ந்தான்.

14. 'அம்பத்தா, நீ புத்தபிரானைப் பார்த்தாயா?'

'பார்த்தேன், ஐயா.'

'அவரைப் பற்றிக் கூறப்படுவது போலவே அவர் இருக்கிறாரா? இல்லையா?'

'அவரைப் பற்றி கூறப்படுவது போலவே அவர் இருக்கிறார். மகானுக்குரிய முப்பத்திரண்டு அடையாளங்களில் சில மட்டுமின்றி, அனைத்துமே அவரிடம் பொருந்தியிருக்கின்றன.

'அம்பத்தா, நீ சமண கோதமருடன் பேசினாயா?'

'பேசினேன், ஐயா'

'என்ன பேசினீர்கள்?'

புத்தபிரானும் தானும் பேசிய எல்லாவற்றையும் அம்பத்தா, பிராமணர் போக்கர்சாதியிடம் கூறினான்.

15. அதைக்கேட்ட போக்கர்சாதி "ஓ அப்பாவியே, ஓ மடையா, மூன்று வேதங்களில் நிபுணனே, இப்படி நடந்து கொள்கிறவன் இறந்தபின் துன்பமும் துயரமும் நிறைந்த பிறவி எடுப்பான் என்று கூறுகிறார்கள். நீ சொன்ன வாதங்கள் கோதமர் வெளிப்படுத்திய உண்மைகளுக்கு இட்டுச் செல்லாமல் வேறென்ன செய்யும்? எத்தகைய அப்பாவி, எத்தகைய மடையன், எத்தகைய வேத நிபுணன்!" இவ்வாறு பேசி, மிகுந்த கோபத்துடன் அவர் அம்பத்தாவைக் காலால் உதைத்துக் கீழே தள்ளினார். புத்தபிரானை உடனே சென்று பார்க்க விரும்பினார்.

1. அப்போது அங்கேயிருந்த பிராமணர்கள் கோதமரைப் பார்ப்பதற்கு அவர் போகவேண்டாமென்றும், அதிக நேரம் ஆகிவிட்டதால் மறுநாள் போகலாம் என்றும் சொன்னார்கள்.

போக்கர்சாதி தமது வீட்டிலிருந்து, தீவட்டிகளின் வெளிச்சத்தில் கொண்டு வரப்பட்ட இனிய உணவுகளை உண்டார். பின்பு அவர் தமது தேரைச் செலுத்திக் கொண்டு இக்கனாங்கலா வனத்தை அடைந்து, அங்கே புத்தபிரான் இருந்த இடத்துக்குச் சென்றார். அவருடன் வணக்கமும் மரியாதை வார்த்தைகளும் பரிவர்த்தனை செய்து கொண்டபின் அவருக்கருகே ஒரு புறத்தில் அமர்ந்து இவ்வாறு கூறினார்.

17. 'கோதமரே, நீங்கள் அவனுடன் பேசினீர்களா?'

'பேசினேன் பிராமணனே!'

'பேச்சு எப்படி நடந்தது?'

18. புத்தபிரான், நடந்த பேச்சுக்கள் எல்லாவற்றையும் அவரிடம் கூறினார்.

'அவன் வயதில் இளையவன், அறிவில்லாதவன், அவனை மன்னியுங்கள் கோதமரே.'

'இளம் பிராமணன் அம்பத்தா நன்றாயிருக்கட்டும்'.

19. போக்கர்சாதி புத்தபிரானின் உடம்பில் மகானுக்குரிய முப்பத்திரண்டு அடையாளங்கள் உள்ளனவா என்று கவனித்தார். அவற்றில் இரண்டைத்தவிர மற்றவையெல்லாம் இருப்பதைக் கண்டார். அந்த இரண்டைப்பற்றியும் அவருக்கிருந்த சந்தேகத்தைப் புத்தபிரான் அம்பத்தாவுக்குத் தீர்த்துவைத்தது போலவே தீர்த்து வைத்தார். பின்பு போக்கர்சாதி, புத்தபிரானும், சங்கத்தின் உறுப்பினர்களும் மறுநாள் தம்முடன் உணவு உண்ணவரவேண்டும் என்று கேட்டுக் கொண்டார். புத்தபிரான் தமது மௌனத்தின் மூலம் சம்மதம் தெரிவித்தார்.

20. மறுநாள் போக்கர்சாதி புத்தபிரானுக்கு நேரத்தை அறிவித்து உணவு தயாராகி விட்டது என்று கூறி அழைத்து வரச் சொன்னார்.

அதிகாலையிலேயே காலைக்கடன்களை முடித்து ஆடையணிந்து இருந்த புத்தபிரான் தமது மேலங்கியை அணிந்து கொண்டு, கப்பரையை எடுத்துக் கொண்டு, சகோதரர்களுடன் போக்கர்சாதியின் இல்லத்துக்குச் சென்று, தமக்கென அமைக்கப்பட்டிருந்த இருக்கைகையில் அமர்ந்தார். பிராமணர் போக்கர்சாதி அவருக்கும் சகோதரர்களுக்கும் தமது கையாலேயே அவர்கள் போதுமென்று கூறுமட்டும் இனிய உணவுகளைப் படைத்தார். புத்தபிரான் உண்டு முடித்துக் கப்பரையையும் கைகளையும் சுத்தம் செய்து அமர்ந்த பின் போக்கர்சாதி அவரருகே தாழ்வான ஒரு இருக்கையில் அமர்ந்தார்.

21. புத்தபிரான் அவருக்குத் தர்ம உபதேசம் செய்தார். தாராள உள்ளம், நன்னடத்தை, சுவர்க்கம், அபாயம், வீண் பெருமை, காமத்தால் ஏற்படும் தூய்மையின்மை, துறவின் சிறப்பு ஆகியவற்றை

எடுத்துக்கூறினார். பிராமணர் போக்கர்சாதியின் உள்ளம் மென்மையடைந்து, வெறுப்பு நீங்கி, உயர்ந்த நிலை அடைந்து, நம்பிக்கை நிறைந்ததாக ஆகியிருப்பதை உணர்ந்த புத்தபிரான் அவருக்குப் புத்தர்கள் மட்டுமே அறிந்த உண்மைகளை அறிவித்தார். துக்கம், துக்க உற்பத்தி, துக்க நிவாரணம், மார்க்கம் ஆகியவற்றை அறிவித்தார். சுத்தமாக வெளுக்கப்பட்ட துணிசாயத்தை எளிதாக ஏற்றுக் கொள்வதுபோல, பிராமணர் போக்கர் சாதி அங்கே அமர்ந்தவாறே உண்மையைக் காணும் தூய்மையான, மாசற்ற கண்ணைப் பெற்றார். "தொடக்கம் என்ற ஒன்று உள்ள அனைத்திலும் முடிவு என்பதும் உள்ளடங்கியிருக்கிறது" என்று அவர் அறிவித்தார்.

22. உண்மையை முற்றுமாக அறிந்து, அதில் ஆழ்ந்து மூழ்கி, சந்தேகம் நீங்கி, தன்னம்பிக்கை பெற்று, ஆசானின் போதனை பற்றிய அறிவுக்கு வேறு யாரையும் சார்ந்திராத நிலையை அடைந்த பிராமணர் போக்கர்சாதி புத்தபிரானைப் பார்த்துப் பின்வருமாறு கூறினார்:

'கோதமரே (தங்கள் வாய் வார்த்தைகள்) மிக அருமை, மிக அருமை! கீழே சாய்ந்து போனதை ஒரு மனிதன் நேரே நிறுத்தியது போல, மறைத்து வைக்கப்பட்டதை வெளிப்படுத்தியது போல, இருளில் விளக்கேற்றி வைத்தது போல, பகவான் எனக்கு உண்மையைத் தெளிவாக்கினீர்கள். நானும் என் மனைவி மக்களும், தோழர்களும் வணக்கத்துக்குரிய கோதமரை வழிகாட்டியாகக் கொண்டு தர்மத்தையும் சங்கத்தையும் ஏற்கிறோம். இன்று முதல் என் உயிர் உள்ளளவும் கோதமர் என்னைச் சீடனாக ஏற்பாராக. உக்கட்டாவில் மற்றக் குடும்பங்களுக்கும் சீடர்களின் இல்லங்களுக்கும் வருவது போலவே எனது இல்லத்துக்கும் வரவேண்டும். வணக்கத்துக்குரிய கோதமருக்கு வணக்கம் செய்யும் அனைவரும் பிராமணர்கள் அல்லது அவர்களின் மனைவியர்கள் ஆகியோரும், எழுந்து நின்று மரியாதை செய்பவர்கள், இருக்கையும் தண்ணீரும் கொடுப்பவர்கள் ஆகியோரும் நீண்ட காலத்துக்கு நலமும் இன்பமும் அடைவார்கள்'

'நன்று சொன்னீர், பிராமணரே.'

அம்பத்தா சூத்தா இத்துடன் நிறைவடைகிறது.

(VI)

சாதியை எதிர்க்கும் விஷயத்தில் புத்தர் தாம் போதித்ததைத் தாமே பின்பற்றினார். ஆரிய சமூகம் செய்ய மறுத்ததை அவர் செய்தார். ஆரிய சமூகத்தில், சூத்திரன் அல்லது கீழ்சாதியைச் சேர்ந்தவன் ஒரு போதும் பிராமணன் ஆக முடியாது. ஆனால் புத்தர் சாதியை எதிர்த்துப் போதனை செய்தது மட்டுமின்றி, சூத்திரர்களையும் கீழ் சாதியினரையும்

பிக்குகள் ஆக அனுமதித்தார். புத்த மதத்தில் பிக்குகள், பிராமணியத்தில் பிராமணர்களுக்கு இருந்த அந்தஸ்தைப் பெற்றிருந்தனர். ரைஸ் டேவிஸ் கூறுவதைப் போல, *(மேற்கோள் தரப்படவில்லை)*

முதலாவதாக, முற்றிலும் தம்முடைய கட்டுப்பாட்டில் மட்டுமே இருந்தன் பிக்கு சங்கத்தில், அவர் பிறப்பினாலோ, தொழில், சமூக அந்தஸ்து ஆகியவற்றாலோ வரும் எந்த அனுகூலம் அல்லது இடையூற்றுக்கும் சிறிது கூட இடம் கொடுக்கவில்லை. வெறும் சடங்குகளையும் சமூகத் தூய்மையின்மை பற்றிய கருத்துக்களையும் அடிப்படையாகக் கொண்ட விதிகளையெல்லாம் அவர் முற்றிலுமாக ஒதுக்கித் தள்ளினார். அவருடைய சங்கத்தில் மிக முக்கியமானவர்களில் ஒருவரும், கோதமருக்கு அடுத்தபடியாக சங்கவிதிகளில் மிகவும் தேர்ந்தவர் என்று கருதப்பட்டவருமான உபாலி முன்பு ஒரு நாவிதராக இருந்தார்; மிகவும் தாழ்வாகக் கருதப்பட்ட தொழில்களில் ஒன்று அது. சுநீதா என்ற பிக்குவின் சுலோகங்கள் 'தேர கதா' நூலில் சேர்க்கப்பட்டுள்ளன; அவர் தாழ்ந்த பழங்குடி வகுப்புகளில் ஒன்றான புக்குசா வகுப்பைச் சேர்ந்தவர். கடுமையான முரண்கோட்பாடு ஒன்றைப் பிரசாரம் செய்த சதி என்பவர் ஒரு மீனவர். பின்னாட்களில் அது ஒரு தாழ்ந்த சாதியாக இருந்தது. அது மட்டுமின்றி, அந்தத் தொழிலின் கொலைத்தன்மை காரணமாக அது மிகவும் வெறுக்கப்பட்ட தொழிலாகவும் இருந்தது. நந்தர் என்பவர் மாடு மேய்ப்பவர். பந்தகா என்ற பெயருள்ள இரண்டு பேரும் நல்ல குடும்பத்தைச் சேர்ந்த மணமாகாத ஒரு பெண்ணுக்கு ஒரு அடிமையின் மூலம் பிறந்தவர்கள். (மனு நூலின் 31-ஆவது பிரிவில் கூறப்பட்டுள்ள விதியின்படி இவர்கள் சாதிக்குப் புறம்பானவர்கள்.)

காபா என்பவர் ஒரு மான் வேட்டைக்காரனின் மகள். புன்னா, புன்னிகா என்பவர்கள் அடிமைப் பெண்களாயிருந்தவர்கள், சுமங்கல மாதாவின் தந்தையும் கணவரும் கோரைப்புல் முடையும் தொழில் செய்பவர்கள். சுபா ஒரு கருமானின் மகள். இவற்றைப் போல மேலும் பல உதாரணங்கள் கூற முடியும். மேலும் பல நூல்கள் வெளியிடப்படும் போது இவை போன்ற உதாரணங்கள் மேலும் பல தெரிய வரும்.

இத்தகையோரின் எண்ணிக்கை சிறியது என்று கூறுவதோ, இந்தத் தாராள மனப்பான்மை வெறும் வெளிவேஷம் என்று கூறுவதோ வரலாற்று உணர்வைக் காட்டாது. பிக்கு சங்கத்தில் இவர்களின் விகிதம் இழித்துக் கூறப்பட்ட இந்தச் சாதிகளுக்கு மொத்த மக்கள் தொகையில் இருந்த விகிதத்துக்கு அநேகமாக ஒத்ததாக இருந்திருக்கும். தேரிகதாவில் கூறப்படும் தேரிகளில் அறுபது பேருடைய சமூக அந்தஸ்து நமக்குத் தெரிகிறது. இவர்களில் ஐந்துபேர் மேலே குறிப்பிடப்பட்டிருக்கிறார்கள். அதாவது மொத்தத்தில் 8 1/2 சதவீதம் பேர் தாழ்ந்த சாதிகளைச்

சேர்ந்தவர்கள். இதே சமூக அந்தஸ்து உள்ள மக்களின் விகிதம் மொத்த மக்கள் தொகையில் அநேகமாக இதே அளவுதான் இருந்திருக்கக்கூடும்.

புத்தர், சூத்திரர்களையும் தாழ்ந்த சாதியினரையும் பிக்கு சங்கத்தில் சேர்த்து அவர்களின் நிலையை உயர்த்தியது போலவே, பெண்களின் நிலையையும் உயர்த்தினார். ஆரிய சமூகத்தில் பெண்களுக்குச் சூத்திரர்களின் அந்தஸ்துதான் தரப்பட்டிருந்தது. ஆரிய இலக்கியங்களில்பெண்களும் சூத்திரர்களும் ஒன்றாகச் சேர்ந்து ஒரே அந்தஸ்து ஒன்றாகச் சேர்ந்க உள்ளவர்களாகப் பேசப்படுகிறார்கள். இருவருக்குமே சன்னியாசம் பெறும் உரிமை கிடையாது. சன்னியாசம் தான் மீட்சிக்கு ஒரே வழியாகயிருந்தது. பெண்களும் சூத்திரர்களும் மீட்சிக்கு வழியில்லாதவர்களாக இருந்தார்கள். புத்தர் இந்த விதியை சூத்திரர்கள் விஷயத்தில் உடைத்தெறிந்தது போலவே பெண்கள் விஷயத்திலும் உடைத்தெறிந்தார். சூத்திரன் பிக்கு ஆக முடிந்தது போலவே பெண்களும் பிக்குணிகள் ஆக முடிந்தது. ஆரிய சமுதாயத்தில் அப்போது மிக உயர்ந்ததாகக் கருதப்பட்ட அந்தஸ்தைப் பெண்கள் இதன் மூலம் பெறமுடிந்தது.

புத்தர், ஆரிய சமூகத்தின் தலைவர்களை எதிர்த்துப் போராடிய மற்றொரு பிரச்சினை ஆசிரியர்கள், கற்பித்தல் பற்றிய அறநெறிக் கொள்கையாகும். கல்வி கற்பது பிராமணர், சத்திரியர், வைசியர் ஆகியோருக்கு உள்ள சிறப்பு உரிமை என்று ஆரிய சமூகத் தலைவர்கள் கருதினார்கள். சூத்திரர்களுக்குக் கல்வி கற்கும் உரிமை கிடையாது. பெண்களுக்கும், இருபிறப்பாளர் அல்லாத ஆண்களுக்கும் கல்வி கற்பிப்பது சமூக ஒழுங்குக்கு ஆபத்தாகும் என்று அவர்கள் வாதிட்டார்கள். புத்தர் இந்த ஆரியக் கொள்கையை மறுத்தார். இந்தப் பிரச்சினை பற்றி ரைஸ் டேவிஸ் சுட்டிக்காட்டியது போல "ஒவ்வொருவரும் கல்வி கற்க அனுமதிக்கப்படவேண்டும்; சில திறமைகள் உள்ளவர்கள் ஒவ்வொருவரும் கல்வி கற்பிக்க அனுமதிக்கப்படவேண்டும்; அப்படி கற்பிப்பவர்கள். எல்லோருக்கும், எல்லாவற்றையும் கற்பிக்க வேண்டும். எதையும் மறைக்கக்கூடாது, யாரையும் விலக்கக்கூடாது. இந்த விஷயம் பற்றி புத்தருக்கும் பிராமண லோஹிக்காவுக்கும் இடையில் நடந்த உரையாடலில் கூறப்பட்டுள்ளதைப் பார்க்கலாம். இந்த உரையாடல் லோஹிக்கா சூத்தா எனப்படுகிறது.

லோஹிக்கா சூத்தா

(கற்பித்தலின் அறநெறி பற்றிய சில அம்சங்கள்)

1. நான் இவ்வாறு கேள்விப்பட்டிருக்கிறேன். புத்தபிரான் ஒரு முறை கோசல நாட்டில் ஐந்நூறு பிக்குகளுடன் பயணம் செய்துகொண்டிருந்த போது சாலவாடிகா (சால மரங்களால் சூழப்பட்ட கிராமம்) என்ற

இடத்தை அடைந்தார். மக்கள் நிறைந்ததும் புல்வெளியும் மரங்களும் பயிர்வளமும் கொண்டதுமான அந்த கிராமத்தில் லோஹிக்கா என்ற பிராமணர் வாழ்ந்தார். கோசல மன்னர் பசேனதி அந்தக் கிராமத்தை அவருக்கு மானியமாகக் கொடுத்து, அதன் மீது மன்னரைப் போல அதிகாரம் செலுத்தும் உரிமையும் கொடுத்திருந்தார்.

2. லோஹிக்கா பிராமணரின் சிந்தனையில் ஒரு கெட்ட எண்ணம் ஏற்பட்டது; ஒரு சமணரோ அல்லது பிராமணரோ ஒரு நல்ல நெறியைக் கண்டறிந்தால் அதை வேறு யாருக்கும் தெரிவிக்ககூடாது. ஏனென்றால் ஒரு மனிதன் மற்றொரு மனிதனுக்காக என்ன செய்ய முடியும்? அப்படித் தெரிவிப்பது. ஒரு தளையை உடைத்துவிட்ட ஒரு மனிதன் புதிதாக ஒரு தளையில் தன்னை சிக்கவைப்பது போல் ஆகும். அது போலத்தான் இதுவும் (மற்றவர்களுக்குக் கூறும் ஆசையும்) என்று நான் கூறுகிறேன். இது ஒரு வகைக் காமம் ஆகும். ஒரு மனிதன் மற்றொரு மனிதனுக்கு என்ன செய்ய இயலும்?

பிராமணர் லோஹிக்கா செய்தி கேள்விப்பட்டார்: 'சாக்கிய வம்சத்தில் பிறந்த சமண கோதமர், தமது குலத்தை விட்டு வெளியேறிச் சமய வாழ்க்யை மேற்கொண்டவர், தமது பிக்கு சங்கத்துடன் சாலவாடிகாவுக்கு வந்திருப்பதாகக் கூறுகிறார்கள். அவர் ஒரு அரஹதர் என்றும், முற்றும் உணர்ந்தவர் என்றும், ஞானமும் அன்பும் நிறைந்தவர் என்றும், உலகங்களை அறிந்தவர் என்றும், மனிதர்களுக்கு ஒப்பற்ற வழிகாட்டி என்றும், தேவர்களுக்கும் மனிதர்களுக்கும் ஆசான் என்றும், அவர் ஒரு புத்தர் என்றும் கூறப்படுகிறது. அவர், தேவர்களும் பிராமணர்களும் மாரர்களும் வாழும் மேல் உலகையும், சமணர்களும், பிராமணர்களும், மன்னர்களும் மக்களும் வாழும் கீழ் உலகையும் அறிந்து மற்றவர்களுக்கும் கூறுகிறார். அவர் அறிவிக்கும் உண்மை தொடக்கத்திலும் இடையிலும் முடிவிலும் மிக அழகானது. உயர் வாழ்க்கையை அவர் முழுமையாக எடுத்துக்கூறுகிறார். அவரைப் போன்ற அரஹதர்களைக் காண்பது நல்லது.'

4. இவ்வாறு நினைத்து லோஹிக்கா பிராமணர், பேசிகா என்ற நாவிதனை அழைத்து இவ்வாறு கூறினார்: 'பேசிகா! நீ சமண கோதமர் இருக்கும் இடத்துக்குச் சென்று, என்னுடைய பெயரால் அவரது உடல் நலத்தைக் கேள். அவருக்கு நோய் நீங்கிவிட்டதா என்றும் நலமாயிருக்கிறாரா? என்றும் கேள். அவரும், சங்கத்தின் சகோதரர்களும் நாளை பிராமணர் லோஹிகா அளிக்கும் உணவை ஏற்க வேண்டும் என்று கேட்டுக்கொள்.

5. லோஹிக்கா கூறியபடியே பேசிகா செய்தான். புத்தபிரான் மௌனத்தின் மூலம் சம்மதம் தெரிவித்தார்.

6. பின்பு நாவிதன் பேசிகா எழுந்து புத்தபிரான் தனது வலப்பக்கம் இருக்குமாறு அவரைக் கடந்து சென்று, லோஹிக்காவிடம் சென்று புத்த பிரான் உணவு உண்ண வருவதற்குச் சம்மதம் அளித்திருப்பதைத் தெரிவித்தார்.

7. பிராமணர் லோஹிக்கா, இரவு கழிந்தபின் தமது இல்லத்தில் இனியஉணவு வகைகளைத் தயாரிக்கச் செய்தார். நாவிதன் பேசிகாவைக் கூப்பிட்டு புத்தபிரானை அழைத்து வருமாறு அனுப்பினார்.

பேசிகா அதன்படி சென்று புத்தபிரானை அழைத்தான்.

அதிகாலையிலேயே அங்கியணிந்திருந்த புத்தபிரான், கப்பரையை எடுத்துக்கொண்டு சங்கத்தின் சகோதரர்களுடன் சாலவாடிகாவை நோக்கிச் சென்றார்.

8. போகும் வழியில் நாவிதன் நர்விதன் பேசிகா புத்தபிரானுக்குப் பின்னாலேயே அவரது அடிகளைத் தொடர்ந்து நடந்துவந்தான். அப்போது அவரிடம் அவன் இவ்வாறு கூறினான்: ‘பிராமணர் லோஹிகாவிடம் ஒரு கெட்ட எண்ணம் தோன்றியிருக்கிறது: “ஒரு சமணரோ பிராமணரோ ஒரு நல்ல நெறியைக் கண்டறிந்தால் அதை மற்றவர்களுக்குத் தெரிவிக்கக் கூடாது. ஒரு மனிதன் மற்றொரு மனிதனுக்கு என்ன செய்ய முடியும்? அப்படிச் சொல்வது ஒரு தளை-யிலிருந்து விடுபட்டு, புதிதாக ஒரு தளையில் சிக்கிக் கொள்வது போல் ஆகும். இதுவும் ஒரு வகையான காமம் ஆகும்.” புத்தபிரான் அவரிடம் ஏற்பட்டிருக்கும் இந்தக் கெட்ட எண்ணத்தைப் போக்கவேண்டும்.’

‘அப்படியே செய்யலாம், பேசிகா’

9. புத்தபிரான் பிராமணர் லோஹிகாவின் இல்லத்துக்குச் சென்று தமக்கு அமைக்கப்பட்டிருந்த இருக்கையில் அமர்ந்தார். லோஹிக்கா, தயாரரித்திருந்த உணவு வகைகளையும் புத்த பிரான் உண்டு முடித்து கப்பரையையும் கைகளையும் சுத்தம் செய்து கொண்டபின் பிராமணர் லோஹிக்கா அவருக்கருகே தாழ்வான ஒரு இருக்கையில் அமர்ந்தார். அவரிடம் புத்தபிரான் பின்வருமாறு கூறினார்:

‘லோஹிக்கா, உன்னிடம் ஒரு கெட்ட எண்ணம் தோன்றி-யிருப்பதாகக் கூறுகிறார்கள். அது உண்மையா?’ (அந்த எண்ணம் என்ன என்று அவர் கூறுகிறார்).

‘கோதமரே, அது உண்மைதான்.’

10. ‘அப்படியானால் லோஹிக்கா, ஒரு மனிதன் இவ்வாறு கூறுவதாக எண்ணிப் பார்க்கவும்: “பிராமணர் லோஹிக்காவுக்கு சாலாவாடிகா உடைமையாயிருக்கிறது. அதன் வருமானத்தையும் விளை பொருள்களையும் வேறு யாருக்கும் கொடுக்காமல் எல்லாவற்றையும்

அவரே அனுபவிக்க வேண்டும்.'' அப்படிப் பேசும் மனிதன் உம்மைச் சார்ந்து வாழும் மனிதர்களுக்கு அபாயமானவனா, இல்லையா?'

'அபாயமானவன் தான் கோதமரே'

'அவன் அவர்களின் நல்வாழ்வை விரும்புகிறவனாக இருப்பானா இல்லையா?'

'அவர்களின் நல்வாழ்வை விரும்புகிறவனாக இருக்கமாட்டான்'

'அப்படியானால், அவனுடைய உள்ளத்தில் அவர்களிடம் உறுதியான அன்பு இருக்குமா, பகைமை இருக்குமா?

'பகைமைதான் இருக்கும், கோதமரே.'

'உள்ளத்தில் பகைமை இருந்தால், அது தவறான கொள்கையா? நல்ல கொள்கையா?'

'அது தவறானகொள்கை, கோதமரே'

'ஒரு மனிதன் தவறான கொள்கையைக் கொண்டிருந்தால், அவன் நரகத்தில் பிறப்பான் அல்லது ஒரு விலங்காகப் பிறப்பான் என்று நான் கூறுகிறேன்.'

11. லோஹிக்கா, மன்னர் பசேனதிக்குக் காசியும் கோசலமும் உடைமையா உள்ளனவா, இல்லையா?'

'உடைமையாக உள்ளன, கோதமரே'

'அப்படியானால் ஒருவன் இவ்வாறு கூறுவதாக எண்ணிப் பாரும்: "மன்னர் பசேனதிக்குக் காசியும் கோசலமும் உடைமையாக உள்ளன. காசி, கோசலம் ஆகியவற்றின் வருவாயையும், விளைபொருள்களையும் வேறு யாருக்கும் கொடுக்காமல் அவரே எல்லாவற்றையும் அனுபவிக்க வேண்டும்,'' இப்படிக் கூறுகிறவன் மன்னர் பசேனதியைச் சார்ந்து வாழ்பவர்களுக்கு, உமக்கும் மற்றவர்களுக்கும் அபாயத்தை ஏற்படுத்துகிறவனா, இல்லையா?'

'அபாயத்தை ஏற்படுத்துகிறவன் தான், கோதமரே'

'அப்படியானால் அவன் அவர்களுடைய நல்வாழ்வை விரும்புகிறவனாக இருப்பானா, இல்லையா?'

'அவன் அவர்களுடைய நல்வாழ்வைக் கருதமாட்டாள், கோதமரே'

'அவனுடைய இதயத்தில் அவர்களிடம் உறுதியான அன்பு இருக்குமா, பகைமை இருக்குமா?'

'பகைமைதான் இருக்கும், கோதமரே'

'உள்ளத்தில் பகைமை இருக்கும்போது அது தவறான கொள்கையா, சரியான கொள்கையா?

'தவறான கொள்கை, கோதமரே'

லோஹிக்கா, ஒரு மனிதன் தவறான கொள்கையைக் கொண்டிருந்தால் அவன் மறுபிறவியில் நரகத்தில் பிறப்பான் அல்லது விலங்காகப் பிறப்பான் என்று நான் கூறுகிறேன்.

12,14. ஆகவே, லோஹிக்கா, சாலவாடிகா உனக்குச் சொந்தமாயிருப்பதால் அதன் வருவாய்களையும் விளைபொருள்களையும் நீ மட்டுமே அனுபவிக்க வேண்டும், வேறு யாருக்கும் கொடுக்கக்கூடாது என்று சொல்கிறவனும், காசியும் கோசலமும் மன்னர் பசேனதியின் உடைமைகளாயிருப்பதால் அவற்றின் வருவாயையும் விளைபொருள்களையும் மன்னரே அனுபவிக்க வேண்டும், வேறுயாருக்கும் கொடுக்கக்கூடாது என்று கூறுகின்றவனும், உம்மைச் சார்ந்து வாழ்பவர்களுக்கும், மன்னரைச் சார்ந்து வாழும் உமக்கும், மற்றவர்களுக்கும் ஆபத்தை ஏற்படுத்துகிறார்கள் என்று நீர் ஒப்புக்கொள்கிறீர். இப்படி மற்றவர்களுக்கு அபாயம் ஏற்படுத்துகிறவர்கள் அவர்களிடம் அனுதாபம் இல்லாமல் இருப்பார்கள். அனுதாபம் இல்லாதவர்களின் உள்ளத்தில் பகைமை நிலைகொண்டிருக்கும். உள்ளத்தில் பகைமை நிலைகொள்வது தவறான கொள்கையாகும்.

13,15. இது போலவே, லோஹிக்கா, இவ்வாறு கூறுபவனும்: "ஒரு சமணர் அல்லது பிராமணர் ஏதேனும் நல்ல நெறியைக் கண்டறிந்தால் அதை வேறு யாரிடமும் சொல்லக்கூடாது. மறு ஒரு மனிதன் மற்றொருவனுக்கு என்ன செய்யமுடியம்? ஒரு தளையை உடைத்து விட்டவன் மற்றொரு தளையில் தன்னை சிக்கவைத்துக் கொள்வது போன்றது அது. இவ்வாறு மற்றவர்களுக்கு அறிவிக்கும் ஆசையும் ஒரு காமம் போன்றதே". .இப்படிக் கூறுபவன், உண்மையை அடைந்தவரான ததாகதர் அறிவித்த கோட்பாட்டையும் நெறியையும் ஏற்றுக்கொண்டு, அதில் சிறப்பான நிலையை அடைந்து மாறுதல் என்ற பலன், அல்லது ஒரு முறை திரும்பி வருதல் என்ற பலன், அல்லது திரும்பியே வராமலிருத்தல் என்ற பலன், அல்லது அரஹதநிலை ஆகியவற்றை அடைந்தவர்களுக்கு இடையூறு செய்பவன் ஆகிறான். சுவர்க்கத்தில் பிறக்கச் செய்யும் நடத்தையை மேற்கொண்டவர்கள் அதை நிறைவேற்ற முடியாமல் இடையூறு செய்கிறான். அதனால் அவர்களின் நல்வாழ்வில் அவனுக்கு அனுதாபம் இல்லாமல் போய், அவனது உள்ளம் பகைமை நிலைகொண்டு, அவன் தவறான கொள்கை கொண்டவன் ஆகிறான். லோஹிக்கா தவறான கொள்கை கொண்டவன். மறு பிறவியில் நரகத்தில் பிறப்பான் அல்லது விலங்காகப் பிறப்பான் என்று நான் கூறுகிறேன்.

16. 'லோஹிக்கா. இந்த உலகில் கண்டிக்கத் தக்கவர்களான போதகர்கள் மூன்று வகையினர் உள்ளனர். இவர்களைக் கண்டிப்பவர்களின் செயல் நியாயமானது உண்மைக்குப் பொருந்துவதும் ஆகும். அது தகுதியற்றதாகாது. இந்த மூன்று வகை போதகர்கள் யார்?

லோஹிக்கா, முதலாவதாக, சமணநிலையைப் பெறுவதற்காக வீட்டைத் துறந்து, வீடற்ற வாழ்வை மேற்கொண்டவன் அதைப் பெறாமலிருக்கலாம், தானே அதை அடையாதவன் மற்றவர்களுக்கு "இது நல்லது, இது உங்களுக்கு இன்பமளிக்கும்" என்று ஒரு தர்மத்தை உபதேசித்தால், அவர்கள் அதைக் காது கொடுத்துக் கேட்காமல் தங்கள் வழியே போய்க் கொண்டிருப்பார்கள். இத்தகைய போதகனை உண்மையைச் சுட்டிக்காட்டிக் கண்டனம் செய்யலாம். "தன்னைப் புறக்கணித்து விலகிச் செல்லும் பெண்ணைத் தொடர்ந்து செல்பவனைப் போலவும், முகத்தைத் திருப்பிக் கொள்ளும் பெண்ணைத் தழுவுகிறவனைப் போலவும் உன் செயல் இருக்கிறது" என்று அவனைக் கண்டனம் செய்யலாம். "உன் உபதேசத்தை யாரும் கேட்காத போதும் நீ போதனை செய்ய ஆசைப்படுவது அதைப் போன்றது தான். ஒரு மனிதன் மற்றொருவனுக்கு என்ன செய்ய முடியும்?" என்று கூறலாம்.

'லோஹிக்கா, கண்டிக்கத்தக்க போதகர்களில் முதல் வகை இது. இத்தகைய போதகனைக் கண்டிப்பது நியாயமானதே உண்மைக்குப் பொருத்தமானதே'

17.'லோஹிக்கா, இரண்டாவதாக, சமணநிலையை அடைவதற்காக வீட்டைவிட்டு வெளியேறி, வீடற்ற வாழ்க்கையை மேற்கொண்டவன் அதை அடையாமல் போகலாம். அவன் மற்றவர்களுக்கே "இது நல்லது, இது உங்களுக்கு இன்பமளிக்கும்" என்று போதனை செய்யலாம். இவனுடைய சீடர்கள் இவனுடைய போதனையைக் காது கொடுத்துக் கேட்டு, அதைப் புரிந்து கொள்வதில் கருத்தூன்றி நிற்கலாம். இத்தகைய போதகனையும் உண்மையைச் சுட்டிக்காட்டிக் கண்டனம் செய்யலாம். 'தன்னுடைய சொந்த வயலைக் கவனிக்காத ஒருவன், அடுத்தவனுடைய வயலில் களையெடுக்க நினைப்பதைப் போன்றது" உன்னுடைய செயல் என்று கூறி, கண்டனம் செய்யலாம். (நீயே உண்மையை உணராமல் மற்றவர்களுக்கு உபதேசம் செய்யும்) உன்னுடைய செயல் இப்படிப் பட்டதுதான். ஒரு மனிதன் மற்றொருவனுக்கு என்ன செய்யமுடியும்?" என்று கூறலாம்.'

'லோஹிக்கா, கண்டிக்கத்தக்க போதகர்களில் இரண்டாவது வகை இது. இத்தகைய போதகனைக் கண்டிக்கும் செயல் நியாயமானதே; உண்மைக்குப் பொருத்தமானதே.'

18.'லோஹிக்கா, மூன்றாவதாக, சமணநிலையை அடைவதற்காக வீட்டை விட்டு வெளியேறி, வீடற்ற வாழ்க்கையை மேற்கொண்டவன் அதை அடைந்திருக்கலாம். அதை அடைந்தவன் மற்றவர்களுக்கு "இது நல்லது, இது உங்களுக்கு இன்பத்தைத் தரும்" என்று உபதேசம்

செய்யலாம். அவர்கள் அதைக் காது கொடுத்துக் கேட்காமல் தங்கள் வழியே சென்று கொண்டிருப்பார்கள். இத்தகைய போதகனையும் உண்மையைச் சுட்டிக்காட்டிக் கண்டனம் செய்யலாம். "ஒரு தளையை உடைத்துவிட்ட ஒரு மனிதன், ஒரு புதிய தளையில் தன்னைச் சிக்கவைத்துக் கொள்வது போன்றது உன் செயல்" என்று கூறலாம். "போதனை செய்வதற்குக் கற்றுக்கொள்ளாமல் நீ மற்றவர்களுக்குப் போதித்துக் கொண்டிருப்பது அதைப் போன்றதுதான். ஒரு மனிதன் மற்றொருவனுக்கு என்ன செய்ய முடியும்?" என்று கூறலாம்.

'கண்டனம் செய்யத்தக்க போதகர்களில் மூன்றாம் வகை இது. இத்தகைய போதகனைக் கண்டனம் செய்வது நியாயமானதே; உண்மைக்குப் பொருத்தமானதே. லோஹிக்கா, இந்த மூவர்தான் நான் குறிப்பிட்ட கண்டனத்துக்குரிய போதகர்கள்'

19. 'புத்த பிரான் கூறியதைக் கேட்ட லோஹிக்கா அவரிடம் இவ்வாறு கூறினார்:

'கோதமரே, இந்த உலகில் கண்டனத்துக்குரியவரல்லாத குரு யாரும் இருக்கிறார்களா?'

'இருக்கிறார் லோஹிக்கா.'

'அவர் என்ன மாதிரியான குரு, கோதமரே.'

(இதற்கு விடையாக 'சமண - பலா'வில் வரும் ஒரு பகுதி தரப்படுகிறது. அது வருமாறு:)

1. ததாகதர் ஒருவரின் (உண்மையை அடைந்தவர்) வருகை, அவர் உபதேசித்தல், கேட்பவர் அவருடைய தர்மத்துக்கு மாறுதல், அவர் வீடற்ற வாழ்க்கையை மேற்கொள்ளுதல்.
2. அவர் பின்பற்றும் சாதாரண நன்னெறி பற்றிய விவரங்கள்
3. அதன் மூலம் அவரது உள்ளத்தில் தன்னம்பிக்கை வளர்தல்
4. 'அவனுடைய புலன் கதவுகள் அடைக்கப்பட்டுள்ளன' என்பது பற்றிய பாரா.
5. 'கவனமாகவும் சுயகட்டுப்பாடுடனும் இருத்தல்' பற்றிய பாரா.
6. எளிய வாழ்க்கை, சிறிதளவு பொருள்களுடன் திருப்தியடைதல் பற்றிய பாரா.
7. விடுதலை, கோபம், சோம்பல், கவலை, குழப்பம் - பற்றிய பாரா.
8. விடுதலை பெற்றதன் மூலம் அவருக்குள் நிறையும் மகிழ்ச்சியும் அமைதியும் பற்றிய பாரா.
9. நான்கு பேரின்பங்கள் (கணாக்கள்) பற்றிய பாரா.

10. ஞானத்தால் ஏற்படும் உட்பார்வை (முதல் பாதையின் அறிவு) பற்றிய பாரா.

11. நான்கு மேன்மையான உண்மைகளை உணர்தல், போதைகளை அதாவது காமம், மயக்கம், ஆகுதல், அறியாமை ஆகியவற்றை அழித்தல், அரஹத நிலையை அடைதல் பற்றிய பாராக்கள்.)

இதில் பல்லவியாக மீண்டும் மீண்டும் வருவதும் இறுதிப் பகுதியாக அமைவதுமான வாசகம் வருமாறு: 'எந்த குருவின் கீழ் சீடன் இத்தகைய சிறந்த நிலையை அடைகிறானோ, அந்த குரு இந்த உலகில் கண்டனத்துக்கிடமில்லாத குரு ஆவார். இத்தகைய குருவை யாரும் கண்டனம் செய்தால், அது நியாயமாகாது; உண்மைக்குப் பொருந்தாததும் ஆதாரமற்றதும் ஆகும்.

78. புத்தபிரான் இவ்வாறு கூறியதைக் கேட்ட பிராமணர் லோஹிக்கா அவரிடம் பின்வருமாறு கூறினார்:

'கோதமரே, செங்குத்தான மலையிலிருந்து விழவிருந்த ஒரு மனிதனை அவனது தலைமுடியைப் பிடித்து மேலே தூக்கி பத்திரமாகத் தரையில் நிறுத்தியது போல, நரகத்தில் விழவிருந்த என்னைத் தாங்கள் காப்பாற்றினீர்கள். கோதமரே, தங்கள் வாய்மொழிகள் மிக மேலானவை. கீழே சாய்த்துவிடப்பட்டதை ஒரு மனிதன் நேராக நிமிர்த்தி வைத்ததைப்போல, மறைத்து வைக்கப்பட்டதை வெளிப்படுத்தியது போல, வழி தவறியவனுக்கு நேர்வழியைக் காட்டியதுபோல, இருளில் விளக்கேற்றி வைத்துப் பொருள்களைக் காணச் செய்ததுபோல, வணக்கத்துக்குரிய கோதமர் எனக்கு உண்மையை அறிவித்தார். நான், நானும் கூட, வணக்கத்துக்குரிய கோதமரை எனது வழிகாட்டியாக ஏற்றுச் சரணடைந்து, தம்மத்தையும் சங்கத்தையும் சரணடைகிறேன். வணக்கத்துக்குரிய கோதமர் இன்று முதல் என்னுடைய உயிர் உள்ளளவும் என்னைத் தமது சீடனாக ஏற்பாராக!'

***

இயல் 5

பௌத்த சமயத்தின் நலிவும் வீழ்ச்சியும்

"பௌத்த சமயத்தின் நலிவும், வீழ்ச்சியும்" என்ற தலைப்பில் டாக்டர் அம்பேத்கர் எழுதிய இந்தக் கட்டுரை "புரட்சியும், எதிர்ப்புரட்சியும்" என்ற தலைப்பில் அவர் எழுதிய ஆய்வுக்கட்டுரையின் ஒரு பகுதியாகும். நமது கைவசம் கிடைத்த தாள்களில் திருத்தம் எதுவும் செய்யப்படாத ஐந்து பக்கங்களே-யிருந்தன. இக்கட்டுரையின் படிகள் திரு. எஸ். எஸ். ரேகே என்பவரிடம் இருந்து பெறப் பெற்றவையாகும். அவற்றில் சில திருத்தங்கள் டாக்டர் அம்பேத்கர் அவர்களால் செய்யப் பெற்றவையாகக் காணப்படுகிறது. இங்குசேர்க்கப்பட்டிருக்கும் கட்டுரை, தட்டச்சுச் செய்த 18 பக்கங்கள் கொண்டது.

பதிப்பாசிரியர்கள்

I

பௌத்த சமயம் இந்தியாவினின்று ஏன் மறைந்து விட்டதென்று நினைத்துப் பார்ப்பவருக்கு இது ஒரு வியப்பான, ஆனால் அதே சமயம் வருத்தமான ஒரு செய்தியாகவே இருக்கும். ஆனாலும், இன்று இச்சமயம் சீனா, ஜப்பான், பர்மா, சியாம், அன்னாம், இந்தோசீனா, மற்றும் மலேயா தீவுக் கூட்டங்களின் சில பகுதிகளில் செழித்துக் காணப்படுகிறது. இந்தியாவில் மட்டும் இது மறைந்து விட்டது. இது இந்தியாவிலிருந்து மறைந்து விட்டதோடு மட்டுமல்லாமல் புத்தரின் பெயரும் பெரும்பாலான இந்துக்களின் நினைவிலிருந்தே மறைந்து விட்டது. இது எவ்வாறு ஏற்பட்டது? இது ஒரு முக்கியமான ஆனாலும் இதற்கு மன நிறைவான விடை கிடையாது இதற்கொரு மனநிறைவான விடை கிடைக்காதென்பது மட்டுமல்ல இதற்கொரு விடை காண்பதற்குக் கூட முயற்சித்து, முடிவுக்கு வருவதில்லை என்பதே உண்மையாகும். இப்பொருள் பற்றி ஆய்பவர்களும் ஒரு முக்கியமான வேறுபாட்டைக் காணத்தவறி விடுகிறார்கள். அவர்கள் காணத் தவறும் வேறுபாடு என்னவென்றால் பௌத்த சமயத்தின் நலிவுக்கும், வீழ்ச்சிக்குமிடையே உள்ள வேறுபாடுதான். இவ்வாறு காண்பது மிக அவசியமானதாகும். ஏனென்றால் பௌத்தத்தின் வீழ்ச்சியென்பது தனியானது. அதன் வீழ்ச்சிக்குரிய காரணங்கள் அதனோடு தொடர்புடையன; மற்றவை வேறானவையாகும். வீழ்ச்சிக்குரிய காரணங்கள் மிகவும் தெளிவானவை; ஆனால் அதன் நலிவுக்குரிய காரணங்கள் அவ்வளவு தெளிவானவையல்ல.

இஸ்லாமியரின் படையெடுப்புகளால் தான் இந்தியாவில் பௌத்தம் வீழ்ச்சியடைந்தது என்பதில் எந்த ஐயப்பாடும் இருக்க முடியாது. இஸ்லாம் 'புத்' துக்கு எதிராக செயல்பட்டு வந்தது. 'புத்' என்பது ஓர் அரபுச் சொல் என்பது எல்லோருக்குமே தெரியும்; இதன் பொருள் 'உருவச் சிலை' என்பதாகும். எனினும் 'புத்' என்ற அரபுச் சொல் 'புத்தர்' என்ற அரபுச் சொல்லின் திரிபுதான் என்பதை அனேகருக்குத் தெரியாது. ஆகவே பௌத்த சமயம் என்பது உருவ வழிபாட்டுச் சமயமேயாகும் என்ற எண்ணமே முஸ்லீம்களின் மனத்திலே குடி கொண்டு விட்டது என்பதையே இந்த மூலச் சொல் நமக்கு அறிவுறுத்துகிறது.

உருவ வழிபாட்டுக் கோட்பாட்டையுடைய எல்லா சமயங்களும் முஸ்லீம்களுக்கு ஒன்றுதான். அவர்களுடைய சமயக் குறிக்கோளே உருவச் சிலைகளை உடைக்க வேண்டுமென்பதேயாகும். இதனடிப்படையில்தான் பௌத்தத்தை உடைக்க வேண்டுமென்பது அவர்களின் சமய நோக்கமாயிற்று.இவ்வாறு, இஸ்லாம் பௌத்த சமயத்தை இந்தியாவில் மட்டுமல்லாது எங்கெல்லாம் இஸ்லாம் பரவியதோ அங்கெல்லாம் கூட அச்சமயத்தை அழித்து விட்டது. பாக்தீரியா, பார்த்தியா, ஆப்கானிஸ்தானம், காந்தாரம், சீன துருக்கெஸ்தான் மற்றும் கூறப்போனால் ஆசியா முழுவதிலுமே தனக்கு முன்னிருந்த பௌத்த சமயத்தை இஸ்லாம் அழித்து விட்டது.[1]

"முஸ்லீம் படையெடுப்பாளர்கள் நடத்திய கொடூரமான படுகொலைகள் வைதீக இந்துக்கள் நடத்தியதை விட பயங்கரமானதாகும். அவர்கள் எண்ணப்படியே பௌத்தத்தை அழித்துப் பௌத்தர்களைப் படுகொலை செய்துவிட்டனர். இதனால்

இந்தியாவின் பல மாகாணங்களில் பௌத்தம் மறைந்து விட்டது" என்று வின்சென்ட ஸ்மித்[2] சுட்டிக் காட்டியுள்ளார்.

இந்த விளக்கம் எல்லாரையும் திருப்தியடையச் செய்யுமென்பதற்கில்லை. இந்த விளக்கம் போதுமானதல்ல என்றே தோன்றுகிறது. பிராமணீயம், பௌத்தம் ஆகிய இரண்டையுமே இஸ்லாம் தாக்கியது. அப்படியானால் ஒன்று மட்டும் ஏன் நிலைத்து நிற்கிறது, மற்றொன்று ஏன் அழிந்து விட்டது என்று கேட்கலாம். இது நேர்மையான வாதம் தான். ஆனால், நமது ஆய்வு முழுவதுமாக தன்ளிவிடக் கூடிய வாதமல்ல. பிராமணீயம் நிலைத்து நிற்கிறது என்பதை ஒப்புக் கொள்வது பௌத்த சமயத்தின் வீழ்ச்சி இஸ்லாமின்

1 பௌத்தம் ஐரோப்பாவிலும், பிரிட்டனிலும் பரவியிருந்ததென்றும், பிரிட்டனிலுள்ள கெல்தியர் பௌத்தர்களென்றும், இக்கால ஆய்வுகள் காட்டுகின்றன. "கிறிஸ்துவுக்கு முன் பௌத்தம்" எனும் தலைப்பில் எழுதியுள்ள டோனால்டு மெக்கன்ஸி நூலைக் காண்க.

2 "பண்டைய இந்திய வரலாறு" (1924) பக்

வாளால்தான் ஏற்பட்டதென்ற வாதத்தை மறுதலிப்பதாகாது. இஸ்லாமின் தாக்குதலிலிருந்து தப்பித்து வாழ்வதற்கான சூழல்கள், பிராமணீயத்துக்குச் சாதகமாகவும், பௌத்தத்திற்குப் பாதகமாகவும் இருந்திருக்கலாம். பிராமணீயத்திற்கு நல்ல காலமாகவும், பௌத்தத்திற்குக் கெட்ட காலமாகவும் அச்சூழல் அமைந்து விட்டதென்பதே உண்மையாகும்.

இஸ்லாமியரின் படையெடுப்புகளிலிருந்து தப்பிப் பிழைப்பதைப் பிராமணீயத்துக்குச் சாத்தியமாக்கிய, அதே சமயம் இதனைப் பௌத்தத்துக்கு அசாத்தியமாக்கிய மூன்று விசேட சூழ்நிலைமைகள் இருந்தன என்பதை இந்த விஷயம் பற்றி மேற்கொண்டு ஆராய முற்படுவோர் காண்பர். முதலாவதாக, இஸ்லாமியப் படையெடுப்பின் போது, பிராமணீயம் அரசின் ஆதரவைப் பெற்றிருந்தது. பௌத்தம் அவ்வாறு அரசின் ஆதரவைப் பெற்றிருக்கவில்லை. இந் நாட்டில் உருவ வழிபாட்டை அழிக்க வேண்டுமென்று இஸ்லாமுக்கு ஆரம்பத்தில் இருந்த வெறி மறைந்து அது அமைதியான மதமாகும் வரை பிராமணீயத்துக்கு அரசின் ஆதரவு இருந்தது என்பது மிக முக்கியமான விஷயமாகும். இரண்டாவதாக, பௌத்த சமய குருமார்கள் அமைப்பு இஸ்லாமியர்களின் வாளுக்கு இரையானது; இந்தத் தாக்குதலிலிருந்து அது மீளவே இல்லை. ஆனால், இதைப்போலவே, பிராமணீயத்தை இஸ்லாமியரால் ஒரே அடியால் ஒழித்துக் கட்ட முடியவில்லை. மூன்றவதாக பௌத்தர்கள் பிராமணீயத்தை ஆதரிக்குமாறு இந்திய அரசர்களால் பெரிதும் கொடுமைப் படுத்தப்பட்டனர். இக்கொடுமையிலிருந்து தப்பிக்க, பௌத்தர்கள் இஸ்லாம் சமயத்தில் சேர்ந்து பௌத்தத்தைத் துறந்தனர்.

இத்தகைய மூன்று காரணங்களில் ஒன்று கூட வரலாற்றின் ஆதரவைப் பெறத்தவறவில்லை.

இந்திய மாநிலங்களில் முதன் முதலாக இஸ்லாமியரின் ஆட்சியின் கீழ் வந்த மாநிலம் சிந்து தான். இதனை ஆட்சிபுரிந்து வந்தவன் ஒரு சூத்திர அரசன் ஆவான். ஆனால், ஒரு பிராமணன் அந்தஅரியணையை அபகரித்துக் கொண்டு தனது மரபை ஏற்படுத்தி ஆளத் தொடங்கினான். அவனுடைய காலத்தில் பிராமணீயம்தான் சிந்து மாநிலத்தில் மேலோங்கி இருந்தது. கி.பி.712-இல் இபின் காசிம் சிந்து மீது படை யெடுத்த போது, பிராமணீயம் அங்கு கொடிகட்டிப் பறந்துவந்தது. அப்பொழுது அதனை ஆண்டவன் தாகீர் என்பவனாவான். அவன் பிராமண அரசர்களின் மரபைச் சேர்ந்தவன்.

ஹுவான் சாங் இந்தியாவிற்கு வந்த போது, பஞ்சாபைப் பௌத்த சமயத்தைச் சேர்ந்த ஒரு க்ஷத்திரிய அரசன் ஆண்டதாகக் குறிப்பிடுகிறார். இந்த மரபினர் பஞ்சாபை ஏறத்தாழ கி.பி.880-ஆம் ஆண்டு வரை ஆண்டனர். அந்த ஆண்டு தான் அரியணையை ஒரு பிராமண சேனைத் தலைவனான லாலியா என்பவன் அநீதியாக கைப்பற்றிக் கொண்டான். அவனே 'ஷாயி'

எனும் பிராமண அரச பரம்பரையை " ஏற்படுத்தியவனாவான்.கி.பி. 880 முதல் கி. பி. 1021 வரையிலான ஆண்டுகளில் பஞ்சாப் இவர்களின் ஆளுகையின் கீழ் இருந்தது. சபக்தஜின், முகம்மது ஆகியோர் பஞ்சாபின் மீது படையெடுத்த போது அதனை ஆண்டவர்கள் பிராமண அரசர்களே என்பதை அறிகிறோம். ஜெயபாலன் (கி.பி.960-980), அனந்த பாலன் (கி.பி. 980-1000) திரிலோச்சன பாலன் (கி.பி.1000-21) ஆகிய அரசர்கள் சபக்தஜின், முகம்மது ஆகியோருடன் போரிட்டனர் என்பதைப் படிக்கிறோம். இவர்கள் பிராமண சமயத்தைச் சேர்ந்தவர்களாவார்கள்.

மத்திய இந்தியாவின் மீதும் இஸ்லாமியர் படையெடுப்புகள் தீவிரமாக மேற்கொள்ளப்பட்டன. முகம்மது காலத்தில் தொடங்கப்பட்ட இப்படையெடுப்புகள் ஷஹாபுதின் கோரியின் தலைமையில் தொடர்ந்தன. அச்சமயம் மத்திய இந்தியாவில் பல திறப்பட்ட அரசுகளிருந்தன. மேவார் (இப்பொழுது உதயப்பூர்) குலோஹிதர்களாலும், ஷம்பார் (இப்பொழுது புண்டி, கொட்டா, ஷிரோகி ஆகிய மூன்று பிரிவுகளாக உள்ளவை) சௌஹான் மரபினராலும், கன்னோஜி[1] பிரதிஹார மரபினராலும், தார், பாரமார மரபினராலும், பன்டேல்கண்டு சந்தேவர் மரபினராலும் தார் பார்மர் மரபினராலும், பண்டில் கண்டு சாந்தலர் மரபினராலும் அன்ஹில்வாத் சாவ்தாசர் மரபினராலும், சேதி காலச்சூரிகள் மரபினராலும் ஆளப்பட்டன. இந்த அரசுகளை ஆண்ட அரசர்கள் யாவருமே இராசபுத்திரர்களாவர். எப்படி அரசுகள் இராசபுத்திரர் மயமாயிற்று என்பது ஒரு புதிராகப் பட்டாலும், அதற்கான காரணங்களை நான் பின்னர் விவாதிக்கிறேன். இந்த அரசர்கள் யாவரும், பிராமணச் சமயத்தைத் திடமாக ஆதரித்தவர்களென்பதை மட்டும் ஈண்டு வலியுறுத்த விரும்புகிறேன்.

இந்த முகமதியர் படையெடுப்புகளின் போது, வங்காளம், மேற்கு, கிழக்கு எனும் இரு பிரிவுகளாகக் காணப்பட்டது. மேற்கு வங்காளத்தைப் பால மரபைச் சேர்ந்தவர்களும், கிழக்கு வங்காளத்தைச் சேன மரபைச் சேர்ந்தவர்களும் ஆண்டு வந்தனர்.

பாலர்களென்போர் சத்திரிய மரபைச் சேர்ந்தவர்கள்; அவர்கள் பௌத்த சமயத்தவர்கள்; ஆனால் அவர்கள் "தொடக்கத்தில் அல்லது பெயருக்குத்தான்" பௌத்தர்களாக இருந்திருக்கலாம் என்கிறார் [2] திரு. வைத்யா.சேன மரபு அரசர்களைப் பொறுத்த வரையில் கருத்து வேறுபாடு உள்ளது. இவர்கள் பூர்வீகமாகவே பிராமணர்கள்தான், ஆனாலும் சத்திரியராக படைத்தொழிலை மேற்கொண்டவர்கள் என்று

1 கன்னோஜி அடியோடு அழிந்து விட்டது. அங்கு இன்று ஒன்றுமே இல்லை. இதனைக் "காப்பாற்றப் பிரதிவிராஜ் மிகத் திறமையோடு போரிட்டும், முகம்மது அடியோடு அழித்து விட்டான்"

2 இடைக்கால இந்திய வரலாறு. தொகுதி1, பக்கம் 142

டாக்டர் பந்தார்கர் கூறுகிறார். சேன அரசர்கள் ஆரிய சத்திரியர்கள் அல்லது இராசபுத்திரர்கள்தான் என்றும், அவர்கள் சந்திர குலத்தைச் சேர்ந்தவர்களென்றும் திரு. வைத்யா கூறுகிறார். இது எவ்வாறா-யினும் சேனர்கள், இராசபுத்திரர்கள் போலவே வைதீக மதத்தை ஆதரித்தவர்கள் ஆவர்.[1]

இஸ்லாமியர் படையெடுப்பின் போது நர்மதை ஆற்றுக்கும் தெற்கே நான்கு அரசுகள் இருந்தன. (1) மேலைச்சாளுக்கியரின் தக்காண அரசு, (2) தெற்கே சோழர்களின் அரசு, (3) மேலைக் கரையில் கொங்கணத்தில் சில்ஹாரா அரசு, (4) கீழைக் கரையில் திரிகலிங்கம் எனும் கங்கரின் அரசு ஆகியவை அவை. இவ்வரசுகள் கி.பி.1000-லிருந்து 1200 வரையில் சிறப்புடனிருந்தன. இக்காலக்கட்டத்தில்தான் இஸ்லாமியரின் படையெடுப்புகள் நடந்தன. இந்த அரசுகளின் கீழ் பல குறுநில மன்னர்களும் இருந்தனர். இவர்கள் கி.பி.13-ஆம் நூற்றாண்டில் தன்னாதிக்கம் பெற்றெழுந்தனர். கி.பி.12-ஆம் நூற்றாண்டில் இவர்கள் தனித்தாளும் வலிமை மிக்க அரசர்களாக மாறிவிட்டனர். அவர்கள் (1) தேவகிரியை ஆண்ட யாதவர்கள், (2) வாரங்கல்லையாண்ட காகதியர்கள், (3) உறாலபிட்டையாண்ட ஹொய்சாலர்கள், (4) மதுரையை ஆண்ட பாண்டியர்கள், (5) திருவாங்கூரையாண்ட சேரர்கள் ஆகியோர் ஆவர். இந்த அரசு மரபினர் யாவருமே வைதீக இந்துச் சமயத்தைப் பின்பற்றியவராவார்கள்.

முஸ்லீம்களின் படையெடுப்புகள் கி.பி.1001-இல் தொடங்கியது. அலாவுதீன் கில்ஜி தேவகிரி அரசைக் கைப்பற்றினான். இஸ்லாமியரின்கடைசிப் படையெடுப்பு கி.பி. 1296-இல் தென்னிந்தியாவைத் தொட்டது. ஆனால் இந்தியாவை முஸ்லிம்கள் வெற்றி கொள்வது உண்மையில் 1296 ஆம் ஆண்டுகளில் கூட பூர்த்தியடையவில்லை. இஸ்லாமியப் போர்களும், ஆட்சிகளைக் கவரும் படையெடுப்புகளும், இஸ்லாமியருக்கும் உள்நாட்டு அரசர்களுக்குமிடையே தொடர்ந்து நடந்தன. அப்போர்களில் உள்நாட்டு அரசர்கள் தோல்வி கண்டனர், இஸ்லாமியப் படையெடுப்பாளர்கள் வெற்றி வாகை சூடினர். எனினும் இதனால் இந்திய மன்னர்களின் வலிமை குன்றிவிடவில்லை. முந்நூறு ஆண்டுக்காலம் நிகழ்ந்த இஸ்லாமியரின் படையெடுப்புகளின் போது இந்தியா முழுவதையும் ஆண்ட அரசர்கள் யாவரும் வைதீகப் பிராமண சமயத்தைப் பின்பற்றியவர்களே என்பதை மட்டும் நாம் மனத்திலிறுத்திக்கொள்ள வேண்டும். இஸ்லாமியப்படையெடுப்பாளரால் பிராமண சமயம் அடித்து நொறுக்கப்பட்டது. ஆனாலும், அது அரசர்களின் ஆதரவை எதிர் நோக்கி,

1 மேற்படி நூல் தொகுதி 11 இயல் 10

பெற்று வாழ்ந்தது; பௌத்தமும் இஸ்லாமியப் படையெடுப்பாளர்களால் அடித்து நொறுக்கப்பட்டது. ஆனால் அதற்கு அத்தகைய ஆதரவும், மறுவாழ்வும் கிடைக்கவில்லை. அது கேள்வி கேட்பாரற்ற அனாதையாகி விட்டது. உள்நாட்டில் மன்னர்களின் ஆதரவில்லாத நிலையில் படையெடுப்பாளர்கள் மூட்டிவிட்ட தீயில் அது கருகி மறைந்தது.

"முசல்மான் படையெடுப்பாளர்கள் நாளந்தா, விக்ரமசீலா, ஜெகத்தலா, ஓதந்தபுரி முதலிய அநேக பௌத்தப் பல்கலைக் கழகங்களை அழித்தொழித்தார்கள். இந்நாட்டின் அணிகலன்களா-யிருந்த பௌத்த மடங்களையும் அவர்கள் தரைமட்டமாக்கினர். ஆயிரக்கணக்கான பௌத்தத் துறவிகள் நேபாளம், திபேத்து மற்றும் இந்தியாவிற்கு வெளியிலுள்ள பல இடங்களுக்குத் தப்பி ஓடி விட்டனர். இஸ்லாமியத் தளபதிகளால் பெருந்தொகையானவர்கள் படுகொலை செய்யப்பட்டனர். பௌத்தத் துறவிகள் இஸ்லாமியப்படையெடுப்பாளர்களின் வாளுக்கு எப்படி இரையானார்களென்பதை இஸ்லாமிய வரலாற்றாசிரியர்களே கூறி-யிருப்பதைக் காணலாம். ஒரு இஸ்லாமியத் தளபதி கி.பி.1197-இல் பீகாரின் மீது படையெடுத்த போது பௌத்தத் துறவிகளைப் படுகொலைச் செய்த விவரத்தை வின்சென்ட் ஸ்மித் கீழ்க்கண்டவாறு தொகுத்துரைத்திருப்பதைக் காணலாம்:[1]

"திரும்பத் திரும்ப பீகாரைக் கொள்ளையடித்துக் கொடூரங்கள் பல புரிந்தவர் என்று அவர் பெயர் பெற்ற ஒரு முசல்மான் தளபதி துணிச்சலோடு ஓரே நாளில் தலைநகரைச் சுற்றி வளைத்து, கைப்பற்றினான். அவ்வாறு, தலைநகரைப் பிடிக்கப் போரிட்ட ஒருவரை கி.பி.1243-இல் அவர் காலத்து வரலாற்று ஆசிரியர் ஒருவர் சந்தித்து பீகார் நகரக்கோட்டை எவ்வாறு கைப்பற்றப்பட்டதென்பதைக் கேட்டறிந்தார். அந்தக் கோட்டையை வெறும் இருநூறு குதிரை வீரர்கள் மட்டுமே மிகவும் தைரியமாகப் பின்புறக் கதவு வழியாக உட்புகுந்து கைப்பற்றினார்கள் என்பதை அவர் அறிந்தார். அக்கோட்டையிலிருந்து மிகப்பெருமளவில் பொருள்கள் கொள்ளையடிக்கப்பட்டன."

'தலையை மொட்டையடித்துக் கொண்ட பிராமணர்களை' அதாவது வேறுவிதமாகச் சொன்னால் பௌத்த பிக்குகளைப் படுகொலை செய்யும் பணி மிகக் கச்சிதமாகச் செய்து முடிக்கப்பட்டது. இந்தப் பணி எந்த அளவுக்கு முழுக்க நிறைவேற்றப்பட்டது என்பதைப் பின்கண்ட நிகழ்ச்சியிலிருந்து தெரிந்துகொள்ளலாம். வெற்றி வாகை சூடிய முஸ்லிம் தளபதி பௌத்த மடங்களில்

1 பண்டைய இந்தியவரலாறு (1924) பக்கம் 419-420

பல நூலகங்கள் இருப்பதைக் கண்டான். இந்த நூலகங்களில் எத்தகைய புத்தகங்கள் இடம் பெற்றிருக்கின்றன என்பதையும் இப்புத்தகங்களில் என்ன கூறப்பட்டுள்ளது என்பதையும் தெரிந்து கொள்ள அவன் விரும்பினான். ஆனால் இவற்றை அவனுக்குப் படித்துக் காட்டகூடிய ஒரு பிக்கு கூட உயிரோடில்லை. அந்த அளவுக்குப் பௌத்த பிக்குகள் ஆயிரக்கணக்கில் படுகொலை செய்யப்பட்டனர். அந்தக் கோட்டையும் நாடும் ஒரு கல்லூரியாகவே காட்சியளித்தன. இந்தி மொழியில் கல்லூரியைப் பீகார் என்றுதான் அழைப்பார்கள்".

பௌத்த பிக்குகள் அமைப்பின் மீது இஸ்லாமியப் படையெடுப்பாளர்கள் கட்டவிழ்த்து விட்ட கொலைவெறியாட்டம் இவ்வளவு படுபயங்கரமானதாகும். சரியாக ஆணிவேரின் மீது அவர்களது கோடரி விழுந்தது. பௌத்த பிக்குகளின் அமைப்புகளைக் கொன்றதன் மூலம் இஸ்லாம், பௌத்த சமயத்தையே கொன்று விட்டது. இது இந்தியாவில் பௌத்த சமயத்துக்கு நேர்ந்த மிகப் பெரிய பேரிடராகும். வேறு எந்த சித்தாந்தத்தையும் போன்றே மதத்தையும் பிரசாரத்தின் மூலம் தான் பரப்பமுடியும். இந்தப் பிரசங்கம் தோல்வியுற்றால் சமயம் மறைந்து விடும். குருமார் வர்க்கம் என்னதான் வெறுக்கத்தக்க தாயினும் சமயத்தைத் தாங்கிப்பிடித்து நிறுத்தும் அளவிற்கு அது தேவைப்படுகிறது. அதன் பிரசங்கத்தின் மூலம் தான் மதத்திற்கு உத்வேகமூட்டமுடியும். குருமார் வர்க்கம் இல்லையென்றால் சமயம் வீழ்ந்து விடும். இதனால் தான் இவ்வளவு சக்தி வாய்ந்த குருமார் வர்க்கத்தின் மீது இஸ்லாமின் கொடுவாள் விழுந்தது. இந்தக் கொடூர தாக்குதலில் ஒன்று அது அழிந்துபோயிற்று அல்லது இந்தியாவை விட்டு வெளியே ஓடிவிட்டது. பௌத்தச் சுடரை அணையாமல் காப்போர் எவருமிலாமல் போயினர்.

இதே நிலைமை தான் பிராமணச் சமயப் பூசாரிகளுக்கும் ஏற்பட்டிருக்க வேண்டுமெனக் கூறக் கூடும். அந்நிலை ஏற்பட்டிருக்க வேண்டியதுதான். பௌத்தத்திற்கு ஏற்பட்ட அதே அளவுக்கு இல்லாவிட்டாலும் ஓரளவு பிராமணப் புரோகிதர்களுக்கும் ஏற்பட்டிருக்கலாம். ஆனால் இவ்விருசமயங்களின் கோட்பாடுகளுக்குமிடையே நிறைய வேறுபாடுகளுள்ளன. ஏன் பிராமணச் சமயம் இஸ்லாமின் தாக்குதலுக்குப் பின்னும் வாழ்கிறது; பௌத்தம் ஏன் வாழவில்லை என்பதற்கான காரணம் இந்த வேறுபாடுகளில்தான் அடங்கியுள்ளது. இந்த வேறுபாடு குருமார் அமைப்பு முறை சம்பந்தப்பட்டதாகியது.

பிராமண சமயப் புரோகித முறை மிகவும் பரந்த அமைப்பு முறையாகும். இது பற்றித் தெளிவாகவும், மணிச் சுருக்கமாகவும்

காலஞ்சென்ற ராமகிருஷ்ண பந்தார்கர் 'இண்டியன் ஆன்டிக் கொயரி மலரில் கீழ்க்கண்டவாறு கூறியுள்ளார்.[1]

"ஒவ்வொரு பிராமணக் குடும்பமும் ஒரு குறிப்பிட்ட வேதத்தைப் படிப்பதில் குறிப்பாக ஒரு வேதத்தின் சாகையை (திருத்தப்பட்ட மூலபாடம்) படிப்பதில் கவனம் செலுத்துகிறது. அந்த வேதத்துடன் சம்பந்தப்பட்ட சில சூத்திரங்களில் விளக்கப்பட்டுள்ள புனித சடங்குகளைச் செய்வதைத் தனது குடும்பத்தின் உரிமையாகக் கொள்ளுகிறது. குறிப்பிட்ட அந்த வேதத்திலுள்ள எல்லா நூல்களையுமே மனப்பாடம் செய்வதென்பது அந்தப் படிப்பில் அடங்கும். வெள்ளை யஜுர் வேதமும் மதியாந்தன சாகையும் மிகப் பிரபலமாக உள்ள வடஇந்தியாவில் இவ்விதம் மனப்பாடம் செய்யும் முறை சரசமாக மறைந்து விட்டது எனலாம்; பிராமணக் குடும்பங்கள் வந்து குடியேறியுள்ள காசி ஒன்றுதான் இதற்கு விதிவிலக்கு. இம்முறையர்னது ஓரளவு குஜராத்திலும், அதை விடப் பெரிய அளவில் மராட்டியத்திலும் உள்ளது. தெலுங்கானாவில் பெரும் எண்ணிக்கையினரான பிராமணர்கள் தங்களின் வாழ்நாள் முழுவதும் இத்தகைய வேதபாராயணத்தில் கழித்து வருகிறார்கள். இவர்களில் பல பேர் நாட்டின் பலபாகங்களுக்குச் சென்று தட்சணை (காசு, பொருள்) பெற்று வருகிறார்கள். அந்தந்தப் பகுதியிலுள்ள செல்வந்தர்கள் இவர்களுக்குக் காப்பாளர்களாக அமைந்து அவர்களால் ஆன உதவிகளைச் செய்து, வேதங்களின் பல பகுதிகளைக்குறிப்பாக கருப்புயஜுர் வேதப் பகுதிகளையும் ஆபஸ்தம்ப சூத்திரத்தையும் உச்சரிக்கச் செய்கின்றனர். அண்மையில் நான் பம்பாயிலிருந்த போது, தெலுங்கானா பிராமணர்கள் என்னிடம்வந்து தட்சணை கேட்காத நாளே இல்லை. ஒவ்வொருமுறை அவர்கள் வரும் போதும் அவர்கள் கற்றவற்றை ஒப்புவிக்கும்படி கேட்டு, அவர்கள் சரியாக சொல்லுகிறார்களா என்று என்னிடமுள்ள மூல நூலில் சரிபார்ப்பேன்'

'வேத பிராமணர்கள் பொதுவாக கிரகஸ்தர்கள், பிக்சுகர்கள் ' என இரு பிரிவாகப்பிரிந்து தொழில் செய்வர். கிரகஸ்தர் உலகியல் வாழ்க்கைத் தொழிலில் தங்கள் நேரத்தைக் கழிப்பார்கள். பிக்சுகர்கள் தங்களின் புனித நூல்களைப் படிப்பதிலும், சமயச் சடங்குகளைச் செய்வதிலும் காலத்தைக் கழிப்பர்!'

---

1 இண்டியன் ஆன்டிக்கொயரி 1874, பக்கம் 132, உறிப்பர்ட் சொற்பொழிவுகளில், மாக்ஸ் முல்லர் காட்டியுள்ள மேற்கோள் : (1878)பக்கம் 162 லிருந்து 164 வரைக் காண்க.

'இவ்விரு வகுப்பாரும் அன்றாடம் சந்தியாவந்தனம் அல்லது வைகறைப் பிரார்த்தனை செய்வர். இவர்களின் வேதங்களில் விளக்கியுள்ளபடி இப்பிரார்த்தனைகளை இவர்கள் செய்வதால் வேதங்களுக்குத் தக்கவாறு இவை வேறுபடும். ஆனால் இவர்கள் சொல்லும் காயத்திரி மந்திரம் மட்டும் ஒரே மாதிரியாகஇருக்கும். இம்மந்திரத்தைத் 'தத் சவித்தூர்வரேயனாம்' முதலிய சொற்களால் முதலில் ஐந்து முறையும், பிறகு இருபத்தெட்டு அல்லது நூற்றெட்டு முறையும் உச்சரிப்பார்கள். அவர்களது சடங்குகளில் இது முக்கிய பகுதியாகும். இது எல்லா பிராமணருக்கும் பொதுவானது.

இதைத் தவிர, அனேக பிராமணர்கள் அன்றாடம் பிரமயாகம் செய்வார்கள். சில குறிப்பிட்ட சந்தர்ப்பங்களில் எல்லாருமே சேர்ந்து இதில் ஈடுபடுவர். இவ்வேள்வியில் ரிக் வேதத்திலுள்ள முதல் மண்டலத்தின் முதல் பாடலையும், அத்ரேய பிராமணத்தில் முதலில் தொடங்கும் வாக்கியங்களையும், அத்ரேய ஆரண்யகத்தின் ஐந்து பாகங்களையும், யஜுர் சம்ஹிதையையும், சாம சம்ஹிதையையும் அதர்வ சம்ஹிதையையும் அஸ்வலாயன கல்ப சூத்திரத்தையும், நிருக்தங்கள், காண்டங்கள், நிகண்டு, ஜோதிடம், சிட்சை, பாணினி, யாக்ஞவல்கியஸ்மிருதி, மகாபாரதம், ஜைமினி, வேதாராயணர், கனாடர் ஆகியோரின் சூத்திரங்களையும் ஓதுவார்கள்."

இந்த இடத்தில் நாம் நினைத்துப் பார்க்க வேண்டியது, சமயவினை முறைகளை நடத்துவதில் கிரகஸ்தர்களுக்கும் பிக்குகனுக்கும்[1] வேறுபாடு ஏதும் இல்லை என்பதுதான். புரோகிதராகப் பணியாற்றுவதில் பிராமணசமயத்தில் ஒரு கிரகஸ்தனுக்கும், பிக்சுகனுக்கும் ஒரே அந்தஸ்துதான். ஒரு கிரகஸ்தன் புரோகிதனாகப் பணியாற்ற முன்

1 பிராமண சமயத்தில் பிக்சுகாக்கள்

(1) வைதீகர்கள், (2) யஜனிக்குகள், (3) ஸ்ரோத்திரியர்கள், (4) அக்னிஹோத்ரிகள் ஆகிய மேலும் நான்கு உட்பிரிவினராகப் பிரிந்திருந்தனர். இவர்களில் வைதீகர்களென்போர் வேதங்களை மனப்பாடம செய்து பிழையில்லாமல் ஒப்புவிக்கக் கூடியவர்களாவார்;யஜனிகர்களென்போர் வேள்வி செய்பவர்கள். இவர்கள் மற்ற சமயச் சார்பான வினைமுறைகளை நிறைவேற்றுவதோடு, சடங்குகளையும் செய்வார்கள். பெரிய வேள்விகளைச் செய்வதில் ஸ்ரோத்திரியர்கள் கைதேர்ந்தவர்கள்; அக்னிஹோத்திரிகள் முத்தீ வளர்த்துப் பலியிடுவதில் வல்லவர்கள். இவர்கள் 15 நாட்களுக்கு ஒருமுறை செய்யப்படும் 'இஸ்திஸ்' எனப்படும் வேள்வியையும், நான்கு மாதங்களுக்கு ஒருமுறை செய்யப்படும் 'சதுர்மாஸ்யாக்கள்' எனப்படும் வேள்வியையும் செய்பவர்கள்.

முடியவில்லையென்றால் அவன் மந்திரங்களை மனப்பாடம் செய்யவில்லை, சடங்குகளை முறைப்படி செய்யக் கற்கவில்லையென்பது அதற்குக் காரணமாக இருக்கலாம். அல்லது இதை விட அதிக வருவாயுள்ள வேறொரு தொழிலை அவன் செய்வதாக இருக்கலாம். பிராமணருக்குள் தள்ளி வைக்கப்படாதவன் தவிர புரோகிதனாக வரத்தகுதியற்றவன் என்று வேறு எவனுமில்லை. ஏனென்றால் அவர்களுக்குள் வேறு சாதியினர் எவருமில்லை. பிக்குகன் என்பவனே உண்மையான புரோகிதனாவான்; கிரகஸ்தன் தேவைப்படும் போது புரோகிதனாக பணியாற்றுபவனாவான். பிராமணப் புரோகிதப்படையில் எல்லா பிராமணருமே சேர்த்துக் கொள்ளத் தகுதியுடையவராவார். ஒரு பிராமணன் புரோகிதனாகப் பணி செய்வதற்கு எந்த ஒரு குறிப்பிட்ட பயிற்சியும், தொடக்கச் சடங்கு ஏதும் அவனுக்குத் தேவையில்லை. சமயவினை முறைகளைச் செய்யும் மனத்திட்பம் இருந்தால் போதும், ஒரு பிராமணன் புரோகிதனாகிவிட முடியும், பிராமணியத்தில் புரோகிதத் தொழில் மறைந்து போகக்கூடியதல்ல. ஒவ்வொரு பிராமணனும் பிராமணியத்தின் ஒரு வருங்காலப் புரோகிதனாவான். அவசியம் ஏற்படும்போது அவனது சேவையைப் பயன்படுத்திக் கொள்ள முடியும். அவன் தன் வாழ்க்கையை நடத்துவதிலும், முன்னேறுவதிலும் எதுவுமே தடையாக இருக்காது.

இத்தகைய நிலைமைகள் பௌத்த சமயத்தில் இல்லை. ஒருவன் பிக்குவாகச் செயல்படும் முன் ஏற்கனவே சமயச் சடங்குகளின்படி பிக்குவான ஒருவரால் அவனுக்குத் தீட்சை அளிக்கப்பட வேண்டும். இஸ்லாமியர்கள் பௌத்தப் பிக்குகளைப் படுகொலை செய்து விட்ட பிறகு, புதிய பிக்குகளை உருவாக்குவதற்குப் பழைய பிக்குகள் இல்லாது போய் விட்டனர். இவ்வாறு நிலைகுலைந்து போன பௌத்த பிக்குகளின் காலி இடங்களை நிரப்புவதற்குச் சில முயற்சிகள் மேற்கொள்ளப்பட்டன. புதிய பிக்குகளைப் பலதரப்பட்ட பகுதியினரிடமிருந்தும் தெரிந்தெடுக்க வேண்டியிருந்தது. ஆனாலும், நிச்சயமாக அவர்கள் மிகச் சிறந்தவர்களாக இருப்பார்கள் என்று எதிர்பார்க்க முடியாது.

"இது குறித்து ஹரபிரசாத் சாஸ்திரி கூறுவதாவது[1] பௌத்த பிக்குகள் பஞ்சம், பௌத்தப் புரோகிதத் தொழிலின் இயல்பில் மிகப் பெரிய மாற்றத்தைக் கொண்டுவந்தது. பழைய பிக்குகளின் இடத்தை இப்போது புதுவிதமான பிக்குகள் நிரப்பினர். இவர்கள் திருமணம் செய்து கொண்டு குடும்பத்துடன் வாழ்ந்தனர், இத்தகைய பிக்குகள் 'ஆரியர்கள்' என்று அழைக்கப்பட்டனர். இவர்கள்தான் பொதுவாக பௌத்தர்களின் சமயத்

---

[1] ஹரபிரசாத்சாஸ்திரி நினைவு மலரில் நரேந்திரநாத்லா அவரது கருத்து (பக்கம், 363 - 364)

தேவைகளைப் பூர்த்தி செய்யத் தொடங்கினர். அவர்கள் சில குறிப்பிட்டசடங்குகளுக்குப் பிறகு பிக்குகளுக்குரியஅந்தஸ்தைப் பெறஆரம்பித்தனர். (ததகாரகுப்தாவின் 'அதிகர்மாரகனா' விலிருந்து மேற்கோள் 149, பக்கங்கள் 1207-1208). முறையான பிக்குகளைவிடப் பெரும் எண்ணிக்கையில் இருந்த இந்தக் கலைஞர் பிக்குகள்தான் மக்களின் சமய வழிகாட்டிகளாயினர். சமய சடங்குகளின் போது அவர்கள் தங்களின் வாழ்க்கைக்கு பிக்குகளாகச் செயல்பாட்டாலும், சம்பாதிப்பதற்குப் புரோகிதத் தேவைகளைச் வேண்டிய தொழிலொடு மேஸ்திரிகளாகவும், வண்ணப் பூச்சாளர்களாகவும், சிற்பிகளாகவும், பொற்கொல்லர்களாகவும், தச்சர்களாகவும் பணியாற்றினர். இவர்கள் பல்வேறு துணைத் தொழில்களைச் செய்து வந்ததால் சமய நூல்களைக் கற்றுக்கொள்ளவும், ஆழ்ந்துசிந்திக்கவும், தியானத்தில் ஈடுபடவும், மற்றும் பல ஆத்மீகப் பயிற்சிகளைச் செய்யவும் அவர்களுக்கு நேரம் இருக்கவில்லை. இவர்கள் அழிந்து கொண்டிருக்கும் பௌத்தத்தின் நிலையை எதிர்பார்க்க முடியவில்லை. உயர்த்திப் பிடிப்பார்களென்று அவர்களின் சீர்திருத்த முயற்சிகள் பௌத்தத்தை அழிவினின்றும் காப்பாற்றப் போதியனவாயில்லை".

இந்த விதமாக உருவான புதிய பௌத்த பிக்குகள் வராகவும், படித்தவர்களாகவும், தந்திரங்களில் தேர்ந்த பிராமணப் புரோகிதர்களுக்கு ஈடு கொடுப்பவர்களாகவும் இல்லை.[1]

பிராமணீயம் ஏன் இடிபாடுகளிலிருந்து மீண்டு எழுந்தது? பௌத்தம் ஏன் அவ்வாறு எழ முடியவில்லை? பௌத்தத்தைவிட பிராமணீயத்தில் ஏதோ ஒரு மேலான தன்மை இருப்பது இதற்குக் காரணம் அல்ல, மாறாக இந்த இரு சமயங்களின் பிரத்தியேக இயப்புகளில்தான் இதற்கான காரணம் பொதிந்துள்ளது எனலாம். பௌத்தம் மடிந்தது என்றால் ஆயிரம் ஆயிரமாக பௌத்தர்கள் மடிந்ததும் அதற்குக்

1 புதிய பௌத்தப் பிக்குகள் எண்ணிக்கையில் அதிகம் பெருத்து விட்டதாலும், பௌத்தத்தின் மதிப்புக் குறைந்து விட்டதாலும். இவர்களுக்குத் தர்மம் கிடைப்பதும் குறைந்து விட்டது. ஒரு சந்நியாசி மூன்று வீடுகளில் சென்று பிச்சைக் கேட்கலாம். அதற்கு மேல் எந்த வீட்டிற்கும் போகக் கூடாது. அதே வீடுகளுக்குக் கூட மீண்டும் ஒரு மாதம் கழித்துச் சென்று தான் கேட்க வேண்டும். ஒரு மாதத்திற்குள்ளாகக் கேட்கக் கூடாது. இதன்படி பார்த்தால் ஒரு சந்நியாசிக்கு ஒரு மாதத்திற்குத் தொண்ணூறு வீடுகள் தேவை. இதனால் தான் பௌத்த சந்நியாசிகள் வேறு தொழில்களை விட்டுவிட்டு முழுநேர சமயப் பரப்பு ஊழியர்களாகப் பணியாற்ற முடியவில்லை என்பது ஹரபிரசாத் சாஸ்திரியின் கருத்தாகும். ஹரபிரசாத் சாஸ்திரி நினைவு மலர் , பக்கம்.362.

காரணம். இப்படி மறைந்து போனவர்களை எப்படி உயிர்ப்பிக்க முடியும்? பௌத்தம் அடித்து நொறுக்கப்பட்டாலும் அது அடியோடு நொறுக்கப்பட்டு விடவில்லை. உயிரோடிருந்த ஒவ்வொரு பிராமணனும் புரோகிதனானான், மடிந்துபோன ஒவ்வொரு பிராமணப் புரோகிதன் இடத்தையும் அவன் நிரப்பினான்.

பௌத்தத்தின் வீழ்ச்சி காரணமாக பௌத்த மக்கள் இஸ்லாமைத் தழுவினர் என்பதில் எத்தகைய ஐயத்துக்கும் இடமில்லை.

1938-இல் அலகாபாதில் நடந்த இந்திய வரலாற்றுக் காங்கிரசின் ஆரம்ப மத்தியகால, ராஜபுத்திரப் பகுதிக்குத் தலைமைத் தாங்கிய பேராசிரியர் சுரேந்திரநாத்சென் தமது தலைமை உரையில் சிக்கல்களைக் கூறி அவற்றிற்கு இடைக்கால இந்திய வரலாற்றில் இரண்டு இன்னமும் மன நிறைவான விடை காணாமலேயே உள்ளதைச் சுட்டிக் காட்டினார். அவர் கூறிய அந்த இரண்டு சிக்கல்களில் ஒன்று, இராசபுத்திரர்களின் பூர்வீகம் பற்றியதாகும். மற்றொன்று, இந்தியாவில் முஸ்லீம் மக்கள் தொகையின் பங்கீடு பற்றியதாகும்.

இந்த இரண்டாவது சிக்கல்பற்றி குறிப்பிட்டுப் பேசும் போது அவர்[1] கூறியுள்ளதாவது:

"இச்சிக்கலைப் பற்றிப் பேசுவதால், நான் ஏதோ பழமை ஆய்வில் ஈடுபடுவதாகக் கருதக் கூடாது, இந்தியாவில் எங்கும் முஸ்லீம் மக்கள் பரவியிருப்பதற்கு விளக்கம் தேவை 'இஸ்லாம் தனது இந்திய வெற்றிக்குப்பின் மக்களை வாள் முனையில் இஸ்லாமிய சமயத்திற்கு மாறச் செய்ததெனப் பொதுவாக நம்பப்படுகிறது. எல்லைப்புற மாநிலத்திலும், பஞ்சாபிலும் மிக அதிகமாகவே இஸ்லாமியர் உள்ளனர். இதனை வைத்து தான் மேற்கண்டவாறு நம்பப்படுகிறது. இங்கிருந்தவர்களை இஸ்லாம் வாள் முனையில் மதம் மாறச் செய்ததென்பது உண்மையல்ல. இந்த வடமேற்கு எல்லைப்புற மாநிலத்திலிருந்த மக்கள் குஷானர் காலத்தில் துருக்கிய இனத்தவரே. புதிதாக படையெடுத்து வந்த இஸ்லாமியர்களும் இவர்களும் ஒரே இன மரபைச் சேர்ந்தவர்கள். இதனால் தான் இவர்கள் சுலபமாகத் தமது இனத்தாரோடு இணைந்து விட்டனர். எனவே, இவர்களை வாள் முனையில் மதமாற்றம் செய்ய வேண்டியது தேவையற்றுப் போனது. ஆனால், இதே கோட்பாடு கிழக்கு வங்காளத்திற்குப் பொருந்தாது.இங்கேயும் முஸ்லீம் மக்கள் தொகை மிக அதிகமாகவே உள்ளது. இவர்கள் துருக்கிய, ஆப்கானிய இனத்தோடு இணைந்த இனத்தவரல்லர். ஆகவே

1 தொடக்கக் கால கன்னோஜின் வரலாறு,அங்கிரியா மற்றும் ஆய்வுக் கட்டுரைகள், பக்கம் 188-89.

இங்கிருந்த இந்துக்கள், மதம் மாறியதற்கு வேறு காரணங்கள் இருக்க வேண்டும்."

இந்த வேறு காரணங்கள் யாவை? பேராசிரியர் சென் இக்காரணங்களை முஸ்லீம் வரலாற்றுக் குறிப்பேடுகளிலிருந்து எடுத்துக் கூறுகிறார். சிந்துவை இதற்கு ஓர் எடுத்துக் காட்டாக எடுத்துக் கொண்டு பின்வருமாறு கூறுகிறார்.[1]

"சாச்னாமாவின் கூற்றுப்படி சிந்துவிலிருந்த பௌத்தர்கள் ஆண்ட பிராமண அரசர்களால் மிகவும், கேவலப்படுத்தப் பட்டார்கள், துன்புறுத்தப் பட்டார்கள். அராபியர் சிந்துவின் மீது படையெடுத்த போது பௌத்தர்கள் முழு மனதோடு படையெடுப்பாளருடன் ஒத்துழைத்தார்கள். ஆனால், அதன் அரசனான தாகீர் கொல்லப்பட்டு இஸ்லாமியர் ஆட்சி ஏற்பட்ட பின்னர் பௌத்தர்கள் ஏமாற்றமடைந்தனர். புதிதாக ஏற்பட்ட அராபியராட்சியிலும் அவர்களுக்கே அதே கதிதான் ஏற்பட்டது. இந்துக்களுக்குப் பழைய படியே எல்லா உரிமைகளும் கிடைத்தன. ஆனால், பௌத்தர்களின் உரிமைகள் மதிக்கப்படவில்லை. தங்களுடைய உரிமைகளையும், சிறப்புரிமைகளையும் அவர்கள் பெற வேண்டுமானால், அதற்கு ஒரே வழி அவர்கள் இஸ்லாமைத் தழுவுவதைத் தவிர வேறு வழியில்லை. ஏனென்றால் மதம் மாறியவர்களுக்கு ஆளும் வர்க்கத்தினருக்குள்ள எல்லா உரிமைகளும் கிடைக்கும். எனவே தான் சிந்துவிலிருந்து பௌத்தர்கள் பெரு வாரியாக இஸ்லாம் மதத்தில் சேர்ந்தனர்" மேலும் பேராசிரியர் சென் கீழ்க்கண்ட குறிப்பிடத்தக்கப் பகுதியைச்சேர்த்துரைக்கிறார்.

"இஸ்லாமியர் இந்நாட்டிற்கு வருவதற்கு முன் பஞ்சாப், காஷ்மீரம், பேஹார் ஷெரிபைச் சுற்றியுள்ள மாவட்டம், வங்காளத்தின் வடகிழக்குப் பகுதிகள் முதலியன வலுவான பௌத்த கேந்திரங்களாகவே இருந்தன. ஆனால் இன்று இங்கெல்லாம் இஸ்லாமியரின் மக்கள் தொகையே மேலோங்கி நிற்கிறது. இஸ்லாமியர் ஆட்சி ஏற்பட்ட உடன் இந்துக்களைவிட பௌத்தர்கள் எளிதாக அரசியல் சபலத்திற்கு ஆளாகி விட்டனரென்றும், தங்களுக்கு அரசியல் சலுகைகள் கிடைக்குமென்பதற்காகத் தாங்களாகவே இஸ்லாத்தில் சேர்ந்து விட்டனரென்றும் கூறமுடியாது."

துரதிர்ஷ்டவசமாக, ஏன் பௌத்தர்கள் தங்கள் சமயத்தைத் துறந்து இஸ்லாத்தில் சேர்ந்தனரென்பதையும், அதற்கான கட்டாயங்களென்ன என்பதையும் இது வரை எவருமே ஆழமாக ஆராய்ந்துஎடுத்துரைக்கவில்லை. இதைப்போலவே பிராமண

1 அதே கட்டுரை, பக்கம் 188-89

அரசர்களின் துன்புறுத்தல்கள் எந்த அளவுக்குப் பௌத்தர்களை வலுக்கட்டாயப் படுத்தி இஸ்லாத்தில் சேரும்படி செய்தது என்பதையும் கூறுவதும் கடினம். ஆயினும் இதுதான் பிரதான காரணமாய் இருக்க வேண்டுமென்பதைக் காட்டும் சான்றுகள் பல உள்ளன. இரு மன்னர்கள் பௌத்த மக்களை அடக்கி ஒடுக்கிப் பெரிதும் கொடுமைப்படுத்தினர் என்பதற்கு நமக்கு ஆதாரப்பூர்வமான சான்றுகள் கிடைத்துள்ளன.

முதலாவதாக மிஹிரகுலன் பற்றிக் கூறவேண்டும். இவன் ஒரு ஹுண அரசன். இவன் தோராயமாக கி.பி. 455-இல் இந்தியாவின் மீது படையெடுத்து ஹுணர்களின் ஆட்சியை வட இந்தியாவில் நிலைப்படுத்தினான். அதன் தலை நகரம் 'ஷாகாலா'வாகும். இன்று பஞ்சாபிலுள்ள ஷியால்கோட்தான் அன்று 'ஷாகாலா' என்று அழைக்கப்பட்டது. மிஹிரகுலன் கி.பி. 528ஆம் ஆண்டில் ஆட்சி புரிந்தான்.

அவனைப்பற்றி வின்செண்ட் ஸ்மித் கூறுவதாவது:[1] "மிஹிரகுலன் ரத்தவெறி பிடித்த ஒரு கொடுங்கோலன், 'இந்தியாவின் அட்டிலா' வாகிய அவன் ஹுணர்களுக்கே உரிய மூர்க்க வெறியோடு கொடுமையின் சிகரமாகக் காட்சியளித்தான் என்கின்றனர் வரலாற்று ஆசிரியர்கள்.

மிஹிர குலனுடைய வெறிச் செயலை வின்செண்ட் ஸ்மித்தின் வார்த்தைகளால் கூற வேண்டுமானால்[2] "அமைதியாகத் திகழ்ந்த, பௌத்தப் பண்பாட்டை மிஹிரகுலன் நாசப்படுத்தினான்; ஸ்தூபிகள், மடங்கள் ஆகியவற்றின் செல்வங்களைக் கொள் ளையடித்து, அவற்றைச் சுவடு தெரியாமல் தரை மட்டமாக்கினான்."

கிழக்கிந்தியாவை ஆண்ட சசங்கன் எனும் அரசனைப் பற்றி அடுத்துப் பார்ப்போம். இவன் தோராயமாக ஏழாம் நூற்றாண்டின் முதல் பத்து ஆண்டுகள் ஆண்டான். ஹர்ஷரோடு நடந்த போரில் அவன் தோறகடிக்கப்பட்டான்.

இதுபற்றி வின்செண்ட் ஸ்மித்து கூறுவதையும் பார்ப்போம்:[3]

"சசங்கன் ஹர்ஷரின் சகோதரனைக் கொடூரமாகக் கொன்றவன். இவன் குப்த மரபோடு தொடர்புடையவனாக இருக்கலாம். இவன் சிவனை வழிப்பட்டவன். பௌத்தத்தை வெறுத்தவன், பௌத்தத்தை வேரோடு பிடிங்கியெறிந்து அதனை அழித்தவன், புத்த கயாவிலிருந்து

---

1 "பண்டைய இந்திய வரலாறு" (1924) பக்கம் 336.

2 மேற்படி நூல், பக்கம் 337.

3 அதே நூல், பக்கம் 360.

போதி மரத்தைத் தோண்டியெடுத்துக் அதுமட்டுமல்ல சசங்கன் கொளுத்தியவன்; இந்த மரத்தின் மீது அசோகர் அளவு கடந்த பக்தி கொண்டிருந்தாரென்று பழங்கதைகள் கூறுகின்றன, பாடலிபுத்திரத்தில் புத்தரின் பாதச்சுவடு பொறித்திருந்த கல் பலகையை உடைத்தவன்; பௌத்தப் பள்ளிக் கூடங்களை அழித்தவன்; பௌத்தத் துறவிகளை நேபாளக் குன்றுகள் வரை துரத்திச் சென்று நாடு கடத்தியவன்.'

ஏழாம் நூற்றாண்டு இந்தியாவில் "சமயக்கொடுமைகள் நிறைந்த நூற்றாண்டு" என ஸ்மித் சுட்டிக் காட்டுகிறார்.[1]

"இந்த ஏழாம் நூற்றாண்டில்தான் தென்னிந்தியாவில் சமணர்களைக் கொடூரமாகக் கொன்றனர்."

இஸ்லாமியர் இந்தியாவின் மீது படையெடுத்த ஏறத்தாழ அதே சமயத்தில் சிந்துக் கொடுமை நிகழ்ந்தது, அங்கிருந்த பௌத்தர்களைக் கொடுமைப் படுத்தியதையும், அதன் காரணத்தையும் இந்நூற்றாண்டின் நிகழ்ச்சியாகவே நாம் பார்க்கிறோம். இதே நிலை இஸ்லாமியரின் படையெடுப்புகள் காலம் வரை நீடித்தது. இதற்கு காரணம் வட இந்தியாவை ஆண்ட பிராமண அல்லது இராசபுத்திர அரசர்கள் பௌத்தர்களின் பகைவர்களாக இருந்ததுதான். சமணர்கள் 12-ஆம் நூற்றாண்டில்கூட கொடுமைப்படுத்தப்பட்டார்கள். இதற்கான பல்வேறு சான்றுகள் வரலாற்றில் உள்ளன. இதற்குச் சான்றாக அஜயதேவன் என்ற அரசனைப் பற்றி ஸ்மித் குறிப்பிடுகிறார். இவன் ஒரு சைவ அரசன். கி.பி.1174-6-இல் இவன் குஜராத்தின் அரசனானான். பட்டத்திற்கு வந்தவுடன் சமணர்களை ஈவு இரக்கமின்றிக் கொடுமைப்படுத்த முற்பட்டான். அவர்களின் தலைவரைச் சித்திரவதை செய்து கொன்றான். ஸ்மித் மேலும் கூறுகிறார்: "இதைப் போலவே சமண, பௌத்தச் சமயங்களைச் சேர்ந்தவர்களை மிகவும் கொடுமைப் படுத்திய பல செயல்களை எடுத்துக் காட்டாகக் கூறலாம்."

எனவே, பிராமணச் சமயத்தின் கொடுமைகளிலிருந்து தப்பித்துக் கொள்ளவே பௌத்தர்கள் இஸ்லாமியச் சமயத்திற்கு மாறினார்களென்று கூறும் முடிவு நிலைநிறுத்தப்பட்டு விட்டது.நாம் கூறிய சான்று இந்த முடிவுக்குப் போதிய ஆதாரமானதாக இல்லாவிட்டால் இதையொரு யூகமாகவாவது கொள்ளலாம். பௌத்தத்தின் அழிவுக்குப் பிராமணீயமே காரணமாயிருந்தது என்பது தெளிவு.

1 பண்டைய இந்தியா வரலாறு, அடிக்குறிப்பு, பக்கம் 214

இயல் 6

பிராமணீய இலக்கியம்

இக்கட்டுரை எழுதப் பெற்றப் பக்கங்கள் நமக்கு வரிசையாகக் கிடைக்கவில்லை. சிதறியவையாக பக்கம் 6 முதல் 14 வரையிலும், பக்கம் 17 முதல் 39 வரையிலும்தான் கிடைக்கின்றன. "புத்தசமயத்தின் நலிவும் வீழ்ச்சியும்" என்ற தலைப்பின் தொடர்ச்சியாக இப்பக்கங்கள் உள்ளன. சில பக்கங்கள் முதற்படியாகவும், சில பக்கங்கள் இரண்டாம் படிகளாகவும் உள்ளன. - இதோடு வேதாந்தசூத்திரங்கள், பகவத் கீதை ஆகியவற்றைப் பற்றிக் கூறும் இன்னும் 14 -பக்கங்களும் உள்ளன. தட்டச்சு செய்யப் பெற்றுள்ள தாளின் அளவும், தன்மையும் கூட இயலுக்கு இயல் வேறுபடுகின்றன. (1) 'புத்தசமயத்தின் நலிவும் வீழ்ச்சியும்' (2) 'பிராமணீய இலக்கியம்', (3) 'வேதாந்த சூத்திரங்களும் கீதையும்' ஆகிய மூன்று இயல்களின் தட்டச்சுத் தாள்களும், தட்டச்சும் ஒரே மாதிரியாக உள்ளன. ஆனால், இவை இந்தப் பகுதியைச் சேர்ந்த மற்ற தட்டச்சுச் செய்யப் பெற்றுள்ள தாள்களினின்றும், அளவிலும் தன்மையிலும் வேறுபடுகின்றன.

பதிப்பாசிரியர்கள்

I

இதற்கான காரணங்கள் என்ன என்பதை புஷ்யமித்திர சுங்கனின் அரசியல் வெற்றிக்குப் பிறகு வளர்ச்சியடைந்த பிராமணீய இலக்கியத்திலிருந்து அறியலாம். பிராமணீய இலக்கியத்தைக் கீழ்க்கண்டவாறு ஆறுவகையாகப் பிரித்து அறியலாம். அவை (1) மனுஸ்மிருதி, (2) கீதை, (3) சங்கராச்சாரியரின் வேதாந்தம், (4) மகாபாரதம் (5) இராமாயணம் (6) புராணங்கள் ஆகியவையாம். புத்தம் நலிவுற்றதற்கான காரணங்களைக் கூறலாமென நினைக்கிறேன்.உள்ளுறை அல்லது இக்காரணங்கள் சரியான யூகத்தின் அடிப்படையில் இருக்கலாம்.அவ்வாறு கூறுவது வழக்கத்திற்கு மாறானதாகவோ அல்லது பொருத்தமற்றதாகவோ ஆகாது. இலக்கியம் என்பது ஒரு கண்ணாடி; அதில் மக்களின் வாழ்க்கை பிரதிபலிக்கும் என்பர்.

இதுபற்றி நான் கூறப்புகுமுன் ஒரு கருத்தை மட்டும் சந்தேகம், திரிபு, மயக்கமற நான் விளக்கியாக வேண்டுமென நினைக்கிறேன். மேலே கூறப்பட்டுள்ள பிராமணீய இலக்கியம் புஷ்யமித்திர சுங்கனின்

அரசியல் புரட்சிக்குப் பின்னர்தான் அறியப்பெற்றது என்பதற்கில்லை. இந்த இலக்கியம் தோன்றி வளர்ந்த காலம் இவனுடைய ஆட்சிக்குப் பின்னர் தானென்று கூற முடியாது. ஆனால், இக்கருத்திற்கு எதிர்மறையாக வைதீக, வைதீகமற்ற, படித்த, படிக்காத இந்துக்கள் அனைவருமே அவர்களுடைய புனித நூல்கள் யாவும் மிகமிகப் பழமையானவை என்ற அசைக்க முடியாத நம்பிக்கையில் உள்ளவர்கள். உண்மையில் ஒவ்வொரு இந்துவும், தங்களின் புனித இலக்கியத்தின் மீது இத்தகைய நம்பிக்கைக் கொண்டுள்ளதைப் பார்க்கிறோம்.

மனுவின் காலத்தைப் பொறுத்தவரையில் நான் கொடுத்துள்ள சான்றுகளைப் பார்ப்பீர்களேயானால், மனு ஸ்மிருதி, சுமதி பார்காவா என்பவரால் கி.மு. 185-க்குப் பின்னர் தான் எழுதப்பெற்றது என்பதை அறியலாம். இஃது புஷ்யமித்திரன் புரட்சி செய்து அரியணையைக் கைப்பற்றிய காலத்திற்குப் பிற்பட்டதாகும். இதற்கு மேலும் இது பற்றி நான் அதிகம் கூறத் தேவை இல்லை என நினைக்கிறேன்.

'பகவத் கீதையின் காலம்' என்பது பற்றி மாறுபட்ட கருத்துக்கள் உள்ளன.

திரு. தெலாங் என்பவர் பகவத் கீதையின் காலம்' கட்டாயமாக கி.மு. மூன்றாம் நூற்றாண்டுக்கும் முற்பட்டதாகும் என்கிறார். ஆனால் அது எவ்வளவு காலத்திற்கு முற்பட்டது என்று அவரால் வரையறுத்துக் கூற முடியவில்லை.

திரு. திலகர்...

இன்று நாம் பெற்றிருக்கும் கீதை முதலிலிருந்த அதன் மூலத்திலிருந்து வேறுபட்டதென்பது பேராசிரியர் கார்பேயின்[1] கருத்தாகும். காலப் போக்கில் கீதை அதனுடைய மூலத்தினின்று மாறுபட்டுள்ளதால் நாம் இன்று வைத்துள்ள கீதை அதன் மூலத்தினின்றும் வேறுபட்டதாகும் என்பதைப் பேராசிரியர் கார்பே ஒப்புக் கொண்டுள்ளார். இதே கருத்தை இந்தியாவுக்கு வெளியிலுள்ள பல இந்தியவியலாளர்களும் ஒப்புக் கொள்ளுகின்றனர். பேராசிரியர் கார்பேயின் கருத்துப்படி நூற்று நாற்பத்தாறு பாடல்கள் கீதையில் பிற்காலத்தில் புதிதாகச் சேர்க்கப் பெற்றவையாகும்; இவை மூலப்பாடல்களில் இல்லை என்கிறார். பகவத் கீதை கி.பி. இரண்டாம் நூற்றாண்டுக்கு முற்பட்டதாக இருக்க முடியாதென்பது பேராசிரியர் கார்பேயின் கருத்தாகும்.

பாலாத்திய அரசனுடைய காலத்தில்தான் பகவத் கீதை இயற்றப்பட்டிருக்க வேண்டுமென்பது பேராசிரியர் கோசம்பி

---

1 "பகவத் கீதைக்கு முகவுரை", ஆங்கில மொழி பெயர்ப்பு, பேராசிரியர் உத்கிகர்.

வலியுறுத்தும் கருத்தாகும். பாலாத்தியன் குப்த அரச மரபைச் சேர்ந்தவன். ஆந்திர அரச வமிசம் ஒழிந்த பிறகுதான் குப்த பாலாத்தியன் கி.பி.467-இல் அரசுக் கட்டிலேறினான். இவ்வாறு, பேராசிரியர் கோசம்பி பிற்பட்ட காலத்தைக் குறிப்பிடுவதற்கு இரண்டு காரணங்கள் உண்டு.

முதல் காரணம்,

சங்கராச்சாரியர் கி.பி. 788-இல் பிறந்து, கி.பி. 820-இல் மறைந்தார். இவர் பகவத் கீதைக்கு உரை எழுதுவதற்கு முன்னர் அது அத்தனை அறியப்படாத ஒரு நூலாகவே இருந்தது. சந்திரக்ஷித் என்பவர் தத்துவ சங்கிரகம் என்னும் ஆய்வுக் கட்டுரையைச் சங்கராச்சாரியர் பிறப்பதற்கு 50 ஆண்டுகளுக்கு முன்னர்தான் எழுதியுள்ளார். இந்த ஆய்வுக் கட்டுரையில் கீதை பற்றிக் குறிப்பிடப்படவில்லை.

இரண்டாவது காரணம்,

'விஜினவாதம்' என்பது வசுபந்து தோற்றுவித்த ஒரு தத்துவம். இந்தத் தத்துவம் பற்றி 'பிரம்ம சூத்திரபாஷியம்' என்ற நூலில் திறனாய்வு செய்யப் பெற்றுள்ளது. 'பிரம்மசூத்திர பாஷியம்' பற்றி பகவத் கீதையில் குறிப்பிடப்பட்டுள்ளது.[1] எனவே, பகவத்கீதை வசுபந்துவுக்கும், பிரம்ம சூத்திர பாஷியத்திற்கும் பிற்பட்டதாகவே இருக்க வேண்டும். வசுபந்து குப்த அரசன் பாலாத்தியனுக்குக் குருவாக இருந்தவர். அப்படியானால் பகவத் கீதை முழுவதுமோ அல்லது அதனுடைய சில பகுதிகளோ பாலாத்தியன் காலத்திலோ அல்லது அவனுக்குப் பிறகோதான் எழுதப் பெற்றிருக்க வேண்டும்.

சங்கராச்சாரியர் காலம் பற்றி அதிகம் சொல்லத் தேவை இல்லை. அவர் வாழ்ந்த காலம், அவர் எழுதியவை ஆகியவை பொதுவாகவே ஒப்புக்கொள்ளப் பட்டவையாகும். அவருடைய வாழ்க்கையைப் பற்றிச் சிறிது விவரமாகக் கூறவேண்டும். இது பற்றி நான் வேறொரு இடத்தில் கூறலாமென்று இங்கு விட்டு விடுகிறேன்.

மகாபாரதம் எப்பொழுது எழுதப்பட்டதென்ற வினாவிற்குத் திட்டவட்டமாக விடை காணுதல் இயலாத ஒன்றாகும். அது இயற்றப்பட்ட காலம் பற்றி முயற்சித்து வேண்டுமானால் பார்க்கலாம். மகாபாரதம் மூன்று பதிப்புகளாக வெளியிடப் பெற்றுள்ளது; ஒவ்வொரு பதிப்பையும் வெவ்வேறு பதிப்பாசிரியர்கள் வெளி-யிட்டுள்ளனர்; ஒவ்வொரு பதிப்பாசிரியரும் அதன் தலைப்பையும், உட்பொருளையும் வெவ்வேறாகக் குறிப்பிட்டு வெளியிட்டுள்ளனர். இதனுடைய மூலபத்திப்பில் இஃது 'ஜெயம்' (வெற்றி) என்றே குறிப்பிடப்பட்டுள்ளது. இதே தலைப்புதான் மூன்றாவது பதிப்பிலும் மகாபாரதத்தினுடைய மூலம் வியாசரால் எழுதப் பெற்றதாகும். அவர்

1 கீதை அத்தியாயம் 13, பாடல் 4

இதற்குக் கொடுத்துள்ள தலைப்பு 'ஜெயம்' என்பதே. இரண்டாவது பதிப்பு 'பாரதம்' என்று பெயர் பெற்றிருந்தது. வைசம்பாயணர் என்பவரால் இந்த இரண்டாவது பதிப்பு வெளியிடப்பட்டது. எனினும் பாரதத்தை இரண்டாம் பதிப்பாக வெளியிட்டவர் வைசம்பாயணர் மட்டுமே அல்ல. மற்றும் பலரும் இதனை வெளியிட்டுள்ளனர். வைசம்பாயணர் மட்டுமே வியாசரின் மாணவரல்ல; அவருக்குப் பல மாணவர்கள் இருந்தனர். ஜைமினி, பைலன், சுகன், சுமந்தன் ஆகிய வேறு நால்வரும் கூட அவருடைய மாணவர்களே.

இவர்கள் அனைவரும் அவரிடம் பாடம் பயின்றவர்கள். அவர்கள் ஒவ்வொருவரும் தனித்தனியே பாரதத்தைப் பதித்து வெளியிட்டனர். இதனால் வியாச பாரதத்தோடு, இந்நால்வரின் நான்கு பாரதங்களுமாக மொத்தம் ஐந்து பாரதப் பதிப்புகள் வெளிவந்தன. வைசம்பாயணர், வியாசரின் பாரதத்தை முழுவதுமாக திருத்தியமைத்து தனது பாரதமாகவே வெளியிட்டார். வியாசர், வைசம்பாயணர் ஆகியோரின் இரு பதிப்புகளோடு சவுதி என்பவர் மூன்றாவது ஒரு பதிப்பை வெளி-யிடலானார். வைசம்பாயணரின் நூலை முழுவதுமாக திருத்தியமைத்து, சவுதி தனது சொந்த கருத்தில் பாரதத்தை வெளியிட்டார். இது, 'மகாபாரதம்' என்ற தலைப்பில் வெளியானது. இந்த நூல் அளவிலும் பொருளடகத்திலும் விரிவடைந்தது. 8800-க்கு மேற்படாத பாடல்களைக் கொண்ட வியாசர் எழுதிய 'ஜெயம்' அளவில் மிகச் சிறியதாகவும், குறைந்த பாடல்களைக் கொண்டதாகவுமே இருந்தது. இவரையடுத்து வெளியிட்ட வைசம்பாயணரின் பாரதம் 24000 பாடல்களைக் கொண்டிருந்தது. சவுதியின் பாரதத்தில் 96836 பாடல்கள் இடம்பெற்றன.

வியாச பாரதமென்பது கௌரவருக்கும், பாண்டவருக்கும் இடையே நடந்த ஒரு போரின் கதையாகும். அதையே வைசம்பாயணர் எழுதும்போது அது இரண்டு மடங்காக பெருத்தது. மூலக் கதையோடு நீதி உபதேசங்களும் சேர்த்து எழுதப் பெற்றன. வியாசர் பாரதம் ஒரு வரலாற்றுக் கதையே. ஆனால், அவரையடுத்து வந்தவர்கள் அதனை எழுதிய போது சமுதாய நீதியையும் சமயக் கடமைகளையும், அறநெறிகளையும் வகுத்தளிக்கும் ஒரு போதனை நூலாக மாற்றினர். கடைசியாக பாரதத்தை வெளி-யிட்ட சவுதி, தொல் கதைகளின் கருவூலமாக அதனைப் பரிணமிக்கச் செய்தார். இவர் உண்மை வரலாற்றுக் கதைகளையும், இங்குமங்குமாக வழக்காற்றிலிருந்த தொல்கதைகளையும் ஒன்றொடொன்று இணைந்து பாரதக் கதையோடு சேர்த்து வெளியிட்டார். பாரதக் கதையை ஓர் அறிவுக் கருவூலமாக்க வேண்டுமென்பதே சவுதியின் பேராசையாகும். இதற்காகத்தான் இவர் அரசியல், புவியியல், போரியல் முதலிய பல்வேறு துறைகளையும் கையாண்டு விரிவாக பாரதத்தை எழுதினார். மேலும் நூலில் பல இடங்களில் கூறியது கூறல் எனும் பழக்கத்தைச் சவுதி

கையாண்டு உள்ளதால்தான் 'பாரதம்', 'மகாபாரதமாக' பல்கிப் பெருகிக் காணப்படுகிறது.

இனி மகாபாரதம் எழுதப் பெற்ற காலம் குறித்துச் சற்றுப் பார்ப்போம். கௌரவர்களுக்கும், பாண்டவர்களுக்கும் இடையே நடந்த போர் மிகப் பழைய காலத்தில் நடந்ததென்பது பற்றி ஐயமே இல்லை. ஆனால் இதை வைத்து வியாசர் மகாபாரதத்தை எழுதிய காலமும் பழமையானது அல்லது பாரதப்போர் நடந்த காலத்திலேயே அது எழுதப் பெற்றது என்று பொருள் கொள்ளக் கூடாது. அவரையடுத்து வெளிவந்த பலதிறப்பட்ட பதிப்புகளின் காலங்களைக் கணிப்பதும் கடினமான காரியமே. இவை யாவற்றையும் கருத்தில் கொண்டுதான் பேராசிரியர் ஹாப்கின்ஸ்[1] கீழ்க்கண்டவாறு கூறுகிறார்:

"பொதுவாக மகாபாரதக் காலத்தைப் பற்றிச் சொல்லப்போனால் கி.பி. 200க்கும் கி.பி.400க்கும் இடைப்பட்ட காலமாக இருக்கலாம். பிற்காலத்தில் மேலும் கூட்டிப் பெரிதாக்கி வெளியிடப்பட்ட பதிப்புகளின் காலத்தையும் திருத்தப்பட்ட பதிப்புகளின் காலத்தையும், இஃது குறிப்பிடவில்லை.

இத்தகைய வெளியீடுகள் பின்வந்தோர்களால் அவரவர்காலத்தில் வெளியிடப்பட்டவையே எனலாம்".

ஆனால் வேறு சந்தர்ப்பங்களை வைத்துப் பார்க்கும்போது இதற்கும் பிற்பட்ட காலத்தையே அவை சுட்டிக் காட்டுகின்றன.

மகாபாரதத்தில் ஹூணர்களைப் பற்றிய குறிப்புள்ளது. தோராயமாக, கி.பி. 455-ல் ஸ்கந்தகுப்தன் ஹூணர்களைத்தோற்கடித்தான். இருப்பினும் இதற்குப் பிறகும் ஹூணர்களின் படையெடுப்பு கி.பி. 528 வரை நிலவியது என்பதை அறிகிறோம். இதிலிருந்து மகாபாரதம் ஏறத்தாழ அவனது காலத்தில் அல்லது இதற்குப் பின்தான் எழுதப்பட்டிருக்கவேண்டும் என்பது கண்கூடு. மகாபாரதம் பிற்காலத்தில் எழுதப்பட்டது என்பதற்குப் பிற குறிப்புகளும் உள்ளன. மகாபாரதம் 'மிலேச்சர்கள்' அல்லது இஸ்லாமியர் பற்றிக் குறிப்பிடுகிறது. 190-வது அத்தியாயம், வனப்பருவம் பாடல் 29-ல் "இந்த உலகம் முழுவதுமே இஸ்லாமிய உலகமாகவே மாறிவிடும். இதனால் யாகங்கள், புனிதமான சடங்குகள், சமய விழாக்கள் யாவுமே அற்றுப்போகும்" என்று ஆசிரியர் குறிப்பிடுகிறார். இஃது ஒளிவு மறைவு இல்லாமல் நேரடியாகவே இஸ்லாமியரைப் பற்றிக் குறிப்பிடும் மகாபாரத சான்றாகும். மேலே கூறப்பட்ட பாடல் எதிர்காலத்தில் என்ன நடைபெறக்கூடும் என்பதைக் குறிப்பிடுகிறதா-யினும், மகாபாரதம் ஒரு தொல்பழங்கதை (புராணம்) என்பதையும்,

---

1 பேராசிரியர் ஹயப்கின்ஸ், "இந்தியாவின் மாபெரும் இதிகாசம், பக் 389.

எப்பொழுதுமே தொல்பழங்கதைகள் நடந்தவற்றை மட்டுமே குறிப்பிடுபவை என்பதையும் கவனத்திற்கொள்ள வேண்டும் இவ்விதம் நோக்கும்போது இந்தப் பாடல் இந்தியாவின் மீது இஸ்லாமியர் படையெடுத்த காலத்திற்குப் பின் தான் எழுதப்பட்டிருக்க வேண்டும் என்னும் உட்பொருளை நமக்கு வெளிப்படுத்துகிறது.

இத்தகைய முடிவை வேறு பலசான்றுகளும் மெய்ப்பிக்கின்றன. இதே அத்தியாயம் பாடல் 59-ல் 'விரசாலர்களால் ஒடுக்கப்பட்ட பிராமணர்கள் பயத்தால் நடுங்கி, தங்களைக் காப்பாற்ற யாருமே இல்லை என்பதையுணர்ந்து துக்கத்தோடும், துயரத்தோடும் மனவேதனையோடும் உலகம் முழுவதும் சுற்றித்திரிந்து அலைந்தார்கள்" என்று கூறப்பட்டுள்ளது.

இங்கு விரசாலர் என்று குறிப்பிடப்படுவோர் புத்த சமயத்தவர்களல்லர். புத்த சமயத்தவர்கள் பிராமணர்களை அடக்கி ஒடுக்கினார்கள் என்று கூறுவதற்கான ஒரு சில சான்று கூட கிடையாது. புத்த சமயத்தைச் சேர்ந்த அரசர்கள் ஆண்டபோது பிராமணர்களைப் பௌத்தபிக்குகளைப் போலவே மிகவும் சுதந்திரமாக வாழும்படி செய்தனர். எனவே, விரசாலரென்போர் பண்பாடற்றோர் எனப்பொருள்படும் இஸ்லாமிய படையெடுப்பாளரையே குறிப்பிடுகிறது என்பது தெளிவு.

அதே அத்தியாயம், வனப்பருவத்தில் வரும் வேறு சில பாடல்களைப் பார்ப்போம். 65, 66, மற்றும் 67ஆவது பாடல்களில் "சமூகம் ஒழுங்கில்லாமல் போய் விடும்; மக்கள் யதுகாக்களை வழிபடமுற்படுவார்கள்; அவர்கள் கடவுளரைப் புறக்கணிப்பார்கள்; சூத்திரர்கள் இரு பிறப்பாளர்களுக்குப் (பிராமணர்களுக்கு) பணி செய்ய மாட்டார்கள்; உலகம் முழுவதிலும் யதுகாக்கள் பரவிவிடும்; இந்தயுகமும் அத்துடன் முடிவு பெறும்", என்ற கருத்துக் கூறப்பட்டுள்ளது.

'யதுகா' என்ற சொல்லுக்குப் பொருளென்ன? சிலர் "புத்த சைத்தியம்" என்று இதற்குப் பொருள் கூறுகின்றனர். கோசாம்பியின்[1] கூற்றுப்படி இப்படிப் பொருள் கொள்வது தவறாகும், வேத நூல்கள் அல்லது பௌத்த நூல்களில் எங்குமே "யதுகா" என்ற சொல்லைச் 'சைத்தியம்' என்ற பொருளில் பயன் படுத்தியதாகத் தெரியவில்லை. மாறாக, இது வேறு பொருளையே தருகிறது. அமரகோசரின் உரையில் 'யதுகா' என்ற சொல், மரத்தாலான கட்டடத்திற்கு வலிமை சேர்க்கும் சுவர் என்ற பொருளில் பயன்படுத்தப்பட்டுள்ளது என்று மகேசுவர பட் கூறுகிறார்.

'இதுகா' என்ற சொல் 'யதுகா'வாக மறுவி' உச்சரிக்கப்படுகிறது; முஸ்லீம்கள் ஒரு சுவற்றின் முன்னின்று பிரார்த்தனைச் செய்வார்கள்; அதுவே 'இதுகா' எனப்படும் என்பது கோசாம்பியின் கருத்தாகும்.

---

1 "இந்தி சமஸ்கிருத அனி - அஹிம்சா" (மராத்தி) பக்கம் 159.

இது சரியான விளக்கம் என்றால் மகாபாரதத்தின் ஒரு பகுதி முகம்மது கோரியின் படையெடுப்பிற்குப் பின்தான் எழுதப்பட்டிருக்க வேண்டும். இந்தியாவின் மீது முகம்மது இபின் காசிம் என்பவன் கி.பி.712-இல் நடத்திய படையெடுப்புதான் முதல் இஸ்லாமியர் படையெடுப்பாகும். இவன் வட இந்தியாவின் சில நகரங்களைக் கைப்பற்றினான், ஆனால் அதிக சேதம் விளைவிக்கவில்லை. இவனுக்குப் பின் முகம்மது கஜினி படையெடுத்து வந்தான். இவன் இந்துக் கோயில்களையும், பௌத்த மடங்களையும் நாசப்படுத்தி, கோயில் பூசாரிகளையும், பௌத்த பிட்சுகளையும் படுகொலை செய்தான். ஆனால், அவன் மசூதிகளையோ, பிரார்த்தனைச் சுவர்களையோ கட்டவில்லை. அவனுக்குப் பின்படையெடுத்து வந்த முகம்மது கோரி இதைத்தான் செய்தான். இதிலிருந்து மகாபாரதம் கி.பி. 1200 வரை எழுதி முடிக்கப்படவில்லையென்பது தெளிவாகிறது.

மகாபாரதத்தைப் போலவே, இராமாயணமும் மூன்று பதிப்புகளாக வெளியிடப்பட்டதாகத் தெரிகிறது. மகாபாரதத்தில் இராமாயணம் பற்றி இரண்டு இடங்களில் குறிப்பிடப் பெற்றுள்ளது. ஓரிடத்தில் 'இராமாயணம்' எனக்குறிப்பிடப்பட்டுள்ளது. ஆனால், அதன் ஆசிரியர் பற்றிய குறிப்பு இல்லை. மற்றொருஇடத்தில் 'வால்மீகி இராமாயணம்' என்று குறிப்பிடப் பெற்றுள்ளது. ஆனால், இன்றுள்ள இராமாயணம் வால்மீகி இராமாயணமல்ல.[1] திரு. சி.வி. வைத்யா[2] பின்வருமாறு கூறுகிறார்:

> "இன்றுள்ள இராமாயணம், ஆராய்ச்சியாளரும், மரியாதைக்குரியவருமான உரையாசிரியர் கதகரால் ஏற்றுக் கொள்ளப்பட்டுக்கையாளப்பட்ட போதிலும், அது வால்மீகி எழுதிய மூல இராமாயணம் அல்ல. இந்த முடிவு பற்றி மிகவும் வைதீக சிந்தனையுள்ளவரும் கூட சந்தேகம் கொள்ளக் கூடாது. இராமாயணப் பாடல்களை மிகவும் மேலெழுந்தவாரியாகப் படிப்பவர் கூட அவை ஒன்றுக்கொன்று உடன்பட்டு வராததையும், பழைய, புதிய கருத்துக்கள் அடுத்தடுத்து வரிசைப்படுத்தி வைக்கப்பட்டிருப்பதையும் இன்றைய இராமாயணத்தில் காணலாம். அது வங்காளத்திலுள்ள தாயினும், பம்பாயிலுள்ளதாயினும் இதேநிலையில்தான் உள்ளது. ஆயினும் வால்மீகி இராமாயணம் பிற்காலத்தில் போதிய அளவு மாற்றியமைக்கப்பட்டுள்ளது என்ற முடிவுக்கு யாரும் வராமலிருக்க முடியாது."

மகாபாரதத்தைப் போலவே இராமாயணத்தின் பொருளும் மாறி, மறுவி வந்திருப்பதைக் காணலாம். தொடக்கத்தில் அது, இராவணன்

1 ஹாப்கின்ஸ், இந்தியாவின் மாபெரும் இதிகாசம், பக் 62.

2 இராமாயணத்தின் புதிர், அத் 2, பக்கம் 6.

ராமனுடைய மனைவி சீதையை அபகரித்துச் சென்றதால் இராமனுக்கும், இராவணனுக்குமிடையே ஏற்பட்ட போரைப் பற்றிய ஒரு சிறிய கதையாகவே இருந்தது. இரண்டாவது பதிப்பில் அது நீதியைப் போதிக்கும் ஒரு கதையாக ஆகியது. ஒரு வரலாற்றுக் கதையாக முதலில் எழுதப்பெற்ற இராமாயணம் சமூகம், நீதி, சமயம் ஆகியவற்றிற்கு மக்கள் ஆற்ற வேண்டிய கடமைகளை எடுத்துரைக்கும் ஓர் உபதேச நூலாக மாறியது. அது, தனது மூன்றாம் பதிப்பில் மகாபாரதத்தைப் போலவே தொல்கதைகள், அறிவு, கல்வி, தத்துவங்கள் மற்றும் கலை, அறிவியல்கள் முதலிய அனைத்தையுமே கொண்ட கருவூலமாக மாறிவிட்டது.

இராமாயணத்தின் காலத்தைக் கணிக்கும் போது, இராம காதை, பாண்டு மைந்தரின் கதையை விடகாலத்தால் முற்பட்டதென்பது நிலை நாட்டப்பட்டு விட்ட உண்மையாகும். ஆனால், இராமாயணத்தை எழுதிய காலமும், மகாபாரதத்தை எழுதிய காலமும் ஒன்றாகவே இருந்திருக்க வேண்டும்.

இராமாயணத்திலுள்ள சில பகுதிகள் மட்டும் மகாபாரதத்திற்கு முற்பட்டதாக இருக்கலாம். ஆனால், மகாபாரதத்தின் பெரும்பகுதி எழுதிமுடித்த பிறகுதான், இராமாயணத்தின் பெரும் பகுதியும், எழுதி முடிக்கப்பட்டிருக்க வேண்டுமென்பதில் ஐயமில்லை.[1]

(முடிவு பெறவில்லை)

II

புத்த சமயத்தின் நலிவுக்கான காரணங்கள் என்ன என்பதைக் கூறுவதற்கு வேண்டிய சான்றுகளை நான் *(1)* பகவத் கீதை, *(2)* வேதாந்த சூத்திரங்கள், *(3)* மகாபாரதம், *(4)* இராமாயணம், *(5)* புராணங்கள் முதலிய இலக்கியங்களிலிருந்து அறிந்து கூறவுள்ளேன். இந்த நூல்களை ஆராய்ந்து புத்தசமயத்தின் நலிவுக்கான காரணம் அல்லது காரணங்கள் என்ன என்பதை ஊகமாக மட்டுமே எடுத்துரைக்கவுள்ளேன்.

இத்தகைய இலக்கியங்களின் கருப்பொருளை ஆராயமுற்படுமுன் இந்த இலக்கியப் படைப்புகளின் காலத்தை நாம் கணித்தாக வேண்டும். புஷ்யமித்திரனின் புரட்சிக்குப் பின்னர்தான் இந்த இலக்கியங்கள் படைக்கப்பட்டன என்பதை எல்லோரும் ஏற்றுக் கொள்வார்களென்று கூற முடியாது. மாறாக பெரும்பாலான இந்துக்கள் வைதீகராயினும், வைதீகமற்றவராயினும், கற்றவராயினும், கல்லாதவராயினும், ஓர் அசைக்க முடியாத நம்பிக்கையை வைத்துள்ளனர். தங்களுடைய இந்தப் புனித நூல்கள் யாவும் மிகமிகப் பழமையான காலத்தவை

1 ஹாப்கின்ஸ் எழுதியுள்ள "இந்தியாவின் மாபெரும் இதிகாசம்" என்ற நூலின் பின் இணைப்பு 'ஏ' யில் இரண்டு இதிகாசங்களிலும் காணப்படும் ஒரே மாதிரியான சொற்றொடர்களைக் காண்க.

என்பதே அந்த நம்பிக்கை. ஒவ்வொரு இந்துவும், தம்முடைய புனித இலக்கியங்கள் தொல்பழங்காலத்தவை என்று நம்புவதே தமது புனித கடமையாகக் கொண்டுள்ளனர் என்பதே உண்மையாகும்.

1. பகவத் கீதை

பகவத் கீதை படைப்புக் காலம் பற்றி பல்வேறு கருத்துக்கள் நிலவுகின்றன. கீதை கி.மு. இரண்டாம் நூற்றாண்டுக்கு முன்புதான் எழுதப்பட்டிருக்க வேண்டுமென்பது திரு. தெலாங்கின்[1] கருத்தாகும். சக சகாப்தத்திற்கு 500 ஆண்டுகளுக்கு முன்னர் பகவத் கீதை எழுதப் பட்டிருக்க வேண்டுமென்பது திலகரின்[2] கருத்தாகும். அதாவது, இன்றுள்ள கீதை ஏறத்தாழ.... எழுதப் பட்டிருக்கலாம். பேராசிரியர் கார்பேயின்[3] கணிப்புப்படி பகவத் கீதை எழுதப்பட்ட காலம் ஏறத்தாழ கி.பி.200-க்கும் 400-க்கும் இடைப்பட்ட காலமாகயிருக்கலாம். திரு. கோசாம்பி வேறு ஒரு காலத்தைக் குறிப்பிடுகிறார். அது மறுக்கமுடியாத தகவல்களை ஆதாரமாகக் கொண்டது.

கீதை, குப்த அரசன் பாலாத்தியன் காலத்தில் எழுதப்பட்டதென்று பேராசிரியர் கோசாம்பி வலியுறுத்திக் கூறுகிறார். பாலாதித்தியன் ஆந்திர அரசபரம்பரைக்குப் பின்னர்... ஆம் ஆண்டில் தோன்றிய குப்த மரபைச் சேர்ந்தவன். பாலாதித்தியன் கி.பி. 467-ல்ஆட்சிக்கு வந்தான். இவ்வாறு பேராசிரியர் கோசாம்பி பிற்பட்ட ஒரு கால அளவை பகவத் கீதையின் காலமாகக் கணிப்பதற்கு இரண்டு காரணங்கள் உள்ளன. கி.பி.788-இல் பிறந்து கி.பி.820-இல் மறைந்த சங்கராச்சாரியர் பகவத் கீதைக்கு உரை எழுதியதாகத் தெரிகிறது. இதற்கு முன்னர் பகவத் கீதையைப்பற்றி எதுவும் அறியமுடியவில்லை. சங்கராச்சாரியருக்கு 50 ஆண்டுகளுக்கு முன்னர் சந்திரக்ஷித் என்பவர் எழுதிய "தத்துவ சங்கிரகம் என்னும் கட்டுரையிலும் பகவத்கீதை பற்றிக் குறிப்பிடப்படவில்லை. `விஜினவாதம்' என்பது வசுபந்து தோற்றுவித்த ஒரு தத்துவம். இத்தத்துவத்தைப் பற்றிய திறனாய்வு "பிரம்ம சூத்திரப் பாஷ்யம்" என்ற நூலில் காணப்படுகிறது. இந்த பிரம்ம சூத்திரப் பாஷ்யம் என்ற நூலைப் பற்றி பகவத் கீதையில் குறிப்பிடப்பட்டுள்ளது.[4] ஆகவே, கீதையின்

1 "கீழையுலகின் புனித நூல்கள்" வரிசையில், வெளியிடப்பட்ட பகவத் கீதை மொழி பெயர்ப்புக்கான முன்னுரை.

2 கீதா ரகசியம்(ஆங்கில மொழிபெயர்ப்பு) தொகுதி 2, பக்கம் 800, மூல கீதை சில நூற்றாண்டுகளுக்கு முற்பட்டதாக இருக்க வேண்டும் என்பது திலகர் கருத்து.

3 உத்திகரின் கீதை ஆங்கில மொழிபெயர்ப்புக்கான முன்னுரை.

4 கீதை - அத்தியாயம் 13, பாடல் 4.

காலம் வசுபந்துவுக்கும், பிரம்ம சூத்திரப் பாஷ்யத்திற்கும் பிற்பட்ட காலமாகத் தானிருக்க வேண்டும். குப்த அரசன் பாலாத்தியனுக்கு வசுபந்து குருவாயிருந்தவர், அப்படியானால் பகவத் கீதையின் ஒரு பகுதியோ அல்லது முழுவதுமோ பாலாத்தியன் காலத்தில் அல்லது அவன் காலத்திற்குப் பின்னர்தான் எழுதப்பட்டிருக்க வேண்டும். அதாவது தோராயமாக கி. பி. 467-இல் எழுதப் பட்டிருக்கலாம்.

பகவத் கீதையின் காலம் பற்றி மாறுபட்ட கருத்துகள் உள்ளனவே ஒழிய, அது காலந்தோறும் பல்வேறு மாற்றங்களைப் பெற்றதென்பதில் கருத்து வேறுபாடுகளில்லை. எல்லோருமே உறுதியாக நம்புவது என்னவென்றால் இன்றுள்ள பகவத் கீதை உண்மையான மூலமில்லை. இது காலந்தோறும், பதிப்பாசிரியர்களின் கைகளுக்கு மாறும் போதெல்லாம் பல்வேறு மாற்றங்களைப் பெற்று அவரவர்களின் இணைப்புக்களையேற்று பெருவாரியாக உருவம் மாறி நம் கைக்கு வந்துள்ளது என்பதை உறுதியாக நம்புகின்றனர். காலந்தோறும் பதிப்பித்த நூலாசிரியர்களும் ஒரே விதமான சிறந்த அறிவாளிகள் அல்லரென்பதும் உண்மையே.

பேராசிரியர் கார்பே[1] பின்வருமாறு குறிப்பிடுகிறார்: "பகவத் கீதையானது, அனைத்தும் அறிந்த கூர்மதி படைத்த ஒரு மேதையால் உருவாக்கப்பெற்ற ஒரு கலைப்படைப்பன்று, அகத்தூண்டுதல் அம்சம் ஆங்காங்கு தென்பட்டாலும் ஏற்கனவே மக்களால் அறியப்பட்ட எண்ணக் குவியல்களைத்தான் கீதை வார்த்தை ஜாலங்களால் குறிப்பிடுகின்றது. அவற்றைத் திரும்பத் திரும்பக் கூறி, திரும்பத் திரும்ப விளக்குகிறது; சில சந்தர்ப்பங்களில் அதன் மரபு பெரிதும் பிழையுடையதாக இருக்கிறது. பல பாடல்கள் அப்படியே உபநிடதங்களிலிருந்து எடுக்கப்பட்டுள்ளன. உத்வேகத்தை வடித்துக் காட்டும் ஒரு கவிஞன் வேறு நூலிலிருந்து இவ்வாறு ஒருபோதும் திருடமாட்டான்; சத்துவ, இராசச, தாமச குணங்களென்பவை இந்தியர் வாழ்வோடு இணைந்து காணப்பெறும் உண்மைகள். இவற்றைத்தான் கீதையும் கூறுகிறது. இதிலிருந்து, கீதை சுயமாகச் சிந்தித்துப் புதியதாக வேறு எதையுமே கூறிவிடவில்லை என்பது தெளிவாகிறது. இதனால் ஒரு புதிய உணர்வும் ஒளியும் உண்டாகி விடவில்லை."

"பகவத் கீதை சில இடங்களில் விழுமியதாகவும், சில இடங்களில் சிறுபிள்ளைத்தனமானதாகவும், சில இடங்களில் வாதத்திறமை மிக்கதாகவும் மற்றும் சில இடங்களில் வாதத் திறமையற்றதாகவும் காட்சியளிக்கிறது. கீதை சிற்சில சந்தர்ப்பங்களில் ஆன்மிக வலிமையையும் உயர்வையும்

---

[1] மேற்படி நூல் பக்கம் 3.

வெளிப்படுத்துவதாக இருந்தாலும் அதன் தெய்வீகப் பாடல்கள் இன்றைய நிலையில், கவிதையென்ற முறையில், அவ்வளவு திருப்தியளிப்பனவாக இல்லை. இதில் வரும் சொற்றொடர்களும், அவற்றில் கூறப்படும் கருப்பொருள்களும் மீண்டும் மீண்டும் கூறப்படுகின்றன; ஒன்றுக்கொன்று முரண்பாடானவையாகவும் உள்ளன. எனவேதான், 'மயிர்க்கூச் செறியும் படியான அதிசயப் பாடல்களைக் கொண்டது' என்று கீதையைப் பற்றிக் கூறுவதைக் கேட்கும் எவரும் வியப்படைவதில்லை. என்பது ஹாப்கின்ஸின் கூற்றாகும்.

இவை அயல் நாட்டார் கருத்துக்கள். எனவே, அவற்றை ஏற்க இயலாது என்று கூறமுடியாது. இவர்களுடைய கருத்துக்களைப் பேராசிரியர் ராஜ்வதே[1] என்பார் ஆதரிக்கிறார். பகவத் கீதையில் வரும் பாடல்களைப் பலர் எழுதியுள்ளனர். அதில் பலருக்கு இலக்கண விதிகளே தெரியவில்லை என்று அவர் கூறுகிறார்.

பகவத் கீதை காலந்தோறும் பலர் கைக்கு மாறி, பல்வேறு பதிப்புகளாக வெளிவந்தது என்பதை அனைவருமே ஒப்புக் கொண்டுள்ளனர். ஆனால் கீதையிலுள்ள எந்தெந்தப் பகுதிகள் மூலப்பாக்கள், எந்தெந்தப் பகுதிகள் பின்வந்தோர்களால் சேர்க்கப்பட்டவை என்று அவர்களால் கூறமுடியவில்லை. காலஞ் சென்ற இராஜாராம் சாஸ்திரிகளின் கருத்துப்படி பகவத் கீதையிலுள்ள பாக்களில் மொத்தம் 60 பாக்கள்தான் மூலப் பாக்கள், மற்றவை பின்னால் எழுதி இடைச் செருகல் செய்யப்பட்டவை என்பதாகும். உறம்போல்டு என்பாரின் கருத்துப்படி பகவத் கீதையிலுள்ள பதினோரு அத்தியாயங்களே மூல அத்தியாயங்கள். பனிரெண்டாவது அத்தியாயம் முதல் பதினெட்டாவது அத்தியாயம் வரையுள்ளவை பின்னால் எழுதப்பெற்று மூலத்தோடு சேர்க்கப்பட்டவை என்பதாகும். ஹாப்கின்ஸ் கருத்துப்படி முதல் பதினான்கு அத்தியாயங்கள் கீதையின் கருப்பொருளைக் கொண்டுள்ளன என்பதாகும். பேராசிரியர் ராஜ்-வதே என்பார் கீதையிலுள்ள பத்து, பதினோராம் அத்தியாயங்கள் போலியானவை என்கிறார். பேராசிரியர் கார்பே கீதையிலுள்ள மொத்தப் பாடல்களில் 146 பாடல்கள் பிற்காலத்தில் எழுதி சேர்க்கப்பட்டவை என்கிறார்; அதாவது, மொத்தப்பாடல்களில் ஐந்திலொரு பங்கு இடைச்செருகலாகும் என்கிறார்.

கீதையை யார் எழுதியது? அதன் ஆசிரியர் யார் என்பது பற்றி இது வரை யாருமே குறிப்பிடவில்லை. அருச்சுனனுக்கும், கிருஷ்ணனுக்குமிடையே போர்க் களத்தில் நடைபெற்ற உரையாடல்தான் கீதை என்கிறார்கள். தன் உரையாடலில் கிருஷ்ணன்

1 பந்தார்கர் நினைவுத் தொகுதி

தனது தத்துவங்களை அருச்சுனனுக்குப் போதித்தார். இந்த உரையாடல்களை (உபதேசங்களை)ச் சஞ்சயன் கௌரவரின் தந்தையான திரிதராஷ்டிரனுக்கு எடுத்து உரைத்தான். மகாபாரதப் போர் நடந்து கொண்டிருக்கும் போது, இந்த கீதா-உபதேசம் நடந்தது. எனவே, பகவத் கீதை மகாபாரதத்தின் ஒரு பாகமாகவே இருக்க வேண்டும். ஆனால், மகாபாரதத்தில் இது ஒரு பாகமாகவே காணப்படவில்லை. இதிலிருந்து, இது தனிப்பட்ட நூல் என்பது தெளிவாகத் தெரிகிறது. ஆயினும், இன்று வரை இதன் ஆசிரியர் யாரென்று தெரியவில்லை.

அருச்சுனனுக்கும், கிருஷ்ணனுக்குமிடையே நடந்த உரையாடலைத் திரிதராஷ்டிரனுக்குக் கூறும்படி சஞ்சயனை வியாசர் கேட்டுக் கொண்டாரென்பது நமக்குத் தெரிகிறது. இதை வைத்து, வியாசர்தான் கீதையை எழுதினாரோ என்று சிலர் நினைக்கலாம்.

2.வேதாந்த சூத்திரங்கள்

முன்பே கூறியதைப் போல, வேத இலக்கியமென்பது வேதங்கள், பிராமணங்கள், ஆரண்யகங்கள், உபநிடதங்கள் ஆகியவற்றை உள்ளடக்கியதாகும். இவற்றிலுள்ள பொருளுக்குத்தக்கப்படி, இவற்றைப் பின்வரும் இரு கூறுகளாய்ப் பிரித்தறியலாம்: 1. சமயச் சார்பான நோன்புகள், சடங்குகள், வழிபாடுகள் முதலியவை பற்றிக் கூறும் நூல்கள் ஒரு கூறானவை. இவற்றைக் கர்மகாண்டம் எனக் கூறுவர். 2. வேதத்திலே கூறப்படும் கடவுளைப் பற்றிய மெய்யறிவு குறித்துக் கூறும் நூல்கள். இவற்றைப் பிராமணங்கள் அல்லது 'ஞானகாண்டம்' என்று சொல்வர்'. வேதங்களும், பிராமணங்களும் கர்மகாண்டப் பிரிவிலும், ஆரண்யகங்களும், உபநிடதங்களும் ஞான காண்டத்திலும் அடங்கும்.

வேத இலக்கியங்கள் எண்ணிலடங்காமல் வளர்ந்து, கட்டுக்கடங்காமல் போய்விட்டன. இத்தகைய ஒழுங்கற்ற நிலையைச் சரி செய்வதற்கு ஒருங்கிணைக்கும் சில விதிமுறைகள் அவசியமாகின்றது. இத்தகைய ஒருங்கிணைப்பும் ஒழுங்குபடுத்தலும் தேவை என்பதை உணர்ந்துதான் 'மீமாம்சை' என்ற முறை ஏற்பட்டது. வேத இலக்கியத்திலுள்ள புனிதப் பாடல்களுக்கு (வாசகங்களுக்கு) சரியான பொருள் என்ன என்பதை அறிவதே இந்த 'மீமாம்சை' முறையாகும். இதனால், வேத இலக்கியங்களை ஒழுங்குப்படுத்தி, ஒருங்கிணைக்க இரு குழுவினர் முனைந்தனர். 'கர்மகாண்ட' இலக்கியங்களைத் தனிக் குழுவும், 'ஞானகாண்ட' இலக்கியத்தை மற்றொரு குழுவும் ஆராய முற்பட்டன. இதுவே கடைசியில் இரு பிரிவுகளாகி விட்டன. ஒன்று[1] 'பூர்வமீமாம்சை' என்றும், மற்றொன்று

---

1 இவ்வாறு ஒழுங்கு செய்யப்பட்ட வேத இலக்கியத்தின் கர்மகாண்ட பிரிவு நமக்கு மேலும் இரண்டு இலக்கியங்களை தந்துள்ளது: அவை (1)

'உத்தரமீமாம்சை' என்றும் அழைக்கப்பெற்றன. பூர்வம் என்னும் சொல்லின் பொருளுக்கேற்ப வேத இலக்கியத்தின் பழம்பெரும் வேத பிராமண இலக்கியத்தை ஆராய்ந்தவர்கள் பூர்வமீமாம்சை பிரிவினரென்றும், பிற்கால இலக்கியங்களான ஆரணயகங்கள், உபநிடதங்கள் ஆகியவற்றை ஆராய்ந்தவர்கள் 'உத்திரமீமாம்சை' பிரிவினரென்றும் பெயர் பெற்றனர். இந்த இரு பிரிவுகளும் பூர்வ, உத்தர மீமாம்சை என்று முறையே அழைக்கப் பெற்றன.

'மீமாம்சை' பிரிவுகளின் கீழ் அடங்கிய இலக்கியங்கள் மிகப் பரந்தவை. இதில் இரு சூத்திரத்திரட்டுகள் இந்த மீமாம்சைத் துறையில் தலையாய படைப்புகளாகத் திகழ்கின்றன. இவற்றின் ஆசிரியர்கள் யார்? ஒருவர் ஜைமினி என்றும், மற்றவர் வாதராயணர் என்றும் கூறுவர். ஜைமினியின் சூத்திரங்கள் கர்மகாண்டத்தையும் வாதராயணரின் சூத்திரங்கள் ஞான காண்டத்தையும் பற்றிக் கூறுகின்றன. இந்த இருவருக்கும் முன்னிருந்த பல ஆசிரியர்கள் இந்த இரு கருப்பொருள்கள் குறித்துப் பல்வேறு ஆராய்ச்சி உரைகளை எழுதியுள்ளனர் என்பதில் ஐயமில்லை. ஆனாலும், ஜைமினி, வாதராயணர் ஆகியோரின் சூத்திரங்கள் தரமானவையாக ஏற்றுக் கொள்ளப்பட்டுள்ளன. இவை, 'மீமாம்சை' சாத்திரத்தின் இரு பிரிவுகளையும் மிகச் சிறந்த முறையில் விளக்குகின்றன.

இவ்விருவரது சூத்திரங்களும் மீமாம்சைப் பிரிவைச் சேர்ந்தவையா-யினும் ஜைமினியின் சூத்திரங்கள் 'மீமாம்சை[1] சூத்திரங்கள் என்றும் வாதராயணரின் சூத்திரங்கள் வேதாந்த சூத்திரங்கள் என்றும் வழங்கப் பெறுகின்றன. வேதாந்தம் என்ற சொல்லுக்கு. வேதத்தின் முடிவு என்று பொருள். (வேதம் + அந்தம்). உபநிடதங்களை உள்ளடக்கிய வேதங்களின் இறுதி அத்தியாயத்தில் வகுத்துத் தரப்பட்டுள்ள சித்தாந்தங்கள் என்றும் இதனைக் கூறலாம். இந்த உபநிடதங்களே வேதங்களின் "முடிவான குறிக்கோளாகும்." வேதங்களை முறைப்படுத்தி, ஒருங்கிணைக்கும் வாதராயணரின் சூத்திரங்களை[2]

கல்பசூத்திரங்கள் (2) பூர்வ மீமாம்சை சூத்திரங்கள் ஆகியவையாகும் கல்ப சூத்திரங்கள் பிராமணங்களில் கூறப்பட்டுள்ள புனித சடங்குளைப் பற்றிக் கூறும் சுருக்கமான இலக்கியமாகும். கல்ப சூத்திரங்களை உருவாக்கியவர் தமது விதிகள் வேதங்களின் போதனைக்கு இணங்கக் கண்டிப்பான முறையில் கடைப்பிடிக்கப்பட வேண்டுமென்று விரும்பினால் அவர் பினற்ற வேண்டிய பொதுக் கோட்பாட்டை விளக்கிக் கூறுகின்றன. பூர்வ 'மீமாம்சை' சூத்திரங்கள் சுருக்கமான இலக்கியங்களாகும்.

1 இவற்றைப் பூர்வமீமாம்சை (அல்லது) கர்மமீமாம்சை என்றும் அழைப்பர்.

2 இவற்றிற்கு உத்திரமீமாம்சை சூத்திரங்கள், பிரம்ம சூத்திரங்கள், சரீரிக சூத்திரங்கள், அல்லது சரீரிக மீமாம்சை சூத்திரங்கள், என்ற வேறு பெயர்களுமுண்டு.

வேதாந்த சூத்திரங்கள் என்கிறோம்; அல்லது சஞ்சயன் விரிந்துரைத்தது போல் வேதங்களின் இறுதி அத்தியாயத்தில் வகுத்தளிக்கப்பட்டுள்ள சித்தாந்தம் என்றும் இவற்றைக் கூறலாம்.

வாதராயணர்¹ யார்? இந்த சூத்திரங்களை அவர் ஏன் எழுதினார்? எப்பொழுது எழுதினார்? இவருடைய பெயரைத் தவிர வாதராயணரைப் பற்றி நமக்கு ஒன்றுமே தெரியவில்லை. இது அந்த ஆசிரியரின் உண்மை பெயர்தானா என்பதும் உறுதியாகத் தெரியவில்லை. இந்த சூத்திரங்களுக்கு உரை எழுதியவர்களுக்கும் இந்தச் சூத்திரங்களின் ஆசிரியர் யார் என்று தெரியவில்லை. வாதராயணர்தான் இதன் ஆசிரியர் என்று சிலரும், வியாசர்தான் இதன் ஆசிரியர் என்று சிலரும் கூறுகின்றனர். மற்றும் சிலர் வாதராயணர், வியாசர் ஆகிய இரு பெயர்களுமே ஒரே நபரைத்தான் குறிப்பிடுகின்றன என்கின்றனர். இவ்வாறு சூத்திரங்களை எழுதிய ஆசிரியர் யார் என்பது பற்றி மிகுந்த முரண்பட்ட கருத்துக்கள் நிலவுகின்றன.

அவர் ஏன் இந்த சூத்திரங்களை எழுதினார்? வேத இலக்கியத்தின் பகுதியைப் பிராமணர்கள்தான் ஒழுங்குபடுத்த வேண்டும் என்று சொன்னால் அதனை நாம் நன்கு புரிந்துகொள்ள முடியும். ஏனென்றால் பிராமணர்களுக்குக் கர்ம காண்டம் தான் மிக முக்கியமான பகுதியாகும். அதில் அவர்களுக்கு ஆழ்ந்த அக்கறை உண்டு. அவர்கள் வாழ்க்கையும் பிழைப்புமே கர்மகாண்டப் பகுதியை முறைப்படுத்துவதையே சார்ந்துள்ளது. அதே சமயத்தில் பிராமணர்களுக்கு ஞான காண்டம் பற்றி அவ்வளவு அக்கறை கிடையாது. அப்படியிருக்கும்போது அவர்கள் ஏன் அதை ஒழுங்குபடுத்தி ஒருங்கிணைக்க முயற்சிக்க வேண்டும்? இக்கேள்வியை யாரும் இதுவரையிலும் எழுப்பியதில்லை. ஆனால், இது ஒரு முக்கியமான கேள்வி. இதற்குக் கூறப்படும் விடையும் மிக முக்கியமானது ஏன் இந்தக் கேள்வி முக்கியமானது, இதற்கு

---

1 கெனே குறிப்பிடுவதுபோல் 'ஜைமினியைப் பற்றியும் நமக்கு எதுவும் தெரியவில்லை ஒரு பிராமணமும், ஒரு சிரௌத்த சூத்திரமும், ஒரு கிருஹிய சூத்திரமும் ஜைமினியின் பெயருடன் இணைத்துக் கூறப்படுகிறது; இவற்றை அவர் எழுதியதாக சொல்லப்படுகிறது, ஆனால் வை பூர்வ மீமாம்சைத் தத்துவத்தைப் படைத்த அவரால் எழுதியிருக்க முடியாது. அசுவலாயன கிருஹிய சூத்திரத்தில் வரும் அர்ப்பணத்தில் சுமந்தனோடும், வைசம்பாயணரோடும் சேர்ந்து ஜைமினி குறிப்பிடப்படுகிறார். ஜைமினியைச் சுமந்தனின் ஆசானாகவும், சாமவேதத்தைப் பரப்பியவராகவும் பாகவத புராணம் வருணிக்கிறது. மீமாம்சை சூத்திரங்களின் ஆசிரியரான ஜைமினி ஒரு யானையால் நசுக்கிக் கொல்லப்பட்டார் என்று பஞ்சதந்திரக் கதைகள் கூறுகின்றன" "பூர்வ மீமாம்சை முறை பற்றிய ஒரு சுருக்கமான படப்பிடிப்பு", பக்கம் 12,

அளிக்கப்போகும் விடையும் ஏன் முக்கியமானது என்பது பற்றி பிறகு விவாதிக்க உள்ளேன்.

வேதாந்த சூத்திரங்களைப் பற்றி இங்குவேறு இரண்டு கேள்விகளும் எழுகின்றன. முதல் கேள்வி இந்த சூத்திரங்கள் இறைமை-யியல் சம்பந்தப்பட்டவையா, அல்லது வெறும் தத்துவங்கள் சம்பந்தபட்டவையா அல்லது கலப்பற்ற சில தத்துவங்களை ஏற்கெனவே நிலை நாட்டப்பட்ட இறைமையியலுடன் இணைத்து அவற்றை தூய்மைப் படுத்தித் தீங்கற்றதாக செய்யும் முயற்சியா? இரண்டாவது கேள்வி வேதாந்த சூத்திரங்களுக்கு எழுதப்பட்டுள்ள உரைகளைப் பற்றியதாகும். மொத்தத்தில் வேதாந்த சூத்திரங்களுக்கு ஐந்து விதமான உரைகள் எழுதப்பட்டுள்ளன. ஒவ்வொன்றும் மிகச் சிறந்த அறிவாளிகளால் எழுதப்பட்ட உரைகளாகும்.

அவர்கள் ஆச்சாரியர்கள் (கல்வி முனைவர்கள்) என்றழைக்கப்படுகிறார்கள். ஏனென்றால் அவர்களுடைய கல்வி அறிவும், திறமையும், நுண்ணறிவும்தான் இத்தகைய உரைகளை எழுதப் பயன்பட்டன. *(1)* சங்கராச்சாரியர் *(கி.பி. 788-820)*, *(2)* இராமானுச ஆச்சாரியர் *(கி.பி.1017 - 1137)*, *(3)* நிம்பார்காச்சாரியர் கி.பி.*1162* -ல் இறந்து விட்டார்), *(4)* மத்துவாச்சாரியர் *(கி.பி. 1197-1276)*, *(5)* வல்லபாச்சாரியர் *(கி.பி.1417*-ல் பிறந்தவர்). இவ்வாறு வேதாந்த சூத்திரங்களுக்கு எழுதப்பட்ட உரைகள் காலப் போக்கில் மூலத்தை விட மிகவும் முக்கியத்துவம் பெற்றுவிட்டன. ஒரே சூத்திரத்துக்கு இந்த ஐவரும் ஐந்து விதமான கருத்துக்களை எழுதினார்கள். சங்கராச்சாரியர், வேதாந்த சூத்திரங்கள், அத்வைதத்தையே போதிக்கிறது என்றார். (உடல் வேறு உயிர் வேறு அல்ல இரண்டும் ஒன்றே என்றார்). இராமானுச ஆச்சாரியர் விசிஷ்டாத்வைதமே வேத சாரம் என்றார். நிம்பார்காச்சாரியர் வேத சூத்திரங்கள் சுத்தாத்வைதத்தையே போற்றுகின்றன என்றார். மத்துவாச்சாரியர் இவர்களிடமிருந்து மாறுபட்டு துவைதத்தை ஆதரித்து நின்றார். வல்லபாச்சாரியரோ துவைதாவைதத்தை போற்றி நின்றார். இவர்கள் கூறுகின்ற சூத்திரங்களின் பொருள்களைப் பற்றி நான் விபரமாகப் பேசப் போவதில்லை. எனக்கு வேண்டியது என்னவென்றால் இந்தச் சூத்திரங்களுக்கு ஏன் ஐந்து விதமான பொருள்களைக் கூற வேண்டும் என்பதுதான். இலக்கணத்திற்காக இவ்வாறு கூறினார்களா? அல்லது இத்தகைய பல்வேறு விளக்கங்களுக்கு ஏதாவது உள்நோக்கம் உண்டா? என்பதையே நான் அறிய விரும்புகிறேன்.

வேத சூத்திரங்களுக்கு எழுதப்பட்டுள்ள உரைகள் பலதரப்பட்டவையாக இருக்கும் நிலைமையில், மற்றொரு கேள்வியும் எழுகிறது. ஐந்து வெவ்வேறு உரைகளும் கடவுளையும் ஆன்மாவையும்

ஐந்து வெவ்வேறு வழிகளில் காண்கின்றன, ஆனால் உண்மையில், இந்த விஷயத்தில் இருவிதக் கருத்தோட்டங்கள் நிலவியதையே பார்க்கிறோம். ஒன்று சங்கராச்சாரியர் கொண்டுள்ள கண்ணோட்டம்; மற்றொன்று ஏனைய நால்வரும் கொண்டுள்ள கண்ணோட்டம்.

மற்ற நால்வரும் நான்கு வகையாகத் தங்கள் உரைகளை எழுதி இருந்தாலும், இந்த நால்வருமே இரு கருத்துக்களில் சங்கராச்சாரியரின் உரைக்கு எதிராகவே எழுதியுள்ளனர். அது எவ்வாறு எனில் கடவுளும், ஆன்மாவும் ஒன்றே என்பது சங்கராச்சாரியருடைய கோட்பாடாகும். இந்த உலகம் மாயத் தோற்றமானது என்பதும் அவருடைய கருத்தாகும். இங்கு ஒரு மூன்றாவது வினா ஒன்று எழுகிறது. வாதராயணர் எழுதிய வேதாந்த சூத்திரங்களுக்குச் சங்கராச்சாரியர் முற்றிலும் தனித்தன்மை வாய்ந்த உரை ஒன்றை ஏன் எழுத வேண்டும்? இது அந்த சூத்திரங்களை விமர்சனக்கண் கொண்டு ஆழமாக ஆய்ந்ததால் ஏற்பட்ட விளைவா? அல்லது அவர் முன் கூட்டியே இத்தகைய உரையை எழுத வேண்டுமென்ற முடிவோடு எழுதினாரா?

நான் இந்த வினாவை மட்டும் தான் இங்கு எழுப்பியுள்ளேன், ஆனால் அதற்கு இங்கு நான் விடை காணப் போவதில்லை. இந்த இலக்கியம் எந்தக் காலத்தில் எழுதப்பட்டது என்பதுதான் எனக்கு வேண்டியது. இது புத்தசமயத்திற்கு முற்பட்டதா, அல்லது பிற்பட்டதா என்பதே நான் அறிய விரும்புவதாகும்.

வேதாந்த சூத்திரங்கள் எழுதப்பட்ட காலத்தை நிர்ணயிப்பதில் ஒரு ஒரு முக்கிய சிக்கல் இருக்கிறது. பகவத் கீதையைப் போன்றே வேதாந்த சூத்திரங்களும் பன்முறை திருத்தி எழுதப்பட்டிருப்பது தான் அந்த சிக்கல்[1] சிலர் வேதாந்த சூத்திரங்களின் மூலம் மூன்று முறை திருத்தி அமைக்கப்பட்டது என்கின்றனர். அப்படியானால் நிச்சயமாக இந்த வேதாந்த சூத்திரங்கள் எழுதப்பட்ட காலத்தைத் திட்டவட்டமாகக் கூறமுடியாது.[2] மேலும் கூறப்படும் கருத்துக்கள்கூட திட்டவட்டமான காலத்தைக் குறிப்பிடாமல் தோராயமாகவே குறிப்பிடுகின்றன. இந்த வேதாந்த சூத்திரங்களில் புத்த மதத்தைப் பற்றிய குறிப்புகள் வருகின்றன.

இதனால் நிச்சயமாக புத்த மதத்திற்குப் பிறகுதான் இவை எழுதப்பட்டிருக்க வேண்டும் என்பது தெளிவாகிறது. ஆனால் மனுவுக்குப் பிறகு இவை தோன்றியிருக்க முடியாது. ஏனென்றால், மனு தமது ஸ்மிருதியில் வேதாந்த சூத்திரங்களைப் பற்றிக்

1 பெல்வால்கர், வேதாந்த நூல்கள் பற்றி பாசு மல்லிக்கின் விரிவுரைகள், விரிவுரை 4,

2 இராதாகிருஷ்ணன், 'இந்தியத் தத்துவ ஞானம்' தொகுதி 2, பக்கம் 430. இவை சம்பந்தப்பட்ட சான்றுகள் இந்நூலில் தொகுத்துத் தரப்பட்டுள்ளன.

குறிப்பிடுகின்றார். பேராசிரியர் ஹீத் என்பவர் கி.பி.200-ல் இவை எழுதப்பட்டிருக்க வேண்டும் எனக் கருதுகிறார். பேராசிரியர் ஜகோபி, இச்சூத்திரங்கள் கி.பி.200-க்கும் கி.பி.450-க்கும் இடைப்பட்ட காலத்தில் எழுதப்பட்டிருக்க வேண்டும் எனக் கருதுகிறார்.

3. மகாபாரதம்

மேலே கூறிய இலக்கியங்களைப் போலவே மகாபாரதம் எழுதப்பட்ட காலத்தைக் கணிப்பதும் இயலாத செயலாகும். வேண்டுமானால் இது எக்காலத்தில் எழுதப்பட்டது என்பதை நிர்ண-யிப்பதற்கு முயற்சித்துப் பார்க்கலாம். மகாபாரதம் மூன்று முறை மூலத்திலிருந்து திருத்தி எழுதப்பட்டுள்ளது. அவ்வாறு எழுதிய ஒவ்வொரு ஆசிரியரும் அதன் தலைப்பு, கருப்பொருள் ஆகியவற்றைத் தம் விருப்பம் போல் மாற்றியிருக்கிறார்கள். அதன் மூலத் தலைப்பு 'ஜெயம்' (வெற்றி) என்பதாகும். இந்த மூலப்பெயர் இதன் மூன்றாவது பதிப்பிலும் முதலிலும் கடைசியிலும் காணப்படுகிறது, ஜெயம் என்ற தலைப்பு கொண்ட மூலப்பதிப்பை வியாசர் என்ற ஒருவர் எழுதியதாகவும் கூறப்பட்டுள்ளது. ஆனால் இதன் இரண்டாவது பதிப்பில் இதன் தலைப்பு 'பாரதம்' என்று குறிப்பிடப்பட்டுள்ளது. இந்த இரண்டா்வது பதிப்பை எழுதியவர் பெயர் வைசம்பாயணர் என அறிகிறோம். பாரதம் என்ற தலைப்பில் வைசம்பாயணர் அல்லாமல் வேறு சிலரும் எழுதியிருப்பதாக அறிகிறோம். வியாசருக்கு வைசம்பாயணரைத் தவிர சுமந்து, ஜைமினி, பைலன், சுகன், ஆகிய வேறு நான்கு மாணவர்களும் இருந்தார்கள். இவர்கள் அனைவரும் அவரிடத்திலே பாடம் கற்றவர்கள். ஒவ்வொருவரும் தாங்களாக தங்கள் சொந்த பாரத நூலை எழுதினார்கள். இதனால் மூல பாரதத்தைத் தவிர வேறு நான்கு பாரதங்களும் இருந்தன. வைசம்பயாணர் இந்த பாரதத்தை முழுவதுமாக மாற்றியமைத்துத் தன் பெயராலேயே ஒரு பாரதத்தை வெளியிட்டார். சவுதி எழுதிய பாரதம் மகாபாரதம் எனப்பட்டது. இந்த நூல் அளவிலும் கருப்பொருளிலும் பல்கிப்பெருகி மிகப் பெரியதாக வெளிவந்தது. வியாசர் எழுதிய 'ஜெயம்' என்ற நூல் மிகவும் சிறியது. இதில் 8800-க்கும் குறைந்த பாடல்களே உள்ளன. வைசம்பாயணர் எழுதிய பாரதம் 24,000 பாடல்களாகப் பெருகியது. சவுதி இதனை மேலும் விரிவாக்கி 96,836 பாடல்களாக எழுதினார். வியாசர் எழுதிய மூல பாரதம் கௌரவர்களுக்கும், பாண்டவர்களுக்கும் இடையே நடந்த போரைப் பற்றிக் கூறும் ஒரு சிறிய கதையாகும். இதுவே வைசம்பாயணர் கைக்கு மாறி இரண்டு மடங்காக விரிவடைந்தது. மூலக் கதையோடு பல்வேறு உபதேசங்கள் இடம் பெற்றுவிட்டன. சாதாரண வரலாற்று நூலாக எழுதப்பட்ட இது

சமூக, தார்மிக, சமயக் கோட்பாடுகளைப் போதிக்கும் ஒரு கட்டளை நூலாக வடிவெடுத்தது. கடைசியாக எழுதிய சவுதி இத்தோடு பல தொல்கதைகளையும் இணைத்து வெளியிட்டார். தனித்தனி கதைகள், தொல் கதைகள் முதலியவற்றைப் பாரதக் கதையோடு இணைத்து சவுதி வெளியிட்டார். இத்தகைய தனிக் கதைகளும், தொல்கதைகளும் காலப் போக்கில் மறைந்து விடாமல் இருக்கவே பாரதக் கதையோடு இவற்றை இவர் இணைத்தார். பாரதம் சகல அறிவும் கலையும் நிறைந்த ஒரு கருவூலமாகத் திகழ வேண்டும் என்பது சவுதியின் பேராவல் ஆகும். இதனால்தான் இவர் அரசியல், புவியியல், வில் வித்தை முதலிய பல்வேறு கலைகளையும் பாரதத்தோடு இணைத்து வெளியிட்டார். இவ்வாறு ஆங்காங்கே பல கதைகளை மீண்டும் மீண்டும் கூறிக் கொண்டு போவதால் இந்தப் பாரதக் கதை அவர் கை வண்ணத்தால் மகாபாரதமாக மாறியதில் வியப்பேதுமில்லை.

இப்பொழுது மகாபாரதம் எழுதப்பட்ட காலம் எது என்பதை ஆராய்வோம். கௌரவர்களுக்கும், பாண்டவர்களுக்கும் இடையே நடைபெற்ற போர் மிகப்பழைய ஒரு நிகழ்ச்சி என்பதில் யாருக்கும் சந்தேகம் இல்லை. ஆனால் இக்கதையை வியாசர் அதே காலத்தில் எழுதினாரா என்பதில்தான் சந்தேகம் ஏற்படுகிறது. ஒவ்வொரு ஆசிரியரும் எழுதியுள்ள பாரதத்தைப் பார்க்கும் போது அது எழுதப்பட்ட காலங்களைப் பற்றித் தெளிவாக அறிய முடியவில்லை. பேராசிரியர் ஹாப்கின்ஸ்[1] என்பவருடைய கூற்றைப் பார்ப்போம்.

> "மகாபாரதத்தின் காலம் பொதுவாக பார்க்கும் போது கி.பி.200லிருந்து 400-க்குள் உட்பட்டிருக்க வேண்டும். ஆயினும் நாம் அறிந்துள்ளவாறு பின்னர் சேர்க்கப்பட்டவை, மாற்றப்பட்டவை, பல்வேறு காலங்களில் பார்த்து எழுதியவர்கள் சொற்பிரயோகங்களில் செய்த மாற்றங்கள் ஆகியவை இவ்வாறு காலத்தைக் கணிப்பதற்குக் கணக்கில் எடுத்துக் கொள்ளப்படவில்லை" என்கிறார் அவர்.

வேறு சூழல்களை வைத்து பார்க்கின்ற பொழுது மகாபாரதம் எழுதப்பட்ட காலம் இதற்குப் பிந்தியதாகவும் இருக்கக்கூடும் என்று தெரிகிறது.

மகாபாரதத்தில் ஹூணர்களைப் பற்றிய குறிப்புள்ளது. தோராயமாக கி.பி.455-ல் ஸ்கந்தகுப்தன் ஹூணர்களைத் தோற்கடித்தான். எனினும் இதற்குப் பிறகும் ஹூணர்களின் படையெடுப்பு கி.பி.528 வரை நிலவியது என்பதை அறிகிறோம். இதிலிருந்து மகாபாரதம் ஏறத்தாழ இக்காலத்தில் அல்லது இதற்குப்பின் தான் எழுதப்பட்டதென்பதை அறியலாம்.

1 பேராசிரியர் ஹாப்கின்ஸ், "இந்தியாவின் மாபெரும் இதிகாசம், பக் 389.

கோசாம்பியின் குறிப்புகளும்[1] மகாபாரதம் பிற்காலத்தில் எழுதப்பட்டதென்பதை உணர்த்துகின்றன. மகாபாரதம் மிலேச்சர்கள் அல்லது இஸ்லாமியர் பற்றிக் குறிப்பிடுகிறது. 190-வது அத்தியாயம், வனப்பருவம் பாடல்29-ல் "இந்த உலகம் முழுவதுமே இஸ்லாமிய உலகமாகவே மாறிவிடும், இதனால் யாகங்கள் (வேள்விகள்), புனிதமான சடங்குகள், சமய விழாக்கள் யாவுமே அற்றுப்போகும்" என்று மகாபாரத ஆசிரியர் குறிப்பிடுகிறார். இந்தப்பாடல் எதிர்காலத்தில் என்ன நடைபெறக் கூடும் என்று கூறினாலும் இஃது ஒளிவு மறைவு இல்லாமல் நேரடியாகவே இஸ்லாமியரைப் பற்றிக் குறிப்பிடும் மகாபாரதச் சான்றாகும். மகாபாரதம் ஒரு தொல்பழங்கதை ஆகும். எப்பொழுதுமே தொல் பழங்கதைகள் நடந்தவற்றை மட்டுமே குறிப்பிடுவனவாகும். எனவே 'இனி வேள்விகள், புனித சடங்குகள், சமய விழாக்கள் முதலியவற்றை இனி இஸ்லாம் இல்லாது செய்து விடும்" என்று எதிர்காலத்தை இது குறிப்பிடுவதாக நாம் கொள்ளக் கூடாது. அவ்வாறு ஏற்கனவே நடந்திருப்பதாகவே (இறந்த கால நிகழ்ச்சியாகவே) கொள்ள வேண்டும். இந்தப் பாடல் இந்தியாவின் மீது இஸ்லாமியர் படையெடுத்த காலத்திற்குப் பின் தான் மகாபாரதம் எழுதப் பட்டதென்ற உட்பொருளை நமக்கு வெளிப்படுத்துகிறது.

இத்தகைய முடிவை வேறு பல சான்றுகளும் மெய்ப்பிக்கின்றன. அதே அத்தியாயம் பாடல் 59-ல் "விரசாலர்களால் ஒடுக்கப்பட்ட பிராமணர்கள் பயத்தால் நடுங்கி தங்களைக் காப்பாற்ற யாருமே இல்லையென்பதை உணர்ந்து துக்கத்தோடும், துயரத்தோடும் மன வேதனையோடும் உலகம் முழுவதும் சுற்றித் திரிந்து அலைந்தார்கள்" என்று கூறப்பட்டுள்ளது.

இங்கு விரசாலர்கள் என்று குறிப்பிடப்படுவோர் புத்த சமயத்தவர் அல்லர். புத்த சமயத்தவர்கள் பிராமணர்களை அடக்கி ஒடுக்கினார்களென்று கூறுவதற்கான ஒரு சில சான்று கூட கிடையாது.. புத்த சமயத்தைச் சேர்ந்த அரசர்கள் ஆண்ட போது பிராமணர்களைப் பௌத்த பிக்குகளைப் போலவே மிகவும் சுதந்திரமாக வாழும்படிச் செய்தனர். எனவே விரசாலர்களென்பார் பண்பாடற்றோர் எனப் பொருள்படும் இஸ்லாமிய படையெடுப்பாளர்களையே குறிப்பிடுகிறது. அவ்வாறாயின் மகாபாரதத்தின் ஒரு பகுதி இந்தியாவின் மீது இஸ்லாமியப் படையெடுப்பு தொடங்கியதற்குப் பின்னர்தான் எழுதப்பட்டிருக்க வேண்டும் என்பது தெளிவு.

அதே அத்தியாயம் வனப்பருவத்தில் வரும் வேறு சில பாடல்களைப் பார்ப்போம். பாடல் 65, 66 மற்றும் 67 ஆவது பாடல்களில் "சமூகம், ஒழுங்கில்லாமல் போய்விடும், மக்கள் யதுகாக்களை

1 ஹிந்தி சமஸ்கிருத அனி அஹிம்சா (மராத்தி)

வழிபட முற்படுவார்கள்; சூத்திரர்கள் இருபிறப்பாளர்களுக்குப் (பிராமாணர்களுக்குப்) பணி செய்ய மாட்டார்கள். உலகம் முழுவதுமே யதுகாக்கள் பரவி விடும். இந்த யுகமும் அத்துடன் முடிவு பெறும்" என்ற கருத்துக் கூறப்பட்டுள்ளது.

'யதுகா' என்ற சொல் பெருஞ்சிறப்புக்குரியது. யதுகா என்பது எலும்பு என்ற பொருளிலும், குறிப்பாகப் புத்தரின் எலும்பைக் குறிக்கிறது என்றும் பின்னர் புத்தரின் எலும்பு அடக்கம் செய்யப்பட்டுள்ள இடத்தைக் குறிப்பதால் சைத்தியம், பௌத்த சைத்தியம் என்றாகியது எனச்சிலர் கருதுகின்றனர். கோசாம்பியின் கூற்றுப்படி[1] இப்படிப் பொருள் கொள்வது தவறாகும், வேத நூல்கள் அல்லது பௌத்த நூல்களில் எங்குமே "யதுகா" என்ற சொல் 'சைத்தியம்' என்ற பொருளில் பயன்படுத்தியதாகத் தெரியவில்லை. மாறாக இது வேறு பொருளையே தருகிறது. அமரகோசரின் உரையில் 'யதுகா' என்ற சொல் மரத்தலான கட்டடத்திற்கு வலிமைச் சேர்க்க கட்டப்பட்ட சுவர் என்ற பொருளில் பயன்படுத்தப் பட்டுள்ளது என்று மகேசுவர பட் கூறுகிறார்.

'இதுகா' என்ற சொல் 'யதுகா'வாக மறுவி உச்சரிக்கப்படுகிறது;. முஸ்லீம்கள் ஒரு சுவற்றின் முன் நின்று பிரார்த்தனை செய்வார்கள்; அதுவே 'இதுகா' எனப்படுமென்பது கோசாம்பியின் கருத்தாகும். இது சரியான ஆய்வுரையென்றால் மகாபாரதத்தின் ஒரு பகுதி முகம்மது கோரியின் படையெடுப்பிற்குப் பின்தான் எழுதப்பட்டிருக்க வேண்டும்.. இந்தியாவின் மீது முகம்மது காசிம் என்பவன் கி.பி.712-ல் நடத்திய படையெடுப்புதான் முதல் இஸ்லாமிய படையெடுப்பாகும். இவன் வட இந்தியாவில் சில நகரங்களைக் கைப்பற்றினான். ஆனால் அதிக சேதம் விளைவிக்கவில்லை. இவனுக்குப் பின் முகமது கஜினி படையெடுத்து வந்தான். இவன் இந்துக் கோயில்களையும், பௌத்த மடங்களையும் நாசப்படுத்தி கோயில் பூசாரிகளையும், பௌத்த பிட்சுகளையும் படுகொலை செய்தான். ஆனால் அவன் மசூதிகளையோ, பிரார்த்தனை சுவர்களையோ கட்டவில்லை. அவனுக்குப் பின் படையெடுத்து வந்த முகம்மது கோரிதான் இதைச் செய்தான். இதிலிருந்து மகாபாரதம் கி. பி. 1200 வரை எழுதி முடிக்கப்படவில்லை என்பது தெளிவாகிறது.

இராமாயணம்

மகாபாரதத்தைப் போலவே, இராமாயணமும் மூன்று பதிப்புகளாக வெளியிடப்பட்டதாக தெரிகிறது. மகாபாரதத்தில் இராமாயணம் பற்றி இரண்டு பாடல்களில் குறிப்பிடப் பெற்றுள்ளது. ஓரிடத்தில் இராமாயணம் எனக் குறிப்பிடப்பட்டுள்ளது. ஆனால், அதன்

1 ஹிந்தி சமஸ்கிருத அனி அஹிம்சா (மராத்தி)

ஆசிரியர் பற்றிய குறிப்பு இல்லை. மற்றொரு இடத்தில் "வால்மீகி இராமாயணம்" என்று குறிப்பிடப் பெற்றுள்ளது. ஆனால் இன்றுள்ள இராமாயணம் வால்மீகி இராமாயணமல்ல[1] திரு.சி.வி. வைத்யா[2] பின்வருமாறு கூறுகிறார்:

"இன்றுள்ள இராமாயணம் அது ஆராய்ச்சியாளரும் மரியாதைக்குரியவருமான உரையாசிரியர் கதகரால் ஏற்றுக்கொள்ளப்பட்டு கையாளப்பட்ட போதிலும், அது வால்மீகி எழுதிய மூல இராமாயணம் அல்ல. இந்த முடிவு பற்றி மிகவும் வைதீக சிந்தனையுள்ளவரும் கூட சந்தேகம் கொள்ளக் கூடாது. இராமாயணப் பாடல்களை மிகவும் மேலெழுந்தவாரியாகப் படிப்பவர்கள்கூட அவை ஒன்றுக்கொன்று உடன்பட்டு வராததையும் பழைய, புதிய. கருத்துகள் அடுத்தடுத்து வரிசைப்படுத்தி வைக்கப்பட்டிருப்பதையும் இன்றைய இராமாயணத்தில் காணலாம். அது வங்காளத்திலுள்ளதாயினும் பம்பாயிலுள்ளதாயினும் இதே நிலையில் தானுள்ளது. ஆயினும் வால்மீகி இராமாயணம் பிற்காலத்தில் போதிய அளவு மாற்றியமைக்கப்பட்டுள்ளது என்ற முடிவுக்கு யாரும் வராமலிருக்க முடியாது,"

மகாபாரதத்தைப் போலவே இராமாயணத்தின் பொருளும் மாறி, மறுவி வந்திருப்பதைக் காணலாம். தொடக்கத்தில் அது இராவணன் இராமனுடைய மனைவி சீதையை அபகரித்துச் சென்றதால் இராமனுக்கும் இராவணனுக்குமிடையே ஏற்பட்ட போரைப் பற்றிய ஒரு சிறிய கதையாகவே இருந்தது. இரண்டாவது பதிப்பில் அது நீதியைப் போதிக்கும் ஒரு கதையாக ஆகியது. ஒரு வரலாற்றுக் கதையாக முதலில் எழுதப்பட்ட இராமாயணம் சமூகம், நீதி, சமயம் ஆகியவற்றிற்கு மக்கள் ஆற்ற வேண்டிய கடமைகளை எடுத்துரைக்கும் ஓர் உபதேச நூலாக மாறியது. அது தனது மூன்றாம் பதிப்பில் மகாபாரதத்தைப் போலவே தொல்கதைகள், அறிவு, கல்வி, தத்துவங்கள் மற்றும் கலை, அறிவியல் முதலிய அனைத்தையுமே கொண்ட கருவூலமாக மாறிவிட்டது.

இராமாயணத்தின் காலத்தைக் கணிக்கும் போது, இராம காதை பாண்டு மைந்தரின் கதையை விட காலத்தால் முற்பட்டதென்பது நிலைநாட்டப் பட்டுவிட்ட உண்மையாகும். ஆனால் இராமாயணத்தை எழுதிய காலமும், மகாபாரதத்தை எழுதிய காலமும் ஒன்றாகவே இருந்திருக்க வேண்டும். இராமாயணத்திலுள்ள சில பகுதிகள் மட்டும் மகாபாரதத்திற்கு முற்பட்டதாக இருக்கலாம். ஆனால், மகாபாரதத்தின்

1 ஹாப்கின்ஸ், "இந்தியாவின் மாபெரும் இதிகாசம்", பக்கம் 62.

2 இராமாயணத்தின் புதிர், அத்:2, பக்:6.

பெரும்பகுதி எழுதி முடித்த பிறகுதான் இராமாயணத்தின் பெரும் பகுதியும் எழுதி முடிக்கப்பட்டிருக்க வேண்டுமென்பதில் ஐயமில்லை.[1]

புராணங்கள்

இன்றுள்ள புராணங்கள்[2] மொத்தம் 18. ஆனால் இது தொடக்கம் முதல் இருந்துவரும் எண்ணிக்கையல்ல. முதன்முதலில் ஒரே ஒரு புராணம் தான் இருந்தது என்பது செவிவழிச் செய்தியாகும். இந்தப் புராணங்கள் யாவும் வேதங்களுக்கும் முற்பட்டவை என்பது மரபு வழி நம்பிக்கை. அதர்வண வேதத்தில் புராணம் பற்றிய குறிப்பு வருகிறது. மேலும் பிராமானந்த புராணம் வேதங்களை விட மிகப் பழமையானது என்று கூறப்படுகிறது. சதபாதம் என்பதை அறிய வேண்டியது ஒரு அரசனின் மரபு வழிக்கடமையாகும். அத்யரியு என்ற யாகப் புரோகிதன் ஒரு அரசன் செய்யும் வேள்வியின் பத்தாவது நாள் புராணத்தை ஓத வேண்டுமென்று பிராமணம் கூறுகிறது. புராணங்களின் மூலவராக வியாசர் கருதப்படுகிறார். அவர்தான் தொடக்கத்தில் இருந்த ஒரே ஒரு புராணத்தைச் செப்பம் செய்து புதியவற்றைச் சேர்த்து 18 புராணங்களாக்கினார் என்று கூறப்படுகிறது. இவ்வாறு 18 புராணங்களைத் தோற்றுவித்தது புராணங்களின் பரிணாம வளர்ச்சியில் இரண்டாவது கட்டமாகும். 18 புராணங்களையும் வியாசர் அருளிச்செய்த போது அதனை ஆதி புராணம்[3] அதாவது வியாசரால் வெளியிடப்பட்ட மூல புராணம் என்றழைத்தனர். வியாசருக்குப் பிறகு அவர் தன்னுடைய மாணவரான ரோம ஹர்ஷனர் என்பவருக்கு இந்த 18 புராணங்களையும் உபதேசித்தார். ரோம ஹர்ஷனர் இந்தப் புராணங்களின் தமது சொந்தப் பதிப்பை தயாரித்து தமது ஆறு மாணவர்களுக்குப் போதித்தார். இவ்வாறு ரோம ஹர்ஷனரின் பதிப்பு புராணங்களின் மூன்றாவது பதிப்பாயிற்று. அவருடைய ஆறு மாணவர்களில் கசியபர், சவர்னி, வைசம்பாயணர் ஆகிய மூவர் சிறப்பானவர்களாவார்கள். இந்த மூவரும் தனித்தனியே இந்தப் புராணங்களை விரித்துப் பதித்தனர். இது புராணங்களின் வளர்ச்சியில் நான்காவது பதிப்பாகும். இந்த மூவரின் பெயரால் தனித்தனியே புராணங்கள் அழைக்கப்படுகின்றன. பவிஷ்ய

1 ஹாப்கின்ஸ் எழுதியுள்ள 'இந்தியாவின் மாபெரும் இதிகாசம்' என்ற நூலின் இணைப்பு 'ஏ'யில் இரண்டு இதிகாசங்களிலும் காணப்படும் ஒரே மாதிரியான சொற்றொடர்களைப் பார்க்க.

2 பிறிதொரு பக்கத்தில் புராணங்களின் பட்டியலைத் தந்துள்ளேன். காலேயின், 'புராணனிக்ஷ்னா'வையும் (மராத்தி) பார்த்திகரின் 'பண்டைய இந்தியப் பாரம்பரியத்தையும் இதற்கு ஆதாரமாகக் கொண்டுள்ளேன்.

3 ஆதி புராணம் என்பது அந்தப் பெயரினைக் கொண்ட ஒரு தனிப் புராணம் அல்ல மாறாக 18 புராணங்கள் ஒவ்வொன்றின் முதல் பதிப்பையே இது குறிக்கிறது.

புராணத்தின் கூற்றுப்படி, இந்தப் புராணங்கள் யாவும் விக்கிரமாத்திய[1] அரசன் காலத்தில் திருத்தி மறுமதிப்பு செய்யப்பட்டடிருக்க வேண்டும்.

அடுத்து, புராணங்களின் கருப்பொருள் பற்றிப் பார்ப்போம், பழம்பெரும் காலத்திலிருந்தே புராணங்கள் என்றால் அறிவுக் களஞ் சியம் என்றே யாவரும் பொருள் கொண்டனர், எடுத்துக்காட்டாக புராணங்கள் யாவும் இதிகாசங்கள் அல்லது வரலாறு ஆகியவற்றிலிருந்து வேறுபட்டவையாகும். இதிகாசங்கள் என்றால் அரசாண்ட மன்னர்கள் சம்மந்தப்பட்ட சம்பவங்களைப் பற்றிக் கூறுகின்ற பழைய கதைகள் என்று பொருள்[2] 'அக்கியானம்' என்றால் ஒருவர்தாம் நேரில் கண்ட நிகழ்ச்சியை விரிவாக எடுத்துரைப்பதாகும். 'உபாக்கியானம்' என்றால் ஒருவர்தாம் கேள்விப்பட்டதை விவரிப்பதாகும். 'கதாக்கள்' என்றால் இறந்து விட்ட மூதாதையர்களைப் பற்றியும், அண்ட கோளங்களைப் பற்றியும் பாடுகின்ற பாட்டுகளாகும்.

'கல்பஷுதி என்பது சிரார்த்தம், கல்பம்[3] ஆகியவற்றை விதிமுறைகளின்படி செய்வதாகும். புராணம் இத்தகைய பல்வேறு விதமான ஞானங்களிலிருந்தும் வேறுபட்டதாகும். புராணம் என்பது கீழ்க்கண்ட ஐந்து விஷயங்களைப் பற்றிக் கூறுவதாகும்: (1) சர்க்கம், (2) பிரதி சர்க்கம், (3) வம்சம், (4) மன்வந்தரம், (5) வம்சசரிதம். சர்க்கம் என்பது அண்ட கோளங்களின் சிருஷ்டியைக் குறிக்கும்; பிரதி சர்க்கம் என்பது அண்ட கோளங்களின் அழிவைக் குறிக்கும்; வமிசம் என்பது குலவழி கொடி மரபைக் குறிக்கும்; மன்வந்தரம் என்பது மனுக்கள் தோன்றிய காலங்களைக் குறிக்கும், முக்கியமாக இப்பூமியை ஒருவர் பின் ஒருவராகப் பரிபாலனம் செய்யும் 14 மனுக்களைக் குறிக்கும். வம்ச சரிதம் என்பது அரசப் பரம்பரையைப் பற்றி கூறுவதாகும்.

இவ்வாறு பார்க்கும் போது புராணங்களின் குறியிலக்கும் கருப்பொருளும் பெரிதும் விரிவுபடுத்தப்பட்டிருப்பது தெரியவரும்; இதனால் புராணங்களை ஒரு எல்லைக்குள் அடக்கிப் பொருள் கூற

---

1 இந்த விக்கிரமாதித்தன் யார் என்பதை யாரும் அறியார்,

2 திரு.ஹாரா, கல்பஷு"திஎன்ற சொல்லுக்குப் பதிலாக கல்ப ஜோக்தி என்ற பதத்தைப் பயன்படுத்துகிறார். காலம் காலமாக வந்த அன்பு என்ற இதற்குப் பொருள்.

3 கல்பம் என்ற சொல் (1) புனிதமான விதி (2) நிர்ணயிக்கப்பட்ட ஒரு மாற்று (3) சமயச் சடங்குகளை மேற்கொள்ளும் முறை (4) உலகின் முடிவு (5) பிரபஞ் சத்தின் அழிவு (6) பிரம யுகத்தின் ஒருநாள் (7) ஒருவித மருத்துவச் சிகிச்சை (8) சங்குகள், வேள்விகளை நடத்துவதற்கான விதிகளை வகுத்துக் கூறும் ஆறு வேதாந்தங்களில் ஒன்று என்ற பொருளில் பயன்படுத்தப்படுவதும் உண்டு

முடியாது. இத்தோடு வேறு பல பொருள் பற்றியும் புராணங்கள் குறிப்பிடுகின்றன. ஆனால் இவை இவற்றின் வீச்சு எல்லைக்கு அப்பாற்பட்டவை. அடிப்படையில் புராணங்களுக்கு எல்லைகள் வகுக்கப்பட்டிருந்தாலும் சில புராணங்கள் தம் எல்லைக்குள் அடங்காமல் பல புதிய பொருள்களைப் பற்றியும் பேசுகின்றன. அவ்வாறு பேசப்படும் பொருள்களின் தலைப்புகளைக் கீழே காணலாம்:

1. ஸ்மிருதி தர்மம்:

இதில் குறிப்பிடப்பட்டுள்ள தலைப்புகள்.

1. வருணாசிரம தர்மம் 2. ஆசாரம் 3. அணிகம் 4. பாஷ்யபாஷ்யம் 5.விவாகம் 6. அசௌசம் 7. சிரத்தை 8. திரவிய சுத்தி 9. படகம் 10. பிராயச்சித்தம் 11. நரகம் 12. கர்மவிபாகம் 13. யுகதர்மம்

2. விரத தர்மம்:

புனித நாட்களையும், சத்தியங்களையும் கடைப்பிடித்தல்.

3.க்ஷேத்திர தர்மம்:

புனித இடங்களுக்குப் பயணங்களை மேற்கொள்ளுதல்.

4.தானதர்மம்:

புனிதர்களுக்குக் கொடை வழங்குதல்,

இதைத் தவிர புராணங்கள் மிகுந்த ஈடுபாடு காட்டும் வேறு இரண்டு விஷயங்கள் உள்ளன. இவற்றில் ஒன்று ஒரு குறிப்பிட்ட தேவதையை வணங்குவதாகும். ஒரு குறிப்பிட்ட காரியத்தை நிறைவேற்றுவதற்காக ஒரு குறிப்பிட்ட தேவதையை வழிபடுவது பற்றிப் புராணம் குறிப்பிடுகின்றது. ஐந்து புராணங்கள்[1] விஷ்ணுவை ஏன் வணங்க வேண்டும் என்பது பற்றியும், எட்டு புராணங்கள் சிவனை[2] ஏன் வணங்க வேண்டும் என்பது பற்றியும், ஒரு புராணம்[3] பிரம்மாவை வணங்குவது பற்றியும், மற்றொரு புராணம்[4] சூரியனை வணங்குவது பற்றியும், இரண்டு புராணங்கள் தேவியை வணங்குவது பற்றியும், ஒரு புராணம் கணேசனை வணங்குவது பற்றியும் குறிப்பிடுகின்றன.

புராணங்கள் கையாண்டுள்ள இரண்டாவது விஷயம் கடவுளின் அவதாரங்கள் பற்றிய வரலாறாகும். புராணங்கள் இரண்டு கடவுள்களுக்குத்

---

[1] விஷ்ணு புராணம், பாகவத புராணம், நாரத புராணம், வாமன புராணம், கருட புராணம்.

[2] (1) சிவபுராணம், (2) பிரமபுராணம், (3) லிங்க புராணம், (4) வராக புராணம், (5) ஸ்கந்த புராணம், (6) மத்சய புராணம், (7) கூர்ம புராணம் (8) பிரமானந்த புராணம்,

[3] பத்ம புராணம்.

[4] அக்னி புராணம்

தனித்தனியாக அடையாளங்களைக் கூறி அந்த இரண்டு கடவுள்களும் ஒன்றாக இணைந்ததையும் கூறுகின்றன. கடவுளுக்கு இரு வேறு பெயர்கள் இருந்தாலும் கடவுள் ஒருவரே என்பதுதான் இதன் கருத்தாகும். கடவுள் மனிதனாகவும் மிருகமாகவும் அவதாரங்கள் எடுத்துப் பல அதிசயச் செயல்களைப் புரிகிறார். கடவுள் எடுத்த அவதாரங்களின் கதைகளைப் படிப்பதற்கு ஆதாரசுருதியாக திகழ்பவர் விஷ்ணு என்பதை நாம் அறிகிறோம். ஏனென்றால் விஷ்ணு மட்டும்தான் காலம் தோறும் பல அவதாரங்களை எடுத்து அதிசயச் செயல்களைச் செய்துள்ளார். இந்த விஷயத்தைப் புராணங்கள் மிக விரிவாகக் கூறுகின்றன.

இவ்வாறு பல புதிய விஷயங்களைச் சேர்த்துக் கொண்டே போனதால் புராணங்கள் அடையாளம் தெரியாதபடி மாறிவிட்டதில் வியப்பேதும் இல்லை.

இந்தப் புராணங்களை எழுதியவர்கள் யார் என்பது சம்பந்தப்பட்ட விஷயம் மிக முக்கியமான ஒன்றாகும். புராணங்களை எழுதியவர்களின் பெயர்கள் மாறி மாறிக் காணப்படுகின்றன. பண்டைக் காலத்தில் படித்தவர்கள் என்போர் இரு வகுப்பினரேயாவர். ஒரு வகுப்பினர் பிராமணர்கள், மற்றொரு வகுப்பார் சூதர்கள். சூதர்கள் என்போர் பிராமணர் அல்லாதார் ஆவர். இவர்களில் ஒவ்வொரு வகுப்பாரும் இலக்கியத்தில் தனித்தனித் துறைகளில் ஈடுபாடு காட்டி வந்தனர்.

சூதர்கள் தான் புராணங்கள் விஷயத்தில் ஏகபோகம் செலுத்தி வந்தனர். புராணங்களை எழுதுவதிலோ அவற்றைப் பாராயணம் செய்வதிலோ பிராமணர்களுக்கு எத்தகைய பங்கும் இருக்கவில்லை. புராணங்கள் முழுக்க முழுக்க சூதர்களுக்கே ஒதுக்கப்பட்டன. பிராமணர்களுக்கும், புராணங்களுக்கும் எந்தவித சம்பந்தமும் இருக்கவில்லை. சூதர்கள் தலைமுறை தலைமுறையாகவே புராணங்களை எழுதுவதற்கும் அவற்றை உபதேசிப்பதற்கும் உரிமை பெற்றிருந்தனர். இதனால் இவர்கள் புராணத்தைப் படைப்பதில் தனிப் பயிற்சியும், தனித் திறமையும் கொண்டிருந்தனர், ஒரு காலகட்டத்தில் திடீரென பிராமணர்கள் முனைந்து சூதர்களை ஒதுக்கித் தள்ளிவிட்டு புராணங்களை எழுதும் உரிமையைத் தாங்களே ஏகபோகமாக எடுத்துக் கொண்டார்கள். இதனால்தான் புராண ஆசிரியர்களின் பெயர்களிலும் மாற்றங்கள் ஏற்பட்டன. அதாவது சூதர்களுக்குப் பதிலாக பிராமணர்கள் புராணங்களின் ஆசிரியர்களாகி விட்டார்கள்.[1]

இவ்வாறு புராணங்கள் சூதர்களின் கைகளிலிருந்து பிராமணர்களின் கைகளுக்கு மாறிய பிறகுதான் முடிவாக அவை பதிப்பிக்கப்பட்டு, புதிய விஷயங்கள் சேர்க்கப்பட்டு புதுப்பித்து வெளியிடப்பட்டிருக்க வேண்டும். இவ்விதம் மாற்றியமைத்துப் புதிய விஷயங்களைச் சேர்த்து

1 பார்த்திகா புராணம்

வெளியிடுவதற்கு மிகப்பெரிய தைரியம் வேண்டும். அவர்கள் புதுப்புது அத்தியாயங்களைச் சேர்த்தும், ஏற்கெனவே இருந்த அத்தியாயங்களைப் பெருக்கியும், பழைய அத்தியாயங்களோடு புதிய அத்தியாயங்களைச் சேர்த்தும், அவற்றிற்குப் பழைய தலைப்புகளையே கொடுத்தும் புராணங்களை வெளியிட்டனர். இந்த நிகழ்வுப் போக்கில் சில புராணங்களில் பழைய செய்திகள் நிலைபெற்று விட்டன; சில புராணங்களில் பழைய செய்திகள் நீக்கப்பட்டன; மற்றும் சில புராணங்களில் புதிய செய்திகள் சேர்க்கப்பட்டன; மற்றும் சில புராணங்கள் புத்தம் புதிதாகவே எழுதப்பட்டன.

புராணங்களின் காலங்களை நிர்ணயிப்பதென்பது மிகவும் கடினமான செயலாகும். ஆயினும் ஒருவாறு சமாளித்து இவற்றைக் கணிக்க முற்படலாம். பிராமணர்களால் எழுதப்பட்ட எல்லா வரலாறுகளுமே காலம் குறிப்பிடப்படாத வரலாறுகளாகவே உள்ளன. புராணங்களும் இதற்கு விதிவிலக்கல்ல. சில நிகழ்ச்சிகள் நடைபெற்ற காலங்கள் ஏற்கெனவே நன்கு நிர்ணயிக்கப்பட்டுள்ளன; இந்நிலையில் இவற்றுடன் தொடர்புடைய சான்றுகளை ஆதாரமாகக் கொண்டுதான் புராணங்களின் காலத்தைக் கணிக்க வேண்டியுள்ளது. மற்ற பிராமண இலக்கியங்களைத் துருவி ஆய்ந்து அவற்றின் காலங்கள் கணக்கிட்டதைப் போல் புராணங்களைத் துருவி ஆய்ந்து அவற்றின் காலங்கள் கணிக்கப்படவில்லை. வேத கால இலக்கியங்களின் காலத்தைக் கணிக்க ஆராய்ச்சியாளர்கள் எடுத்துக் கொண்ட முயற்சி அளவுக்குப் புராணங்களின் காலத்தைக் கணிக்க அவர்கள் முயற்சி எடுத்துக் கொள்ளவில்லை. புராணங்களின் மீது அவர்கள் கவனம் திரும்பவே இல்லை எனலாம். எனக்குத் தெரிந்தவரை ஹஸாரா என்பவர் ஒருவர்தான் புராணங்களின் காலங்களைக் கணிக்க முயற்சி எடுத்துள்ளார். அவரின் கணிப்புப்படி கீழ்க் கண்டவாறு புராணங்களின் காலங்களைக் குறிப்பிட்டுள்ளேன்:

வ.எண்	புராணங்கள்	இயற்றப்பட்ட காலம்
1	மார்கண்டேய புராணம்	கி.பி.200-க்கும் கி.பி.400க்கும் இடைப்பட்ட காலம்
2	வாயு புராணம்	கி.பி.200-க்கும் கி.பி.500க்கும் இடைப்பட்ட காலம்
3	பிரம்மானந்த புராணம்	கி.பி.200-க்கும் கி.பி.500க்கும் இடைப்பட்ட காலம்
4	விஷ்ணு புராணம்	கி.பி.100-க்கும் கி.பி.350க்கும் இடைப்பட்ட காலம்

5	மச்சய புராணம்	ஒரு பகுதி தோராயமாக கி.பி. 325ல் இயற்றப்பட்டது மற்றொரு பகுதி தோராயமாக கி.பி.1100-ல் இயற்றப்பட்டது.
6	பாகவத புராணம்	கி.பி.500-க்கும் 600-க்கும் இடைப்பட்ட காலம்
7	கூர்ம புராணம்	கி.பி.550-க்கும் 1000-க்கும் இடைப்பட்ட காலம்
8	வாமன புராணம்	கி.பி.700-க்கும் 1000க்கும் இடைப்பட்ட காலம்
9	லிங்க புராணம்	கி.பி.600க்கும் 1000க்கும் இடைப்பட்ட காலம்
10	வராக புராணம்	கி.பி.800-க்கும் 1500க்கும் இடைப்பட்ட காலம்
11	பத்ம புராணம்	கி.பி.600-க்கும் 950-க்கும் இடைப்பட்ட காலம்
12	பிரஹ நாரதீய புராணம்	கி.பி.875-க்கும் 1000-க்கும் இடைப்பட்ட காலம்
13	அக்னி புராணம்	கி.பி.800-க்கும் 900-க்கும் இடைப்பட்ட காலம்
14	கருட புராணம்	கி.பி.850-க்கும் 1000-க்கும் இடைப்பட்ட காலம்
15	பிரம்ம புராணம்	கி.பி 900-க்கும் 1000-க்கும் இடைப்பட்ட காலம்
16	ஸ்கந்த புராணம்	கி.பி.700-க்கு பிறகு
17	பிரம்ம வைவரத புராணம்	கி.பி.700-க்கு பிறகு
18	பவிஸ்ய புராணம்	கி.பி.500-க்கு பிறகு

தற்போது இதற்கு மேல் புராணங்களுக்கு இவ்வாறு துல்லியமாக காலங்களைக் கணிக்க முடியாது. இத்துறையில் புதிய ஆராய்ச்சி தொடங்கும் போது இந்தக் காலங்கள் கூடலாம் அல்லது குறையலாம். ஆனாலும் அவையாவும் ஏறத்தாழ இருக்குமேயொழிய சகாப்த அளவில் வேறுபாடு இருக்காது. இவ்வாறு புத்தருக்குப் பின் வந்த பிராமண இலக்கியங்களின் காலவரையறை பற்றிய ஐயங்களைத் தீர்ப்பதற்கு இக்கால அளவு போதுமானது. புஷ்யமித்திரனுக்குப் பிறகு அவனால் தொடங்கப்பட்ட பிராமணீயம் பெற்ற வெற்றியின் காரணமாகவே இத்தகைய இலக்கியங்கள் முதன்மை பெற்றுவிட்டன. மேலும் வியாசர்தான் மகாபாரதம், பகவத் கீதை, புராணங்கள் ஆகியவற்றை எழுதினார் என்ற கருத்தை இந்த ஆய்வு மறுதலிக்கிறது. மகாபாரதத்தில் 18 பருவங்களும், கீதையில் 18 அத்தியாயங்களும், புராணங்கள் 18-ம் உள்ளன. இவையெல்லாம் 18 என்ற எண்ணையே கொண்டிருக்கின்றன. இது ஒரு தற்செயல் நிகழ்ச்சியா அல்லது திட்டமிட்டு செய்தவையா? இதை நாம் பொறுத்திருந்து பார்க்க வேண்டும்.

III

வேதாந்த சூத்திரங்கள்

ஜைமினியின் கர்ம சூத்திரங்களைப் போலவே வாதராயணரின் வேதாந்த சூத்திரங்களும் ஆரிய இலக்கியமே. இதுவும் நமது ஆய்வுக்குரியதே. ஒரே வகைக் கருத்துக்களையுடைய வாதராயணரும், ஜைமினியும் ஒன்றிணைவது இயற்கையே. ஒருவர் ஒரு செயல் நடந்ததற்கான காரணங்களை ஆராயும்போது மற்றொருவர் அதன் காரியங்களைக் காண்கிறார். முதலாவதாக பேராசிரியர் பெல்வாகர்[1] சுட்டிக் காட்டுவதைப்போல் “வேதாந்த சூத்திரங்கள் கர்ம சூத்திரங்களைப் போன்றே அமைந்து காண்கின்றன.” சொல்லாக்கம், செயல்முறைகளில் வாதராயணர், ஜைமினியையே கண்ணை மூடிக்கொண்டு பின்பற்றியுள்ளார். ஜைமினி கையாளும் ஒளிமுறை ஆராய்ச்சி மாதிரியை அப்படியே வாதராயணர் ஏற்றுக் கொண்டுள்ளார். ஜைமினி சில குறிப்பிட்ட செயல்முறைச் சொற்களைச் சில குறிப்பிட்ட பொருள்படும்படி குறிப்பிட்டுள்ளதைப் போலவே வாதராயணரும் குறிப்பிடுகிறார். அவர் கையாண்ட எடுத்துக்காட்டுகளையே இவரும் கையாண்டுள்ளார்.

இது ஆச்சரியப்படுவதற்குரிய ஒரு சிறு செய்திதான். ஆனால் ஆச்சரியப்படாதற்குரிய சிறு பொருள் என்னவென்றால், சித்தாந்தத்தினைபால் இந்த இரு பிரிவினரும் கொண்டுள்ள போக்கு ஆகும். இதற்கொரு எடுத்துக்காட்டு கூறுவோம்.

1 பாசு மாலிக் சொற்பொழிவுகள். பக்கம் 152

வாதராயணர் கீழ்க்கண்ட பாடல்களை[1] எடுத்துக்காட்டுகளாகக் கூறி அவை ஜைமினியின் வேதாந்தக் கருத்துக்களை எப்படி விளக்குகின்றன என்றும் கூறுகிறார்.

2. வேள்வி நடவடிக்கைகளுக்கு ஆன்மா துணை செய்வதால் ஆத்ம ஞானத்தின் பலன் உரிய முகவரைப் பற்றிய வெறும் பாராட்டாகத் தான் எடுத்துக் கொள்ள வேண்டும் என்று ஜைமினி கூறுகிறார்.

"ஜைமினியின் கருத்துப்படி வேதங்கள் என்பவை விமோசனம் உட்பட சில குறிப்பிட்ட குறிக்கோள்களை எய்துவதற்கான நடவடிக்கைகளை நிர்ணயித்துத் தருகின்றனவே தவிர வேறல்ல. வேதங்கள் கூறுவதுபோல் ஆத்மஞானம் எத்தகைய சுயேச்சையான பலன்களையும் அளிப்பதில்லை, மாறாக முகவர் மூலம் சில நடவடிக்கைகளுடன் சம்பந்தப்பட்டு மட்டுமே உள்ளது என்று அவர் வாதிக்கிறார். எவன் ஒருவனும் தனி ஆத்மா தனது உடலிலிருந்து வேறுபட்டது என்பதையும், மரணத்திற்குப் பின்னர்தான் சுவர்க்கத்தை அடைவோம் என்பனவும், அங்கு தன் வேள்வியின் பலன்களை அனுபவிப்போம் என்பவும் உணர்ந்தாலன்றி அவன் வேள்வி-வினை முறைகளில் ஈடுபட மாட்டான். ஆத்ம ஞானத்தைப் பற்றிக் கூறும் வேதாந்த சூத்திரங்கள் முகவரைப் பற்றித் தெரிந்து கொள்ள மட்டுமே உதவுகின்றன; இதனால் வேள்விவினை முறைகளுக்கு கீழ்ப்பட்டவையாக உள்ளன. ஆயினும் வேதாந்த சூத்திரங்கள் பலன்கள் வெறும் தோத்திரங்களே ஆதமஞானம் பற்றிக் கூறும் ஆகும். இதே விஷயங்கள் சம்பந்தமாகவும் சூத்திரங்கள் இந்தப் பலன்களைத் தோத்திரங்கள் ஆற்றும் வாயிலாகவே தெரிவிக்கின்றன. சுருங்கக் கூறினால், தனது ஆத்மா உடல் மறைந்த பிறகும் நிலைத்திருந்து வரும் என்ற ஞானத்தின் மூலம் வேள்விவினை முறைகளுக்கு முகவர் தகுதியானவராகிறார், இதே விஷயங்களில் கூட புனிதப்படுத்தும் சடங்குகளின் மூலம் வேள்விவினை முறைகளுக்கு உகந்தவையாகின்றன என்று ஜைமினி கூறுகிறார்."

3. ஏனென்றால் தன்னை உணர்ந்த மனிதர்களின் செய்வினையிலிருந்து இதனை நாம் அறிகிறோம் என்று வேதங்கள் கூறுகின்றன. "விதேக நாட்டு பேரரசனான ஜனகன் என்பவன் ஒரு யாகத்தைச் செய்தான். அதில் தாராளமாக எல்லாருக்கும் நன்கொடையை வழங்கினான். அவன். "ஐயன்மீர் நான் ஒரு யாகத்தை செய்ய போகிறேன் என்கிறான் இப்பொழுது ஜனகனையும் அஸ்வபதியையும் நோக்கும்போது அவர்கள் தன்னைத்தான் அறிந்தவர்களாதலால் பிறவித் துன்பத்திலிருந்து விடுதலை பெற்றவர்களாவார்கள். அதனால் அவர்களுக்கு யாகம் செய்ய வேண்டிய

1 சுவாமி வீரேசுவரானந்தா - பிரம்மசூத்திரம் அத்துவைதா ஆசிரமம், 1936 ஆம் ஆண்டு பதிப்பு, பக்கம் 408-411

தேவையில்லை. ஆனால் மேலே கூறிய இரண்டு வேத வாசகங்களும் அவர் யாகம் செய்தார்கள் என்று கூறுகின்றன. இதிலிருந்து யாகம் செய்வதன் மூலம் தான் ஒருவன் மோட்சம் அடைய முடியும் என்பது உறுதியாகிறது. ஒருவன் தன்னைத் தான் அறிந்தவனாயிருந்தாலும் மோட்சமடைய முடியாது என்பதே வேதாந்தத்தின் கருத்தாகும்.

4. அதாவது ஆத்மஞானம் என்பது வேள்விவினை முறைகளுக்கு அடுத்தபடியானவை தான். இதனை வேதங்கள் நேரடியாகவே கூறுகின்றன. ஆத்மஞானத்துடனும், நம்பிக்கையுடனும், தியானத்துடனும் செய்யும் காரியங்களால்தான் ஒருவருக்கு மிகுந்த சக்தி ஏற்படுகின்றது. " *(அதி. 1.1.10)* இவ்வாறு கூறும் வேத வாக்கு ஞானம் என்பது யாகத்தில் ஒரு பகுதியே என்பதை உணர்த்துகிறது.

5. ஏனென்றால் ஞானம், கர்மம் ஆகிய இரண்டுமே ஒன்றோடு ஒன்று இணைந்து ஆத்மா பிரிகின்றபோது அதனுடன் செல்வதால் விரும்பிய பலன் கிட்டுகிறது. "அறிவு, கடமை, கடந்த கால அனுபவம் ஆகிய மூன்றாலும்தான் இத்தகைய முடிவு நமக்குக் கிடைக்கிறது". *(4.4.2)* "அறிவும், பணிவும் ஒன்றாகவே இணைந்து செல்கின்றன. இவை ஆத்மாவோடு இணைந்து செல்லும் போது அதனுடைய பலனையும் அளிக்கின்றன. அறிவு மட்டும் ஏதேச்சையாக செல்லுகின்ற பொழுது அதனால் எத்தகைய பலனையும் அளிக்க முடியாது."

6. ஏனென்றால் வேதங்கள் ஒருவருக்கு இத்தகைய கர்மத்தையே விதிக்கின்றன. "வேதங்களைப் பற்றிய ஞானத்தையும் ஆத்ம ஞானத்தையும் பெற்றவர்களுக்குத்தான் வேதநூல்கள் கர்மம் செய்யும் கடமையை விதிக்கின்றன. ஆகவே, அறிவு என்பது தன்னிச்சையாகச் செயல்பட்டு எத்தகைய பலனையும் தரமுடியாது."

7. அதுபற்றி வகுக்கப்பட்ட நெறிமுறைகளின்படி

"கர்மம் செய்யும் ஒரு மனிதன் நூறாண்டு வாழ்வானாக" *(இசு.2)* 'அக்கினிகோத்ரம் என்பது ஒரு யாகம். அது ஒருவன் முதுமை அடைகின்ற வரையிலும், சாகின்ற வரையிலும் செய்யக் கூடிய ஒன்றாகும். ஆனால் அவன் முதுமையடைந்த பிறகும் இறந்த பிறகும் அவன் அதைச் செய்வதிலிருந்து விதிவிலக்கு அளிக்கப்படுகிறான். *(சத் 12.4.1.1.)*. இத்தகைய குறிப்பிட்ட வேத விதிமுறைகளிலும் அறிவானது ஒருவனுடைய செயலுக்குக் கீழ்ப்பட்டதாக இருப்பதை அறிகிறோம். "

ஜைமினி, வாதராயணர் வேதாந்தங்களிலிருந்து மேலே கூறிய பாடல்களை எடுத்துக்காட்டி, தம்முடைய கருத்தை நிலைநாட்ட முனைந்த போது வாதராயணர் மறுத்துரைக்கிறார். தன் மறுப்புரைக்கு வாதராயணர் மீண்டும் கீழ்க்கண்ட பாடல்களை எடுத்துக் கூறி விடையளிக்கிறார்.[1]

---

1 சாமி வீராசவரானந்தா, பிரம்ம சூத்திரம் பக்கம். 411-416

8. ஆனால் வேதங்கள் பரமாத்மா முகவரிலிருந்து வேறுபட்டது என்பதைப் போதிப்பதால் வாதராயணருடைய இத்தகைய கருத்து சரியாகவே உள்ளது. இதை நூல்களிலிருந்தே தெரிந்து கொள்ளலாம்.

"சூத்திரங்கள் இரண்டிலிருந்து ஏழுவரை மீமாம்சை தத்துவ கருத்துக்களைக் கூறுகின்றன. மீமாம்சை எட்டிலிருந்து பதினேழு வரையிலுள்ள சூத்திரங்கள் மறுத்துரைக்கின்றன."

முகவராக உள்ள வரையறைக்குட்பட்ட ஆத்மாவைப் பற்றி வேதங்கள் போதிப்பதில்லை; மாறாக இந்த முகவரிடமிருந்து மாறுபட்ட பரமாத்மாவைப் பற்றியே அவை போதிக்கின்றன. இவ்வாறு வேதங்கள் கூறும் ஆத்மஞானம் ஒரு முகவர் பெற்றுள்ள ஆத்மஞானத்திலிருந்து வேறுபட்டதாக உள்ளது. வரையறைக்குட்பட்ட எல்லா உதவியாளர்களிடமிருந்தும் விடுபட்ட இத்தகைய ஆத்மஞானம் எல்லாவகையிலும் உதவிகரமாக இல்லாதது மட்டுமன்றி எல்லாச் செயற்பாடுகளுக்கும் முற்றுப்புள்ளியும் வைக்கிறது. வேதாந்த நூல்கள் பரமாத்மாவைப் பற்றியே போதிக்கின்றன என்பதைப் பின்வரும் வாசகங்களிலிருந்து தெரிந்து கொள்ளலாம். "அவன் எல்லாவற்றையும் காண்பவன், எல்லாவற்றையும் அறிந்தவன்" (மு.1.1.9.) "இந்த நிலைபேறுடைய சக்தியின் மகத்தான ஒழுங்கு முறையின் கீழ், ஓ. கார்க்கி" இத்யாதி (ப்ரு.3.89.)

9. ஆனால் இந்த சுருதியில் அடங்கியுள்ள பிரகடனங்கள் இரண்டு விதக் கருத்துக்களையும் ஆதரிக்கின்றன. இந்த சூத்திரம் மூன்றாவது சூத்திரத்தில் கூறப்பட்டுள்ள கருத்தை மறுத்துரைக்கிறது. ஜனகனும் மற்றவர்களும் ஆத்மஞானம் பெற்ற பிறகும் கூட கர்மம் செய்தார்கள் என்பதை அது சுட்டிக் காட்டுகிறது. ஆனால் வேதங்கள் ஒருவர் ஞானம் அடைந்து விட்ட பிறகு கர்மம் செய்யத் தேவையில்லை என்று கூறுகின்றன. ஆத்மாவை அறிந்த பிராமணர்கள் தங்களுடைய பிள்ளைகள், உலகம், பொருள் முதலியவற்றின் மீதுள்ள பற்றுதலைத் துறந்து இரவலர் வாழ்க்கை நடத்துகின்றனர். (ப்ருக 3.5.1). ஆத்மஞானம் பெற்ற யாக்ஞவல்கியர் போன்றவர்கள் கர்மம் செய்வதைத் தவிர்த்து விட்டார்கள் என்பதை வேதங்களிலிருந்து அறிகிறோம்.

"என் அன்பிற்குரியவனே, இதுவே இறவா நிலையாகும் என்று கூறி வீட்டைத் துறந்தார்" (ப்ரு.4.5.15). இவ்வாறு ஜனகனும், மற்றவர்களும் கையாண்ட முறை பற்றில்லாமை என்று அழைக்கப்படுகிறது. உண்மையில் இது பணி செய்யாமையையே குறிக்கிறது. எனவே மீமாம்சை கூறும் வாதம் வலுவானதல்ல.

10. வேதங்கள் கூறுகின்ற கட்டளைகள் நான்காவது சூத்திரத்தில் உள்ளபடி எக்காலத்திற்கும் உண்மையானவையல்ல. சுருதிகள்,

வேள்விகள் ஆகியவற்றால் ஞானம் வளர்கிறது என்று கூறும்போது எல்லா ஞானங்களையும் குறிப்பிட்டதாகாது. உத்கிதம் குறிப்பிடுவது போல ஒருவித ஞானத்தை மட்டுமே அது கூறுகின்றது. ஞானம் என்பது பலதரப்பட்ட கூறுபாடுகளை உடையதாகும். அதைப்போலவே பணி என்பதும் பலதரப்பட்ட கூறுபாடுகளை உடையதாகவும் இவையே இரு மனிதர்களுக்குள்ளேயும் பல மனிதர்களுக்குள்ளேயும் பலவிதமாக வேறுபடுகின்றன.

*11.*இந்த சூத்திரம் ஐந்தாவது சூத்திரத்தை மறுத்துரைக்கிறது. இது ஞானம்,கர்மம், பட்டறிவு ஆகியவற்றை ஒன்றோடு ஒன்று இணைத்துக் கூறுகிறது. *(ப்ரு 4.4.2)* இங்கு நாம் ஞானமும் கர்மமும் தனித்தனியானவை என்ற பொருளில் எடுத்துக் கொண்டு பார்க்க வேண்டும். அதாவது ஞானம் தனியாகவும் கர்மம் தனியாகவும் செயல்படுகின்றன என்பதே இதற்குப் பொருள். இரண்டு மனிதர்களுக்கு நூறு கொடுப்பதாக வைத்துக் கொள்வோம். அப்படியானால் ஒவ்வொரு மனிதருக்கும் ஐம்பது கிடைக்கிறது, ஆனாலும் இந்த இருவரும் ஒருவருடன் ஒருவர் இணைந்தவர்களாக இருக்க முடியாது. இந்த விளக்க உரை தேவையில்லாமலேயே அந்த ஐந்தாவது சூத்திரத்தை மறுத்துவிட முடியும். அதில், கூறப்பட்டுள்ள கருத்து ஞானம், கர்மம் ஆகியவற்றையே குறிப்பிடுகிறது. அதாவது மறு பிறப்பெடுக்கும் ஆன்மாவைப் பற்றியே பேசுகின்றது, வீடு பேறுற்ற ஆன்மாவைப் பற்றிப் பேசவில்லை, “தான் வேறு பிறவி எடுக்க வேண்டும் என்பதை விரும்புகின்ற மனிதனைப் பற்றி பேசுகின்ற பகுதி *(ப்ரு. 4.4.6.)* மறு பிறவி எடுக்கும் ஆன்மாவைப் பற்றியே குறிப்பிடுகிறது. வீடு பேறுற்ற ஆன்மாவைப் பற்றிக் கூறும் போது மறு பிறவியே வேண்டாம் என்று நினைக்கின்ற மனிதனைப் பற்றியே இந்த ஸ்மிருதி பேசுகிறது என்பது தெளிவு *(ப்ரூ.4.4.6.)*

*12.*வேதங்களை அறிந்தவர்கள்தான் கர்மத்தில் ஈடுபடவேண்டும் என்று அவை கட்டளையிடுகின்றன. “இவ்வாறு ஆறாவது சூத்திரத்தை, இந்த சூத்திரம் மறுத்துரைக்கிறது, யார் ஒருவர் வேதங்களைப் படிக்கிறார்களோ, யாகம் செய்வதைப் பற்றி அறிகின்றார்களோ அவர்கள் கர்மம் செய்யத் தகுதியுடையவர்கள். உபநிடதங்களிலிருந்து ஞானம் பெற்றவர்களுக்குக் கர்மம் ஏதும் நிர்ணயிக்கப்படவில்லை” இத்தனை ஞானமும் பணிவும் முரணானவை.

13.ஏனென்றால் இது பற்றி ஜைமினி குறிப்பிடவில்லை. ஆகையினால் அவனுக்குப் பொருந்தாது. “இந்த சூத்திரம் ஏழாவது சூத்திரத்தை மறுக்கிறது ஈசா உபநிடதத்தில் தெரிவிக்கப்பட்டுள்ள கருத்து பொதுவானதாகும். ஞானிக்கும் இது பொருந்துமென்று

அதில் விசேடமாகக் குறிப்பிடப்படவில்லை. எனவே அது அவனை கட்டுப்படுத்தாது."

14. அல்லது கர்மம் புரிய அளிக்கப்படும் அந்த அனுமதி ஞானத்தைப் போற்றுவதற்கு அளிக்கப்படும் அனுமதியாகும்.

ஆத்மாவை அறியாதவர்கள் கர்மம் புரிய விதிக்கப்பட்டுள்ள தடை இந்த ஞானத்தைப் போற்றுவதற்கே ஆகும். இந்தத் தோத்திரம் பின்கண்டதைக் குறிக்கும். ஆத்மாவை அறிந்தவர்கள் தம் வாழ்நாள் முழுதும் இந்த ஞானத்தின் பலனாக அதன் விளைவுகள் அவனைக் கட்டுப்படுத்த மாட்டா.

15. சிலர் தங்கள் விருப்பம் போல எந்தக் கர்மமும் செய்யாமலிருந்து விடுகிறார்கள். மூன்றாவது சூத்திரத்தில் ஜனகனும், மற்றவர்களும் ஞானத்தைப் பெற்ற பிறகும் கர்மம் செய்தார்கள் என்று கூறப்படுகிறது. இவர் தாங்களாகவே இவ்வாறு கர்மம் செய்வதை விட்டுவிட்டார்கள் என்று இந்த சூத்திரம் கூறுகிறது. இங்கு கவனிக்க வேண்டிய விஷயம் என்னவென்றால், சிலர் ஞானம் பெற்ற பிறகு மற்றவர்களுக்கு முன்மாதிரியாக விளங்க வேண்டும் என்று கர்மம் செய்தார்கள். மற்றவர்கள் எல்லாக் கர்மங்களையுமே விட்டு விட்டார்கள்.

16. ஞானம் பெறுவதன் பயனாக கர்மம் புரிவதற்கான எல்லாத் தகுதிகளும் அழிக்கப்படுகின்றன என்று வேதங்கள் கூறுகின்றன.

ஞானம் எல்லா அறியாமையையும் அதனோடு தொடர்புடைய செயல்களையும், பலன்களையும் அழித்து விடுகிறது, பிரமத்தை அறிந்த ஒருவனுக்கு எல்லாமே ஆன்மாவாகிறது. அப்படியிருக்கும்போது ஒருவன் எதை எதைக் கொண்டு பார்க்க வேண்டும், எதை அறிய வேண்டும் முதலியன (ப்ரு 4.5.15) ஆத்ம ஞானம் எல்லாக் கர்மத்துக்கும் முரணானது. ஆகவே அது கர்மத்துக்குக் கீழ்ப்பட்டதாக இருக்க முடியாது.

17. புலன்களை அடக்கி சந்நியாசம் மேற் கொண்டவர்களுக்கு ஞானம் பிறக்கிறது. சந்நியாசமென்ற இந்த நான்காவது ஆசிரமம் வேதங்களில் குறிப்பிடப்பட்டுள்ளது.

"மனித வாழ்க்கையில் நான்காவது படியாகிய சந்நியாசத்தில் தான் ஞானம் முழுமையாக பெறப்படுகிறது. இதிலிருந்து ஒரு சந்நியாசி ஏன் கர்மம் செய்வதிலிருந்து விடுபட வேண்டும்? என்பதே நமது கேள்வியாகிறது. வாழ்க்கையின் கடைசிப்படியாக வருவதுதான் சந்நியாசம் என்ற வாழ்க்கை நிலையாகும். இதனை வேத நூல்களிலிருந்து அறியலாம். "கடமையில் மூன்று வகையான கடமைகள் கூறப்படுகின்றன; யாகம் செய்தல், படித்தல், அறம் செய்தல் ஆகியவை முதல் கடமையாகும். ஆனால் பிரம்மத்தில்

உறுதியாக நிலை நிற்பவனே அமரத்துவம் பெறுகிறான்." (அத் 2.3.3.1 1-2)இந்த உலகை அடைய விரும்பியே சந்நியாசிகள் தங்கள் இல்லங்களைத் துறக்கின்றனர். (ப்ரு 4.4.22 மற்றும் மு.1.2.11, அத். 5.10.1) ஒவ்வொருவரும் இல் வாழ்வானாக இல்லாமலேயே இந்த வாழ்க்கையை மேற்கொள்ளலாம். ஞானம் சுதந்திரமானது என்பதை இது காட்டுகிறது."

இத்தகைய பல்வேறு சூத்திரங்கள் வாதராயணரின் நூலிலிருந்து நமக்குக் கிடைக்கின்றன. இதனால் இரு வேறு கோட்பாடுகளைக் கூறும் கருத்துக்களை அறிவதோடு அது ஒன்றுக்கொன்று மாறுபடுவதையும் தெரிந்து கொள்ளலாம். ஒன்று தனித்துக் காணப்படுவதால் அதன் தன்மையை அறிவதற்கு அதுவே நமக்கு போதுமானதாகிறது. ஒருவர் அதனை நன்கு அறிந்த பின் மேலும் அதை அறியாமல் நிறுத்தி விடுகிறார் என்றால் அது பற்றி அவர் நன்கு அறிந்துவிட்டார் என்பது பொருளாகிறது. ஜைமினி வேதாந்தங்கள் யாவும் பொய்யுரைக்கும் சாத்திரங்கள் என்று அவற்றைத் தள்ளிவிடுகிறார். அவற்றில் கூறப்படும். கருத்துக்கள் அறிய முடியாதவை, மிகைப்படக் கூறப்பட்டவை, மனிதச் செயலுக்கு அப்பாற் பட்டவை,மனிதனுக்குத் தேவையற்றவை என்கிறார்.

இவ்வாறு வேதாந்த சாத்திரங்கள் தாக்கப்படுவது குறித்து வாத ராயணரின், நிலை என்ன? அவர் தன்னுடைய வேதாந்த சாத்திரங்களை மட்டும் ஆதரித்து பேசுகிறார். இதிலிருந்து ஒருவர் அவரைப் பற்றி தெரிந்து கொள்வதெல்லாம் ஜைமினியின் கர்ம காண்டக் கோட்பாட்டை அவர் மறுதளிக்கிறார் என்பதாகும். அது (கர்மகாண்ட கோட்பாடு) ஒரு பொய்யான சமயமாகும் என்பதே வாதராயணரின் கருத்தாகும். ஆனால் வாதராயணர் வெளிப்படையாக இதனை எதிர்க்கவில்லை. அதற்கான துணிச்சல் அவருக்கு இல்லை. மாறாக தன்னுடைய எதிர்ப்பிற்கு மன்னிப்புக் கோருகிறார், ஜைமினியின் கர்ம காண்டக் கோட்பாடு வேதங்களில் கூறப்பட்டிருப்பதால் வாதராயணரால் அதனை மறுக்க முடியவில்லை. எனவேதான் அவர் தனது வேதாந்த கோட்பாடுகளும் உண்மையானவையே, ஏனென்றால் அவை வேதங்களை தழுவியே உள்ளன என்பதும் வாதராயணரின் கூற்றாகும். இவ்வாறு வாதராயணர் கூறுவதற்கு நமக்கு மேலும் விளக்கம் தேவைப்படுகிறது.

பகவத் கீதை

மகாபாரதத்தில் பீஷ்ம பருவத்தில் வரும் பகவத் கீதையென்பது மகாபாரதத்தின் ஒரு பகுதியாகவே உள்ளது. இந்த இதிகாச நூலானது திரிதராஷ்டிரனின் பிள்ளைகளான கௌரவர்களுக்கும், பாண்டு மன்னனின் புத்திரர்களாகிய பாண்டவர்களுக்குமிடையே

நடந்த பட்டத்திற்கான பங்காளிச் சண்டையாகும். திரிதராஷ்டிரனின் தம்பி தான் பாண்டு. ஆனால், திரிதராஷ்டிரன் பிறவிக் குருடனாயிருந்ததால் அரசுரிமை பாண்டுவுக்குச் சென்றது. பாண்டுவின் இறப்பிற்குப் பின் அவனுடைய பிள்ளைகளுக்கும், திரிதராஷ்டிரனின் பிள்ளைகளுக்குமிடையே "வாரிசுரிமைப் போர்" ஏற்பட்டது. இவ்வாறு ஏற்பட்ட போர்க்களம் குருக்ஷேத்திர பூமி (இன்றைய பானிப்பட்டுக்கு அருகில்) யில் நடந்தது, இந்தப் போரில் பாண்டவர்களுக்கு உதவியாளராகவும், வழிகாட்டியாகவும், நண்பனாகவும், தத்துவப் போதகராகவும், அர்ச்சுனனுக்குத் தேரோட்டியாகவும் அமைந்தவர்தான் கிருஷ்ணர். அர்ச்சுனன் பாண்டவர்களின் உடன் பிறந்தவனாவான். அவனே இப்போரில் முக்கிய வீரனாகப் பாண்டவர்கள் பக்கம் நின்று போரிட்டான்.

கௌரவர்களும், பாண்டவர்களும் தங்களுடைய படைகளுடன் போர்க்களத்தில் அணி வகுத்து நின்றார்கள். பாண்டவர்கள் படைக்கு முன்னால் அர்ச்சுனன் தன் தேரில் ஏறி வந்தான். அத்தேரை ஓட்டுபவராக கிருஷ்ணன் இருந்தார். மிகவும் வலிமை வாய்ந்த அர்ச்சுனன் தன் தேர்மேல் நின்று எதிரே இருந்த கௌரவர்களின் படைகளை உற்றுப் பார்த்தான். சாதாரண மண்ணாசைக்காக தன்னுடைய பங்காளிகளையும், மற்றவர்களையும் கொல்லப் போகின்ற அச்சகோதரச் சண்டையின் கொடூரத்தை உணர்ந்தான். அதில் தன் மரியாதைக்குரிய மிகப் பெரியவர்கள் இருப்பதையும், தான் அவர்களுக்குக் கடமைப்பட்டிருப்பதையும் உணர்ந்தான். இதனால் விரக்தியடைந்தான். உடனே தன்னுடைய ஆயுதங்களைக் கீழே போட்டு விட்டு போர் செய்ய மறுத்தான். இந்நிலையில் கிருஷ்ணர் அவனோடு வாதிக்க முற்பட்டு அவனைப் போர் செய்யும்படித் தூண்டினார். இவ்வாறு இருவருக்கு மிடையே ஏற்பட்ட வாதப் பிரதிவாதங்கள் கேள்வி பதிலாக காணப்பட்டன. இத்தகைய வாதங்களுக்குப் பிறகு அர்ச்சுனன் போர் செய்ய ஒப்புக் கொள்கிறான்.

பகவத் கீதையின் தொடக்கத்தில் முதியவரான திரிதராஷ்டிரன் சஞ்சையனிடம் பாரதப் போரைப் பற்றி கேள்விகளைக் கேட்பதாக தொடங்கப்படுகிறது. திரிதராஷ்டிரன் பாரதப் போர் நடந்த போது உயிரோடு இருந்தாலும் அவன் குருடனானதால் அப்போரைக் கண்ணால் காண முடியவில்லை. அதனால்தான் அப்போரைப் பற்றி அவன் சஞ்சையனிடம் கேட்கிறான். அப்போரைப் பற்றிப் பிறர் கூறுவதைத்தான் அவன் நம்ப வேண்டியிருந்தது. சஞ்சையன் திரிதராஷ்டிரனின் தேரோட்டியாவான். அவனிடம்தான் உண்மையான செய்திகளைக் கேட்க முடியும் என்பதால்தான் திரிதராஷ்டிரன் அவனிடம் பாரதப் போரின் நிகழ்ச்சிகளைப் பற்றிக் கேட்கிறான்.

இதைத்தான் பாரதத்தை எழுதிய ஆசிரியரான வியாசர் இவ்வாறு சஞ்சயன் திரிதராஷ்டிரனுக்குக் கூறுவதாக எழுதியுள்ளார். ஆனாலும், பகவத் கீதையானது அர்ச்சுனனுக்கும். கிருஷ்ணருக்குமிடையே நடந்த உரையாடலேயாகும். இதனைக் 'கிருஷ்ண-அர்ச்சுன உரையாடல்' என்று நாம் அழைக்கலாம்.

இந்த 'கிருஷ்ண - அர்ச்சுன உரையாடலில்' (பகவத் கீதை) முக்கியமான கேள்வி என்னவென்றால் அர்ச்சுனர் போரிடுவதா அல்லது வேண்டாமா என்பதுதான். இதைத் தவிர வேறெந்தப் பிரச்சனையும் இதில் இல்லை. இது ஒன்றேயொன்று மட்டும்தான் இதில் உள்ள கேள்வியாகும். இதுவே நமது விவாதத்திற்கும், ஆய்வுக்கும் எடுத்துக் கொள்ளப்பட வேண்டிய கருப்பொருளாகும். இதிலிருந்து தொடங்கி பார்ப்போமேயானால் கீதை கிருஷ்ணனால் வலியக் கூறப்பட்டதல்ல என்பதும் போர்க்களத்தில் அர்ச்சுனன் போர் செய்ய மறுத்ததால் ஏற்பட்ட சூழ்நிலையில்தான் இது கூறப்பட்டது என்பதும் தெளிவாகிறது. இது அந்தச் சூழலுக்காக கூறப்பட்ட நீதிக் குறிப்புகளாகும். இதுவே பொது மக்களுக்கும் மற்ற சமயக் கோட்பாடுகளுக்கும் உரியதாக ஆக்கப்பட்டு விட்டது. இன்று கீதை எப்படி உருவாயிற்று? போரிடுவதா அல்லது வேண்டாமா? என்ற சூழ்நிலையில்தான் கீதை உருவாயிற்று. இதில் தனது சமயக் கோட்பாட்டைக் கிருஷ்ணன் அர்ச்சுனனுக்குக் கூறியுள்ளார். கிருஷ்ணன் யார் என்பதே நமக்கு முதலில் எழும் கேள்வியாகும். இதற்குக் கீதையில் பலதரப்பட்ட பதில்கள் தரப்பட்டுள்ளன. முதலில் கிருஷ்ணன் ஒரு சாதாரண மனிதனாகவே கீதையில் காட்சியளிக்கிறான். அவன் ஒரு போர் வீரன், அவ்வாறு ஒரு சிறந்த போர் வீரனாகயிருந்தும் அர்ச்சுனனுக்குத் தேரோட்டியாக[1] அவன் தேர்ந்தெடுக்கப்பட்டிருக்கிறான். இவ்வாறு சாதாரண மனிதனாக, தேரோட்டியாக செல்லும் கிருஷ்ணன் அம்மாபெரும் போரை நடத்துபவனாகவும், அதன் முடிவை முடித்து வைப்பவனாகவும் பிறகு மாறுகிறான். இவ்வாறு உயர்ந்த மனிதனாக வளர்ந்தவுடன் பாதிக் கடவுளாகவும், அறத்தைப் போதிப்பவனாகவும் தென்படுகிறான். அர்ச்சுனன் போர் செய்துதான் ஆக வேண்டும் என்று

1 கௌரவரின் தலைவன் துரியோதனனுக்கும் அவருக்குமிடையே ஏற்பட்ட விளைவு ஆகும். போர் தொடங்குவதற்கு முன் துரியோதனன் கிருஷ்ணரை அணுகி கௌரவர் பக்கம் நின்று போரிட உதவுமாறு வேண்டினான். அப்போது கிருஷ்ணர் துரியோதனிடம் தாம் வேண்டுமா அல்லது தனது யாதவப்படை வேண்டுமா இவற்றில் இரண்டிலொன்றைத் எடுத்து கொள்ளலாமென்று கூறி ஒரு வாய்ப்பையளித்தார், துரியோதணன் (கிருஷ்ணரை விட்டு) யாதவப்படையைத்தான் தேர்ந்தெடுத்துக் கொண்டான் எனவே, கிருஷ்ணரும் யாதவப்படையினரும் எதிரெதிராக நின்று போரிட்டனர்.

பலவாறு தான் கூறிய பின்னும் அவன் போர் செய்ய மறுத்த போது கிருஷ்ணன் போர் செய்துதான் ஆக வேண்டும் என்று அவனை அச்சுறுத்துகிறான். பயந்து போன அர்ச்சுனன் உடனே எழுந்து நின்று சவால் விடுகிறான். அந்நிலையில் பாதிக் கடவுளாக மாறி வந்த கிருஷ்ணன் முழுமுதற்கடவுளாக மாறி ஈஸ்வரனாகவே பேசத் தொடங்குகிறான்.

இஃது சாதாரண மனிதனாக இருந்த கிருஷ்ணன் படிப்படியாக வளர்ந்து எப்படிக் கடவுள் நிலையை அடைந்தான் என்பதைத் தெளிவாகக் காட்டுகிறது: அதைவிட முக்கியமானது என்னவென்றால் கிருஷ்ணன் தான் எல்லாக் கடவுளாகவும் அவதாரம் எடுத்தவன் என்றும் கூறுகிறான். அதைக் கீதையிலிருந்தே நாம் அறிகிறோம். இத்தகைய நான்கு விதமான கிருஷ்ணனுடைய அவதாரங்களைப் பற்றி கீதையில் எவரும் அறியலாம். கீதையைத் தற்செயலாகப் படிக்கும் எவரும் இதைப் பார்க்கலாம்.

கிருஷ்ணன் வாசுதேவனாக:

பகவத் கீதை *(அதி 10:37)* விரிசகர்களில் நான் வாசுதேவன்; பாண்டவர்களில் நான் தனஞ்செயன்; முனிவர்களில் நான் வியாசன், துறவிகளில் நான் உஷானன்.

கிருஷ்ணன் பகவானாக (அத்.10.12)

தாங்கள் பரப்பிரமம், எல்லோருக்கும் அடைக்கலம் தரும் உறையுள், மிக உன்னதமான தூய்மையாளன்.

கிருஷ்ணன் விஷ்ணு அவதாரமாக (அத்தி.10.21)

ஆதித்தியர்களில் நான் விஷ்ணு; பிரகாசத்தில் நான் சூரியன், காற்றுகளில் நான் மாரிஸி, விண்மீன் குழுவில் நான் சந்திரன், *(அத்தி.10.1,24)* ஓ விஷ்ணு நான் உன்னைப் பார்க்கின்ற போது விண் வெளியை தொட்டுக் கொண்டு நிற்கிறாய் பல்வேறு வண்ணங்களில் நீ ஒளிர்கிறாய் உன்னுடைய வாய் மிக அகலமாக திறந்திருக்கிறது உன்னுடைய கண்களும் அவ்வாறே உள்ளன. என்னுடைய உள்ளத்திலேயே அதிக பயம் ஏற்படுகிறது இதனால் எனக்குத் தைரியமில்லை, அமைதியுமில்லை!

(அத்தி 11.30) உன்னுடைய சுவாலை வீசும் வாய்களில் பல திக்குகளிலுமுள்ள உலகங்களை விழுங்கிக் கொண்டிருக்கிறாய். விழுங்கி விட்டு உன் உதடுகளை நக்குகிறாய் உன்னிடத்திலேயிருந்து வெளிக்கிளம்பும் கொடூரமான கதிர்கள் உலகத்தைத் தாக்கி உஷ்ணமாக்குகின்றன. இதனால் எல்லாமே எரிந்து கொண்டிருக்கிறது ஓ விஷ்ணு.

கிருஷ்ணன் சங்கரன் அவதாரத்தில் அத்தி (10. 23)

ருத்திரர்களில் நான் சங்கரனாவேன்; யட்சர்களிலும் ராட்சஸர்களிலும் நான் குபேரனாவேன், வாசுக்களில் நான் பகவானாவேன், மலைகளில் நான் மேருவாவேன்.

கிருஷ்ணன் ஒரு பிராமணனாக (அத்தி 10.5.1)

*15.15.*எல்லாருடைய மனத்திலும் நான் இருக்கிறேன்; எல்லாருடைய நினைவிலும் உச்சரிப்பிலும் நான் இருக்கிறேன்; எல்லாருடைய மறதியிலும் நான் இருக்கிறேன்; வேதங்களில் கூறப்படுகின்றவனும் நானே; உண்மையைக் கூறப்போனால் வேதங்களை உருவாக்கியவனும் நானே; எல்லா வேதங்களையும் அறிந்தவனும் நானே.

15.16. உலகத்தில் இரண்டு புருஷர்கள் இருக்கிறார்கள். ஒருவர் அறியக் கூடியவர், மற்றொருவர் அறியக் கூடாமல் இருப்பவர். உலகத்தில் உள்ள எல்லாப் பொருள்களும் அழியக் கூடியவையே ஆனால், குடஸ்தா மட்டும் அழியாத பொருளென்று அழைக்கப்படுகிறது (அத்.15.17). ஆனால் மற்றொன்றும் இருக்கிறது. அதுவே பரம்பொருளான புருஷன். அதுவே மிக உயர்ந்த தன்மையானது. மூவுலகத்தையும் ஆள்வது, அவற்றை நிலைப்படச் செய்வது அழியாத கடவுளே (அத்தி 15.18) அழியக் கூடியவைகளை நான் படைத்தாலும், அழியக் கூடாதவைக்கு நேராகவே நான் உள்ளேன். ஆகையால் நான் இந்த உலகத்தில் இருக்கிறேன். உலகமும் வேதங்களும் என்னைப் புருஷோத்தமன் (புருஷர்களுக்கெல்லாம் மேலானவர்) என்று அழைக்கின்றன.

15.19. பரதனுடைய வம்சா வழியில் வந்தவனே எவன் ஒருவன் பந்த பாசங்களிலிருந்து அறுபடுகிறானோ அவனே என்னை அறிகிறான். அவன் மிக உயர்ந்த ஆத்மாவை அறிந்ததால் என்னை வணங்குகிறான். தன்னுடைய முழு மனத்தோடும் என்னைத் துதிக்கிறான்.

அடுத்த கேள்வியைக் கேட்பாயாக, கிருஷ்ணர் அர்ச்சுனனுக்குப் போதித்தக் கோட்பாடுகள் என்ன?

கிருஷ்ணன் அர்ச்சுனனுக்குப் போதித்த கோட்பாடு மனிதனுடைய ஆத்மா மோட்சத்தை அடைவது பற்றியதுதான். அவ்வாறு மோட்சத்தை அடைவதற்காக கிருஷ்ணன் கூறிய கோட்பாடுகளைக் கீழ்க்கண்ட மூன்று விதமாக அறியலாம். சாங்கிய யோகத்தில் கூறப்பட்டுள்ள தியான மார்க்கத்தின்படி ஒருவன் மோட்சமடையலாம்.

(அத்தி 2.39) தன்னைத் தான் அறிந்த மெய்ஞ்ஞான அறிவு உங்களிடமிருந்தே கிடைக்கிறது. நீங்கள் யோக ஞானத்தைக் கொடுக்க வேண்டுகிறேன். அதனை எனக்கு அருளிட வேண்டும். என்னைப் பந்தபாசக் கட்டுப்பாடுகளிலிருந்து விடுவிக்க வேண்டுகிறேன்.

சாங்கிய யோகத்தைப் பற்றி நடந்த, உரையாடலின் முடிவுதான் இந்தக் கூற்றாகும். இதனை இரண்டாம் அத்தியாயத்தில் பதினொன்றிலிருந்து பதினாறு வரையிலும், பதினெட்டிலிருந்து முப்பது வரையிலும் உள்ள கீதையின் பாடல்களால் அறியலாம்.

(2) கர்ம மார்க்கத்தில் மோட்சமடைய முடியும்

5: 2. உலகைத் துறப்பதென்பதும், உலகத்திலிருந்து கொண்டே கர்மத்தைச் செய்வதென்பதும் பிறப்பறுக்கும் செயலாகும். ஆனாலும் கர்மத்தைக் கைவிடுவதைவிட கர்மத்தைப் புரிவது மேன்மையானதாகும்.

(3) பக்தி மார்க்கத்தில் மோட்சமடைய முடியும்.

9:13. ஓ! பிரிதனின் மகனே! புனித பிரகிருதியைப் பெற்றுள்ளவனே! நீ என்னை அறிவாய்! உனக்கு மிகப் பெரிய ஆத்மா உண்டு. நான் எல்லாப் பொருள்களுக்கும் மூலமானவன், அழியாதவன் என்னை ஒரு மனதோடு எப்பொழுதும் துதிப்பாயாக!.

(9:14) என்னை எப்பொழுதும் பெருமைப் படுத்துவாயாக, மன உறுதியோடு என்னை மனத்தில் கொண்டு என்னிடம் பணிந்திருப்பாயாக, பக்தியோடு எப்போதும் என்னைத் துதிப்பாயாக;

(9:15) மற்றவர்கள்கூட தியாக அறிவால் என்னைத் துதிக்கிறார்கள். எல்லாரும் நானாகவே இருப்பதை அறிகிறார்கள்.

(9 : 17) இந்த உலகத்திற்கு நானே தந்தையாகவும், தாயாகவும் நிலை பெற்றவனாகவும், தாத்தாவாகவும், பரிசுத்தமானவனாகவும் இருக்கிறேன். உனக்கு தெரிய வேண்டியதெல்லாம் ஓம் என்ற அட்சரம்தான். ரிக் சாம, யஜுர் வேதங்களையும் நீ அறிந்த கொள்வாயாக.

(9:22) எவன் ஒருவன் என்னை வழிபடுகின்றானோ, வழிபட்டு கொண்டே இருக்கிறானோ அவனை என்னிடமிருந்து யாராலும் பிரிக்க முடியாது. எல்லாவற்றிலும் நானே இருக்கிறேன். எனவே எல்லாவற்றையும் நீ துதிப்பாயாக. துதிப்பவர்களுக்கு எந்த ஒரு குறையும் ஏற்படாது அவர்களுக்குத் தேவையானவற்றை நான் தருகிறேன். ஏற்கனவே பெற்றிருப்பதை நான் காப்பாற்றித் தருவேன்.

வேறு இரண்டு விதமான கூறுபாடுகளும் பகவத் கீதையிலே காணப்படுகின்றன. இவை ஒருவருடைய கவனத்தை ஈர்க்கின்றன.

(1) வேதங்களைப் பற்றியும் வேதச் சடங்குகளைப் பற்றியும், பலியிடுதலைப் பற்றியும் குறைத்து மதிப்பிடும் மனப்பான்மை இருக்கிறது.

(அத்தி.11.42-44) ஓ பார்த்தா! அதிகாரப் போதையிலும், இன்ப நுகர்ச்சியிலும் உழன்றுக் கொண்டிருக்கிற ஒருவரின் மனநிலை,

அறிவற்றோரின் அலங்கார சொற்களால் ஈர்க்கப்பட்டு மிதமிதப்பில் காணப்பெறும்.

மோட்சத்தை அடைய வேத வழிகளில் நின்று சடங்குகளைச் செய்பவர் மோட்சத்தை அடைய வேண்டுமென்று ஆசைகொண்டு வேதச் சொற்களை உச்சரித்து இன்பம் காண்கிறார். மற்றொருவர் உலக இன்பங்களைத் துய்த்து புகழ் சொற்களில் மன மகிழ்ந்து வாழ்கிறார். இருவருக்குமே உள்ளது ஆசைதான். முன்னது மோட்சத்திற்குப் போகும் ஆசை, பின்னது உலக இன்பத்தைத் துய்க்கும் ஆசை. ஆசையே மறு பிறவிக்குக் காரணமாகிறது.

11.45. வேதங்கள் மூன்று குணங்களைப் பற்றிக் கூறுகின்றன. ஓ அருச்சுனா! நீ அவற்றிலிருந்து தனித்து நில். அந்த மும்மையினின்று (மூன்று குணத்திலிருந்து) விடு படு. அத்தேன் கூட்டிலினின்று விடுபட்டு எதிரிடையாகச் செயல்படு! எதையும் அடைய வேண்டும், தானே வைத்துக் கொள்ள வேண்டும், தானே நிலை நின்று பெருக வேண்டுமென்ற சுயநல பான்மையை விட்டு, நடுநிலை தவறாமல் நில்!

11.46 தன்னையறிந்த பிராமணனுக்கு எல்லா வேதங்களும் மிகவும் பயன்படுவனவாயுள்ளன. ஒரு நீர்த் தேக்கத்திலிருந்து வெளிப்படும் வெள்ளப் பெருக்கைப்போல் அவனுக்கு வேதக் கருவூலம் பயன்படுகின்றது.

9.21. மிகப் பெரிய சுவர்க்க உலகைத் துய்த்தபின் அழிவுறும் உலகை அடைந்து அவர்களின் மதிப்பும் முடிகிறது. இவ்வாறு மூன்று வேதங்களிலும் கூறப் பெற்றுள்ளபடி ஆசைகளுக்காக ஆசைப்பட்டு, தொடர்ந்து அவர்கள் வருகிறார்கள்! போகிறார்கள்!.

(முடிவு பெறவில்லை)

★★★

இயல் 7

பிராமணீயத்தின் வெற்றி:

மன்னன் கொலை அல்லது எதிர்ப்புரட்சியின் தோற்றம்

இந்தத் தலைப்புடன் 3 தட்டச்சுப் பக்கங்கள்தான் எங்களுக்குக் கிடைத்தன. அதிர்ஷ்ட வசமாக, இந்தக் கட்டுரையின் ஒரு பிரதியை திரு. எஸ்.எஸ்.ரேகே இந்தப் புத்தகத்தில் சேர்ப்பதற்காகக் கொடுத்துதவினார். அதைப் பரிசீலனை செய்தபோது அதில் பக்கங்கள் 3 முதல் 7 வரையும், 9 முதல் 17 வரையும் இல்லாமலிருந்ததைக் கண்டோம். விடுபட்டுப்போன பக்கங்களையும் சேர்த்து அந்தப் பிரதியில் மொத்தம் 92 பக்கங்களாக இலக்கமிடப் பட்டிருந்தது. திரு. ரேகே கொடுத்த பிரதியில் 'பிராமணீயத்தின் வெற்றி' என்று தலைப்புக் கொடுக்கப்பட்டிருந்தது. ஆனால் எங்களிடமிருந்த எழுத்துப்பிரதியில் 'மன்னன்கொலை அல்லது எதிர்ப்புரட்சியின் தோற்றம்' என்னும் தலைப்பு இருந்தது. கட்டுரை ஒன்பது பகுதிகளாகப் பிரிக்கப்பட்டிருப்பது எங்களுடைய பிரதியில் காணப்படுகிறது. ஆனால் திரு. ரேகேயின் பிரதியில் இது காணப்படவில்லை. தலைப்புகள், பகுதிப் பிரிப்புகள் ஆகிய இரண்டும் டாக்டர் அம்பேத்கரின் கையெழுத்தில் உள்ளன. எனவே அவை இந்தப் பதிப்பில் அப்படியே சேர்க்கப்பட்டுள்ளன. விடுபட்டுப் போயிருந்த 9 முதல் 17 வரையுள்ள பக்கங்கள் மற்றொரு கோப்பில் கோத்து வைக்கப்பட்டிருந்தன. அவையெல்லாம் இப்போது உரிய இடங்களில் சேர்க்கப்பட்டுள்ளன. எனவே இந்தக் கட்டுரை, 4 முதல் 7 வரையான பக்கங்கள் தவிர, முழுமையாக உள்ளது.

பதிப்பாசிரியர்கள்

I

I. புத்த மதத்துக்கு எதிராக பிராமணீயக் கிளர்ச்சி. II. பிராமணியத்தின் போதகர் மனு . III. பிராமணீயம் ஆட்சி செய்வதற்கும், மன்னனைக் கொல்வதற்கும் பிராமணனுக்குள்ள உரிமையும். IV. பிராமணீயமும் பிராமணர்களின் சிறப்புரிமைகளும். V. பிராமணீயமும் சாதிகள் உருவாக்கப்படுதலும். VI. பிராமணீயமும் பிராமணரல்லாதார் நிலை தாழ்த்தப்படுதலும் VII. பிராமணீயமும் சூத்திரர் ஒடுக்கப்படுதலும் VIII.

பிராமணீயமும் பெண்கள் கீழ்ப்படுத்தப்படுதலும் IX. பிராமணீயமும் சமூக அமைப்புமுறை சட்டரீதியாக்கப்படுதலும்.

இந்தியாவைப் பற்றிப் பேசுகையில், பேராசிரியர் புளூம்ஃபீல்டு வேத சமயம் பற்றிய, தமது உரையைத் தொடங்கும்போது பின்வருமாறு நினைவு படுத்துகிறார்: "இந்தியா, ஒன்றுக்கு மேற்பட்ட பொருள்களில் மதங்களின் நாடு ஆகும். தன்னுடைய சொந்த ஆதாரங்களிலிருந்தே அது பல தனிப்பட்ட சமய - முறைகளையும் சமயப் பிரிவுகளையும் தோற்றுவித்திருக்கிறது...

மற்றொரு பொருளிலும் இந்தியாவை மதங்களின் நாடு எனலாம். வேறு எங்கும் வாழ்க்கை அமைப்பில் மத மத நம்பிக்கைகளும் நடைமுறைகளும் இவ்வளவு ஆழ்ந்து ஊறிப் போயிருக்கவில்லை..." [1]

இந்தக் கூற்றுக்களில் ஆழ்ந்த உண்மை அடங்கியுள்ளது. இந்தியா ஒன்றுடன் ஒன்று போரிடும் மதங்களின் நாடு என்று அவர் கூறி-யிருந்தால் அது மேலும் அதிக ஆழமான உண்மையான, கருத்தைக் கவருகின்ற உண்மையாக இருந்திருக்கும். உண்மையில் இந்தியாவின் வரலாற்றில் மதத்துக்கு இருந்துள்ளது போன்ற பெரும் பங்கு வேறு எந்த நாட்டின் வரலாற்றிலும் இருக்கவில்லை. இந்தியாவின் வரலாறு இரண்டு மதங்களுக்கிடையே - புத்த சமயத்துக்கும் பிராமணீயத்துக்கும் இடையே நடந்த கடும் போராட்டமேயன்றி வேறல்ல. இந்த உண்மை சற்றும் பொருட்படுத்தப்படாமல் போய்விட்டது; எனவே இதைத் தயக்கமின்றி ஏற்பவர் யாரும் இல்லை. உண்மையில் இந்தக் கருத்தை மறுத்துக் கூறுவதற்கு ஆட்கள் இல்லாமல் இல்லை.

எனவே நான் இந்திய வரலாற்றின் முக்கியமான உண்மைகளைச் சுருக்கமாக எடுத்துக்கூற விரும்புகிறேன். இந்தியாவின் வரலாற்றைப் புரிந்து கொள்ளக்கூடிய எவரும் அது பிராமணீயத்துக்கும் புத்தமதத்துக்கும் இடையே நடந்த ஆதிக்கப் போராட்டமே என்பதை அறிந்துகொள்ள வேண்டும்.

இந்தியாவின் வரலாறு ஆரியர்களுடன் தொடங்குவதாகக் கூறப்படுகிறது. அவர்கள் இந்த நாட்டுக்குள் புகுந்து, இதைத் தங்கள் வாழ்விடமாக்கிக் கொண்டு தங்களுடைய பண்பாட்டை இங்கே நிலைநாட்டினார்கள். ஆரியர்கள் அவர்களின் பண்பாடு, சமயம், சமூக முறை ஆகியவற்றின் சிறப்புக்கள் என்னவாக இருந்தபோதிலும், அவர்களுடைய அரசியல் வரலாற்றைப் பற்றி நாம் அறிந்திருப்பது மிகக் குறைவு. உண்மையில் ஆரியரல்லாதாரைவிட ஆரியர்கள் உயர்ந்தவர்கள் என்ற பெருமை பேசப்பட்ட போதிலும், வரலாற்றில் குறிப்பிடும்படியாக ஆரியர்களின் அரசியல் சாதனை எதுவும்

---

1 வேதகால சமயம். பக்கம் 1

காணப்படவில்லை. இந்தியாவின் அரசியல் வரலாறு நாகர்கள் எனப்படும் ஆரியரல்லாத மக்களின் எழுச்சியுடன் தொடங்குகிறது. இவர்கள் சக்திமிக்க மக்களாயிருந்தார்கள். ஆரியர்களால் இவர்களை வெல்ல முடியவில்லை; ஆரியர்கள் இவர்களுடன் சமாதானம் செய்துகொண்டு தங்களுக்கு கட்டாயத்துக்கு ஒப்புக்கொள்ள வேண்டிய சமமானவர்களாக உள்ளாக்கப்பட்டார்கள். பண்டைக்காலத்தில் இந்தியா அரசியல் துறையில் எத்தகைய புகழும் பெருமையும் பெற்றிருந்தாலும், ஆரியரல்லாத நாகர்களே அதற்கு முற்றிலும் காரணமாயிருந்தார்கள் அவர்கள்தான் உலக வரலாற்றில் இந்தியாவைப் பெயரும் புகழும் பெற்ற நாடாக விளங்கச்செய்தார்கள்.

இந்தியாவின் அரசியல் வரலாற்றில் முதலாவது முக்கிய நிகழ்ச்சியாகக் காணப்படுவது கி.மு. 642-இல் பீகாரில் மகத அரசு உருவானதேயாகும். மகத அரசை நிறுவியவர் சிசுநாக் (Sisunag)[1] என்பவர். இவர் ஆரியர் அல்லாத நாகர் இனத்தைச் சேர்ந்தவர் ஆவர்.

சிசுநாக் நிறுவிய சிறிய மகத அரசு, சிசுநாக் வம்சத்தைச் சேர்ந்த திறமைமிக்க மன்னர்களின் கீழ் விரிந்து வளர்ந்தது. இந்த வம்சத்தின் ஐந்தாவது மன்னரான பிம்பிசாரரின் கீழ் இந்த அரசு ஒரு பேரரசாக வளர்ந்து மகதப் பேரரசு என்று வழங்கப்பெற்றது. சிசுநாக வம்சம் கி.மு.413 வரை இந்த அரசை ஆண்டு வந்தது. அந்த ஆண்டில் சிசுநாக் வம்சத்தின் மகதப் பேரரசர் மகாநந்தாவை, நந்தா என்பவர் துணிச்சலுடன் கொலை செய்து நந்த வம்சத்தின் ஆட்சியை நிறுவினார். நந்த வம்சம் கி.மு. 322 வரை மகதப் பேரரசில் ஆட்சி செலுத்தியது. கடைசி நந்த மன்னர் சந்திரகுப்தரால் ஆட்சியிலிருந்து நீக்கப்பட்டு மௌரிய வம்சம் நிறுவப்பட்டது. சந்திரகுப்தர், சிசுநாக வம்சத்தின் கடைசிப் பேரரசரின் குடும்பத்துக்கு உறவினராவார்.[2] எனவே சந்திரகுப்தர் நடத்திய புரட்சி உண்மையில் மகதத்தில் நாகப்பேரரசை மீண்டும் ஆட்சியில் அமர்த்தியதாகவே அமைந்தது.

மௌரியர்கள் தங்களுடைய போர் வெற்றிகள் மூலம் மகதப்பேரரசின் எல்லைகளை மிகப் பெரும் அளவுக்கு விரிவுபடுத்தினார்கள். அசோகரின் கீழ் இந்தப் பேரரசு அடைந்த மிகப்பெரிய வளர்ச்சியின் காரணமாக அதன் பெயரே அசோகரின் பேரரசு என்று அழைக்கப்பட்டது.. *(இந்த இடத்திலிருந்து கையெழுத்துப்பிரதியின் பக்கங்கள் 4 முதல் 7 வரை விடுபட்டுள்ளன.)*

---

1 இவரது பெயர் sisunak என்றும் எழுதப்படுகிறது.

2 திரு. ஹரி கிருஷ்ண தேப்: ஸ்மித் காட்டியுள்ள மேற்கோள். இந்தியாவின் பண்டைய வரலாறு (1924) பக். 44.

அது அப்போது வழக்கிலிருந்த பல்வேறு சமயங்களில் ஒன்றாக இருக்கவில்லை. அசோகர் அதை அரசின் சமயம் ஆக்கினார். இது இயல்பாக பிராமணீயத்துக்கு விழுந்த மிகப்பெரிய அடி ஆயிற்று. அசோகரின் பேரரசில் பிராமணர்கள் அரசின் ஆதரவுகள் அனைத்தையும் இழந்து இரண்டாம் இடத்துக்குத் தள்ளப்பட்டுக் குறுநிலையை அடைந்தார்கள். உண்மையில் அவர்கள் ஒதுக்கப்பட்டிருந்ததற்குக் காரணம், அசோகர் பிராமண சமயத்தின் உயிரம்சமான உயிர்ப் பலிகள் அனைத்தையும் தடை செய்ததே என்று கூறலாம். பிராமணர்கள் அரசு ஆதரவை இழந்ததுமட்டுமின்றி, தங்களின் தொழிலையும் இழந்தார்கள். யாகங்கள் நடத்துவதே முக்கியமாக அவர்களின் தொழிலாயிருந்தது. இதற்குத் தட்சணையாக அவர்கள் பொருள் பெற்றுக்கொண்டார்கள். இந்தத் தட்சணை பல சமயங்களில் மிகவும் கணிசமாக இருந்தது. இதுவே அவர்களின் வாழ்க்கைக்கு முக்கிய ஆதாரமாக இருந்தது. எனவே பிராமணர்கள் மௌரியப்பேரரசில் சுமார் 140 ஆண்டுக்காலம் ஒடுக்கப்பட்ட, தாழ்த்தப்பட்ட வகுப்பு[1] மக்களாகவே வாழ்க்கை நடத்தி வந்தார்கள். புத்தமத அரசுக்கு எதிராகக் கிளர்ச்சி செய்வது ஒன்றுதான் பிராமணர்கள் தாங்கள் படும் துயரங்களிலிருந்து விடுபடுவதற்கான ஒரே வழியாக இருந்தது. மௌரிய ஆட்சியை எதிர்த்துப் புஷ்யமித்திரன் கிளர்ச்சிக்கொடி உயர்த்தியதற்கு விசேடக்காரணம் ஒன்று இருந்தது. புஷ்யமித்திரன் சுங்கக் கோத்திரத்தைச் சேர்ந்தவன். சுங்கர்கள் சாமவேதி பிராமணர்கள்.[2] அவர்கள் மிருகங்களைப் பலியிடும் யாகங்களிலும் சோமயாகத்திலும் நம்பிக்கை கொண்டவர்கள். எனவே சுங்கர்கள் அசோகரின் பாறைச் சாசனங்களில் அறிவிக்கப்பட்டபடி, மௌரியப்பேரரசு முழுவதிலும் உயிர்ப்பலிகள் தடை செய்யப்பட்டது பற்றிக் குமுறிக் கொண்டிருந்தார்கள்.

எனவே, பிராமணர்களின் நிலை தாழ்ந்ததற்குக் காரணமான புத்த மத அரசை அழிக்கவேண்டும், பிராமணர்களின் தாழ்வுக்கு முடிவுகட்ட வேண்டும், அவர்கள் தங்களுடைய பிராமணீய மதத்தைப் பின்பற்றுவதற்குச் சுதந்திரம் பெறச்செய்ய வேண்டும் என்ற துடிப்பு சாமவேதி பிராமணரான புஷ்யமித்திரனிடம் தோன்றியதென்றால் அதில் வியப்பேதும் இல்லை.

---

1 மௌரிய ஆட்சியில் பிராமணர்களுக்கு ஏற்பட்டிருந்த தாழ்வுமனப்பான்மை மனு ஸ்மிருதியில் மனு அவர்களுக்காகக் கேட்கும் சிறப்பு உரிமைகளிலிருந்து தெளிவாகப் புலனாகிறது. அவர்களுடைய இந்தத் தாழ்வு மனப்பான்மைக்கு அவர்களது தாழ்த்தப்பட்ட நிலை காரணமாயிருந்திருக்க வேண்டும்.

2 ஹரப்பிரசாத் சாஸ்திரி, பௌத்த ஆராய்ச்சிகள், இயல் 34 பக்கம் 819.

மன்னனைக் கொல்லும் செயலைப் புஷ்யமித்திரன் செய்ததன் நோக்கம், புத்தமதம் அரசு மதமாக இருப்பதை ஒழித்துக்கட்டுவதும், பிராமணர்களை இந்தியாவின் இறையாண்மை பெற்ற ஆட்சியாளர்களாக ஆக்குவதும், அதன் மூலம் அரசின் அரசியல் அதிகாரத்தின் பின்பலத்துடன் புத்த மதத்தின் மீது பிராமணீயம் வெற்றிவாகை சூட வழி செய்வதுமேயாகும். இரண்டு சந்தர்ப்பச் சூழ்நிலைகள் இதை நிரூபிக்கும் சான்றுகளாக உள்ளன.

முதலாவது சூழ்நிலை புஷ்யமித்திரன் நடந்து கொண்ட விதம் ஆகும்.

புஷ்யமித்திரன் அரியணை ஏறியபின் அசுவமேத வேள்வி நடத்தினான் என்பதற்குச் சான்று உள்ளது. இந்த வேத வேள்வியை இறையாண்மை கொண்ட ஒரு மன்னனே செய்யமுடியும். இது குறித்து வின்செண்ட் ஸ்மித் கூறுவதாவது:

"விலங்குகளின் உயிருக்கு மிகைப்பட்ட அளவில் மதிப்புக்காட்டுவது புத்தமதத்தில் மிகவும் போற்றப்படும் அம்சங்களில் ஒன்று: அசோகரின் தனித்தன்மை வாய்ந்த சட்டங்களுக்கும் இதுவே தூண்டுகோலாயிருந்தது. ரத்தம் சிந்தும் யாகங்களைத் தடைசெய்வதற்கு இது காரணமாக இருந்தது. இந்த யாகங்கள் சில பிராமணீய வழிபாட்டு முறைகளுக்கு இன்றியமையாதவை களாயிருந்தன. சமய நெறிமாறாத வைதீகர்கள் இத்தகைய யாகங்கள் மிகுந்த சக்தியுள்ளவை என்று நம்பினார்கள். புஷ்யமித்திரன் நடத்திய அசுவமேதயாகங்கள் பிராமணீய எதிர்த்தாக்கங்களின் முதல் நிலையைக் காட்டுகின்றன. இது ஐந்து நூற்றாண்டுகளுக்குப் பிறகு சமுத்திரகுப்தன் காலத்திலும் அவனுக்குப் பின்வந்த மன்னர்கள் காலத்திலும் முழு அளவுக்கு வளர்ச்சியடைந்தது."

அடுத்ததாக, புஷ்யமித்திரன் ஆட்சிக்கு வந்தபின் பௌத்தர்களையும் புத்த சமயத்தையும் ஒழித்துக்கட்டுவதற்கு மிகக்கொடிய வன்முறையைக் கட்டவிழ்த்து விட்டான் என்பதற்குச் சான்று உள்ளது.

புத்தசமயத்துக்கு எதிராகப் புஷ்யமித்திரன் மேற்கொண்ட ஒடுக்குமுறை எவ்வளவு இரக்கமற்றதாக இருந்தது என்பதைப் பௌத்த பிக்குகளுக்கு எதிராக அவன் வெளியிட்ட அறிவிப்பிலிருந்து காணமுடியும். அந்த அறிவிப்பில் புஷ்யமித்திரன் ஒவ்வொரு பௌத்தபிக்குவின் தலைக்கும் 100 பொற்காசுகள் விலையாக வைத்தான்.[1]

---

1 Burnouf - I*Introduction a L*Historic on Bhuddhisme Indian (2nd Ed) p.388

புஷ்யமித்திரன் ஆட்சியில் பௌத்தர்கள் கொடுமைப்படுத்தப்பட்டது பற்றி டாக்டர் ஹரப்பிரசாத் சாஸ்திரி இவ்வாறு குறிப்பிடுகிறார்;[1]

"வைதீக வெறியும், பிறமதவெறுப்பும் கொண்ட சுங்கப் பேரரசர்களின் ஆட்சியில் பௌத்தர்களின் நிலைமை எப்படி இருந்தது என்பதைக் கற்பனைகூடச் செய்து பார்க்க முடியாது. பல பௌத்தர்கள் இப்போதும்கூட புஷ்யமித்திரன் பெயரை மிகவும் வெறுப்போடு, சாபமிடும் முறையில்தான் உச்சரிக்கிறார்கள் என்று சீன ஆதாரங்களிலிருந்து தெரிகிறது."

II

புஷ்யமித்திரனின் புரட்சி முற்றிலும் ஓர் அரசியல் புரட்சியாக இருந்திருக்குமானால் அவன் புத்த மதத்துக்கு எதிராக மிகக் கொடிய அடக்குமுறையை ஏவி விடத் தேவை இல்லை. அவனது அடக்குமுறையை கஜினிமுகமது இந்து மதத்துக்கெதிராக நடத்திய அடக்குமுறையோடுதான் ஒப்பிடமுடியும், இவை இரண்டுக்கும் அதிக வேறுபாடு இல்லை. புஷ்யமித்திரனின் நோக்கம் புத்த சமயத்தைத் தோல்வியுறச் செய்து அதன் இடத்தில் பிராமணீயத்தை நிலைநிறுத்துவதே என்பது இந்தச்சான்றின் மூலம் நிரூபணமாகிறது.

புஷ்யமித்திரன் மௌரியர்களுக்கெதிராக நடத்திய புரட்சியின் மூல காரணமும் நோக்கமும் புத்தமதத்தை அழித்தொழித்து பிராமணீயத்தை நிறுவுவதே என்பதற்கு மற்றொரு சான்றாக இருப்பது மனுஸ்மிருதியின் அடிப்படையில் அவன் பல சட்டங்களைப் பிறப்பித்ததாகும்.

மனுஸ்மிருதி கடவுளிடமிருந்து தோன்றியதாகக் கூறப்படுகிறது. அதைச் சுயம்பு (அதாவது பிரம்மா) மனுவுக்கு வெளிப்படுத்தியதாகவும், மனு அதை மனிதர்களுக்கு வெளியிட்டதாகவும் கூறப்படுகிறது. இந்தக் கூற்று மனுவின் சட்டத்திலேயே இடம் பெற்றுள்ளது என்பதை முன்பே கொடுத்துள்ள குறிப்பிலிருந்து அறியலாம். இப்படிப்பட்ட ஒரு கூற்றுக்கு என்ன ஆதாரம் என்பதை யாரும் ஆராயப் புகவில்லை என்பது வியப்புக்குரியது. இதன் விளைவாக இந்தியாவின் வரலாற்றில் மனுஸ்மிருதியின் முக்கியத்துவம், அதன் இடம், நிலை ஆகியவை முற்றிலும் உணரப்படாமல் உள்ளது. இந்து சமூகத்தில் ஏற்பட்ட மிகப்பெரிய சமூகப்புரட்சியைக் காட்டும் ஆவணமாக மனு ஸ்மிருதி இருந்த போதிலும் இந்திய வரலாற்றாசிரியர்கள் கூட இவ்வாறு உணராமலிருக்கிறார்கள். ஆயினும் மனுஸ்மிருதியை இயற்றியவர் யார் என்பது பற்றிய கூற்று வெறும் ஏமாற்று என்பதில் சந்தேகமிருக்க முடியாது. இந்தப் போலிக்கூற்றை அடிப்படையாகக் கொண்ட நம்பிக்கைகளும் முற்றிலும் ஏற்க முடியாதவை.

1 பௌத்த ஆராய்ச்சிகள்(பதிப்பு லா), இயல் 34, பக்கம் 820.

மனு என்ற பெயருக்கு இந்தியாவின் பண்டைக்கால வரலாற்றில் பெரும் மதிப்பு இருந்தது. சட்டத்தொகுப்புக்கு இந்த மதிப்பின் மூலம் பெருமை சேர்க்கும் நோக்கத்துடனேயே அதை மனு வெளி-யிட்டதாகக் கூறப்பட்டது. இது மக்களை ஏமாற்றுவதற்கான ஒரு மோசடி என்பது சந்தேகத்துக்கு இடமில்லாதது. சட்டத் தொகுப்பில் அதை இயற்றியவரின் பெயரைக் குறிப்பிடும் இடத்தில் பண்டைக்கால வழக்கப்படி பிருகு என்ற குடும்பப் பெயர் கூறப்பட்டுள்ளது.[1] "மனு தர்ம சாஸ்திரம் என்ற தலைப்பில் பிருகு இயற்றிய நூல்" என்பதே அதன் உண்மையான தலைப்பு ஆகும். தொகுப்பின் ஒவ்வொரு அத்தியாயத்தின் இறுதியிலும் பிருகு என்ற பெயர் குறிப்பிடப்பட்டுள்ளது. எனவே நமக்கு அதை இயற்றியவரின் குடும்பப் பெயர் தெரிகிறது. அவருடைய சொந்தப் பெயர் நூலில் தெரிவிக்கப்படவில்லை. நாரத ஸ்மிருதியை எழுதியவருக்கு மனுஸ்மிருதியை இயற்றியவரின் பெயர் தெரிந்திருந்தது; அவர் அந்த ரகசியத்தை வெளியிடுகிறார். மனுசாஸ்திரத்தை இயற்றியவர் சுமதி பார்கவா என்பவர் என்று நாரதர் கூறுகிறார். சுமதி பார்கவா என்பது கட்டுக் கதைகளில் வரும் பெயர் அல்ல; அவர் வரலாற்றில் இடம் பெற்ற ஒருவராகவே இருக்க வேண்டும். ஏனென்றால் மனுவின் சட்டத் தொகுப்புக்கு உரை எழுதிய மேதாதிதே[2] கூட இந்த மனு ஒரு 'குறிப்பிட்ட நபர்' என்ற கருத்தைக் கொண்டிருந்தார். எனவே மனு என்பது மனுஸ்மிருதியின் உண்மையான ஆசிரியரான சுமதி பார்கவாவின் புனை பெயராகும்.

இந்த சுமதி பார்கவா இந்தச் சட்டத் தொகுப்பை எப்போது இயற்றினார்? இது இயற்றப்பட்ட காலத்தைத் துல்லியமாகக் குறிப்பிட்டுச் சொல்ல இயலாது என்றாலும் நன்கு வரையறுக்கப்பட்ட ஒரு கால அளவைக் குறிப்பிடமுடியும். தேர்ந்த அறிஞர்களின் கருத்துப்படி, சுமதி பார்கவா திட்டமிட்டே மனு ஸ்மிருதி என்று பெயர் சூட்டிய இந்தநூலை கி.மு. *170*-க்கும்கி.மு. *150*-க்கும் இடைப்பட்ட காலத்தில் இயற்றியிருக்க வேண்டும். புஷ்யமித்திரனின் பிராமணீயப் புரட்சி கி.மு.*185*-இல் நடந்தது என்பதை நினைவில் கொண்டால், மனுஸ்மிருதி என்ற தொகுப்பு மௌரியர்களின் புத்தமத அரசுக்கு எதிரான பிராமணீயப் புரட்சியின் கோட்பாடுகளை எடுத்துக் கூறுவதற்காகப் புஷ்யமித்திரனால் பிரகடனம் செய்யப்பட்டது என்பதில் எந்தச் சந்தேகமும் இருக்க முடியாது. மனு ஸ்மிருதி, பிராமணீயச் சட்டத் தொகுப்பாக அமைந்துள்ளது என்பதும், புஷ்யமித்திரனின் புரட்சி முற்றிலும் ஒரு தனிமனித வீரச்செயல் அல்ல என்பதற்கு அது

---

1 இது தொடர்பாகப் பார்க்கவும்: மனுவையும் யாக்ஞவல்யரையும் பற்றிய ஜெய்ஸ்வாலின் தொகுப்பு.

2 .மனுவைப் பற்றிய ஆய்வுரை 1.1

நிரூபணமாக உள்ளது என்பதும் மனுஸ்மிருதி பற்றிய பின்வரும் விவரங்களைக் கவனிப்பவர் எவருக்கும் தெளிவாகப் புரியும்.

முதலாவதாக, மனுஸ்மிருதி ஒரு புதிய சட்டத் தொகுப்பாகும்; அது முதன்முதலாக புஷ்யமித்திரனின் ஆட்சியில்தான் வெளியிடப்பட்டது. மானவ-தர்ம-சூத்திரம் என்ற பெயருள்ள ஒரு தொகுப்பு இருந்ததாகவும் மனுஸ்மிருதி என்பது அதனுடைய தழுவல் நூல் எனவும் ஒரு கருத்து இருந்தது. ஆனால் இந்தப் பெயர் உள்ள பழைய நூல் பற்றிய சுவடு எதுவும் கிடைக்காததால் இந்தக் கருத்து கைவிடப்பட்டது. இப்போதுள்ள மனு ஸ்மிருதிக்கு முன் வேறு இரண்டு நூல்கள் இருந்தன. இவற்றுள் ஒன்று மானவ அர்த்த சாஸ்திரம் அல்லது மானவ-ராஜ சாஸ்திரம் அல்லது மானவ ராஜ-தர்ம-சாஸ்திரம் என்பதாகும். மற்றது, மானவ-கிருஹ்ய-சூத்திரம் எனப்பட்டது. அறிஞர்கள் மனு ஸ்மிருதியை ஒப்புநோக்கி ஆராய்ந்திருக்கிறார்கள். முக்கியமான விஷயங்களில் ஒரு நூலில் கூறியிருப்பது மற்ற நூலில் கூறியிருப்பதிலிருந்து வேறுபட்டிருப்பது மட்டுமின்றி, பல வகைகளிலும் அதற்கு நேர்மாறாகவும் உள்ளது. புதிய ஆட்சியின் புதிய சட்டங்கள் மனு ஸ்மிருதியில் அடங்கியுள்ளன என்பதைக் காட்டுவதற்கு இஃது போதுமானது.

புஷ்யமித்திரனின் புதிய ஆட்சி பௌத்தர்களுக்கு விரோதமானது என்பதை மனு ஸ்மிருதியில் பௌத்தர்களுக்கும் புத்தமதத்துக்கும் எதிராக பகிரங்கமாக இயற்றப்பட்டுள்ள சட்ட ஷரத்துக்கள் வெட்ட வெளிச்சமாக்குகின்றன. மனுஸ்மிருதியில் உள்ள பின்வரும் விதிகளைக் கவனிக்கவும்:

9:225. ...“மதநெறிகளுக்கு மாறான வழியைப் பின்பற்றும் மனிதர்கள்... மன்னன் அவர்களைத் தன்நாட்டிலிருந்து வெளியேற்றவேண்டும்.”

9:226. “மாறுவேடத்தில் உள்ள இந்தக் கொள்ளைக்காரர்கள், மன்னனின் நாட்டில் வாழ்ந்து கொண்டு, தங்களுடைய தவறான செயல்கள் மூலம் நல்ல குடிமகனுக்குத் தீங்கு இழைக்கிறார்கள்”

5:89. “வீணாகப் பிறவி எடுத்த (நிர்ணயிக்கப்பட்ட சடங்குகளை நிறைவேற்றத் தவறுகின்ற) மனிதர்களுக்கும் (அவர்களின் ஆன்மாக்களுக்கு), சட்டவிரோதமான முறையில் சாதிகள் கலந்ததால் பிறக்கின்றவர்களுக்கும், (மதத்துக்குப் புறம்பான பிரிவுகளில்) துறவிகளாய் உள்ளவர்களுக்கும், தற்கொலை செய்து கொண்டவர்களுக்கும் எள்ளும் நீரும் இறைக்கும் நீர்க்கடன் இயற்றக்கூடாது.”

5:90. “மதத்துக்குப் புறம்பான பிரிவுகளில் சேர்ந்த பெண்களுக்கு... நீர்க்கடன் இயற்றக்கூடாது.”

4:30. "(குடும்பத்தலைவன்) மதத்துக்குப் புறம்பானவர்களை.... (வேதங்களுக்கெதிராக வாதிடும்) தர்க்கவாதிகளை, முகமன் கூறும் செயலால்கூட கவுரவிக்கக்கூடாது. "

12:95. "வேதத்தை அடிப்படையாகக் கொள்ளாத சம்பிரீதாயங்கள் எல்லாம், வெறுக்கத்தக்க தத்துவமுறைகள் எல்லாம் மரணத்துக்குப் பின் எந்தப் பேற்றையும் அளிக்கமாட்டா; ஏனென்றால் அவை இருளில் கால்கொண்டவை என அறிவிக்கப்பட்டுள்ளது."

12:96. "(வேதத்துக்கு) மாறுபடும் அவை (அந்தக் கொள்கைகள்) எல்லாம் தோன்றி (விரைவில்) அழிபவை; புதிதாக வந்த அவை பயனற்றவை, பொய்யானவை."

மனு யாரை மதத்துக்குப் புறம்பானவர்கள் என்று குறிப்பிட்டு சொன்னாலும் அவர்களைப் புதிய மன்னன் நாடு கடத்த வேண்டும் என்றும், குடும்பத்தலைவன் அவர்களை வாழும் காலத்திலும் இறந்த பின்னும் கவுரவிக்கக் கூடாது என்றும் கூறுகிறார்! புதிதாக வந்த இந்தப் பயனற்ற தத்துவம் எது? வேதத்திலிருந்து மாறுபட்ட, இருளில் அமிழ்ந்து போயுள்ள, அழிந்து போகக்கூடிய தத்துவம் எது? மதத்துக்கு மாறுபட்டவர் என்று மனு குறிப்பிடுபவர் பௌத்தர்கள் தான் என்பதிலும், வேதத்துக்கு மாறுபட்டதாகப் புதிதாக வந்த தத்துவம் எது என்று அவர் குறிப்பிடுவது புத்த சமயம் தான் என்பதிலும் சந்தேகம் எதும் இருக்கமுடியாது. மனு நூலில் காணும் இந்த சுலோகங்கள் பௌத்தர்களையும் புத்தமதத்தையும் தான் குறிக்கின்றன என்று மனுஸ்மிருதியின் மற்றெரு உரையாசிரியரான குல்லுகபட்டர் வெளிப்படையாகக் கூறுகிறார்.

மூன்றாவதான சான்று மனு ஸ்மிருதியில் பிராமணர்களுக்குக் கொடுக்கப்பட்டுள்ள தனி இடம் ஆகும். மனு நூலில் உள்ள பின்வரும் விதிகளைக் கவனிக்கவும்:

1:93."பிராமணன் (பிரம்மாவின்) வாயிலிருந்து தோன்றியதால், அவன் முதலில் பிறந்தவன், ஆதலால், வேதம் அவன் வசம் இருப்பதால், இந்தப் படைப்பு முழுவதற்கும் அவன் உரிமைப்படி அதிபதியாக இருக்கிறான். "

1: 96. "படைக்கப்பட்டவற்றுள் உயிர் உள்ளவை சிறந்தவை என்று கூறப்படுகிறது; உயிருள்ளவற்றுள் அறிவுத்திறத்தால் வாழ்பவை சிறந்தவை; அறிவுள்ள உயிர்களுள் மனிதன் சிறந்தவன்; மனிதர்களுக்குள் பிராமணர்கள் சிறந்தவர்கள்."

1 :100. "உலகில் உள்ள அனைத்துமே பிராமணர்களின் உடைமையாகும்; பிராமணனது மிக உயர்ந்த பிறப்பின் காரணமாக, உண்மையில் அவனே எல்லாவற்றுக்கும் உரியவனாயிருக்கிறான்"

1.101. "பிராமணன் தன்னுடைய சொந்த உணவையே உண்கிறான்; தனது சொந்த உடையையே அணிகிறான்; தனக்குச் சொந்தமானவற்றையே கொடுக்கிறான்; மற்ற மனிதர்கள் பிராமணனின் கருணையின் மூலமே உயிர் வாழ்கிறார்கள்."

10.3. "பிராமணன் ஒப்புயர்வற்றவனாக இருக்கும் காரணத்தாலும் அவனது உயர்ந்த பிறப்பின் காரணத்தாலும், (குறிப்பிட்ட) வரையறைக்குட்பட்ட விதிகளைப் பின்பற்றும் காரணத்தாலும், அவனது குறிப்பிட்ட புனிதத்தன்மை பெற்றிருக்கும் காரணத்தாலும், (எல்லா) சாதிகளுக்கும் தலைவனாயிருக்கிறான்."

11:35." பிராமணன் உலகைப் படைத்தவனாகவும், தண்டிப்பவனாகவும், ஆசிரியனாகவும் அறிவிக்கப்பட்டுள்ளான்; எனவே அவன் படைக்கப்பட்டவை அனைத்துக்கும் புரவலனாக விளங்குகிறான்; அவனிடம் எந்த மனிதனும் அமங்கலமான எதையும் சொல்லவோ, கடுமையான சொற்களைப் பயன்படுத்தவோ கூடாது."

பிராமணர்கள் மனம் கோணும்படியான எதையும் மன்னன் செய்யக்கூடாது என்று கூறி மனு பின்வருமாறு எச்சரிக்கிறார்:

9:313."அவன் (மன்னன்) மிகக் கடுமையான துன்பத்துக்கு உள்ளான போதிலும் பிராமணர்களுக்குச் சினம் உண்டாக்கக் கூடாது; ஏனென்றால் அவர்களுக்குச் சினம் ஏற்பட்டால், கணப்போதில் மன்னனையும் அவனுடைய படையையும் வாகனங்களையும் அழித்து விடமுடியும்."

11.: 31."சட்டத்தை அறிந்த பிராமணன் எந்தக் (குற்றத்தையும்) மன்னனின் கவனத்துக்குக் கொண்டு வரவேண்டியதில்லை; தனக்குத் தீங்கு செய்வோரைத் தன்னுடைய அதிகாரத்தினாலேயே அவன் தண்டிக்கலாம்."

11.: 32. "அவனுடைய சொந்த அதிகாரம் மன்னனின் அதிகாரத்தைவிடப் பெரியது; எனவே பிராமணன் தனது எதிரிகளைத் தன்னுடைய சொந்த அதிகாரத்தின் மூலமே தண்டிக்கலாம்."

மன்னனே ஒரு பிராமணனாகவும், மனுவின் கருத்துக்களுக்கு உடன்பாடு உள்ளவனாகவும் இருந்தாலன்றி, இவ்வாறு பிராமணர்களைத் தெய்வமாக்குவதும், அரசனுக்கும் மேலான இடத்தில் அவர்களை வைப்பதும் சாத்தியமாகி இருக்காது. புஷ்யமித்திரனும், அவனுக்குப் பின்வந்த மன்னர்களும் தாங்களே பிராமணர்களாகவும் பிராமணியத்தை நிலைநிறுத்துவதில் அக்கறையுள்ளவர்களாகவும் இருந்திருந்தாலன்றி, பிராமணர்கள் இவ்வளவு தூரம் மிகையான உரிமைகள் கோருவதைச் சகித்துக் கொண்டிருந்திருக்க முடியாது. உண்மையில் புஷ்யமித்திரனின் கட்டளையின் பேரிலேயே மனு

ஸ்மிருதி இயற்றப்பட்டிருப்பதும் அது பிராமணீய தத்துவத்தின் புத்தகமாக அமைந்திருப்பதும் முற்றிலும் சாத்தியமே!

இந்த உண்மைகள் எல்லாவற்றையும் கருத்தில் கொண்டு பார்க்கும்போது ஒரு விஷயம் தெள்ளத்தெளிவாகத் தெரிகிறது. அதாவது புஷ்யமித்திரனின் புரட்சியின் ஒரே குறிக்கோள் புத்தமதத்தை ஒழித்துவிட்டு பிராமணீயத்தை மீண்டும் நிலை நிறுத்துவதேயாகும்.

இந்திய வரலாறு எழுதப்பட்ட விதம் எனக்குத் திருப்தி அளித்திருந்தால் இந்த அத்தியாத்தின் நேரடியான நோக்கத்துக்கு, இந்தியாவின் அரசியல் வரலாற்றை மேலே கண்டபடி சுருக்கமாகச் கூறவேண்டிய அவசியமாயிருந்திராது, ஆனால் அது எனக்குத் திருப்தி தரவில்லை என்பதை வெளிப்படையாகவே கூறுகிறேன்.

ஏனென்றால் இந்தியாவை முஸ்லிம்கள் வென்றது பற்றி மிக அதிக முக்கியத்துவம் கொடுத்து எழுதப்பட்டுள்ளது. முஸ்லிம் படையெடுப்புகள் அலையலையாக வந்து, மலையிலிருந்து சரிந்து விழும் உறைபனியைப் போல மக்களைச் சூழ்ந்துகொண்டு இந்த நாட்டின் ஆட்சியாளர்களை வீழ்த்தியது பற்றிப் பக்கம் பக்கமாக எழுதிக் குவிக்கப்பட்டுள்ளது. இந்தியாவின் வரலாறு முழுவதிலுமே முக்கியமானது முஸ்லிம் படையெடுப்புகளின் பட்டியல்தான் என்பது போன்ற தோற்றம் உருவாக்கப்பட்டுள்ளது. இந்தக் குறுகிய நோக்கில் பார்த்தாலும்கூட, முஸ்லிம் படையெடுப்புகள் மட்டுமே ஆராய்வதற்குத் தகுந்த ஒரே படையெடுப்பு அல்ல என்பது தெளிவாகும். இவற்றைவிட முக்கியமானவையாக இல்லாவிடினும் இவற்றைப்போல அதே அளவு முக்கியமான வேறு படையெடுப்புகளும் நிகழ்ந்துள்ளன. இந்து இந்தியா மீது முஸ்லிம் படையெடுப்பாளர்கள் படையெடுத்தார்களென்றால், அதே போல பௌத்த இந்தியாவின் மீது பிராமணீயப் படையெடுப்பாளர்கள் படையெடுத்தார்கள். இந்து இந்தியாவின் மீது நடந்த முஸ்லிம் படையெடுப்புகளும் பௌத்த இந்தியாவின் மீது நடந்த பிராமணீயப் படையெடுப்புகளும் பல விதங்களில் ஒரே மாதிரியாக உள்ளன. இந்து இந்தியாவின் மீது படையெடுத்த முஸல்மான் படையெடுப்பாளர்கள் தங்கள் தங்கள் வம்சத்தின் ஆதிக்கத்துக்காகத் தங்களுக்குள்ளேயே போரிட்டுக் கொண்டார்கள். அரபியர்கள், துருக்கியர்கள், மங்கோலியர்கள், ஆப்கானியர்கள் ஆகியோர் தங்கள் தங்கள் மேலாதிக்கத்தை நிறுவுவதற்காகத் தங்களுக்குள் ஒருவருக்கொருவர் போரிட்டர்கள். ஆனால் அவர்கள் எல்லோரிடமும் பொதுவான ஒரு நோக்கம் அதாவது உருவ வழிபாட்டை ஒழிக்க வேண்டும் என்ற நோக்கம் இருந்தது. அதேபோல, பௌத்த இந்தியாவின் மீது படையெடுத்த பிராமணீயப் படையெடுப்பாளர்களும் தங்கள்

தங்கள் வம்சத்தின் ஆதிக்கத்திற்காக தங்களுக்குள் போரிட்டார்கள். சுங்கர்கள், கன்வர்கள், ஆந்திரர்கள் ஆகியோர் தத்தமது மேலாதிக்கத்தை நிறுவுவதற்காகத் தங்களுக்குள் ஒருவரோடொருவர் போரிட்டார்கள். ஆயினும் இவர்களும் இந்து இந்தியாவின் மீது படையெடுத்த முஸ்லிம் படையெடுப்பாளர்களைப் போல ஒரு பொதுவான நோக்கம் கொண்டிருந்தார்கள். புத்தமதத்தையும், மௌரியர்களின் பௌத்தப் பேரரசையும் அழித்து விடவேண்டும் என்பதே அந்தநோக்கம்.

இந்து இந்தியாவின்மீது நடந்த முஸ்லிம் படையெடுப்புகள் ஆராய்ச்சிக்குத் தகுந்தவை என்றால், நிச்சயமாக பௌத்த இந்தியாவின்மீது பிராமணீயப் படையெடுப்பாளர்கள் நடத்திய வரலாற்றாசிரியர்களின் ஆராய்ச்சிக்குத் தகுந்தவையே ஆகும். பௌத்த இந்தியாவின் மீது படையெடுத்த பிராமணீய படையெடுப்பாளர்கள் புத்த சமயத்தை ஒடுக்குவதற்குப் பின்பற்றிய வழிகளும் முறைகளும், முஸ்லிம் படையெடுப்பாளர்கள் இந்துமதத்தை வழிகளையும் படையெடுப்புகளும் ஒடுக்குவதற்குப் பின்பற்றிய முறைகளையும்விட வன்முறையிலும் கடுமையிலும் எவ்வகையிலும் குறைந்தவையல்ல. மக்களின் சமூக, ஆன்மிக வாழ்க்கையில் ஏற்பட்ட நிரந்தரமான விளைவுகளைக் கருதிப் பார்த்தால், பௌத்த இந்தியாவின் மீது நடந்த பிராமணீயப் படையெடுப்புகள் மிக ஆழமான விளைவுகளை ஏற்படுத்தியுள்ளன என்பது தெரியவரும். இவற்றுடன் ஒப்பிடும்போது, இந்து இந்தியாவின் மீது முஸ்லிம் படையெடுப்புகளால் ஏற்பட்ட விளைவுகள் மேலேழுந்தவாரியானவையாகவும் மிகவும் நிரந்தரமில்லாதவையாகவும் இருந்தன.

முஸ்லிம் படையெடுப்பாளர்கள் இந்து சமயத்தின் புறச் சின்னங்களான கோவில்கள், மடங்கள் போன்றவற்றைத் தான் அழித்தார்கள். அவர்கள் இந்து மதத்தை வேருடன்களைந்து எறிந்து விடவில்லை. மக்களின் ஆன்மிக வாழ்க்கையை நெறிப்படுத்திய தத்துவங்களையும் கோட்பாடுகளையும் அவர்கள் அழித்துவிடவில்லை. பிராமணீய படையெடுப்புகள் அப்படியல்ல. ஒரு நூற்றாண்டுக் காலமாக புத்தமதத்தால் ஆன்மிக வாழ்க்கையின் உண்மையான நிரந்தரமான தத்துவங்கள் என்று போதிக்கப்பட்டு, மக்களால் ஏற்றுக் கொள்ளப்பட்டு, வாழ்க்கை முறையாகப் பின்பற்றப்பட்டு வந்த கோட்பாடுகளை முற்றிலுமாக அது மாற்றிவிட்டது. வேறொரு விதமாக உருவகப்படுத்திச் சொன்னால் முஸ்லிம் படையெடுப்பாளர்கள் குளியல் தொட்டியின் தண்ணீரை மட்டும், அதுவும் சிலகாலம் வரையே, கலக்கினார்கள். பின்பு அவர்கள் களைத்துப் போய், கலங்கிய தண்ணீர் அதாகவே தெளியுமாறு விட்டுவிட்டார்கள். அவர்கள் குளியல் தொட்டியின் தண்ணீருடன் கூட குழந்தையையும் - இந்து மதத் தத்துவங்களை ஒரு குழந்தை என்று கூற

முடியுமானால் -வெளியே கொட்டி விடவில்லை. பிராமணீயம் புத்த சமயத்துடன் நடத்திய போராட்டத்தில் எல்லாவற்றையும் சுத்தமாக அடித்துத் தள்ளிவிட்டது. அது குளியல் தொட்டியின் தண்ணீருடன் கூட அதிலிருந்த பௌத்தக் குழந்தையையும் கவிழ்த்துக் கொட்டிவிட்டு, தொட்டியில் தன்னுடைய தண்ணீரை நிரப்பி, அதில் தன்னுடைய சொந்தக் குழந்தையைக் கொண்டு வந்து வைத்தது.

பிராமணீயம், தான் நிரப்பிய தண்ணீர் எவ்வளவு அசுத்தமாகவும் அழுக்காகவும் உள்ளது என்பதையும், புத்தமதத்தின் மேன்மையான ஊற்றிலிருந்து பீறி வந்த தண்ணீர் எவ்வளவு தூய்மையாக நறுமணம் கமழ்வதாக இருந்தது என்பதையும் சிந்தித்துப் பார்க்கவில்லை. பௌத்தக் குழந்தையுடன் ஒப்பிடும் போது தனது குழந்தை எவ்வளவு விகாரமாகவும் அவலட்சணமாகவும் என்பதையும் அதுகருதிப் பார்க்கவில்லை. பிராமணீயம் தனது படையெடுப்புகளின் மூலம் புத்தமதத்தை வேருடன் அழிப்பதற்கான அரசியல் அதிகாரத்தை அடைந்தது; அவ்வாறே அழித்தும் விட்டது. இஸ்லாம், இந்து மதத்தை வெளியேற்றிவிடவில்லை. இஸ்லாம் தான் மேற்கொண்ட பணியை ஒரு போதும் முழுமையாகச் செய்யவில்லை. ஆனால் பிராமணீயம் அவ்வாறு செய்தது: அது புத்த சமயத்தை வெளியேற்றிவிட்டு அதனுடைய இடத்தில் தான் (இந்து மதம்) அமர்ந்துக் கொண்டது.

இந்த உண்மைகள், பௌத்த இந்தியாவின் மீது நடந்த பிராமணீயப் படையெடுப்புகள், இந்திய வரலாற்றாசிரியர்களுக்கு இந்து இந்தியாவின் மீது நடந்த முஸ்லிம் படையெடுப்புக்களை விட அதிக முக்கியத்துவம் உள்ளவை என்பதை எடுத்துக் காட்டுகின்றன. ஆயினும், மௌரியர்கள் உருவாக்கிய பௌத்த இந்தியாவுக்கு நேர்ந்த அழிவுகள் பற்றி வரலாற்றாசிரியர்கள் மிகக் குறைவான அளவிலேயே எழுதுகிறார்கள். அப்படி எழுதும் போது கூட, இயல்பாக எழுகின்ற கேள்விகள் பற்றிக் குறிப்பிட்டு எழுதுவதில் அவர்கள் அக்கறை காட்டவில்லை. சுங்கர்கள், கன்வர்கள், ஆந்திரர்கள் ஆகியோர் யார்? மௌரியர்கள் உருவாக்கிய பௌத்த இந்தியாவை அவர்கள் ஏன் அழித்தார்கள்? என்பவையே இந்தக் கேள்விகள். பிராமணீயம் புத்த மதத்தை வெற்றி கொண்ட பின், அரசியல், சமூகக் கட்டமைப்புகளில் அது ஏற்படுத்திய மாற்றங்களை ஆராய்வதற்கும் முயற்சி செய்யப்படவில்லை.

இந்திய வரலாற்றில் இந்த அம்சத்தின் முக்கியத்துவத்தைச் சரியாக உணராமலிருப்பதற்குக் காரணம் சில மிகத்தவறான கருத்துக்களேயாகும். இந்தியாவின் பண்பாடு, வரலாற்றின் நெடுகிலும் ஒரேமாதிரியாகவே இருந்துள்ளது என்று பொதுவாகக் கருதப்படுகிறது; பிராமணீயம், புத்த மதம், ஜைன மதம் ஆகியவையெல்லாம் வெவ்வேறு விதமான கட்டங்களே என்றும், அவற்றினிடையே அடிப்படையான

முரண்பாடுகள் இருந்ததில்லை என்றும் கருதப்படுகிறது. இரண்டாவதாக, இந்திய அரசியலில் எத்தகைய போராட்டங்கள் நிகழ்ந்துள்ள போதிலும், அவையெல்லாம் அரசியல் போராட்டங்கள், அதாவது ஆட்சி வம்சங்களிடையே நடந்த போராட்டங்களே என்றும், அவற்றுக்குச் சமூக, ஆன்மிக முக்கியத்துவம் எதுவும் இல்லை என்றும் கருதப்படுகிறது. இந்தத் தவறான கருத்துக்கள் காரணமாகத்தான் இந்திய வரலாறு யந்திரரீதியாக, ஒரு வம்சத்தை அடுத்து மற்றெரு வம்சமும், ஒரு மன்னனை அடுத்து இன்னொரு மன்னனும் ஆட்சிக்கு வருவதைப் பட்டியலிடுவதாக எழுதப்பட்டு வந்துள்ளது. இத்தகைய மனப்பான்மையும் வரலாறு எழுதும் முறையும் மாறுவதற்கு வழி, மறுக்கமுடியாத இரண்டு உண்மைகளை ஒப்புக்கொள்வதாகும்.

முதலாவதாக, பொதுவான இந்தியப் பண்பாடு என்ற ஒன்று ஒரு போதும் இருந்ததில்லை என்பதையும், வரலாற்று ரீதியாக, பிராமணீய இந்தியா, பௌத்த இந்தியா, இந்து இந்தியா என்ற மூன்று இந்தியாக்கள், ஒவ்வொன்றும் தனக்கெனச் சொந்தமான தனிப் பண்பாடுகளைக் கொண்டிருந்தன என்பதையும் ஒப்புக் கொள்ளவேண்டும். இரண்டாவதாக, முஸ்லிம் படையெடுப்புகளுக்கு முந்திய இந்தியாவின் வரலாறு பிராமணீயத்துக்கும் புத்தமதத்துக்கும் இடையே நடந்த கடுமையான போராட்டத்தின் வரலாறு என்பதையும் ஒப்புக்கொள்ள வேண்டும். இந்த இரண்டு உண்மைகளையும் ஒப்புக்கொள்ளாதவர் எவரும் இந்தியாவின் உண்மையான வரலாற்றை, அதில் ஊடுருவி நிற்கும் ஆழ்ந்த பொருளையும் நோக்கத்தையும் வெளிக் கொணருகின்ற வரலாற்றை எழுத முடியாது. இப்போது எழுதப்பட்டுள்ள இந்திய வரலாற்றுக்குத் திருத்தம் அளிக்கும் வகையிலும் அதில் ஊடுருவி நிற்கும் ஆழ்ந்த பொருளையும் நோக்கத்தையும் வெளிக் கொணரும் நோக்கத்துடனும் தான் பௌத்த இந்தியாவின் மீது நடந்த பிராமணீயப் படையெடுப்புகளின் வரலாற்றையும் புத்தமதத்தின் மீது பிராமணீயம் கொண்ட வெற்றியின் வரலாற்றையும் மறு செப்பம் செய்து எடுத்துக் காட்ட வேண்டிய கட்டாயம் எனக்கு ஏற்பட்டது.

எனவே நாம் முதலாவதாக ஓர் உண்மையை ஒப்புக் கொள்ளவேண்டும்: அதாவது புஷ்யமித்திரனின் புரட்சி புத்த சமயத்தைத் தூக்கியெறிவதற்காக பிராமணர்கள் தூண்டிவிட்ட அரசியல் புரட்சிதான் என்பதே அந்த உண்மை.

பிராமணீயம் வெற்றி பெற்றபின் அது என்ன செய்தது என்ற கேள்வி இயல்பாக எழும். இந்தக் கேள்வியைத் தான் நான் இப்போது எடுத்துக் கொள்ளப் போகிறேன். வெற்றி கொண்ட பிராமணீயம் புரிந்த செயல்களை அல்லது தீச்செயல்களை ஏழு தலைப்புகளில் பட்டியலிடலாம். *(1)* ஆட்சி செய்வதற்கும் மன்னனைக் கொல்வதற்கும் பிராமணனுக்கு

உரிமை உண்டு என்பதை அது நிலை நிறுத்தியது. (2) பிராமணர்களைத் தனிச் சலுகைகள் பெற்றவர்களின் ஒரு வகுப்பாக அது ஆக்கியது. (3) அது வர்ணத்தைச் சாதியாக மாற்றியது. (4) வெவ்வேறு சாதிகளிடையே போராட்டங்களையும் சமூக விரோத உணர்வையும் அது உருவாக்கியது. (5) அது, சூத்திரர்களையும் பெண்களையும் தாழ்ந்த நிலைக்குத் தள்ளியது. (6) படிப்படியான ஏற்றத்தாழ்வு முறையை அது தோற்றுவித்தது. (7) மரபொழுங்குகளை அடிப்படையாகக் கொண்டதாகவும், நெளிவு சுளிவானதாகவும் இருந்த சமூக அமைப்பை அது மாற்றி சட்டத்துக்கு உட்பட்டதாகவும் கடுமையானதாகவும் செய்தது.

முதலாவதாகக் கூறியதை எடுத்துக் கொண்டு தொடங்கலாம்.

புஷ்யமித்திரன் ஏற்படுத்திய புரட்சி பிராமணர்களுக்கு முதலில் ஒரு கலக்கத்தை உண்டாக்கியது. மக்கள் இந்தப்புரட்சியை எளிதாக ஏற்றுக் கொள்ளவில்லை. பொது மக்களின் மனத்தில் ஏற்பட்ட கோபத்தைக் கவி பாணா[1] நன்றாக வெளிப்படுத்தியிருக்கிறார். இந்தப் புரட்சியைப் பற்றி அவர் குறிப்பிடுகையில் புஷ்யமித்திரனை இழி பிறப்பாளன் என்று எள்ளியுரைப்பதுடன், அவன் மன்னனைக் கொன்ற செயல் அநாகரிகமானது, அதாவது ஆரியச் சட்டத்துக்கு முரணானது என்று கூறுகிறார். ஏனென்றால் புஷ்யமித்திரனின் புரட்சி நடந்த காலத்தில் மூன்று பிரச்சனைகளில் ஆரியச் சட்டம் தெளிவாக வரையறை செய்யப்பட்டிருந்தது. அப்போதிருந்த ஆரியச் சட்டம் கூறியதாவது:

(1) மன்னன் ஆவது சத்திரியர்களுக்கு மட்டுமே உள்ள உரிமை. பிராமணன் ஒரு போதும் மன்னன் ஆக முடியாது.

(2) எந்தப் பிராமணனும் ஆயுதம் ஏந்தும் தொழிலை மேற்கொள்ளக்கூடாது.[2]

1 ஹர்ஷ சரித்திரம், ஸ்மித் (1924) மேற்கோள் காட்டியது, பக்கம் 208

2 இந்த விதி மிகவும் கடுமையாயிருந்தது ஆபஸ்தம்ப தர்ம சூத்திரம் பின்வருமாறு கூறுகிறது:
'ஒரு பிராமணன் எந்த ஒரு ஆயுதத்தையும் சாதாரணமாகப் பார்ப்பதற்குக் கூட அதைக் கையில் எடுக்க கூடாது' எனவே பிராமணனான புஷ்யமித்திரன் போர புரிவதைத் தொழிலாகக்கொண்ட இனத்தைச் சேர்ந்தவன் மட்டுமே செய்யக்கூடிய ஒரு செயலை எப்படிச் செய்திருக்கி முடியும் என்பது சிறிது வியப்பை ஏற்படுத்தலாம். இதற்கு ஹர் பிரசாத் சாய்திரி சரியாக விளக்கம் அளிககிறார். சுங்கள்ரகள் பிராமணர்களாயிருந்த போதிலும் அவர்கள் போர் தொழல் கொண்ட ஒரு இனம் என்று அவர் கூறுகிறார். போர் செய்யும் பிராமணர்களுக்குள் விஸ்வாமித்திரர்கள், பரத்வாஜர்கள் ஆகிய இரண்டு பிரிவினர் பிரபலமாயிருந்தார்கள். விஸ்வாமித்திர பிராமணர் ஒருவரின் மனைவிக்கு குழந்தை இல்லாமல் போனதால், பண்டைக்கால 'நியோக' வழக்கப்படி பரத்வாஜர் ஒருவர் அவளிடம் விஸ்வாமித்திர பிராமணருக்கு ஒரு புதல்வனைப் பெற்றுத்தரும்படிக் கேட்டுக் கொண்டார், அப்படி பிறந்த

(3) மன்னனின் அதிகாரத்தை எதிர்த்துக் கிளர்ச்சி செய்வது பாவம்.

புஷ்யமித்திரன் கிளர்ச்சியை உருவாக்கியதன் மூலம் இந்த மூன்று சட்டங்களையும் மீறிய குற்றத்தைச் செய்தான். அவன் ஒரு பிராமணனாக இருந்த போதிலும் மன்னருக்கெதிராகக் கிளர்ச்சி செய்தான்; ஆயுதம் ஏந்தினான்; மன்னன் ஆனான். சட்டத்தை அப்பட்டமாக மீறி அவன் ஆட்சியைக் கைப்பற்றிய செயலை மக்கள் ஏற்றுக் கொள்ளத் தயாரா-யில்லை. எனவே புஷ்யமித்திரனின் செயல் சட்ட முறைக்கு உட்பட்டது தான் என்பதை நிலைநாட்ட வேண்டிய அவசியம் பிராமணர்களுக்கு ஏற்பட்டது. சட்டத்தையே மாற்றியமைக்கும் துணிச்சலான செயல் மூலம் இதை அவர்கள் செய்தார்கள். சட்டம் இவ்வாறு மாற்றப்பட்டது என்பது மனு ஸ்மிருதியிலேயே தெளிவாகக் காணப்படுகிறது. இதைக் காட்டும் சுலோகங்களை இங்கு மேற்கோள் தருகிறேன்:

12:100. "அரசின் படைத்தலைவராக இருப்பதற்கும், அரசாங்கத்துக்கே தலைவராயிருப்பதற்கும், அனைவர் மீதும் பேராதிக்கம் செலுத்துவதற்கும் பிராமணருக்குத் தகுதி உண்டு."

இங்கு சட்டத்தில் ஒரு மாற்றம் செய்யப்பட்டுள்ளது. இந்தப் புதிய சட்டம், பிராமணனுக்கு சேனாபதியாகும் உரிமையும், ஒரு நாட்டை வெல்லும் உரிமையும், மன்னராகவும் பேரரசராகவும் இருக்கும் உரிமையும் உண்டு என்று கூறுகிறது.

11 : 31. "சட்டங்களை நன்றாக அறிந்த பிராமணன் தனக்குக் கொடிய தீங்கு எதுவும் செய்யப்பட்டால் அதைப் பற்றி அவன் மன்னனிடம் புகார் செய்ய வேண்டியதில்லை; ஏனென்றால், அவன் தனக்குத் தீங்கிழைப்பவர்களைத் தனது சொந்த அதிகாரத்தைக் கொண்டே தண்டிக்கலாம்."

11: 32. 'அவனுடைய (பிராமணனுடைய) சொந்த அதிகாரம் அவனையே சார்ந்தது; அது மன்னனின் அதிகாரத்தை விடப் பெரியது; ஏனென்றால் மன்னனின் அதிகாரம் மற்ற மனிதர்களைச் சார்ந்திருக்கிறது. எனவே ஒரு பிராமணன் தன்னுடைய சொந்த பலத்தினாலேயே தனது எதிரிகளைப் பணியச் செய்ய முடியும்."

11: 261-62. "ஒரு பிராமணன் மூன்று உலகங்களின் மக்களையும் கொன்றிருந்தால் கூட, ரிக், யஜுர் அல்லது சாம வேதத்தை

குழந்தைதான் சுங்கன். அந்த சுங்கன் ஒரு கோத்திரத்துக்கு மூலபிதா ஆனான். அந்தக் கோத்திரத்தார் சாம வேதத்தைக் கற்றார்கள். சுங்கர்களின் கோத்திரம் த்வயமுஷ்யம் கோத்திரம்; அதாவது விஸ்வாமித்திர, பரத்வாஜ என்ற இரண்ட கோத்திரங்களிலிருந்து தோன்றிய கோத்திரம் அது இந்த இரண்டு கோத்திரங்களுமே படைத்தொழிலை மேற்கொண்டிருந்தன.

பார்க்க:பௌத்த ஆராய்ச்சி (பதிப்பாளர் லா), இயல் 34, பக்.820.

உபநிஷதங்களுடன் சேர்த்து மூன்று முறை ஓதினால் எல்லாப் பாவங்களிலுமிருந்தும் அவன் முற்றிலுமாக விடுதலை பெறுகிறான்."

இங்கே சட்டத்தில் இரண்டாவது மாற்றம் செய்யப்பட்டுள்ளது. பிராமணன் மன்னனைக் கொல்வதற்கு மட்டுமின்றி, தன்னுடைய அதிகாரத்துக்கும் பதவிக்கும் மனிதர்கள் தீங்கு செய்ய முயன்றால் அவர்களை மொத்தமாகப் படுகொலை செய்வதற்கும் இது அதிகாரமளிக்கிறது.

8:348. "ஒவ்வொருவருக்கும் தர்மத்தின்படி குறிப்பிடப்பட்டுள்ள தொழில்களைச் செய்வதற்கு வன்முறை மூலம் தடை ஏற்பட்டால் இருபிறப்பாளன் ஆயுதம் ஏந்தலாம்; ஏதேனும் கெட்ட காலம் ஏற்பட்டு இரு பிறப்பாளர் வகுப்புக்குப் பேரிடர் நேரும்போதும் ஆயுதமேந்தலாம்."

9:320." ஒரு சத்திரியன் (படையாளன் அல்லது மன்னன்) எப்போதும் பிராமணர்களுக்கெதிராக தனது இரும்புக் கரத்தைப் பிரயோகித்துக் கொண்டிருந்தால், பிராமணனே அவனைத் தண்டிக்கலாம்; ஏனென்றால் படைவீரன் முதலில் பிராமணனிடமிருந்தே தோன்றினான்."

இது சட்டத்தில் செய்யப்பட்ட மூன்றாவது மாற்றமாகும். மன்னனை எதிர்த்துக் கிளர்ச்சி செய்வதற்கும் மன்னனைக் கொல்வதற்கும் இது உரிமையளிக்கிறது. புதிய சட்டம் மிக நுட்பமாகச் செய்யப்பட்டுள்ளது. மூன்று மேல் வகுப்புகளுக்குக் கிளர்ச்சி செய்யும் உரிமையை அது அளிக்கிறது. அதே சமயம் பிராமணர்களுக்கு மட்டும் தனியாகவும் இந்த உரிமை கொடுக்கப்படுகிறது. கிளர்ச்சி செய்வதில் சத்திரியர்களும் வைசியர்களும் சேரத் தயாராயில்லாத நிலை நேர்ந்தால் அச்சமயம் பயன்படக்கூடிய வகையில் இந்த உரிமை கொடுக்கப்பட்டுள்ளது. கிளர்ச்சி செய்யும் உரிமை நன்கு வரையறுத்துக் கூறப்பட்டுள்ளது. வெவ்வேறு வர்ணங்களுக்கும் மனுவினால் குறிப்பிடப்பட்டுள்ள தொழில்களை மாற்றுகின்ற குற்றத்தை மன்னன் செய்தால் மட்டுமே இந்த உரிமையைப் பயன்படுத்தலாம்.

சட்டத்தில் செய்யப்பட்ட இந்த மாற்றங்கள் எவ்வளவு புரட்சிகரமாக இருந்தனவோ அந்த அளவுக்கு அவசியமாகவும் இருந்தன. புஷ்யமித்திரன் கடைசி மௌரிய மன்னனைக் கொன்றதனால் ஏற்பட்ட நிலைமையைச் சட்டபூர்வமாக்குவதும் முறையானதாக்குவதும் தான் இவற்றின் நோக்கமாகும்.

இந்தச் சட்ட மாற்றங்களின் விளைவாக ஒரு பிராமணன் சட்டப்பூர்வமாக மன்னன் ஆகவும் சட்டப்பூர்வமாக ஆயுதம் ஏந்தவும் சதுர்வர்ணத்துக்கு எதிராகவுள்ள மன்னனைச் சட்டப்பூர்வமாகப் பதவி நீக்கம் செய்யவும் அல்லது கொலை செய்யவும், பிராமணனின் அதிகாரத்தை எதிர்க்கும் எந்தக் குடிமகனையும் சட்டப்பூர்வமாகக்

கொல்லவும் முடியும். பிராமணர்கள் தங்களுடைய நலன்களைப் பாதுகாப்பதற்கு அவசியமானால் பார்தலோமேயு (Barthalomeu) செய்ததைப் போலச் செய்வதற்கும் மனு உரிமை அளித்தார்.

இந்த விதமாக பிராமணீயம், பிராமணன் ஆட்சி செய்வதற்கு உரிமை உண்டு என்று நிலை நிறுத்தியது; இது தொடர்பாக எந்த ஐயமோ, மறுப்போ இருந்தால் அதற்கும் முடிவு கட்டப்பட்டது. ஆயினும், மொத்தமாகப் பார்த்தால் இது பிராமணர்களுக்குப் போதுமானதாகாது. இது பெருமைக் குரியதாக இருக்கலாமே தவிர இதனால் ஆதாயம் எதுவும் பெறமுடியாது. பிராமணன், பிராமணரல்லாதவர்களைப் போலவே சாதாரண மனிதனாக நடத்தப்பட்டு, அவர்களுக்குள்ள அதே உரிமைகளையும் கடமைகளையும் பெற்றவனாக இருந்தால் பிராமண ஆட்சியில் தனிச் சிறப்பு ஒன்றும் இருக்க முடியாது. பிராமண ஆட்சி தன்னை உறுதியோடு நிலைநிறுத்திக் கொள்ள வேண்டுமானால் பிராமணர்கள் ஒரு வகுப்பு என்ற முறையில் அவர்களுக்குச் சிறப்பு உரிமைகளும் விலக்குகளும் கிடைக்கச் செய்ய வேண்டும். புஷ்யமித்திரனின் புரட்சி பிராமணர்களின் மேலான நிலையை ஒப்புகொண்டு அவர்களுக்குப் பிரத்தியேக சலுகைகள் அளிக்காமல் போனால் அந்தப்புரட்சி பயனற்ற ஒன்றாகவே இருந்திருக்கும். மனு இதை நன்றாக உணர்ந்திருந்தார். எனவே அவர் பிராமணர்களுக்குச் சில ஏகபோக உரிமைகளை உருவாக்கித்தந்து சில விசேட சலுகைகளையும் விலக்குகளையும் அளித்திருக்கிறர் என்பதைச் சட்டத் தொகுப்பிலிருந்து காணலாம்

முதலில் ஏகபோக உரிமைகளைப் பற்றிப் பார்க்கலாம்.

1: 88. "வேதங்களை ஓதுவித்தல், ஓதுதல் தங்களுக்காகவும் பிறருக்காகவும் வேள்விகள் செய்தல், தானம் கொடுத்தல், ஏற்றல் ஆகிய ஏகபோக உரிமைகளை அவர் பிராமணர்களுக்கு அளித்தார்."

10:1."இரு பிறப்பாளர்களான மூன்று சாதியினரும் (வர்ணத்தினரும்) தங்களுக்கிடையே (நியமிக்கப்பட்ட) கடமைகளைச் செய்துகொண்டு, (வேதங்களை) ஓதிவரலாம். ஆனால் அவர்களில் பிராமணன் (மட்டுமே) அதைக் கற்பிக்கலாம், மற்ற இருவரும் அல்ல; இது நிலை நிறுத்தப்பட்ட விதியாகும்."

10: 'எல்லாருக்கும் சட்டப்படி (குறிப்பிடப்பட்டுள்ள) பிழைப்பாதாரங்களைப் பிராமணன் அறிந்திருக்க வேண்டும்; மற்றவர்கள் அறியுமாறு எடுத்துரைக்க வேண்டும்; தானே அதன்படி (சட்டப்படி) வாழவேண்டும்.

10 : 3. "பிராமணன் ஒப்புயர்வற்ற நிலையைப் பெற்றிருக்கும் காரணத்தாலும் அவனது உயர்ந்த பிறப்பின் காரணத்தாலும்,

(குறிப்பிட்ட) கட்டுப்பாட்டு விதிகளைப் பின்பற்றும் காரணத்தாலும் (எல்லா) சாதிகளுக்கும் (வர்ணங்களுக்கும்) அதிபதியாக இருக்கிறான்".

10.4. "பிரமத்துடன் (ஐக்கியத்தைப் பெறும்) சாதனங்களில் கருத்தூன்றியவர்களாயும், தங்கள் கடமைகளில் (அவற்றைச் செய்வதில்) உறுதியனவர்களாகவும் உள்ள பிராமணர்கள் பின்வரும் ஆறு வினைகளை (வரிசையாக் கூறப்பட்டுள்ளவற்றை) அவற்றின் (உரிய) வரிசை முறைப்படி செய்வதன் மூலம் வாழ்க்கை நடத்த வேண்டும்."

10 : 75. "ஓதுவித்தல், ஓதுதல், தனக்காக வேள்வி செய்தல், பிறருக்காக வேள்வி செய்தல், தானம் கொடுத்தல், தானம் பெறுதல் ஆகியவை பிராமணனுக்கு (நியமிக்கப்பட்ட) ஆறு வினைகளாகும்."

10 : 76. "ஆனால் அவனுக்கு (விதிக்கப்பட்ட) இந்த ஆறு வினைகளுள் மூன்று அவன் உயிர் வாழ்க்கைக்கு ஆதாரமான வினைகளாகும்; (அவையாவன). பிறருக்காக வேள்வி செய்தல், ஓதவித்தல், தூய்மையான மனிதர்களிடமிருந்து தானம் ஏற்றல்."

10: 77. பின்கண்ட மூன்று வினைகளைப் பிராமணனிடமிருந்து சத்திரியனுக்கும் மாற்றுவது தடை செய்யப்படுகின்றன. (அவையாவன) ஓதுவித்தல், பிறருக்காக வேள்வி செய்தல், மூன்றாவதாக. தானம் ஏற்றல்."

10:78. "இதேபோல இந்த மூன்றுவகைகளும் வைசியனுக்கும் தடை செய்யப்பட்டுள்ளது இது நிலைநாட்டப்பட்டுள்ள விதியாகும்;"

படைப்பின் அதிபதியாகிய (பிரஜாபதி) மனு இவற்றை இந்த இரண்டு (சாதிகளின்) (மனிதர்களுக்கு) நிர்ணயிக்கவில்லை.

10:79 தாக்கும் ஆயுதங்களையும் எய்யும் ஆயுதங்களையும்

ஏந்துவது சத்திரியர்களின் உயிர்வாழ்க்கைக்கு ஆதாரமான வழியாக (நிர்ணயிக்கப்படுகிறது); வணிகம் செய்தல், கால்நடை (வளர்த்தல்) விவசாயம் ஆகியவை வைசியர்களுக்கு ஒதுக்கப்பட்டுள்ளது; இவர்களின் கடமைகள் தாராளமாக தானம் வழங்குதல், வேதம் ஓதுதல், வேள்விகள் செய்தல் ஆகும்."

இங்கே மூன்று விஷயங்களை மனு பிராமணனின் ஏகபோக உரிமையாக ஆக்கியிருக்கிறார். வேதங்களை ஓதுவித்தல், வேள்விகள் செய்தல், தானம் ஏற்றல்.

பின்வரும் விலக்குகள் பிராமணர்களுக்கு அளிக்கப்பட்டன; இவை இரண்டு பிரிவாக உள்ளன; வரி விதிப்பிலிருந்து விலக்கு, குற்றங்களுக்கு அளிக்கப்படும் சில வகைத் தண்டனைகளிலிருந்து விலக்கு.

8:33."ஒரு மன்னன் (பொருளின்மையால்) இறப்பதாயிருந்தால் கூட ஸ்ரோத்திரியர்கள் மீது வரி விதிக்கக் கூடாது; அவனுடைய நாட்டில் வாழும் எந்த ஸ்ரோத்திரியனும் பசியினால் இறக்கக்கூடாது."

8:122 "நீதி வழுவாமல் இருப்பதற்காகவும், அநீதியைத் தடுப்பதற்காகவும், அறிவுடையோர் இந்த அபராதங்களைப் பொய்ச்சாட்சி சொல்லும் குற்றத்துக்கு விதித்திருக்கிறார்கள்"

8: 123. "ஆனால் நீதிமானான மன்னன் பொய்ச்சாட்சி சொல்லும் மூன்று (கீழ்) சாதிகளின் (வர்ணங்களின்) மனிதர்களுக்கு அபராதம் விதித்து நாடு கடத்த வேண்டும்; ஆனால் பிராமணனை நாடு கடத்தல் (மட்டுமே) செய்ய வேண்டும்."

8 : 124. "ஸ்வயம்புவின் புதல்வரான மனு, மூன்று (கீழ்) சாதிகளுக்குத் (வர்ணங்களுக்கு) தண்டனை வழங்கக் (கூடிய) பத்துச் சந்தர்ப்பங்களைக் குறிப்பிட்டிருக்கிறார்; ஆனால் பிராமணன் தீங்கு ஏதும் இழைக்கப்படாமல் (நாட்டிலிருந்து) வெளியேறும்படிப் பார்த்துக் கொள்ள வேண்டும்."

8:379. "பிராமணனுக்கு மரணதண்டனைக்குப் (பதிலாக), (தலையை) மொட்டையடிக்கும் தண்டனை விதிக்கப்படுகிறது; ஆனால் மற்றச் சாதிகளின் (மனிதர்கள்) மரண தண்டனைக்கு உள்ளாவார்கள்."

8:380. "ஒரு பிராமணன், (கூடுமான) எல்லாப் பாவங்களையும் செய்தவனாக இருந்தாலும் அவனை ஒரு போதும் கொல்லக் கூடாது; அத்தகைய (குற்றம் செய்தவனை) அவனுடைய உடைமைகள் அனைத்தையும் (அவனுக்கே) அளித்து (அவனுடைய உடம்பில்) எத்தகைய காயத்தையும் உண்டு பண்ணாமல் நாடு கடத்த வேண்டும்."

இவ்வாறாக, பிராமணன் கடுமையான குற்றங்கள் புரிந்திருந்தாலும் கூட அவனைச் சாதாரண குற்றச் சட்டத்துக்கு அப்பாற்பட்டவனாக மனு வைக்கிறார். மரண தண்டனைக்குரிய குற்றங்கள் செய்ததாக நிரூபிக்கப்பட்டாலும் அவன் தனது உடம்பில் ஒரு காயமும் இல்லாமலும், எல்லா உடைமைகளுடனும் நாட்டிலிருந்து வெளியேறிச் செல்ல அனுமதிக்கப்பட வேண்டும். அவனிடம் அபராதத்துக்காகப் பொருளைக் கைப்பற்றுவதோ அவனுக்கு மரணதண்டனை அளிப்பதோ கூடாது. மிகக் கடுமையான குற்றங்களைச் செய்த பின்பும் கூட அவன் நாடு கடத்தலுக்கு மட்டுமே உள்ளாவான். இது ஹாப்ஸின் (Hobbes) சொற்களில் கூறுவதானால் பிராமணன் விஷயத்தில் சுவாசிக்கும் காற்று மட்டுமே மாறுகிறது.

மனு அவனுக்குச் சில சிறப்பு உரிமைகளும் அளித்தார். நீதிபதி பிராமணனாயிருக்க வேண்டும்.

8:9. "ஆனால் மன்னன் தானே வழக்குகளை விசாரணை செய்யவில்லை என்றால், அவன் கற்றறிந்த பிராமணன் ஒருவனை அவற்றை விசாரிப்பதற்கு நியமிக்க வேண்டும்."

8 : 10, "அந்த (மனிதன்) மிக உயர்ந்த நீதிமன்றத்துக்குள் மதிப்பீடு செய்வோர் மூன்று பேர் உடன் வர, பிரவேசிக்க வேண்டும்; (மன்னன்) முன் கொண்டுவரப்பட்ட (எல்லா) வழக்குகளையும், அமர்ந்து கொண்டோ அல்லது நின்று கொண்டோ ஆராய வேண்டும்."

மற்ற சிறப்பு உரிமைகள் நிதி தொடர்பானவை.

8:37. "கற்றறிந்த பிராமணன் ஒருவன், பழங்காலத்தில் புதைக்கப்பட்டிருந்த ஒரு புதையலைக் கண்டு பிடித்தால், அவன் (அது) முழுவதையும் கூட எடுத்துக் கொள்ளலாம்; ஏனென்றால் அவன் எல்லாவற்றுக்கும் உடைமையாளனாயிருக்கிறான்."

8:38."ஒரு மன்னன் பூமியில் புதைத்து வைக்கப்பட்டிருந்த பழைய புதையலைக் கண்டால் அவன் அதில் ஒரு பாதியைப் பிராமணர்களுக்குக் கொடுத்து (மறு) பாதியைத் தனது கருவூலத்தில் சேர்க்க வேண்டும்."

9:323."ஆனால் (தனது முடிவு நெருங்குவதை உணரும் ஒரு மன்னன்), அபராதங்கள் மூலம் சேர்ந்த தனது செல்வம் முழுவதையும் பிராமணர்களுக்குக் கொடுத்து விடவேண்டும்; நாட்டைத் தன் மகனிடம் ஒப்படைத்துவிட்டு, போர் புரிந்து மரணமடைய வேண்டும்."

9:187. "எப்போதும் சொத்து, (இறந்தவரான) சபிண்டருக்கு (மூன்று நிலைகள் தள்ளிய உறவினர்களில்) மிக நெருங்கியவருக்குச் சொந்தமாகும்; அதன் பின் ஒரு சகுல்யர் (வாரிசாவார், பின்னர்) ஆன்மிக குரு அல்லது சீடர் அதற்குரியவராவர்."

9:188. "ஆனால் எல்லா (வாரிசுகளும்) இல்லாமற் போனால், மூன்று வேதங்களைப் பயின்ற, தூய்மையான, சுயக்கட்டுப்பாடு உள்ள பிராமணர்கள் அந்தச் சொத்தைப் பகிர்ந்து கொள்ள (வேண்டும்)."

9:189. "ஒரு பிராமணனின் சொத்தை ஒரு போதும் மன்னன் எடுத்துக் கொள்ளக் கூடாது; அது நிலைநாட்டப்பட்ட விதி ஆகும்; ஆனால் மற்றச் சாதிகளைச் சேர்ந்த (மனிதர்களின் சொத்தை), எல்லா (வாரிசுகளும்) இல்லாமற் போனால் மன்னன் எடுத்துக் கொள்ளலாம்."

இவை, பிராமணர்களுக்கு மனு அளித்துள்ள சில அனுகூலங்கள்,. விலக்குகள்,சிறப்பு உரிமைகள் ஆகும். ஒரு பிராமணன் மன்னன் ஆனதன் பலன்கள் இவை.

பிராமணீயத்தின் ஆதரவாளர்கள் - பிராமணீயத்தின் உயர்வு பற்றிய நம்பிக்கை மிக வலுவாக இருப்பதால் அதற்காக வாதாட இதுவரையாரும் வரவில்லை - பிராமணர்கள் மீது மனு சுமத்தியுள்ள- சில பிரதி கூலங்களை சுட்டிக்காட்டத் தவறுவதில்லை.

பிராமணர்களுக்கு இலட்சியமாக மனு வைத்திருப்பவை வறுமையும் சேவையுமே என்று காட்டுவதுதான் அவர்களின் நோக்கம்.

மனு பிராமணர்களுக்குச் பிரதி கூலங்களை ஏற்படுத்தியிருப்பது உண்மைதான். ஆனால் இதிலிருந்து, பிராமணனுக்கு வறுமையும் சேவையும் தான் இலட்சியமாக இருக்க வேண்டுமென மனு கூறுவதாக முடிவு செய்வது வேண்டுமென்றே மிகையாக இட்டுக்கட்டிக் கூறும் ஒரு கட்டுக்கதையாகும். இதற்கு மனுவில் ஆதாரம் எதுவும் இல்லை.

மனு இந்தப் பிரதி கூலங்களை ஏன் சுமத்தினார் என்பதைப் புரிந்து கொள்வதற்கு இரண்டு விஷயங்களைக் கருத்தில் கொள்ள வேண்டும். முதலாவதாக, பொதுவான சமூக அமைப்பில் பிராமணர்களுக்கு மனு அளித்திருக்கும் இடம்; இரண்டாவதாக, இந்தப் பிரதி கூலங்களின் தன்மை. பிராமணர்களுக்குக் கொடுக்கப்பட வேண்டிய இடத்தை மனு சந்தேகத்துக்கிடமில்லாமல் தெளிவாகக் கூறியிருக்கிறார். இந்த விஷயம் முக்கியமானதாகையால் ஏற்கெனவே மேற்கோள் காட்டிய சுலோகங்களை நான் மீண்டும் கூற வேண்டும்.

1:93. "பிராமணன் (பிரமாவின்) வாயிலிருந்து தோன்றியதனாலும், அவன் முதலில் பிறந்தவன் ஆதலாலும், வேதம் அவனிடம் இருப்பதாலும், அவன் உரிமைப்படி இந்தப் படைப்பு முழுவதற்கும் எசமானனாயிருக்கிறான்."

இனி அவனை எதிர்நோக்கும் பிரதி கூலங்களின் தன்மையைப் பார்ப்போம்.

4:2. "பிராமணன், (மற்றவர்களுக்கு) எந்தத் துன்பமும் தராத, அல்லது மிகக் குறைந்த துன்பமே தருகின்ற மார்க்கத்தை உயிர் வாழ்க்கைக்கு ஆதாரமாகக் கொண்டு, இடுக்கண் ஏற்படும் காலங்களில் தவிர (அதன் மூலமே) வாழவேண்டும்."

4:3."சாதாரண வாழ்க்கைக்கு மட்டுமே வேண்டியதைப் பெறுவதற்கு அவன் தன்னுடைய (சாதிக்கு) (குறிப்பிடப்பட்டுள்ள) குறை கூற முடியாத தொழில்களைச் (செய்து), (அளவுக்கதிகமாகத்) தன் உடம்பை வருத்திக் கொள்ளாமல் சொத்து சேர்க்க வேண்டும்."

8:337. "திருட்டு (விஷயத்தில்), சூத்திரனின் குற்றம் எட்டு மடங்காகவும், வைசியனின் குற்றம் பதினாறு மடங்காகவும், சத்திரியனின் குற்றம் முப்பத்திரண்டு மடங்காகவும் இருக்கும்."

8:338. "பிராமணனின் குற்றம் அறுபத்து நான்கு மடங்காக, அல்லது நூறு மடங்காகவும், நானூற்று அறுபதின் இரண்டு மடங்காகவும் கூட இருக்கும்; (இவர்களில் ஒவ்வொருவனும்) குற்றத்தின் தன்மையை அறிந்திருப்பதால்."

8 :383. "ஒரு பிராமணன் அந்த இரண்டு (சாதிகளில்) காவலுக்குட்பட்ட (பெண்களுடன்) உடலுறவு கொண்டால், ஆயிரம் பணம் அபராதம் செலுத்துமாறு கட்டாயப்படுத்தப் படவேண்டும். காவலுக்குட்பட்ட

சூத்திரப் பெண்ணிடம் தவறாக நடந்து கொண்டால்) ஒரு சத்திரியன் அல்லது வைசியனுக்கு ஆயிரம் (பணம்) அபராதம் (விதிக்கப்படும்).''

10:81. 'ஆனால் ஒரு பிராமணன் இங்கே அவனுக்கெனக் குறிப்பிடப்பட்ட தொழிலின் மூலம் வாழ்க்கை நடத்த முடிய வில்லையென்றால், சத்திரியனுக்குப் பொருந்தக் கூடிய சட்டத்தின்படி வாழலாம்; ஏனென்றால் சத்திரியன் அவனுக்கு அடுத்த இடத்தில் இருக்கிறான்.''

10 : 82. "அவன் இந்த இரண்டு தொழில்களில் எதன் மூலமும் வாழ முடியாவிட்டால் என்ன செய்வது என்று கேட்டால் (அதற்கு விடை), அவன் வைசியனின் வாழ்க்கை முறையைப் பின்பற்றி விவசாயத்தையும் கால்நடை வளர்ப்பையும் மேற்கொள்ளலாம்.''

10:83. "ஆனால் ஒரு பிராமணன் அல்லது சத்திரியன், வைசியனின் வாழ்க்கை முறையைப் பின்பற்றி வாழும்போது, பல உயிர்களுக்குத் தீங்கு விளைவிப்பதும், மற்றவர்களைச் சார்ந்து நிற்பதுமான விவசாயத்தைக் கைக்கொள்வதைக் கவனமாகத் தவிர்க்க வேண்டும்.''

10:84 "விவசாயம் உயர்வானது என்று (சிலர்) கூறுகிறார்கள். (ஆனால்) அந்த வாழ்க்கை முறையைச் சான்றோர் பழிக்கிறார்கள்; (ஏனென்றால்) இரும்பு முனையைக் கொண்ட மரத்தாலான (கருவி) பூமியையும், பூமியில் வாழும் (உயிர்களையும்) காயப்படுத்துகிறது என்கிறார்கள்.''

10:85."ஆனால், உயிர் வாழ்க்கைக்கு வழி இல்லாத காரணத்தால் தன்னுடைய கடமைகள் பற்றிய கண்டிப்பான விதிகளைக் கைவிடும். ஒருவன், தன்னுடைய செல்வத்தைப் பெருக்குவதற்காக, வைசியர்களால் விற்கப்படும் பொருள்களை விற்கலாம். (ஆயினும்) பின்வரும் விலக்குகளைப் பின்பற்ற வேண்டும்.''

இதிலிருந்து, பிராமணன் மீது சுமத்தப்பட்ட பாதகமான நிலைமைகள் தனக்கு உரிய தொழில்களைச் செய்வதன் மூலம் அவன் செழிப்பாக வாழும் வரையில்தான் நீடிக்கின்றான் என்பதைக் காணலாம். அவனுக்குக் கஷ்டம் வந்துவிட்டால் உடனே இந்தக் கடினமான நிலைமைகள் எல்லாம் மறைந்து விடுகின்றன. அவன் தனக்கு உரியனவாகக் குறிப்பிடப்பட்ட தொழில்களுடன் கூட தான் விரும்பும் வேறு எந்தத் தொழிலையும் செய்வதற்குத் தடை இல்லை. 1

8:384. "காவல் இல்லாத சத்திரியப் பெண்ணுடன் உடலுறவு கொண்டால் வைசியனுக்கு அபராதமாக ஐந்நூறு பணம் விதிக்கப்படும். ஆனால் இதே குற்றத்துக்கு சத்திரியன் கழுதையின் சிறுநீரைக் கொண்டு சவரம் செய்யப்பட வேண்டும், அல்லது இதே அபராதம் செலுத்த வேண்டும்.''

8:385 “ஒரு பிராமணன், சத்திரிய அல்லது வைசிய சாதிகளின் காவல் இல்லாத பெண்களை, அல்லது ஒரு சூத்திரப் பெண்ணை அணுகினால் ஐநூறு பணம் அபராதம் விதிக்கப்பட வேண்டும். ஆனால், கீழ் சாதிகளின் பெண்ணுடன் உடலுறவு கொண்டால் ஆயிரம் பணம் அபராதம் செலுத்த வேண்டும். “

இந்தப் பிரதி கூலங்களைப் பிராமணனுக்கு மனு என்ன இடம் கொடுத்திருக்கிறார் என்ற பின்னணியில் வைத்து ஆராய்ந்தால், இவற்றின் நோக்கம் பிராமணனுக்குத் துன்பம் கொடுப்பதல்ல என்பது தெளிவாகும். மாறாக, பிராமணனுக்குத் தான் கொடுத்துள்ள உயர்ந்த சிகரத்திலிருந்து அவன் சறுக்கி விழுந்து பிராமணரல்லாதவர்களின் அவமானத்துக்கு உள்ளாகாமல் அவனைப் பாதுகாப்பதே நோக்கம் என்பதும் புலனாகும்.

பிராமணர்களை வறுமைக்கும் ஆதரவற்ற நிலைக்கும் ஆளாக்குவது மனுவின் நோக்கம் அல்ல என்பது மனு ஸ்மிருதியில் உள்ள மற்ற விதிகளிலிருந்து தெளிவாகிறது. இது தொடர்பாக, ஒரு பிராமணன் கஷ்ட நிலையை அடையும்போது எப்படி நடந்து கொள்ள வேண்டும் என்று மனு ஸ்மிருதியில் கூறப்பட்டுள்ள விதியைக் கவனிக்க வேண்டும்.

10:80. “தொழில்கள் பலவற்றுள்ளும் வேதம் கற்பித்தல் பிராமணனுக்கும், (மக்களைப்) பாதுகாத்தல் சத்திரியனுக்கும், வாணிபம் வைசியனுக்கும் மிகவும் மெச்சத்தக்கவையாகும். அதனால் அவன் பிராமணன். இல்லை என்று ஆகிவிடாது. மேலும் தனக்குக் கஷ்டம் வந்திருக்கிறதா என்பதையும் அவனேதான் தீர்மானிக்க வேண்டும். எனவே நல்ல செல்வச் செழிப்புடன் வாழும் பிராமணன் கூட தனது மனச் சாட்சிக்குச் சரியெனத் தோன்றினால், கஷ்டகாலத்தில் பின்பற்ற அனுமதிக்கப்பட்ட எந்தத் தொழிலையும் செய்து, தன்னுடைய வருமானத்தைப் பெருக்கிக் கொள்ளத் தடை ஏதும் இல்லை.”

பிராமணர்களுக்குப் பொருள்வகையில் நன்மை அளிப்பதை நோக்கமாகக் கொண்ட வேறு ஏற்பாடுகளும் மனு ஸ்மிருதியில் உள்ளன. தட்சிணை, தானம் என்பவை இந்த ஏற்பாடுகள். தட்சணை என்பது ஒரு பிராமணனை ஒரு மதச்சடங்கு நடத்துவதற்கு அமர்த்தும்போது, அதற்காக அவன் பெறக்கூடிய கட்டணம். பிராமணீயத்தில் மதச் சடங்குகள் ஏராளமாக உள்ளன. எனவே இது ஒவ்வொரு பிராமணனுக்கும் எவ்வளவு பெரிய வருமானத்துக்கு ஆதாரமாக இருக்கும் என்பதைக் கற்பனை செய்வது கடினமல்ல. எந்த ஒரு புரோகிதனுக்கும் அவனுடைய கட்டணம் கொடுக்கப் படாமலிருக்க வாய்ப்பே இல்லை. தட்சணையுடன் இணைந்துள்ள மத உணர்வு காரணமாக அது ஒழுங்காகக் கொடுக்கப்பட்டு விடும். ஆயினும் மனு, பிராமணன் தன்னுடைய கட்டணங்களை வசூல் செய்து கொள்வதற்கு உரிமை கொடுக்க விரும்பினார்.

17:38."ஒரு பிராமணன் செல்வந்தனாக இருந்தும், அக்கியாதேயம் நடத்தியதற்குக் கட்டணமாக, பிரஜாபதிக்குப் புனிதமான ஒரு குதிரையைக் கொடுக்கவில்லையென்றால் அவன் புனிதத் தீயை வளர்க்காதவன் (ஒருவனுக்குச் சமம்) ஆகிறான்.

11 : 39. "நம்பிக்கை உள்ளவனும் புலனடக்கம் உள்ளவனுமான ஒருவன் மற்ற புண்ணிய காரியங்களைச் செய்வானாக; ஆனால் (விதிக்கப்பட்டதை விடக்) குறைவான தட்சிணை கொடுக்கும் வேள்வி எதையும் எக்காரணத்தைக் கொண்டும் அவன் செய்யாமலிருப்பானாக."

11 : 40. "(புலன், செயல்) உறுப்புக்கள், கௌரவம், சுவர்க்க (போகம்), நீண்ட வாழ்நாள், புகழ், சந்ததி, கால்நடை ஆகியவை (மிகவும்) குறைந்த தட்சிணைகள் கொடுக்கப்படும் வேள்வியினால் அழிந்து போகின்றன; வேள்வி எனவே பொருள் வசதி குறைந்தவன் (ஸ்ரௌத) நடத்தக்கூடாது."

ஒரு பிராமணன் தனக்குச் சேரவேண்டிய தட்சணையை ஒரு வசூலிப்பதற்காகச் செய்யும் எந்தச் செயலும் சட்டத்தின்படி குற்றம் ஆகாது என்று கூறும் அளவுக்குக் கூட மனு சென்றிருக்கிறான்.

8 : 349. "தங்களுடைய சொந்தப் பாதுகாப்புக்காக, சடங்கு இயற்றும் புரோகிதர்களின் தட்சணைக்கான சண்டையில், பெண்களையும் பிராமணர்களையும் பாதுகாப்பதற்காக ஒருவன் (இம்மாதிரியான சூழ்நிலைகளில்) நியாயத்துக்காகக் கொன்றால், அது பாவமல்ல."

ஆயினும், தானம் என்ற ஏற்பாட்டைச் செய்திருப்பதுதான் வருமான ஆதாரமாக பிராமணர்களுக்கு மிகவும் பலனுள்ள அமைந்துள்ளது. மன்னன் பிராமணர்களுக்குத் தானம் செய்ய வேண்டும் என்று மனு கூறுகிறார்.

7:79. "மன்னன் பல்வேறு (ஸ்ரௌத) வேள்விகள் நடத்தி அவற்றில் தாராளமாக தட்சணைகள் (அளிக்க வேண்டும்); புண்ணியம் பெறுவதற்கு அவன் பிராமணர்களுக்குப் போகங்களும் செல்வமும் அளிக்க வேண்டும்."

7:82. "குருவின் இல்லத்திலிருந்து (வேதத்தைக் கற்றபின்) திரும்பி வந்துள்ள பிராமணர்களை அவன் கௌரவிப்பானாக; ஏனென்றால் பிராமணர்களுக்குக் (கொடுக்கப்படும் பணம்) மன்னர்களுக்கு அழியாத செல்வமாகும் என்று அறிவிக்கப்படுகிறது.'

7:83. "திருடர்களோ, பகைவர்களோ அதை எடுக்க முடியாது, அது தொலைந்து போவதும் இல்லை; எனவே அழியாத வைப்புப் பொருளை மன்னர்கள் பிராமணர்களிடம் கொடுத்து வைக்க வேண்டும்."

11:4 "ஆனால், மன்னன் வேதங்களைக் கற்ற பிராமணர்களுக்கு பல்வேறு அணிகலன்களையும் வெகுமதிகளையும் வேள்விகளுக்காகக் கொடுக்க வேண்டும். இதுவே முறை"

மனு இவ்வாறு மன்னர்களுக்கு அறிவுறுத்தியது பிராமணர்களுக்கு வெறும் நின்றுவிடவில்லை. இந்த பயன்படுத்திக் நம்பிக்கை அளவில் அறிவுறுத்தலைப் பிராமணர்கள் முழுமையாகப் பயன்படுத்திக் கொண்டார்கள் என்பதை வரலாறு காட்டுகிறது. தொல்பொருள் ஆய்வாளர்கள் கண்டுபிடித்திருக்கும் தான பத்திரங்களின் எண்ணிக்கையே இதற்குச் சான்றாக உள்ளது. இவ்வாறு மன்னர்கள் எவ்விதம் ஏமாற்றப்பட்டு, தந்திரக்காரர்களான, சோம்பேறிகளான பிராமணர்களுக்குக் கிராமங்களை ஒன்றன்பின் ஒன்றாகக் கொடுத்து வந்தார்கள் என்பது வியப்பளிக்கிறது. உண்மையில் இன்றைய பிராமணர்களின் செல்வத்தில் ஒரு பெரும் பகுதி, தந்திரக்காரர்களான பிராமணர்கள், சமயப்பற்று கொண்ட, ஆனால் அறிவிலிகளான மன்னர்களை இவ்வாறு ஏமாற்றிப் பெற்றதேயாகும். பிராமணர்கள் தானம் என்ற பெயரால் மன்னனைச் சூறையாட அனுமதித்ததோடு மனு திருப்தியடைவில்லை. பிராமணர்கள் தானத்துக்காகப் பொதுமக்களை வேட்டையாடவும் அவர் அனுமதித்தார்.இதை மனு மூன்று வெவ்வேறு வழிகளில் செய்திருக்கிறார். முதலாவதாக, சமயப் பற்றுள்ளவர் தாம் செய்ய வேண்டிய கடமையில் ஒரு பகுதியாக தானம் கொடுக்க வேண்டும் என்று அவர் மக்களுக்கு அறிவுறுத்துகிறார்; அதே சமயம் பிராமணனுக்குக் கொடுக்கும் தானமே மிக உயர்ந்தது என்றும் சுட்டிக்காட்டுகிறார்.

7:85."பிராமணரல்லாத ஒருவருக்குக் கொடுக்கப்படும் தானம் சாதாரண பலனைக் கொடுக்கிறது; தன்னைப் பிராமணன் என்று சொல்லிக் கொள்பவனுக்குக் கொடுக்கப்படும் தானம் இரண்டு மடங்கு பலன் தருகிறது. உயர்ந்த கல்வியறிவு பெற்ற பிராமணனுக்குக் கொடுக்கப்படும் தானம் நூறாயிரம் மடங்கு பலன் அளிக்கிறது; வேதத்தையும் அங்கங்களையும் அறிந்தவனுக்கு அளிக்கப்படும் வேதபாரங்கள் தானம் முடிவற்ற பலன் நல்குகிறது."

7:86. "தானம் பெறுபவனின் தனிப்பட்ட தகுதிகளுக்குத் தக்க படியும், (கொடுப்பவனின்) நம்பிகைக்குத் தகுந்தபடியும், தானத்துக்குப் பலன் சிறியதாகவோ பெரியதாகவோ மறு உலகில் கிடைக்கும்."

அடுத்தபடியாக, சில குறிப்பிட்ட நிலைமைகளில் பின் கண்ட வகையைச் சேர்ந்த பிராமணர்களுக்குத் தானம் செய்வது கட்டாயம் என்று மனு கூறுகிறார்.

11:1. "சந்ததி (பெறுவதற்காக மணம் செய்துகொள்ள) விரும்புகிறவன், வேள்வி செய்ய விரும்புகிறவன், பயணம் செய்கிறவன், தன்னுடைய சொத்து அனைத்தையும் கொடுத்து விட்டவன், தனது ஆசிரியர், தந்தை, அல்லது தாயாருக்காக இரப்பவன், வேதம் பயிலும் மாணாக்கன், நோயுற்றவன்."

11 : 2. "இந்த ஒன்பது வகைப் பிராமணர்களையும் ஸ்னாதகர்களாக, புனித சட்டத்தை நிறைவேற்றும் பொருட்டு இரப்பவர்களாகக் கருத வேண்டும்; இத்தகைய ஏழை மனிதர்களுக்கு அவர்களுடைய கல்விக்குத் தகுந்தபடி தானங்கள் கொடுக்க வேண்டும்."

11 : 3. "இருபிறப்பாளர்களில் மிக உயர்ந்தவர்களான இவர்களுக்கு, உணவும் (பண) தானங்களும் கொடுக்க வேண்டும்; மற்றவர்களுக்கு வேள்விக் கூடத்துக்கு வெளியில் உணவு அளிக்க வேண்டும்."

11 : 6. ஒருவன் தன்னுடைய சக்திக்குத் தகுந்தபடி, வேதங்களைக் கற்றவர்களும் தனியாக வசிப்பவர்களுமான பிராமணர்களுக்குப் பொருள் வழங்க வேண்டும்; (இதனால்) ஒருவன் இறந்த பின் சுவர்க்கத்தில் இன்பத்தை அடைகிறான். தானம் கொடுப்பதை ஒரு விதியாக ஆக்குவதற்கு மனு மேற்கொண்ட மூன்றாவது வழி வருமானத்துக்கு வகைசெய்வதற்காக அவர் பின்பற்றியுள்ள மிகவும் சாமர்த்தியமான வழி என்பதில் ஐயமில்லை. மனு தானத்தைக் தவத்துடன் இணைத்தார். மனுவின் செயல், குற்றமாக இல்லாமலிருந்தாலும் பாவமாக இருக்கலாம், அல்லது குற்றமாகவும் பாவமாகவும் இருக்கலாம். பாவம் என்ற முறையில் அதற்குரிய தண்டனை மதச் சட்டத்தைப் பொறுத்தது; குற்றம் என்ற முறையில் அதற்குரிய தண்டனை அரசின் சட்டத்தைப் பொறுத்தது. பாவமான தகாத செயல் பாதகம் எனப்படுகிறது; அதற்குத் தண்டனை கழுவாய் எனப்படுகிறது. மனுவின் கண்ணோட்டத்தில் ஒவ்வொரு பாவத்தையும் அதற்குரிய நோன்பு செய்வதன் மூலம் தீர்க்க வேண்டும்.

11:44. "குறிப்பிடப்பட்ட ஒரு செயலைச் செய்யத் தவறுகின்ற அல்லது பழிக்கத்தக்க ஒரு செயலைச் செய்கின்ற அல்லது புலன் இன்பங்களில் பெரிதும் மூழ்கிப்போயுள்ள ஒரு மனிதன், நோன்பு செய்ய வேண்டும்."

11:45. "எல்லா மகான்களும், அறியாமல் செய்யப்பட்ட பாவத்துக்குக் கழுவாய் விதித்திருக்கிறார்கள்; சில குற்றங்களைத் தெரிந்தே செய்யலாம் என்று அவற்றுக்குச் சில மகான்கள் கழுவாய் விதித்திருக்கிறார்கள்; இதற்குச் சில புனித நூல்களை அவர்கள் ஆதாரமாகச் காட்டுகிறார்கள்."

11:46. "தெரியாமல் செய்த பாவம் வேதங்களை ஓதுவதால் போக்கப் படுகிறது; ஆனால் (மனிதர்கள்) தங்களது அறிவின்மையினால் தெரிந்தே செய்யும் பாவங்கள் பல்வேறு விசேட நோன்புகளால் போக்கப்படும்."

11:53" இவ்வாறாக, முந்தைய குற்றங்களின் வினைப்பயன் காரணமாக அறிவு வளராதவர்களாகவும், ஊமை, குருடு, செவிடு, கூன் முதலிய குறைபாடுகள் உடையவர்களாகவும், இவர்கள் எல்லாரும் நல்லோரால் இகழப்படுகிறார்கள்.

17.54."எனவே பாவம் நீங்குவதற்காக எப்போதும் பரிகாரம் செய்ய வேண்டும்; ஏனென்றால் பாவங்களுக்குப் பரிகாரம் செய்து அவற்றைப் போக்காதவர்கள் அவமானமான அடையாளங்களுடன் (மீண்டும்) பிறக்கிறார்கள்."

மனு விதிக்கும் கழுவாய்கள் பற்பல உள்ளன; இதைப் பற்றி அறிய ஆவல் உள்ளவர்கள் மனு ஸ்மிருதியைப் பார்த்து அவை எத்தகையவை என்று அறிந்து கொள்ளலாம். இங்கு கவனிக்கத்தக்கது என்னவென்றால், இந்தக் கழுவாய்கள் பிராமணனுக்குப் பொருள் ஆதாயம் கிடைக்கும் வகையில் அமைக்கப்பட்டுள்ளன என்பதே. சில கழுவாய்கள் பிராமணனுக்கு தானம் கொடுப்பது என்ற அளவில் மட்டும் உள்ளன. வேறு சிலவற்றில் சில சமயச் சடங்குகளைச் செய்யுமாறு விதிக்கப்படுகிறது. ஆனால் சமயச் சடங்குகளைப் பிராமணனைத் தவிர வேறு யாரும் செய்ய முடியாது. சமயச் சடங்குகளைச் செய்வதற்கு தட்சணை கொடுக்க வேண்டும். எனவே இந்த தான முறையினால் பிராமணன் மட்டுமே நன்மை பெற முடியும்.

எனவே, மனு பிராமணர்களுக்குப் பணிவு, அடக்கம், வறுமை, சேவை ஆகியவற்றை இலட்சியமாக வைக்க விரும்பினார் என்று கூறுவது அறிவுக்குப் பொருந்தாதது.பிராமணர்கள் நிச்சயமாக மனுவை அப்படிப் புரிந்து கொள்ளவில்லை, உண்மையில் தாங்கள் சிறப்பு உரிமைகள் பெற்ற ஒரு வகுப்பாக ஆக்கப்பட்டதாகவே அவர்கள் கருதினார்கள். அது மட்டுமன்றி அவர்கள் அந்தச் சிறப்பு உரிமைகளை வேறு திசைகளிலும் விரிவுப்படுத்த முயன்றார்கள். இதைப் பற்றி பின்பு விவரிப்போம். தாங்கள் செய்வது முற்றிலும் நியாயமானது என்றே அவர்கள் நினைத்தார்கள். மனு பிராமணர்களைப் 'பூமியின் அதிபதிகள்' என்று கூறினார். அவர்கள் அவ்வாறே இருக்க வேண்டும் என்பதற்காக அவர் தமது சட்டத்தை மிக கவனமாக உருவாக்கினார்.

பிராமணர்களின் ஆட்சிக்கும் பிராமணர்களின் ஆதிக்கத்துக்கும் முழுமையாக ஏற்பாடு செய்தபின் மனு தமது நோக்கத்துக்கு இணக்கமான முறையில் சமூகத்தை மாற்றியமைக்கத் தொடங்குகிறார்.

வருண தரும முறையைச் சாதியாக உருமாற்றம் செய்ததுதான் பிராமணீயம் தனது வெற்றிக்குப்பின் முதன்மையாக ஈடுபட்ட மிகப்பெரிய சுயநலநோக்குள்ள செயலாகும். இந்த மாற்றத்தை ஏற்படுத்துவதற்குப் பிராமணீயம் எடுத்த நடவடிக்கைகள் பற்றி நமக்குத் தெளிவான ஆவணப்பதிவுகள் கிடைக்கவில்லை. மாறாக, வருணாசார முறைக்கும் சாதிக்கும் இடையிலான தொடர்புபற்றி குழப்பம் மிக்க கருத்துகள் ஏராளமாக உள்ளன. சிலர், வருணமும் சாதியும் ஒன்றுதான் என்று நினைக்கிறார்கள். இரண்டும் வெவ்வேறானவை என்று கருதுபவர்கள், கலப்பு மணங்கள் தடைசெய்யப்படுவது சமூக அமைப்பின் பகுதியாக

இடம் பெற்றபின் வருணம் சாதியாக மாறிற்று என்று நினைப்பதாகத் தோன்றுகிறது. இவையெல்லாமே தவறானவை. இப்படித் தவறான கருத்து ஏற்பட்டதற்குக் காரணம், வருணத்தைச் சாதியாக மாற்றிய மனு, தமது நோக்கங்களையோ, அவற்றை அடைவதற்குத் தாம் பின்பற்றும் வழிகளும் அந்த நோக்கங்களும் எப்படித் தொடர்பு கொண்டுள்ளன என்பதையோ ஓரிடத்திலும் விளக்கவில்லை. எதையும் 'புரியும் படியாக விளக்கமாகக் கூறுவதுதான் விவேகம்' என்று ஆஸ்கர் வைல்டு கூறினார். மனு தாம் சொல்வதை மற்றவர்கள் புரிந்து கொள்வதை விரும்பவில்லை. எனவே அவர் தம்முடைய நோக்கங்கள் பற்றியும் தாம் பின்பற்றும் வழிகள் பற்றியும் மௌனமாயிருந்து, அவற்றை மக்கள் கற்பனை செய்து கொள்ள விட்டுவிட்டார். இந்துக்களுக்கு இந்த விஷயம் அளவற்ற முக்கியத்துவம் உடையது. எனவே இதைத் தெளிவுபடுத்த முயல்வது இன்றியமையாததாகிறது. மனுவின் திட்டத்தைப் பற்றிப் பலரும் பலவிதமாகக் கற்பனை செய்வதனால் ஏற்படும் குழப்பத்தைப் போக்குவதற்கும், சமூகத்தின் அடிப்படையாக இருந்த வருணம் என்ற கருத்துக்குத் தவறான, நாசகரமாக ஒரு திருப்பம் கொடுப்பதற்குப் பிராமணீயம் எப்படிச் செயல்பட்டது என்பதை விளக்குவதற்கும் இது அவசியமாகிறது.

நான் முன்பே கூறியபடி மனுவின் வழிமுறை சத்தமில்லாமல் மறைமுகமாகச் செயல்படுவதாயிருப்பதால் வருணம் எப்படிச் சாதியாக மாற்றப்பட்டது என்பது பற்றி விரிவான வரலாற்றுக் காலவரிசை அட்டவணை கொடுப்பது இயலாது. ஆனால் அதிர்ஷ்டவசமாக, இந்த மாற்றம் எப்படிச் செய்யப்பட்டது என்பதைத் தெளிவாகப் புலப்படுத்தும் அடையாளங்கள் உள்ளன.

இந்த மாற்றம் எவ்வாறு செய்யப்பட்டது என்பதை விவரிப்பதற்கு முன், வருணத்துக்கும் சாதிக்கும் இடையில் ஏற்படும் குழப்பத்தைத் தெளிவுபடுத்த விரும்புகிறேன். இரண்டுக்கும் இடையில் உள்ள ஒற்றுமைகளையும் வேறுபாடுகளையும் கவனித்தால் இது தெளிவாகும். வருணம், சாதி ஆகிய இரண்டுமே சட்டரீதியான பொருளில் ஒன்றேயாகும். இரண்டுமே அந்தஸ்தையும் தொழிலையும் குறிக்கின்றன. அந்தஸ்து, தொழில் ஆகிய இரண்டு கருத்துக்களும், வருணம், சாதி ஆகிய இரண்டையும் பற்றிய எண்ணங்களில் உட்பொதிந்துள்ளன. ஆனால் ஒரு முக்கியமான அம்சத்தில் வருணமும் சாதியும் வேறுபடுகின்றன. வருணம், அந்தஸ்திலோ தொழிலிலோ பரம்பரையாக வருவதல்ல. ஆனால் சாதி என்பது அந்தஸ்தும் தொழிலும் தந்தையிடமிருந்து மகனுக்கு வழிவழியாக வருகின்ற ஒரு முறையைக் குறிக்கிறது. பிராமணீயம் வருணத்தைச் சாதியாக மாற்றியது என்று நான் கூறும்போது, அந்தஸ்தையும் தொழிலையும் பரம்பரையாக வருவதாக அது மாற்றிவிட்டது என்பதையே குறிப்பிடுகிறேன்.

இந்த உருமாற்றம் எவ்வாறு ஏற்படுத்தப்பட்டது? நான் ஏற்கெனவே கூறியபடி இந்தத் திசைவழியில் பிராமணீயம் எடுத்து வைத்த காலடிகளின் தடங்கள் எதுவும் புலப்படவில்லை; ஆயினும் எப்படி இந்தச் செயல் புரியவைக்கப்பட்டது என்பதைக் காட்டுவதற்கான அடையாளங்கள் உள்ளன.

இந்த மாற்றம் பல கட்டங்களாகச் செய்து முடிக்கப்பட்டது. வருணம் சாதியாக உருமாற்றப்பட்டதில் மூன்று கட்டங்கள் தெளிவாகக் காணப்படுகின்றன. முதல் கட்டத்தில், ஒருவருடைய வருணம், அதாவது அந்தஸ்தும் தொழிலும் நீடிக்கும் காலம் ஒரு குறிப்பிட்ட அளவாக இருந்தது. இரண்டாவது கட்டத்தில் ஒருவருடைய வருணத்தில் அந்தஸ்தும் தொழிலும் அவரது ஆயுட்காலம் முழுமைக்கும் இருந்தன. மூன்றாவது கட்டத்தில் வருணத்தில் அந்தஸ்தும் தொழிலும் பரம்பரையாக வருவதாயின. சட்டவியல் சொற்களில் கூறினால் வருணம் ஒருவருக்கு அளிக்கும் 'சொத்து' உரிமை ஆரம்பத்தில் குறிப்பிட்ட காலத்துக்கு மட்டுமே கொடுக்கப்பட்டது. அதன் பின் அது ஆயுட்கால 'சொத்து' ஆகவும், இறுதியாக வாரிசுரிமையாக வரும் 'சொத்து' ஆகவும் மாறியது. இதன் பொருள் வருணம் என்பது சாதியாக மாறிவிட்டது என்பதே. இந்த மூன்று கட்டங்களாகத்தான் வருணமானது சாதியாக மாற்றப்பட்டது என்பதற்குச் சமய இலக்கியங்களில்[1] பதிவு செய்யப்பட்டுள்ள மரபுச் செய்திகளில் மிகுந்த ஆதாரங்கள் இருப்பதாகத் தோன்றுகிறது. இந்த மரபுச் செய்திகளில் முற்றிலும் உண்மையான ஒரு பொருள் அடங்கியிருக்கும் என்பதை ஏற்கக் கூடாது என்பதற்குக் காரணம் எதுவும் இல்லை. இந்த மரபுச் செய்தியின்படி ஒருவருடைய வருணத்தைத் தீர்மானிக்கும் பணியை மனுவும் சப்தரிஷிகளும் அடங்கிய ஒரு அதிகாரப்பூர்வமான குழு செய்தது. மக்களில் சத்திரியர்களாகவும் வைசியர்களாகவும் இருப்பதற்குத் தகுந்தவர்களை மனு தெரிந்தெடுத்தார்; சப்த ரிஷிகள், பிராமணர்களாக இருக்கத் தகுந்தவர்களைத் தெரிந்தெடுத்தனர். இவ்வாறு மனுவும் சப்த ரிஷிகளும் பிராமணர்கள், சத்திரியர்கள், வைசியர்கள் ஆகியோரைத் தெரிந்தெடுத்தபின் எஞ்சியிருந்தவர்கள் சூத்திரர்கள் எனப்பட்டனர். இவ்வாறு தீர்மானிக்கப்பட்ட வருணங்கள் ஒரு 'யுகம்' அதாவது நான்காண்டு காலத்துக்கு நீடித்தன. நான்காண்டுகளுக்கு ஒருமுறை ஒரு புதிய குழு அமைக்கப்பட்டு புதிதாக நடத்தப்பட்டன. இந்தக் குழுவும் 'மனுவும் சப்தரிஷிகளும்' என்ற பெயராலேயே அழைக்கப்பட்டது.

1 இங்கு நான் திரு. தப்தாரியும் ப்ரத்நயனேஷ்வர் யதியும் நடத்திய ஆய்வுகளில் கிடைத்த தடயங்களைப் பின்பற்றுகிறேன். முன்னவரின் தர்மரஹஸ்யாவும், பின்னவரின் 'சதுர்வர்ண்யா'வும் மிகவும் பயனுள்ளவை. இவர்களின் கருத்துக்கள் புதியவையாயுள்ளன. இவர்கள் சுட்டிக்காட்டியுள்ள வழிகளில் இது பற்றி மேலும் ஆய்வு நடத்த வேண்டும்.

முந்திய முறை சூத்திரர்களாக இருப்பதற்குத்தான் தகுதியுள்ளவர்கள் என்று விடப்பட்டவர்களில் சிலர் அடுத்த முறை பிராமணர்களாகவும் சத்திரியர்களாகவும் வைசியர்களாகவும் இருப்பதற்குத் தெரிந்தெடுக்கப்படுவதும் உண்டு. அதையே முந்திய முறை பிராமணர்களாக, சத்திரியர்களாக, வைசியர்களாக இருப்பதற்குத் தெரிந்தெடுக்கப்பட்டவர்கள், அடுத்த முறை சூத்திரர்களாக இருப்பதற்குத்தான் தகுதியுள்ளவர்கள் என்று தீர்மானிக்கப்படுவதும் உண்டு. இவ்வாறாக யார் யார் எந்த வருணங்களைச் சேர்ந்தவர்கள் என்ற நியதி மாறிற்று. குறிப்பிட்ட காலத்துக்கு ஒரு முறை வருணங்களில் அடங்கி உள்ள நபர்களை மாற்றும் ஒரு முறையாக இது இருந்தது. சமுதாயத்தின் வாழ்க்கைக்கு அவசியமான தொழில்களுக்கு உடலாலும் மனத்தாலும் தகுதி பெற்றவர்களைத் தெரிந்தெடுக்கும் நடைமுறையாக இது இருந்தது. வர்ணங்களின் ஆட்கள் மாற்றப்பட்ட காலம் 'மன்வந்தரம்' எனப்பட்டது. சொற்பிறப்பியல்படி 'மன்வந்தரம்' என்ற சொல் 'மனுவினால் வருண அமைப்பில் செய்யப்பட்ட மாற்றம்' என்று பொருள் படுகிறது. 'மன்வந்தரம்' என்ற சொல் ஒரு நபரின் வருணம் நீடிப்பதற்குக் குறிப்பிடப்பட்ட காலம் என்றும் பொருள்பட்டது. 'மன்வந்தரம்' என்ற சொல்லில் நிறைய பொருள் பொதிந்துள்ளது. வருணமுறையின் இரண்டு முக்கிய அம்சங்களை அது தெரிவிக்கிறது. முதலாவதாக, ஒருவருடைய வருணம், 'மனுவும் சப்த ரிஷிகளும்' என்ற சுயேச்சையான குழுவினால் தீர்மானிக்கப்பட்டது என்பதை அது காட்டுகிறது. இரண்டாவதாக, வருணம் ஒரு குறிப்பிட்ட காலத்துக்கே நீடிப்பது என்பதையும், அதன்பின் மனுவினால்[1] அதில் மாற்றம் செய்யப்பட்டது என்பதையும் அது காட்டுகிறது.

புராணங்களில் கூறப்பட்டுள்ள மரபுச் செய்திகளின்படி ஒருவரின் வருணத்துக்கு மனுவும் சப்தரிஷிகளும் குறிப்பிட்ட கால அளவு நான்காண்டுகள் என்றும் இது ஒரு யுகம் என்று அழைக்கப்பட்டது என்றும் தெரிகிறது. நான்காண்டுகள் முடிந்ததும் 'மன்வந்தரம்' நடைபெற்றது. இதன் மூலம் நான்காண்டுகளுக்கு ஒரு முறை வருணங்களில் உள்ளவர்களின் பட்டியல் மாற்றப்பட்டது. மாற்றியமைக்கும்போது சிலருடைய பழைய வருணம் மாறியது, சிலருக்கு அதுவே நீடித்தது. சிலருக்குத் தாழ்வும் சிலருக்கு உயர்வும் ஏற்பட்டது.[2]

---

1 சுமதி பார்கவா தம்முடைய தொகுப்புக்கு 'மனுவின் தொகுப்பு' என்று பெயரிட்ட காரணத்தை இப்போது புரிந்து கொள்ள முடியும். பண்டைக் கால சட்ட விதிப்பாளரான மனுவின் பெயருக்கு உள்ள கௌரவத்தைக் கொண்டு தமது நூலுக்குப் பெருமை சேர்க்க அவர் விரும்பினார்.

2 இந்தக் கோட்பாடு ஒன்றுதான் வேதங்களில் சில மந்திரங்கள் சூத்திரர்களால்

ஆரம்பத்தில் இருந்த முறையில் வயதுவந்தவர்களின் வருணங்களைத் தீர்மானிப்பதற்கே ஏற்பாடு இருந்ததாகத் தெரிகிறது. ஒருவர் முன்பே பெற்றுள்ள பயிற்சியையோ, அவரது விருப்பம் அல்லது பொருத்தத்தையோ அடிப்டையாகக் கொண்டு அது செய்யப்பட்டதாகத் தெரியவில்லை. மனுவும் சப்தரிஷிகளும் அடங்கிய குழு ஒரு நேர்காணல் குழுபோலச் செயல்பட்டு ஒருவரைப்பற்றித் தங்கள் மனத்தில் ஏற்பட்ட எண்ணத்தின் அடிப்படையில் வருணத்தைத் தீர்மானித்தார்கள். ஒரு உத்தேசமான முறையில் வருணம் தீர்மானிக்கப்பட்டது. இந்தமுறை பின்னர் மறைந்து விட்டதாகத் தோன்றுகிறது. இதற்குப் பதிலாக ஒரு புதிய முறை ஏற்பட்டது. இது குருகுல முறை எனப்பட்டது. குருகுலம் என்பது குருவினால் (ஆசிரியரால்) நடத்தப்பட்ட பள்ளிக்கூடம். குரு, ஆசாரியர் (கற்றறிந்தவர்) என்றும் அழைக்கப்பட்டார். எல்லாக் குழந்தைகளும் கல்வி கற்பதற்குக் குருகுலத்துக்குச் சென்றார்கள். கல்விக்காலம் பன்னிரண்டு ஆண்டுகள் நீடித்தது, குருகுலத்தில் கல்வி கற்கும் சிறுவன் பிரமச்சாரி என்று அழைக்கப்பட்டான். கல்விக்காலம் முடிந்த பின் உபநயனச் சடங்கு குருகுலத்தில் ஆசாரியரால் நடத்தப்பட்டது. உபநயனம் மிக முக்கியமான ஒரு சடங்காகும். இந்தச் சடங்கில் ஆசாரியர் மாணாக்கர்களின் வருணங்களைத் தீர்மானித்து அந்தந்த வருணத்தின் கடமையைச் செய்யுமாறு வெளி உலகுக்கு அனுப்பிவைத்தார். ஆசாரியர் உபநயனம் செய்வது. வருணங்களைத் தீர்மானிக்கும் ஒரு புதிய முறை ஆயிற்று. மனுவும் சப்தரிஷிகளும் வருணங்களைத் தீர்மானிப்பதற்குப் பதிலாக இந்த முறை வந்தது. பழைய முறையை விட இது மேலான முறையாகும். பழைய முறையின் உண்மையான அம்சத்தை, அதாவது ஒருவரது வருணம் நடுநிலையான, சுயேச்சையான ஒரு அமைப்பினால் தீர்மானிக்கப்பட வேண்டும் என்ற அம்சத்தை இந்தப் புதிய முறையும் தொடர்ந்து பின்பற்றியது. ஆனால் அதனுடன் புதிதாக ஒரு அம்சம் சேர்க்கப்பட்டது. ஒருவருடைய வருணம் அவர் பெற்றுள்ள பயிற்சியின் அடிப்படையில் தீர்மானிக்கப்பட்டது. பயிற்சிதான் ஒரு நபரின் தனித்தன்மையை வளர்க்கிறது என்பதாலும், ஒருவருடைய வருணத்தைத் தீர்மானிப்பதற்கு நம்பகமான வழி அவரது தனித்தன்மையை அறிவதுதான் என்பதாலும் இந்த அடிப்படை பின்பற்றப்பட்டது. இந்தப் புதிய அம்சம் சேர்க்கப்பட்டதானது இந்த முறையைப் பெரிதும் மேம்பாடடையச் செய்தது எனலாம்.

ஆசாரிய குருகுல முறை நடை முறைக்கு வந்ததைத் தொடர்ந்து வருணத்துக்குக் குறிப்பிடப்படும் கால அளவில் மாற்றம் ஏற்பட்டது.

செய்யப்பட்டதாக ஏற்கப்பட்டிருப்பதற்கு விளக்கமளிக்கிறது. சூத்திரர்கள் வேதங்களை ஓதக்கூடாது என்றும், ஓதுவதைக் கேட்கக் கூடாது என்றும் மனு விதித்திருப்பதானல் இது புதிராக உள்ளது.

வருணம் ஒரு குறிப்பிட்ட காலத்துக்கு மட்டும் நீடிப்பதற்குப் பதில், ஆயுட்காலம் முழுவதும் நீடிப்பதாயிற்று. ஆயினும் அது பரம்பரையாக வருவதாக அமையவில்லை.

இந்த முறை பிராமணீயத்துக்குத் திருப்தி அளிக்கவில்லை என்று தெரிகிறது. இதற்குக் காரணம் தெளிவாகக் காணப்படுகிறது. இந்த முறையில், ஆசாரியர் ஒரு பிராமணனின் குழந்தையைச் சூத்திரனாக இருப்பதற்குத்தான் தகுதியுடையவன் என்ற அறிவிக்ககூடிய நிலை இருந்தது. இத்தகைய ஒரு முடிவு ஏற்படாமல் தடுக்கவேண்டும் என்பதில் பிராமணீயத்துக்கு இயல்பாகவே அக்கறை ஏற்பட்டது. வருணம் பரம்பரையாக வரவேண்டும் என்று அது விரும்பியது. வருணத்தைப் பரம்பரையாக வருவதாகச் செய்தால்தான் பிராமணர்களின் குழந்தைகள் சூத்திரர்களாக அறிவிக்கப்படாமல் காப்பாற்ற முடியும். இந்த நோக்கத்தை அடைவதற்குப் பிராமணீயம் மிகவும் துணிச்சலான முறையில் செயல்பட்டது.

III

குழந்தையின் வருணத்தைத் தீர்மானிக்கும் முறையில் பிராமணீயம் மிகவும் அடிப்படையான மூன்று மாற்றங்களைச் செய்தது. முதலாவதாக குருகுலம் குழந்தைக்குப் பயிற்சி அளிக்கும் இடமாகவும், பயிற்சியின் முடிவில் குருவினால் குழந்தையின் வருணம் தீர்மானிக்கப்படும் இடமாகவும் இருந்த முறை ஒழிக்கப்பட்டது. குருகுல முறை பற்றி மனு நன்றாக அறிந்திருந்தார். குருவாசம்,[1] அதாவது குருகுலத்தில் வசித்து குருவின் கீழ் பயிற்சி பெறும் முறை பற்றி அவர் குறிப்பிடுகிறார். ஆனால் உபநயனம் தொடர்பாக அதைப்பற்றி அவர் குறிப்பிடவேயில்லை. உபநயனம் தொடர்பாக மிகச் சிறிய அளவில் கூட குருவைப் பற்றி அவர் குறிப்பிடவில்லை இவ்வாறாக உபநயனம் நடத்துவதற்கு அதிகாரம் பெற்றவர் என்ற இடத்திலிருந்து குருவை அவர் நீக்கிவிடுகிறார். குருவுக்குப் பதிலாகக் குழந்தையின் தந்தையே தனது இல்லத்தில்[2] உபநயனம் செய்வதற்கு அவர் அனுமதிக்கிறார். இரண்டாவதாக, உபநயனம் ஒரு சம்ஸ்காரமாக, அதாவது ஒரு புனித சமயச் சடங்காக ஆக்கப்பட்டது. பழங்காலத்தில் உபநயனம் ஒரு பட்டமளிப்பு விழா[3] போல் நடைபெற்றது. குருகுலத்தில் மாணாக்கர்களுக்குக் குரு பட்டங்களை அளிப்பதற்காக அது நடத்தப்பட்டது. ஒரு குறிப்பிட்ட வருணத்தின் கடமைகளில் தேர்ச்சி பெற்றதற்கான சான்றிதழ்கள்

1 மனு 2 : 67

2 மனு 2 : 36-37

3 இது தொடர்பாக ப்ரத்னனேஷ்வர் யதி, உபநயனம் பற்றி எழுதியுள்ள சிறுநூலைப் பார்க்கவும்.

அப்போது வழங்கப்பட்டன. மனுவின் சட்டத்தில் உபநயனம் என்ற மிக -முக்கியமான இந்த ஏற்பாட்டின் பொருளும் நோக்கமும் முற்றிலுமாக மாற்றப்பட்டன. மூன்றாவதாக பயிற்சிக்கும் உபநயனத்துக்கும் இருந்த தொடர்பு நேர்மாறாக மாற்றப்பட்டது. பழைய முறையில் முதலில் பயிற்சியும் பின்பு உபநயனமும் நடந்தன. பிராமணீயத்தின் கீழ் பயிற்சிக்கு முன்பே உபநயனம் நடந்தது. குழந்தையைப் பயிற்சிக்காகக் குருவிடம் அனுப்பவேண்டும் என்று மனு கூறுகிறார். ஆனால் உபநயனத்துக்குப் பின்புதான்.[1] அதாவது குழந்தையின் வருணம் தந்தையால் தீர்மானிக்கப்பட்ட பின்புதான் குருவிடம் அனுப்பக் கூறுகிறார்.

பிராமணீயத்தால் செய்யப்பட்ட முக்கியமான மாற்றம், உபநயனம் செய்வதில் குருவுக்கு இருந்த அதிகாரத்தைத் தந்தைக்கு மாற்றியதாகும். இதன் விளைவாக, உபநயனம் செய்வதற்கு அதிகாரம் பெற்ற தந்தை குழந்தைக்குத் தமது வருணத்தைக் கொடுத்தார்; இவ்வாறாக அது பரம்பரையாக வருவதாயிற்று. வருணத்தைத் தீர்மானிக்கும் அதிகாரத்தைக் குருவிடமிருந்து எடுத்துவிட்டுத் தந்தையிடம் அதைக் கொடுத்ததன் மூலம்தான் பிராமணீயம் இறுதியாக வருணத்தைச் சாதியாக மாற்றியது,

இதுதான் வருணம் சாதியாக மாறிய கதை. இது கிடைத்துள்ள ஆதாரங்களிலிருந்து உருவாக்கப்பட்டதாகும். முன்பே கூறிய காரணங்களினால் இதன் எல்லா விவரங்களும் நாம் விரும்பும் அளவுக்குச் சரியாக இல்லாமலிருக்கலாம். ஆயினும் மேலே விவரித்துள்ளது போன்ற குடு கட்டங்களிலும் வழிகளிலும் தான் வருணம் மறைந்து போய் அதன் இடத்தில் சாதி வந்திருக்க வேண்டும் இதில் எனக்கு எந்த ஐயமும் இல்லை.

பிராமணீயம் வருணத்தைச் சாதியாக மாற்றியதன் நோக்கம் என்ன என்பதை ஊகிப்பது கடினமல்ல. பிராமணர்களுக்குப் பண்டைக்காலம் முதல் இருந்து வந்த உயர்ந்த அந்தஸ்தை, ஒவ்வொரு பிராமணனுக்கும் அவனுடைய சந்ததிகளுக்கும் அவர்களின் தன்மைகளையோ தகுதிகளையோ கருதாமல், சிறப்பு உரிமையாக்குவதே இதன் நோக்கம். வேறு விதமாக சொன்னால், பிராமணர்களில் சிலருக்கு அவர்களுடைய சிறப்பியல்பு காரணமாகக் கிடைத்திருந்த உயர்ந்த அந்தஸ்துக்கு ஒவ்வொரு பிராமணனையும் அவன் எவ்வளவு இழிதகைமை கொண்டவனாக இருந்தாலும், உயர்த்திவைக்க வேண்டும் என்பதே நோக்கம். பிராமண சமுதாயம் முழுவதையும். ஒருவர் கூட விடுபடாமல், உயர்ந்தோர் என்று ஆக்கும் முயற்சி இது.

---

[1] மனு 2: 69

பிராமணீயத்தின் நோக்கம் இதுதான் என்பது மனுவின் கட்டளைகளிலிருந்து தெளிவாகத் தெரிகிறது. வருணத்தைப் பரம்பரை முறை ஆக்குவதன் மூலம் மிகமிக அறியாமை கொண்ட பிராமணன்[1] கூட மிக உயர்ந்த கல்வியறிவு பெற்ற பிராமணனின் அந்தஸ்துக்கு உயர்த்தப்படுவான் என்பதை மனு அறிந்திருந்தார். அத்தகைய பிராமணனுக்குக் கல்வியில் சிறந்து பிராமணனுக்கு அளிக்கப்படுவது போன்ற மரியாதை கிடைக்காமல் போகும் என்று அவர் அஞ்சினார். ஆனால் அவ்வாறு கிடைக்க வேண்டும் என்பது தான் பிராமண வகுப்பு முழுவதையுமே உயர்ந்தோர் ஆக்கும் முயற்சியின் நோக்கம். அறியாமை கொண்ட பிராமணனைப் பற்றி -இது ஒரு புதிய விஷயம் -அவர் மிகவும் கவலைப்பட்டிருக்கிறார். எனவே அறியாமையுள்ள, இழிதகைமை கொண்ட பிராமணனிடம் மரியாதையின்றி நடந்து கொள்ள வேண்டாம் என்று அவர் மக்களை எச்சரிக்கிறார்.

9 : 317. "பிராமணன், கற்றறிந்தவனாக இருந்தாலும் அறிவிலியாக இருந்தாலும் சக்திமிக்க தெய்வமாவான்: நெருப்பானது வேள்வியில் வளர்க்கப்பட்டாலும் வீட்டில் வளர்க்கப்பட்டாலும் சக்திவாய்ந்த தெய்வமாயிருப்பது போல."

9 : 319. 'இவ்வாறாக, பிராமணர்கள் எல்லாவிதமான இழிந்த தொழில்களில் ஈடுபட்டாலும் அவர்களுக்கு எப்போதும் மரியாதை அளிக்க வேண்டும்; ஏனென்றால் அவர்களிடம் எல்லாவற்றையும் கடந்த தெய்வத்தன்மை இருக்கிறது."

பிராமண வகுப்பு முழுவதையும் உயர்ந்தோர் என்று ஆக்க வேண்டுமானால் இத்தகைய எச்சரிக்கை அவசியமாகிறது. இது தீயொழுக்கம் நல்லொழுக்கத்துக்குப் போலியாகக்கூட வணங்காத நிலையாகும். பிராமணன் இழிதகைமையும் அறியாமையும் கொண்டவனாக இருந்தாலும் அவனைத் தொழவேண்டும் என்று மனு வற்புறுத்துவதை விட ஒழுக்கக் கேடானது வேறு எதுவும் இருக்க முடியுமா?

இதுவரை, வருணத்திலிருந்து சாதிக்கு மாறியதன் நோக்கத்தைப் பற்றிக் கூறினோம். இந்த மாற்றத்தின் விளைவுகள் என்ன?

ஆன்மிகக் கோணத்தில் பார்த்தால் இதன் விளைவுகள் மிகத் தீங்காக உள்ளன. இது எவ்வளவு பெரிய தீங்கு என்பதை உணர்வதற்கு மனுவின் சட்டத்தின் கீழ் ஒரு பிராமணப் புரோகிதனின் நிலைமையை, இங்கிலாந்தில் கிறித்துவ திருச்சபை சட்டத்தின் கீழ் பாதிரியார்களுக்கு

[1] வருணம் என்ற முறையில் அறியாமையுள்ள பிராமணன் இருக்க முடியாது வருணம் சாதியாகும் போது தான், அதாவது, ஒருவன் பிறப்பை மட்டுமே காரணமாகக் கொண்டு பிராமணனாகும் போது தான் அறியாமையுள்ள பிராமணன் இருக்கும் வாய்ப்பு ஏற்படுகிறது.

உள்ள நிலைமையுடன் ஒப்பிட்டுப் பார்க்க வேண்டும். அங்கே பாதிரியார்கள் எல்லா குடிமக்களையும் போலவே நாட்டின் குற்றவியல் சட்டத்துக்கு உட்பட்டவர்கள். இதனுடன் கூட அவர்கள் திருச்சபையின் ஒழுங்கு கட்டுப்பாட்டு விதிகளுக்கும் உட்பட்டவர்கள். குற்றவியல் சட்டத்தின் படி ஒரு பாதிரியார் அதற்குரிய தகுதி இல்லாமல் பாதிரியாராக பணி செய்தால் தண்டனைக்குள்ளாவார். திருச்சபை ஒழுங்கு கட்டுப்பாட்டுச் சட்டத்தின் கீழ், அவரது செய்கை குற்றம் என்று கருதப்படாவிட்டாலும் தார்மிக நெறிக்கு முரணானதாகக் கருதப்பட்டு அவர் பாதிரியார் தகுதியை இழக்கக்கூடும். மக்களின் ஆன்மிகத் தேவைகளை நிறைவேற்றுவதற்குப் பணி செய்யும் பாதிரியார் தொழிலுக்குக் கல்வி, ஒழுக்கம் ஆகிய இரண்டும் அவசியமானவை என்று கருதப்படுவதால் இந்த இரட்டைப் பாதுகாப்பு ஏற்பாடு முற்றிலும் நியாயமானது என்று கருதப்படுகிறது. பிராமணீயத்தின் கீழ், மதப் புரோகிதராக பிராமணன் மட்டுமே இருக்க முடியும்: அதற்குக் கல்வி. ஒழுக்கம் எதுவும் இருக்க வேண்டிய அவசியம் இல்லை. இவ்வாறிருப்பினும் ஆன்மிக விஷயங்களின் பொறுப்புக்களெல்லாம் முற்றிலும் அவனுடைய பொறுப்பாகவே உள்ளன. இதை அனுமதிக்கின்ற சமயக் கோட்பாட்டின் மதிப்புப்பற்றி கருத்துக் கூறுவது தேவையற்றது.

உலகியல் ரீதியில் பார்க்கும் போது, வருணம் சாதியாக மாறியதால் ஏற்பட்ட விளைவினால் இந்துக்களிடம் மிகவும் நாசகரமான ஒரு மனப்பான்மை உருவாயிற்று. ஒருவனது தகுதியை மதிக்காமல் அவன் பிறந்த சாதியை மட்டும் மதிக்கின்ற மனப்பான்மை ஏற்பட்டது. ஒருவன் உயர்ந்த சாதியில் பிறந்திருந்தால் அவனுக்கு எந்தவிதத் தகுதியோ சிறப்போ இல்லாவிட்டாலும் அவனுக்கு மரியாதை கொடுக்கப்படுகிறது. உய ர்ந்த சாதியில் பிறந்தவனைவிட கீழ்ச்சாதியில் பிறந்த ஒருவன் அதிகத் தகுதிபெற்றிருந்தாலும், உயர்சாதியில் பிறந்தவனே இவனை விட உயர்ந்தவனாகக் கருதப்படுவான். பிராமணீயத்தில் பிறப்பு தான் எப்போதும் வெற்றி பெறுகிறது. தகுதிமட்டும் சரி, தகுதிக்கெதிராகவும் சரி, அதுவே வெல்கிறது. தகுதி மட்டும் தனியாக நின்று வெற்றி பெறமுடியாது. இந்த நிலைக்கு முழுக்க முழுக்கக் காரணமாயிருப்பது பிராமணீயமே. அதன் செயல்கள் தகுதிக்கும் அந்தஸ்துக்கும் தொடர்பு இல்லாமல் செய்துவிட்டன. முன்னேற முடியாத ஒரு சமூகத்தை உருவாக்குவதற்கு இதைவிடச் சிறந்த வழி இருக்க முடியாது. இந்தச் சமூகம் அறிவின் உரிமைகளை உயர்சாதியினரின் சிறப்பு உரிமைகள் என்னும் பலிபீடத்தில் பலிகொடுத்துவிடுகிறது.

இனி, பிராமணீயம் புத்தமதத்தின் மீது வெற்றி பெற்ற பின் செய்த மூன்றாவது செயலைப் பார்க்கலாம். பிராமணர்களைப் பிராமணரல்லாத மற்ற மக்களிடமிருந்து பிரித்து வைப்பதற்கும், பிராமணரல்லாத

மக்களின் பல்வேறு சமூகப் பிரிவுகளையும் தனித்தனியாகப் பிரித்து வைப்பதற்கும் அது நடவடிக்கை எடுத்தது.

புஷ்யமித்திரனின் பிராமணீயப் புரட்சியின் நோக்கம் பழைய சமூக முறையான. நான்கு வருணத்தை மீண்டும் நிலை நிறுத்துவதேயாகும். இந்த முறை புத்தமத ஆட்சியின் கீழ் இளகத் தொடங்கியிருந்தது. பிராமணீயம் புத்தமதத்தின் மீது வெற்றிபெற்ற போது. நான்கு வருணத்தை அது முன்பு இருந்து வடிவில் மீண்டும் நிலை நிறுத்துவதோடு திருப்திப்பட்டு விடவில்லை. புத்தமத காலத்துக்கு முன் நான்கு வருண முறை நெளிவு சுழிவு கொண்டதாகவும், திறந்த அமைப்பாகவும் இருந்தது. வருண முறைக்கும் திருமணங்களுக்கும் தொடர்பு இல்லாமலிருந்ததே இதற்குக் காரணம். நான்கு வருண முறையில் நான்கு வகுப்புகள் இருப்பது ஒப்புக் கொள்ளப்பட்டாலும், அவற்றினிடையே கலப்பு மணங்கள் நடப்பதை அது தடை செய்யவில்லை. ஒரு வருணத்தைச் சேர்ந்த ஆண் மற்றொரு வருணத்தைச் சேர்ந்த பெண்ணைச் சட்டப்படி மணம் செய்து கொள்ள முடியும். இந்தக் கருத்துக்கு ஆதரவாக ஏராளமான உதாரணங்கள் உள்ளன. மிகவும் பிரபலமானவர்களும் மரியாதைக்குரியவர்களுமான சில பேருடைய உதாரணங்களைக் கீழே தருகிறேன். இந்துக்களின் சமய நூல்களில் பெயரும் புகழும் பெற்றவர்கள் இவர்கள்.

கணவன்	கணவனின் வருணம்	மனைவி	மனைவியின் வருணம்
1.சந்தனு	சத்திரியர்	கங்கை	சூத்திர அனாமிக
2.சந்தனு	சத்திரியர்	மத்ஸ்யகந்தா	சூத்திர மீனவப் பெண்
3.பராசரர்	பிராமணர்	மத்ஸ்யகந்தா	சூத்திர மீனவப் பெண்
4.விஸ்வாமித்திரர்	சத்திரியர்	மேனகை	அப்சரசு
5.யயாதி	சத்திரியர்	தேவயானை	பிராமணர்
6.யயாதி	சத்திரியர்	சர்மிஷ்டை	அசுரி - ஆரியரல்லாதார்
7.ஜரத்கரு	பிராமணர்	ஜரத்கரி	நாகா ஆரியரல்லாதார்

சமூகம் வெவ்வேறு வகுப்புகளாகப் பிரிக்கப்பட்டிருந்தாலும் அது நான்கு வருணங்களிடையே கலப்பு மணங்கள் நடப்பதற்குத் தடையாக இருக்கவில்லை என்பதில் யாருக்கேனும் சந்தேகம் இருந்தால் அவர் பெருமை பெற்ற பிராமணரான வியாச முனிவரின் குடிவழிப் பட்டியலைப் பார்க்கட்டும்.

வியாசரின் வம்ச வழிமுறை

வருண மித்ரர்=ஊர்வசி

வசிஷ்டர்=அக்ஷமாலா

சக்தி=

பராசரர்=மத்ஸ்யகந்தா

வியாசர்

பிராமணீயம் அடிபட்ட மிருகத்தின் சீற்றத்துடன், வெவ்வேறு வருணங்களுக்கிடையே நடைபெறும் கலப்பு மணத்துக்கு முடிவுகட்ட முனைந்தது. மனு ஒரு புதிய சட்டத்தை அறிவிக்கிறார். அது பின்வருமாறு அமைந்துள்ளது:

3 : 12. "இருபிறப்பாளர்களில் முதல் திருமணத்துக்கு, சமமான சாதியைச் சேர்ந்த (மனைவியர்) பரிந்துரைக்கப்படுகின்றனர்."

3 : 13, "சூத்திரப் பெண்தான் சூத்திரனின் மனைவியாயிருக்க முடியும். என்று அறிவிக்கப்படுகிறது."

3:14 "இரு பிறப்பாளர்கள், மடமையினால், கீழ் (சூத்திர) சாதி மனைவியரை மணக்கும்போது, விரைவில் தங்களுடைய குடும்பங்களையும் தங்கள் குழந்தைகளையும் சூத்திரர்களின் நிலைக்குத் தாழ்த்தி விடுகிறார்கள்."

3:16. "சூத்திரப் பெண்ணை மணக்கிறவன் சுற்றத்தால் துறக்கப்பட்டவன் ஆகிறான் என்று அத்திரியும் உதத்யாவின் மகனும் (கௌதமர்) கூறுகிறார்கள்; ஒரு மகன் பிறந்ததும் பதிதன் என்று சௌனகர் கூறுகிறார். (சூத்திரப் பெண்ணிடம் மட்டுமே) (ஆண்) சந்ததி பெறுகிறவன் பதிதன் என்று பிருகு கூறுகிறார்."

3 : 17. "சூத்திர மனைவியுடன் உடலுறவு கொள்கிற பிராமணன் இறந்தபின் நரகத்தில் ஆழ்வான்; அவளிடம் அவன் குழந்தை பெற்றால் அவன் பிராமணன் என்ற அந்தஸ்தை இழந்து விடுவான்."

3: 18. "கடவுள்களுக்கும், பித்ருக்களுக்கும், விருந்தினருக்கும் செய்யும் போற்றுதல்களை முக்கியமாக (சூத்திர மனைவியின்) துணையுடன் செய்கிறவன் அளிக்கும் (அவிகளை) பித்ருக்களும் கடவுள்களும் ஏற்கமாட்டார்கள்? அத்தகைய (மனிதன்) சுவர்க்கத்துக்குப் போகமாட்டான்."

3:19. "சூத்திரப் பெண்ணின் இதழ்களைச் சுவைப்பவன் அவளது மூச்சினால் களங்கப்பட்டவன், அவளிடம் புதல்வனைப் பெறுபவன் ஆகிய இவர்களுக்கு எந்தக் கழுவாயும் கூறப்படவில்லை."

பிராமணீயம் கலப்பு மணத்தைத் தடை செய்வதுடன் திருப்தியடையவில்லை. பிராமணீயம் அதற்கு மேலும் சென்று கலந்து உண்பதையும் தடைசெய்தது.

மனு உணவு பற்றிச் சில தடைகளை விதிக்கிறார். இவற்றுள் சில சுகாதாரத்துக்கானவை; சில சமூக ரீதியானவை; சமூகரீதியானவற்றுள் பின்வருவன கவனிக்கத்தக்கவை.

4:218. "ஒரு மன்னனால் கொடுக்கப்பட்ட உணவு அவனது ஆண்மைத் திறனைக் குறைக்கிறது; தாழ்ந்த வகுப்பைச் சேர்ந்தவனால் கொடுக்கப்பட்ட உணவு அவனது தெய்வீக ஒளியையும் பொற்கொல்லர்களால் கொடுக்கப்பட்ட உணவு அவனது வாழ்நாளையும் தோல் வெட்டுவோரால் கொடுக்கப்பட்ட நற்பெயரையும் பாதிக்கிறது."

4 : 219. "சமையற்காரர்களாலும் அவர்களைப் போன்ற தாழ்ந்த தொழில் செய்வோராலும் கொடுக்கப்பட்ட உணவு அவனது சந்ததிகளை அழிக்கிறது; துணிவெளுப்பவனால் கொடுக்கப்பட்ட உணவு அவனது தசை வலிமையைக் குறைக்கிறது."

4 : 221. "இதர எவருடைய உணவைச் சுவைக்கக்கூடாது என்று வரிசையாகச் சொல்லப்பட்டிருக்கிறதோ அவர்களுடைய உணவு தலையின் தோல், எலும்புகள், உரோமம் ஆகியவற்றுக்குச் சமமாக அறிவுடையோரால் கருதப்படுகிறது."

4 : 222. "இத்தகைய யாருடைய உணவையாவது தெரியாமல் உட்கொண்டு விட்டால், அவன் மூன்று நாட்களுக்குப் பட்டினி இருக்கவேண்டும்; ஆனால் தெரிந்தே உட்கொண்டால் அவன் விந்துவின் அசுத்தத்தை, மலத்தை அல்லது சிறுநீரைச் சுவைத்தால் செய்ய வேண்டிய அதே கடுமையான கழுவாயைச் செய்ய வேண்டும்."

பிராமணீயம் அடிபட்ட விலங்கின் சீற்றத்துடன் கலப்பு மணத்தையும் கலந்து உண்பதையும் தடைசெய்ய முனைந்தது என்று நான் கூறினேன். இது குறித்து யாருக்கேனும் சந்தேகம் இருந்தால் அவர்கள் மனு எத்தகைய மொழியைப் பயன்படுத்தியிருக்கிறார் என்பதைப் பார்க்கவேண்டும்.

சூத்திரப் பெண்ணைப் பற்றி மனு எவ்வளவு வெறுப்புக்காட்டுகிறார் என்பதை கவனியுங்கள்.

சூத்திரன் கொடுக்கும் உணவைப் பற்றி மனு என்ன சொல்கிறார் என்பதைக் கவனியுங்கள் அது விந்துவை அல்லது சிறுநீரைப் போல அசுத்தமானது என்கிறார்.

இந்த இரண்டு சட்டங்களும் சாதி முறையை உருவாக்கிவிட்டன. கலப்பு மணத் தடை, கலந்து உண்ணல் தடை ஆகிய இரண்டு தூண்கள் மீதுதான் அது நிற்கிறது. சாதி முறைக்கும், கலப்பு மணத்தையும் கலந்து உண்ணுவதையும் தடை செய்யும் விதிகளுக்கும் உள்ள தொடர்பு நோக்கத்துக்கும் அதை அடையும் வழிகளுக்கும் உள்ள தொடர்பாகும். உண்மையில் வேறு எந்த வழியிலும் அந்த நோக்கத்தை அடைய முடியாது.

இந்த வழிகள் வகுக்கப்பட்டதிலிருந்து சாதிமுறையை உருவாக்குவதுதான் பிராமணீயத்தின் நோக்கமும் குறிக்கோளும் என்பது தெரிகிறது. பிராமணீயம் கலந்து உண்பதையும் கலப்பு மணத்தையும் தடை செய்து சட்டம் இயற்றியது. சமூக முறையில் வேறு மாற்றங்களையும் பிராமணீயம் புகுத்தியது. இந்த மாற்றங்களின் நோக்கம் நான் கூறுவதுபோல் இருந்தால், சாதிமுறையை நிலைநிறுத்துவதில் பிராமணீயத்துக்கு இருந்த வெறி காரணமாக, அதற்காகப் பயன்படுத்தும் வழிகளைப் பற்றி, நியாயம் அல்லது அநியாயம், ஒழுக்கப் பண்பு அல்லது ஒழுக்கமின்மை பற்றி, அது சற்றும் கவலைப்படவில்லை என்பதை ஒப்புக்கொள்ள வேண்டும். மனுவின் சட்டத்தொகுப்பில் சிறுமிகளின் திருமணம் பற்றியும் விதவைகளின் வாழ்க்கை பற்றியும் உள்ள சட்டங்களையே இங்கே குறிப்பிடுகிறேன்.

9: 4. "(தன் மகளை) உரிய காலத்தில் திருமணம் செய்து கொடுக்காத தந்தை கண்டனத்துக்குரியவன்."

9:88. "சமமான சாதியைச் சேர்ந்த சிறப்புவாய்ந்த, அழகான வரனுக்கு, தந்தை தன் மகளை, அவள் (தகுந்த வயதை) அடைந்திராவிட்டாலும், அதாவது, அவள் பருவமடைந்திராவிட்டாலும், குறிப்பிட்டுள்ள விதிகளின்படி திருமணம் செய்து கொடுக்கவேண்டும்."

இதன் மூலம் மனு, ஒரு பெண் பருவ வயதை அடையாவிட்டாலும் கூட, அதாவது அவள் குழந்தையாயிருக்கும்போதே அவளுக்குத் திருமணம் செய்துவிட வேண்டும் என்று விதிக்கிறார்.

விதவைகள் சம்பந்தமாக மனு பின்வரும் விதியை அறிவிக்கிறார்.

5:157, "அவள் (அதாவது, விதவை) தானே விரும்பித் தூய்மையான மலர்கள், வேர்கள், பழங்கள் ஆகியவற்றை உண்டு உயிர்வாழ்ந்து, தன் உடம்பை மெலிவித்துக் கொள்ள வேண்டும், அவள் தனது கணவன் இறந்தபின் மற்றொரு ஆணின் பெயரைக்கூட உச்சரிக்கக்கூடாது."

5:161. "ஆனால், ஒரு விதவை குழந்தை பெறவேண்டும் என்ற ஆசையினால் தன்னுடைய கணவனை அவமதிக்கும் வகையில் மீண்டும் மணம் செய்து கொண்டால் அவள் இவ்வுலகில் தனக்கு

அவமானத்தைத் தேடிக்கொள்வதோடு, (சுவர்க்கத்தில்) தனது கணவனுடன் சேர்ந்திருக்க முடியாதபடி விலக்கப்படுவாள்."

5:162. "ஒரு பெண்ணிடம் அவளது கணவனைத் தவிர வேறுயாருக்கும் பிறக்கும் குழந்தை அவளுடைய சந்ததியல்ல என்று அறிவிக்கப்படுகிறது; ஒருவனுக்கு மற்றொருவனின் மனைவியிடம் பிறக்கும் குழந்தை எவ்விதம் அக்குழந்தையைக் கொடுத்தவனின் சந்ததி ஆகாதோ அதுபோன்றதே இதுவும். ஒழுக்கமுள்ள பெண்ணுக்கு இரண்டாவது கணவன் எங்கும் கூறப்படவில்லை."

இதுதான் கணவனையிழந்த பெண் விதவையாகவே இருக்கவேண்டும் என்பதைக் கட்டாயப்படுத்தும் விதி. இறந்த கணவனின் சிதையில் தன்னை எரித்துக்கொள்ளும் விதவை அல்லது சதி பற்றியும் குறிப்பிட வேண்டும். மனு இதைப்பற்றி எதுவும் கூறவில்லை. மனுவுக்குக் கிட்டத்தட்ட சமமானவராக மதிக்கப்படும் யாக்ஞவல்கியர்,[1] அவள் தனியாகவோ அல்லது தனிமையாகவோ வாழக்கூடாது என்று கூறுகிறார்.

86. தனது கணவனை இழந்துவிட்டால் அவள் தன்னுடைய தந்தை, தாய், மகன், சகோதரன், மாமியார் அல்லது தாய் மாமனைவிட்டு விலகி-யிருக்கக்கூடாது; இல்லையானால் அவள் பழிப்புக்கு உள்ளாகக்கூடும்.

இங்கேயும் யாக்ஞவல்கியர், விதவையானவள் சதியாக வேண்டும் என்று கூறவில்லை. ஆனால், யாக்ஞவல்கிய ஸ்மிருதியின் உரையான மிதாக்ஷராவை எழுதிய விஜ்ஞானேஷ்வர், மேலே தரப்பட்டுள்ள சுலோகத்துக்கு உரை எழுதுகையில் பின்வருமாறு கூறுகிறார்:

"விஷ்ணுவின்[2] நூலில் கணவன் இறந்தபின், மணம் செய்துகொள்ளாமல் வாழ்வது அல்லது அவனுக்குப்பின் (எரியும்) சிதையில் ஏறுவது" என்று கூறப்பட்டுள்ள இரண்டு வழிகளில் ஒன்றான மணம் செய்து கொள்ளாத வாழ்க்கையை இது குறிப்பிடுகிறது."

விஜ்ஞானேஷ்வர்[3] தம்முடையே சொந்தக் கருத்தாக "அவனுக்குப்பின் எரியும் சிதையில் ஏறுவது மிகவும் மேன்மையானது" என்று கூறுகிறார்.

இதிலிருந்து கணவனை இழந்த பெண் உடன்கட்டை ஏறும் விதி எவ்வாறு உருவாக்கப்பட்டது என்பதை எளிதாகக் காணலாம். மனுவின் விதி, விதவை மறுமணம் செய்து கொள்ளக்கூடாது என்பதாகும். ஆனால் விஜ்ஞானேஷ்வர் கூறுவதிலிருந்து, விஷ்ணு ஸ்மிருதியின் காலம் முதல் மனுவின் கட்டளைக்கு வேறு விதமான பொருள் கூறப்பட்டது என்று தெரிகிறது. இந்தப் புதிய பொருளின்படி மனுவின் விதி, விதவைக்கு

1 யாக்ஞவல்கிய ஸ்மிருதியின் காலம் கி.பி.150-200

2 விஷ்ணு ஸ்மிருதி அத்தியாயம் 25-14

3 இவர் கி.பி 1070-க்கும் 1100-க்கும் இடைப்பட்ட காலத்தில் மிதாக்ஷாராவை எழுதினார்.

இரண்டு வழிகளைக்கூறி அவற்றுள் ஒன்றைத் தெரிந்தெடுக்கச் சொல்வதாக விளக்கமளிக்கப்பட்டது: (1) ஒன்று, உன் கணவனின் சிதையில் உன்னை எரித்துக்கொள், அல்லது (2) அவ்வாறு செய்யவில்லையென்றால், மணம் செய்து கொள்ளாமலிரு. இது முற்றிலும் தவறான பொருள் கூறலாகும். மனுவின் தெளிவான வார்த்தைகளைப் பார்க்கும்போது இவ்விதம் பொருள்கொள்வதற்கு இடமே இல்லை. எப்படியோ இது ஏற்கப்பட்டுவிட்டது. விஷ்ணு ஸ்மிருதியின் காலம் சுமார் 3-ஆவது அல்லது 4-ஆவது நூற்றாண்டாகும். எனவே, விதவை உடன்கட்டை ஏறும் விதி அப்போது தோன்றியதாகக் கருதலாம்.

ஒன்று மட்டும் நிச்சயம். அதாவது இவையெல்லாம் புதிய விதிகளாகும். பெண் பருவமடைவதற்கு முன் திருமணம் செய்து கொடுக்க வேண்டும் என்ற மனுவின் விதி புதிய விதியாகும். பௌத்த காலத்துக்கு முந்திய பிராமணீயத்தில்[1] பெண் பருவடைந்தது மட்டுமின்றி வளர்ச்சியடைந்தவள் என்று கூறத்தக்க வயது வந்த பின்பே திருமணம் நடத்தப்பட்டது. இதற்குச் சான்றுகள் நிறைய உள்ளன. இதேபோல ஒரு பெண் தனது கணவனை இழந்துவிட்டால் மீண்டும் மணம் செய்துகொள்ளக்கூடாது என்பதும் புதிய விதி. பௌத்தர் காலத்துக்கு முந்திய பிராமணீயத்தில்[2] விதவை மறுமணத்துக்குத் தடை கிடையாது. சமஸ்கிருதமொழியில் புனர்பூ (இரண்டாம் மணம் செய்துகொண்ட பெண்), புனர்பவ (இரண்டாவது கணவன்) என்ற சொற்கள் இருப்பது, பௌத்த காலத்துக்கு முந்திய பிராமணீயத்தில்2 இத்தகைய திருமணங்கள் சாதாரணமாக இருந்தன என்பதைக் காட்டுகிறது. உடன்கட்டை ஏறும் வழக்கம் எப்போது தோன்றியது[3] என்ற பிரச்சனையில், அது பண்டைக்காலத்தில் இருந்தது என்பதற்குச் சான்று உள்ளது. ஆனால் அந்த வழக்கம் மறைந்து போய்விட்டது என்பதற்கும் புஷ்யமித்திரனின் ஆட்சியில் பிராமணீயம் புத்தமதத்தின் மீது வெற்றி பெற்றபின் அதற்கு மீண்டும் புத்துயிர் கொடுக்கப்பட்டது என்பதற்கும் சான்றுகள் உள்ளன. ஆனால் இது மனுவுக்குச் சில காலத்துக்குப் பின்பே நடந்தது.

இப்போது கேள்வி இதுதான்: வெற்றிபெற்ற பிராமணீயம் இந்த மாற்றங்களை ஏன் செய்தது? பெண்கள் பருவமடைவதற்கு முன்பே மணம் செய்து கொடுக்கச் செய்வதனாலும், விதவைக்கு மறுமணம் செய்துகொள்ளும் உரிமையை மறுப்பதனாலும், அவளை இறந்த கணவனின் சிதையில் தன் உயிரை மாய்த்துக்கொள்ளச் சொல்வதனாலும்

1 பார்க்க: கானே, தர்ம சாஸ்திரங்களின் வரலாறு, தொகுதி2,

2 பார்க்க: பாகம்2 கானே தர்ம சாஸ்திரங்களின் வரலாறு, தொகுதி2,

3 சதிபற்றிக் கிடைக்கும் சான்றுகளை கானே தம்முடைய தர்ம சாஷ்ஸ்திரங்களின் வரலாறு தொகுதி2, பாகம்2 பக்கங்கள் 617–636ல் தொகுத்தளித்திருக்கிறார்.

பிராமணீயம் அடைய என்ன? விரும்பிய நோக்கம் இந்த மாற்றங்களுக்கான விளக்கங்கள் எதுவும் இல்லை. திரு. சி.வி. வைத்யா பெண்கள் சிறுமிகளாயிருக்கும் போதே மணம். செய்துகொடுக்க வேண்டும் என்ற விதிக்கு ஒரு விளக்கம் கூறுகிறார்.[1] பெண்கள் புத்தமதத்தில் பிக்குணிகளாகச் சேர்ந்து விடாமல் தடுப்பதே இதன் நோக்கம் என்று அவர் கூறுகிறார். இந்த விளக்கம் எனக்குத் திருப்தியளிக்கவில்லை. திரு. வைத்யா மனுவின் மற்றொரு விதியை, திருமணத்துக்குத் தகுந்த வயது பற்றிய விதியை-கருத்தில் கொள்ளவில்லை. இந்த விதியின்படி,

9:94. "முப்பது வயதான ஆண் தன் மனத்துக்குப் பிடித்த பன்னிரண்டு வயதுக் கன்னிகையை மணக்கவேண்டும், அல்லது இருபத்துநான்கு வயதான ஆண் எட்டு வயதுச் சிறுமியை மணக்கவேண்டும்."

பெண்களைச் சிறுவயதிலேயே மணம் செய்து கொடுக்கும் முறை ஏன் கொண்டு வரப்பட்டது என்பதல்ல கேள்வி. மணமகனுக்கும் மணப்பெண்ணுக்கும் இடையே இவ்வளவு அதிகமான வயது ஏற்றத்தாழ்வு இருப்பதை மனு ஏன் அனுமதித்தார் என்பதே கேள்வி.

திரு. கானே[2] உடன்கட்டை ஏறும் முறைக்கு விளக்கம் கூற முயன்றிருக்கிறார். இதில் புதுமை ஏதுவும் இல்லை என்பதே அவரது விளக்கம். பண்டைக்காலத்தில் உலகின் மற்றப்பகுதிகளில் இருந்தது போலவே இந்தியாவிலும் அந்த வழக்கம் இருந்தது என்று வாதிக்கப்படுகிறது. இதுவும் திருப்தியளிப்பதாயில்லை. இந்தியாவுக்கு வெளியேயும் அது இருந்திருந்தால் இந்தியாவில் இருந்ததுபோல அவ்வளவு பெருவழக்காக இருக்கவில்லை. இரண்டாவதாக, பண்டைக்கால இந்தியாவில் சத்திரியர்களிடையே இதன் அடையாளங்கள் காணப்பட்டன என்றால் அதற்கு ஏன் புத்துயிரூட்டப்பட்டது? அது ஏன் எல்லோருக்கும் விதிக்கப்பட்டது? இதற்கும் திருப்தியளிக்கும் விளக்கம் இல்லை. திரு. கானே, வாரிசுரிமைச் சட்டங்களுடன் தொடர்பு படுத்திச் சதி வழக்கத்துக்கு கூறும் விளக்கமும் எனக்குத் திருப்தியாகத் தோன்றவில்லை. இந்து சட்டம் வங்காளத்தில் பின்பற்றப்பட்ட முறையில் பெண்களுக்குச் சொத்தில் பங்கு இருந்திருக்கலாம். விதவையான பெண்ணின் கணவனது உறவினர்கள் சொத்தில் அவள் பங்குபெறாமல் இருப்பதற்காக அவளை உடன்கட்டை ஏறும்படி வற்புறுத்தியதனால் வங்காளத்தில் அது பெருமளவில் நடந்திருக்கலாம். ஆனால் அது எப்படித் தோன்றியது, நாட்டின் மற்றப்பகுதிகளில் அந்த வழக்கம் எப்படி ஏற்பட்டது என்பதை அது விளக்கவில்லை.

1 இந்தியாவின் வரலாறு, தொகுதி.2

2 தர்ம சாஸ்திர வரலாறு

விதவை மறுமணம் தடைசெய்யப்பட்டது பற்றியும் எந்தவித விளக்கமும் இல்லை. ஏற்கெனவே நிலைபெற்றிருந்த வழக்கத்துக்கு முரணாக, விதவை மறுமணம் ஏன் தடைசெய்யப்பட்டது? அவள் துயரவாழ்க்கை நடத்தவேண்டும் என்று ஏன் விதிக்கப்பட்டது? அவள் ஏன் அலங்கோலம் செய்யப்பட்டாள்?

பெண்களைச் சிறுவயதில் மணம் செய்து கொடுத்தல், கட்டாய விதவை முறை, சதி ஆகியவற்றுக்கு என்னுடைய விளக்கம் வேறுவிதமானது. அதை இங்கே தருகிறேன்.[1]

"இவ்வாறாக புறமண முறைக்குப் பதிலாக அகமண முறையைப் புகுத்துவதன் மூலம் சாதி உருவாக்கப்படுகிறது. ஆனால் இது ஒரு எளிய விஷயம் அல்ல. நாம் கற்பனையாக ஒரு குழுவை எடுத்துக் கொள்வோம். இந்தக் குழு தன்னை ஒரு சாதியாக மாற்றிக் கொள்ள விரும்பினால் அகமணக் குழுவாகத் தன்னை அமைத்துக் கொள்வதற்கு என்ன வழிகளைப் பின்பற்றும் என்று ஆராய்வோம். ஒரு குழு தன்னை அகமணக் குழுவாக அமைத்துக் கொள்வதற்கு, வெளியில் உள்ள குழுக்களுடன் கலப்புமணம் செய்யக்கூடாது என்று தடை விதிப்பது மட்டும் போதாது; அதிலும் குறிப்பாக அதற்குமுன் புறக்குழு மணமே வழக்கமாக இருந்திருந்தால் இது நிச்சயமாக போதாது. மேலும், அருகருகே நெருங்கி வாழும் குழுக்கள் ஒரே மாதிரியானவையாக ஆவதும், ஒன்றாகக் கலந்து விடுவதும் ஆகிய போக்குகள் காணப்படுகின்றன. இவ்வாறாக அவை ஒரேமாதிரியான தன்மையைக் கொண்ட ஒரே சமூகமாகி விடுகின்றன. சாதியை உருவாக்கும் பொருட்டு இந்தப் போக்கை வன்மையாக எதிர்க்க வேண்டுமானால், சுற்றிலும் ஒரு எல்லைக்கோடு போட்டு அதற்கு வெளியே திருமண உறவு வைத்துக் கொள்ளாதபடிச் செய்ய வேண்டும்"

"ஆயினும் இவ்வாறு வெளியில் திருமண உறவைத் தடுப்பதற்கு எல்லைக்கோடு போடுவதனால், உள்ளேயே சில பிரச்சினைகள் தோன்றுகின்றன. இவற்றுக்குத் தீர்வுகாண்பது எளிதாயில்லாமல் போகிறது. பொதுவாகப் பார்த்தால் சாதாரணமான ஒரு குழுவில் ஆண், பெண் ஆகிய இரண்டு பாலினரும் வயதளவில் ஒரே சீராகப் பிரிந்திருப்பதும், இரு பாலார்களிலும் ஒத்த வயதினரின் எண்ணிக்கைச் சமமாக இருப்பதும் காணப்படும். ஆனால் நடைமுறையில் பார்க்கும்போது சமூகங்களில் இத்தகைய சமத்துவம் இருப்பதில்லை. ஆனால் தன்னை ஒரு சாதியாக மாற்றிக்கொள்ள விரும்பும் குழுவுக்கு இந்தச் சமநிலை இறுதிக் குறிக்கோள் ஆகிறது; ஏனென்றால் இது

1 'இந்தியாவில் சாதிகள்' என்ற என்னுடைய கட்டுரையில் இதைக்காணலாம். இந்தக்கட்டுரை இண்டியன் ஆன்டிகொயரி 1971 மே-இதழில் வெளிவந்துள்ளது.

இல்லாமல் அகமணமுறை செயல்பட முடியாது. வேறு விதமாகச் சொன்னால் உட்குழு மணமுறையைப் பாதுகாக்க வேண்டுமானால் குழுவுக்குள்ளேயே மணவாழ்க்கை உரிமைகள் கிடைக்க ஏற்பாடு செய்யவேண்டும்; இல்லையென்றால் குழுவின் உறுப்பினர்கள் தங்கள் தேவைகளை நிறைவேற்றிக் கொள்வதற்குக் குழுவுக்கு வெளியே செல்ல வேண்டிய கட்டாயம் ஏற்படும். குழுவுக்குள்ளேயே மண வாழ்க்கை உரிமைகள் கிடைக்கச் செய்வதற்கு இரு பாலார்களிலும் திருமண வயதுப் பார்த்துக்கொள்வது முற்றிலும் அவசியமாகும். இந்தச் சமத்துவத்தைப் பராமரிப்பதன் மூலமே உட்குழு மணமுறை உடையாமலிருக்கும்; சமத்துவம் இல்லாமல் ஏற்றத்தாழ்வு அதிகமானால் அது உடைந்து போகும்."

"இறுதியாக, சாதியை உருவாக்கும் பிரச்சினை என்பது குழுவினுள் திருமணத்துக்குத் தகுந்த வயதுப் பிரிவுகளில் இருபாலார்களிலும் உள்ளவர்களின் எண்ணிக்கையில் ஏற்படும் ஏற்றத்தாழ்வைச் சீர் செய்வது என்று இந்தச் சமத்துவம் இருக்க வேண்டுமானால். திருமணமான கணவனும் மனைவியும், இறப்பது ஒரே சமயத்தில் நடக்க வேண்டும். ஆனால் இவ்வாறு நேர்வது மிக அரிது. மனைவிக்கு முன் கணவன் இறக்கக்கூடும்; அப்போது ஒரு பெண் உபரியாகி விடுகிறாள்; அவளை நீக்கியாக வேண்டும். இல்லையென்றால் கலப்பு மணத்தின் மூலம் அவள் குழுவின் அகமணமுறையை மீறிவிடுவாள். அதேபோல மனைவி முதலில் இறந்துபோய் கணவன் உயிருடன் இருந்தால் ஒரு ஆண் உபரியாகி விடுகிறான். மனைவியை இழந்த அவனிடம் குழுவுக்கு அனுதாபம் இருந்தாலும் அவனை நீக்கியாக வேண்டும். இல்லையென்றால் அவன் குழுவுக்கு வெளியே மணம் செய்து கொண்டு உட்குழு மணமுறையை மீறிவிடுவான். இவ்வாறாக ஆண் உபரி, உபரி, பெண் உபரி ஆகிய இரண்டுமே நீக்கப்படாமலிருந்தால் அது சாதிக்கு அபாயமாகும். ஏனென்றால், தங்களுடைய குறிப்பிட்ட வட்டத்துக்குள் தங்களுக்குத் தகுந்த துணைவர் கிடைக்காமல் (இணைகளாக எண்ணிக்கையிலேயே ஆண்களும் இருக்கப் போதுமான பெண்களும் இருப்பதால் இவர்களுக்குத் துணைவர்கள் கிடைக்க மாட்டார்கள்) இவர்கள் எல்லைக்கோட்டை மீறிச் சென்று, வெளியில் மணம் செய்து கொண்டு, சாதிக்கு அந்நியமான மக்களை உள்ளே கொண்டு வருவார்கள். நாம் எடுத்துக்கொண்ட கற்பனையான குழு இந்த உபரி ஆணையும் உபரி பெண்ணையும் என்ன செய்யக்கூடும் என்பதை இனி பார்ப்போம். முதலில் உபரியாக இருக்கும் பெண்ணை எடுத்துக்கொள்வோம். சாதியின் உட்குழு மணமுறையைப் பாதுகாக்கும் வகையில் இரண்டு விதங்களில் இவளை நீக்கலாம்."

"முதலாவது, அவளைக் கணவனின் சிதையில் எரித்து விடுவது. ஆனால் ஆண், பெண் எண்ணிக்கை ஏற்றத்தாழ்வுப் பிரச்சனையைத் தீர்ப்பதற்கு இது ஓரளவு நடைமுறை சாத்தியமற்றதாகும். சில சமங்களில் இது பலனளிக்கலாம், சில சமயங்களில் பலனளிக்காமல் போகலாம். எனவே உபரியாகும் ஒவ்வொரு பெண்ணையும் இந்த வழியில் நீக்க முடியாது. இது எளிமையான தீர்வு என்றாலும், நிறைவேற்றக் கடினமானது. ஆயினும் உபரியான பெண் (விதவை) நீக்கப்படாமல் குழுவிலேயே இருந்தால் இரண்டு அபாயங்கள் உள்ளன. அவள் சாதிக்கு வெளியே மணம் செய்து கொண்டு உட்குழு மண முறையை மீறலாம்; அல்லது சாதிக்குள்ளேயே மணம்செய்து கொண்டு, சாதியில் மணமாக வேண்டிய மற்ற பெண்களுக்குப் போட்டியாக இருந்து அவர்களின் திருமண வாய்ப்பைக் குறைக்கலாம். எப்படியானாலும் அவள் ஒரு அபாயமாகவே இருக்கிறாள்; எனவே இறந்த கணவனுடன் அவளை எரிக்க முடியாவிட்டால் வேறு ஏதேனும் செய்தாக வேண்டும்."

"இரண்டாவது வழி, வாழ்நாள் முழுவதும் விதவையாக இருக்கும்படிக் கட்டாயப்படுத்துவதாகும், அதனால் நடைமுறைப் பலனை வைத்துப் பார்த்தால் கட்டாய விதவை முறையை விட எரித்து விடுவது நல்ல வழியாகும். எரித்து விடுவதன் மூலம் உபரியாக இருக்கும் பெண்ணால் ஏற்படக்கூடிய மூன்று விதமான அபாயங்களுக்கும் முடிவு ஏற்பட்டு விடுகிறது. அவள் இறந்து ஒழிந்து விடுவதால் சாதிக்கு உள்ளேயோ வெளியேயோ மறுமணம் செய்து கொண்டு பிரச்சனை ஏற்படுத்த இடமில்லாமல் போகும். எனினும் இதைவிடக் கட்டாய விதவை முறை நடைமுறை சாத்தியமாக இருப்பதால், விதவையை எரிப்பதை விட இது நல்லதாகிறது. எரிப்பதைவிட இது அதிக மனிதத்தன்மை உள்ளதாக இருப்பதுடன் மறுமணத்தினால் வரக்கூடிய பிரச்சனைகளையும் தடுக்கிறது. ஆனால் குழுவின் ஒழுக்கத்தைப் பாதுகாக்க இது உதவுவதில்லை. அவள் கட்டாயமாக விதவையாக வைக்கப்பட்டாலும், சட்டப்படியான மனைவியாயிருப்பதற்கு அவளுக்கு உள்ள இயற்கையான உரிமை மறுக்கப்படுவதால் ஒழுக்கக் கேடான நடத்தைக்குத் தூண்டுதல் தீர்க்கமுடியாத பிரச்சனை அல்ல. அவளை அலங்கோலமான நிலைமைக்கு உட்படுத்தி, அவள் மீது யாருக்கும் சபலம் ஏற்படாமல் செய்துவிட முடியும்."

"உபரியான ஆணின் (மனைவியை இழந்த கணவனின்) பிரச்சனை உபரியான பெண்ணின் பிரச்சனையைவிட அதிக முக்கியமானதும் அதிக கடினமானதும் ஆகும். நினைவுக்கெட்டாத காலத்திலிருந்தே பெண்ணைவிட ஆணின் கை ஓங்கியே இருந்து வந்துள்ளது. ஒவ்வொரு குழுவிலும் பெண்ணைவிட ஆணுக்கே அதிக முக்கியத்துவமும் அதிக செல்வாக்கும் இருந்து வந்துள்ளது. சமூகத்தில் ஆணின் விருப்பங்களுக்கு

எப்போதும் மதிப்பளிக்கப்பட்டு வந்துள்ளது. ஆனால் அதேசமயம் பெண் எல்லாவிதமான அநியாயத் தடைகளுக்கும், மத, சமூக, பொருளாதாரத் தடைகளுக்கும் உட்படுத்தப்பட்டு வந்திருக்கிறாள். ஆனால் இந்தத் தடைகளை விதிக்கும் ஆணோ இவற்றில் எந்தத் தடைகளுக்கும் உள்ளாவதில்லை. நிலைமை இப்படி இருப்பதனால் சாதியில் உபரியாக இருக்கும் பெண்ணை நடத்துவதுபோல ஆணை நடத்திவிட முடியாது."

"இறந்த மனைவியுடன் ஆணை எரித்துவிடும் யோசனையில் இரண்டு அபாயங்கள் உள்ளன. முதலாவதாக, அவன் ஆண் என்ற காரணத்தினாலேயே அதைச் செய்ய முடியாது. இரண்டாவதாக, அப்படி எரித்து விட்டால் சாதி, பலசாலியான ஒரு ஆளை இழந்துவிடும். எனவே அவனைச் சௌகரியமான முறையில் நீக்கிவிடுவதற்கு இரண்டு தீர்வுகள்தான் உள்ளன. 'சௌகரியமான' என்று நான் கூறுவதற்குக் காரணம் அவன் குழுவுக்கு ஒரு பலமாக இருக்கிறான் என்பதே."

"அவன் குழுவுக்கு முக்கியமானவனாயிருந்தாலும், உட்குழு மணமுறை அவனை விட முக்கியமானது. எனவே, இப்பிரச்சனைக்குக் காணப்படும் எந்தத்தீர்வும் இந்த இரண்டையும் காப்பாற்றுவதாக இருக்க வேண்டும். பெண்ணை விதவையாயிருக்கக் கட்டாயப் படுத்துவதைப் போல, ஆணையும் தனது மீதி வாழ்நாட்காலத்துக்கு மனைவியற்றவனாக இருக்குமாறு கட்டாயப்படுத்தலாம்; கட்டாயப்படுத்தல் என்பதை விட தூண்டுதல் அளித்தல் என்று சொல்லலாம். இது முற்றிலும் கடினமான தீர்வு அல்ல; ஏனென்றால் கட்டாயம் எதுவும் இல்லாதபோது, தாங்களே மணவாழ்க்கையை நாடாமல் தனிமை வாழ்க்கையில் மகிழ்ச்சி காணக்கூடும்; அல்லது அதைவிட ஒருபடி மேலே சென்று தாங்களாகவே இந்த உலகையும் இதன் இன்பங்களையும் துறந்துவிடலாம். ஆனால் மனித இயல்பைக் கருத்தில் கொண்டு பார்க்கும்போது இந்தத் தீர்வு நடைமுறைக்கு வருவது அரிதாயிருக்கும். ஆனால், அவன் குழுவிலேயே இருந்து கொண்டு அதன் செயல்பாடுகளில் கலந்து கொண்டு வந்தால், அவன் குழுவின் ஒழுக்கத்துக்கு அபாயமாயிருப்பான். வேறொரு விதமாகப் பார்த்தாலும், மனைவியை இழந்தவன் மறுமணம் செய்து கொள்ளாமல் வாழச் செய்ய முடிந்தாலும், அப்போதும் கூட குழுவின் பொருளியலுக்கு அவனால் அதிக நன்மை இராது. உண்மையிலேயே, அவன் மண வாழ்க்கையை மறுத்து உலகைத் துறந்து விடுவானானால், அவன் இந்த உலகில் இருப்பதனால் சாதிக்கும் உட்குழு மணமுறைக்கும் ஏற்படக்கூடிய அபாயம் இல்லாமல் போகும். ஆனால், துறவி என்ற நிலையில் அவனது சாதியின் பொருளியல் நலனைப் பொறுத்த மட்டில் அவன் எரிக்கப்பட்டு இறந்தவனே ஆவான். ஒரு சாதியானது, சக்திவாய்ந்த சமுதாய வாழ்க்கை வாழ வேண்டுமானால், அதன்

எண்ணிக்கை பலம் ஓரளவுக்குக் குறையாமலிருக்க வேண்டும். இந்த அளவுக்கு எண்ணிக்கை இருக்க வேண்டும் என்று ஒருபுறம் ஆசை வைத்துக் கொண்டு, மற்றொருபுறம் திருமணத்தை மறுக்கும் முறையைச் செயல்படுத்துவது என்பது செயல் குன்றிச் சுருங்கிவரும் உடல் உறுப்பைச் சீர்செய்வதற்கு, உடம்பிலிருந்து இரத்ததை எடுத்து வெளியேற்றும் சிகிச்சையைச் செய்வதற்குச் சமமாகும்."

"எனவே, குழுவில் உபரியாயிருக்கும் ஆண்மீது மணமறுப்பு வாழ்க்கையைச் சுமத்துவது கொள்கையளவிலும் நடைமுறை ரீதியிலும் பயனற்றதாகிறது. அவனைச் சமஸ்கிருத பரிபாஷையில் கூறப்படும் "கிருஹஸ்தன்" (குடும்பத்தை விருத்தி செய்பவன்) என்ற நிலையில் வைப்பது சாதியின் நலனுக்கு உகந்தது. ஆனால் அவனுக்குச் சாதிக்குள்ளேயே மனைவி கிடைக்கச் செய்வது தான் பிரச்சனை. ஒரு சாதியில் ஆண், பெண் விகிதம் ஒரு ஆணுக்கு ஒரு பெண் என்ற அளவிலேயே இருப்பதால் யாரும் இரண்டு முறை மணம் செய்து கொள்ளமுடியாது."

"எனவே அவனுக்குச் சாதிக்குள்ளேயிருந்தே மனைவி கிடைப்பது சாத்தியமில்லை. ஏனென்றால், முற்றிலும் தனது எல்லைக் கோட்டுக்குள் வாழும் ஒரு சாதியில் திருமணத்துக்குத் தகுந்த ஆண்கள் எந்த அளவுக்கு இருக்கிறார்களோ அந்த அளவுக்குத்தான் திருமணத்துக்குத் தகுந்த பெண்கள் இருக்கிறார்கள். இந்த நிலைமையில் உபரியாயிருக்கும் ஆணை, குழுவுக்குள்ளேயே வைத்துக் கொள்ள வேண்டுமானால், திருமணத்துக்குத் தகுதியாகாத பெண்களிலிருந்து அவனுக்கு ஒரு மனைவியைத் தேடிக் கொடுப்பதுதான் வழியாகும். இதன் மூலம் அவனைச் சாதிக்குள்ளேயே வைத்துக்கொள்ள முடியும், சாதியிலிருந்து உறுப்பினர்கள் வெளியேறிக் கொண்டேயிருப்பதால் ஏற்படக்கூடிய எண்ணிக்கைக் குறைவைத் தடுக்க முடியும், உட்குழு மண முறையையும் குழுவின் ஒழுக்கத்தையும் பாதுகாக்க முடியும்."

"ஆண், பெண் எண்ணிக்கை ஏற்றத்தாழ்வைக் கட்டுப்படுத்தி வைப்பதற்குப் பின்வரும் நான்கு வழிகள் உள்ளன என்று தெரிகிறது. *(1)*. இறந்த கணவனுடன் விதவையை எரித்து விடுவது, *(2)*. கட்டாய விதவை முறை எரித்து விடுவதன் கடுமை குறைந்த வடிவம், *(3)*. மனைவியை இழந்த ஆண் மறுமணம் செய்து கொள்வதைத் தடுப்பது, *(4)*. அவனை, திருமணத்துக்குத் தகுதியாகாத ஒரு பெண்ணுடன் மணம் செய்து கொள்ளச் செய்வது. விதவையை எரித்துவிடுவதும், மனைவியை இழந்தவன் மறுமணம் செய்து கொள்ளாமல் வாழச் செய்வதும் நான் ஏற்கனவே குறிப்பிட்டதுபோல மண உட்குழு முறையைப் பாதுகாப்பதற்கு உதவுவது சந்தேகமே, என்றாலும் இவை எல்லாமே அதற்கான வழிகளாகச் செயல்படுகின்றன. அப்படியானால்

இந்த வழிகள் உருவாக்கும் நோக்கங்கள் என்ன? ஆனால் வழிகளைச் சுயேச்சையான சக்திகளாகச் செயல்படவிடும் போது அவை, அடையவேண்டிய நோக்கங்களை உருவாக்கி விடுகின்றன. அவை உட்குழு மணமுறைகளை உருவாக்கி, அதைப் பாதுகாக்கின்றன. ஆனால் உட்குழு மணமுறையும் சாதியும் ஒன்றுதான் என்பதை, அவற்றைப் பற்றிய பல்வேறு வரையறைகளைப் பகுத்தாய்வு செய்ததில் நாம் கண்டோம். இவ்வாறாக இந்த வழிகள் சாதியை உருவாக்குகின்றன, சாதியில் இந்த முறைகள் அடங்கியுள்ளன."

"இதுதான் சாதிகளைக் கொண்ட ஒரு அமைப்பு முறையில் சாதி செயல்படும் பொதுவான இயக்கமுறை என்பது என்னுடைய கருத்து. இப்போது, இந்து சமூகத்தில் உள்ள சாதிகளையும் அவற்றின் இயக்க முறையையும் ஆராய்வோம். கடந்த காலத்தை விரித்துப் பார்க்க விரும்புவோருக்கு, வழியில் பல குழிகள் எதிர்ப்படும் என்பதைக் கூறவேண்டியதில்லை; சாதி என்பது இந்தியாவில் மிகப் பழமையான ஏற்பாடாகும். உறுதியாக நம்பத்தக்க, எழுதி வைக்கப்பட்ட பதிவு ஆவணங்கள் இல்லாத இடங்களில் இந்த முயற்சி மேலும் கடினமாகிறது. அதிலும் இந்துக்கள் போன்ற மக்களின் விஷயத்தில் மிகவும் கடினம். ஏனென்றால், அவர்கள் உலகே மாயம் என்று கருதுவதனால் சரித்திரம் எழுதி வைப்பது மடமை என்பது அவர்களின் கருத்து. ஆனால் ஒழுங்கமைப்பு முறைகள் வாழத்தான் செய்கின்றன. நீண்டகாலமாக அவை பற்றி ஆவணப்பதிவுகள் இல்லாமல் போனாலும், வழக்கங்களும் ஒழுக்கநெறிகளும் பூமியில் வாழ்ந்த உயிரினங்களின் படிவப்பதிவுகள் போல், தம்முடைய வரலாற்றைத் தாமே இயம்புகின்றன. இது உண்மையானால், உபரி ஆண், உபரி பெண் பிரச்சினைகளைத் தீர்ப்பதற்கு இந்துக்கள் கண்ட தீர்வுகளை ஆராய்ந்தாலே நமது பணிக்குப் பலன் கிடைத்துவிடும்."

"இந்து சமூகத்தின் செயல்பாடு சிக்கலானதாக இருந்தாலும், மேலேழுந்தவாரியாகப் பார்ப்பவருக்குக் கூட அதில் மனைவி சம்பந்தமான மூன்று தனிப்பட்ட வழக்கங்கள் இருந்து வருவது புலனாகும்.

(1). சதி, அதாவது கணவன் இறந்தபின் அவனது சிதையிலேயே விதவையை எரித்துவிடுவது

(2) கணவனை இழந்தவள் மறுமணம் செய்துகொள்ள அனுமதிக்காமல் கட்டாயமாக விதவையாக இருக்க வைப்பது.

(3), பெண்ணுக்குச் சிறுவயதிலேயே திருமணம்.

இதுதவிர 'மனைவியை இழந்த ஆண் சந்நியாசம் (துறவு) மேற்கொள்வதில் பெரும் ஆவல் காட்டுவதும் காணப்படுகிறது. ஆனால் சில சமயங்களில் அந்த உளவியல் தன்மையே இதற்கு முற்றிலும் காரணமாக இருக்கலாம்."

“எனக்குத் தெரிந்தமட்டில் இந்த வழக்கங்கள் எப்படித் தோன்றின என்பது பற்றி இன்று வரைகூட விஞ்ஞானரீதியான விளக்கம் எதுவும் இல்லை. இந்த வழக்கங்கள் ஏன் மதித்து பின்பற்றப்படுகின்றன என்பதற்குத் தத்துவரீதியான விளக்கங்கள் ஏராளமாக உள்ளன.[1] கணவனுக்கும் மனைவிக்கும் ‘உடம்பும் ஆன்மாவும் பரிபூர்ணமாக ஒன்றியிருப்பதற்கும்”, “சாவுக்குப் பின்பும் கணவன்பால் பக்தி தொடர்வதற்கும்” இது நிரூபணம் ஆதலால்; இலட்சிய மனைவிப் பண்பு உள்ளடங்கிய உருவகமாக இருப்பதால்; உமாவின் வார்த்தைகள் இதை அழகாக வெளிப்படுத்துகின்றன. ‘கணவனிடம் வைத்துள்ள பக்திதான் பெண்ணின் கௌரவமாகும்; அதுவே அவளுடைய நிரந்தர சுவர்க்கம்;” என்று அவள் கூறுவதுடன் ஒரு மானுடப் பெண்ணின் உருக்கத்துடன் மேலும் கூறுகிறாள்: “ உங்களுக்கு என்னிடம் திருப்தி இல்லையென்றால் எனக்குச் சுவர்க்கம் கூட வேண்டாம்.”

“கணவனை இழந்த பெண் விதவையாகவே இருக்கவேண்டும் என்பதைக் கட்டாயப்படுத்தும் வழக்கம் ஏன் மதிக்கப்படுகிறது என்பது எனக்குத் தெரியவில்லை, இந்த வழக்கத்தைப் புகழ்ந்து பாடும் யாரையும் நான் கண்டதில்லை. ஆயினும் இந்த வழக்கத்தைப் பின்பற்றுவோர் ஏராளமாக இருக்கிறார்கள்.”

“சிறுவயதிலேயே பெண்ணுக்குத் திருமணம் செய்யும் வழக்கம் பின்வருமாறு புகழப்படுகிறது என்று டாக்டர் கெட்கர் கூறுகிறார்.”

“உண்மையிலேயே விசுவாசமான ஒரு ஆண் அல்லது பெண், தான் மணந்திருக்கும் பெண் அல்லது ஆணைத் தவிர வேறு யாரையும் மனத்தளவில்கூட விரும்பக் கூடாது. இத்தகைய தூய்மை திருமணத்துக்குப் பின்பு மட்டுமின்றி, அதற்கு முன்பும் கூடக் கட்டாயமாக இருக்கவேண்டும். ஏனென்றால் இதுதான் உண்மையான தூய்மையாகும். எந்த ஒரு பெண்ணும் தான் மணந்து கொள்ளப் போகும் ஆணைத் தவிர வேறு யாரிடமும் அன்புகொண்டால் அவளைத் தூய்மையானவளாகக் கருத முடியாது. அவள் யாரை மணந்து கொள்ளப் போகிறாள் என்பது அவளுக்குத் தெரியாது ஆதலால், அவள்

திருமணத்துக்கு முன்னால் எந்த ஒரு ஆணிடமும் அன்பு கொள்ளக் கூடாது. அப்படி ஏற்பட்டால் அது பாவம். எனவே ஒரு பெண்ணிடம் பாலியல் உணர்வுகள் விழிப்பதற்கு முன்பாகவே, அவள் யாரிடம் அன்பு செலுத்த வேண்டும் என்று தெரிந்து கொள்வது நல்லது.”[2] இதனால் தான் பெண்ணுக்குச் சிறுவயதில் திருமணம்.”

1 (பார்க்க: ஏ.கே. குமாரஸ்வாமி - “சதி : கிழக்கத்தியப் பெண்ணுக்கு ஆதரவான ஒரு விளக்கம்”, பிரிட்டிஷ் சோஷியாலாஜிகல் ரிவ்யூ, தொகுதி, 6, 1913)

2 டாக்டர் எஸ்.வி கெட்கர், இந்தியாவில் சாதியின் வரலாறு, 1909, பக் 32-

"சொல் ஜாலமும் சாதுர்யமும் நிறைந்த இந்தத் தத்துவ வாதம் இந்த வழக்கங்கள் ஏன் மதிக்கப்பட்டன என்பதைக் காட்டுகின்றது. ஆனால் இவை ஏன் பின்பற்றப்பட்டன என்பதை இது விளக்கவில்லை. என்னுடைய கருத்து, இவை பின்பற்றப்பட்டதாலேயே மதிக்கப்பட்டன என்பதாகும். 18-ஆம் நூற்றாண்டில் தனி நபர்வாதம் தோன்றிய வரலாற்றை அறிந்தவர்கள் நான் கூறுவதைப் புரிந்துகொள்வார்கள். எப்போதுமே இயக்கம்தான் முக்கியமானது. தத்துவங்கள். அதற்குப் பின்பு வளர்ந்து அதை நியாயப்படுத்தி, அதற்குத் தார்மிக ஆதரவு கொடுக்கின்றன. அதேபோலத்தான் இதுவும் என்று கூறுகிறேன். இந்த வழக்கங்கள் இவ்வளவு உயர்வாகப் புகழ்ந்து பேசப்பட்டிருப்பது, இவை பின்பற்றப்படுவதற்கு இந்தப் புகழுரைகள் தேவைப்பட்டன என்பதை நிரூபிக்கிறது. இந்த வழக்கங்கள் ஏன் தோன்றின என்பதற்கு நான் கூறும் காரணம் சாதிக் கட்டமைப்பை உருவாக்குவதற்கு இவை தேவைப்பட்டன என்பதே. இவற்றை உயர்த்திக்கூறும் தத்துவங்கள் மக்களிடையே இவற்றைப் பரப்பும் நோக்கத்துடன் உருவாக்கப்பட்டவையாகும். இந்த வழக்கங்கள் சாதாரண மக்களுக்கு அதிர்ச்சியளிப்பதாகவும் வெறுக்கத்தக்கவையாகவும் இருந்திருக்க வேண்டும். எனவே கசப்பு மாத்திரைக்குச் சர்க்கரைப் பூச்சுக் கொடுப்பது போல இந்தத் தத்துவங்கள் கூறப்பட்டன. இந்த வழக்கங்கள் உண்மையில் வழிமுறைகளேயாகும். ஆனால் அவை இலட்சியங்கள் போல மக்கள் முன் வைக்கப்பட்டன. ஆயினும் இவற்றின் மூலம் ஏற்பட்ட விளைவுகளை நாம் புரிந்து கொள்ளவேண்டும். வழிமுறைகளை இலட்சியங்களாகக் கூறுவது அவசியமாகிறது என்று கூறலாம். இங்குநாம் எடுத்துக் கொண்டுள்ள விஷயத்தில் வழிமுறைகள் அதிக சக்தியுடன் செயல்படச் செய்வதற்கு இது அவசியமாயிற்று. வழிமுறைகளை இலட்சியம் என்று கூறுவதனால் தீங்கு எதுவும் இல்லை. ஆனால் அதன் உண்மையான தன்மை மூடிமறைக்கப்படுகிறது. ஆயினும் வழிமுறை என்ற அதனுடைய உண்மையான தன்மை மாறிவிடாது. வழிமுறைகளை இலட்சியம் என்று கூறுவது பூனைகளெல்லாம் நாய்கள் என்று சட்டம் இயற்றுவது போலாகும். ஆனால் இந்தச் சட்டத்தினால் பூனைகள் நாய்களாக மாறிவிடமாட்டா; அதேபோலத்தான் வழிமுறைகளும் உண்மையில் இலட்சியங்கள் ஆகிவிட மாட்டா. எனவே, சதி, கட்டாய விதவை முறை, பாலிய விவாக முறை ஆகியவற்றை இலட்சியங்கள் என்று சொன்னாலும், வழிமுறைகள் என்று கருதினாலும், இந்த வழக்கங்களின் நோக்கம் ஒன்றுதான் என்று கூறுகிறேன். ஒரு சாதியில் உபரியாகும் ஆண்,உபரியாகும் பெண் என்ற பிரச்சினைகளுக்குத் தீர்வு காண்பதும் அதனுடைய உட்குழு மண முறையைப் பாதுகாப்பதுமே அந்த நோக்கமாகும். இந்த வழக்கங்கள் இல்லாமல் கண்டிப்பான அகமண

33

முறையைப் பாதுகாக்க முடியாது. அகமணமுறை இல்லாமல் சாதி என்பது போலியாகும்.”

பிராமணீயம் கொண்டிருந்த இந்த ஆர்வ வேட்கைக்கு மற்றொரு உதாரணம் மனு அறிவித்த சாதி நீக்க விதியாகும்.

சாதியிருந்து விலக்கப்படுபவன் முற்றிலுமாக தள்ளி வைக்கப் பட்டவன்[1] ஆவான் என்று மனு கூறுகிறார். இவ்வாறு தள்ளி வைக்கப்பட்டவன் இறந்து விட்டவனைப் போலவே நடத்தப்பட வேண்டும் என்பது மனுவின் விதி. தள்ளி வைக்கப்பட்டவனுக்கு இறுதிக் கடன்களைக் கூட நடத்திவிட வேண்டும் என்று மனு கூறுகிறார். அதற்கான நடைமுறைகளையும் அவர் குறிப்பிடுகிறார்.

91:183 “தள்ளி வைக்கப்பட்டவனின் சபிண்டர்களும் சமானோதர்களும் அவனுக்கு (அவன் இறந்துவிட்டது போல) (ஊருக்கு) வெளியே, நல்லநாளில் மாலை நேரத்தில், உறவினர்கள், புரோகிதர்கள், ஆசிரியர்கள் முன்னிலையில் நீர்க் கடன் செய்ய வேண்டும்.”

11 : 84 “ஒரு அடிமைப் பெண், இறந்தவனுக்குச் செய்யப்படுவது போலத் தண்ணீர் நிறைந்த பானையைத் தன் பாதத்தால் கவிழ்த்துவிட வேண்டும்: (அவனது சபிண்டர்களும்) சமானோதகர்களும் ஒரு நாளுக்கும் ஒரு இரவுக்கும் தீட்டாயிருப்பார்கள்.”

ஆயினும் சாதியிலிருந்து விலக்கப்பட்டவன், கழுவாய் செய்துவிட்டு சாதிக்குத் திரும்புவதை மனு அனுமதிக்கிறார். பின்வரும் விதியில் இதைக் காணலாம்.

11:187 “ஆனால் அவன் கழுவாய் தேடிய பிறகு, அவர்கள் அவனுடன் புனிதத் தீர்த்தக் குளத்தில் நீராடி, தண்ணீர் நிரம்பிய புதிய பானை ஒன்றைக் கீழே போட வேண்டும்.”

11 : 188 “அவன் அந்தப் பானையைத் தண்ணீருக்குள் வீசிவிட்டு, தன்னுடைய வீட்டுக்குள் சென்று, முன்போலவே, உறவுக்காரனுக்கு விதிக்கப்பட்ட எல்லாக் கடமைகளையும் செய்ய வேண்டும்.”

11 : 189 “தள்ளி வைக்கப்பட்ட பெண்களுக்கும் இதே விதியைப் பின்பற்றவேண்டும், ஆனால் அவர்களுக்கு ஆடைகள், உணவு, பானம் ஆகியவை கொடுக்கப்படவேண்டும்; அவர்கள் (குடும்ப) வீட்டுக்கு அருகிலேயே வசிக்கவேண்டும்.”

3: 92. “அவன் (அதாவது குடும்பத்தலைவன்) நாய்களுக்கும், தள்ளி வைக்கப்பட்டவர்க்கும், பழைய பாவங்களுக்குத் தண்டனையாக நோய்களால் பீடிக்கப்பட்டவருகளுக்கும் மற்றும் காக்கைகள்,

1 நீக்கப்பட்டவன், தீண்டத்தகாதவனிலிருந்து வேறானவன்; இது பின்னர் கூறப்படும்.

பூச்சிகள் ஆகியவற்றுக்கும் தரைமீது சிறிது உணவை மெதுவாக வைக்கவேண்டும். தள்ளி வைக்கப்பட்டவனுடன் சமூக உறவுகள் வைத்துக் கொள்வது பாவம் என்று மனு அறிவிக்கிறார். ஸ்னதாக்கனை அவர் இவ்வாறு எச்சரிக்கிறார்."

4: 79..." நீக்கப்பட்டவர்களுடன் ஒன்றாகத் தங்கியிருக்கக் கூடாது."

*4 : 213..*நீக்கப்பட்டவர்கள் கொடுத்த உணவை உண்பது கூடாது."

குடும்பத்தலைவனுக்கு மனு கூறுகிறார்.

3.151. "அவன் அதாவது குடும்பத்தலைவன், சிராத்தத்தில் உபசாரம் செய்யக்கூடாது."

3:157. "தனது தாயை, தந்தையை அல்லது ஆசிரியரைப் போதுமான காரணம் இல்லாமல் கைவிட்டுவிடுகிற ஒருவன் நீக்கப்பட்டவர்களுடன் வேதத்தின் மூலமாகவோ, திருமணத்தின் மூலமாகவோ உறவு , கொள்பவன் ஆவான்."

மனு, நீக்கப்பட்டவனுடன் தொடர்பு கொள்கின்றவர்களுக்குத் தண்டனை கூறுவதன் மூலம், நீக்கப்பட்டவனுக்கெதிராக சமூகப் புறக்கணிப்பு நடத்துமாறு விதிக்கிறார்.

11:181. "தள்ளி வைக்கப்பட்டவனுடன் ஓராண்டு காலம் தொடர்பு கொள்பவன் தானே தள்ளி வைக்கப்பட்டவனாகி விடுகிறான்; அவனுடன் சேர்ந்து வேள்வி செய்வதனாலோ, வேதத்தைப் படிப்பதனாலோ, அவனுடன் பழகுவதனாலோ அல்ல, ஏனென்றால் இந்தச் செயல்களால் அவன் தனது வகுப்பை உடனேயே இழந்து விடுகிறான் ; ஒரே வண்டி அல்லது ஆசனத்தைப் பயன்படுத்தினாலோ அல்லது ஒரே இடத்தில் உண்பதனாலோ அவ்வாறு இழக்கிறான்."

17: 182. "நீக்கப்பட்டவர்களில் யாருடனாவது தொடர்பு கொள்பவன் அதற்குப் பிராயச்சித்தமாக அந்தப் (பாவம் செய்தவனுக்கு)க் கூறப்பட்டுள்ள கழுவாயைச் செய்ய வேண்டும்."

நீக்கப்படும் ஒருவன் தனது சாதியை எதிர்த்து நின்று, நீக்கப்பட்டவனாகவே இருக்க முடிவு செய்தால் அவனுக்குத் தண்டனைகள் கூறப்பட்டுள்ளன. மறு உலகில் அவனுக்கு என்ன தண்டனை கிடைக்கும் என்று மனு பின்வருமாறு கூறுகிறார்:

12:60. நீக்கப்பட்டவர்களுடன் தொடர்பு கொண்டவன் பிரமராட்சசன் (அதாவது ஒரு கெட்ட ஆவி) ஆவான்."

மனு, நீக்கப்பட்டவனை இத்துடன் விட்டுவிட விரும்பவில்லை. அவனுக்கு மிகக்கடுமையான தண்டனைகளைக் கூறுகிறார். நீக்கப்பட்டவனுக்கெதிராக மனு விதிக்கும் தண்டனைகள் வருமாறு:

3:150...''நீக்கப்பட்டவர்களான... கடவுள் நம்பிக்கை இல்லாதவர்களான, பிராமணர்கள் கடவுள்களுக்கும் பித்ருக்களுக்கும் கொடுக்கப்படும் அவைகளில் பங்குகொள்ளத் தகுதியற்றவர்கள்.''

9 : 201... ''நீக்கப்பட்டவனுக்கு (வாரிசுச் சொத்தில்) பங்கு கிடையாது.''

11:185. ''ஆனால் அதன்பின் (அதாவது, விலக்கப்பட்டவனுக்கு இறுதிக்கடன் நடத்தப்பட்டப்பிறகு), அவனுடன் பேசுவதோ, அவனுடன் உட்காருவதோ, வாரிசுச் சொத்தில் பங்கு கொடுப்பதோ, மனிதர்களுக்கிடையே சாதாரணமாக நடக்கும் பழக்கங்களில் ஈடுபடுவதோ தடைசெய்யப்படுகிறது.''

11 : 186. ''(நீக்கப்பட்டவன் எல்லோரிலும் மூத்தவனாயிருந்தால்), முதலில் பிறந்தவனுக்குரிய உரிமையும், மூத்த மகனுக்குரிய கூடுதல் பங்கும் அவனுக்குக் கொடுக்காமல் நிறுத்திவைக்கப்படும்; அவனுக்குப் பதிலாகப் பண்பில் சிறந்த அதாவது, சாதி விதியைப் பின்பற்றுகின்ற ஒரு இளைய சகோதரன், மூத்த மகனுக்குரிய பங்கைப் பெறுவான்.''

தள்ளி வைக்கப்பட்டவனுக்கு எதிராக மனு விதித்திருக்கும் விதிகள் இவை. அவனுக்கு விதிக்கப்பட்டிருக்கும் தண்டனைகளின் கடுமை தெளிவாயிருக்கிறது. அவற்றின் விளைவு, அவனைச் சமூகத் தொடர்களிலிருந்து விலக்கிவைக்கிறது; சமூக நிகழ்ச்சிகள் எதிலும் கலந்து கொள்ளாமல் தள்ளிவைக்கிறது; எல்லாப் பதவிகளுக்கும் அவனைத் தகுதியிழக்கச் செய்கிறது; சொத்து எதற்கும் வாரிசாக முடியாமல் தடுத்து வைக்கிறது. இம்மாதிரியான சூழ்நிலையில் தண்டனைகள் சாதியிலிருந்து விலக்கப்பட்டவன் உயிருடன் இருப்பதைவிட இறந்து போகலாம். அவன் இறந்து போனதாகத்தான் மனு கருதுகிறார்; பித்ருக்களுக்குச் செய்யும் கடனை அவனுக்குச் செய்யுமாறு கட்டளையிடுகிறார். இவ்வாறு ஒருவனைத் துன்பங்களுக்கும் துயரங்களுக்கும் உட்படுத்தும் முறைகள் செயலாகுமாறு பார்த்துக் கொள்வதற்காக, நீக்கப்பட்டவனுடன் தொடர்பு கொள்பவர்களுக்கும் அதே தண்டனைகள் விதிக்கப்படுகின்றன. தண்டனைகள் விலக்கப்பட்டவனுக்கு மட்டும்தான் என்று இல்லை; ஆண்களுக்கு மட்டும்தான் என்றும் இல்லை. பெண்கள், ஆண்கள் என்ற இருபாலாருக்கும் தண்டனைகள் கொடுக்கப்பட்டன. அவர்களின் குழந்தைகளும் தண்டனைக்குள்ளாக்கப்பட்டார்கள் நீக்கப்பட்டவனின் மகனுக்கும் இந்தச் சட்டம் நீட்டிக்கப்பட்டது. மகன் முன்னே பிறந்திருந்தால், தந்தை இறந்து போனவனாகக் கருதப்பட்டு தந்தையின்..... சொத்து அவனுக்கு உரிமையாக்கப்பட்டது. தந்தை சாதியிலிருந்து தள்ளி வைக்கப்பட்டபின் பிறக்கும் மகனுக்குச் சொத்துரிமை கிடையாது; நீக்கப்பட்டவனாகிறான். தந்தையுடன் அதாவது அவனும் நீக்கப்பட்டவனைப் பற்றிய மனுவின்

சட்டங்கள் நீதியும் மனிதத் தன்மையும் அற்றவையாகும். இதில் ஆச்சரியப்படுவதற்கு எதுவும் இல்லை என்று சிலர் நினைக்கலாம். எல்லா மதங்களின் சட்டங்களிலும் மதத்தைக் கைவிடுதலுக்கும், மதக் கோட்பாடுகளிலிருந்து மாறுபடுதலுக்கும் எதிராக உள்ள விதிகளைப் போலவே இவை இருப்பதே இதற்குக் காரணம். துரதிர்ஷ்டவசமாக இது உண்மைதான், எல்லா மதங்களுமே -புத்தமதம் தவிர -மதத்தைப் பின்பற்றுவதையும், மதச்சட்டங்களைப் பின்பற்றி நடப்பதையும் செயலாக்குவதற்கு வாரிசுரிமைச் சட்டங்களைப் பயன்படுத்தியுள்ளன; அல்லது தவறாகப் பயன்படுத்தியுள்ளன கிறிஸ்துவ மதத்திலிருந்து யூத மதத்துக்கு அல்லது வேறு எந்த மதத்துக்கேனும் மாறுகின்றவனை கான்ஸ்டாண்டைன் சக்கரவர்த்தியும் ஜூலி. ஒரு சமயப் பரப்பாளர் மற்றவர்களை இத்தகைய நேர்மையற்ற செயலைப் புரிவதற்குத் தவறான வழியில் அழைத்துச் செல்ல முயல்வாரேயானால் அத்தகையவருக்குத் தியோடிரியஸ் சக்கரவர்த்தியும் வாலன்டினியஸ் சக்கரவர்த்தியும் மரண தண்டனை விதித்து வந்தனர் என்பது வரலாறு. எல்லா ஐரோப்பிய நாடுகளும்[1] இதே விதமாக கிறிஸ்தவ மதத்தைப் பின்பற்றுவதைச் செயல்படுத்துவதற்காக இது போன்ற தண்டனைகளை விதித்தன.

விலக்கப்பட்டவனைப் பற்றிய சட்டத்தை இம்மாதிரிக் கருதுவது மேலெழுந்த வாரியான கருத்தாகும். முதாலாவதாக நீக்கப்பட்டவன் பிராமணீயத்தால் உருவாக்கப்படுகிறான். சாதியுடன் சேர்ந்து இதுவும் இருப்பது அவசியமாகிறது. உண்மையில், சாதிமுறையை உருவாக்குவதென்று முடிவு பிராமணீயம் செய்ததென்றால், நீக்கப்பட்டவனுக்கெதிரான சட்டம் இன்றியமையாததாகிவிடுகிறது. நீக்கப்பட்டவனைத் தண்டிப்பதன் மூலம்தான் சாதிமுறையைப் பராமரிக்க முடியும். இரண்டாவதாக, மதத்தைக்கைவிடுவது பற்றிய கிறிஸ்துவ சட்டம், முகமதியச் சட்டம் ஆகியவற்றுக்கும் சாதிபற்றிய பிராமணீயச் சட்டத்துக்கும் இடையே ஒரு வேறுபாடு உள்ளது.

மதத்தைக் கைவிடுவதற்கெதிரான கிறிஸ்துவச் சட்டமும் முகமதியச் சட்டமும் மதநம்பிக்கை இன்மைக்கும் தவறான மதக் கொள்கையைக் கூறுவதற்கும் எதிராக மட்டும் பயன்படுத்தப்பட்டன. ஆனால் பிராமணீயச் சட்டத்தில் கூறப்படும் தண்டனை மத நம்பிக்கைக்கோ நம்பிக்கை இன்மைக்கோ தொடர்பே இல்லாதது. இது ஒரு குறிப்பிட்ட விதமான சமூக முறையின் அதாவது, சாதியின் புனிதத்துடன் தொடர்புள்ளது. ஒருவனுடைய சாதியிலிருந்து வெளியே செல்லும் செயல்தான் தண்டிக்கப்படுகிறது. இது மிக முக்கியமான வேறுபாடாகும்.

---

1 ஆங்கிலேயச் சட்டங்கள் குறித்த ஸ்டீபனின் ஆய்வுரையைக் காண்க (15வது பதிப்பு) தொகுதி.4, பக்கம் 179

தள்ளி வைக்கப்பட்டவன் பற்றிய பிராமணீயச் சட்டத்தையும் மற்ற மதங்களில் மதத்தைக் கைவிடுதல் பற்றிய சட்டத்தையும் ஒப்பிட்டுப்பார்த்தால், கடவுள் நம்பிக்கை பிராமணீயத்துக்கு இன்றியமையாதது அல்ல என்று தெரிகிறது; இறப்புக்குப் பின் வாழ்க்கை உண்டு என்பதிலும் நம்பிக்கை இன்றியமையாதது அல்ல; நல்ல செயல்களைச் செய்வதன் மூலமோ, ஒரு தீர்க்கதரிசியிடம் நம்பிக்கை வைப்பதன் மூலமோ ஆன்ம இரட்சிப்புப் பெறுவதில் நம்பிக்கை பிராமணீயத்துக்கு இன்றியமையாதது அல்ல; அதே சமயம் வேதங்களின் புனிதத்தில் நம்பிக்கை வைப்பதுதான் பிராமணியத்துக்கு இன்றியமையாதது. பிராமணீயத்துக்கு இன்றியமையாதது இது ஒன்றுதான் ஏனென்றால் சாதியை உடைப்பது ஒன்றுதான் தண்டிக்கப்படுகிறது. மற்ற எல்லாவற்றையும் மீறுவது அனுமதிக்கப்படுகிறது.

கலப்பு மணத்தையும் கலந்து உண்ணுதலையும் தடைசெய்யும் பிராமணீயத்தின் செயல் சமூகத்தை முற்றிலுமாகத் துண்டாடுவதாகும். அது ஒற்றுமைக்குச் சாவுமணி அடித்து, ஒன்றுபட்டுச் செயல்படுவதை முற்றிலுமாகத் தடுத்துவிடுகிறது. பிராமணீயத்துக்கெதிராகப் பிராமணரல்லாதார் ஒன்றுபட்டுச் செயல்படுவதைத் தடுக்க வேண்டும் என்பதில் பிராமணீயம் எவ்வாறு தீவிரமாயிருந்தது என்பதைப் பின்பு பார்க்க விருக்கிறோம். அந்த நோக்கத்துடன்தான் பிராமணீயம் இந்திய சமூகத்தை இவ்வாறு பிளவுபடுத்திப் பிரித்துவைத்தது. ஆனால் நஞ்சின் கொடிய விளைவுகள் நஞ்சு இட்டவன் முதலில் எண்ணியிருந்த அளவுடன் நின்று விடுவதில்லை. சாதிமுறை விஷயத்திலும் இவ்வாறுதான் ஆயிற்று. பிராமணரல்லாதார் பிராமணர்களுக்கு எதிராகச் செயல்பட முடியாமல் செய்யவேண்டும் என்பதுதான் பிராமணீயத்தின் நோக்கம். அவர்கள் ஒரு நாட்டு மக்கள் என்ற முறையில் ஒரு வெளிநாட்டு மக்களை எதிர்த்துச் செயல்பட முடியாமல் செய்யவேண்டும் என்ற நோக்கம் கிடையாது. ஆனால் சாதி என்னும் நஞ்சின் விளைவு அவர்களைப் பிராமணீயத்துக்கு எதிராக மட்டுமின்றி வெளிநாட்டினருக்கு எதிராகவும் செயல்பட முடியாமல் செய்து விட்டது. வேறு விதமாகச் சொன்னால் பிராமணீயம் சாதிமுறையை உருவாக்கியதன் மூலம் தேசியத்தின் வளர்ச்சிக்கு மிகப் பெரிய இடையூறை ஏற்படுத்திவிட்டது.

மற்றவர்கள் என்ன சொன்னாலும், சாதி முறையில் தீங்கு எதுவும் இருப்பதாக ஓர் இந்து ஒப்புக் கொள்வதில்லை. ஒரு வகையில் பார்க்கும்போது இந்தக் கருத்து சரியானதே. ஒரு குடும்பத்தின் உறுப்பினர்களுக்கிடையே அன்பு, ஒற்றுமை, பரஸ்பர உதவி இருக்கிறது. திருடர்களிடையேயும் ஒருவித நேர்மை இருக்கிறது. ஒரு

கொள்ளைக் கும்பலின் உறுப்பினர்களிடையே பொதுவான நலன்கள் உள்ளன. குற்றக்கும்பல்களில் சகோதர உணர்வும், ஒரு கும்பல் மற்றக் கும்பல்களுக்கு எவ்வளவு விரோதியாயிருந்த போதிலும் சொந்தக் கும்பலின் நோக்கங்களுக்கு விசுவாசமும் இருக்கின்றன. இவ்வாறே தொடர்ந்து கூறினால் ஒரு சமூகத்துக்கு இருக்க வேண்டிய எல்லாச் சிறந்த பண்புகளும் சாதியில் இருக்கின்றன என்று கூறலாம்.

ஒரு சாதியில் அன்பும், ஒற்றுமையும், பரஸ்பர உதவியும் இருப்பதனால் அதில் குடும்பத்தின் நல்ல பண்புகள் இருக்கின்றன. திருடர்களிடையே இருக்கும் ஒருவித நேர்மை அதிலும் இருக்கிறது. குற்றக் கும்பல்களில் நாம் காணும் விசுவாசமும் சகோதர உணர்வும் சாதியில் இருக்கின்றன. கொள்ளைக்காரர்களிடம் காணப்படும் பொதுவான நலனுணர்வு சாதியிலும் காணப்படுகிறது.

ஓர் இந்து, சாதியில் காணப்படும் இந்தப் பாராட்டத்தக்க குணாம்சங்கள் பற்றித் திருப்தியடைந்து, அதில் தீமை எதுவும் இருப்பதாகக் கூறுவதை மறுக்கலாம். ஆனால் ஒன்றை அவன் மறந்துவிடுகிறான்: சாதி ஒரு இலட்சிய அமைப்பாக உள்ளது என்ற அவனது கருத்து, ஒவ்வொரு சாதியும் தன்னை ஒரு சுயேச்சையான சமூகமாகவும் தேசங்களைப் போல இறுதி லட்சியமாகவும் தன்னைக் கருதிக்கொள்ள முடியும் என்று கொண்டால்தான், ஏற்கத்தக்கதாகும். ஆனால், இந்து சமூகத்தையும் அதனுடன் சாதி முறையையும் பரிசீலனை செய்தால் இந்தக் கருத்து தகர்ந்து போகிறது.

இந்த விஷயத்தை இப்படிப் பார்த்தாலும் கூட ஓர் இந்து, சாதி முறையில் தீமை எதுவும் இருப்பதாக ஒப்புக்கொள்ள மாட்டான். சாதிமுறையின் தீமைகளுக்கு இந்து மதம்தான் காரணம் என்று குற்றம் சாட்டினால் உடனே அவன் “ஐரோப்பாவில் வர்க்க முறை இல்லையா?” என்று கேட்பான். ஓரளவுக்கு இந்த பதில் சரியானது என்று கூறலாம். அதாவது, தத்துவ அறிஞர்கள் கூறுவதுபோல் ஒன்றுபட்டதான, பொதுவான நோக்கமும், பரஸ்பர பரிவு உணர்வும், பொது நோக்கங்களில் விசுவாசமும், பொது நலத்தில் அக்கறையும் கொண்டதான சமூகம் எங்கும் இல்லை என்ற பொருளில் இருந்தால் அதைச் சரியெனக் கூறலாம். ஒவ்வொரு சமூகத்திலும் தனிப்பட்டதான குடும்பங்களும் வகுப்புகளும் உள்ளன என்றும் இவை தங்களுக்கு வெளியே உள்ளவர்களிடம் சந்தேகமும், பொறுமையும் கொண்டுள்ளன என்றும் உதாரணம் காட்டினால் அதை அதிகமாக ஆட்சேபிக்க முடியாது; அதேபோல கொள்ளைக்கூட்டங்கள், குற்றக் கும்பல்கள், குறுகிய நோக்குள்ள கும்பல்கள், தொழிற்சங்கங்கள், பணியாளர் சங்கங்கள், முதலாளிகளின் கூட்டுக்கள், வர்த்தக சங்கங்கள், அரசியல் கட்சிகள் ஆகியவற்றையும் உதாரணமாகக் காட்டலாம். இவற்றில் சில,

கொள்ளையடிக்கும் நோக்கத்துடன்தான் ஒன்றுபட்டு உள்ளன; மற்றும் சில, மக்களுக்குச் சேவை செய்யும் எண்ணம் கொண்டிருந்தாலும், மக்களையே தங்களுக்கு இரையாக்கிக் கொள்ளவும் தயங்குவதில்லை.

எங்குமே நடைமுறையில் பார்க்கும்போது, கடந்த காலத்திலும் சரி, நிகழ்காலத்திலும் சரி, சமூகம் என்பது ஒரே முழுமையான அமைப்பாக இல்லாமல், சிறு சிறு குழுக்களின் தொகுப்பாகவே அமைந்தது என்பதையும், அவை பல்வேறுவிதமான நோக்கங்களைக் கொண்டவையாக, அவற்றை அடைவதிலேயே ஈடுபாடு உள்ளவையாக இருந்தன என்பதையும் ஏற்கலாம். ஆனால் ஒரு இந்து, இந்து சாதிமுறைக்கும் இந்துவல்லாத சாதி முறைக்குமிடையே உள்ள ஒப்புமையைச் சுட்டிக் காட்டிவிட்டு இதுபற்றி வேறு ஒன்றும் சொல்வதற்கு இல்லை என்பதுபோல் விட்டு விட முடியாது. உண்மையில் இந்து பதில்கூற வேண்டிய இதைவிடப் பெரிய கேள்விகள் உள்ளன. ஒவ்வொரு சமூகமும் குழுக்களின் தொகுப்பாக இருந்தாலும், சில சமூகங்களில் இவை சமூகம் சாராதவையாகவும், சில சமூகங்களில் இவை சமூக விரோதமானவையாகவும் இருப்பதை அவன் கவனிக்க வேண்டும். வகுப்பு அமைப்பைக் கொண்ட சமூகத்துக்கும் சாதி அமைப்பைக் கொண்ட சமூகத்துக்கும் இடையில் உள்ள வேறுபாடு இதுதான், வகுப்பு அமைப்பு சமூகம் சாராதது, சாதி அமைப்பு சமூக விரோதமானது.

சில சமூகங்களில் உள்ள குழு அமைப்புகள் சமூகச் சார்பற்ற உணர்வுகளையும், வேறு சில சமூகங்களில் உள்ள குழுக்கள் சமூக விரோதமான உணர்வுகளையும் உருவாக்குவதற்கு என்ன காரணம் என்பதை உணர்வது முக்கியம். இந்த வேறுபாடு பற்றிப் பேராசிரியர் திவே மிகச்சிறப்பாக விளக்கம் அளித்திருக்கிறார். குழுக்கள் தனித்தனியாக உள்ளனவா, இணைந்தவையாக உள்ளனவா, அவற்றின் நலன்கள் பரஸ்பரமாக உள்ளனவா, இல்லையா என்பதைப் பொறுத்தே எல்லாம் உள்ளன என்று அவர் கூறுகிறார். குழுக்கள் நலன்கள் இணைந்தவையாகவும் தம்மிடையே பரஸ்பர உள்ளவையாகவும் இருந்தால், அவற்றினிடையே உள்ள உணர்வு சமூகச் சார்பற்றதாக மட்டும் இருக்கும். குழுக்கள் தனித்தனியாகவும், பரஸ்பர நலன்கள் இல்லாதவையாகவும் இருந்தால் அவற்றினிடையே உள்ள உணர்வு சமூக விரோதமானதாக இருக்கும். பேராசிரியர் திவே கூறுகிறார்[1]:

"ஒரு குழு தனிமையாகவும் தனிப்பட்டதாகவும் இருந்தால் அதனுடைய சமூகவிரோத உணர்வு மேலோங்குகிறது. ஆனால் எங்கெல்லாம் ஒரு குழு 'தனது சொந்தமான' நலன்களைக் கொண்டிருந்து அதன் காரணமாக மற்ற குழுக்களுடன்

---

1 ஜனநாயகமும் கல்வியும்.99.

முழுமையாகக் கலந்துறவாட முடியாமல் போய் அத்ததைய உறவின் மூலம் முன்னேற்றமடைவதற்குப் பதிலாக, தன்னிடம் உள்ளதைக் காப்பாற்றிக் கொள்வதே அதன் முக்கிய நோக்கம் ஆகிவிடுகிறதோ, அங்கெல்லாம் இதே உணர்வு காணப்படுகிறது. இந்த இயல்பு ஒன்றிலிருந்து ஒன்று தனிமைப்பட்டு நிற்கும் நாடுகளிடம் காணப்படுகிறது; தங்களுடைய உள் விஷயங்களைத் தனிமைப் படுத்திக் கொண்டு, பெரியதான ஒரு வாழ்க்கையுடன் தங்களுக்குத் தொடர்பு இல்லாதது போல நடந்து கொள்ளும். குடும்பங்கள்; வீடு, சமுதாயம் என்ற நலன்களிலிருந்து பிரிந்து நிற்கும் பள்ளிக் கூடங்கள்; பணக்காரர், ஏழை என்ற பிரிவினைகள்; படித்தவர் படிக்காதவர் என்ற பிரிவினைகள் ஆகியவற்றிலும் இது காணப்படுகிறது. இங்கு முக்கிய அம்சம் என்னவென்றால், தனிமைப்பட்டு நிற்பது வளைந்து கொடுக்காத நெகிழ்ச்சி இன்மையையும், வாழ்க்கையை முறையான அமைப்புகளில் உள்ளடக்கும் போக்கையும், குழுவுக்குள்ளேயே தேங்கி நிற்கின்ற சுயநலமான குறிக்கோள்களையும் ஏற்படுத்துகிறது என்பதேயாகும்.”

ஒரு சமூகத்தில் குழுக்கள் இருக்கின்றனவா, அல்லது அது ஒரு முழுமையாக இருக்கிறதா என்பதல்ல இங்குக் கேட்கவேண்டிய கேள்வி. பல்வேறு குழுக்களுக்கிடையே எந்த அளவுக்குத் தொடர்பும் ஒத்துழைக்கும் உறவுகளும், கலந்துறவாடல்களும் உள்ளன என்பதே கேட்க வேண்டிய கேள்வி; அவற்றினிடையே எத்தனை விதமான நலன்கள் பொதுவாகப் பகிர்ந்து கொள்ளப்படுகின்றன, வேறு வகையான கூட்டமைப்புகளுடன் அவை எந்த அளவுக்குத் தாராளமாகத் தொடர்பு கொண்டு செயல்படுகின்றன என்பதுதான் கேட்கப்படவேண்டிய கேள்வியாகும். சமூகத்தில் குழுக்கள் இருப்பதனாலேயே அது கண்டனத்துக்குரியதாகி விடாது. ஆனால் அந்தக் குழுக்கள் தனிமைப்பட்டவையாக, ஒவ்வொன்றும் தனக்கெனச் சொந்தமான தனிப்பட்ட வாழ்க்கை வாழ்ந்தால் அது கண்டிக்கத்தக்கது. ஏனென்றால் இந்தத் தனிமைதான் சமூகவிரோத உணர்வை உருவாக்குகிறது. இந்த உணர்வைக் கூட்டுகிற உணர்வாக மாற்ற முயற்சிப்பதைச் சாத்தியமற்றதாகச் செய்துவிடுகிறது.

வகுப்புகள் தனிமைப்பட்டு நிற்பது பிராமணீயத்தின் வேலையாகும். இதை அடைவதற்கு எடுக்கப்பட்ட முக்கிய நடவடிக்கைகள், பண்டைக்காலத்தில் நான்கு வருணங்களிடையே இருந்து வந்த கலப்பு மணத்தையும், கலந்து உண்பதையும் விலக்கியதாகும். இந்த இயலின் வேறொரு பிரிவில் இதை விவாதிக்கிறோம். ஆயினும் இதில் இன்னொரு அம்சம் மிச்சமிருக்கிறது. வருண முறைக்கும் திருமண

உறவுக்கும் தொடர்பு இல்லை என்று கூறியிருந்தேன். வெவ்வேறு வருணங்களைச் சேர்ந்த ஆண்களும் பெண்களும் மணந்து கொள்ள முடியும் என்றும், அவ்வாறே மணந்து கொண்டார்கள் என்றும் கூறினேன். வருணங்கள் கலந்து திருமணம் செய்து கொள்வதைச் சட்டம் தடைசெய்யவில்லை. சமூக ஒழுக்க விதிகளும் இதற்குச் தடையாக இல்லை. தனது சொந்த வருணத்தில்தான் மணம் செய்து கொள்ள வேண்டும் என்று சட்டமோ சமூகமோ விதிக்கவில்லை. வெவ்வேறு வருணங்களுக்கிடையிலான கலப்பு மணங்கள் எல்லாம் பெண்ணின் வருணம் உயர்வாகவும் ஆணின் வருணம் தாழ்வாகவும் அல்லது ஆணின் வருணம் உயர்வாகவும் பெண்ணின் வருணம் தாழ்வாகவும் இருந்தாலும் செல்லத்தக்கனவாயிருந்தன. உண்மையில் பேராசிரியர் கானே கூறுவதுபோல, அனுலோமத் திருமணம் பிரதிலோமத் திருமணம் என்ற வேறுபாடு இருக்கவில்லை, அந்த வார்த்தைகளே கூட இருக்கவில்லை. இவை பிராமணீயம் உருவாக்கியவை. பிராமணீயம் பிரதிலோமத் திருமணங்களை உயர்ந்த வருணப் பெண் தாழ்ந்த வருணத்தைச் சேர்ந்த ஆண் மணப்பதைத் தடுத்துவிட்டது. வருணங்களிடையே தொடர்பு ஏற்படுவதைத் தடுத்து, அவற்றிடம் தனிப்பட்ட உணர்வையும் சமூகவிரோத உணர்வையும் ஏற்படுத்தும் திசைவழியில் எடுத்து வைக்கப்பட்ட ஒரு அடியாகும் இது. பிரதிலோமத் தொடர் மூலம் வருணங்களிடையே இணைப்பு ஏற்படும்வழி அடைக்கப்பட்டாலும், அனுலோமத் திருமண வழி திறந்தே இருந்தது. படிப்படியான சமத்துவமின்மை பற்றிய பகுதியில் குறிப்பிடப்பட்ட படி அனுலோமத் திருமணம், அதாவது உயர்ந்த வருணத்தைச் சேர்ந்த ஆணும் தாழ்ந்த வருணத்தைச் சேர்ந்த பெண்ணும் மணந்து கொள்வதைப் பிராமணீயம் தொடர்ந்து அனுமதித்தது. அனுலோமத் திருமண வழி அதிகமாக மதிக்கப்படாவிட்டாலும், ஒரு வழிப்பாதையாக இருந்தபோதிலும், வருணங்கள் முற்றிலுமாகத் தனிமைப்பட்டு விடாமல் தொடர்பு கொண்டிருப்பதற்கு அது உதவியது. இங்கேயும் கூடப் பிராமணீயம் ஒரு அசிங்கமான தந்திரவேலை செய்தது. அது எத்தகைய அசிங்கமான தந்திரம் என்பதைக் காட்டுவதற்கு, முதலில் ஒரு குழந்தையின் வருணத்தைத் தீர்மானிப்பதற்குப் பின்பற்றப்பட்டு வந்த விதியைக் குறிப்பிடவேண்டும். மிகப்பண்டைக் காலத்திலிருந்து வழங்கி வந்த விதியின்படி குழந்தையின் வருணம், தந்தையின் வருணத்தை வைத்துத் தீர்மானிக்கப்பட்டது. தாயின் வருணத்துக்கு இதில் முக்கியத்துவம் கிடையாது. பின்வரும் உதாரணங்களைப் பார்த்தால் இந்த உண்மை சந்தேகத்துக்கிடமில்லாமல் புலனாகும்.

•

தந்தையின் பெயர்	தந்தையின் வருணம்	தாயின் பெயர்	தாயின் வருணம்	குழந்தையின் பெயர்	குழந்தை வருணம்
1.சந்தனு	சத்திரியர்	கங்கை	சூத்திர அனாமிக	பீஷ்மர்	சத்திரியர்
2.சந்தனு	சத்திரியர்	மத்ஸ்ய கந்தா	சூத்திர மீனவர்	விசித்திர வீரியன்	சத்திரியர்
3.பராசரர்	பிராமணர்	மத்ஸ்ய கந்தா	சூத்திர மீனவர்	கிருஷ்ண த்வைபாயனர்	பிராமணர்
4.விஸ்வா மித்திரர்	சத்திரியர்	மேனகை	அப்சரசு	சகுந்தலை	சத்திரியர்
5.யயாதி	சத்திரியர்	தேவயானை	பிராமணர்	யது	சத்திரியர்
6.யயாதி	சத்திரியர்	சர்மிஷ்டை	அசுரி ஆரியரல் லாதார்	துருஹ்யா	சத்திரியர்
7.ஜரத்கரு	பிராமணர்	ஜரத்கரி	நாகா ஆரியரல் லாதார்	அசிதா	பிராமணர்

இந்த விதி "பித்ர சவர்ண" விதி எனப்பட்டது. இந்த விதியினால் அனுலோம, பிரதிலோமத் திருமணங்கள் மீது என்ன விளைவு ஏற்படுகிறது என்று பார்ப்பது சுவாரஸ்யமாயிருக்கும்.

பிரதிலோமத் திருமணத்தில் இந்த விதி செயல்படும்போது உயர் வருணப் பெண்களின் குழந்தைகள், தந்தையின் தாழ்ந்த வருணத்துக்குக் கீழே இழுக்கப்படுவார்கள். அனுலோமத் திருமணத்தில் இதன் விளைவு நேர்மாறாக இருக்கும். தாழ்ந்த வருணத்தைச் சேர்ந்த பெண்களின் குழந்தைகள் தந்தையரின் மேல் வருணத்துக்கு உயர்த்தப்பட்டு அதில் சேர்த்துக் கொள்ளப்படுவார்கள்.

மனு பிரதிலோமத் திருமணங்களைத் தடுத்து, மேல் வருணத்திலிருந்து கீழ் வருணத்துக்கு இழுக்கப்படுவதைத் தடுத்தார். ஆயினும் அனுலோமத் திருமணம் அனுமதிக்கப்பட்டு, பித்ர சவர்ண விதி செயல்படுத்தப்பட்ட வரை இதனால் அதிகக் கெடுதல் இல்லை. இந்த இரண்டும் சேர்ந்து மிகவும் பயனுள்ள ஏற்பாடாகச் செயல்பட்ட அனுலோமத் திருமணம் வருணங்களிடையே தொடர்பு இருந்துவர உதவியது; பித்ர சவர்ண விதி மேல் வகுப்புகளைச் சேர்ந்தவர்கள் ஒரு கலப்பு அமைப்பாக இருக்க உதவியது. ஏனென்றால் வெவ்வேறு வருணங்களைச் சேர்ந்த தாய்மார்களுக்குப் பிறந்த குழந்தைகள் மேல் வகுப்புகளில் வந்து சேர்வதைத் தவிர்க்க முடியாது. வருணங்கள் கலந்து தொடர்பு

கொள்வதற்கு இருந்த இந்த வழியைத் திறந்து வைத்திருக்கப் பிராமணீயம் விரும்பவில்லை. வேண்டும் என்று அதை அடைத்துவிட தீவிரமா-யிருந்தது. ஆனால் அதைச் செய்வதற்குத் தெரிந்தெடுத்த முறை மிகவும் இழிவானது. நேரான கௌரவமான வழி அனுலோமத் திருமணத்தைத் தடை செய்வதாகும். ஆனால் பிராமணீயம் அதைச் செய்யவில்லை. அனுலோமத் திருமணம் தொடர்ந்து நடக்க அனுமதித்தது. ஆனால் குழந்தையின் வருணத்தைத் தீர்மானிக்கும் விதியை அது மாற்றியது. பித்ர சவர்ண விதிக்குப் பதிலாக 'மாத்ர சவர்ண' விதியைக் கொண்டுவந்தது. இதன்படி குழந்தையின் வருண அந்தஸ்து தாயின் அந்தஸ்தை வைத்துத் தீர்மானிக்கப்பட்டது. இந்த மாற்றத்தின் மூலம் திருமணம், சமூகப் பிரிவுகளிடையே தொடர்புக்கு வழியாக இருக்கும் நிலை மாறி விட்டது. மேல் வருணத்து ஆண்கள், தங்கள் குழந்தைகள் கீழ் வருணப் பெண்களுக்குப் பிறந்த ஒரே காரணத்தினால் அந்தக் குழந்தைகளிடம் தங்களுக்கு உள்ள பொறுப்பிலிருந்து விடுவிக்கப்பட்டார்கள். இது அனுலோமத் திருமணத்தை வெறும் பாலுறவு விஷயமாகவும் கீழ் வருணத்துப் பெண்களுக்கு ஒரு அவமதிப்பாகவும், மேல் வருணத்து ஆண்கள் கீழ் வருணப் பெண்களுடன் சட்டப்பூர்வமாக விபச்சாரம் செய்வதற்கு அளிக்கப்படும் உரிமையாகவும் மாற்றிவிட்டது. விரிவான சமூக நோக்கில் பார்க்கும்போது, அது வெவ்வேறு வருணங்களை முற்றிலுமாகத் தனிமைப்படுத்தி வைத்தது; இதுதான் இந்து சமூகத்தின் பெரிய சாபக்கேடாக உள்ளது. இப்படியெல்லாம் இருந்த போதிலும் கூட மதநெறிப் பற்றாளனான இந்து இன்னமும் சாதிமுறை ஒரு இலட்சிய முறையாக உள்ளது என்று நம்புகிறான். அவன் மட்டுமின்றிக் கல்வியறிவில் உயர்ந்த அரசியல்வாதிகளிலும் வரலாற்றாசிரியர்களிலும் இவ்வாறு நம்புவோர் இருக்கிறார்கள். மேலும் இந்திய அரசியல்வாதிகள், வரலாற்றாசிரியர்கள் ஆகியோரில், சாதிமுறை தேசியத்துக்கு இடையூறாக உள்ளது என்பதை மறுப்பவர்களும் இருக்கிறார்கள். அவர்கள் இந்தியா ஒரு தேசம் என்று கருதுகிறார்கள்; அதனால் யாரேனும் இந்திய தேசம் என்பதற்குப் பதிலாக இந்தியாவின் மக்கள் என்று பேசினால் மனம் நோகிறார்கள். இந்த மனப்பான்மை புரிந்து கொள்ளக்கூடியதே. பெரும்பாலான அரசியல்வாதிகளும் வரலாற்றாசிரியர்களும் பிராமணர்களே. எனவே தங்களுடைய முன்னோர்களின் தவறான செயல்களை வெளிச்சம் போட்டுக் காட்டுவதற்கோ அவர்கள் செய்த தீமைகளை ஒப்புக்கொள்வதற்கோ அவர்களுக்குத் தைரியம் இருக்கும் என்று எதிர்பார்க்க முடியாது. யாரிடமாவது இந்தியா ஒரு தேசமா என்று கேட்டுப்பாருங்கள், உடனே எல்லோரும் ஒரே கூட்டிசையாக 'ஆமாம்' என்பார்கள். அதற்கு என்ன காரணம் என்று கேட்டால், முதல் காரணம்.

இந்தியா புவியியல் ரீதியில் ஒன்றுபட்டுள்ளது என்றும், இரண்டாவதாக, இந்தியப் பண்பாடு, அடிப்படையில் ஒன்றாக உள்ளது என்றும் பதில் கூறுவார்கள். இவற்றையெல்லாம் வாதத்துக்காக ஏற்றுக்கொள்ளலாம்; ஆனால் இதை வைத்து இந்தியா ஒரு தேசம் என்று கூறுவது ஒரு மாயைக் கருத்தேயாகும். ஒரு தேசம் என்பது என்ன? தேசம் என்பது நில அமைப்பைக் குறிப்பதல்ல, நிலவியல் ரீதியில் அது எவ்வளவு தூரம் ஒன்றுபட்டதாக இருந்தாலும் போதாது. தேசம் என்பது, பொதுவான மொழி, பொதுவான மதம், பொதுவான இனம், இவற்றின் அடிப்படையில் உருவான பொதுவான பண்பாட்டைக் கொண்டு சேர்மான முறையில் ஒன்று சேர்க்கப்பட்ட மக்கள் அல்ல. வேறொரு இடத்தில் நான் கூறியுள்ளதை இங்கே குறிப்பிடுகிறேன்: "நாட்டுரிமை என்பது அகச் சார்பான ஓர் உளவியல் உணர்வு. தாங்கள் ஒன்றுபட்டு இருப்பதாக எல்லோருடைய உள்ளத்திலும் உள்ள உணர்வு அது; தாங்கள் எல்லோரும் உற்றார் உறவினர் என்ற எண்ணத்தை அது ஏற்படுத்துகிறது. இந்த நாட்டு உணர்வு இரு பக்கமும் கூராக உள்ள ஒரு ஆயுதமாகும், அது தன்னுடைய உற்றாரிடம் தோழமையும் தனது உற்றார் அல்லாதவர்களிடம் தோழமையின்மையும் காட்டும் உணர்வு. "ஒரே வகை என்பதை உணரும்" உணர்வு அது. அதன் வரம்புக்குள் இருப்பவர்களை அது ஒன்றாகப் பிணைத்து, வெளியே உள்ள மற்றவர்களிடமிருந்து அவர்களைத் தனியாகப் பிரிக்கிறது. அது தன்னுடைய குழுவைச் சேர்ந்தவனாக இருக்கவேண்டும் என்றும், வேறு எந்தக் குழுவையும் சேர்ந்தவனாக இருக்கக் கூடாது என்றும் மனதில் எழும் வேட்கையாகும். இதுதான் நாட்டுரிமை அல்லது தேசிய உணர்வு என்பதன் சாராம்சமாகும். தன்னுடைய உற்றார்களுடன் சேர்ந்தவனாக இருக்கவேண்டும் என்ற இந்த வேட்கை நான் முன்பே குறிப்பிட்டதுபோல அகச்சார்பான உளவியல் உணர்வு அது புவியியல், பண்பாடு, பொருளாதாரம், சமூகப் போராட்டம் ஆகியவற்றுடன் முற்றிலும் தொடர்பற்றது. புவியியல் ஒற்றுமை இருக்கலாம், ஆயினும் "சேர்ந்திருக்கும் வேட்கை" இல்லாமலிருக்கலாம். புவியியல் ஒற்றுமை இல்லாமலிருக்கலாம், ஆயினும் "சேர்ந்திருக்கும் வேட்கை தீவிரமாயிருக்கலாம். பண்பாட்டு ஒற்றுமை இருக்கலாம், ஆனால் சேர்ந்திருக்கும் வேட்கை இல்லாமலிருக்கலாம். பொருளாதாரப் போராட்டங்களும் வகுப்புப் பிரிவினைகளும் இருக்கலாம்; என்றாலும் சேர்ந்திருக்கும் வேட்கை தீவிரமாயிருக்கலாம். இங்குச் குறிப்பிடத்தக்கது என்னவென்றால் நாட்டுரிமை என்பது முதன்மையாகப் புவியியல், பண்பாடு போன்றவற்றைப் பொறுத்தது அல்ல என்பதே..."

வேதகால முறைமை வீழ்ச்சியடைந்து[1] வந்த காலத்தில் சூத்திரர்களும் பெண்களும் மிகத்தாழ்வான நிலைக்குத் தள்ளப்பட்டு விட்டார்கள்.

1 வீழ்ச்சியடைந்து வந்தகாலம் என்று நான் கூறுவது பிராமணர்கள்

புத்தமதத்தின் அலை எழுந்து வந்தபோது இந்த இருவரின் நிலைமையிலும் பெரும் மாற்றம் ஏற்பட்டது. சுருக்கமாகச் சொன்னால் புத்த மதம் கோலோச்சியபோது சூத்திரர்கள் சொத்து சேர்க்கவும், கல்வி கற்கவும், மன்னன் ஆகவும் கூட முடியும். வேதகால முறைமையில் பிராமணர்களுக்கு இருந்த சமூக ஏணியின் மிக உயர்ந்த படிக்கும்கூட அவர்கள் உயரமுடியும். புத்த மதத்தின் பிக்குகள் அமைப்பு, வேத முறைமையின் பிராமணர்கள் அமைப்புக்குச் சமமானது. இந்த இரண்டு அமைப்புகளும் அதனதன் மத வரம்புக்குள், அந்தஸ்திலும் கௌரவத்திலும் ஒன்றுக்கொன்று சமமாக இருந்தன. வேத முறைமையில் சூத்திரன் ஒருபோதும் பிராமணன் ஆகமுடியாது; ஆனால் புத்தமதத்தில் அவன் பிக்கு ஆகமுடியும்; அதன்மூலம், பிராமணனுக்குரிய அந்தஸ்தையும் கௌரவத்தையும் இவன் அடையமுடியும். வேதமுறையின் கீழ் பிராமண அமைப்பின் கதவுகள் சூத்திரனுக்கு மூடப்பட்டிருந்தன, ஆனால் புத்தமத பிக்கு அமைப்பின் கதவுகள் அவனுக்குத் திறந்திருந்தன, வேத முறைமையில் பிராமணர்கள் ஆக முடியாத பல சூத்திரர்கள், புத்தமதத்தில் பிக்குகள் ஆவதன் மூலம் அவர்களுக்குச் சமமான இடத்தைப் பெற்றார்கள். பெண்கள் விஷயத்திலும் இதேபோன்ற மாற்றம் இருந்தது. புத்தமத முறைமையில் பெண் சுதந்திரம் பெற்றவள் ஆனாள். திருமணம் அவளை அடிமையாக்கவில்லை. ஏனென்றால் புத்தமத விதியின்படி திருமணம் ஓர் ஒப்பந்தமாகவே இருந்தது. புத்தமத முறைமையில் அவள் சொத்துச் சேர்க்க முடியும்; கல்விகற்க முடியும்; இதைவிடக் குறிப்பிடத்தக்கது என்னவென்றால், அவள் புத்த மதத்தின் பிக்குணிகள் அமைப்பில் உறுப்பினராக முடியும்; அதன் மூலம் அவள் பிராமணனின் அந்தஸ்தையும் கௌரவத்தையும் அடைய முடியும். புத்த மதத்தில் இவ்வாறு சூத்திரர்களும் பெண்களும் உயர்ந்த நிலையைப் பெற்றதால், புத்த மதத்தை அதன் எதிரிகள் சூத்திர மதம் (அதாவது கீழ் வகுப்பாரின் மதம்) என்று அழைத்தார்கள்.

இவையெல்லாம் பிராமணர்களுக்குப் பெரும் எரிச்சலைத் தந்திருக்க வேண்டும். எவ்வளவு பெரும் எரிச்சம் ஏற்பட்டது என்பது அவர்களின் செயலிலிருந்து தெரிகிறது. பிராமணீயம் புத்தமதத்தின் மீது வெற்றி பெற்றபின் எல்லாவற்றையும் அடித்து நொறுக்கும் சீற்றத்துடன் செயல்பட்டது; உயிரோட்டம் அளித்த சூத்திரர்களும் பெண்களும் பெற்ற உயர்ந்த அந்தஸ்தை முற்றிலுமாகத் தகர்த்துத் தள்ளிவிடுவதில் முனைந்து ஈடுபட்டது.

இந்தப் பின்னணியில் தொடங்கி, சூத்திரர்களுக்கெதிராக மனு ஏற்படுத்திய சட்டங்களின் கொடுமையையும் மனிதத்தன்மையற்ற

தங்களுடைய மேல் நிலையை உறுதி செய்ததன் மூலம் நான்கு வருணமுறையின் சமநிலையை மாற்றத் தொடங்கியது முதலான காலம்.

கடுமையையும் பார்க்கும் போது உடல் நடுங்குகிறது. இவற்றில் சிலவற்றைச் சில பொதுவான தலைப்புகளின் கீழ் தொகுத்து மேற்கோள் தருகிறேன்.

மனு, பிராமண, சத்திரிய, வைசிய வகுப்புகளைச் சேர்ந்த இல்வாழ்வோருக்குக் கூறுவது:

4:61. "சூத்திரர்கள் ஆட்சியாளர்களாக இருக்கும்" நாட்டில் அவன் வசிக்காதிருப்பானாக...."

இதன் பொருள், ஒரு சூத்திரன் ஆளும் நாட்டிலிருந்து பிராமணர்கள், சத்திரியர்கள், வைசியர்கள் வெளியேறிவிட வேண்டும் என்பதாக இருக்க முடியாது. இதன் பொருள், ஒரு சூத்திரன் மன்னன் ஆனால் அவனைக் கொன்றுவிட வேண்டும் என்பதாகத்தான் முடியும். சூத்திரன் மன்னனாக இருக்கத் தகுதியற்றவன் என்று ஒப்புக்கொள்ள வேண்டும் என்பது மட்டுமின்றி அவனை மரியாதைக்குரிய மனிதனாகவே கூடக் கருதக்கூடாது. மனு பின்வருமாறு சட்டம் செய்கிறார்:

11: 24."ஒரு பிராமணன் ஒருபோதும் ஒரு சூத்திரனிடமிருந்து வேள்வி செய்வதற்கு அதாவது மதக்காரியங்களுக்குச் எந்தவிதச் சொத்தையும் யாசிக்கக்கூடாது."

சூத்திரர்களுடன் எந்தவிதமான திருமணத் தொடர்புகளும் கொள்வது தடை செய்யப்பட்டது. மூன்று மேல் வகுப்புகளின் பெண்களுடனும் சூத்திரர்கள் திருமணம் செய்துகொள்வது தடை செய்யப்பட்டது. ஒரு சூத்திரன் மேல் வகுப்பைச் சேர்ந்த பெண்களுடன் எந்தத் தொடர்பும் வைத்துக்கொள்ளக் கூடாது; அந்தப் பெண்களுடன் சூத்திரன் தவறாக உடலுறவு கொண்டால் அது மரணதண்டனைக்குரிய குற்றமாகும் என்று மனு அறிவிக்கிறார்.

8: 374. "ஒரு சூத்திரன் ஒரு உயர்சாதிப் பெண்ணுடன், அவள் பாதுகாக்கப்பட்டவளாக[1] அல்லது பாதுகாப்பு இல்லாதவளாக இருந்தாலும், உடலுறவு கொண்டால் பின்வருமாறு தண்டிக்கப்படவேண்டும். அவள் பாதுகாப்பு இல்லாதவளாக இருந்தால் அவன் தவறிழைத்த உறுப்பை இழக்க வேண்டும். அவள் பாதுகாப்பு உள்ளவளாக இருந்தால் அவனை மரணதண்டனைக்கு உட்படுத்தி அவனது சொத்துக்களையும் பறிமுதல் செய்யவேண்டும்."

சூத்திரன் பணிந்து சேவை செய்பவனாகவும், பதவி வகிக்கத் தகுதியற்றவனாகவும், கல்வியற்றவனாகவும், சொத்தற்றவனாகவும்

---

1 பாதுகாக்கப்பட்டவள் என்றால் உறவினரின் பாதுகாப்பில் இருப்பவள் என்று பொருள் பாதுகாப்பு இல்லாதவள் என்றால் தனியாக வசிப்பவள் என்று பொருள்.

இருக்க வேண்டும் என்றும், அவனும் அவனது சொத்தும் எப்போதும் கட்டாயமாக எடுத்துக்கொள்ளக் கூடியவையாகவும் இருக்க வேண்டும் என்றும் மனு வலியுறுத்துகிறார்.

பதவியைப் பொறுத்தமட்டில் மனு இவ்வாறு கூறுகிறார்:

8 : 20. "பிறப்பினால் மட்டுமே பிராமணனாக உள்ள அதாவது, கல்வியே கல்லாதவனும், வேதங்களில் கூறப்படும் வேறு எந்தச் செயலையும் செய்திராதவனும் ஆகிய பிராமணன், மன்னன் விரும்பினால், அவனுக்குச் சட்டத்தின் பொருள் கூறலாம், அதாவது, நீதிபதியாகப் பணிபுரியலாம்; ஒரு போதும் சூத்திரன் (எவ்வளவு கல்வி கற்றவனாக இருந்தபோதும்) இதைச் செய்யக்கூடாது."

8:21. 'சூத்திரன் சட்டத் தீர்ப்புக் கூறுவதைப் பார்த்துக் கொண்டிருக்கும் மன்னனின் நாடு, சேற்றுநிலத்தில் அமிழ்ந்துபோகும் பசுவைப்போல மூழ்கிப்போய்விடும்."

8 : 272. "சூத்திரன் அகம்பாவம் கொண்டு பிராமணர்களுக்கு மதத்தைப் போதிக்கத் துணிந்தால் மன்னன் அவனது வாயிலும் காதுகளிலும் கொதிக்கும் எண்ணெயை ஊற்றச் செய்யவேண்டும்."

பண்டைக்காலத்தில் வேதங்களைக் கற்பது கல்வி பெறுவதாகக் கருதப்பட்டது. வேதங்களைக் கற்பது எல்லோருக்கும் உள்ள உரிமை அல்ல என்றும் சிலருக்கே உள்ள சிறப்புரிமை என்றும் மனு கூறுகிறார். மனு சூத்திரனுக்கு வேதத்தைக் கற்கும் உரிமை இல்லாமற் செய்தார். அது மூன்று மேல் வகுப்புகளுக்கு மட்டும் உள்ள சிறப்புரிமை என்று ஆக்கினார். சூத்திரன் வேதத்தைக் கற்கக்கூடாது என்று தடைசெய்தது மட்டுமின்றி, அவன் வேதத்தைக் கற்க உதவி செய்பவர்களுக்கும் தண்டனைகள் விதித்தார். வேதம் கற்கும் சிறப்புரிமை பெற்றவர்களுக்கு மனு கூறுகிறார்:

4: 99. "அவன் ஒரு போதும் வேதங்களை...சூத்திரர்களின் முன்னால் படிக்கக் கூடாது."

மேலும் அவர் விதிப்பது:

3 : 156. "சூத்திர மாணாக்கர்களுக்குக் கல்வி கற்பிப்பவனும், சூத்திரனைக் குருவாகக் கொண்டவனும் சிராத்தத்துக்கு அழைக்கப்படும் தகுதியை இழந்துவிடுகிறார்கள்."

மனுவுக்குப் பின்வந்தவர்கள் சூத்திரன் வேதம் கற்பதற்கு விதிக்கும் தண்டனையை மேலும் கொடுமையாக்கினார்கள். உதாரணமாகக் காத்யாயனர், சூத்திரன் வேதம் ஓதுவதைக் கேட்டாலோ, வேதத்தின் ஒரு வார்த்தையைக்கூட உச்சரித்தாலோ மன்னன் அவனுடைய நாக்கை இரண்டாக வெட்டச் செய்ய வேண்டும் என்றும், அவனுடைய காதுகளில் காரீயத்தைக் காய்ச்சி ஊற்றச் செய்ய வேண்டும் என்றும் கூறுகிறார்.

சொத்து விஷயமாக மனு இரக்கமற்றவராகவும் வெட்கமில்லாத வராகவும் இருக்கிறார். மனுவின் சட்டத்தின்படி:

10 :129. "சூத்திரன், அளவுக்கதிகமாகச் செல்வம் சேர்க்கக்கூடாது; அவனுக்கு அதற்குச் சக்தி இருந்தாலும் கூட அவ்வாறு செய்யக் கூடாது. ஏனென்றால், பணிந்து சேவை செய்ய வேண்டியவன் செல்வம் சேர்த்துவிட்டால், கர்வம் அடைந்து விடுகிறான்; அவன் தன்னுடைய அகம்பாவத்தினாலும் அலட்சியத்தினாலும் பிராமணர்களுக்கு வேதனை உண்டாக்குகிறான்."

மனு இந்த விதிக்குக் கூறப்படும் காரணம் அந்த விதியைவிட அருவருக்கத்தக்கதாக உள்ளது. சூத்திரன் செல்வம் சேர்க்கக்கூடாது என்று விதி செய்வது மட்டும் அதைத் தடுப்பதற்குப் போதுமானது என்று மனுவுக்கு நம்பிக்கை இல்லை. சூத்திரன் செல்வம் சேர்ப்பதன் மூலம் பிராமணர்களுக்கு வருத்தம் தருவதற்கு இடமே இல்லாமற் செய்வதற்காக தமது சட்டத்தில் பின்வருமாறு மேலும் ஒரு விதியைச் சேர்த்திருக்கிறார்:

8: 417. 'ஒரு பிராமணன், உயிர் வாழ்வதற்கு வழியில்லாமல் கஷ்டநிலையில் இருந்தால் அவன் தயக்கமில்லாமல் சூத்திரன் பொருள்களைக் கைப்பற்றிக் கொள்ளலாம்."

சூத்திரனின் பொருளைக் கட்டாயமாகக் கைப்பற்றலாம் என்பது மட்டுமின்றி, அவனது உழைப்பையும் கட்டாயமாகப் பெறலாம் என்று மனு கூறுகிறார். மனுவின் சட்டத்தில் உள்ள பின்வரும் விதியைப் பார்க்கவும்:

8:413. "ஒரு பிராமணன் சூத்திரனை, அவன் வாங்கப்பட்டவனாக இருந்தாலும் வாங்கப்படாதவனாக இருந்தாலும், குற்றேவல் வேலைகளைச் செய்யும்படிக் கட்டாயப்படுத்தலாம்; ஏனென்றால் பிராமணனுக்கு அடிமையாய் இருப்பதற்காகவே படைப்புக்கடவுள் அவனைப் படைத்திருக்கிறார்."

சூத்திரன் பேச்சில் பணிவாக இருக்கவேண்டும் என்று மனு கூறுகிறார். எவ்வளவு பணிவாக இருக்க வேண்டும் என்பதை மனுவின் சட்டத்தில் உள்ள பின்வரும் விதிகளிலிருந்து காணலாம்:

8:270. "இருப்பிறப்பாளன் ஒருவனைக் கடுமையான வசைமொழியால் அவமதிக்கிற சூத்திரனின் நாக்கு துண்டிக்கப்படவேண்டும்; ஏனென்றால் அவன் பிறப்பில் இழிந்தவன்."

8: 271. "பிராமணர்களின் பெயர்களையும் சாதிகளையும் அவன் அவமதிப்பான முறையில் சொன்னால், பத்து விரலளவு நீளம் உள்ள இரும்பு ஆணியைப் பழுக்கக் காய்ச்சி அவனது வாயில் புகுத்தவேண்டும்."

சூத்திரனை அடிமையாக மட்டுமின்றி, முற்றிலும் இழிக்கப்பட்டவனாக ஆக்கவேண்டும் என்பதே மனுவின் நோக்கம். சூத்திரன் பெருமிதமாக

ஒலிக்கும் பெயர் வைத்துக்கொள்ளும் திருப்தியைக்கூட மனு அனுமதிக்கவில்லை. மறுக்கமுடியாத நிரூபணங்கள் இவ்வாறு மனுவின்மூலம் நமக்குக் கிடைத்திராவிட்டால், பிராமணீயம் சூத்திரர்களை ஒடுக்கும் செயலில் இவ்வளவு தயக்கமற்றதாக, இரக்கமற்றதாக இருந்திருக்கக்கூடும் என்பதை நம்புவதே கடினமாயிருக்கும். வெவ்வேறு வகுப்புகளும் தங்களுடைய குழந்தைகளுக்கு வைக்கக்கூடிய பெயர்கள் பற்றி மனுவின் சட்டத்தைப் பாருங்கள்:

2:31. "பிராமணனுடைய பெயரின் முதல் பகுதி ஏதேனும் மங்களமானதைக் குறிப்பதாக இருக்க வேண்டும். சத்திரியனுடையது சக்தியைக் குறிப்பதாகவும், வைசியனுடையது செல்வத்துடன் தொடர்புள்ளதாகவும், ஆனால் ஆனால் சூத்திரனுடையது ஏதேனும் இழிவானதைக் குறிப்பதாகவும் இருக்க வேண்டும்."

2:32."பிராமணனுடைய பெயரின் இரண்டாவது பகுதி மகிழ்ச்சியைக் குறிக்கும் சொல்லாக இருக்க வேண்டும். சத்திரியயனுடையது பாதுகாத்தலைக் குறிப்பதாகவும், வைசியனுடையது செழிப்பை வெளிப்படுத்தும் சொல்லாகவும், சூத்திரனுடையது சேவையைக் குறிப்பதாகவும் இருக்கவேண்டும்."

மனிதத்தன்மையற்ற இந்தச் சட்டங்களுக்கெல்லாம் அடிப்படை சூத்திரனைப் பற்றி மனு வெளியிடும் கோட்பாடுதான். தன்னுடைய சட்டத்தொகுப்பின் தொடக்கத்திலேயே மனு சற்றும் கூச்சநாச்சமில்லாமல், உறுதியாக அதைச் சொல்லிவிடுகிறார்.

அவர் கூறுவது:

1:91. "கடவுள் சூத்திரனுக்கு ஒரே ஒரு தொழில் தான் விதிக்கிறார். அது மற்ற மூன்று சாதிகளுக்கும் (அதாவது பிராமணன், சத்திரியன், வைசியன் ஆகியோருக்கு பணிவாகச் சேவை செய்வதேயாகும் ."

சூத்திரன் பணிவுடன் சேவை செய்வதற்காகவே பிறந்தவன் என்று மனு கூறி, அதன்படி அவன் அடக்கவொடுக்கத்துடன் சேவை செய்பவனாகவே இருக்குமாறு கட்டாயப்படுத்தும் வகையில் தமது சட்டங்களைச் செய்தார். புத்தமதத்தின் கை ஓங்கியிருந்தபோது ஒரு சூத்திரன் நீதிபதியாகவோ, மதகுருவாகவோ, அவன் பெறக்கூடிய மிக உயர்ந்த பதவியான மன்னன் ஆகவோகூட வரமுடியும். இதனையும், மனு சூத்திரனுக்கு எத்தகைய இடத்தைத் தந்திருக்கிறார் என்பதையும் ஒப்பிட்டுப் பாருங்கள். பிராமணீயத்தின் கீழ் சூத்திரனுக்கு எத்தகைய வாழ்க்கை விதிக்கப்பட்டது என்பதை இதிலிருந்து புரிந்து கொள்ளலாம்.

10:121."ஒரு சூத்திரன் பிராமணர்களுக்குச் சேவை செய்வதன் மூலம் உயிர்வாழ முடியாமல் வாழ்க்கைக்கு வேறு வழி தேடினால், அவன்

சத்திரியர்களுக்குச் சேவை செய்யலாம், அல்லது செல்வந்தனான ஒரு வைசியனுக்குச் சேவை செய்தும் தன்வாழ்க்கையை நடத்தலாம்."

10: 122. "ஆனால் ஒரு சூத்திரன், சுவர்க்கத்துக்காகவோ, அல்லது இவ்வுலக வாழ்க்கை, மறு உலக வாழ்க்கை ஆகிய இரண்டுக்குமாகவோ, பிராமணர்களுக்குச் சேவை செய்யவேண்டும்; ஏனென்றால் பிராமணனின் பணியாளன் என்று அழைக்கப்படுபவன் அதன்மூலம் தன்னுடைய நோக்கங்கள் எல்லாவற்றையும் அடைகிறான்.''

10:123. "பிராமணர்களுக்குச் சேவை செய்வதுதான் சூத்திரனுக்குச் சிறந்த தொழிலாக அறிவிக்கப்பட்டுள்ளது; ஏனென்றால் இதைத்தவிர அவன் வேறு என்ன செய்தாலும் அவனுக்குப் பலன் கிடைக்காது."

10:124."அவர்கள் தங்களுடைய சொந்தக் குடும்பச் சொத்தில் இருந்து அவனுக்குத் தகுந்த ஒரு பராமரிப்பை, அவனுடைய திறமை, சுறுசுறுப்பு, அவன் ஆதரிக்க வேண்டியுள்ளவர்களின் எண்ணிக்கை, ஆகியவற்றைக் கருத்தில் கொண்டு, ஒதுக்கிக் கொடுக்க வேண்டும்."

10.125."அவர்களுடைய உணவின் மிச்சம் மீதிகள் அவனுக்குக் கொடுக்கப்பட வேண்டும்; வீட்டின் பழைய மரச்சாமான்களையும் அவனுக்குக் கொடுக்கவேண்டும்."

சூத்திரனை விட பெண்களிடம் மனு அதிகப் பரிவு கொண்டிருந்தார் என்று கூற முடியாது. முதலில் இருந்தே அவர் பெண்களைப் பற்றித் தாழ்வான கருத்தையே கொண்டிருக்கிறார். அவர் கூறுகிறார்:

2 : 213. "இந்த உலகில் ஆண்களைச் சபலம் கொள்ளச் செய்வதே பெண்களின் இயல்பு; அதனால் அறிவுள் ஒருபோதும் பெண்களுடன் சேர்ந்து இருக்கும் போது எச்சரிக்கையில்லாமல் இருக்கமாட்டார்கள்."

2 : 214. "பெண்கள் இந்த உலகில் அறிவில்லாதவனை மட்டுமின்றி, கற்றறிந்தவனையும் கூடத் தவறான வழியில் இட்டுச் சென்று, அவனை ஆசைக்கும் கோபத்துக்கும் அடிமையாக்க வல்லவர்கள்."

2:215."ஒருவன் தனது தாய், சகோதரி, மகள் ஆகியோருடன் கூட தனிமையான இடத்தில் இருக்கக்கூடாது; ஏனென்றால் ஐம்புலன்களும் சக்திவாய்ந்தவை; கற்றறிந்தவனைக்கூட அவை ஆட்கொண்டுவிடும்."

9:14."பெண்கள் அழகைப் பற்றிக் கவலைப்படுவதில்லை; வயதையும் கவனிப்பதில்லை. அவன் ஒரு ஆணாக இருந்தால் போதும் என்று நினைத்து, அவர்கள் அழகு உள்ளவனுக்கும் அழகு இல்லாதவனுக்கும் தங்களைக் கொடுக்கிறார்கள்."

9:15. "ஆண்களிடம் தங்களுக்கு இருக்கும் மோகத்தினாலும், தங்களுடைய மாறும் குணத்தினாலும், தங்களுடைய இயற்கையான இரக்கமின்மையினாலும், அவர்கள் இந்த உலகில் எவவளவு

கவனமாகக் காவல் செய்யப்பட்டிருந்தாலும், தங்கள் கணவர்களுக்கு விசுவாசமில்லாமல் நடந்து கொள்கிறார்கள்."

9.:16. "படைப்புக் கடவுள் அவர்களைப் படைக்கும்போதே நிர்ணயித்த அவர்களது மனநிலை இதுதான் என்பதை அறிந்து, ஒவ்வொரு மனிதனும் அவர்களைக் காவல் காப்பதற்குப் பெரும் முயற்சி எடுத்துக் கொள்ள வேண்டும்."

9:17. "அவர்களைப் படைக்கும் போது மனு பெண்களுக்குக் தங்களுடைய படுக்கையின் மீதும் தங்கள் அந்தஸ்தின் மீதும் அணிகலன்களின் மீதும் அளவிலா வேட்கையையும், தூய்மையற்ற ஆசைகள், கோபம், வஞ்சகம், காழ்ப்புணர்வு, தீய நடத்தை ஆகியவற்றையும் கொடுத்தார்."

பெண்களைப் பற்றிய மனுவின் சட்டங்கள் இந்தக் கருத்துக்கு ஏற்றபடியே அமைந்துள்ளன. எந்தச் சூழ்நிலையிலும் பெண்கள் சுதந்திரமாக இருக்கக் கூடாது. மனுவின் கருத்துப்படி:

9:2. "பெண்கள் இரவும் பகலும் அவர்களது குடும்பங்களைச் சேர்ந்த ஆண்களைச் சார்ந்திருப்பவர்களாகவே வைக்கப்பட வேண்டும்; அவர்கள் புலன் இன்பங்களில் நாட்டம் கொண்டவர்களானால், அவர்களைக் கடுமையான கட்டுப்பாட்டில் வைக்கவேண்டும்."

9:3. "ஒரு பெண்ணைக் குழந்தைப் பருவத்தில் அவளது தந்தை பாதுகாக்கிறான்; இளமையில் அவளை அவருடைய கணவன் பாதுகாக்கிறான்; முதுமையில் அவளை அவருடைய மகன் பாதுகாக்கிறான். பெண் ஒரு போதும் சுதந்திரமாயிருக்கத் தகுதியற்றவள்."

9:5. "பெண்கள் தீயப்போக்குகளிலிருந்து, அவை எவ்வளவு அற்பமாகத் தோன்றியபோதிலும் பாதுகாக்கப்பட வேண்டும்; அவர்கள் அவ்வாறு பாதுகாக்கப்படவில்லையென்றால் இரண்டு குடும்பங்களுக்கு அவர்கள் துயரத்தைக் கொண்டு வருவார்கள்."

9:6. "பலவீனமான கணவர்கள் கூடத் தங்கள் மனைவியரைப் பாதுகாத்து வைக்க வேண்டும்; எல்லாச் சாதிகளும் இதனை உயர்ந்த கடமையாகக் கருதுவது அவசியம்"

5:147. "ஒரு சிறுமியோ, இளம் பெண்ணோ, வயதான பெண்ணோ கூட, தன்னுடைய சொந்த வீட்டில் கூட எதையும் சுயேச்சையாக செய்யக்கூடாது.

5:148. "குழந்தைப் பருவத்தில் பெண் தனது தந்தைக்கு அடங்கியவளாகவும், இளமையில் கணவனுக்கும், கணவன் இறந்தபின் தன் புதல்வர்களுக்கும் அடங்கியவளாக இருக்க வேண்டும். ஒரு பெண் ஒரு போதும் சுதந்திரமாக இருக்கக்கூடாது."

5:149. “அவள் தன்னுடைய தந்தை, கணவன் அல்லது புதல்வர்களிடமிருந்து தன்னைப் பிரித்துக் கொள்ள முயலக்கூடாது. அவர்களை விட்டுப் பிரிவதன் மூலம் அவள் தன் குடும்பம், தன் கணவனுடைய குடும்பம் ஆகிய இரண்டு குடும்பங்களையும் பழிப்புக்கு உள்ளாக்குகிறாள்.”

‘பெண்ணுக்கு விவாகரத்து செய்து கொள்ளும் உரிமை இல்லை.

9:45. “கணவன் தன்மனைவியுடன் ஒன்றானவன் என அறிவிக்கப்பட்டுள்ளது; இதன்பொருள் திருமணம் ஆனபின் ஒரு பெண்ணுக்குத் பிரிவு ஏற்படமுடியாது என்பதாகும்.”

பல இந்துக்கள் இதோடு நின்றுவிட்டு, விவாகரத்து பற்றிய மனுவின் சட்டத்தைப் பற்றிய முழுக்கதையும் இவ்வளவு தான் என்று நினைக்கிறார்கள். புகழ்ந்துரைத்துக் கொண்டு, மனு திருமணத்தை ஒரு புனித விவாகரத்தை பந்தமாகக் கருதினார் என்றும் அதனால் விவாகரத்தை அனுமதிக்கவில்லை என்றும் கூறிக் தங்கள் மனச்சாட்சியைத் திருப்தி செய்து கொள்கிறார்கள். இது உண்மையல்ல. விவாகரத்துக்கெதிரான அவரது சட்டம் முற்றிலும் வேறு நோக்கம் கொண்டது. ஓர் ஆணை ஒரு பெண்ணிடம் கட்டிப்போடுவது அதன் நோக்கமல்ல; மாறாக ஒரு பெண்ணை ஒரு ஆணிடம் கட்டிப்போட்டு, ஆணைச் சுதந்திரமாக விடுவதே அதன் நோக்கம். ஒரு ஆண் தன் மனைவியை வேண்டாமென்று விட்டுவிடுவதை மனு தடுக்கவில்லை. உண்மையில் அவன் மனைவியைக் கைவிட்டு விடுவதை மட்டுமின்றி, அவளை விற்றுவிடுவதைக்கூட அவர் அனுமதிக்கிறார். ஆனால் அந்த மனைவி சுதந்திரம் பெற்றுவிடுவதை அவர் தடுக்கிறார். மனு கூறுவதைப் பாருங்கள்:

9:46. “விற்றுவிடப் படுவதாலோ, வேண்டாமென்று கைவிடப்படுவதனாலோ மனைவி கணவனிடமிருந்து விடுதலையாகி விடுவதில்லை.”

இதன் பொருள், ஒரு மனைவி கணவனால் விற்றுவிடப்படுவதாலோ, கைவிட்டுவிடப் படுவதாலோ, அவளை வாங்கியவனுக்கோ, கைவிடப்பட்டபின் அவளைப் பெற்றுக் கொண்டவனுக்கோ ஒருபோதும் சட்டப்படியான மனைவி ஆகிவிடமுடியாது. இதைக் கொடுமையல்ல என்று சொன்னால் வேறு எதைத்தான் கொடுமை என்று சொல்லுவது. ஆனால் மனு தமது சட்டத்தின் நியாய, அநியாயத்தைப் பற்றிக் கவலைப்படவில்லை. பெண்களுக்குப் புத்தமதத்தின் கீழ் இருந்த சுதந்திரத்தைப் பறித்துவிட வேண்டும் என்று அவர் விரும்பினார். பெண் தனது சுதந்திரத்தைத் தவறாகப் பயன்படுத்தியதால், சூத்திரனை மணந்து கொள்ள அவள் தயாரா-

யிருந்ததனால் வருண முறையின் படிப்படியான அமைப்பு சிதைந்து அழிந்துவிட்டது என்பது அவருக்குத் தெரியும். அவளுடைய சுயேச்சைப் போக்கு அவருக்குச் சினமூட்டியது; அதைத் தடுத்து நிறுத்துவதன் மூலம் அவர் அவளுடைய சுதந்திரத்தைப் பறித்துவிட்டார்.

சொத்து விஷயத்தில் மனைவியை அடிமையின் நிலைக்கு மனு தாழ்த்தி விட்டார்.

9:146. "ஒரு மனைவி, மகன், அடிமை ஆகியோருக்குச் சொத்து கிடையாது என்று அறிவிக்கப்படுகிறது; அவர்கள் சம்பாதிக்கும் செல்வம் அவர்கள் யாருக்குச் சொந்தமோ அவர்களுக்காகப் பெறப்படுகிறது."

ஒரு பெண் விதவையாகும்போது, அவளது கணவன் கூட்டுக் குடும்பத்தில் சேர்ந்திருந்தால் அவளுக்குப் பராமரிப்புச் செலவு கொடுப்பதையும், தனியாக வசித்திருந்தால் கணவனின் சொத்தில் அவளுக்கு விதவைக்குரிய உரிமை இருப்பதையும் அனுமதிக்கிறார். ஆனால் சொத்தில் அவளுக்கு அதிகாரம் எதுவும் இருப்பதை மனு அனுமதிக்கவில்லை.

மனுவின் சட்டத்தின்படி பெண் உடல் தண்டனைக்கு உட்பட்டவளாயிருக்கிறாள். மனைவியை அடிப்பதற்குக் கணவனுக்கு உரிமை கொடுக்கிறார்.

8:299. "மனைவி, மகன், அடிமை, மாணாக்கன், உடன்பிறந்த தம்பி ஆகிய இவர்கள் தவறு செய்தால் கயிற்றால் அல்லது மூங்கில் குச்சியால் அடிக்கப்படலாம்."

மற்ற விஷயங்களில் மனு, பெண்ணை அடிமையின் நிலைக்குத் தாழ்த்திவிடுகிறார்.

வேதத்தைக் கற்பது சூத்திரனுக்குத் தடை செய்யப் பட்டது போலவே பெண்ணுக்கும் தடை செய்யப்பட்டது.

2:66. "ஒரு பெண்ணுக்கும்கூட சம்ஸ்காரங்கள் (புனிதச் சடங்குகள்) செய்வது அவ்சியம்; அவை செய்யப்பட வேண்டும். ஆனால் அவற்றை வேத மந்திரங்களைச் சொல்லாமல் செய்ய வேண்டும்."

9:18. "பெண்கள் வேதங்களைப் படிப்பதற்கு உரிமை இல்லை. அதனால்தான் அவர்களது சம்ஸ்காரங்கள் வேத மந்திரங்கள் இல்லாமல் நடத்தப்படுகின்றன. பெண்களுக்கு வேதங்களை அறியும் உரிமை இல்லாததால் அவர்களுக்குச் சமயத்தைப் பற்றிய ஞானம் இல்லை. வேத மந்திரங்களைச் சொல்லுவது பாவங்களைப் போக்க உதவுகிறது. பெண்கள் வேத மந்திரங்களைச் சொல்ல முடியாது. ஆகையால் அவர்கள் பொய்மையைப் போலத் தூய்மையற்றவர்கள்."

பிராமணீயத்தில் வேள்விகள் செய்வது மதத்தின் ஆன்மாவாகக் கருதப்பட்டது. ஆயினும் பெண்கள் அவற்றைச் செய்வதை மனு அனுமதிக்கவில்லை. மனு இவ்வாறு விதிக்கிறார்.

11:36. "வேதங்களில் குறிப்பிடப்படும் தினசரி வேள்விகளை ஒரு பெண் செய்யக் கூடாது."

9:37. "அவள் அதைச் செய்தால் அவள் நரகத்துக்குச் செல்வாள்."

பெண் வேள்விகள் செய்யமுடியாமல் தடுப்பதற்காக மனு அவளுக்குப் பிராமணப் புரோகிதரின் உதவி கிடைக்க முடியாமல் செய்கிறார்.

4:205. "ஒரு பெண் செய்த வேள்வியில் கொடுக்கப்பட்ட உணவை பிராமணன் ஒருபோதும் உண்ணக்கூடாது."

4:206. "பெண்களால் செய்யப்பட்ட வேள்விகள் அமங்கலமானவை; கடவுளுக்கு ஏற்பானவை அல்ல. எனவே அவற்றைத் தவிர்க்க வேண்டும்."

ஒரு பெண்ணுக்கு அறிவு சார்ந்த ஈடுபாடுகளோ, சுதந்திரமான விருப்பமோ, சிந்தனைச் சுதந்திரமோ இருக்கக் கூடாது. புத்தமதம் போன்ற வேற்று மதங்கள் எதிலும் அவள் சேரக்கூடாது. அப்படிச் சேர்ந்து இறக்கும் வரை அதிலேயே நீடித்தால், இறந்தவர்கள் எல்லோருக்கும் செய்யப்படும் நீர்க்கடனை அவளுக்குச் செய்யக் கூடாது.

கடைசியாக மனு பெண்ணுக்கு வாழ்க்கையின் இலட்சியமாக நிர்ணயித்துத் தருவது என்ன என்பதைப் பற்றி ஒரு வார்த்தை. அவருடைய சொற்களிலேயே அதைக் கூறலாம்.

5:151. "யாருக்குத் தன்னைத் தன் தந்தை கொடுக்கிறாரோ அவனுக்கு, அல்லது தந்தையின் அனுமதியுடன் தன் சகோதரனுக்கு, அவனுடைய ஆயுள் உள்ளவரை அவள் கீழ்ப்படிந்து நடக்க வேண்டும். அவன் இறந்தபின் அவனது நினைவை அவள் அவமதிக்கக் கூடாது."

5:154. 'கணவன் நற்பண்பு இல்லாதவனாக இருந்தாலும், வேறு இடத்தில் இன்பம் தேடுபவனாக இருந்தாலும், நல்ல குணநலன்கள் இல்லாதவனாக இருந்தாலும், விசுவாசமுள்ள மனைவி அவனை எப்போதும் கடவுளாக வணங்க வேண்டும்."

5:155. "பெண்கள், தங்கள் கணவர்கள் செய்வது தவிரத் தனியாக எந்த வேள்வியோ, விரதமோ, நோன்போ செய்யக் கூடாது. ஒரு மனைவி தன் கணவனுக்குப் பணிந்து நடந்தால் அந்தக் காரணத்துக்காகவே அவள் சுவர்க்கத்தில் உயர்ந்த இடத்தைப் பெறுவாள்."

இதன் பின் வரும் மணியான வசனங்கள் பெண்ணுக்கு மனு வகுத்துத் தரும் இலட்சியத்தின் இதயமாக உள்ளன.

5:153. “புனித மந்திரங்களைச் சொல்லி அவளை மணந்து கொண்ட கணவன் அவனது மனைவிக்கு எப்போதும், எந்தக் காலத்திலும், இவ்வுலகிலும் மறு உலகிலும் மகிழ்ச்சிக்கு ஊற்றாக இருக்கிறான்.”

5:150. “அவள் எப்போதும் இன்முகம் கொண்டவளாகவும், கணவனின் வீட்டு விவகாரங்களைக் கவனிப்பதில் கெட்டிக்காரியாகவும். பாத்திரங்களைச் சுத்தம் செய்வதில் கவனமுள்ளவளாகவும், செலவில் சிக்கனமானவளாகவும் இருக்க வேண்டும்.”

இதைத்தான் ஓர் இந்து ஒரு பெண்ணுக்குரிய மிக உயர்ந்த இலட்சியமாகக் கருதுகிறான்!!!

சூத்திரர்களுக்கும் பெண்களுக்கும் எதிரான இந்தச் சட்டங்கள் இவ்வளவு கடுமையாக இருப்பதிலிருந்து, புத்தமத ஆட்சியில் இந்தப் பகுதியினர் பெற்றிருந்த மாபெரும் உயர்வு பிராமணர்களுக்குச் சினமூட்டியது மட்டுமின்றி, அவர்களால் சகிக்க முடியாதவையாகவும் ஆகிவிட்டன என்று தெரிகிறது. அவர்களுடைய புனிதமான சமூக முறைமை முற்றிலும் தலைகீழாக மாறிப் போய்விட்டது. முதலாவது கடைசியாகவும், கடைசி முதலாவதாகவும் மாறிவிட்டன. பிராமணர்கள், சூத்திரர்களையும் பெண்களையும் முன்பு இருந்த நிலைக்குத் தாழ்த்துவதற்குத் தங்களுடைய அரசியல் அதிகாரத்தை எவ்வாறு முழு வன்மையுடன் பயன்படுத்தினார்கள் என்பதையும் மனுவின் சட்டங்கள் விளக்குகின்றன. வெற்றி பெற்ற பிராமணீயம், சூத்திரர்களும் பெண்களும் பணிந்து சேவை செய்யும் பழைய இலட்சியத்தை அடைவதற்காக அவர்கள் மீது தனது தாக்குதலைத் தொடங்கியது. சூத்திரர்களையும் பெண்களையும் பணிந்து சேவைசெய்யும் வகுப்புகளாக மாற்றுவதில் வெற்றியும் பெற்றது. சூத்திரர்கள் மூன்று மேல் வகுப்புகளுக்கும், பெண்கள் தங்கள் கணவர்களுக்கும் பணிந்து சேவை செய்வோராக மாற்றப்பட்டனர். பிராமணீயம் புத்தமதத்தின் மீது வெற்றி பெற்றபின் செய்த கொடும் செயல்களிலெல்லாம் இதுதான் மிகக் கொடுமையானது. அதிகாரத்தைக் கைப்பற்றிக் கொண்ட ஒரு வகுப்பினர் தங்கள் வகுப்பின் ஆதிக்கத்தை நிலை நிறுத்துவதற்காக வேறு சில வகுப்புகளின் நிலையைத் தாழ்த்துவதற்கு இவ்வளவு வஞ்சகத் தனமான கொடும் செயல்களைச் செய்ததற்கு வரலாற்றிலேயே வேறு உதாரணம் இல்லை. இவ்வாறு சில பிரிவினரைத் தாழ்த்துவதற்குப் பிராமணீயம் எவ்வளவு பெரிய கொடுமையைச் செய்துள்ளது என்பது துரதிர்ஷ்ட வசமாக முற்றிலும் உணரப்படவில்லை. ‘ஸ்த்ரீ’ ‘சூத்ர’ என்ற சிறு சொற்கள் அதை மறைத்து விடுகின்றன. இந்தச் செயலின் கொடுமை எவ்வளவு பெரியது என்பதை அறிய விரும்புவோர் இந்த இரண்டு சொற்களின் பின் நிற்கும் மக்களின் எண்ணிக்கையை நினைத்துப் பார்க்க வேண்டும். மக்கள் தொகையில் எத்தனை சதவீதம்

பேர் இதில் இருக்கிறார்கள்? பெண்கள் மொத்த மக்கள் தொகையில் பாதிப்பேர். மீதமுள்ளவர்களில் சூத்திரர்களின் எண்ணிக்கை மூன்றில் இரண்டு பங்குக்குக் குறையாது. இந்த இரண்டு பிரிவினரும் சேர்ந்து மொத்த மக்கள் தொகையில் 75 சதவீதம் இருக்கிறார்கள். இவ்வளவு பெருந்தொகையான மக்களைத்தான் பிராமணீயம் நிரந்தரமான அடிமைத்தனத்துக்கும், நிரந்தரமான தாழ்ச்சிக்கும் உள்ளாக்கியிருக்கிறது. இவ்வாறு மொத்த மக்கள் தொகையில் 75 சதவீதத்தினர் உயிர் வாழ்தலுக்கும், சுதந்திரத்துக்கும், மகிழ்ச்சியை நாடும் வாழ்க்கை நடத்துவதற்கும் உரிமை இல்லாதவர்களாக ஆக்கப்பட்டதனால் தான் இந்தியா இறந்துபோன நாடு என்ற நிலையை அடையாவிட்டாலும் சிதைந்து அழிந்துவரும் நாடாக ஆயிற்று.

படிப்படியான முறையில் அமைந்த சமத்துவமின்மையை நிலைநாட்டும் கொள்கை மனு ஸ்மிருதி முழுவதிலும் ஊடுருவி நிற்கிறது. இந்தக் கொள்கையை அவர் வாழ்க்கையின் எந்தத் துறையிலும் புகுத்தாமல் விட்டுவைக்கவில்லை. இதை முற்றிலுமாக எடுத்துக்காட்ட வேண்டுமானால் மனு ஸ்மிருதி முழுவதையும் இங்கே தர வேண்டியிருக்கும். உதாரணத்துக்காக ஒருசில துறைகளை மட்டும் எடுத்துக் கொண்டு மனுவின் கைவேலையால் படிப்படியான சமத்துவமின்மை என்ற அவரது கொள்கை சமூக வாழ்க்கையில் எவ்வாறு பதிந்துள்ளது என்பதைக் காட்டுகிறேன்.

திருமணத்தை எடுத்துக் கொள்ளுங்கள். மனுவின் விதியைப் பாருங்கள்:

3:13. "ஒரு சூத்திரப் பெண்தான் சூத்திரனின் மனைவியாக இருக்க முடியும் என்று அறிவிக்கப்படுகிறது; அவளும், அவனது சொந்த சாதியைச் சேர்ந்தவளும் வைசியனின் மனைவியராகவும், அந்த இருவரும் அவனது சொந்த சாதியைச் சேர்ந்தவளும் சத்திரியனின் மனைவியராகவும் அந்த மூன்று பேரும் தனது சொந்த சாதியைச் சேர்ந்தவளும் பிராமணனின் மனைவியராகவும் இருக்க முடியும்."

விருந்தினரை நடத்துவதைப் பற்றி மனுவின் விதிகளைப் பாருங்கள்:

3:110. "ஆனால் ஒரு பிராமணனின் வீட்டுக்கு வரும் சத்திரியன் விருந்தினர் (அதிதி) என்று அழைக்கப்பட மாட்டான்; அவ்வாறே ஒரு வைசியனோ, சூத்திரனோ, சொந்த நண்பனோ, உறவினனோ, ஆசிரியனோ வந்தாலும் கூட விருந்தினர்களாகக் கருதப்பட மாட்டார்கள்."

3:111. "ஆனால் ஒரு சத்திரியன் பிராமணனின் வீட்டுக்கு விருந்தினர் என்ற முறையில் வந்தால், வீட்டுக்காரன் மேலே கூறப்பட்ட பிராமணர்கள் உணவு உண்ட பின் தனது விருப்பத்துக்குத் தக்கபடி அவனுக்கு உணவளிக்கலாம்."

3:112. "ஒரு வைசியன் அல்லது சூத்திரன் கூட விருந்தினர் என்ற முறையில் அவனது வீட்டிற்கு வந்தால் அவர்கள் தனது வேலைக்காரர்களுடன் சேர்ந்து உண்பதற்கு அவன் அனுமதிக்கலாம். இதன் மூலம் அவனது இரக்கத் தன்மையைக் காட்டலாம்."

ஒரு பிராமணனின் வீட்டில் பிராமணனைத் தவிர வேறு யாருக்கும் விருந்தினராயிருக்கும்[1] கௌரவம் அளிக்கப்படாது. சத்திரியன் ஒரு பிராமணனின் வீட்டுக்கு விருந்தினன் என்ற முறையில் வந்தால், எல்லாப் பிராமணர்களுக்கும் உணவு அளித்தபின் அவனுக்கு உணவளிக்க வேண்டும். வைசியர்களும் சூத்திரர்களும் விருந்தினர் என்ற முறையில் வந்தால் எல்லோருக்கும் உணவு அளித்த பின்பே அவர்களுக்கு உணவளிக்கவேண்டும்; வேலைக்காரர்களுடன் தான் அவர்கள் உண்ண வேண்டும்.

சம்ஸ்காரங்கள் பற்றி மனுவின் விதிகளை எடுத்துக் கொள்ளுங்கள்.

10:126. "சூத்திரன் புனிதச் சடங்குகள் செய்யப்படுவதற்கு உரிமை இல்லாதவன்."

10:68. "கலப்பு சாதிகளைச் சேர்ந்தவர்கள் இருவரில் யாரும் புனிதச் சடங்குகள் செய்யப் பெற மாட்டார்கள். முதலாமவனின் பெற்றோர்களின் சாதிகள் சாதிமுறைக்கு முரணாக இருந்த காரணத்தால் அவன் தாழ்ந்த பிறப்பை உடையவனாயிருப்பதால் அவன் விலக்கப்படுகிறான்."

2:66. "எல்லாப் புனிதச் சடங்குகளும்[2] பெண்களுக்கும் செய்யப்பட வேண்டும். அவர்களது உடம்பைத் தூய்மைப் படுத்துவதற்காக அவை உரிய சமயத்தில் உரிய வரிசை முறையில் செய்யப்பட வேண்டும். ஆனால் வேத மந்திரங்களைச் சொல்லாமல் இவற்றைச் செய்ய வேண்டும்."

மனு மேலும் பின்வருமாறு விதிசெய்கிறார்.

6:1. "இரு பிறப்பாளனான ஸ்னாதகன், இவ்வாறு சட்டத்தைப் பின்பற்றி இல்வாழ்க்கை வாழ்ந்தவன், உறுதியாகத் தீர்மானம் செய்து, தனது புலன்களைக் கட்டுப்பாட்டில் வைத்து, காட்டில் உரிய முறையில் கீழே கூறப்படும் விதிகளைப் பின்பற்றி வசிக்கலாம்."

6:33. "ஒரு மனிதனின் இயல்பான ஆயுட்காலத்தின் மூன்றாம் பகுதியை இவ்வாறு காட்டில் கழித்தபின், உலகப் பொருள்கள் எல்லாவற்றினிடத்தும் பற்றுதலை ஒழித்து விட்டு, வாழ்வின் நான்காம் பகுதியில் துறவியாக வாழலாம்."

1 விருந்தினர் என்ற சொல்லை மனு தனிப்பொருள் கொண்ட ஒரு சொல்லாகப் பயன்படுத்துகிறார். ஓர் இரவு மட்டும் தங்கும் பிராமணனை அது குறிக்கிறது. பார்க்க: மிமிமி 102.

2 உபநயனம் தவிர, இது பெண்களுக்குத் தடை செய்யப்பட்டுள்ளது.

சட்டத்திலும் கூட மனு படிப்படியான சமத்துவமின்மையைப் புகுத்துகிறார். இதற்கு இரண்டு உதாரணங்களாக அவதூறு சட்டத்தையும் தாக்குதல் சட்டத்தையும் பார்க்கலாம்.

8:267. "பிராமணனை அவதூறு செய்த சத்திரியனுக்கு நூறு பணம் அபராதமாக விதிக்கப்படும்; வைசியனுக்கு நூற்றைம்பது அல்லது இருநூறு பணம் அபராதமும், சூத்திரனுக்குக் கசையடி போன்ற தண்டனையும் விதிக்கப்படும்."

8:268."சத்திரியனை அவதூறு செய்த பிராமணனுக்கு ஐம்பது பணம் அபராதம் விதிக்கப்படும். வைசியனின் விஷயத்தில் அபராதம் இருபத்தைந்து பணம்; சூத்திரனின் விஷயத்தில் பன்னிரண்டு பணம்."

8:269. "இரு பிறப்பாளர்கள் தங்களின் சம சாதி (வருண) மனிதர்களுக்குக்கு எதிராகச் செய்யும் குற்றங்களுக்கும் தகாத வார்த்தைகளைச் சொல்வதற்கும் பன்னிரண்டு பணமும் மற்ற எல்லாக் குற்றங்களுக்கும் இரண்டு மடங்கு பணமும் அபராதம் விதிக்கப்படும்.

8: 276. "ஒரு பிராமணனும் சத்திரியனும் பரஸ்பரம் ஒருவர் மீது ஒருவர் வசைமாரி பொழிந்து கொண்டதற்காக விவேகியான மன்னன் பிராமணனுக்கு மிகக் குறைந்த தொகையும் சத்திரியனுக்கு நடுத்தரமான தொகையும் அபராதம் விதிக்க வேண்டும்."

8 : 277. "வைசியனும் சூத்திரனும் இதே மாதியாகத் தங்கள் சாதிகளுக்குத் தகுந்தபடி தண்டிக்கப்பட வேண்டும்; ஆனால் சூத்திரனின் நாக்குத் துண்டிக்கப்பட மாட்டாது; இதுதான் தீர்ப்பு."

8:279. "தாழ்ந்த சாதி மனிதன் தன் உடலின் எந்த உறுப்பினால் உயர்ந்த மூன்று சாதிகளைச் சேர்ந்த மனிதர்களுக்குத் தீங்கு செய்கிறானோ, அந்த உறுப்பை வெட்டிவிட வேண்டும்; இதுதான் மனு கற்பிப்பது."

8: 280. "இதே போல் மேலே கூறிய உயர்ந்த மூன்று சாதியினருக்கு எதிராகத் தனது கையை அல்லது ஒரு கம்பை ஓங்குகிறவனின் கையை வெட்டி விட வேண்டும்; கோபத்தில் தனது காலால் உதைத்தவனின் பாதத்தை வெட்டி விட வேண்டும்."

படிப்படியான சமத்துவமின்மைத் தத்துவம் எங்குமே காணப்படுகிறது. சமூக முறைமையில் அது ஆழ்ந்து ஊறிப் போய் விட்டதால், மனுவுக்குப் பின் வந்தவர்கள், அவர் விட்டுவிட்ட இடங்களில் அதைப் புகுத்தினார்கள். உதாரணமாக மனு, அடிமை முறையை அங்கீகரித்திருந்தார். ஆனால் அடிமை முறை படிப்படியான சமத்துவமின்மைக் கொள்கைக்கு உட்பட்டது என்பது பற்றி அவர் விதி எதுவும் செய்யவில்லை.

அடிமை முறையில் இந்தக் கொள்கை செயலாகாது என்றும் ஒரு பிராமணன், சூத்திரனின் அடிமையாக இருக்கலாம் என்றும் கருதப்பட்டு விடக்கூடாது என்பதற்காக யாக்ஞவல்கியர் உடனேயே சந்தேகத்தைத் தெளிவுபடுத்துகிறார்; அவர் வெளிப்படையாகவே பின்வருமாறு விதிக்கிறார்:

"அடிமை முறை இறங்கு வரிசையில் இருக்குமேயன்றி, ஏறுவரிசையில் இராது".(14:183)

விஜ்ஞானேஸ்வர், யாக்ஞவல்கியரின் நூலுக்கு எழுதிய உரையில் உதாரணம் கொடுத்து இதைத் தெளிவாக்குகிறார். அவர் கூறுகிறார்:

"பிராமணர் முதலான வருணங்களில் அடிமை முறை 'அனுலோமேன்ய' அதாவது இறங்கு வரிசையில் இருக்கும். இவ்வாறாக, ஒரு பிராமணனுக்கு சத்திரியனும் மற்றவர்களும் அடிமை ஆகலாம்; சத்திரியனுக்கு, வைசியனும் சூத்திரனும், வைசியனுக்கு, சூத்திரனும் அடிமையாகலாம்; இவ்வாறாக அடிமை முறை இறங்கு வரிசையில் செயலாகும்."

சமத்துவம், சமத்துவமின்மை என்ற மொழியில் கூறினால், இதன் பொருள் பிராமணன் எல்லோரிலும் உயர்ந்தவனாகிறான்; ஏனென்றால் அவன் யாருக்கும் அடிமையாக முடியாது என்பதோடு. எந்த வகுப்பைச் சேர்ந்தவர்களையும் அவன் அடிமையாக வைத்துக் கொள்ள முடியும். சூத்திரன் எல்லோரிலும் தாழ்ந்தவன் ஆகிறான்; ஏனென்றால் யார் வேண்டுமானாலும் அவனை அடிமையாக வைத்துக் கொள்ளலாம்; ஆனால் அவன் சூத்திரனைத் தவிர வேறு யாரையும் அடிமையாக வைத்துக் கொள்ள முடியாது. சத்திரியனுக்கும் வைசியனுக்கும் கொடுக்கப்பட்டுள்ள இடம், படிப்படியான சமத்துவமின்மையைப் புகுத்துகிறது. பிராமணனை விடத் தாழ்ந்தவனான சத்திரியன், அதே சமயம் அவன் பிராமணனுக்கு ஆகலாம். அடிமை வைசியர்களுக்கும் சூத்திரர்களுக்கும் உயர்ந்தவனாக இருக்கிறான்; ஏனென்றால் அவன் அவர்களை அடிமைகளாக வைத்துக் கொள்ள முடியும். வைசியர்களும் சூத்திரர்களும் சத்திரியனைத் தங்கள் அடிமையாக வைத்துக் கொள்ள உரிமை இல்லை. இதேபோல வைசியன், பிராமணர்களுக்கும் சத்திரியர்களுக்கும் தாழ்ந்தவனாக, அவர்களைத் தனது அடிமையாக வைத்துக் கொள்ள முடியாதவனாக இருந்தாலும், அவன் குறைந்தபட்சம் சூத்திரனுக்காவது தான் மேலானவனாக இருப்பதாகப் பெருமைப்படுகிறான். ஏனென்றால் அவன் சூத்திரனைத் தனது அடிமையாக்கிக் கொள்ள முடியும்; ஆனால் சூத்திரன், வைசியனைத் தனது அடிமையாக்கிக் கொள்ள முடியாது.

இதுதான் பிராமணீயம்; மக்களின் ஊனுக்குள்ளும் எலும்புக்குள்ளும் ஊடுருவி நிற்குமாறு புகுத்தி வைத்தப் படிப்படியான சமத்துவமற்ற

முறை. அநியாயத்தைத் தூக்கியெறிய முடியாமல் சமூகத்தை முடக்கி வைப்பதற்கு இதைவிட மோசமாக வேறு எதையும் செய்திருக்க முடியாது. இதன் விளைவுகள் தெளிவாக அறியப்படவில்லை என்றாலும், இதன் காரணமாக இந்துக்கள் செயலிழந்து போய்விட்டார்கள் என்பதில் சந்தேகம் இல்லை. சமூக அமைப்பு ஆய்வாளர்கள் சமத்துவத்துக்கும் சமத்துவமின்மைக்கும் இடையிலுள்ள வேறுபாட்டைக் கவனிப்பதோடு நின்று விட்டார்கள். இந்த இரண்டும் தவிரப் படிப்படியான சமத்துவமின்மை என்ற ஒன்று இருப்பதை ஒருவரும் உணரவில்லை. அபாயம் சமத்துவமின்மையின் ஆயினும், படிப்படியான இல்லை. சமத்துவமின்மையின் அபாயத்தில் பாதியளவு சமத்துவமின்மைக்குள்ளேயே அதன் அழிவை ஏற்படுத்தும் வித்துக்களும் உள்ளன. சமத்துவமின்மை நீண்ட காலம் நீடிக்காது. முற்றிலும் சமத்துவமின்மை மட்டும் உள்ள நிலைமையில் இரண்டு விசயங்கள் நடக்கின்றன. அது பொதுவாக எல்லோரிடத்திலும் அதிருப்தியை ஏற்படுத்துகிறது. இது புரட்சிக்கு வித்தாகிறது. இரண்டாவதாக, சமத்துவமின்மையினால் பாதிக்கப்படுபவர்கள் ஒரு பொது எதிரியை எதிர்த்து, ஒரு பொதுவான தீமையை ஒழிக்கும் குறிக்கோளுடன் ஒன்று சேருகிறார்கள். ஆனால், படிப்படியான சமத்துவமின்மையின் தன்மையும் அதனால் ஏற்படும் நிலைமைகளும் இந்த இரண்டில் எதுவும் நடக்க இடமில்லாமல் செய்கின்றன. படிப்படியான சமத்துவமின்மை முறை, அநியாயத்தை எதிர்த்துப் பொதுவான அதிருப்தி ஏற்படாமல் தடுக்கிறது. எனவே அது புரட்சிக்கு மையமாக உருவாக முடியாது. இரண்டாவதாக, இதனால் பாதிக்கப்படுவர்களிடையேயும் சமத்துவமின்மை இருக்கிறது. இந்த முறையின் நன்மைகளையும் தீமைகளையும் பெறுவதில் அவர்களிடையே சமமான நிலை இல்லை. எனவே இந்த முறையின் அநியாயத்தை எதிர்த்து எல்லா வகுப்பினரும் பொதுவாக ஒன்று சேரும் வாய்ப்பு இல்லாமல் போகிறது. எடுத்துக்காட்டாக, திருமணம் பற்றிய பிராமணீயச் சட்டம் அநியாயம் நிறைந்ததாக உள்ளது. பிராமணன் தனக்குக் கீழே உள்ள மூன்று வகுப்புகளிலிருந்தும் பெண் கொள்ள உரிமை அளித்து, அதே சமயம் அந்த வகுப்புகளுக்குப் பிராமணப் பெண்ணைக் கொடுப்பதைத் தடை செய்யும் சட்டம் நியாயமற்றது. ஆனால் சத்திரியர்கள், வைசியர்கள், சூத்திரர்கள் ஆகிய மூன்று வகுப்பினரும் இதை ஒழிப்பதற்கு ஒன்று சேர மாட்டார்கள். சத்திரியன், பிராமணனுக்கு இந்த உரிமை இருப்பது பற்றிக் குமுறுவான். ஆனால் அவன் வைசியனுடனும் சூத்திரனுடனும் சேரமாட்டான். இதற்கு இரண்டு காரணங்கள் உள்ளன. முதலாவதாக, பிராமணன் மூன்று வகுப்புகளின் பெண்களை மணக்க உரிமை இருந்தால், தனக்கு இரண்டு வகுப்புகளின் பெண்களை மணக்க உரிமை இருப்பது பற்றி

அவன் திருப்தியடைகிறான். அவனுக்கு உள்ள பாதிப்பு மற்ற இரண்டு வகுப்புகளின் பாதிப்பு அளவுக்கு இல்லை. இரண்டாவதாக, திருமணம் பற்றிய இந்த அநியாய ஏற்பாட்டை எதிர்க்கும் பொதுவான புரட்சியில் அவன் சேர்ந்தால், ஒரு விதத்தில் அவன் பிராமணனுக்குச் சமமான நிலைக்கு உயருவான்; ஆனால் மற்றொரு விதத்தில் எல்லா வகுப்புகளும் சமம் ஆகிவிடுவதால், வைசியனும் சூத்திரனும் சத்திரியனின் நிலைக்கு உயர்ந்து விடுவார்கள்; அதாவது அவர்கள் சத்திரியப் பெண்களை மணந்து கொள்வார்கள்; இதன் பொருள் அவன் அந்த இரண்டு வகுப்புகளின் நிலைக்குக் கீழிறங்கி விடுவான் என்பதாகும். இதேபோல வேறு எந்த அநியாயத்தையும் எடுத்துக் கொண்டு, அதை எதிர்த்துப் பொதுவான புரட்சி நடப்பதைப் பற்றி நினைத்துப் பாருங்கள். இதே மாதிரியான சமூக மனப் போக்குக் காரணமாக அதை எதிர்த்துப் பொதுவான புரட்சி நடப்பது முடியாமல் போகிறது.

பிராமணீயத்துக்கும் அதன் அநியாயங்களுக்கும் எதிராகப் புரட்சி எதுவும் நடக்காமல் போனதற்கான காரணங்களில் படிப்படியான சமத்துவமின்மை முறை ஒன்றாகும். இந்தக் கொள்ளை முறையை மற்றவர்கள் ஆதரிக்கச் செய்வதற்காக அவர்களுக்குச் கொள்ளையின் லாபத்தில் பங்கு கொடுக்கும் ஏற்பாடு இது. அநியாயத்தை உருவாக்கி அதன் மூலம் ஆதாயம் பெறுவதற்கு மனிதன் கண்டுபிடித்திருக்கக் கூடிய மிகக் கேவலமான சூழ்ச்சிகள் நிறைந்த முறை இது. இது, அநியாயத்தை எல்லோரும் ஆதரிக்கச் செய்ய வேண்டும் என்பதற்காக அந்த அநியாயத்தின் ஆதாயத்தில் பங்கு பெற அழைப்பு விடுப்பதேயன்றி வேறல்ல.

இனி, பிராமணீயம் நடத்திய நாடகத்தின் கடைசி அங்கத்தின் திரை தூக்கப்படுவதுதான் பாக்கியுள்ளது. பிராமணீயம் வேத காலத்திடமிருந்து நான்கு வருண முறையைப் பெற்றிருந்தது. இந்துக்கள், தங்களுடைய ஆரிய முன்னோர்கள் உருவாக்கிய தனித்தன்மை கொண்ட ஒரு முறைமை என்று நால் வருணத்தைக் கருதுகிறார்கள். உண்மையில் அதில் தனித்தன்மை ஒன்றும் இல்லை. அதில் அவர்கள் சொந்தமாகப் புதிதாகச் செய்தது எதுவும் இல்லை. பண்டைக்கால உலகம் முழுவதிலுமே இந்த முறை எப்படியோ ஏற்பட்டிருந்தது. பண்டைக்கால எகிப்தியர்களிடையிலும் பாரசீகர்களிடையிலும் இந்த முறை வழங்கியது. பிளேட்டோ இந்த முறை மிகச் சிறந்ததென்பதில் கொண்டிருந்த நம்பிக்கை காரணமாக இதை ஒரு இலட்சிய சமூக அமைப்பாக எடுத்துக் காட்டினார். நான்கு வருண முறையின் கருத்தே பிழைப்பட்டுள்ளது. எல்லா மனிதர்களையும் நான்கு தனித்தனி வகுப்புகளாகப் பிரிப்பது மனிதனைப் பற்றியும் அவனது திறமைகளைப் பற்றியும் மேலெழுந்த வாரியான கருத்தின்

அடிப்படையில் செய்யும் செயலாகும். ஒவ்வொரு தனி மனிதனும் தனிப்பட்ட தன்மைகள் கொண்டவன் என்பதைப் பற்றிப் பண்டைக்கால ஆரியர்களும் பிளேட்டோவும் அறிந்திருக்கவில்லை. ஒவ்வொரு தனி நபரும் மற்றவர்களுடன் ஒப்பிட முடியாதவன் என்பதையும் ஒவ்வொரு மனிதனுமே ஒரு தனி வகுப்பாவான் என்பதையும் அவர்கள் அறியவில்லை. ஒரு தனி மனிதன் எண்ணற்ற பல்வேறு விதமான இயல்புகளையும் அவற்றின் பலவிதமான கூட்டுச் சேர்க்கைகளையும் கொண்டவன் என்பதை அவர்கள் உணரவில்லை. அவர்களைப் பொறுத்தமட்டில் தனி நபரின் வெவ்வேறு விதமான திறமைகள் உள்ளன என்றும், அவற்றைச் சில பிரிவுகளாகத் தொகுத்தால் போதும் என்றும் கருதினார்கள். இவையெல்லாமே தவறு என்பதைக் காட்ட முடியும். தனி நபர்களைச் சில தனித்தனி வகுப்புகளுக்குள் அடக்கி ஒவ்வொரு வகுப்பும் ஒரு குறிப்பிட்ட செயலில் மட்டும் ஈடுபடச் செய்வது தனிநபருக்கும் சமூகத்துக்கும் அநீதி இழைப்பதாகும் என்று நவீன விஞ்ஞானம் காட்டியிருக்கிறது. சமூகத்தைச் சில வகுப்புகளாகப் பிரித்து வைப்பது, மனிதர்களின் பண்புகளை முழுமையாகப் பயன்படுத்திக் கொள்ள முடியாமல் செய்கிறது. இவ்வாறு பயன்படுத்துவது சமூக முன்னேற்றத்துக்கு அவசியமானது. வகுப்புகளாகப் பிரிப்பது தனிநபரின் பாதுகாப்புக்கும் பத்திரத்துக்கும் மட்டுமின்றி, பொதுவாகச் சமூகத்தின் பாதுகாப்புக்கும் பத்திரத்துக்கும் முரணானது.[1]

பண்டைக் கால இந்துக்களும் பிளேட்டோவும் மற்றொரு தவறும் செய்தார்கள். மனிதர்களிடம் இரட்டை வடிவம் அல்லது பலவகை வடிவம் இருக்கிறது என்று சொல்வதில் ஓரளவு உண்மை இருக்கக் கூடும். பூச்சிகளிடம் இந்தத் தன்மை உண்டு. ஆனால் பூச்சிகளிடம் இது உடலும் மனமும் சார்ந்ததாகவும், மனிதர்களிடம் முற்றிலும் மனத்தை மட்டுமே சார்ந்ததாகவும் உள்ளது. மனிதர்களிடம் உளவியல் ரீதியான இரட்டை வடிவம் அல்லது பலவகை வடிவம் உள்ளது என்று கொண்டாலும், அதைக் காரணமாக வைத்து அவர்களில் சிலரை ஒரு குறிப்பிட்ட செயல் செய்வதற்காகப் பிறந்தவர் என்றும் வேறு சிலரை வேறொரு குறிப்பிட்ட செயலைச் செய்வதற்காகப் பிறந்தவர்கள் என்றும் பிரிப்பது தவறாகும். சிலர் கட்டளையிடுவதற்கும், அதாவது எஜமானர்களாக இருப்பதற்கும், வேறு சிலர் கீழ்ப்படிவதற்கும், அதாவது அடிமைகளாயிருப்பதற்கும் பிறந்தார்கள் என்று பிரிப்பது தவறு. ஒரு குறிப்பிட்ட மனிதரிடம் சில பண்புகள் உள்ளன என்றும், வேறு சில பண்புகள் இல்லை என்றும் கருதுவது தவறு. மாறாக, உண்மை என்னவென்றால், எல்லாப்

---

[1] இந்த விஷயம் பற்றி மேலும் பல கருத்துக்களுக்குச் 'சாதி ஒழிப்பு' என்ற என்னுடைய கட்டுரையைப் பார்க்கவும்.

பண்புகளும் எல்லா மனிதர்களிடமும் உள்ளன. இவற்றுள் ஏதேனும் ஒன்று சில சமயம் மற்ற எல்லாவற்றையும் விட மேலோங்கி நின்று அந்த ஒரு பண்பு தான் அவனிடம் உள்ளது போலத் தோன்றினாலும் கூட, அவனிடம் எல்லாப் பண்புகளும் இருக்கின்றன என்ற உண்மை மறைந்து விடாது. இதனால் ஒரு மனிதனிடம் ஒரு சமயம் ஓங்கி நிற்கும் ஒரு பண்பு மற்றொரு சமயம் வேறொன்றாகவும், அதற்கு நேர்மாறானதாகவும் கூட இருக்கக் கூடும்.

"மனிதர்"களும் "அடிமை"களும் நேர் எதிரான பண்பு நிலைகள் கொண்டவர்கள் என்று கூறும் நீட்ஸேயின் தவறான தத்துவம் பற்றிப் பேராசிரியர் பெர்க்ஸன்[1] குறிப்பிடுவதாவது:

"இதை (இந்தத் தவற்றை) நாம் புரட்சிக் காலங்களில் தெளிவாகக் காண்கிறோம். சாதாரண குடிமக்கள், அந்தக் கணம் வரையிலும் பணிவாகவும் கீழடங்கியும் இருந்தவர்கள் திடீரென்று ஒரு நாள் தாங்கள் தலைவர்கள் என்று கூறிக்கொண்டு வந்துவிடுகிறார்கள்".

முஸோலினி, ஹிட்லர் ஆகியோரின் வரலாறுகள், ஆரியர்களும் பிளேட்டோவும் கொண்டிருந்த தத்துவங்கள் முற்றிலும் தவறானவை என்பதை நிரூபிக்கின்றன.

வேத முறையான நான்கு வருண முறை ஓர் இலட்சிய முறை அல்ல என்பது மட்டுமின்றி, பிராமணர்கள் அதில் செய்த மாற்றங்கள் காரணமாக அது மேலும் மோசமாகிவிட்டது. இந்த மாற்றங்களை ஏற்கெனவே விவரித்திருக்கிறோம். ஒவ்வொரு மாற்றமும் விஷமத்தனமானது என்பதில் சந்தேகமே இல்லை. புத்த மதத்தின் பிக்குகள் அமைப்பும் வேத முறையின் பிராமணர்கள் அமைப்பும் ஒரே நோக்கத்துக்காகவே ஏற்படுத்தப்பட்டன. அவர்கள் சமூகத்தின் தலைசிறந்த பிரிவாக இருந்து, சமூகம் சரியான பாதையில் செல்வதற்கு வழிகாட்டிகளாகவும் தலைவர்களாகவும் செயல்பட வேண்டும் என்பதே நோக்கம். இவ்வாறு நோக்கம் ஒன்றாக இருந்தபோதிலும் அதைச் செயல்படுத்துவதில் பிராமணர்களைவிடப் பிக்குகளுக்கு அனு கூலமான நிலை இருந்தது. இதற்குக் காரணம், புத்தர் ஓர் உண்மையை, அவருக்கு முன்பும் பின்பும் இருந்தவர்கள் யாரும் உணராத ஓர் உண்மையை, உணர்ந்திருந்ததாகும்.

ஒரு மனிதன் சமூகத்துக்கு உண்மையிலேயே தலைமை வகித்து நடத்த வேண்டுமானால், அவன் சுயேச்சையாக அறிவுரீதியாகச் இருக்கவேண்டும் என்பதை, அவ்வாறு சுயேச்சையாக இருக்க வேண்டுமானால் அவனுக்குத் தனிச் சொத்துரிமை எதுவும் இருக்கக்

---

1 ஒழுக்கப் பண்பின் இரண்டு அடிப்படைகள் (ஹோல்ட்) பக்கம் 267

கூடாது என்றும் புத்தர் உணர்ந்திருந்தார். சமூகத் தலைவனாக இருப்பவனுக்குத் தனது சொந்த உடைமையைப் பாதுகாக்கும் பொறுப்பும் இருக்குமானால் சமூகத்தைச் சரியான பாதையில் தலைமை தாங்கி நடத்திச் செல்லும் பொறுப்பை நிறைவேற்ற முடியாது. எனவே பிக்குகளுக்கான நடத்தைக் கோட்பாடுகளில், அவர்கள் தனிச் சொத்துக்கள் எதையும் வைத்துக் கொள்வதைத் தடை செய்யும் விதி ஒன்றை அவர் சேர்த்திருந்தார். வேத முறையில் பிராமணர்கள் மீது இதுபோன்ற தடை எதுவும் இல்லை. பிராமணன் தனக்கென உடைமை வைத்துக் கொள்ள முடியும். இந்த வித்தியாசம் காரணமாகப் பௌத்த பிக்குவும், வேத முறை பிராமணனும் முற்றிலும் வேறுபட்ட பண்பும் கண்ணோட்டமும் கொண்டவர்கள் ஆனார்கள். பிக்குகள் அறிவு சார்ந்த ஒரு வகுப்பாக அமைந்தார்கள். ஆனால் பிராமணர்கள் கல்வி கற்ற ஒரு வகுப்பாக மட்டுமே இருந்தார்கள். அறிவு சார்ந்த வகுப்புக்கும் கல்விகற்ற வகுப்புக்கும் இடையே பெரும் வேறுபாடு உள்ளது. அறிவு சார்ந்த ஒரு வகுப்புக்கு எந்த ஒரு வகுப்புடனும் நலன்களுடனும் இணைந்து இருப்பதால் ஏற்படும் இயலாமைகள் கிடையாது. ஆனால் கல்வி கற்ற ஒரு வகுப்பு தனது அறிவை வளர்த்திருந்தாலும், அது அறிவு சார்ந்த வகுப்பு ஆகாது. அதனுடைய பார்வைப் பரப்பும், புதிய கருத்துகளிடத்தில் பரிவான அணுகு முறையும், அது ஒரு குறிப்பிட்ட வகுப்புடன் இணைந்திருக்கும் நிலை காரணமாக ஒரு வரம்புக்குள் கட்டுப்படுத்தப் படுகின்றன என்பதே இதற்குக் காரணம்.

எனவே பிராமணர்கள் ஆரம்பத்திலிருந்தே கல்வி கற்ற வகுப்பாக மட்டுமே, கல்வியறிவு பெற்ற ஆனால் சுயநலம் உள்ள வகுப்பாக உருவானார்கள். வேத முறைப் பிராமணர்களிடம் இருந்த இந்தத் தீமை, பழைய வேத முறைமையில் செய்யப்பட்ட மாற்றங்கள் காரணமாக மிகத் தீவிரமாக இருந்தது. பிராமணர்கள் ஆட்சி செய்வதற்கு உரிமை அளிக்கப்பட்டதும், அவர்களுக்குச் சிறப்புச் சலுகைகளும் விதி விலக்குகளும் வழங்கப்பட்டதும் அவர்களை மேலும் சுயநலம் கொண்டவர்களாகவே செய்தன. அவர்கள் தாங்கள் கற்ற கல்வியை, மக்களிடையே கல்வியறிவு முன்னேற உதவுவதற்குப் பயன்படுத்தாமல், சமூக முன்னேற்றத்துக்குப் பதில் தங்களுடைய வகுப்பின் முன்னேற்றத்துக்காகப் பயன்படுத்திக் கொள்ளவே விரும்பினார்கள்.

அவர்களுடைய சக்தியும் கல்வியும் முழுவதும் மக்களின் நன்மைக் கெதிராகத் தங்களுடைய சொந்த சிறப்புரிமைகளைப் பாதுகாப்பதிலேயே செலவிடப்பட்டது. இந்திய நாகரிகம் உலகிலேயே மிகப் பழமையான நாகரிகம் என்று பல இந்து நூலாசிரியர்கள் பெருமைப்பட்டுக் கூறி- யிருக்கிறார்கள். தங்கள் முன்னோர்கள் முன்னோடிகளாக இல்லாத அறிவுத்துறை எதுவுமே இல்லை என்று அவர்கள் உறுதியாகக்

கூறியுள்ளார்கள். பேராசிரியர் பினய் குமார் சர்க்கார் எழுதிய ‘இந்து சமூகவியலின் ஆக்கப்பூர்வமான பின்னணி’, டாக்டர் பிரஜேந்திரநாத் ஸீல் எழுதிய “பண்டைககால இந்துக்களின் ஆக்கப்பூர்வமான விஞ்ஞானங்கள்” போன்ற புத்தகங்களைப் பார்த்தால், அவர்களின் முன்னோர்கள் பல்வேறு அறிவுத் துறைகளிலும் பெற்றிருந்த அறிவைப் பற்றிக் கொடுக்கப்படும் தகவல்கள் மலைக்க வைப்பதாக உள்ளன. இந்தப் புத்தகங்களிலிருந்து பண்டைக்கால இந்தியர்கள், வானவியல், சோதிடம், உயிரியல், வேதியியல், கணிதம், மருத்துவம், கனிமவியல், இயற்பியல், விமானவியல் ஆகியவற்றில் தேர்ச்சி பெற்றிருந்தார்கள் என்று தோன்றும். இவையெல்லாம் உண்மையாயிருக்கலாம். முக்கியமான கேள்வி என்னவென்றால், பண்டைக்கால இந்தியர்கள் இந்த விஞ்ஞானங்களையெல்லாம் எப்படிக் கண்டு பிடித்தார்கள் என்பதே. பண்டைக்கால இந்தியர்கள் முன்னோடியாக இருந்த இந்த விஞ்ஞானங்களில் அவர்கள் முன்னேறாமல் நின்றுவிட்டது ஏன் என்பது முக்கியமான கேள்வி. பண்டைக்கால இந்தியாவில் விஞ் ஞான முன்னேற்றம் திடீரென்று நின்றுபோனது வருந்தத்தக்கதாக மட்டுமின்றி வியப்பாகவும் உள்ளது. இந்தியா விஞ்ஞான உலகில், நாகரிகத்தின் தொடக்க நிலையில் முதல் இடம் பெற்றதாக இருந்தாலும், நாகரிக வளர்ச்சி பெற்ற உலகில் கடைசி இடத்திலேயே இருக்கிறது. விஞ்ஞான முன்னேற்றத்தைத் தொடங்கிய ஒரு மக்கள், வழியில் நின்றுபோய், அதை ஒழுங்கற்ற, அரைகுறை நிலையில் விட்டுவிட்டது எப்படி நேர்ந்தது? பண்டைக்கால இந்தியர்கள் என்னவெல்லாம் அறிந்திருந்தார்கள் என்பதைவிட இந்தக் கேள்விதான் முக்கியமானது; இதை ஆராய்ந்து விடை காண்பது அவசியம்.

இந்தக் கேள்விக்கு ஒரே விடைதான் இருக்கிறது; அது மிகவும் எளிமையான விடை பண்டைக்கால இந்தியாவில் பிராமணர்கள் மட்டும் தான் கல்விகற்ற வகுப்பாக இருந்தார்கள். அவர்கள் தங்களை மற்ற எல்லா வகுப்புகளையும் விட மேலானவர்களாகக் கூறிக் கொண்டார்கள். அவர்கள் இவ்வாறு கூறிக் கொள்வ்தைப் புத்தர் எதிர்த்து அவர்களுக்கு எதிராகப் போர் தொடுத்தார். இந்த நிலைமையில் பிராமணர்கள் ஒரு கல்விகற்ற வகுப்பு எப்படி நடந்து கொள்ளுமோ அப்படி- அறிவு சார்ந்த வகுப்பு நடந்து கொள்வதைப் போலன்றி நடந்து கொண்டார்கள். அந்த வகுப்பு அறிவு வளர்ப்புச் செயல்களையெல்லாம் விட்டுவிட்டு, தன்னுடைய மேலான நிலையையும், சமூக, பொருளாதார, அரசியல் நலன்களையும் பாதுகாப்பதில் ஈடுபட்டது. விஞ்ஞானம் பற்றிப் புத்தகங்கள் எழுதுவதற்குப் பதிலாக பிராமணர்கள் ஸ்மிருதிகளை எழுதத் தொடங்கினார்கள். இந்தியாவில் விஞ்ஞான முன்னேற்றம் ஏன் தடைப்பட்டு நின்றுபோயிற்று என்பதற்கு இது

விளக்கமளிக்கிறது. புத்த சமயத்தின் சமூக சமத்துவக் கொள்கையை முறியடிப்பதற்கு ஸ்மிருதிகள் எழுதுவது அதிக முக்கியமும் அதிக அவசியமும் ஆகும் என்று பிராமணர்கள் கருதினார்கள்.

பிராமணர்கள் எத்தனை ஸ்மிருதிகள் எழுதினார்கள்?

ஸ்மிருதி இலக்கியத்தில் பேரறிஞரான திரு. கானே, இவற்றின் எண்ணிக்கை 128 என்று கணக்கிட்டிருக்கிறார். இவையெல்லாம் எதற்காக எழுதப்பட்டன? ஸ்மிருதிகள் சட்டப் புத்தங்கள் என்று கூறப்படுகின்றன. இது அவற்றின் உண்மையான தன்மையை மறைக்கிறது. உண்மையில் அவை பிராமணர்களின் உயர்ந்த நிலையையும், அவர்களின் சிறப்பு உரிமைகளையும் வலியுறுத்திக் கூறும் புத்தகங்களாகும். விஞ்ஞான முன்னேற்றத்தை விட பிராமணீயத்தைப் பாதுகாப்பது அதிக முக்கியமானதாகிவிட்டது. பிராமணீயம் தனது சிறப்பு உரிமைகளைப் பாதுகாப்பதோடு நில்லாமல் அதை விரிவுபடுத்தவும் தொடங்கியது. கௌரவமான எந்த மனிதனையும் வெட்கத்தில் ஆழ்த்தக்கூடிய வகையில் அது இந்தச் செயலில் ஈடுபட்டது. பிராமணர்களுக்கு மனு கொடுத்திருந்த சில சிறப்பு உரிமைகளின் பொருளைப் பிராமணர்கள் விரிவுபடுத்தத் தொடங்கினார்கள்.

மனு பிராமணர்களுக்குத் தானம் பெறும் உரிமையைக் கொடுத்திருந்தார். தானம் என்பது பணம் அல்லது பொருள்களைப் பெறுவது என்றே எப்போதும் கருதப்பட்டது. ஆனால் நாளடைவில் தானம் என்ற கருத்து பிராமணனுக்கு ஒரு பெண்ணைத் தானமாகக் கொடுப்பதையும் உள்ளடக்கியதாக விரிவுபடுத்தப்பட்டது. அந்தப் பெண்ணைப் பிராமணன் தன்னுடைய வைப்பாட்டியாக வைத்துக் கொள்ளலாம், அல்லது ஈட்டுப்பணம்[1] பெற்றுக் கொண்டு அவளை விடுவிக்கலாம்.

மனு பிராமணர்களைப் "பூதேவர்கள்", அதாவது பூமியின் எஜமானர்கள் என்று கூறினார். பிராமணர்கள் இதனுடைய பொருள் வரம்பை விரிவுபடுத்தி மற்ற சாதிப் பெண்களுடன் உடலுறவு கொள்வதற்குத் தங்களுக்கு உரிமை இருப்பதாகக் கூறினார்கள். மன்னர்களின் மனைவியருக்குக் கூட இதிலிருந்து விதிவிலக்குக் கிடையாது. கி.பி.1502-இல் இந்தியாவுக்குப் பயணியாக வந்த லுடோவிகோ டி வர்த்தேமா, கள்ளிக்கோட்டைப் பிராமணர்களைப் பற்றிப் பின்வருமாறு குறிப்பு எழுதியிருக்கிறார்:

---

1 ஒரு வழக்கைப் பற்றிய செய்தியைப் படித்தது எனக்கு நினைவிருக்கிறது. அதில் ஒரு பிராமணன் திருமணமான ஒரு பெண்ணைத் தானமாகப் பெற்றிருந்தான். அவளுடைய கணவன் ஈட்டுத் தொகை கொடுக்க முன்வந்த போதும் கூட அவன் அவளை விடுவிக்க மறுத்தான்.

"இந்தப் பிராமணர்கள் யார் என்பதைத் தெரிந்து கொள்வது பொருத்தமானது மட்டுமன்றி மகிழ்ச்சியாகவும் இருக்கும். நம்மிடையே மதபோதகர்கள் இருப்பதுபோல அவர்கள், மதத்தில் முக்கிய இடம் பெற்றவர்களாயிருக்கிறார்கள். மன்னன் ஒரு மனைவியை மணந்து கொள்ளும்போது, இந்தப் பிராமணர்களில் மிகவும் தகுதியும் கௌரவமும் பெற்ற ஒருவனைத் தெரிந்தெடுத்து, அவனை அவளுடன் முதல் இரவைக் கழிக்கச் செய்து, அவளை அவன் கன்னி கழிக்கச் செய்கிறான்."[1]

இதேபோல மற்றொரு எழுத்தாளர் ஹாமில்டன்[2] பின்வருமாறு கூறுகிறார்.

"ஸாமொரின் திருமணம் செய்து கொள்ளும்போது, நம்பூரி (நம்பூதிரி பிராமணன்) அல்லது தலைமை புரோகிதன் அவளை அனுபவிக்கும் வரை அவன் அவளுடன் சேரக்கூடாது. நம்பூதிரி விரும்பினால் அவளுடன் மூன்று இரவுகள் கழிக்கலாம். ஏனென்றால் அவளுடைய முதல் உடல் உறவின் பலன்கள் அவள் வணங்கும் கடவுள்களுக்கு அர்ப்பணிக்கப்பட வேண்டும்."

பம்பாய் மாகாணத்தில் வைஷ்ணவப் பிரிவின் புரோகிதர்கள் தங்கள் பிரிவைச் சேர்ந்த பெண்களைக் கன்னி கழிப்பதற்கு உரிமை கொண்டாடினார்கள். இதன் அடிப்படையில் தான் புகழ்பெற்ற மகாராஜா அவதூறு வழக்கு வந்தது. அந்தப் பிரிவின் தலைமைப் புரோகிதர் கரோஸோன்தாஸ் முல்ஜி என்பவருக்கெதிராகப் பம்பாய் உயர்நீதிமன்றத்தில் 1869-ஆம் ஆண்டு இந்த வழக்கைக் கொண்டு வந்தார். முதல் இரவுக்கு உரிமை கோரும் வழக்கம் அதுவரை நிச்சயமாக இருந்தது என்பதை அது காட்டுகிறது.

இவ்வாறு முதல் இரவில் உடலுறவு கொள்ளும் உரிமையைப் பொதுவாகக் கீழ்ச் சாதியினர் மீது செலுத்த முடியும் என்றால் பிராமணர்கள் அதைச் செய்யத் தவறவில்லை. குறிப்பாக மலபாரில் இவ்வாறு தங்கள் உரிமையை விரிவுபடுத்தினார்கள். அங்கே மனு, பிராமணர்களைப் 'பூதேவர்கள்', பூமியின் எஜமானர்கள் என்று கூறினார். பிராமணர்கள் அதை விரிவுபடுத்தி, மற்ற வகுப்புகளின்

---

1 ஒடோவிகோடி வர்த்தேமாவின் பயணங்கள் பிரசுரம், ஹக்கித் கழகம். ப.147 141. வர்த்தேமா மேலும் கூறுகிறார்: "பிராமணன் இதற்கு விருப்பப்பட்டு இணங்குகிறான் என்று நினைக்க வேண்டாம். மன்னன் அவனுக்கு நானூறு அல்லது ஐநூறு 'ட்யூகட்' பணம் கொடுக்க வேண்டியிருக்கிறது.

2 கிழக்கிந்தியப் பிரதேசங்களைப் பற்றிய புதிய விவரங்கள் (1744) தொகுதி பக்கம் 315.

பெண்களுடன் வரைமுறையன்றி உடலுறவு கொள்ள உரிமை கொண்டாடினார்கள். குறிப்பாக மலபாரில் இவ்வாறு நடந்தது. அங்கே[1]

"பிராமண சாதிகள் மகட்தாயம் முறையைப் பின்பற்றுகின்றன. இந்த முறையின்படி, குழந்தை தனது தந்தையின் குடும்பத்தைச் சேரும். அவர்கள் தங்கள் சாதிக்குள், சட்டத்தையும் மத வழி முறைகளையும் பின்பற்றி முறையாகத் திருமணம் செய்து கொள்கிறார்கள். ஆனால் பிராமண ஆண்கள், கீழ்ச்சாதிப் பெண்களுடன் சம்பந்தம் என்ற பெயரில் தொடர்பு வைத்துக் கொள்ளும் வழக்கத்தை வைத்திருக்கிறார்கள்"

இதுமட்டுமல்ல; குறிப்பு எழுதியுள்ளவர் இங்கே கூறுவதைக் கவனியுங்கள்:

"சம்பந்தத்தில் இணைகின்ற இரு தரப்பினரில் யாரும் மற்றவரின் குடும்பத்தில் உறுப்பினர் ஆகிவிடமாட்டார். அவர்களுக்குப் பிறக்கும் குழந்தைகள் தங்கள் தாயாரின் தர்வாத்தை (குடும்பத்தை) சேர்ந்தவர்கள் ஆவார்கள். சட்டத்தின்படி இவர்களுக்குத் தங்கள் தந்தையின் சொத்தில் பங்கோ; அதிலிருந்து பராமரிப்புத் தொகை பெறுவதற்கு உரிமையோ எதுவும் கிடையாது."

இந்த வழக்கம் எப்படித் தோன்றியது என்பது பற்றி இந்த ஏட்டின் ஆசிரியர் கூறுவதாவது:

"இந்த வழக்கம் தோன்றியதற்கு அடிப்படை பிராமணர்கள் தங்களை பூதேவர்கள் அதாவது பூமியில் கடவுள்கள் என்று உரிமை கொண்டாடியதாகும்; அதோடு சத்திரியர்கள், அதாவது ஆட்சி செய்யும் வகுப்பினர் கீழ்ச்சாதிப் பெண்களிடம் முதல் பலன் -அடைவதற்கு உரிமை கொண்டாடியதும் இது தோன்றியதற்கு ஒரு அடிப்படையாகும், மத்தியகால ஐரோப்பாவில் பின்பற்றப்பட்ட 'பிரபுவின் உரிமை' என்பதைப் போன்றது இது".

ஐரோப்பாவில் மத்திய காலத்தில் முதல் பலன் உரிமை என்று அழைக்கப்பட்ட முதல் இரவு உரிமை மட்டும் தான் இந்த வழக்கத்தில் இருப்பதாகக் கூறுவது உண்மையைக் குறைத்துக் கூறுவதாகும். இது அதைவிட அதிகமானது. பிராமணர்கள், கீழ்ச் சாதியிலிருந்து எந்தப் பெண்ணையும் வெறும் விபசாரத்துக்கு, பால் உணர்வுத் திருப்திக்குப் பயன்படுத்திக் கொள்ளவும், திருமணத்தின் பொறுப்புகள் எதையும் ஏற்காமல் இதை அடைவதற்கும் பொதுவாக உரிமை கொண்டாடுவதாக இந்த வழக்கம் அமைந்திருக்கிறது.

---

1 மலபார் மற்றும் அஞ்செங்கோ மாவட்ட விவரத் தொகுப்பு ஏடு, திரு. சி.ஏ. சின்னங், தொகுதி-1.

மக்களுக்கு ஆன்மிகத்தைக் கற்பிக்கும் பிராமணர்கள் அவர்கள் மீது கொண்டாடிய உரிமையின் லட்சணம் இப்படி இருக்கிறது! பீட்டரின் சிம்மாசனத்தில் ஏறிய ஆன்மிகத் தலைவர்களிலேயே மிகவும் கீழ்த்தரமான பால் உறவுகளில் ஈடுபட்டவர்கள் என்று போர்ஜீஸ் போப்புகள் வரலாற்றில் கண்டனத்துக்கு உள்ளாகியிருக்கிறார்கள். அவர்கள் உண்மையிலேயே இந்தியப் பிராமணர்களைவிட மோசமானவர்களா என்றுதான் எண்ணத் தோன்றுகிறது.

புத்தர் கருதியது போன்று முற்றிலும் அறிவு சார்ந்த ஒரு வகுப்பு, ஒரு தனிப்பட்ட வகுப்பின் நலனைப் பற்றிக் கவலைப்படாமல் எல்லா மக்களின் பொது நன்மையில் கருத்தைச் செலுத்தும் சுயேச்சை பெற்றதான ஒரு வகுப்பு எங்குமே இருக்கவில்லை. சொத்துரிமை காரணமாக அறிவின் சுயேச்சையான செயல்பாட்டின் மீது ஏற்படும் தடைகளைச் சமீப காலம் வரை உணரப்படவில்லை. ஆனால் இப்படி ஒரு வகுப்பு இல்லாத குறை மற்ற நாடுகளில், சமூகத்தின் ஒவ்வொரு அடுக்கிலும் கல்விகற்ற ஒரு பிரிவு இருந்ததன் மூலம் ஈடு செய்யப்பட்டது. சமூகத்தின் பல்வேறு அடுக்குகளையும் சேர்ந்த கல்விகற்ற பிரிவினர் வெவ்வேறு விதமான கருத்துக்களைத் தெரிவித்தது சமூகத்துக்குத் தெளிவான வழிகாட்ட உதவாவிட்டாலும் அதில் ஒரு பாதுகாப்பு இருந்தது. சமூகத்தின் ஒரே வகுப்பைச் சேர்ந்த கல்விகற்ற ஒரே பிரிவினர் கூறும் கருத்துக்கள் மூலம் சமூகம் தவறான வழிகாட்டுதல் பெற்று விடும் அபாயம் பல்வேறு கருத்துக்கள் கூறப்படும் சூழ்நிலையில் இல்லாமல் போகிறது. இந்த ஒரே பிரிவினர் தங்கள் வகுப்பின் நலனையே நாட்டின் நலனுக்கு மேலாகக் கருதுவார்கள். பிராமணீயம் ஏற்படுத்திய மாற்றங்களினால், இந்தியாவுக்கு ஓர் அறிவு சார்ந்த வகுப்பின் பத்திரமான, நிச்சயமான வழிகாட்டுதல் இல்லாமல் போய்விட்டது. அதைவிட மோசமான விளைவு, மற்ற நாடுகளில் சமூகத்தில் பல்வேறு அடுக்குகளையும் சேர்ந்த கல்விகற்ற வகுப்பினர் பல்வேறு கருத்துக்கள் கூறுவதன் மூலம் அந்த மக்களுக்குக் கிடைத்த பத்திரமும் பாதுகாப்பும் இந்துக்களுக்கு இல்லாமல் போய்விட்டது.

சூத்திரர்களுக்குக் கல்வியை மறுத்துவிட்டு, சத்திரியர்களை ராணுவப் பணியிலும் வைசியர்களை வர்த்தகத்திலும் திருப்பி விட்டுவிட்டு, பிராமணர்கள் கல்வியைத் தங்களுக்கு மட்டும் வைத்துக் கொண்டார்கள். இதன் மூலம் பிராமணர்கள் மட்டுமே கல்விகற்ற வகுப்பாக - சமூகம் முழுவதற்கும் தவறான வழிகாட்டுவதற்குச் சுயேச்சை பெற்றவர்களாக ஆனார்கள். வருணத்தைச் சாதியாக மாற்றியதன் மூலம், பிறப்பு மட்டுமே ஒரு மனிதனுடைய மதிப்புக்கு உண்மையான, இறுதியான அளவீடாகும் என்று அது அறிவித்தது.

சாதியும், படிப்படியான சமத்துவமின்மையும் சேர்ந்து, ஒற்றுமை இன்மையையும் பூசல்களையும் வாடிக்கையாக்கிவிட்டன.

ஆரம்பத்தில் இருந்த நான்கு வருண முறையில் இவ்வாறு செய்யப்பட்ட அலங்கோலங்களெல்லாம் சமூக நடைமுறைகள் என்ற அளவில் நின்றிருந்தாலும் ஓரளவு சகித்துக் கொள்ளக் கூடியதாக இருந்திருக்கும். ஆனால் பிராமணீயம் அந்த அளவோடு திருப்திப்படவில்லை. விபரீதமான முறையில் மாற்றி அமைக்கப்பட்டதால் வருண முறைக்குச் சட்டத்தின் அதிகாரத்தைக் கொடுக்க பிராமணீயம் விரும்பியது. பிராமணீயம் உருவாக்கிய இந்தப் புதிய நான்கு வருண முறை மனு ஸ்மிருதியில் தனி நபர்கள் சட்டம், குடும்பச் சட்டம் என்று இடம் பெற்றுள்ளது. இதைப் பற்றி யாருக்கும் சந்தேகம் இருக்க முடியாது. கீழ்ச் சாதியைச் சேர்ந்த ஒரு நபர், மேல் சாதியின் அந்தஸ்தைத் தனக்கு எடுத்துக் கொள்வதோ, மேல் சாதியைச் சேர்ந்தவனாகப் பொய்யாகக் காட்டிக் கொள்வதோ குற்றமாகும் என்று மனு விதித்தார்.

10: 96. "கீழ்ச் சாதியைச் சேர்ந்த ஒரு மனிதன் பேராசை காரணமாக மேல் சாதித் தொழிலைச் செய்து வாழ்ந்தால், மன்னன் அவனுடைய சொத்துக்களைப் பறிமுதல் செய்து அவனை நாடு கடத்தவேண்டும்."

11:56. "தான் உயர் பிறப்பு உள்ளவன் என்று ஒருவன் பொய்யாகக் கூறிக் கொள்வதும், மன்னனுக்கு ஒரு குற்றத்தைப் பற்றித் தகவல் கொடுப்பதும், தனது குருவின் மீது பொய்யாகக் குற்றம் சாட்டுவதும், பிராமணனைக் கொல்வதற்குச் சமமான குற்றங்கள் ஆகும்."

இங்கே இரண்டு குற்றங்கள், அதாவது பொதுவான ஆள் மாறாட்டம் *(10:96)*, சூத்திரன் செய்யும் ஆள் மாறாட்டம் ஆகியன கூறப்படுகின்றன. இவற்றுக்கு எவ்வளவு கடுமையான தண்டனை கூறப்படுகிறது என்பதையும் கவனியுங்கள். முதலாவது குற்றத்துக்குச் சொத்துப் பறிமுதலும், நாடு கடத்தலும் தண்டனையாகக் கூறப்படுகின்றன. இரண்டாவது குற்றத்துக்குத் தண்டனை பிராமணனைக் கொன்ற குற்றத்துக்கான தண்டனையாகக் கூறப்படுகிறது.

ஆள் மாறாட்டம் என்ற குற்றம் நவீனச் சட்ட முறைக்குத் தெரியாததல்ல. இந்தியத் தண்டனைச் சட்டம் இதை 419 - ஆவது பிரிவில் குறிப்பிடுகிறது.

ஆனால் ஆள்மாறாட்டத்தின் மூலம் ஏமாற்றும் குற்றத்துக்கு இந்திய தண்டனைச் சட்டம் விதிக்கும் தண்டனை என்ன? அபராதம், சிறைத்தண்டனையானால் 3 ஆண்டுகள் அல்லது இரண்டும், பிரிட்டிஷ் அரசாங்கம் தம்முடைய சாதிச் சட்டத்தை இவ்வளவு இலேசாக மதித்திருப்பதைக் கண்டு மனு தமது கல்லறையில் இருந்தவாறு துடித்துப் போயிருக்க வேண்டும்.

அடுத்ததாக மனு இந்தச் சட்டத்தை மன்னன் செயல் படுத்த வேண்டும் என்று கட்டளையிடத் தொடங்குகிறார். முதலில் மன்னன் தன்னுடைய புனிதக் கடமையாக இதைச் செய்யவேண்டும் என்று வேண்டுகோள் விடுக்கிறார்.

8:172. "சாதிகள் குழம்புவதைத் தடுப்பதன் மூலம் ....மன்னனின் அதிகாரம் வளர்கிறது; அவன் இவ்வுலகிலும் மறு உலகிலும் நற்பேறு பெறுகிறான்."

வருணங்கள் குழம்புவதைப் பற்றிய சட்டம் ஒருவேளை மன்னனின் மனச் சாட்சிக்கு ஏற்புடையதாக இல்லாமல் போய், அவன் அதைச் செயல்படுத்தாமலிருக்கலாம் என்று மனுவுக்குத் தெரியும். எனவே சட்டங்களை அமுலாக்குவதில் எவ்வாறு செயல்பட வேண்டும் என்று அவர் மன்னனுக்கு எடுத்துக் கூறுகிறார்.

8:177. "எனவே மன்னன் தன்னுடைய விருப்பு வெறுப்புக்களை கருதாமல், யமனைப் போலவே செயல்பட வேண்டும். அதாவது அவன் மரண நீதிதேவனான யமனைப் போல் பாரபட்ச மற்றவனாக இருக்க வேண்டும்."

ஆயினும் இந்த விஷயத்தை மன்னனின் புனிதமான கடமை உணர்வுக்கு விட்டுவிட மனு விரும்பவில்லை. மன்னனுக்கு இதை அவர் கட்டாயமாக்குகிறார். மன்னனுக்குப் பின்வருமாறு கட்டாயப் பொறுப்பை மனு அளிக்கிறார்.

8:410. "மன்னன், வைசியனை வர்த்தகம், கடன் கொடுத்தல், நிலத்தில் சாகுபடி செய்தல், கால்நடை வளர்த்தல் ஆகிய தொழில்களைச் செய்யுமாறு உத்தரவிட வேண்டும்; சூத்திரனை இருபிறப்பாளர்களுக்குப் பணிவிடை செய்யுமாறு உத்தரவிட வேண்டும்."

மனு மீண்டும் இந்த விஷயத்தை எடுத்துக் கொண்டு பின்வருமாறு கூறுகிறார்.

8:418."வைசியர்களும் சூத்திரர்களும் தங்களுக்கு விதிக்கப்பட்ட கடமைகளைச் செய்யுமாறு மன்னன் கவனமாகக் கட்டாயப்படுத்த வேண்டும்; ஏனென்றால் இந்த இரண்டு சாதிகளும் தங்கள் கடமைகளிலிருந்து விலகினால் இந்த உலகம் முழுவதிலுமே பெரும் குழப்பம் ஏற்பட்டுவிடும்."

மன்னன் இந்தக் கடமைப் பொறுப்பை நிறைவேற்றாவிட்டால் என்ன செய்வது? இந்தச் நான்கு வருணச் சட்டம் மனுவின் கருத்தில் எல்லாவற்றிலும் உயர்ந்ததாகும். எனவே சட்டத்தைப் பராமரிக்கத் தவறும் ஒரு மன்னனுடைய செயலால் அது நடைமுறைப்படாமல் போவதை அவர் அனுமதிக்க மாட்டார். எனவே மனு மிகத் துணிச்சலாக, அத்தகைய மன்னனை ஒழித்து விட வேண்டும்

என்று புதிய சட்டம் செய்கிறார். நால் வருண முறை மனுவுக்கும் பிராமணர்களுக்கும் எவ்வளவு அருமையானதாக இருந்தது என்பதை இதிலிருந்து தெரிந்து செய்து கொள்ளலாம்.

நான் முன்பே கூறியதுபோல், வேதகாலச் நான்கு வருண முறை, சாதி முறையை விட மேலானது. என்றாலும் அதுவும் எடுத்துக்காட்டான சமூகத்துக்கு இருக்க வேண்டிய ஒற்றுமையைப் பெற்ற ஒரே சமூகத்தை உருவாக்குவதற்கு அதிகச் சாதமாக இல்லை. நான்கு வருணத் தத்துவமே நான்கு வகுப்புகளை உருவாக்கிவிட்டது. இந்த நான்கு வகுப்புகளும் நேசமாக இல்லை. பல சமயங்களில் அவை தம்முள் சச்சரவிட்டுக் கொண்டன. இந்தச் சச்சரவுகள் மிகக் கடுமையாக இருந்தன. இவற்றை வர்க்கப்போர் என்பதை விட வேறுவிதமாகக் கூறமுடியாது. இருந்த போதிலும் அதில் இரண்டு நல்ல அம்சங்களும் இருந்தன. பிராமணீயம் தனது சுயநலத்தினால் இவற்றை மறுத்துவிட்டது. முதலாவதாக, வருணங்கள் தனிமைப்படுத்தி வைக்கப்படவில்லை. ஒற்றுமையை ஏற்படுத்தும் வலுவான பந்தங்களான கலப்பு மணமும், கலந்து உண்ணுதலும் முழு அளவில் செயலில் இருந்தன. சமூகத்தின் அடிப்படையையே அழித்துவிடும் சமூக விரோத உணர்வை வெவ்வேறு வருணங்களும் வளர்த்துக் கொள்வதற்கு இடம் இருக்கவில்லை. சத்திரியர்கள் பிராமணர்களுக்கு எதிராகவும், பிராமணர்கள் சத்திரியர்களுக்கு எதிராகவும் போரிட்டார்கள் என்றாலும், பிராமணர்களின் பொருட்டு சத்திரியர்களுக்கு எதிராகப் போரிட்ட சத்திரியர்களும்[1] இருந்தார்கள். அதேபோலப் பிராமணர்களுக்கு எதிராகப் போரிடுவதில் சத்திரியர்களுடன் சேர்ந்து கொண்ட பிராமணர்களும்[2] இருந்தார்கள்.

இரண்டாவதாக, பழைய நான்கு வருண முறை ஒரு மரபாக மட்டுமே இருந்தது; அது சமூகத்தின் குறிக்கோளாக இருந்தது; ஆனால் அரசின் சட்டமாக இருக்கவில்லை. பிராமணீயம் வருணங்களைத் தனிமைப்படுத்தி வைத்துப் பகைமையின் விதையைத் தூவிவைத்தது. ஒரு மரபாக மட்டும் இருந்த ஒன்றைப் பிராமணீயம் சட்டமாக்கி வைத்தது. இவ்வாறு சட்ட அந்தஸ்து கொடுத்ததுதான் அது செய்த விஷமம். வேத முறையான நான்கு வருணம் தீமையாக இருந்திருந்தால், காலத்தின் கட்டாயத்தினாலும் சூழ்நிலைகளினாலும் மறைந்து போயிருக்கும். அதற்குச் சட்டத்தின் சக்தியைக் கொடுத்தன்

---

1 பரசுராமர் சத்திரியர்களுக்கெதிராக நடத்திய போர்களை நான் இப்படித்தான் பொருள் கொள்கிறேன்.

2 புத்தமதம் பிராமணர்களுக்கும் பிராமணீயத்துக்கும் எதிரான புரட்சியாகும். ஆயினும் புத்தரையும் புத்தமதத்தையும் ஆரம்ப காலத்தில் பின்பற்றியவர்களில் பலர் பிராமணர்கள்.

மூலம் பிராமணீயம் அதை நிரந்தரமாக்கியது. இந்து சமூகத்துக்குப் பிராமணீயம் செய்த மிகப் பெரிய விஷமம் இதுதான்.

இந்த விஷயத்தைப் பரிசீலனை செய்யும்போது ஒரு உண்மையைக் கவனிக்காமலிருக்க முடியாது. படிப்படியான சமத்துவமின்மைக்கு மறுபெயரான நான்கு வருணச் சட்டத்தைச் செயல்படுத்துவதை மன்னனின் கட்டாயப் பொறுப்பாக மனு விதித்தார்; ஆனால் அதைப் பிராமணர்களுக்கும் சத்திரியர்களுக்கும் எதிராகச் செயல்படுத்தும்படிக் கூறவில்லை. வைசியர்களுக்கும் சூத்திரர்களுக்கும் எதிராகச் செயல் படுத்துவதுதான் கட்டாயப் பொறுப்பாக்கப்படுகிறது. இந்த முறைமைக்குச் சட்டத்தின் சக்தியைக் கொடுப்பதில் பிராமணீயத்துக்கு இருந்த முனைப்பைப் பார்க்கும்போது, அதனால் ஏற்பட்ட விளைவு வேடிக்கையாக இருந்தது என்று தான் கூறவேண்டும். இந்த முறைமையைச் சட்டமாக்கிவிட முயற்சி மேற்கொள்ளப்பட்ட போதிலும், அது பாதிச் சட்டமாகவும் பாதி மரபு முறையாகவும் தான் ஆயிற்று; வைசியர்களுக்கும் சூத்திரர்களுக்கும் சட்டமாகவும், பிராமணர்களுக்கும் சத்திரியர்களுக்கும் வெறும் மரபு முறையாகவும் மட்டுமே இருந்தது.

இந்த வேறுபாட்டுக்கு என்ன காரணம் என்று காணவேண்டும். இந்த முறைமைக்குச் சட்டத்தின் சக்தி கொடுப்பதில் பிராமணீயம் உண்மையாக மனப் பூர்வமாக நடந்து கொண்டதா? நான்கு வருணங்களில் ஒவ்வொன்றும் அதற்குக் கட்டுப்பட வேண்டும் என்று அது உண்மையிலேயே விரும்பியதா? பிராமணீயம் தான் செய்த சட்டத்துக்குப் பிராமணர்களையும் சத்திரியர்களையும் கட்டுப்படுத்த விரும்பவில்லை என்பதிலிருந்து இதில் பிராமணீயம் உண்மையாக நடந்து கொள்ளவில்லை என்று தெரிகிறது. இந்த முறைமை மிகச் சிறந்தது என்று, அது நம்பியிருந்தால் எல்லோரும் அதற்குக் கட்டுப்படுமாறு செய்ய அது தவறியிருக்காது.

ஆனால் இந்த மோசடி விளையாட்டில் பிராமணீயம் உண்மையாக நடந்து கொள்ளவில்லை என்பது மட்டுமல்ல. சட்டத்தின் கட்டுப்பாடுகளால் பிராமணர்களுக்கு இடையூறுகள் ஏற்படாமல் பார்த்துக் கொண்டதைப் புரிந்து கொள்ள முடியும். மனு அவர்களைப் பூமியில் உள்ள கடவுள்கள் என்று கூறினார்; கடவுள்கள் சட்டத்துக்கு மேற்பட்டவர்களாகத்தான் இருக்க வேண்டும். ஆனால் பிராமணர்களைப் போலவே சத்திரியர்களும் கட்டுப்படாமல் விடப்பட்டது ஏன்? சத்திரியர்கள் பிராமணர்களுக்குப் பணிந்து நடக்கமாட்டார்கள் என்று அவருக்குத் தெரியும். எனவே அவர் சத்திரியர்களுக்கு எச்சரிக்கை விடுக்கிறார். சத்திரியர்கள் அகம்பாவம் காட்டி, புரட்சி செய்யத் திட்டமிட்டால் பிராமணர்கள் அவர்களை எவ்வாறு தண்டிக்கலாம் என்று கூறுகிறார்.

9:320. "சத்திரியர்கள், பிராமணர்களிடம் எந்த விதத்திலாவது அகந்தையுடன் நடந்துகொண்டால், பிராமணர்களே அவர்களைத் தண்டிப்பார்கள்; ஏனென்றால் சத்திரியர்கள் பிராமணர்களிடம் இருந்து தான் தோன்றினார்கள்."

9:321. "நெருப்பு பிராமணனிடமிருந்து நீரிலிருந்து தோன்றியது; சத்திரியன் தோன்றினான். இரும்பு கல்லிலிருந்து தோன்றியது.மூன்றின் சக்தி, அவை எதிலிருந்து தோன்றினவோ அதன்மேல் பயன்படாது."

சத்திரியர்களுக்கெதிராகச் சட்டத்தைச் செயல்படுத்தும் கடமைப் பொறுப்பை மன்னவனுக்கு மனு கொடுக்கவில்லை. பிராமணர்கள் தங்களுடைய சொந்த சக்தியின் மூலம், மன்னனின் உதவி இல்லாமலே சத்திரியர்களைச் சமாளிக்க முடியும் என்று நம்பிக்கை கொண்டிருந்தது இதற்குக் காரணமாக இருக்கலாம். சமயம் வரும்போது க்ஷத்தியர்களுக்கு எதிரானதங்களுடைய சட்டங்களை விளைவுகளைப் பற்றிய அச்சமில்லாமல் செயல்படுத்தக் கருதியிருக்கலாம். இவையெல்லாம் மனுவின் கருத்தில் இருந்திருக்க முடியாது. ஏனென்றால். இவ்வாறு பயமுறுத்தியும் மிர ட்டியும் கூறியபின் மனு திடீரென்று இறங்கிவந்து சத்திரியர்களிடம் வேண்டுகோள் விடுக்கத் தொடங்குகிறார். பிராமணர்களுடன் ஒத்துழைத்து பொதுவான முன்னணி அமைக்குமாறு அவர் கேட்டுக் கொள்கிறார். சத்திரியர்களுக்கு எதிராக அச்சுறுத்தல்களையும் சபித்தல்களையும் கூறிய பின் அடுத்த சுலோகத்திலேயே அவர் சத்திரியர்களுக்குப் பின்வருமாறு வேண்டுகோள் விடுக்கிறார்:

9:323. "ஆனால் தனது முடிவு நெருங்கி வருவதை உணரும் மன்னன் அபராதங்கள் மூலம் சேர்ந்துள்ள தனது செல்வம் எல்லாவற்றையும் பிராமணர்களுக்குக் கொடுத்துவிட்டு, நாட்டைத் தன் மகனிடம் ஒப்படைத்துவிட்டுப் போரில் சென்று மரணத்தை நாடவேண்டும்."

சாபம் கொடுப்பது மாறி வேண்டுகோள் விடுப்பது ஒரு விசித்திரமான மாற்றமாகும். சத்திரியர்களிடம் மனுவின் மனப்போக்கு இவ்வாறு இறங்கி வந்ததற்கு என்ன விளக்கம் கூற முடியும்? பிராமணர்களும் சத்திரியர்களும் ஒத்துழைக்கவேண்டும் என்று கூறுவதன் நோக்கம் என்ன? யாருக்கெதிராக இந்தப் பொதுக்கூட்டணி அமைக்கப்படுகிறது? மனு இதை விளக்கவில்லை. இந்தப் புதிருக்குத் திருப்தியான விடை காண்பதற்கு முன் ஆயிரம் ஆண்டுக்கால வரலாறு முழுவதையும் சொல்ல வேண்டியிருக்கும்.

இந்தப்புதிருக்கு விடை காண்பதற்கான தடயம், பிராமணர்களுக்கும் சத்திரியர்களுக்கும் இடையே நடந்த வர்க்கப் போரின் வரலாற்றில் கிடைக்கிறது.

பெரும்பாலான இந்துக்களுக்குக் கார்ல் மார்க்ஸ் கூறியுள்ள வர்க்கப் போராட்டத்தத்துவம் மனத்துக்குப் பிடிப்பதில்லை. ஆனால் தங்கள் முன்னோர்களின் வரலாற்றிலேயே மார்க்ஸ் தமது தத்துவத்திற்கு ஆதரவாகத் தேடிய சான்றுகள் உள்ளன என்று கூறினால் அது அவர்களுக்கு அதிர்ச்சியாயிருக்கும். உண்மையில் பிராமணர்களுக்கும் சத்திரியர்களுக்கும் இடையே எண்ணற்ற வர்க்கப் போர்கள் நடந்துள்ளன. இவற்றுள் மிக முக்கியமான சில போர்கள் மட்டுமே பண்டைக்கால இந்து இலக்கியத்தில் பதிவு செய்யப்பட்டுள்ளன.[1] பிராமணர்களுக்கும், சத்திரியர்களான மன்னர்களுக்கும் இடையில் நடந்த போராட்டங்கள் இலக்கியத்தில் பதிவு செய்யப்பட்டுள்ளன. இவற்றுள் முதலாவது போராட்டம் மன்னன் வேனனுடனும், இரண்டாவது புரூரவர்களுடனும், மூன்றாவது நகுஷனுடனும், நான்காவது நிமியுடனும், ஐந்தாவது சுமுகனுடனும் நடந்தன. பிராமணராகிய வசிஷ்டருக்கும், மன்னனாக இல்லாமல் சாதாரண சத்திரியராயிருந்த விஸ்வாமித்திரருக்கும் இடையில் நடந்த போராட்டம் பற்றிய விவரங்கள் இதிகாசங்களில் காணப்படுகின்றன. பிருகு வம்சத்தைச் சேர்ந்த பிராமணர்கள் கார்த்த வீரியனின் வம்சத்தில் வந்த சத்திரியர்களால் ஒட்டுமொத்தமாகப் படுகொலை செய்யப்பட்டது பற்றிய விவரங்கள் உள்ளன. பிராமணர்கள் சார்பில் செயல்பட்ட பரசுராமர் சத்திரிய வகுப்பைப் ஒட்டுமொத்தமாகக் கொன்றொழித்த வரலாறும் பதிவு செய்யப்பட்டுள்ளது. இந்தப் போராட்டங்களுக்குக் காரணங்கள் பல்வேறு விதமாக உள்ளன. பிராமணர்களுக்கும் சத்திரியர்களுக்குமிடையே எவ்வளவு கசப்புணர்வு இருந்திருக்க வேண்டும்; உறவுகள் எவ்வளவு தூரம் சீர்குலைந்திருக்க வேண்டும் என்பதை இவை காட்டுகின்றன. சத்திரியர்கள், பிராமணர்கள் ஆவதற்கு உரிமை உண்டா என்பது பற்றிப் போராட்டங்கள் நடந்துள்ளன. பிராமணர்கள் அதிகாரத்துக்குக் கட்டுப்பட்டவர்களா இல்லையா என்பது பற்றிப் போராட்டங்கள் நடந்துள்ளன. யார் முதலில் வணக்கம் சொல்ல வேண்டும், யார் யாருக்கு வழிவிட்டு விலகவேண்டும் என்பது பற்றியும் போராட்டங்கள் நடந்துள்ளன. இந்தப் போர்கள்,[2] அதிகாரம், அந்தஸ்து, கௌரவம் பற்றி நடந்த போர்களாகும்.

இந்தப் போர்களின் விளைவுதான் பிராமணர்களுக்குத் தெளிவாகத் தெரிந்திருக்கும். அவர்கள் என்னதான் வீறாப்புடன் கூறியிருந்தாலும்

---

1 இந்த சான்றுப் பதிவுகளையெல்லாம் பேராசிரியர் மூர் தம்முடைய மூல சமஸ்கிருத நூல்கள் என்னும் ஆய்வுரையின் தொகுதி 1ல் தொகுத்திருக்கிறார்.

2 ஹாப்கின்ஸ் எழுதிய "ஆளும் வருணங்களின் இனங்களின் வரலாறு" காண்க.

சத்திரியர்களை நசுக்கிவிட முடியாது என்பதை அவர்கள் உணர்ந்திருக்க வேண்டும். சத்திரியர்களை ஒழித்து விடுவதற்காகப் போர்கள் நடத்தப்பட்ட போதிலும், அவர்கள் 'பிராமணர்களுக்குத் தொல்லை கொடுக்கக்கூடிய எண்ணிக்கையில் இன்னமும் எஞ்சியிருந்தார்கள். சத்திரியர்களைப் பற்றிப் பிராமணர்கள் கூறும் ஒரு ஆபாசக்கதையை- மனுவும் இதைக் குறிப்பிட்டிருக்கிறார்-பொருட்படுத்த வேண்டியதில்லை. மனுவின் காலத்தில் இருந்த சத்திரியர்கள், ஆரம்பகாலத்தில் இருந்த உண்மையான சத்திரியர்கள் அல்ல என்றும், பரசுராமரால் கொல்லப்பட்ட பழைய சத்திரியர்களின் விதவைகளிடம் பிராமணர்களுக்குப் பிறந்தவர்களே இவர்கள் என்றும் இந்தக்கதை கூறுகிறது. பிராமணீயம் தனது நோக்கங்களை நிறைவேற்றுவதற்கு வெட்கமின்றிப் பயன்படுத்தும் வழிகளில் ஒன்று மிரட்டிக் காரியம் சாதிப்பதாகும். பிராமணீயத்துக்கும் சத்திரியர்களுக்குமிடையிலான போராட்டம் முதலிலிருந்தே முட்டாளுக்கும் முரடனுக்கும் இடையில் நடந்த போராட்டமாகவேயிருந்தது. பிராமணர்கள் நான்கு வருண முறையைப் பராமரிப்பதற்காக சத்திரியர்களுடன் போரிட்டார்கள். இதே நான்கு வருணம் தான் சத்திரியர்களுக்கு ஆயுதம் கொடுத்துப் பிராமணர்களுக்கு அதை மறுத்தது. இந்தக் கோட்பாட்டின் கீழ் பிராமணர்கள் எப்படி சத்திரியர்களுடன் போரிட்டு வெற்றிபெற முடியும்? பிராமணர்கள் உண்மையை உணர்ந்து கொள்வதற்கு நீண்ட காலம் பிடித்திருக்கிறது. இந்த உண்மை டாலிராண்ட், நெப்போலியனுக்குச் சொன்ன உண்மை - வாளைக் கொடுப்பது எளிது, ஆனால் அதன் மேல் உட்கார்வது கடினம் என்பதாகும். சத்திரியர்களிடம் வாள் இருப்பதனாலும் பிராமணர்களிடம் இல்லாததனாலும், சத்திரியர்களுடன் போரிடுவது அழிவுக்குப் பாதை அமைப்பதேயாகும். பிராமணர்களுக்கும் சத்திரியர்களுக்கும் இடையில் நடந்த போர்களின் நேரடியான விளைவுகள் இவை. ஆனால் வேறு சில விளைவுகளும் இருந்ததைப் பிராமணர்கள் கவனிக்கத்தவறியிருக்க மாட்டார்கள். பிராமணர்களும் சத்திரியர்களும் போரிட்டுக் கொண்டிருந்தபோது வைசியர்களையும் சூத்திரர்களையும் கட்டுப்பாட்டில் வைப்பதற்கு யாரும் இல்லாமல் போய்விட்டார்கள். அவர்கள் சமூக சமத்துவப் பாதையில் முன்னேறி, கிட்டத்தட்ட பிராமணர்கள், சத்திரியர்கள் ஆகியோரின் அந்தஸ்தை நெருங்கிக் கொண்டிருந்தார்கள். பிராமணர்கள் சத்திரியர்களை வென்றுவிடும் வாய்ப்பு நெடுந்தொலைவிலும், அதே சமயம் வைசியர்களும் சூத்திரர்களும் அவர்களை மிஞ்சிவிடக்கூடிய அபாயம் மிக மிக உண்மையாகவும் இருந்தன. பிராமணன் தொடர்ந்து சத்திரியனுடன் போரிட்டுக்கொண்டு, வைசியர்களாலும் சூத்திரர்களாலும் ஏற்பட்டுள்ள அபாயத்தை அலட்சியம் செய்வதா?

அல்லது பிராமணன் வெற்றிபெறும் நம்பிக்கையில்லாமல் சத்திரியனுடன் நடத்தும் போராட்டத்தை விட்டுவிட்டு அவனை நண்பனாக்கிக்கொண்டு, இருவருமாகச் சேர்ந்து வைசியர்களாலும் சூத்திரர்களாலும் வளர்ந்து வரும் அபாயத்தை அடக்க வேண்டுமா? சத்திரியர்களுடன் நடந்த போர்களினால் களைத்துப் போயிருந்த பிராமணீயம் இரண்டாவது வழியைத் தெரிந்தெடுத்தது. தனது முன்னாள் எதிரிகளான சத்திரியர்களின் நட்பை நாடியது. தங்கள் இருவருக்கும் கீழே கீழே உள்ள வகுப்புகளான வைசியர்களையும் சூத்திரர்களையும் அடிமைப்படுத்திச் சுரண்டுவது என்ற புதிய குறிக்கோளை அடைவதில் முனைந்தது. இந்தப் புதிய குறிக்கோள் ஸத்பத பிராமணம் எழுதப்பட்டதற்குச் சிறிது முன்பாக உருவாகி-யிருக்கவேண்டும். புதிய குறிக்கோள் நிலைப்பெற்றிருப்பது பற்றி ஸத்பத பிராமணத்தில் தான் கூறப்படுகிறது. இதைக் கூறுவதில் பயன்படுத்தப்பட்டுள்ள மொழியும், அதற்கு எடுத்துக் கொள்ளப்பட்டுள்ள விஷயமும் மிகவும் குறிப்பிடத்தக்கவையாக உள்ளன. அதை அப்படியே மேற்கோள்காட்டவேண்டும். ஸத்பதாவின்[1] ஆசிரியர் கூறுகிறார்:

“பிறகு அவர்கள் மிருகங்களை (ஆஹவனியத்துக்கு2) திரும்பிப் போகச் செய்கிறார்கள். அவற்றில் ஆண் ஆடு முதலில் செல்கிறது, அதன்பின் கழுதை, அதன்பின் குதிரை செல்கிறது. இங்கிருந்து (ஆஹவனியத்திலிருந்து[2]) வெளியே செல்லும்போது குதிரை முதலில் செல்கிறது, பின்பு கழுதையும் அதன்பின் ஆண்-ஆடும் செல்கின்றன. இவற்றில் குதிரை, சத்திரியனை (பிரபுத்துவத்தை) க் குறிக்கிறது; கழுதை வைசியர்களையும் சூத்திரர்களையும் குறிக்கிறது; ஆண் ஆடு பிராமணனைக் குறிக்கிறது. இங்கிருந்து போகும்போது குதிரை முதலில் போவதால் சத்திரியன் முதலில் போகிறான்; மற்ற மூன்று சாதிகளும் பின் தொடர்ந்து செல்கின்றன. இங்கே திரும்பி வருகையில் ஆண் ஆடு முதலில் செல்வதால் பிராமணன் முதலில் செல்ல மற்ற மூன்று சாதிகளும் பின்தொடர்ந்து செல்கின்றன. இங்கிருந்து போகும்போதோ இங்கே திரும்பிவரும் போதோ கழுதை முதலில் போகவில்லையாதலால், பிராமணனும் சத்திரியனும் ஒரு போதும் வைசியனுக்கும் சூத்திரனுக்கும் பின்னே போகமாட்டார்கள். இவ்வாறாக நல்லதற்கும் கெட்டதற்கும் இடையே குழப்பம் ஏற்படாமல் இருப்பதற்காக அவர்கள்

1 எக்கலிங்: ஸத்பத பிராமணம், பாகம் 3, பக்கங்கள் 226-27

2 அவவனியா

இவ்வாறு வரிசையில் நடக்கிறார்கள். மேலும் சாதிகளை அவன் இரண்டு சூத்திரர்களையும்) இருபுறமும் (வைசியர்களையும் புரோகிதர்களாலும் பிரபுக்களாலும் சூழவைத்து அவர்களைப் பணிந்து நடக்கச் செய்கிறான்."

மனு சத்திரியர்களிடம் காட்டிய புதிரான அணுகு முறைக்கு இங்கே விளக்கம் கிடைக்கிறது. காயப்படுத்த விருப்பம், ஆனால் அடிப்பதற்கு அச்சம், உத்திரவிட ஆசை, ஆனால் நட்பாக்கிக் கொள்வது நல்லது என்பதே இந்த அணுகுமுறை.

இந்தப் போர்களும் சமரசங்களும், சத்திரியர்களைப் பிராமணர்களின் ஆதிக்கத்துக்குப் பணிந்து போகுமாறு வற்புறுத்துவது பயனில்லை என்பதை மனு உணரச் செய்திருக்க வேண்டும். அதை ஒரு இலட்சியமாக வைத்துக் கொள்ளலாம். ஆனால் நடைமுறை அரசியலில் அது எட்டமுடியாத இலட்சியமாகும். பிஸ்மார்க்கைப் போல மனுவும் அரசியல் என்பது சாத்தியமானதை அடையும் விளையாட்டு என்று அறிந்திருந்தார். பிராமணர்களும் சத்திரியர்களும் ஒன்று சேர்ந்து வைசியர்களுக்கும் சூத்திரர்களுக்கும் எதிராக பொதுவான முன்னனி ஒன்றை அமைப்பதுதான் சாத்தியமானது; மனு அதைத்தான் செய்தார். இதில் இரங்கத் தக்கது என்னவென்றால், இது மதத்தின் பெயரால் செய்யப்பட்டது என்பதாகும். ஆனால் பிராமணீயத்தின் ஆன்மாவையும் மனப்போக்கையும் ஆராய்ந்துள்ளவர் எவருக்கும் இது அதிர்ச்சியளிக்க வேண்டியதில்லை. பிராமணீயத்துக்கு மதம் என்பது அகப்பட்டதைச் சுருட்டும், அதன் அரசியலை மூடி மறைக்கும் ஒரு போர்வையாகவே இருக்கிறது.

★★★

இயல் 8

குடும்ப ஒழுக்க நெறிகள்

இது 61 பக்கங்கள் கொண்ட தட்டச்சு செய்த பிரதியாகும். இது இரண்டாவது படியாயினும் டாக்டர் அம்பேத்கர் அவர்களே செய்த திருத்தங்களையும் மாற்றங்களையும் கொண்டுள்ளது. இந்தத் திருத்தங்கள் அனைத்தையும் கொண்டே இங்கு தரப்பட்டுகின்றது. 'மனு ஸ்மிருதி அல்லது எதிர்ப்புரட்சியின் மறை நூல்: என்னும் தலைப்பிட்டதொரு கோப்பும் தனியே உள்ளது. அந்தப் பிரதியில் பல்வேறு தலைப்புகளில் குறிப்புகள் எழுதப்பட்டுள்ளன. எனினும், இவை அனைத்தும் 'குடும்ப ஒழுக்க நெறிகள்' என்னும் இந்தக் கட்டுரையில் சேர்த்துத் தரப்பட்டுள்ளன. இந்தக் குறிப்புகளை அச்சிடுவது கூறியது கூறலாகும் எனக் கருதியதால், அந்தப் பிரதியைத் தனியே அச்சிடவில்லை.

பதிப்பாசிரியர்கள்

இந்துக்களின் ஒழுக்க நெறிகளும், அவர்களது சமயக் கோட்பாடுகளும் இந்து சமயப் புனித இலக்கியங்களின் ஒரு பகுதியாக அமைந்துள்ள ஸ்மிருதிகளில் விதித்துக் கூறப்பட்டுள்ளன. ஸ்மிருதிகள் எண்ணிக்கையில் மிகுந்தவை. தோராயமான மதிப்பீட்டின்படி அவற்றின் மொத்த எண்ணிக்கை 108 ஆகலாம் எனப்படுகின்றது. இவ்வாறு ஸ்மிருதிகள் பெரும் எண்ணிக்கையில் இருப்பது நமது பிரச்சனையைக் கடினமாக்கி விடவில்லை. எண்ணிக்கையில் அவை மிகுந்திருந்த போதிலும் அடிப்படையில் அவை ஒன்றிற்கொன்று வேறுபட்டவையல்ல. ஒன்று போலவே அவை திரும்பத் திரும்பத் கூறப்பட்டிருப்பதால், இந்த ஸ்மிருதிகளைப் படிப்பது பெரும் சோர்வை அளிக்கவல்லது. அவை அனைத்தும் ஒரே மூலத்திலிருந்து தோன்றியவை. அந்த மூல நூல் மனுதர்ம சாஸ்திரம் எனப்படும் மனுவின் ஸ்மிருதியாகும். பிற ஸ்மிருதிகள் மனு ஸ்மிருதியை அப்படியே தருபவை. எனவே மனுஸ்மிருயைப் படித்தறிவதன் மூலம் இந்துக்களின் ஒழுக்கநெறி தரத்தையும் சமய நோக்கங்களையும் போதுமான அளவு அறிந்து கொள்ளலாம்.

மனுஸ்மிருதியையும், அவ்வாறே பிற ஸ்மிருதிகளையும் சட்டத் தொகுப்பேடுகள் எனலாம். அது ஓர் ஒழுக்கவியல் நூலோ, சமய நூலோ அன்று. சட்டத் தொகுப்பு நூலொன்றினை ஒழுக்கவியல் நூலென்றும் சமய நூலென்றும் கருதுவோமானால் ஒழுக்கவியல், சமயம், சட்டம் ஆகியவற்றை ஒன்றோடென்று கலந்து குழப்பமடையவே செய்யும்.

தற்காலத்தில்தான் சமயத்திலிருந்து சட்டத்தைப் பிரித்துப் பார்ப்பது ஏற்பட்டது என்பதனை முதலாவதாக அறியவேண்டும்.

பண்டைய சமுதாயங்கள் அனைத்திலும் சட்டமும், சமயமும் ஒன்றாகவே இருந்தன. இது குறித்து பேராசிரியர் மாக்ஸ்முல்லர்[1] குறிப்பிடுவதாவது,

"சட்டம், இயல்பாகவே சமுதாயத்தின் அடித்தளமாக அமைந்து ஒரு தேசத்தினை இணைத்துப் பிணிக்கின்றது. சட்டமும் கூட குறிப்பாக பழங்காலச் சட்டங்களைப் பொறுத்த அளவிலேனும் சமயத்திலிருந்தே தனது வாழ்வு, வலிமை, அதிகாரம் ஆகியவற்றைப் பெறுகிறது என்பதனைக் கூர்ந்து நோக்குவோர் எளிதில் உணர்வர். சட்டங்களை உருவாக்குவோர் சாதாரண மனிதர்களைவிட இறைவனோடு நெருங்கிய தொடர்பு உடையவர்கள் என்ற நம்பிக்கை பல நாடுகளின் பண்டைய மரபுகளில் ஊடுருவி உள்ளது. டயடோரஸ் சிகுலஸ் என்னும் நூலின் பிரசித்தமான ஒரு பகுதியில், எகிப்தியர் தங்களுடைய சட்டங்கள் மென்விஸ்சுக்கு ஏர்மிஸ் என்னும் தேவதை அருளியது என நம்பியதாகக் குறிப்பிடப்பட்டுள்ளது. அவ்வாறே தங்களுடைய சட்டங்களை ஜீயஸிடமிருந்து மினோஸ் பெற்றதாகக் கிரீட்டியர்களும், அப்பலோனிடமிருந்து தங்களுடைய சட்டங்களை லைகுர்கஸ் பெற்றதாக லாசிடோ மோனியர்களும் நம்பினார்கள். இதே போன்று ஏரியர்கள் தங்களின் சட்டத்தை ஜெராதுஸ்ட்ரர் புனித ஆவிகளிடமிருந்து பெற்று அளித்தாகக் கருதினர். அவ்வாறே, எஸ்டா தேவதையிடமிருந்து ஜெமோலிஸிஸ் தங்களுடைய சட்டத்தைப் பெற்றதாக ஸ்டோவ்களும், லாஸ் என்னும் தெய்வத்திடமிருந்து மோஸஸ் தங்களின் சட்டங்களைப் பெற்றுத்தந்ததாக யூதர்களும் நம்பினர்.[1]

பண்டைக் காலத்தில் சமயம்தான் ஒரு தெய்வீக சக்தி என்ற முறையில் வாழ்க்கை நிகழ்ச்சிகளையும், சமூக அமைப்புகளையும் தாங்கிப்பிடித்து நிலைநிறுத்தி நின்றது என்பதைச் சர் ஹென்றி மெய்ன்ஸைப்[2] போல் வேறு எவரும் எவரும் இத்துணை அழுத்தம் திருத்தமாகச் சுட்டிக் காட்டியதில்லை. அவர் சமயத்தைப் பற்றிப் பின்வருமாறு கூறுகிறார்:

"குடும்பம், இனம், அரசு முதலிய அக்கால ஆதார அமைப்புகள் அனைத்தையும் புனிதப்படுத்தி ஒருங்கிணைத்த மாபெரும் சக்தியாக சமயம் கருதப்பட்டது."

சமயத்தின் இந்த வலுவான பிடியிலிருந்து பிற்காலத்தில் சட்டம் விடுபடுவதில் வெற்றி பெற்றது என்ற போதிலும் மானுட வரலாற்றின்

---

[1] சமயத்தின் விஞ்ஞானம், பக். 150-151
[2] பண்டைய சட்டம், பக்.6.

ஆரம்பகாலக்கட்டத்தில் சமயத்திற்கும் சட்டத்திற்குமிடையே இருந்த தொடர்புபற்றிய அடையாளங்கள் முற்றுமாக நீங்கிப் போய் விடவில்லை.

அவ்வாறே, சமயத்திற்கும் அற நெறிகளுக்குமிடையே வேறுபாடு காண்பது தற்காலத்திலேயே ஏற்பட்டுள்ளது. சமயமும் அற நெறிகளும் பிரித்தறிய முடியாதவாறு இணைந்து ஒன்றோடொன்று அறநெறிகளும் ஒழுக்க நெறிகளும் பிணைந்துள்ளன. நடைமுறைக்கேற்றவை. பேராசிரியர் ஜேக்ஸ்[1] வலியுறுத்திக் கூறுவதுபோல, அறநெறி என்பது நல்லதை அறிந்து கொள்வது மட்டுமல்ல, அதனை நடைமுறைப் படுத்துவதுமாகும். மேலும் நேர்மை என்பது அறிவியல் பூர்வமாக நிலை நாட்டப்படுவது மட்டுமல்ல, செயலாக்கப்பட வேண்டியதுமாகும். ஒழுக்கநெறி எனப்படுவது நல்லது என்பதென்ன, நேர்மை நியாயம் உண்மை என்பதென்ன என்பதை மட்டும் விளக்குவதாகும். பேராசிரியர் ஜேக்ஸ் மிகச்சரியாகப் பின்வருமாறு குறிப்பிடுகிறார்:

> "ஒழுக்க நெறியை நடைமுறைப்படுத்துவது பற்றிக் கவலைபடாமல் அதனை ஆராய்வதற்கு முயன்றோமானால் அது ஒழுக்கநெறி பற்றிய ஆய்வாகாது என்றே கூறுவேன். ஒழுக்கநெறியை நடைமுறைப்படுத்துவது என்னும் எல்லையை எட்டுகின்ற வரையில் ஒழுக்கநெறியைப் பற்றிய கேள்வியே ஏழாது. இந்த ஒழுக்க நெறியை நடைமுறைப்படுத்துவது அல்லது செயற்படுத்துவது என்பது வலுவான நோக்கங்களால் உறுதிபட்டிருந்தாலொழிய உலகிற்கு வழங்கும் ஓர் ஒழுக்கக் கோட்பாட்டால் பலன் எதுவுமிருக்காது என்றே கூறலாம்: அரிஸ்ட்டாடில் குறிப்பிட்டுள்ளவாறு நல்வாழ்க்கை என்பது மிகக் கடினமானதொன்று; வழக்கத்திலுள்ள மரபுகளைப் பின்பற்றும் அளவிலும்கூட அது கடினமாதாகும். நல்வாழ்க்கை என்பது நடைமுறையிலுள்ள தரத்தையும் கடந்து செல்ல வேண்டிய கட்டாயம் என்றாகின்றபோது, அளவற்ற உத்வேகத்தோடு உந்தப்பட்டுச் செயற்படாமல் போனால் அதனை எப்படி நடைமுறைக்குக் கொண்டு வரமுடியும்? தவறு செய்வது என்பது மனிதர்களின் இயல்பான போக்காக இருக்கும்போது, நேர்மை, நியாயமானதை, நல்லதை மனிதர்கள் ஏன் செய்யவேண்டும் என்ற வெறும் உபதேசத்தால் மட்டுமே விரும்பும் பலன் கிட்டி விடாது; மேலும் நல்ல வாழ்க்கையை எதிர்நோக்கும் இக்கட்டுகளைச் சமாளிப்பதற்கும் இது போதுமானதாகிவிடாது".

ஒழுக்க நெறியிலான நல்வாழ்வு வாழ்ந்தாகவேண்டும் என்பதற்கான ஒரு உத்வேகம் இருந்தாலொழிய ஒழுக்கநெறி செயலாற்றல்

1 ஒழுக்க நெறிகளும் சமயமும் - ஹெப்பர்டு ஜெர்னல் தொகுதி19, பக்.615 - 621.

அற்றதாகிவிடும். சமயம் இந்த ஒழுக்க நெறிக்கு ஓர் உந்துசக்தியைத் தருகின்றது என்பதில் ஐயமில்லை. பேராசிரியர் ஜேக்ஸ் அவர்களின் கூற்றுப்படி சமயம் ஒரு செயலாக்கச் சக்தியாக விளங்குகின்றது; அது மட்டுமன்று அது,

> "எளிய முறையில் நாம் வாழ்வதற்குக் கூடத் தடையாக உள்ள எண்ணற்ற தொல்லைகளை வெற்றி கொள்வதற்கும் ஒழுக்க நோக்கத்தைத் தொடர்ச்சியாக மேற்கொண்டு பேணிக்காப்பதற்கும் வலிமையளிக்கக்கூடிய தூண்டுதலையும் தருகின்றது".

சமயம், ஓர் இயக்குசக்தி என்ற முறையில் தார்மீக ஆற்றலைப் பல வழிகளில் உறுதிபடுத்துகின்றது; சில போது, மரணத்திற்குப் பின் நற்கதி அல்லது நரக தண்டனை என்னும் திட்டங்களை வகுத்தளிக்கும் வடிவம் கொள்கிறது. சில சமயங்களில் ஒழுக்கநெறி விதிமுறைகள் கடவுளின் கட்டளைகள் என விதித்துக் கூறுகின்றது; சில சமயங்களில் நாம் விரும்பி ஏற்றுச் செயல்படும் வகையில் அந்த விதிகளைப் பயன்படுத்துகின்றது. ஆனால். இவையாவும் சமயம் தோற்றுவிக்கும் உந்து சக்தியானது நடைமுறையில் நாம் நல்லொழுக்க வாழ்க்கை வாழ்வதற்கு உதவிசெய்யும் பல்வேறு வழிமுறைகளே ஆகும். இவ்வாறு நல்லொழுக்க வாழ்க்கைச் சக்கரத்தை இயக்கும் இயக்க சக்தியாக சமயம் விளங்குகின்றது.

அறவியலும், ஒழுக்க நெறிமுறையும் மக்களின் கடமைகளையும் பற்றியவை என்று கொண்டால் மனு ஸ்மிருதி ஓர் அறவியல் நூல் என்பதில் ஐயமேதுமில்லை. மனுஸ்மிருதியைப் படிக்க முயல்வோர் கடமைகளைப் பற்றியே பெரிதும் அந்த நூலில் வலியுறுத்திக் கூறப்பட்டுள்ளது என்பதை ஏற்றுக்கொள்ள வேண்டும். இந்து சமயத்தைச் சேர்ந்தவர்கள் பின்பற்றி ஒழுக வேண்டிய கடமைகளை முறையாக முதன்முதலாக வகுத்துரைத்தவர் என்னும் சிறப்பு மனுவுக்கே உரியது. வருணாசிரம தர்மத்திற்கும் சாதாரண தர்மத்திற்கும் இடையே அவர் வேறுபாடு வகுத்துள்ளார். தான் பிறந்த வருணம் அல்லது சாதி, வாழ்க்கையில் வேறுபட்டுள்ள அல்லது குறிப்பிட்ட வாழ்க்கைச்சட்டம் ஆகியவற்றால் வாழ்க்கையில் ஒருவருக்கு நிர்ணயிக்கப்படும் இடம் சம்பந்தப்பட்ட குறிப்பிட்ட கடமைகளைப் பற்றிக் கூறுபவையே வருணாசிரம தர்மங்கள். சாதாரண தர்மங்கள் என்பவை ஒருவருடைய வயது, சாதி, வருணம் முதலிய வேறுபாடுகள் இன்றி மனிதர் ஒவ்வொருவரும் செய்ய வேண்டிய இயல்பான கடமைகள் பற்றியவை. ஒருவர் ஒரு குறிப்பிட்ட வருணத்தைச் சேர்ந்தவர், சாதியைச் சேர்ந்தவர், வாழ்க்கையில் அவருக்குள்ள நிலை, பருவம் ஆகிய வரையறைகளைக் கடந்து செய்யப்படுபவை இவை. இந்த நூல் முழுவதும் அவரவர் நிறைவேற்ற வேண்டிய கடமைகளைத் தவிர வேறெதுவும் கூறப்படவில்லை.

இவ்வகையில் மனுஸ்மிருதி என்பது சட்டவிதிகள், சமயம், ஒழுக்கவியல் ஆகிய அனைத்தும் ஒன்று திரண்ட ஒரு நூலாக உள்ளது மனிதரின் கடமைகளை வகுத்துரைப்பதால் இது இது அறவியல் நூலாகின்றது. இந்து சமயத்தின் உயிர்நிலையான சாதிகளைப் பற்றிக் கூறுவதால் சமய நூலாகின்றது. அவரவர்க்கு விதித்த கடமைகளை மீறுவோருக்குத் தண்டனைகளை விதிப்பதால் இது சட்ட நூலாகின்றது. இந்த நோக்கில் இந்துக்களின் சமய எண்ணப்போக்கு, அவர்களின் ஒழுக்கத் தத்துவத்தின் தரம் ஆகியவற்றை அறிவதற்கு மனுஸ்மிருதியை அணுகுவதில் தவறேதுமில்லை.

அடுத்ததாக, மனுஸ்மிருதியை ஒரு சமயநூலாகக் கொள்வது ஐயத்திற்கு இடமற்றதாக இல்லாதிருக்கலாம், காரணம் இந்து சமயம் என்பது மயக்கம் தருகின்றதொரு சொல்லாகும். இதன் பொருளைப் பல்வேறு எழுத்தாளர்கள் பற்பல வகைகளில் வரையறுத்துக் கூறியுள்ளனர்.

> "சர்.டி.இப்பட்சன்[1] இந்து சமயம் என்பதைப் பின்வருமாறு வரையறுத்துள்ளார்: "இந்து சமயம் வெளிநாட்டிலிருந்து வந்த கிறிஸ்தவம், இஸ்லாம் ஆகிய மதங்களிலிருந்து வேறுபட்டது; அவ்வாறே பிற்காலத்தில் வளர்ந்த பௌத்தம், சீக்கியமதம், சமணம் ஆகியவற்றிலிருந்தும் வேறுபட்டது. எனினும் இந்திய நாட்டின் தொன்மையான மதத்தின் பல்வேறு வடிவங்கள், வேறுபாடுகள் அனைத்தையும் தன்னுள் இணைத்துக் கொண்டது; சாதீயம் என்னும் சமூக அமைப்பு முறையால் வலிமை காப்பாற்றப்பட்டுத் தனது திட்டங்களை நிறைவேற்றுவதற்குப் பிராமணர்களைக் கொண்ட ஒரு பரம்பரை புரோகிதத்துவ அமைப்பை ஏற்படுத்திக் கொண்டது."

சர். ஜே.ஏ. பெயின்ஸ்[2] இந்து சமயம் என்பதைப் பின் வருமாறு விளக்குகின்றார்:

> "சீக்கியம், சமணம், பௌத்தம் மற்றும் ஆன்மவாதம் ஆகியவற்றில் சேராத ஒருபெரும் பகுதி, இஸ்லாம், பார்சியரின் மஸ்டாயிஸம், கிறிஸ்துவம், எபிரேயம் முதலிய வெளிநாட்டு மதங்களில் ஒன்றாக ஊர் கருதப்படுவது".

சர் எட்வர்டு கெயிட்[3] என்பார் கருத்துப்படி இந்து சமயம் என்பது,

> "ஒரே வகையைச் சேர்ந்த பல்வேறு சமயக் கொள்கைகள், கோட்பாடுகள் பின்னிப் பிணைந்ததொரு தொகுப்பு. ஒரே கடவுள் கோட்பாளர், பல தெய்வ வழிப்பாட்டாளர், மாயாவாதக்

1 பஞ்சாப் மக்கள் தொகைக் கணக்கெடுப்பு அறிக்கை 1881. பத்தி 214.
2 இந்திய மக்கள் தொகை கணக்கெடுப்பு அறிக்கை 1881 பக். 158
3 இந்திய மக்கள்தொகை கணக்கெடுப்பு அறிக்கை 1911, பக். 114

கொள்கையினர், சிவன், விஷ்ணு ஆகிய பெருந்தெய்வங்களையும் வழிபடுபவர்கள், அம்மன் தெய்வங்களை வழிபடுவோர், ஆவிகள், மரங்கள், மலைப் பாறைகள், நீரோடைகள், மற்றும் பாது காப்பளிக்கும் கிராம தேவதைகள் முதலியவற்றை வணங்குவோர், இரத்தபலியிட்டு வழிபாடு செய்வோர், உயிர்ப்பலி செய்யாததோடு மட்டுமல்லாமல் 'வெட்டு' என்னும் சொல்லைக்கூடச் சொல்லாதவர்கள், பக்திப்பாடல்கள், பாசுரங்கள் முதலியவற்றையே தங்களது முக்கிய சடங்காகக் கொண்டோர், சமயம் என்னும் பெயரால் சொல்லொண்ணா வெறியாட்டங்களில் ஈடுபடுவோர் ஆகிய அனைவருக்கும் அது புகலிடம் தந்துள்ளது".

இந்து சமயம் என்பதன் கலவையைப்பற்றிய இந்த விளக்கமும் முழுமையானதே என்ற போதிலும் முடிவானதல்ல எனலாம். இந்தப் பட்டியலில் பசுவைத் தெய்வமாகப் போற்றி வணங்குவர்களும், அதனைக் கொன்று தின்பவர்களும், இயற்கைச் சக்திகளை வணங்குவரும், ஒரே கடவுளை வழிபடுவோர், விக்ரகங்கள், பேய் பூதங்கள், மூதாதையர், முனிவர், மாண்ட வீரர்கள் ஆகியோரை வழிபடுவோர் ஆகிய அனைவரும் அடங்குவர்.

இந்து சமயம் என்றால் என்ன என்னும் எளிய கேள்விக்கு மூன்று மக்கள் தொகைக் கணக்கெடுப்பு ஆணையர்கள் அளித்த விடைகளே இவை, மற்றவர்களால் இந்தக் கேள்விக்கு இதைவிட எளிதாகப் பதிலளித்துவிட முடியவில்லை. ஸர் ஏ.லியால் இந்தக் கேள்விக்குப் பதிலளிக்க முயன்று எவ்வளவு தூரம் வெற்றி பெற்றுள்ளார் என்பதையும் காணலாம். அவர் 1891-ல் கேம்பிரிட்ஜ் பல்கலைக் கழகத்தில் ஆற்றிய 'ரீட் சொற்பொழிவில்' கூறியிருப்பதாவது.[1]

"இந்து சமயம் என்றால் என்ன என்பதை விளக்குமாறு கேட்டால் என்னால் இதற்குத் துல்லியமான பதிலெதுவும் கூறமுடியாது. அதன் அடிப்படைக் கோட்பாட்டினையும் முக்கியமான சமயக் கொள்கைக் கூறுபாடுகளையும் எடுத்துரைத்துச் சுருக்கமாக விளக்கவும் என்னால் இயலாது. பிற பெரிய வரலாற்றுச் சமயங்களை விளக்கியுரைக்க முடிவது போல இதைச் செய்யமுடியாது. காரணம் இந்து என்னும் சொல் ஒரு சமயப் பிரிவைமட்டுமே குறிப்பதாக இல்லை; அது ஒரு நாட்டையும் ஓரளவுக்கு ஓர் இனத்தையும் குறிப்பதாக உள்ளது. ஒரு கிறிஸ்தவர், முகம்மதியர், ஒரு பௌத்தர் என்று குறிப்பிடும்போது ஒரு குறிப்பிட்ட மத வகுப்பினரை மட்டுமே நாம் கருத்தில் கொள்கின்றோம். அங்கே பரவலாக இடம், இனம்

1 ஏஷியாடிக் ஸ்டடீஸ், தொகுதி-2 பக்.287-288

என்ற வேறுபாடு தோன்றுவதில்லை. ஒரு ரஷ்யன் அல்லது ஒரு பெர்சியன் என்று பேசும்போது அங்கே சமயவேறுபாடு இன்றி நாட்டையோ, பெற்றோர்களையோ குறிப்பதாக ஆகிறது. ஆயின் ஒருவன் தன்னை ஓர் இந்து என்று என்னிடம் கூறும்போது சமயம், பெற்றோர், நாடு என்னும் மூன்றையும் அவன் சேர்த்துக் கூறுவதாகவே நான் அறிகின்றேன்.”

இந்து சமயம் குறித்து ஒரு சமயம் என்ற அளவில் பேசுகையில் ஸர் ஆல்பிரட் லியால் கூறுவதாவது:

“பிராமணீய போதனைகளால் பரப்பப்படுவதும், பிராமணர்களின் புனித நூல்கள், சட்டங்கள் ஆகியவற்றால் அங்கீகரிக்கப்பட்டதுமான பழங்கதைகள், புராணங்கள், மரபுகள், வழிபாட்டு முறைகள், உரிமைகள், ஒழுங்கற்ற மூடப்பழக்க வழக்கங்கள் ஆகியவை அடங்கிய ஒரு குழப்பமான கதம்பமாகும்”.

இறுதியாக இந்து சமய ஆய்வாளரும் தாமே ஒரு இந்துவாகவும் உள்ள திரு. ஜி.பி. சென் தெரிவித்துள்ள விளக்கத்தைக் குறிப்பிடுகின்றேன். அவர் தமது ‘இந்து சமய ஆய்வுக்கோர் அறிமுகம்‘ என்னும் நூலில் கூறுவதாவது:

“இந்துக்கள் அல்லது இந்து சமுதாயத்தில் ஒரு பெரும்பான்மைப் பகுதியினர் என்ன செய்கிறார்களோ அதுவே இந்து சமயமாகும்‘

இந்துக்களுக்குள்ளே எத்தகைய வேறுபாடுகள் இருந்தபோதிலும் அவர்கள் அனைவரும் விரும்பி ஏற்றுக் கொள்ளக்கூடிய கோட்பாடு எதுவும் இந்து சமயத்தில் இல்லையா? அத்தகைய கோட்பாடு இருப்பதாகவே நான் கருதுகின்றேன்; இந்து சமயத்திற்கு அடிப்படை ஆதாரப் பொருள்களாக அமைந்திருப்பவை எவை என்பதிலே கருத்து வேறுபாடுகள் இருக்கலாம். ஆனால் சாதிதான் இந்து சமயத்தின் ஆதாரப் பகுதியாக ஒன்றிக் கலந்திருக்கிறது என்பதில் யாருக்கும் எந்த ஐயமும் இருக்க முடியாது. கட்டுத்திட்டங்களுக்கு உட்படாத இந்துவாக இருந்தாலொழிய மற்றபடி இந்துக்கள் அனைவரும் சாதியில் நம்பிக்கை கொண்டுள்ளனர். கட்டுதிட்டங்களுக்கு உட்படாத இந்து என்று சொல்லிக்கொள்வதிலே பெருமைப்படும் இந்து உட்பட அனைத்து இந்துக்களும் ஏதேனும் ஒரு சாதியைச் சேர்ந்தவர்களாகவே உள்ளனர். இந்துவாகப் பிறக்கும் ஒருவர் ஏதேனும் ஒரு சாதியிலும் பிறந்தவராகிறார். அதாவது ஒருவர் ஒரு சாதியில் பிறந்திருந்தாலொழிய அவர் இந்துவாகப் பிறந்தவராகக் கருதப்படமாட்டார். சாதியும் இந்துசமயமும் பிரிக்க முடியாதவை. பேராசியர் மாக்ஸ்முல்லர்,[1] கூறுவது போல்,

1 சமயத்தின் அறிவியல், ப. 28.

"இன்றைய இந்து சமயம் சாதி அமைப்பு என்னும் கற்பாறையின் மீது கட்டப்பட்டுள்ளது; எத்தகைய வாதங்களாலும் அதனை அசைக்க முடியாது".

எனவே மனு வகுத்தளித்துள்ள சாதியைப் பற்றிய கோட்பாட்டையும் இந்து சமயம் அதன் மையக்கருவாக இருப்பதே சாதி அமைப்பின் கோட்பாடு என்பதையும் கருதிப் பார்த்தோமானால் மனுஸ்மிருதியை ஒரு சமய நூலென்றே ஏற்றுக் கொண்டாக வேண்டியுள்ளது.

II

இந்துக்கள் பின்பற்றி நடப்பதற்குரியவனவாக மனு நிர்ணயித்துள்ள சமய, அறநெறிக் கோட்பாடுகள் யாவை?

இவ்வகையில் பார்ப்போமாயின், மனு, இந்துக்களை நான்கு வருணத்தவராக அல்லது சமூகப் பிரிவினராகப் பிரிக்கின்றார். அவர் இந்துக்களை நான்கு பிரிவினராகப் பிரிப்பதோடு நிற்காமல் அந்தப் பிளவுகளைத் தரப்படுத்தவும் செய்திருக்கிறார். அவர் வகுத்துள்ள தரவரிசையான திட்டம் பின்வருமாறு உள்ளது.

10:3. "பிராமணின் ஒப்புயர்வற்ற நிலைகாரணமாகவும், அவனது உயர் பிறப்புக்காரணமாகவும், சில குறிப்பிட்ட கட்டுப்பாட்டு விதிகளைக் கடைப்பிடித்து வருவதன் காரணமாகவும் அவன்பிற அனைத்து வருணத்தாருக்கும் தலைவனாகின்றான்".

இதற்கான காரணங்களை மேலும் விரிவாகச் கூறிச் சொல்லும் மனு தனக்கே உரிய முறையில் பின்வருவனற்றையும் கூறியுள்ளார்:

1:93 "பிராமணன் பிராஜபதியின் முகத்திலிருந்து தோன்றியவனாதலாலும், முதலாவதாகப் பிறந்தவனாதலாலும், வேதங்களைப் பெற்றிருப்பதனாலும் படைக்கப்பட்ட யாவற்றினும் தலைவனாகும் உரிமை பெற்றிருக்கின்றான்.

1:94. "தேவர்களுக்கு அவி சொரிந்து மகிழ்விக்கவும், பிதுரர்களுக்குச் சிரார்த்தம் செய்யவும் இந்த உலகத்தை அழிவிலிருந்து காக்கவும் தக்கவனாகப் பிராமணனைச் சுயம்புவான பிரம்மா தமது முகத்தினின்று முன்னதாகப் படைத்தார்".

1:95. "எவனுடைய மந்திரகோஷங்களையும், அவிர் பாகத்தையும் தேவ, பிதுரர்கள் இடையறாது உண்டு மகிழநேர்கிறதோ அந்தப் பிறப்புக்குரியவன் படைப்பில் சிறந்தவனாகின்றான்".

1:96 "படைப்பு பொருள்களில் உயிருடையவை சிறந்தவை; உயிருள்ளவற்றிற்குள் அறிவுள்ளவை சிறந்தவை; அறிவுள்ளவற்றிலும் சிறந்தவர்கள்; மானுடருள் பிராமணர் சிறந்து மானுடர் விளங்குகின்றனர்."

மனு தந்துள்ள காரணங்களோடு, தேவர்களுக்கும் பிதுரர்களுக்கும் அவிர்பாகத்தை அளிப்பதற்காகக் கடவுள் தன்னுடைய முகத்திலிருந்து பிராமணனைப் பிறக்க வைத்திருப்பதால் மற்றையோரைவிட அவன் முதன்மையானவனாகின்றான். பிராமணர்களுக்கு அளிக்கப்பட்டுள்ள இந்த உயர்வுக்கு மனு இன்னொரு காரணத்தையும் கூறுகின்றார். அதாவது,

1:98. "ஒரு பிராமணனின் பிறப்பைப் புனித சட்டத்தின் (வேதத்தின்) நிலையான அவதாரம் எனலாம்; ஏனென்றால் புனித சட்டத்தை (நிறை வேற்றுவதற்காகவே) அவன் பிறக்கிறான்; பிரமத்துடன் (கடவுளுடன்) ஒன்றிக் கலந்து விடுகிறான்"

1:99. "உலகப் படைப்புகளில் பிராமணன் உயர்ந்த பிறவியாகப் பிறந்து, பிற உயிர்கள் அனைத்துக்கும் தலைவனாக இருப்பதற்கு அவன் சட்டம் என்னும் கருவூலத்தைப் பாதுகாப்பவனாக இருப்பதே காரணம்"

1:101 "பிராமணன் பிறரிடமிருந்து பெற்ற போதிலும் அவனுடைய உணவையே அவன் பெறுவதாகவும் அவனுடைய உடையையே அவன் உடுத்துவதாகவும், அவனுடைய பொருள்களையே அவன் அடைவதாகவும் உள்ளது. ஏனையோர் பிராமணனிடமிருந்து இவற்றைப் பெற்றுத் துய்ப்போராக உள்ளனர்"

1:100. "பிறவியின் மேன்மையினால் படைப்புலகில் காணப்படும் பொருள்கள் அனைத்தையும் தனக்குரிய செல்வமாகப் பெறுவதற்குப் பிராமணன் உரிமை பெற்றிருக்கின்றான்".

மனுவின் கூற்றுப்படி, பிராமணன் பிற உயிர்கள் அனைத்திற்கும் தலைமையானவன் என்று மட்டும் கொள்வது மிகவும் குறைத்துக் கூறுவதாகும். அப்படிக் கூறிவதை எதிர்த்து அவர் ஒரு எச்சரிக்கை விடுக்கின்றார்:

9:317 "ஒரு பிராமணன் அறிவாளியாகவோ, அறிவிலியாகவோ இருந்தாலும் லௌகீக வைதீக காரியங்கள் அனைத்திலும் மேலான தெய்வமாகச் சுடரும் நெருப்பைப் போன்று அவன் மேன்மையானவனாக இருக்கின்றான்".

9:319 "அப்படியே, பிராமணர்கள் எத்தகைய தீயச் செயல்களைச் செய்தபோதிலும் அவர்கள் நற்கருமங்கள் அனைத்தையும் செய்யவும் எல்லாவகைச் சிறப்புகளையும் பெறவும் உரியவராவர். பிராமணன் தெய்வத்தன்மை வாய்ந்தவனாக இருப்பதால், சட்டத்திற்கு உட்படாதவனாக, மன்னர்களுக்கு மேலானவனாகின்றான்".

ஆகையால் மனு விதிப்பதாவது,

7:37. “அரசன் காலையில் துயிலெழுந்து, மூன்று வேதங்களையும் அறநூல்களையும் ஆய்ந்துணர்ந்த பிராமணரை வணங்கி வழிபட்டு, அவர் அறிவுரையைப் பின்பற்றி நடப்பானாக”.

7:38.”வேதங்களைக் கற்றுணர்ந்தவராகவும் தூயவராகவும் உள்ள பிராமணரை மன்னன் நாள்தோறும் வழிபடுவானாக”.

இறுதியாக மனு கூறுவதாவது,

11:35. “பிராமணனே இந்த உலகைப் படைத்தவன் என இதன் வாயிலாக அறிவிக்கப்படுகிறது. தண்டிப்பவனாகவும், ஆசிரியனாகவும் இருந்து எல்லா உயிர்களுக்கும் புரவலனாக விளங்குபவனாதலால் அவனை எடுத்தெறிந்து பேசுதலும் பழித்துரைத்தலும் ஆகாது”.

மனு தர்ம சாஸ்திரத்தில் பல்வேறு மட்டங்களில் செய்ய வேண்டிய வெவ்வேறு வகையான தொழில்கள் பற்றிய விதிகள் உள்ளன.

1:88 “வேதம் ஓதுதல், ஓதுவித்தல், வேள்வி புரிதல், வேள்வி புரிவித்தல், செல்வராயின் பிறர்க்கு ஈதல், வறியராயின் பிறரிடமிருந்து ஏற்றல் ஆகியவற்றைச் சுயம்பு மனு பிராமணர்களுக்குக் கடமைகளாக விதித்தார்”.

1:89. “குடிமக்களைக் காத்தல், ஈதல், வேள்விபுரிதல், வேதபாராயணம் செய்தல், உலகியல் சுகங்களில் மனத்தை அலையவிடாமல் உறுதியாகநிற்றல் ஆகியவை சத்திரியருக்கு விதிக்கப்பட்ட கடமைகள்”.

1:90. “கால்நடைகளைப் பராமரித்தல், பெரும் பொருள் ஈதல், வேள்வி செய்தல், வேதபாராயணம் செய்தல், வாணிகம் செய்தல், வட்டிக்குப் பொருள் ஈதல், பயிர்த்தொழில் செய்தல் ஆகியவை வைசியர்க்கு விதிக்கப்பட்ட கடமைகள்”.

1:91. “மேலே சொன்ன மூன்று வகுப்பினருக்கும் அவர்களுடைய தகைமைக்குப் பங்கம் ஏற்படாமல் பணிசெய்தலைத் சூத்திரர்க்கான தலைமையான கடமையென விதித்தார்”.

10:74. “இறையுணர்வில் சிந்தையை ஊன்ற நிறுத்தியவனும், தனக்கு விதிக்கப்பட்ட கடமைகளில் பிறழாதவாறு நிறைவேற்றுபவனுமான பிராமணன் பின்வரும் ஆறு தொழில்களை நடத்திக் கொள்வானாக’

10:75. “வேதம் ஓதுதல், பிறர்க்கு ஓதுவித்தல், வேள்வி செய்தல், செய்வித்தல், செல்வராயின் ஏழையருக்குத் தானம் கொடுத்தல், ஏழையராயின் பிறரிடமிருந்து தானம் பெறுதல் ஆகிய ஆறு தொழில்களும், முதலாவதாகப் பிறந்த வகுப்பாருக்கு விதிக்கப்பட்டவை”.

10:76. "இவ்வாறு விதித்த ஆறு செய் தொழில்களில் வேள்வி புரிய பிறருக்கு உதவுதல், வேதம் ஓதுவித்தல், கறைபடாத கையினரிடமிருந்து தானம் பெறுதல் ஆகிய மூன்றும் பிராமணனுக்குரிய வாழ்க்கை நடத்துவதற்குரியவை".

10:77 "வேதம் ஓதுவித்தல், வேள்வி செய்வதற்கு உதவுதல், தானம் பெறுதல் எனப் பிராமணருக்கு உரியவையாகக் கூறப்பட்ட தொழில்கள் சத்திரியர் செய்வதற்குரியவை அல்ல".

10:78 "இந்த மூன்று தொழில்களைச் செய்வதற்கு வைசியர் உரியரா கார் என விதிகளால் தடுக்கப்பட்டுள்ளது. படைக்கலன் ஏந்துதலையும் வணிகம் செய்தலையும் தொழில்களாகக் கொண்ட இரு வகுப்பாரும் இந்த மூன்று தொழில்களையும் செய்வதற்குரியராகார் என மனிதரனைவரின் அதிபரான மனு விதித்துள்ளார்".

10:79 "படைக்கலன்கள் ஏந்துதல் சத்திரியர்க்கே உரியவை எனவும், வாணிபம் செய்தல், ஆநிரைகாத்தல், விவசாயம் செய்தல் ஆகியவை வைசியர்க்குரியவை எனவும் விதிக்கப்பட்டுள்ளன. மறுபிறவி நலன்கருதி இவ்விருவருக்கும் வேள்வி செய்தல், தானம் கொடுத்தல், வேதம் ஓதுதல் ஆகியவை உரியவை".

மனிதருக்குள் ஏற்றத் தாழ்வான தரவரிசையையும், தொழில்களையும் விதித்த மனு அவற்றைச் செய்வதால் வரும் பலன்களையும், செய்ய மறுப்பாருக்கு விதிக்கப்பட வேண்டிய தண்டனைகளையும் தந்துள்ளார். (இரண்டு பக்கங்கள் விடுபட்டிருப்பதால், இங்கு முழுமையின்றி உள்ளது)

திருமணம் தொடர்பான சலுகைகள் பற்றி மனு குறிப்பிடுவதை முதலாவதாக நோக்குவோம்:

3:12. "பிராமண வகுப்பைச் சேர்ந்தோர் தன் வருணத்தைச் சேர்ந்த பெண்ணையே முதல் திருமணம் செய்வாராக. இரண்டாம் திருமணம் செய்ய நேர்வதாயின் அந்தந்த வருண மரபுக்குரிய நியதியின் படி மூன்று வருணங்களைச் சேர்ந்த பெண்களையும் மணந்து கொள்ளலாம்".

3:13. "சூத்திர வருணத்தைச் சேர்ந்த பெண் சூத்திரனுக்கே மனைவியாக வேண்டும்; வைசியன் தன் வருணத்தையும் மற்றும் சூத்திர வருணத்தையும் சேர்ந்த பெண்களையும், சத்திரியன் தன் வருணத்தையும் மற்ற வைசியர், சூத்திரர் ஆகிய வருணங்களையும் சேர்ந்த பெண்களையும், பிராமணன் தன் வருணத்தையும் மற்றும் சத்திரிய, வைசிய, சூத்திர ஆகிய வருணங்களைச் சேர்ந்த பெண்களையும் திருமணம்

கொள்ளலாம். பிராமணன் தன் வருணத் தையும் மற்றும் சத்திரியர் வைசியர் சூத்திரர்கள் வருணங்களைச் சேர்ந்த பெண்களையும் திருமணம் செய்து கொள்ளலாம். மேலும் அவரவர் செய்ய வேண்டிய தொழில்கள் பற்றிய சிறப்பு உரிமைகள் வரையறுக்கப்பட்டுள்ளன. குறிப்பாகத் துன்பத்தில் உள்ளபோது ஒருவன் செய்ய வேண்டியதென்ன என்பதைப் பற்றி மனு மிக முக்கியத்துவமளித்து விளக்கியுள்ளார்.

10 : 81. "தனக்குரிய தொழில் செய்து வாழ்க்கை நடத்த இயலாதபோது பிராமணன், சத்திரியனுக்குரிய தொழிலைச் செய்து அதனால் பிழைத்துக் கொள்ளலாம். ஏனெனில் அவனுக்கு அடுத்த குலத்தொழிலே அதுதான்".

10:82. "பிராமணன், தன் குலத் தொழில், சத்திரியருக்குரிய தொழில் ஆகியவற்றைச் செய்து வாழ்க்கை நடத்த முடியாத காலத்தில் வாழ்க்கை நடத்துவதற்குச் செய்ய வேண்டியதென்ன என்ற கேள்வி எழும் போது, வைசியனுக்குரிய வாணிபம் செய்தல், உழுதல், ஆநிரை மேய்த்தல் ஆகிய தொழில்களை மேற்கொண்டு வாழ்க்கை நடத்திக் கொள்ளலாம் என்பது விடையாகின்றது".

10:83. பிராமணன், சத்திரியன் ஆகியோர் வணிகருக்குரிய வாணிபம் செய்து பிழைக்க நேர்ந்த போதிலும் ஆநிரை மேய்த்தலையும் புலனறிவுள்ள உயிர்களுக்குப் பெரும் துன்பம் விளைவிக்கக் கூடியதும். காளைகள் போன்றவற்றின் உழைப்பைச் சார்ந்திருக்கக் கூடியதுமான உழவுத் தொழிலை அவர்கள் மிகவும் கவனமாகத் தவிர்க்க வேண்டும்".

10:84. உழவுத் தொழிலைச் சிலர் மேலான தொழில் என்று கருதுவர். எனினும் மேலோர் அதனைப் பாராட்ட மாட்டார்கள். ஏனெனில் வெட்டி இரும்புக் கொழு நுனியுடைய 'கலப்பை, மண் ஆகியவற்றைக் கொண்டு உழும்போது பூமியையும், பூமியில் வாழும் சிறிய உயிரினங்களையும் வெட்ட நேரிடுகின்றது".

10:85. "உயரிய வாழ்வு வாழ வேண்டும் என்பதற்காக அவர்கள் நாணயமற்ற தொழில்களை மேற்கொள்ள முடியாது என்றபோதிலும் பிழைப்பதற்கு வேறு வழியின்றி வைசியருக்குரிய தொழிலான வாணிபத்தை மேற்கொண்டு பொருளீட்ட விரும்பும் பிராமணர், விலக்கத் தக்கவற்றை விலக்கி வாணிபம் செய்ய வேண்டும்".

10:86. "அனைத்து விதமான மதுவகைகள், சமைத்த உணவு, எள், இரத்தினம் முதலிய மணிவகைகள், உப்பு, கால்நடைகள், மனிதர் ஆகியவற்றை விற்பதைத் தவிர்க்க வேண்டும்."

10:87. 'சிவப்புச் சாய மேற்றிய துணி, சணல் பட்டு, ஒரு வகை மரப்பட்டையிலிருந்து தயாரிக்கப்படும் துணி, கம்பளம், கனி, கிழங்கு வகைகள், மருந்துவ மூலிகைகள் ஆகியவற்றையும் விற்கக் கூடாது".

10:88."தண்ணீர், இரும்பு, நஞ்சு, புலால், ஆட்டாங் கொடி, நறு மணப் பொருட்கள், பால், தேன், தயிர், மோர், எண்ணெய், மெழுகு, சருக்கரை, தருப்பைப் புல் ஆகியவற்றையும் விற்கக் கூடாது".

10:89. "மானைப் போன்ற காட்டு மிருகங்கள், பெருந்தீனி தின்னும் விலங்குகள், பறவைகள், மீன், வெறியம் மிகுதியாக உள்ள குடிவகைகள் அவுரி, அரக்கு, இழைக்கச்சை, பிளவில்லாத குளம்புகளைக் கொண்ட சகலவிதமான மிருகங்கள் ஆகியவற்றை விற்பனை செய்யக் கூடாது".

10 : 90. "ஆனால் பிராமண உழவன் புனித சமயச் சடங்குகளுக்காகச் சுத்தமான எள் விதைகளைத் தன் விருப்பம் போல் விற்பனை செய்யலாம்; அதிக லாபம் ஈட்டுவதற்காகச் சிலவற்றை அவன் நீண்ட காலம் பத்திரப் படுத்தி வைத்திருக்கக் கூடாது; மேலும் இவன் அவற்றைத் தன் சொந்த உழைப்பாலேயே பயிரிட்டிருக்க வேண்டும்."

10:91. "உணவாக உண்ணவும், எண்ணெய் தயாரிக்கவும், தானம் போன்ற புனித காரிங்கள் செய்யவும் அல்லாது வேறு காரியங்களுக்கு எள்ளைப் பயன்படுத்தும் பிராமணன், தன் பெற்றோர்களுடன் நாய் மலத்தில் புழுவாகப் பிறப்பான்".

10:91. "புலால், அரக்கு அல்லது உப்பு ஆகியவற்றை விற்கும் பிராமணன் உடனே பாவியாகத் தாழ்ந்து போகின்றான். மூன்று நாட்களுக்குப் பாலை விற்றால் அவன் சூத்திரனது நிலைக்குத் தாழ்ந்து போகின்றான்"

10:93. விலக்கப்பட்ட ஏனைய பொருட்களை இலாபம் கருதி விற்பனை செய்யும் பிராமணன், ஏழு இரவுகளுக்குப் பின்னர் வைசியத் தன்மையை அடைகின்றான்.

10:94. "தன்னிடமுள்ள திரவப் பொருட்களை வேறு திரவப் பொருட்களுக்கு ஈடாக மாற்றிக் கொள்ளலாம். எனினும் உப்பை இவ்வாறு எந்தத் திரவப் பொரு நக்காகவும் பண்ட மாற்றிக் கொள்ளக் கூடாது. சமைத்த உணவு க்கு ஈடாகத் தானியங்களையும், எடைக்கு எடை சரி நிகராகப் பண்டமாற்று செய்து கொள்ளலாம்."

10:102. "வறுமை முதலிய துன்பத்தில் உழலும் பிராமணன் எவரிடமிருந்தும் தானம் பெறலாம். ஏனெனில், பரிபூரணத்

தூய்மையைக் கறைப்படுத்த முடியும் என்பதை எந்தப் புனித விதியிருந்தும் மேற்கோள் காட்ட முடியாது".

10:103. "துன்ப, துயரங்களுக்கு ஆளான புரோகிதர்கள் பொதுவாக அங்கீகரிக்கப்படாத முறைகளில் வேதங்களுக்குப் பொருள் கூறினாலும், வேள்விகளை நடத்தித் தந்தாலும் அவர்கள் எவ்வித பாவங்களுக்கும் உள்ளாக மாட்டார்கள், ஏனென்றால் அவர்கள் நெருப்பையும் நீரையும் போல் பரிசுத்தமானவர்கள்."

மற்றைய வருணத்தார் இத்தகைய அவசர நிலைமைகளில் என்ன செய்ய வேண்டும் என்பதைப் பற்றி மனு கூறுவதை ஒப்பிட்டுப் பார்க்க வேண்டும் மனு கூறுவதாவது":

10:96. "கீழ்க் குலத்தான் ஒருவன் பொருளாசையால் மேற்குலத்தாருக்குரிய தொழிலைச் செய்து பிழைக்கத் தொடங்கினால் அவனது செல்வம் யாவற்றையும் பறிமுதல் செய்து அவனை நாடு கடத்த வேண்டியது அரசன் கடமையாகும்."

10:97. "தன் குலத்திற்குரிய தொழிலைக் குற்றம் குறைகளோடு செய்தாலும் மற்றவருக்குரிய குலத் தொழிலைச் செய்வதை விட அது சிறந்ததாகும். காரணம் தேவையில்லாமல் பிற குலத்தாருக்குரிய தொழிலைச் செய்பவன் உடனடியாகத் தன் குலத்திலிருந்து நீங்கியவனாகின்றான்".

10: 98. "வைசியன், தன் குலத் தொழிலைச் செய்து வாழ இயலாதபோது சூத்திரனுக்குரிய கீழான தொழிலைச் செய்து பிழைக்க வேண்டிய நிலைக்கும் தாழ்ந்து போகலாம். ஆயினும் செய்யத் தகாதவற்றைச் செய்வதைத் தவிர்க்க வேண்டும். சற்று வசதி பெற்றதும் தன் குலத் தொழிலையே மேற்கொள்ள வேண்டும்."

10:99. நாலாம் வருணத்தவன் பிராமணனுக்குப் பணி விடை செய்து தனது மனைவி மக்களின் பசியைத் தீர்க்க முடியாதபோது கைவினைத் தொழில்களைச் செய்து பிழைத்துக் கொள்ளலாம்.

10:121. "சூத்திரன் தனது வாழ்க்கைத் தேவைகளை நிறைவேற்றிக் கொள்ள முடியாமல் பிராமணருக்குப் பணிவிடை செய்து தக்க ஊதியம் பெற இயலாதபோது, சத்திரியனைச் சார்ந்து பிழைக்கலாம். அதனாலும் வாழமுடியாத போது செல்வவளமுள்ள வணிகனுக்குப் பணிகள் புரிந்து பிழைக்கலாம்."

10:122. "மோட்சப் பிராப்தியையோ அல்லது இம்மை மறுமை நலன்களைக் கருதியோ பிராமணரைச் சார்ந்து பணிசெய்பவன், இன்ன பிராமணனுக்குப் பணியாளனாக இருக்கின்றான் என்ற புகழ் காரணமாகவே வெற்றிகள் பெறுவான்.

10:123. "பிராமணரைப் பேணிப் பணி செய்தலே சூத்திரனுக்குச் சிறந்த தொழில் என்று கூறப்பட்டிருக்கிறது. இதைத்தவிர வேறு எத்தகைய தொழிலும் பயனற்றதாகும்."

10:124. "பிராமணன் தனக்குப் பணி புரிவோனுடைய திறமை, உழைப்பு ஆகியவற்றைக் கருதியும் அவனது தேவைகள், அவனது குடும்பத்தாரைக் காப்பாற்றுவதற்குத் தேவையானவை ஆகியவற்றைக் கருதியும் அவனுக்குத் தக்க ஊதியம் கொடுக்க வேண்டும்."

10:125. "பிராமணன் தன்னிடம் பணி செய்யும் சூத்திரனுக்குத்தான் உண்டு எஞ்சிய உணவு, உடுத்திக் கிழிந்த பழைய உடைகள் தானியங்களைச் சலித்து எஞ்சிய நொய், வீட்டுப் பழைய பாத்திரங்கள் முதலியவற்றைக் கொடுக்க வேண்டும்".

10: 126. "உழைத்துப் பிழைக்கும் வகுப்பைச் சார்ந்தவன் வெங்காய வகை மற்றும் விலக்கப்பட்ட காய்கறிகளை உண்பதால் குற்றமேதுமில்லை. அவன் சடங்குகள் ஏதும் செய்யக் கூடாது; அக்னிக்கு நைவேத்தியம் செய்தல் போன்ற காரியங்களுக்கும் அவனுக்கும் எந்தச் சம்பந்தமும் இல்லை. ஆனால் தன் தொழிலைச் செய்யும் முகத்தான் சமைத்த உணவை அவன் நிவேதனமாக அளிக்கத் தடையேதுமில்லை".

10:127 "தன் குலக்கடமைகளை உணர்ந்த சூத்திரன், நல்லோர்களான இருபிறப்பாளர்கள் செய்யும் குடும்பச் சமயச் சடங்குகளை மேற் கொள்ளும்போது வேத மந்திரங்களைப் பயன்படுத்தாமல் ஸ்தோத்திரங்களைச் சொல்லி வழிபட்டால் பழிபாவங்கள் ஏற்படாததோடு நற்புகழும் வந்து சேரும்.

10:129. "சூத்திரன் பிறரை நிந்திக்காமல், இருபிறப்பாளரைப் போன்றே நற் கருமங்களைச் செய்வானாயின் கண்டனத்திற்கு ஆளாகாமல் இம்மையில் புகழும் மறுமையில் நற்கதியும் பெறுவான்".

10:129. "சூத்திரன் பொருளீட்டத்தக்கவனேயாயினும் அவன் தனது தேவைக்கு மேலாகப் பொருள் சேர்க்கக் கூடாது. உழைத்துப் பிழைப்பவன் என்ற வகையைச் சேர்ந்த அவன் பொருள் சேர்த்துப் பணக்காரனாக மாறினால் தற்பெருமை உடையவனாவான். தனது அகங்காரத்தால் அல்லது அறியாமையால் பிராமணருக்குத் துன்பம் இழைப்பான்".

மனு கூறி முடிப்பதாவது:

10:130. "இவ்வாறாக நால்வகை வருணத்தாருக்கும் வறுமையுற்ற காலத்தில் வாழ்வதற்காகப் பலவகைக் கடமைகள் முழுமையாகக் கூறப்பட்டுள்ளன. இவற்றை அப்படியே ஏற்றுச் செயற்படுத்தினால் இவர்கள் நற்கதி அடைவர்."

சிலருக்கு வழங்கப்பட்டுள்ள தனிச் சலு கைகள் வெறும் சமூக ரீதியானவை மட்டுமல்ல, பொருளாதார ரீதியானவையுமாகும். இது குறித்து மனு கூறுவதாவது.

8:35. "புதையல் கண்டு எடுத்தவன், அப்புதையல் தன்னுடையது என்று உண்மையைக் கூறி நிலைநாட்டினால் அதில் ஆறில் அல்லது பன்னிரண்டில் ஒரு பங்கினை மன்னன் எடுத்துக் கொள்ளலாம்."

8:36. "ஆனால் அவ்வாறு எடுத்த புதையலைத் தனதென்று பொய்யாக ஒருவன் உரிமை கொண்டாடினால் அவனது சொந்த சொத்தின் மதிப்பில் எட்டில் ஒரு பங்கையோ அல்லது அவன் பொய்யாக உரிமை கொண்டாடிய பொருளின் மதிப்பில் ஏதேனும் ஒரு சிறு பகுதியையோ அவனுக்கு அபராதமாக விதிக்கலாம்."

8:37. "கற்றறிந்த பிராமணன் அனைத்திற்கும் அதிபதியாக இருப்பதால், எப்போதோ புதைத்து வைக்கப்பட்ட ஒரு புதையல் அவனுக்குக் கிடைத்தால் அதனை அவன் முழுமையாக எடுத்துக் கொள்ளலாம்."

8:38. "ஆனால் வெகு காலத்திற்கு காலத்திற்கு முன்னர் தரையில் புதைக்கப்பட்டுக் கிடந்த புதையலை மன்னனோ அல்லது வேறு குடி மக்களோ கண்டெடுத்தால் அதில் பாதியை மன்னன் பிராமணருக்குக் கொடுத்துவிட வேண்டும். மிகுதியைத் தனது பொக்கிஷத்தில் சேர்த்துக் கொள்ளலாம்."

9:323. "தீராத நோயினால் தனது முடிவை எதிர் நோக்கி இருக்கும் மன்னவன் தனது சொத்துக்கள் அனைத்தையும் புரோகிதர்களுக்கும் தனது ராஜ்யத்தை மகனுக்கும் கொடுத்து விட்டுப் போரில் ஈடுபட்டு மரணமடைய வேண்டும். போர் ஏதும் நிகழாவிட்டால் உணவை மறுத்து உயிர் துறக்க வேண்டும்."

7:127. "சரக்குக் கொள்முதல் விற்பனை விலைகளையும், சரக்கு வந்த வழியையும், அதில் அவர்களுக்கு ஏற்பட்ட உழைப்பையும், உணவு முதலியவற்றிற்கு ஏற்பட்ட செலவையும், கிடைக்கின்ற லாபத்தையும் கணக்கிட்டு வணிகர்களுக்கு மன்னன் தீர்வை விதிக்க வேண்டும்."

7:128. "அரசன் நன்கு சிந்தித்துத் தனது ராஜ்யத்தில் தொடர்ந்து இத்தகைய வரிகளை விதிக்கலாம். மன்னனும் வணிகரும் தங்களின் பல்வகையான பணிகளுக்காக நியாயமான ஊதியம் பெற வேண்டும்."

7:129. "இரத்தத்தை அட்டையும், பாலைக் கன்றும், வண்டு தேனையும் எவ்வாறு சிறிது சிறிதாகப் பெற்றுக் கொள்கின்றனவோ அவ்வாறே தன்னுடைய குடிமக்களிடமிருந்து மன்னன் ஆண்டுத் தீர்வைகளைச் சிறுக சிறுகப் பெற்றுக் கொள்ள வேண்டும்."

7:130." ஆண்டுதோறும் பெருகிவரும் கால்நடைகள், மணிக்கல், தங்கம், வெள்ளி முதலிய செல்வத்தில் ஐம்பதில் ஒரு பங்கையும், அதே போல் தானியத்தைப் பொறுத்த வரையில் மண்ணின் தரம், அதனை உழுது பயிரிடுவதற்கான உழைப்பு ஆகியவற்றைப் பொறுத்து விளைச்சலில் எட்டு, ஆறு அல்லது பன்னிரண்டில் ஒரு பங்கையும் மன்னன் தீர்வையாக வாங்க வேண்டும்."

7:131." மரங்கள், மாமிசம், தேன், நெய், நறுமணப் பொருட்கள், மருந்து வகைகள், திரவங்கள், மலர்கள், கிழங்கு, கனிகள் ஆகியவற்றின் வருடாந்தர அதிகரிப்பில் ஆறில் ஒரு பங்கை மன்னன் எடுத்துக் கொள்ளலாம்."

7:132. "இதேபோல் சேகரித்த இலைகள், தொட்டிகளில் வளரும் செடிவகைகள், புல்வகைகள், தோல் மற்றும் பிரம்பினால் செய்த பாண்டங்கள், மட்பாண்டங்கள், கல்லில் செய்யப்பட்ட பொருட்கள் ஆகியவற்றையும் கணக்கிட்டு அவற்றில் ஆறில் ஒரு பங்கைத் தீர்வையாக வசூலிக்கலாம்."

7 : 133. "மன்னனொருவன் இல்லாமையில் உழலுகின்ற வேளையிலும் வேதம் உணர்ந்த பிராமணன் தன் நாட்டில் பசியால் வாடப் பார்த்திருக்கக் கூடாது, அவனிடமிருந்து எவ்வித வரியையும் வாங்கக் கூடாது".

7:134 "வேதம் உணர்ந்த பிராமணர் எந்த நாட்டில் பசித் துன்பத்தால் வருந்துகின்றனரோ அந்த நாடு விரைவில் பஞ் சத்தால் வாடியழ நேரிடும்."

7:137. "தன் நாட்டில் சிறு வியாபாரம் செய்து பிழைக்கும் ஏழைகளிடம் ஆண்டுக்கொருமுறை சொற்பப் பொருளைத் தீர்வையாகப் பெற வேண்டும்."

7:138. "தங்கள் உழைப்பால் வாழும் கைவினைஞர், எளிய கைத்தொழிலாளர், உழைப்பாளார்கள் ஆகியோரிடம் மாதத்திற்கு ஒருநாள் வேலையை மன்னன் தீர்வையாகப் பெற்றுக் கொள்ளலாம்."

8:394. "பார்வையற்றோர், மனநோயாளிகள், ஊனமுற்றோர், எழுபது வயதுக்கு மேற்பட்ட வயோதிகர், வேதங்களைக் கற்ற புரோகிதனுக்குப் பேருதவி புரிவோர் ஆகியோரிடம் எந்த அரசனும் தீர்வை செலுத்துமாறு வற்புறுத்தக் கூடாது".

10:118. “போர், படையெடுப்பு முதலிய அவசரத் தேவைகளின்போது குடிமக்களிடமிருந்து நாலில் ஒரு பங்கு தானியங்களைத் தீர்வையாக வாங்கியபோதும் தன் பலத்தையெல்லாம் கொண்டு குடிமக்களைக் காப்பாற்றும் அரசன் பாவம் செய்தவனாகான்”

10:119. “பகைவரைப் பொருதிவெல்வதும், போர்க்களத்திலிருந்து அஞ்சிப் புறமுதுகு காட்டி ஓடாமல் போரிடுவதும் மன்னனின் சிறப்பான கடமையாகும். இத்தகைய நிலைமையில் ஆயுதங்களைக் கொண்டு திருடர்களிடமிருந்து வைசியரையும், உழவர்களையும் பாதுகாத்து அதற்கு ஈடாக நியாயப்படி அவர்களிடமிருந்து வரிகள் பெறலாம்.”

10:120. “செழிப்பான காலத்தில் வணிகர்களிடம் விளைச்சலில் பன்னிரண்டில் ஒரு பகுதியையும், அவர்களுக்கு வாணிபத்தில் கிடைக்கின்ற இலாபத்தில் ஐம்பதில் ஒரு பகுதியையும், கஷ்டகாலத்தில் விளைச்சலில் எட்டில் ஒரு பகுதியையும், அல்லது நடுத்தரமாக ஆறிலொரு பகுதியையும் பெரும் பஞ்ச காலத்தில் நாலிலொரு பகுதியையும் மட்டுமே வரியாக அரசன் பெறலாம். ஆனால் பணமாகக் கிடைக்கும் அவர்களது லாபத்தில் இருபதில் ஒரு பங்கைத் தீர்வையாகப் பெறலாம். அதே சமயம் எப்போதும் தொழில் செய்யும் பணியாளர், கைவிளைஞர், கருமான் ஆகியோரிடம் தீர்வை வாங்காமல் தீர்வைக்குப் பதிலாக வேலை வாங்கிக் கொள்ளலாம்.”

9:187. “பிள்ளையில்லாமல் இறப்பவன் பொருளைப் பெண்வழிப் பேரனும் அவனில்லாவிடில் மனையாளும், அவளல்லாவிடில் மகளும், அவளில்லாவிடில் பெற்ற தந்தையும் தாயும் என வழிமுறை உறவினர் அடையக்கடவர். மேலே கூறியவர்கள் இல்லாவிடில் தூரத்து உறவினரும் இல்லாவிடில் ஆசார்யனும் பின்னர் சீடனும் இல்லையேல் உடன்பயின்றவரும் அந்தப் பொருளை அடையக் கடவர்”.

9:88. “மேலே கூறிய வரிசையில் யாரும் இல்லாதபோது அவன் பொருளை மூன்று வேதங்களையும் ஓதுபவர்களான உள்ளும் புறமும் தூயவர்களான, உணர்வுகளை அடக்கியவர்களான பிராமணர் பெறுவர். அவர்கள் அவனுக்குப் பெருமை சேர்ப்பர். இதனால் இறந்து போனவனுக்குச் சிரார்த்தம் முதலிய கடன்களில் குறை ஏதும் இராது”

9:189. “மேற்சொன்னவாறு யாருமில்லாது இறந்த பிராமணன் பொருளை எக்காரணத்தைக் கொண்டும் மன்னன் அடையக்

கூடாது; இது திட்டவட்டமான விதியாகும். ஆனால் ஏனையோர் வாரிசுகள் இல்லாமல் இறந்தால் அவர்கள் பொருளை மன்னன் பெறலாம்."

வெவ்வேறு நிலைகளிலுள்ள சமூகத்தினருக்கு விதிக்கப்பட்ட வெவ்வேறான விதிமுறைகளை மனு விரிவாக வரையறுத்துள்ளார். இந்த விதிகள் இந்து இல்லற நெறிகளின் ஒரு முக்கிய பகுதியாக அமைந்துள்ளன.

மனு விதிப்பதாவது,

10:3 "பிறப்பினாலும், உயர்ந்த இடத்திலிருந்து தோன்றியதாலும், உயர்குலத் தோற்றத்தாலும், வேதங்களைக் கற்றறிந்த தெளிந்த ஞானத்தாலும், கருமானுஷ்டங்களாலும் பிராமணன் மற்ற வருணத்தார் அனைவருக்கும் தலைவனாகின்றான்".

9:317. "உலகியல், வைதீகக் காரியங்கள் யாவற்றிலும் மேலான தெய்வீகத் தன்மையுடன் விளங்கும் தீயைப் போன்று, ஒரு பிராமணன் கற்றறிந்தவனோ, மூடனோ எவ்வாறிருப்பினும் மேன்மையானவனாகவே இருக்கின்றான்".

9:318. "பிராமணர் எவ்வகையான இழிந்த தொழில்களைச் செய்த போதிலும் அவர்கள் போற்றுதற் குரியவராவர்; ஏனென்றால் அவர்கள் மனித அறிவுக்கெட்டாத ஒருவகைத் தெய்வீகத் தன்மை பெற்றுள்ளனர்".

7:35. "தத்தமக்கு விதித்த பலவகைக் கடமைகளை மாறாமல் நிறைவேற்றும் நான்கு வருணத்தார், நான்கு ஆசிரமத்தார் ஆகியோரைக் காக்கும் பொருட்டே மன்னன் படைக்கப்பட்டான்".

7:36. "தன்னுடைய குடிமக்களைக் காப்பதற்கு நல்ல அமைச்சர்களின் துணையுடன் மன்னன் புரியவேண்டிய கடமைகளை இனி முறையாகக் கூறுவேன்".

7:37. "மன்னன் அன்றாடம் வைகறையில் துயிலெழுந்து மூன்று வேதங்களையும், அற நூல்களையும் ஆய்ந்துணர்ந்த பிராமணரை வரவேற்று அவர்தம் கருத்துகளைப் பணிந்தேற்று ஆட்சி செய்வானாக."

7:38. "கல்வி, வயது இவற்றால் முதியவராயும், தர்ம சாஸ்திரங்களில் தேர்ந்தவராயும் உள்ளும் புறமும் தூயவராயும் திகழும் பிராமணரை மன்னன் மதித்துப் போற்ற வேண்டும்; இவ்வாறு முதியோரைப் போற்றும் மன்னருக்குக் கொடிய அரக்கர்கள் கூட எப்போதும் மரியாதை செலுத்துவர்."

9:313. "பொருளிழந்து பெருந்துன்பம் நேர்ந்த போதிலும் பிராமணரின் சொத்துக்களை எடுத்துக் கொள்வதன் மூலம் அவர்களின் கோபத்திற்கு மன்னன் ஆளாகாமல் காத்துக் கொள்ள வேண்டும். அவ்வாறு ஒருமுறை அவர்களின் கோபத்திற்கு ஆளானால், உடனடியாக அவர்கள் யாகத்தாலும், சாபமிட்டும் அரசனின் படைகள், யானைகள், குதிரைகள், தேர்கள் ஆகியவற்றை அழித்துவிட நேரிடும்."

அரசியல் வாழ்வில் இத்தகைய உறவுமுறையே இருந்தது. பல்வேறு வருணத்தவரிடையே சாதாரணமாக நிலவிய சமூக உறவுகளைப் பற்றிப் பின்வரும் விதிகளை மனு விதிக்கின்றார்:.

3:68. "சிற்றுயிர்கள் கொல்லப்படக் கூடிய ஐந்து கொலைக் களங்களை ஒரு இல்லத்தான் பெற்றுள்ளான். சமையற்கட்டு, மாவரைக்கும் எந்திரம், துடைப்பம், உரல் உலக்கை, நீர்க்குடம் ஆகியவையே அவை. இவற்றைப் பயன்படுத்துவதன் மூலம் சிற்றுயிர்கள் கொல்லப்படுவதற்கு ஏதுவாவதால் அவன் பாவத்துக்கு உள்ளாகிறான்".

3:69. "மேலே கூறிய இடங்களில் அறியாமல் செய்யப்படும் குற்றங்களுக்குக் கழுவாய் தேடும் பொருட்டு ஒவ்வொரு நாளும் இல்லத்தான் செய்யவேண்டிய ஐம்பெரும் யக்ஞங்களை மகரிஷிகள் வகுத்துத் தந்துள்ளனர்".

3:70. "அவையாவன:

வேதம் ஓதுதலும் கற்றலும் - பிரம்ம யக்ஞம்; அன்னம் படைத்தோ, புனல் வார்த்தோ தென்புலத்தார்க்கு வழிபாடாற்றுதல் - பிதுர் யக்ஞம்; தீயில் அவி சொரிந்து தேவரை வழிபடுதல் - தேவ யக்ஞம் ; பிற உயிர்களுக்கு உணவோ அரிசியோ அளித்தல் -பூத யக்ஞம்;. விருந்தினரை வரவேற்று உபசரித்தல் மானுட யக்ஞம்".

3:71. "இந்த ஐம்பெரும் யக்ஞங்களையும் தவறாமல் செய்யும் இல்வாழ்வோன் அந்த இல்லத்திலேயே தொடர்ந்து வாழ்ந்த போதிலும் பாவம் விளைவதற்கு இடமானவைகளிலிருந்து மீட்சி பெறுவான்".

3:84. "புரோகிதர்க்கு இடுவதற்காகத் தயாரித்த உணவைத் தேவதைகளை நினைத்துத் தீயில் நாள்தோறும் பின்வரும் தெய்வங்களுக்குத் திருப்படையல் செய்க".

3 : 92. "வீட்டில் சமைத்த உணவைக் கொஞ்சம் கொஞ்சமாக எடுத்து நாய், சண்டாளன், தீராப் பிணியாளன், காக்கைகள்,

முதலைகள் ஆகியவற்றிற்குத் தரையில் வைத்து உண்ணச் செய்க".

விருந்தோம்பல் பற்றிக் கூறவந்த மனு இல்லறத்தானுக்குப் பின்வருமாறு விதிகளை வகுத்துள்ளார்.

3:102. "பிராமணனொருவன் ஓரிரவு மட்டுமே விருந்தினனாகத் தங்கி இருப்பானாயின் அதிதி எனப்படுவான்; ஒரு முழுதிதி, பௌர்ணமி நாள் அளவிலும், அவன் தங்கி இருக்காமல் மிகச் குறுகிய காலமே தங்குவதால் அவன் விருந்தினன் எனப்படுவான்".

3:98. "உண்மையான அறிவு, கருணை ஆகியவற்றில் தேர்ந்த பிராமணனுக்குப் படையல் அளித்தல் தீயிலிட்டுச் செய்த ஓமம்போல ஒளிவிடும். இவ்வாறு அளித்தலால் துன்பம் துயரங்கள் நீங்குவதோடு கொடிய பாவத்திலிருந்து விமோசனமும் கிட்டும்."

3:107. "விருந்தினராக வருவோருக்கு ஆசனம், இருக்க இடம், கட்டில் ஆகியவற்றை உயர்ந்தோருக்கு உயர்ந்ததாகவும், தாழ்ந்தோருக்குத் தாழ்ந்ததாகவும் சமமானவருக்குச் சமமானதாகவும் வழங்கி, அவரவர் நிலைக்கு ஏற்றவாறு உபசரித்துப் புறப்படும் போது வழியனுப்ப வேண்டும்".

3:110. "சத்திரியன், வைசியன், சூத்திரன் ஆகிய மூவருணத்தாரும், நண்பனும், தந்தை வழி உறவினரும் ஆசாரியனும் பிராமணன் வீட்டில் விருந்தினர் என்று கொள்ளத்தக்கவரல்லர்".

3:111. "சத்திரியன் ஒருவன் பிராமணனிடம் விருந்தினனாக வந்து விட்டால் அவன் விருப்பப்படி வேண்டிய உணவைத் தயாரித்து, முன்னே குறிப்பிட்ட பிராமணர்க்கு விருந்திட்ட பின்பு உண்ணுமாறு செய்ய வேண்டும்."

3:112. "வைசியனோ, சூத்திரனோ அவ்வாறு விருந்தினராக வந்துவிட்டால் பிராமணன் தன் பணியாளருடன் அவர்கள் சேர்ந்து உண்ணுமாறு செய்ய வேண்டும்."

சமுதாயத்தில் ஒரு வருணத்தார் பிற வருணத்தாரிடம் நடந்து கொள்ள வேண்டிய முறை பற்றி மனு சுவையான பல விதிகளை விதித்துள்ளார். சமூக நிலைகளுக்கு ஏற்றவாறு அவர்களுடன் பழக வேண்டிய படித்தரத்தை அவர் நிர்ணயித்திருக்கிறார்.

2:135 "பிராமணன் பத்தே வயதுடையவனாக இருப்பினும் அவனைத் தந்தைக்குச் சமமாகவும் சத்திரியன் நூறு வயதுடையவனாக இருப்பினும் அவனை மகனுக்குச் சமமாகவும் மன்னன் மதிக்க வேண்டும்".

2:136. "செல்வம், குருதி உறவு, வயது, நல்லொழுக்கம், கல்வியறிவு இவ்வைந்தும் மரியாதை பெறுவதற்கு ஒருவனுக்குத் தகுதி நிலைத் தருவன. இவற்றில் இறுதியாகக் கூறிய கல்வியறிவு பெரும் தகுதிக்குரியது".

2:137. "மூவகை மேல் வருணத்தாருள் மேற்கூறிய தகுதிகளைப் பெற்றிருப்பதற்கேற்ப அவரவர்க்குத் தக்க மரியாதை அளிக்க வேண்டும். ஒரு சூத்திரன் தொண்ணூறு வயது முதிர்ந்தவனாயின் அவனையும் மதிக்க வேண்டும்."

2:138. "வாகனத்தில் அமர்ந்து வருவோன், தொண்ணூறு வயது மூத்தோன், நோயாளி, பாரம் சுமந்து வருவோன், பெண்டிர் ஆகியோருக்கும், தன் குருவினிடமிருந்து திரும்பிவரும் புரோகிதன், மன்னவன், திருமண மாப்பிள்ளை ஆகியோருக்கும் ஒதுங்கி வழிவிட்டு நிற்க வேண்டும்."

2:139. "இவர்கள் யாவரும் ஒரே நேரத்தில் வழியில் வரும்போது அவர்களுள் வீட்டிற்குத் திரும்பிவரும் புரோகிதன், அரசன் ஆகியோரை மரியாதைக்கு உரியவர்களாகக் கருதி வழிவிட வேண்டும். இவர்கள் இருவருக்குள்ளும் அரசனை விடப் புரோகிதனுக்கே மிகுந்த மரியாதை அளிக்க வேண்டும்."

சமூக அந்தஸ்திற்கு ஏற்றவாறு ஒருவருக்கு வணக்கம் முதலிய மரியாதை செலுத்துவது பற்றிய விதிமுறைகள் குறிப்பிடத்தக்கவை.

2: 121. "பெரியோரைப் போற்றி வணங்கும் இளைஞனுக்கு ஆயுள், கல்வி, புகழ், வலிமை ஆகிய நான்கும் பெருகுகின்றன".

2:122. "அப்படி வணங்குவோருள் பிராமணன் தன்னை அறிமுகப்படுத்திக் கொள்ளும் வகையில் தன்குலம், கால்வழி, பெயர் ஆகியவற்றைச் சொல்லி இன்னானாகிய நான் வணங்குகிறேன் என்று கூற வேண்டும்."

2:123. "எவரேனும் சமஸ்கிருத மொழி தெரியாத காரணத்தால் தன்னுடைய பெயரின் உட்பொருளைப் புரிந்து கொள்ளாதவர்களாக இருந்தால் அப்படிப்பட்டவர்களிடம் கற்றறிந்தவன் தன் பெயரை மட்டும் கூறி வணங்க வேண்டும். அவ்வாறே அவ்வாறே அனைத்து வருணங்களைச் சேர்ந்த பெண்களிடமும் நடந்து கொள்ள வேண்டும்".

2:124. "இப்படி வணங்கும்போது தன் பெயரைக் கூறிமுடித்ததும் நல்லது என்ற விளிவேற்றுமை இடைச்சொல்லை இணைத்துக் கூறவேண்டும். ஏனெனில் பெயர்களின் உருவத்தை இந்த இடைச்சொல் நிறைவு செய்கிறதென்று அறிஞர்கள் கூறுவர்".

2:125. "இவ்வாறு பிராமணனைப் பதிலுக்கு வணங்கும்போது 'உயர்ந்தோனே நெடுங்காலம் வாழ்வாயாக!' ' என்ற வாழ்த்துரையை அவனுடைய பெயரின் ஈற்றெழுத்தாகிய அகர நெடிலை மூன்று மாத்திரையாக நீட்டி விளித்து வழங்க வேண்டும்."

2:126. "அப்படிப் பதிலுக்கு வாழ்த்துரைக்கத் தெரிந்திராத பிராமணனுக்கு வணங்க வேண்டியதில்லை. ஏனெனில் அவன் தன்மையினால் சூத்திரனை ஒத்தவனாவான்".

2:127. 'வணங்கியவன் புரோகிதனாயின் 'வைதீக கர்மானுஷ்டானங்கள் நன்கு நிறைவேறி வருகிறதா?' என்றும், சத்திரியனாயின் 'காயம் ஏதும் படாமல் நலமாக இருக்கிறாயா?' என்றும், வணிகனாயின் 'செல்வ வளம் நிறைந்திருக்கிறதா?' என்றும், உழைப்போராயின் 'உடல் நலமா' என்றும் முறையே பொருள் படுகின்றதான குசலம், அனாமயம், க்ஷேமம், ஆரோக்கியம் ஆகியவற்றை விசாரிக்க வேண்டும்".

சமயம், சமயச் சடங்குகள், யாகங்கள் முதலியவை பற்றி மனு வகுத்துள்ள நியதிகள் குறிப்பிடத்தக்கவை.

சமயச் சடங்குகள், யாகங்கள் பற்றிய விதிமுறைகள் பின்வருமாறு.

3:68. "சிற்றுயிர்கள் கொல்லப்படக்கூடிய ஐந்து கொலைக் களங்களை ஒரு இல்லத்தான் பெற்றுள்ளான். சமையற்கட்டு, மாவரைக்கும் எந்திரம், துடைப்பம், உரல் உலக்கை, நீர்க்குடம் ஆகியவையே அவை. இவற்றைப் பயன் படுத்துவதன் மூலம் சிற்றுயிர்கள் கொல்லப்படுவதற்கு ஏதுவாவதால் அவன் பாவத்திற்கு உள்ளாகிறான்".

3:69. "மேலே கூறிய இடங்களில் அறியாமல் செய்யப்படும் குற்றங்களுக்குக் கழுவாய் தேடும் பொருட்டு ஒவ்வொரு நாளும் இல்லத்தான் செய்ய வேண்டிய ஐம்பெரும் யக்ஞங்களை மகரிஷிகள் வகுத்துத் தந்துள்ளனர்

3:70. "அவையாவன,

வேதம் ஓதுதலும் கற்றலும் - பிரம்ம யக்ஞம், அன்னம் படைத்தோ, புனல் வார்த்தோ தென்புலத்தார்க்கு வழிபாடாற்றுதல் - பிதிர் யக்ஞம், தீயில் அவி சொரிந்து தேவரை வழிபடுதல் - தேவ யக்ஞம், பிற உயிர்களுக்கு உணவோ அரிசியோ அளித்தல் - பூத யக்ஞம். விருந்தினரை வரவேற்று உபசரித்தல் - மானுட யக்ஞம்".

3:71 "இந்த ஐம்பெரும் யக்ஞங்களையும் தவறாமல் செய்யும் இல்வாழ்வோன் அந்த இல்லத்திலேயே தொடர்ந்து வாழ்ந்த

போதிலும் பாவம் விளைவதற்கு இடமானவைகளிலிருந்து மீட்சி பெறுவான்.

பிறகு, சமயச் சடங்குகளைச் செய்வதற்கு அனைத்து வருணத்தாரும் உரியவராகார் என்பதையும் யாகங்கள் புரிவதற்கு அனைவருக்கும் சம உரிமை இல்லை என்பதையும் வகுத்துரைக்கின்றார்.

சமயச் சடங்குகளைச் செய்தல், யாகம் வளர்த்தல் ஆகியவற்றில் பெண்கள், சூத்திரர்கள் ஆகியோரின் நிலை என்ன என்பதையும் வரையறுத்துள்ளனர். பெண்களைப் பற்றிக் கூற வந்தபோது,

2:66. "பூணூல் அணிவிப்பதைத் தவிர இத்தகைய சரீர பரிசுத்த கருமங்கள் அனைத்தும், பிற சடங்குகள் யாவும் ஆண் குழந்தைகளைப் போலவே அதே வயதுகளில் அதே முறைப்படி பெண் குழந்தைகளுக்கும் செய்விக்க வேண்டும்."

சூத்திரர்களைக் குறிப்பிட்டு மனு கூறுவதாவது,

10:127. 'தன் குலக் கடமைகளை உணர்ந்த சூத்திரன், நல்லோர்களான இருபிறப்பாளர்கள் செய்யும் குடும்பச் சமயச் சடங்குகளை மேற்கொள்ளும்போது வேத மந்திரங்களைப் பயன்படுத்தாமல் ஸ்தோத்திரங்களைச் சொல்லி வழிபட்டால் பழிபாவங்கள் ஏற்படாததோடு நற்புகழும் வந்தெய்தும்.

ஒருவனுக்குப் பூணூல் அணிவிக்கும் சமயச் சடங்கு முக்கியமானதொரு சடங்காகும்.

2:36. "பிராமணனுக்குக் கர்ப்பத்திலிருந்து எட்டு வயதிலும் சத்திரியனுக்குப் பதினொன்றிலும் வைசியனுக்குப் பன்னிரண்டிலும் அவரவர் வருணத்திற்குத் தக்கவாறு உபநயனம் செய்விக்க வேண்டும்".

2: 37. "பிராமணன் அல்லது அவனது தந்தை தன்மகன் பிரம்ம ஞானத்தைப் பெற விரும்பினால் அவனுக்கு ஐந்து வயதிலும், தனது வலிமையைப் பெருக்கிக்கொள்ள விரும்பும் சத்திரியன் ஆறு வயதிலும் வணிகத் தொழிலில் ஈடுபடவிரும்பும் வைசியன் எட்டு வயதிலும் உபநயனம் செய்வது ஏற்றதாகும்".

2:38. "காயத்ரி உபதேசத்துடன் செய்யக் கூடிய உபநயனச் சடங்கு செய்வதைக் கால தாமதம் செய்வது தக்கதன்று. எக்காரணத்தாலும் மூன்று வருணத்தாருக்கும் முறையே பதினாறு, இருபத்திரண்டு. இருபத்து நான்கு வயதினைத் தாண்டாமல் பார்த்துக் கொள்ள வேண்டும்".

2:39. "மேற் சொல்லியவாறு உபநயன சமஸ்காரத்தை உரிய காலத்தில் செய்யாமல் போகும் மூன்று வருணத்தைச் சேர்ந்த,

இளைஞர்கள் விராத்யர்கள் அல்லது புற சாதியராவதோடு காயத்ரி-யிலிருந்து இழிந்து, நலன்கள் பெறத் தகுதியற்ற வராகின்றனர்".

காயத்ரி மந்திரத்தின் மகத்துவத்தை மனு பின்வருமாறு விளக்கியுரைக்கின்றார்.

2:76. "பிரம்மா முறையே மூன்று வேதங்களின் சாரமான அகரம், உகரம், மகரம் என்னும் மூன்றெழுத்து உறுப்புகளால் ஆன ஓம் என்னும் பிரணவத்தையும் பூர்புவ, சுவ அல்லது பூமி, ஆகாயம், சுவர்க்கம் என்னும் புனித உச்சரிப்புகளையும் உண்டாக்கினார்".

2 : 77. "படைப்புக் கடவுளான பிரம்மா, 'தத்' என்று தொடங்கும் காயத்ரி அல்லது சாவித்திரியின் மூன்றடிகளையும் மூன்று வேதங்களிலிருந்து வடித்தெடுத்தார்".

2:78. "பிரணவத்தையும் காயத்ரி மந்திரத்தையும் காலை, மாலை வேளைகளில் ஜெபிப்பதனால் மூன்று வேதங்களையும் ஓதிய பலனைப் பிராமணன் பெறுகின்றான்".

2:79. "ஓம், காயத்ரி என்னும் மந்திரங்களைத் தினமும் தொடர்ந்து ஆயிரமுறை ஓதுகின்ற பிராமணன் பெரும் பாவங்களிலிருந்து பாம்பின் சட்டை கழன்று வருவதுபோல நீங்கப் பெறுகின்றான்".

2:80."காயத்ரி மந்திர மோதுதல், காலாகாலத்தில் செய்ய வேண்டிய உபநயனம் முதலிய சடங்குகளைச் செய்தல் ஆகியவற்றைச் செய்யாத புரோகிதன், சத்திரியன், வைசியன் ஆகிய மூவரும் மேலோரால் நிந்திக்கப் படுவார்கள்".

2:81. "பிரணவத்தையும், மூன்று வியாகிருதிகளையும் தன் அகத்தே கொண்டிருக்கும் காயத்ரி, வேதத்தின் முக்கிய பகுதியாகும்."

66 2:82." எவனொருவன் மூன்றாண்டு காலம் இடையறாது தினமும் சோம்பலின்றி இந்த வேதமந்திரங்களை ஜெபிக்கின்றானோ அவன் காற்றைப் போன்ற லாவகத்துடன் வேண்டிய உருவெடுத்துப் பறந்து செல்லவும், பிரம்ம சாயுச்யம் பெறவும் வல்லவனாகின்றான்".

2:83. "பிரணவ மந்திரமாகிய ஓம் என்னும் சொல் பரப்பில் உம் வடிவமானதென்றும், மூச்சையடக்கித் தியானித்திருத்தலினும் மேலானதென்றும் போற்றப் படுவது. எனவே காயத்ரியின் மிக்கதானது யாதொன்றுமில்லை. அதனை உச்சரிப்பவன் சத்தியத்தையே வாயாரச் சொல்பவனாதலால் அது மவுன சாதனையை விட மேலானது.

2:84 "யக்ஞம், யாகம் ஆகிய சாதனைகள் - இவற்றால் பெறுகிற வல்லபங்கள் அழிவுறக் கூடுமாகையால் - அழிவுள்ளதென்றும்,

'ஓம்' என்பதே பரப்பிரும்ம சொரூபமாகி அழிவற்று விளங்குவதால் 'அட்சரம்' (அழிவற்றது, என்றும் வேதம் கூறுகின்றது"

2:85. "பரப்பிரம்மத்தின் நாம உச்சாரணம் வேள்விகள் செய்வதைக் காட்டிலும் பத்து மடங்கு சிறப்புடையது; யார் காதிலும் விழாதவாறு உச்சரிப்பது நூறு மடங்கும், உச்சரிப்பு மானசீகமாக நிகழ்வது ஆயிர மடங்கும் மேன்மையானதாகும்".

2:86. "இல்லறச் சடங்குகளில் பிரம்ம யக்ஞம் தவிர்த்த மற்ற நான்கு சடங்குகளும் ஒன்றாக இணைந்தாலும் காயத்ரி மந்திரத்தை ஜெபிப்பதானால் ஏற்படும் மகிமையில் பதினாறில் ஒரு பங்கு அளவுகூட ஈடாகாது. உபநயனம் செய்வது புதிய பிறப்பெடுப்பதற்கு இணையானது".

2:147. "தாய், தந்தையின் வேட்கையால் கருப்பையிலிருந்து பிறந்த பிறவி வெறும் உடற்பிறவி என்றே ஒருவன் கருதுவானாக"

2:148. "வேதங்களை முழுமையாகக் கற்றுணர்ந்த ஆசாரியனின் காயத்ரி மந்திர உபதேசத்தால் பெறும் பிறவியே அழிவற்றது; மூப்பற்ற தன்மைகளைத் தரவல்லது".

2:169. "துவிஜனுக்கு முதல் பிறப்பு தாயாலும், இரண்டாவது பிறப்பு உபநயனத்தாலும், மூன்றாவது பிறப்பு வேள்வி முயல்வதாலும் உண்டாகிற தென்று வேதம் கூறுகின்றது".

2:170. "புனிதமான நூல் அணிவதினாலவன் இரண்டாவது பிறப்பில் ஒருவனுக்குத் தாயாகக் காயத்ரியும், தந்தையாக ஆசார்யனும் விளங்குகிறார்கள்".

இந்தச் சடங்குகளைச் சூத்திரனும், பெண்களும் செய்வதற்கு மனு அனுமதிக்கவில்லை.

2:103. "எவனொருவன் இவ்விதம் காலையிலும் மாலையிலும் மந்திரங்களைச் ஜெபிக்கவில்லையோ அவன் சூத்திரனைப் போல பூஜா காரியங்களில் கலந்து கொள்ளவும் தகுதியை இழக்கிறான்"

கல்வியைப் பற்றியும் கற்பது பற்றியும் குறிப்பிட மனு மறந்துவிட வில்லை. எனினும் அனைவருக்கும் கல்வி அளிப்பது பற்றி அவர் எதுவும் கூறவில்லை. அரசனோ, அரசாங்கமோ கட்டாயமாகக் கல்வி அளிப்பதற்கு நடவடிக்கை எடுப்பதன் அவசியத்தையோ கல்வி பெற வேண்டியதன் தேவையையோ அவர் குறிப்பிடவில்லை. சமய நூல்களான வேதங்களையும், சாஸ்திரங்களையும் படிப்பது பற்றியே அவர் குறிப்பிட்டுள்ளார்.

குருவின் அனுமதியைப் பெற்று அவர் கீழ் இருந்தே வேதங்களைக் கற்க வேண்டும். எவரும் தாமாகவே வேதங்களைப் படித்தறியக் கூடாது. அவ்வாறு செய்தால் திருடியதற்கான குற்றத்திற்கு ஆளாவான்.

2:116. "குருவுக்குத் தெரியாமல் அவரிடமிருந்து வித்தையைத் கிரகித்துக் கொள்கிறவன் வேதத்தைத் திருடிக் கொண்டவனாகி நரகத்தில் வீழ்ச்சியுறுவான்".

மற்றவர்கள் படிப்பறிவே பெறக் கூடாது.

9:18. "பெண்கள் வேத பாடங்களுக்கு எவ்வகையிலும் தொடர்பில்லாதவர்கள், இதற்காக விதிகள் வரையறுத்து வைக்கப்பட்டுள்ளன. பெண்கள் பொய்யைப் போல மாசு வடிவினராக உள்ளனர். பாவம் நீக்கும் மந்திர உபதேசம் அவர்களுக்கு இல்லை. இதுவே முடிவான இறுதி விதிமுறை".

4:99 "வேதம் ஓதுகையில் எழுத்து - சுரம் ஆகியவற்றைத் தெளிவாக ஓதவேண்டும். சூத்திரன் அருகில் உள்ளபோது வேதம் ஓதலாகாது. வைகறை நேரத்தில் வேதம் ஓதிய களைப்பின் காரணமாகப் பின்னர் உறங்கலாகாது".

முதல் மூன்று வருணத்தாரிலிருந்து நீக்கப்பட்ட சாதியர் அல்லது விராத்யருக்கு இந்தத் தடை உண்டு. இது பற்றி மனு கூறுவதாவது.

2:40. "தூய்மையிழந்தவர்களான இவர்களுக்கு வேதம் ஓதுவித்தல் தகாது. கஷ்டம் வந்துற்றபோதும் இவர்களிடமிருந்து பொன், பெண் ஆகிய யாதொன்றையும் பிராமணன் கொள்ளலாகாது".

தகுதியிழந்தவருக்கு வேதம் ஓதுவதும், வேள்வி இயற்றுவதும் மனுவால் தடுக்கப்பட்டுள்ளது.

4:205. "வேத கோஷங்களில்லாமல் தொடங்கிய வேள்வியிலும், பெண்களோ, பேடிகளோ இயற்றும் வேள்விகளிலும் பிராமணன் புசித்தல் தகாது".

4:206. "இவர்கள் இயற்றும் வேள்வித் தீயில் சொரியும் நெய் நல்லோர்க்குத் துன்பமும், தேவர்களுக்கு வெறுப்பும் உண்டாக்குவதால் பிராமணர் இவற்றை மறுத்துவிட வேண்டும்".

11:198. "புறஜாதியான் நடத்தும் வேள்வியில் பங்கு கொண்டவன், முன்பின் தெரியாதவனின் பிணத்தை எரித்தவன், அப்பாவியானவனை அழிப்பதற்குச் சடங்குகள் செய்தவன், வேள்வியைத் தூய்மையற்றதாக நிகழ்த்தியவன் ஆகியோர் அகிம்சை எனப்படுவர். இத்தகையோர் மூன்று பிரஜாபத்ய தவம் செய்ய வேண்டும்."

பிராமணர் சட்டத்தின் முன் சமமாதல். பிராமணர் சாட்சியம் கூற வரும்போது மனுவின் கூற்றுப்படி பின்வருமாறு உறுதிமொழி எடுத்துக் கொள்ள வேண்டும்.

8:87. "நீதிமன்றத்தில் பகல் பதினைந்து நாழிகைக்குள்ளாக, தெய்வச்சிலை, பிராமணர் இவர்கள் அருகில்; பிராமணர் முதலான சாட்சிகளைக் கிழக்கு அல்லது வடக்கு நோக்கி நிறுத்தித் தானும் தூயவனாக இருந்து நீதிபதி சத்தியம் செய்வித்துப் பின்னர் விசாரிக்க வேண்டியது".

8:88. "அவ்வாறு விசாரிக்கும் போது, பிராமணனை நோக்கிச் 'சொல்லுக' என்றும், சத்திரியனை நோக்கி, 'உண்மையைச் சொல்லுக' என்றும், வைசியனை நோக்கி, 'பொய் சொல்லுவது பசுக்கள், தானியம், பொன் ஆகியவற்றைத் திருடுவதற்குச் சமம் என்றும், சூத்திரன் பொய் சொன்னால் 'பெரும்பாவமாகிய மறையோனைக் கொன்றது முதலிய பாவங்கள் உன்னைச் சாரும்' என்றும் கூறி அவர்களைச் சாட்சியம் கூறும்படிச் சொல்ல வேண்டும்."

8.113."பிரதிவாதியரை விசாரிக்கும் போது பிராமணராயின் சத்தியப் பிராமணமாகச் சொல் என்றும், சத்திரியராயின் குதிரை, யானை அல்லது ஆயுதம் இவற்றின் மீது சத்தியமாகச் சொல் என்றும், வைசியராயின் உன் பசு, தானியம், பொன் பொருள் ஆகியவற்றின் மீது சத்தியமாகச் சொல் என்றும் நாலாம் வருணத்தாராயின் பொய் சொன்னால் பஞ்சமா பாதகங்களைச் செய்த பாவத்தை அடைவேனாக என்றும் சத்தியம் கேட்க வேண்டும்."

பொய்ச் சாட்சி சொல்பவர்களுக்கு அளிக்க வேண்டிய தண்டனைகள் பற்றியும் மனு குறிப்பிட்டுள்ளார். பொய்ச்சாட்சி சொல்லுவது ஒரு குற்றம் என்று கூறி மனு சொல்லுகிறார்.

8:122. "பொய்ச் சாட்சி சொல்லுவோர்க்கு இந்தத் தண்டனை விதிகள் ரிஷிகளால் வகுக்கப் பட்டுப் பெரியோர்களால் நிர்ணயிக்கப் பட்டுள்ளது".

8:123. "சத்திரியர் முதலான மூவகைக் கீழ் வருணத்தார் பொய் சாட்சி கூறினால் அரசன் முதலில் அபராதம் விதித்து விட்டுப் பிறகு அவர்களை நாடு கடத்த வேண்டும், ஆனால் பிராமணராயின் நாடு கடத்தல் மட்டுமே செய்ய வேண்டும்."

இதிலும் மனு ஒரு விதிவிலக்கு அளித்துள்ளார்.

8:112. "பெண்களிடம் களியாட்டத்தின் போதும், திருமண ஏற்பாடு தொடர்பாகவும், பசு தீவனத்தையோ பழத்தையோ

தின்று விட்டது பற்றியும் யாகத்திற்கான சமிதைகள் எடுத்துக் கொண்டது பற்றியும் பிராமணரைக் காப்பாற்றுவதற்காக வாக்குறுதி அளித்தது பற்றியும் பொய் சாட்சி சொல்வது பெரும்பாவமன்று".

சில முக்கியமான குற்றங்களுக்கு விதிக்க வேண்டிய தண்டனைகள் பற்றி மனு வருணவாரியாகக் குறிப்பிட்டிருப்பது கவனத்திற்குரியது.

அவதூறு வழக்கு பற்றி மனு குறிப்பிடுவதாவது.

8:267. "பிராமணன அவதூறாக வசை பொழியும் சத்திரியனுக்கு நூறு பணமும், வைசியனுக்கு இருநூறு பணமும் அபராதம் விதித்தும் மற்ற உழைக்கும் வருணத்தாருக்குக் கசையடி தண்டனை விதித்தும் தண்டிக்க வேண்டும்".

8:268. "ஒரு புரோகிதன் சத்திரியனை அவதூறு செய்தால் ஐம்பது பணமும், ஒரு வணிகளை அவதூறு செய்தால் இருபத்தைந்து பணமும், சூத்திரனை அவதூறு செய்தால் பன்னிரண்டு பணமும் அபராதம் செலுத்த வேண்டும்."

8:270. "பூசிதர்களான பிராமணர்களைத் தாழ்விடமான காலில் பிறந்த நாலாம் வருணத்தவன் வசைமொழியால் அவமானப் படுத்தினால் அவனது நாவை அறுக்க வேண்டும்."

8:271. "நாலாம் வருணத்தான் பிராமணர்களின் குலம், பெயர் ஆகியவற்றைக் குறிப்பிட்டு இழிவுபடுத்திப் பேசினால் அவன் வாயில் பத்து அங்குல நீளமுள்ள பழுக்கக் காய்ச்சிய இரும்புக் கம்பியைத் திணிக்க வேண்டும்."

8:272. "அகந்தையினால் பிராமணனைப் பார்த்து 'இதைச் செய், அதைச் செய்' என்று கட்டளையிடும் நாலாம் வருணத்தினன் வாயிலும் காதிலும் காய்ச்சிய எண்ணெயை ஊற்ற வேண்டும்".

8:276. "பிராமணனும் சத்திரியனும் பரஸ்பரம் ஒருவருக்கொருவர் வசை மொழிந்து கொண்டால் அறநெறியறிந்த மன்னன் பிராமணனுக்குக் குறைவாகவும் (இருநூற்றைம்பது பணமும்) சத்திரியனுக்கு இடைத்தரமாகவும் (ஐந்நூறு பணமும்) அபராதம் விதிக்க வேண்டும்."

8:277. "வைசியனும் கைவிளைஞர் வருணத் தானும் ஒருவருக்கொருவர் இவ்வாறு வசை மொழிந்து கொண்டால் வைசியனுக்கு இருநூற்றைம்பது பணமும், மற்றவனுக்கு நாவைத் துண்டிக்காமல் ஐந்நூறு பணமும் அபராதம் விதிக்க வேண்டும்."

அடி தடி கலவரத்திற்கான தண்டனைகள் பற்றி மனு கூறுவது:

8:279 "நாலாம் வருணத்தவன் இருபிறப்பளர்களான பிராமணர்களை

எந்த இடத்தில் படும்படி கையினாலாவது கருவிகளினாலாவது தாக்கி அடித்தால் அடித்தவனுடைய அந்தந்த உறுப்புகளை அறுத்தெறிய வேண்டும் அல்லது காயம்பட்டதற்கு ஏற்றவாறு அவற்றை வெட்ட வேண்டும் என்று மனு விதிக்கிறார்".

8:280. "சினத்தினால் கையை ஓங்கியோ தடியெடுத்தோ ஒருவனை அடித்தால் அடித்தவன் கையையும், உதைத்த காலையும் வெட்ட வேண்டும்."

அகங்காரத்தினால் செய்யும் குற்றங்களுக்கு மனு விதிக்கும் தண்டனையாவது:

8:281. "கீழ்ச்சாதியைச் சேர்ந்த ஒருவன், பிராமணனுடன் சரிக்குச் சமமாக உயர்ந்த ஆசனத்தில் அகங்காரத்துடன் அமருவானேயானால் அவனது உயிருக்கு ஊறு நேராத வகையில் இடுப்பில் சூடுபோட்டோ, பிட்டத்தைச் காயப்படுத்தியோ அவனை ஊரைவிட்டு விரட்டி விட வேண்டும்."

8:282. "நாலாம் வருணத்தவன் அகங்காரத்தால் பிராமணனைப் பார்த்துக் காறி உமிழ்ந்தால் அவன் உதடுக்ளையும், அவன்மீது சிறுநீர் பெய்து அவமானப் படுத்தினால் அவனது ஆண் குறியையும், மலத்தை வீசினால் ஆசன பாகத்தையும் சேதப்படுத்த வேண்டும்."

8:283. "பிராமணனுடைய குடுமி, தாடி, மீசை, கழுத்து; பீசம் இவற்றைப் பற்றி இழுத்து அவமானப்படுத்தும் நாலாம் வருணத்தானுக்கு அரசன் எவ்வித தயக்கமும் இன்றி அவனுடைய கைகளைத் துண்டிக்கும் தண்டனையை விதிக்க வேண்டும்."

கூடாவொழுக்கத்திற்கு மனுவிதிக்கும் தண்டனைகளாவன:

8:358. "புரோகிதனின் மனைவியை வலிந்து கெடுக்கும் நாலாம் வருணத்தவனுக்கு மரண தண்டனை விதிக்க வேண்டும்; நான்குவகை வருணத்தாரும் தம் மனைவியரைப் பிறர் கூடாமல் மிகப் பத்திரமாகக் காத்துக் கொள்ள வேண்டும்."

8:365. "மேற்குலத்தைச் சேர்ந்த நங்கையை இழி குலத்தான் காதலிப்பானாயின் அவனுக்குக் கசையடி முதலிய தண்டனைகளை விதிக்க வேண்டும்; அவன் தன் குலத்துப் பெண்ணை விரும்பிக் காதல் வார்த்தை பேசினால் அவள் தந்தையின் விருப்பத்தைப் பெற்று, அவன் கேட்கும் பரிசம் கொடுத்து அவளை மணந்து கொள்ள வேண்டும்".

8:374. "வீட்டில் பாதுகாப்புடனோ பாதுகாப்பற்றோ உள்ள பிராமணப் பெண்ணுடன் தாழ்குலத்தான் கலந்தால் அவனைப் பின் கண்டவாறு தண்டிக்க வேண்டும். அவள் பாதுகாப்பற்றவளாக இருந்தால் குற்றம் புரிந்த அங்கப் பகுதியையும் அவனது ஆஸ்தி முழுவதையும் அவன் இழக்க வேண்டும். பாதுகாப்புள்ளவளாக இருந்தால் அவன் தன் உயிர் உட்பட அனைத்தையும் துறக்க வேண்டும்."

8:375. "அரைகுறையான பாதுகாவலுள்ள பிராமணப் பெண்ணைக் கூடும் வைசியனுக்கு ஒருவருடம் கடுங்காவல் தண்டனையும் அவனது ஆஸ்திப் பறிமுதல் செய்யும் தண்டனையும் விதிக்க வேண்டும். இவ்வாறு குற்றமிழைத்தவன் சத்திரியனாயின் ஆயிரம் பணம் தண்டம் விதித்துக் கழுதை மூத்திரத்தை விட்டு அவன் தலையை மொட்டையடிக்க வேண்டும்."

8:376. "கணவன் ஆதரவில் காக்கப் பெற்றிராத பிராமணப் பெண்ணை வைசியன் கலந்தால் ஐந்நூறு பணமும், சத்திரியன் கலந்தால் ஆயிரம் பணமும் மன்னன் அபராதம் விதிக்க வேண்டும்."

8:377. "கணவனின் பாதுகாப்பில் உள்ளவளும், கற்பினளுமான பிராமணப் பெண்ணைச் சத்திரியன், வைசியன் ஆகியோர் கலந்தால் சூத்திரனுக்கு இத்தகைய குற்றத்திற்கு அளிக்கும் தண்டனையை அளிக்க வேண்டும் அல்லது தர்ப்பைப்புல், கோரைப் புல் நெருப்பில் அவர்களைத் தீயிட்டுக் கொளுத்த வேண்டும்."

8:382. "கற்புடைய சத்திரியப் பெண்ணுடன் வைசியன் குற்ற உணர்வுடன் உரையாடினால் அல்லது வைசியப் பெண்ணிடம் சத்திரியன் இவ்வாறு நடந்து கொண்டால் பாதுகாப்பற்ற பிராமணப் பெண்ணுடன் இவ்வாறு நடந்து கொள்வோருக்கு அளிக்கும் தண்டனையை இவர்களுக்கும் வழங்க வேண்டும்".

8:383. "கற்பினளாகிய சத்திரிய, வைசியப் பெண்ணைக் கலந்த பிராமணனுக்கும். நாலாம் வருணக் கற்புடைய பெண்ணைக் கலந்த சத்திரிய, வைசியருக்கும் ஆயிரம் பணம் அபராதம் விதிக்க வேண்டும்."

8:384. "பாதுகாப்பற்ற வைசிய, சத்திரிய பெண்களைக் கலந்த வைசியனுக்கு ஐந்நூறு பணமும், சத்திரியனுக்கு ஐந்நூறு பணமோ, கழுதை மூத்திரத்தைத் தலையில் ஊற்றி முண்டனம் செய்தோ தண்டிக்க வேண்டும்."

8:385. "காப்பில்லாத வைசிய, சத்திரியப் பெண்களைப் புணர்ந்த பிராமணனுக்கு ஐந்நூறு பணமும், சண்டாளியைப் புணர்ந்தால் ஆயிரம் பணமும் தண்டம் விதிக்கவும்."

பல்வேறு குற்றச் செயல்களுக்கு மனு விதித்த தண்டனை முறைகள் சுவையான பல தகவல்களைத் தருகின்றன. அவற்றில் பின்வரும் விதிகளைக் காண்க.

8:379. "பிராமணன் எத்தகைய பாவமோ, கலப்போ செய்தபோதிலும் முண்டனம் செய்தல் தவிர அவனைக் கொல்லக் கூடாது; ஏனையோருக்கு மரண தண்டனை விதிக்க வேண்டும்."

8:380."எத்தகைய பாவத்தைச் செய்த போதிலும், பிராமணனைக் கொல்லாமலும், அவன் பொருளைக் கவர்ந்து கொள்ளாமலும் ஊரைவிட்டுத் துரத்த வேண்டும்."

11:127. "நற்குணமுள்ள சத்திரியனைக் கொன்றால் பிராமணனைக் கொன்ற பாவத்திற்கு விதித்த பன்னிரண்டு வருட விரதத்தில் நாளில் ஒரு பங்கும், வைசியனைக் கொன்றால் எட்டில் ஒரு பங்கும், தன்னுடைய கடமைகளைக் கைவிடாது செய்யும் சூத்திரனைக் கொன்றால் பதினாறில் ஒரு பங்கும் கழுவாயாகும்".

11:128. "ஆயின் அறியாமல் சத்திரியனைப் பிராமணன் கொன்றால் அனைத்துச் சடங்குகளும் செய்து புரோகிதனுக்கு ஓர் எருதும் ஆயிரம் பசுக்களையும் தானம் செய்ய வேண்டும்."

11:129. "அல்லது ஒரு பிராமணனைக் கொன்று அவனது அங்கங்களை அழித்த குற்றத்திற்குரிய தண்டனையை அவன் நகரிலிருந்து வெகு தூரம் சென்று ஒருமரத்தடியை உறைவிடமாகக் கொண்டு மூன்றாண்டு காலம் அங்குத் தங்கி கழுவாய் தேட வேண்டும்."

11:130."ஒழுக்கமிக்க ஒரு வைசியனைப் பிராமணன் அறியாமற் கொன்றால் ஓராண்டு விரதமோ அல்லது புரோகிதருக்கு ஒரு எருதும் நூறு பசுக்களும் தானமோ செய்ய வேண்டும்".

11:131. "சூத்திரனைக் கொன்றால் ஆறு மாதம் விரதமோ புரோகிதருக்கு ஒரு எருதுடன் பத்துப் பசுக்களைத் தானமோ செய்ய வேண்டும்."

8:381"பிராமணனைக் கொல்வதைவிட உலகத்தில் பெரியதொரு பாவம் வேறு இல்லையாதலால், பிராமணனைக் கொல்வது பற்றி அரசன் மனதளவில் கூட நினைக்கக் கூடாது".

8:126, ''குற்றம் இழைத்தவர்களுக்கான தண்டனைகளை, குற்றம் முதல் தடவையா, இரண்டாம் தடவையா என்பதையும்,

குற்றத்தின் தன்மையையும், தண்டனையைத் தாங்கக் கூடியவனா என்பதையும், காலத்தையும் தண்ட நீதிகளையும் நன்கு ஆராய்ந்து ஏற்ற தண்டனைகளை மன்னன் விதிக்க வேண்டும்."

8:124. "பிராமணனைத் தவிர்த்த ஏனைய வருணத்தார் குற்றம் இழைப்பின் தண்டிக்கத்தக்க இடங்கள் பத்து என்றும், பிராமணனாயின் அவனைக் காயப்படுத்தாமல் துரத்திவிட வேண்டுமென்றும் சுயம்புவாகத் தோன்றிய மனு கூறியுள்ளார்."

8:125. "இனவிருத்தி உறுப்பு, வயிறு, நாக்கு, கை, கால், கண், மூக்கு, காது, பொருள், உடல் ஆக தண்டிக்கப்பட வேண்டிய இடங்கள் பத்தாகும். மரண தண்டனையாயின் முழு உடம்பும் இலக்காக அமையும்".

சமயச் சடங்குகள், யாகங்கள் சம்பந்தமான உரிமைகள், கடமைகள் பற்றி மனு தெரிவிக்கும் கருத்து குறிப்பிடத்தக்கது.

2:28. "வேதம் ஓதுதல், புலால் அகற்றிய நோன்புகள் புரிதல், அவி சொரிந்து தீ வளர்த்தல், தேவ, ரிஷி பிதுர்களுக்குத் தர்ப்பணம் செய்தல், சந்தான விருத்தி, பஞ்சமகா யாகங்கள் புரிதல், அக்னிஸ்தோமம் முதலான கருமங்கள் செய்வதனால் மனித தேகம் தெய்வ நிலைக்கு உயர்கின்றது".

3:69. "மேலே கூறிய வகையில் நிகழும் பாவங்களுக்குக் கழுவாய் தேடும் பொருட்டு ஒவ்வொரு நாளும் இல்லறத்தான் மகரிஷிகளைக் கொண்டு வேண்டிய ஐந்து பெருவேள்விகள் செய்ய வகுத்துரைக்கப்பட்டுள்ளன".

3:70. "அவையாவன:

வேதம் ஓதுதலும் கற்றலும் - பிரம்ம யக்ஞம், அன்னம் படைத்தோ புனல் வார்த்தோ தென்புலத்தார்க்கு வழிபாடாற்றுதல் - பிதுர் யக்கும் தீயில் அவி சொரிந்து தேவரை வழிபடுதல் - தேவ யக்ஞம், பிற உயிர்களுக்கு உணவோ அரிசியோ அளித்தல் - பூத யக்ஞம், விருந்தினரை வரவேற்று உபசரித்தல் - மானுட யக்ஞம்."

3:71. "இந்த ஐம்பெரும் வேள்விகளையும் தவறாமல் செய்யும் இல்வாழ்வோன் அந்த இல்லத்திலேயே தொடர்ந்து வாழ்ந்த போதிலும் பாவம் விளைவதன் இடமானவற்றிலிருந்து மீட்சி பெறுவான்".

மனு விதித்துள்ள சமய வினைகள் இவை. இவை எல்லாவற்றை உள்ளடக்கிய சட்ட விதிகள் முடிவற்றவை. சிலவற்றில் விளக்காமல் விடுபட்டவை எப்போதும் இருக்கவே செய்யும். மனு இவற்றை அறிந்திருந்த போதிலும் இத்தகைய சூழ்நிலையில் செய்ய வேண்டியதையும் குறிப்பிட்டுள்ளார்.

12:108. "சில விசயங்கள் எந்தப் பொது விதியின் கீழும் வராத போது, சட்டத்தை எவ்வாறு உறுதி செய்வது எனக் கேட்கப்பட்டால் அதற்குப் பதில் இதுதான், "நன்கு கற்றறிந்த பிராமணர்கள் விளக்கி உரைப்பவை எவையோ அவற்றையே மறுக்க முடியாத சட்டமாகக் கொள்ள வேண்டும்."

12.109. "அவர்கள் ஆழ்ந்து கற்ற பிராமணர்கள்; வேதங்களையும் வேதாந்தங்கள், மீமாம்சை, நியாயம், தர்மம், சாஸ்திரம், புராணங்கள் ஆகிய பல்வேறு பிரிவுகளையும் ஊன்றி ஆராய்ந்தவர்கள்; ஆகவே அவர்களால் சட்ட விதிகள் என்ன சொல்லுகின்றன என்பதைப் புனித நூல்களில் மறைந்து கிடைக்கும் சான்றுகளைத் திரட்டித் தந்து நமக்கு விளக்கிக் கூற முடியும்."

12:113. "ஏராளமான பிராமணர்கள் கூடியிராதபோது, வேதங்களின் கோட்பாடுகளைப் பூரணமாக அறிந்த தெரிந்த ஒரு பிராமணரின் முடிவைக் கூட மிக உயர்ந்த அதிகாரம் படைத்த சட்டமாகக் கருத வேண்டும்; புனித நூல்களைப் பற்றிய ஞானம் எதுமில்லாத பதினாயிரவர் கூறும் கூற்றை ஏற்கக் கூடாது.

மனுவின் விதிகள் அழியாதவை. எனவே அவற்றில் மாற்றங்களை எவ்வாறு ஏற்படுத்துவது என்பதற்கே இடமில்லை. அவர் வகுத்த முறைகளை, நிலைநிறுத்திக் காப்பது எப்படி என்பதுதான் அவர் முன்னாலிருந்த ஒரே பிரச்சனையாகும். இது குறித்தும் பல விதி முறைகளை அவர் வகுத்துள்ளார்.

சமூக நீதியை நிலை நாட்டுவது பற்றிக் கூற வந்தபோது அதனை நிலைநிறுத்திக் காக்க வேண்டியது மன்னனின் கடமை என்று விதித்துள்ளார்.

8:140. "வர்த்தகம், வட்டிக்குக் கடன் கொடுத்தல், உழவு செய்தல், ஆநிரை காத்தல் ஆகியவற்றைச் செய்யுமாறு வைசியருக்கும், இருபிறப்பாளரான பிராமணர்க்குக் குற்றேவல் செய்யும் பணியை செய்யுமாறு இழிகுலத்தாருக்கும் விதித்து மன்னன் செயல் படுத்த வேண்டும்".

8:418. "வைசியரையும் நாலாம் வருணத்தவரையும் தத்தமக்குரிய தொழில்களைச் செய்யுமாறு மன்னன் கட்டளையிட்டுக் கவனமாக இருந்து நிறைவேற்றவேண்டும். இவர்கள் இவ்வாறு கடமை செய்வதிலிருந்து விலகினால் அவர்கள் உலகையே அழித்து விடுவார்கள்".

அந்தந்த வருணத்தாருக்கு விதிக்கப்பட்ட தொழில்களைச் செய்யுமாறு வற்புறுத்தி நிலைநாட்டத் தவறும் மன்னனுக்குரிய தண்டனைகளும் கூறப்பட்டுள்ளன.

8:335, "தந்தை, ஆசிரியன், நண்பன், தாய், மனைவி, பிள்ளை, புரோகிதன் இவர்களில் எவராயினும் அவரவர்க்குரிய கடமைகளைச் செய்யாமல் புறக்கணிப்பாராயின் மன்னன் அவர்களைத் தண்டிக்காமல் விடக்கூடாது".

8:336. "கீழ்க் குலத்தவனான ஒருவனுக்கு அவன் செய்த குற்றங்களுக்காக ஒரு பணம் அபராதம் விதிக்கப்பட்டால், அதே குற்றங்களை மன்னனே செய்வானாகில் அவன் ஆயிரம் பணம் அபராதம் செலுத்த வேண்டும். இந்தத் தண்டப் பணத்தைப் புரோகிதருக்குத் தரவேண்டும். அல்லது அதனை ஆற்றில் வீசி எறிய வேண்டும். இதுவே மீற முடியாத தெய்வ நீதியாகும்."

இந்த விதிமுறைகளைப் பேணிக்காத்து நிலைநிறுத்த தவறும் மன்னன் ஆட்சி செய்யும் உரிமையை இழக்கின்றான். இத்தகைய மன்னனை எதிர்த்துக் கலகம் செய்யும் உரிமையும் மனு அனுமதிக்கின்றார்.

8:348. "தங்கள் கடமையைச் செய்வதற்கு வன்செயலால் தடை ஏற்படும்போதும், காலக் கேட்டினால் இருபிறப்பாளர்க்குப் பெருங்கேடு விளையும்போதும், பிராமணர்கள் ஆயுதமேந்தி தங்களைக் காத்துக் கொள்ளலாம்".

இவ்வாறு கலகம் செய்கின்ற உரிமை சூத்திரனைத் தவிர்த்து மற்ற மூன்று உயர் வருணத்தாருக்கு மட்டும் வழங்கப்பட்டுள்ளது. இது இயல்பானதே. காரணம் இந்த அமைப்பு முறையினால் முதல் மூன்று உயர் வகுப்பாரே பயன்பெறக் கூடியவராவர். ஆயின் அரசனோடு சேர்ந்து கொண்டு சத்திரியர் இந்த அமைப்பு முறையை அழிக்க முனைந்தால் செய்ய வேண்டியதென்ன? இந்தச் சூழ்நிலையில் அனைவரையும் குறிப்பாக சத்திரியரைத் தண்டிக்கும் அதிகாரத்தை மனு பிராமணருக்கே அளிக்கின்றார்.

11:31. "தரும நியதியை அறிந்த பிராமணன், மன்னனிடம் எவ்வித வழக்கும் கொண்டு செல்ல வேண்டியதில்லை. தனக்குத் தொல்லை தருவோரைத் தன்னுடைய சொந்த வலிமையினால் வழிக்குக் கொண்டு வர முடியும்".

11:32. "தன்னைத் தானே சார்ந்திருக்கும் பிராமணனின் வலிமை மற்றவர்களின் துணையைச் சார்ந்திருக்கும் மன்னனின் வலிமையை விட பலம் வாய்ந்தது. எனவே பிராமணன் தன் பகைவரை எதிர்த்து வெற்றி வாகை சூட முடியும்."

11:33. "அதர்வணனுக்கும் அவன் ஆங்கிரஸனுக்கும் வெளிப்படுத்திய மந்திரங்கள் மிகவும் சக்தி வாய்ந்தவை. பிராமணனுக்கு அவனது சொற்களே ஆயுதம். இதனைக் கொண்டு தன் பகைவரை அவன் அழித்தொழிக்க முடியும்"

9:320 "பிராமணருக்கு எதிராக சத்ரியன் ஆயுதமேந்தி வன்முறையில் ஈடுபடும் எல்லாச் சந்தர்ப்பங்களிலும் பிராமணனே அவனைத் தண்டித்துத் திருத்தக் கூடியவன். ஏனெனில் அந்த சத்திரியன் பிராமணனிடமிருந்து தோன்றியவனேயாவான்".

12:101. தானைத் தலைமை, மன்னராட்சி, நீதிவழங்கிப் பிறரைத் தண்டிக்கும் அதிகாரம், உலக அரசாட்சி ஆகிய அனைத்திற்கும் வேத சாஸ்திரங்களை நன்கறிந்தவனே உரிமை உடையவன்.

நான்கு வருண அமைப்புமுறையைக் கட்டிக் காப்பதே மனுவின் உள்நோக்கமாதலின் அதில் அடிப்படை மாற்றங்கள் செய்வதற்கு அவர் தயங்கவில்லை. மனுவின் காலத்திற்கு முன்பு இருந்த ஆட்சி முறையோடு ஒப்பிடும்போது ஒரு பிராமணனை ஆயுதமேந்துவதற்கு அனுமதித்திருப்பது ஓர் அடிப்படை மாற்றமே ஆகும். பிராமணன் ஆயுதமேந்தக் கூடாது என்பது மிக உறுதியாகக் கடைபிடிக்கப்பட்ட வழக்காக இருந்தது. மனுவின் காலத்திற்கு முற்பட்ட ஆபஸ்தம்ப தர்ம சாஸ்திரத்தில் இது பற்றிப் பின்வரும் விதிகள் காணப்படுகின்றன.

1:10. 29.6. "பரிசோதிப்பதற்காகவும் கூடப் பிராமணன் தன் கையில் ஆயுதமெதையும் எடுக்கக் கூடாது".

2:24.18. "பசுக்களையும், பிராமணர்களையும் காப்பதற்கும் வருணக் கலப்பைத் தடுப்பதற்கும் பிராமணர்களும் வைசியரும் கூடத் தர்மத்திற்காகவும் இந்த அமைப்பை நிலை நிறுத்துவதற்காகவும் ஆயுதமேந்திப் போராட வேண்டும்."

***

இயல் 9

பகவத் கீதை பற்றிய கட்டுரைகள்

எதிர்ப்புரட்சிக்குத் தத்துவ அடிப்படையில் பாதுகாப்பு:

கிருஷ்ணனும் கீதையும்

பகவத் கீதை பற்றிய கட்டுரைகளின் முதற்பக்கத்தில் டாக்டர்.அம்பேத்கர் கையொப்பமிட்டுள்ளார். அடுத்த 42 பக்கங்களில் உத்தியோக பருவம், விராட பருவம் பற்றிய பகுப்பாய்வுக்குறிப்புகள் காணப்படுகின்றன. இதில் உள்ளடக்கம் பற்றிய அட்டவணையும் அடங்கும். நூல்கள் பற்றிய திட்டத்தில் உள்ளடக்க விவரப் பட்டியல் அச்சிடப்பட்டுள்ளது. இக்கோப்பில் 'எதிர்ப் புரட்சிக்குத் தத்துவ ரீதியான பாதுகாப்பு கிருஷ்ணனும் கீதையும்' என்னும் கட்டுரையின் தட்டச்சுப்படி காணப்படுகிறது, இக்கட்டுரையின் கடைசி வாக்கியம் பூர்த்தியாகாமல் உள்ளது. தட்டச்சு செய்யப்பட்டுள்ள இக்கட்டுரையில் 40 பக்கங்களே உள. உத்தியோக பருவம், விராட பருவம் பற்றி குறிப்புகள் அடுத்த அத்தியாயத்தில் அச்சிடப்பட்டுள்ளன.

-பதிப்பாசிரியர்கள்.

பண்டைய இந்திய இலக்கியத்தில் கீதை பெறும் இடம் யாது? கிறித்தவ சமயத்திற்குப் பைபிளைப் போல இந்து சமயத்திற்குப் பகவத் கீதை வேதமாகுமா? இந்துக்கள் கீதையைத் தங்கள் வேதமெனக் கருதி வருகிறார்கள். அது வேதமாயின், அது எதனைப் போதிக்கிறது? இப்பொருள் பற்றி கருத்து தெரிவிப்பதற்கு தகுதியுடையோர் அளிக்கும் பல்வேறு விடைகள் மெய்யாகவே குழப்பத்தை விளைவிப்பன. போட்லிங்க்[1] கூறுகிறார்:

"கீதையில் பல உயரிய, அழகிய சிந்தனைகள் உள்ளன. அத்துடன் சில பலவீனமான கருத்துக்களும் உரையாசிரியர்கள் பொறுக்கத்தக்கன என்று சப்பைக்கட்டு கட்டும் முரண்பாடுகளும் கூறியன கூறலும் மிகையான கூற்றுகளும் பொருளற்றனவும், வெறுப்பூட்டும் குறிப்புகளும் உள்ளன".

இந்து இலக்கியத்தின் தனித்தன்மை வாய்ந்த நூலாகவும் விழுமியதாகவும் அதே வேளையில் அற்பமானதாகவும் அதே நேரத்தில் முதிர்ச்சியுறாத தத்துவ கருத்துக்களைத்

---

1 பகவத் கீதைக்குத்தாம் எழுதிய முன்னுரையில் கார்பி காட்டும் மேற்கோள்: இந்தியன் ஆன்டிகுயரி 1918 இணைப்பு

தொகுத்துரைப்பதாகவும் பகவத் கீதையை ஹாப்கின்ஸ்[1] கருதுகிறார்.

மேலும், "இடையிடையே கவிதா சக்தியும் ஆன்மிக எழுச்சியும் இருப்பினும் இத்தெய்வீகப் பாட்டு, கவிதை நூல் என்ற அளவில் நிறைவளிப்பதாக இல்லை. கூறியன கூறலும், சொற்றொடர் முரணும், பொருள் முரணும் நிறைந்துள்ளன. மயிர்க்கூச்செறியச் செய்யும் அதிசயப் பாட்டாக இதனைக் (கீதையை) கருதுவதில் வியப்பில்லை" என்கிறார்.

"பல கடவுள் கொள்கையை அடிப்படையாகக் கொண்ட ஒரு பாடலின் வைணவ மறுபதிப்பையே பகவத் கீதையில் காண்கிறோம்". என்கிறார் ஹோல்ட்ஸ் மேன்.[2]

கார்பி குறிப்பிடுகிறார்:[3]

"இப்பாடலின் அமைப்பும் உள்ளடக்கமும் ஆஸ்திகத் தன்மையின் மிகுதியையே காட்டுகிறது. மானிடக் கதாநாயகனின் வடிவத்தில் தனியாள் கடவுளாக கிருஷ்ணன் நிற்கிறார். தன் கோட்பாட்டை விளக்குவதுடன், அவரிடம் நம்பிக்கை வைத்து சரணடைந்து, கடமைகளை ஆற்றுமாறு வற்புறுத்துகிறார். தனியாளாக வருணிக்கப்படும் இக்கடவுள் கீதை முழுவதும் மேலாதிக்கம் செலுத்துகிறார். இடையிடையே ஆள் வடிவமற்ற. நடுநிலைத் தன்மைதான் பிரமம், பரிபூரணத்துவம், மிக விழுமிய கோட்பாடாகத் தலை நீட்டுகிறது. ஒருசமயம் கிருஷ்ணன் தனிப் பெருங்கடவுளாகிய தாம்தான் இவ்வுலகங்களையும், உயிரினங்களையும் படைத்து, அவற்றை ஆள்வதாகக் குறிப்பிடுகிறார். பிறிதொரு சமயம், வேதாந்தக் கருத்தாகிய பிரமத்தையும், மாயையையும் விளக்குகிறார்.

மானிடனின் மிக உயரிய குறிக்கோள் உலகமாயையிலிருந்து விடுபட்டுப் பிரமத்துடன் இணைவது தான் என்கிறார். இவ்விரண்டு கோட்பாடுகளும், ஒரு கடவுள், பலகடவுள் கொள்கைகள் கலந்து வருகின்றன. ஒன்றன் பின் ஒன்று தொடர்ந்து வருகின்றன. சிலவேளைகளில் தொடர்பற்றிருக்கின்றன. சிலவேளைகளில் நெகிழ்வான தொடர்பு கொண்டுள்ளன. ஒருகோட்பாடு மற்றொன்றிற்கு அந்நியமானதோ, தாழ்வானதோ அன்று, உயர்வானதோ ஒரு சிலருக்கே புரியக் கூடியதோ

---

1 இந்தியாவின் சமயம், பக்கம் 390-400

2 கார்பி எடுத்தாண்டுள்ள மேற்கோள்,

3 பகவத் கீதைக்கு முன்னுரை

அன்று. கடவுள் வழிபாடு மெய்யுணர்தலுக்கு முதற்படி என்று எவ்விடத்தும் போதிக்கப்படவில்லை, எதார்த்தத்தின் தரிசனம் என்றோ மெய்யுணர்வுச் சின்னம் என்றோ கூறப்படவில்லை. வேதாந்தத்தின் கோட்பாடே உண்மை நிலை, இறுதி நிலை என்றும் கூறப்படவில்லை இருவகைக் கோட்பாடுகளும் சொல்லளவிலோ, பொருளவிலோ வேறுபாடு எதுவும் இல்லாதது போலவே சித்தரிக்கப்பட்டுள்ளன.''

'தெலாங்'[1] கூறுகிறார்:

''கீதையில் பலபகுதிகளை ஒன்றோடொன்று ஒன்றிடச் செய்வது எளிதான காரியமன்று. அவற்றை ஒருமைப்படுத்த முயற்சி எதுவும் செய்யப்படவில்லை. எடுத்துக்காட்டாக, இயல் 7, செய்யுள் 16 கிருஷ்ணன் தன் பக்தர்களை நான்கு வகையாகப் பிரிக்கிறார். அவற்றில் ஒருவகை அறிவார்ந்த ஞானிகள். அவர்களைத் தன்னில் ஒரு பகுதியாகவே கிருஷ்ணன் கருதுகிறார். இதைவிடச் சிறந்த மதிப்பிற்குரிய ஒரு கருத்தை அறிவுமிக்க ஞானிகளைச் சிறப்பித்திடக் காண்டல் அரிது. ஆயினும், இயல் 6, செய்யுள் 46-இல் பக்தன் கடும் விரதமிருக்கும் தபசியை விடவும் ஞானிகளைவிடவும் உயர்ந்தவன் என்று கூறப்பட்டுள்ளது. தெய்வப்பற்று மிக்க உரையாசிரியர்கள் பின்பகுதியில் அறிவாளிகள் என்பது சாஸ்திரங்களையும் அவற்றின் பொருள் நுணுக்கங்களையும் உணர்ந்தவர்களையும் குறிப்பிடுவது என்று கூறுவர். இவ்விளக்கத்தை நிராகரித்துத்தான் ஆக வேண்டியதில்லை. இவ்விளக்கத்தில் சொற்களைத் திரித்துக் கூறும் போக்கை என்னால் ஒப்ப முடியவில்லை. அதே நேரத்தில், இயல் 4: செய்யுள் 39இல் பெறப்படும் உட்பொருள் ஞானத்தை விடப் பக்தி சிறந்தது என்பதன்று, பக்தியை முதற்படியாகக் கொண்டு அடையப் பெறும் மேல்நிலையே ஞானம் என்பது. கீதையில் வேறொரு இடத்தில், இயல் 12, செய்யுள் 12-இல் மனதை ஒருமுகப்படுத்தல் என்பது ஞானத்தை விடச் சிறந்தது என்று குறிப்பிடப்பட்டுள்ளது. இக் கருத்துடன் இயல் 7, செய்யுள் 16-ஐ இணைத்துப் பார்த்தால் முரண்படுகிறது. மேலும் ஓர் உதாரணத்தை எடுத்துக் கொள்வோம். கீதை இயல் ஆ, செய்யுள் 15-இல் 'எவர்தம் பாவத்தையோ, புண்ணியத்தையோ இறைவன் ஏற்பதில்லை. இருப்பினும் இயல் 5, செய்யுள் 24-ல் கிருஷ்ணன் தம்மைத் தலைவனாகவும், வேள்விகளின், விரதங்களின் போகியாகவும் கூறிக் கொள்கிறார். தான் ஏற்காத ஒன்றை எவ்வாறு எல்லாம் கடந்தவன் அனுபவிக்க முடியும்? என்ற வினா எழுகிறது.

1 பகவத் கீதை முன்னுரை பக்கம்.11

மீண்டும் இயல் 10, செய்யுள் 29-ல் கிருஷ்ணன் கூறுகிறார்: "எனக்கு இனியவருமில்லை, இன்னாதவரும் இல்லை". இருப்பினும் இயல் 12-இன் இறுதியில் காணப்படும் குறிப்பிடத்தக்க பகுதி இதற்கு முற்றிலும் முரணாகக் காணப்படுகிறது. அவ்வியலில் விரிவான செய்யுள்களின் வாயிலாக, 'அத்தகையவர் எனக்குப் பிரியமானவர்' என்று விவரிக்கப்படுகின்றது. தம் தெய்வீகச் சட்டத்தை முடித்துக் கூறும் சீரிய செய்யுள்களில், அர்ஜுனனைப் பார்த்து 'அர்ஜுனா நீ எனக்குப் பிரியமானவன்' என்கிறார். பக்தனையும் தமக்குப் பிரியமானவன் என்கிறார். கீதையின் இரகசியத்தைப் பக்தர்கள் கடவுள் நிலை[1] நாடுவோரிடம் பரப்பட்டும் என்று கூறுகிறார். இக்கூற்றுக்களை எவ்வாறு இயல் 14. செய்யுள் 18-வுடனும் அதைத் தொடர்ந்து செய்யுள்களுடனும் பொருத்திப் பார்ப்பது? அவ்வியலில், அரக்கர்களைப் பற்றிய வர்ணனைகள் இனிமையானவையாக இல்லை, கிருஷ்ணன் உறுதியாகக் கூறுகிறார்: 'அத்தகையவர்களை நரகத்தின் கருவறையுள் தள்ளிடுவேன். கொடிய துயர நிலைக்கு அவர்கள் தள்ளப்படுவார்கள்' பிரியமானவரென்றோ, பிரியமற்றவரென்றோ அவர்கள் குறிப்பிடப் பெறவில்லை. கீதையில் காணப்படும் இத்தகைய முரண்பாடுகள் விளக்கித் தீர்ப்பவையல்ல. பேராசிரியர் மாக்ஸ் முல்லர் கூறுவதுபோல, இவை உண்மையை உணர முயல்கையில் ஏற்படும் அனுமானங்களே தவிர ஒருங்கிணைந்த தத்துவத்தை முழுதாக விளக்கும் மனநிலை அன்று. இத்தகைய முரண்பாடுகள் இருப்பதை நூலாசிரியர் உணர்ந்ததாகவே தெரியவில்லை. செய்யுள்களில் விவாதிக்கப்படும் விசேடக் கருப்பொருள்கள் சம்பந்தமாக அங்கொன்றும், இங்கொன்றுமாகப் பாதி உண்மைகள் கூறப்படுகின்றன. வெளிப்படையாகத் தெரியும் இந்த முரண்பாடுடைய பாதி உண்மைகளை ஒருங்கிணைத்து முழுமையான கருத்தொருமை காணப்படவில்லை. ஆயின் இம்முரண்பாடுகள் உயர்ந்த ஒருங்கிணைப்பில் மறைந்து விடலாம்."

இக்கருத்துக்கள் தற்கால அறிஞர்களின் முடிவுகள் எனலாம்.

பழமைவாதப் பண்டிதர்களின் கருத்துக்களும் பலவகையாகப் பிரிந்திருப்பதைக் காணலாம். ஒருசாரார் பகவத் கீதை ஒரு குறிப்பிட்ட சமயப் பிரிவைச் சார்ந்த நூலன்று என்று கருதுகின்றனர்.

---

1 இயல் 7, செய்யுள் 17 ஞானிகள் தனக்குப் பிரியமானவர் என்று கூறுவதைக் காண்க.

மோட்சமடைவதற்கான பின்வரும் மூன்று மார்க்கங்களுக்கும் அது சமநிலை அளிக்கிறது; 1) கர்மயோகம் அல்லது கடமையாற்றும் மார்க்கம். 2) பக்தி மார்க்கம் அல்லது இறை அன்பு வழி 3) ஞான மார்க்கம் அல்லது முழு அறிவைத் தேடும்வழி, இம்மூன்று மார்க்கங்களின் பயனையும் கீதை வலியுறுத்துகிறது. கீதை மூன்று மார்க்கங்களையும் ஏற்று, ஒவ்வொன்றின் பயனையும் போதிக்கிறது என்னும் வாதத்திற்கு ஆதரவாகப் பண்டிதர்கள் பின்வருமாறு கூறுகின்றனர்:

பகவத் கீதையிலுள்ள 18 இயல்களில், ஒன்று முதல் ஆறு இயல்கள் ஞான மார்க்கத்தையும், ஏழு முதல் பன்னிரண்டு இயல்கள் கர்ம யோகத்தையும், பன்னிரண்டு முதல் பதினெட்டு இயல்கள் பக்தி மார்க்கத்தையும் விளக்குவன. இயல்களின் சமமான பகிர்மாணம் மூன்று மார்க்ககங்களையும் கீதை ஒரே சீராகக் கருதுவதைக் காட்டுகிறது என்று அவர்கள் கூறுகின்றனர்.

பண்டிதர்களின் கருத்துக்கு முற்றிலும் மாறாக, சங்கராச்சாரியரும், திலகரும் கருதுகின்றனர். இருவரையுமே பழமைவாத எழுத்தாளர்களாகவே கருதிட வேண்டும். மோட்சமடையச் சிறந்தவழி ஞான மார்க்கம் ஒன்றே எனக் கீதை உபதேசிப்பதாகச் சங்கராச்சாரியர் கருதுகிறார். ஏனைய பண்டிதர்களின் கருத்துக்களுடன் திலகர்[1] முரண்படுகிறார். கீதை முரண்பாடுகளின் மொத்த வடிவம் என்பதையும் திலகர் மறுக்கிறார். மோட்சமடைய மூன்று மார்க்கங்கள் உள்ளன என்னும் பண்டிதர்களின் கருத்தையும் அவர் ஏற்கவில்லை. சங்கராச்சாரியரைப் போலவே, ஒரு திட்டவட்டமான மார்க்கத்தைக் கீதை உபதேசிக்கிறது என்று திலகர் நினைக்கிறார். சங்கராச்சாரியரிடம் அவர் வேறுபடுவதும், கீதை உபதேசிப்பது ஞானமார்க்கம் அன்று, கர்ம யோகமே என்பதே.

பகவத் கீதை உபதேசிக்கும் மார்க்கத்தைப் பற்றி இத்தகைய பலதிறப்பட்ட கருத்து மாறுபாடுகள் நிலவுவது வியப்பை அளிக்கின்றது. அறிஞர்களைடையே இத்தகைய கருத்து மாறுபாடுகள் தோன்றுதற்குரிய காரணங்கள் யாவை? என் கருத்து அறிஞர்கள் இல்லாத செய்தியைத் தேடி அலைந்திருக்கிறார்கள் என்பதே, குரானைப் போல, பைபிளைப் போல, தம்மபதத்தைப் போல நற்செய்தி கூறும் வேதமாக பகவத் கீதையைக் கருதி, அதுகூறும் செய்தியை அனுமானிக்க முயன்றிருக்கிறார்கள். இவ்வனுமானம் தவறானதென்று கருதுகிறேன். பகவத் கீதை நற்செய்தி தரும் வேதமன்று - அது கூறும் செய்தியை நாடுவது பயனற்றது. நற்செய்தி தரும் வேதமன்றாயின், பகவத் கீதைதான் யாது? பகவத் கீதை சமய நூலோ, தத்துவ விசாரணை ஏடோ அன்று. தத்துவ அடிப்படையில் சில சமயக் கோட்பாடுகளைத் தூக்கிப்பிடிக்கும் நூல்தான் பகவத் கீதை. இக்காரணத்தை முன்னிட்டு அதனைச் சமய நூலாகவோ,

1 திலகரின் "கீதா ரகசியம்" இரண்டாம் பதிப்பு, இயல்.14.

தத்துவ ஏடாகவோ கருத எவரும் விரும்பினால் அவ்வாறே செய்து திருப்திப் பட்டுக்கொள்ளலாம், ஆனால் சாராம்சத்தில் இவ்விரண்டும் அல்ல. சமயத்தைக் காப்பதற்குத் தத்துவத்தை அது பயன்படுத்துகிறது. என்னோடு மாறுபடுபவர்கள் இத்தகைய கூற்றை ஒப்பார். குறித்த உதாரணம் காட்டி என் கோட்பாட்டை நிறுவ வேண்டுமென்பர். அது கடினமான காரியமன்று, மிகவும் எளியதேயாகும்.

பகவத் கீதையில் முதன்மையாகக் காணப்படுவது போரை நியாயப்படுத்துகிற நிகழ்ச்சியாகும். அர்ஜுனன் போருக்கு எதிரான நிலைப்பாட்டைத் தெரிவிக்கிறான்; சொத்திற்காக மனிதர்களைக் கொல்வதை எதிர்க்கிறான். யுத்தத்தையும், படுகளக் கொலையையும் நியாயப்படுத்தும் தத்துவத்தைக் கிருஷ்ணன் முன் வைக்கிறார். இரண்டாம் இயலில் 11 முதல் 28 செய்யுள்களில் யுத்தத்தை நியாயப்படுத்தும் தத்துவத்தைக் காணலாம். போரை நியாயப்படுத்துவதற்கு இருவகை வாதங்களைக் கீதை முன்வைக்கிறது. ஒன்று இவ்வுலகம் எப்படியும் அழியப் போகிறது, மனிதனும் மரணத்திற்குரியவனே என்பதாகும். எல்லாமும் ஒரு முடிவுக்கு வந்துதான் ஆக வேண்டும். மனிதன் மரணத்தைச் சந்தித்தே ஆக வேண்டும். மனிதன் இயற்கை மரணம் அடைகிறானா, அல்லது வன்முறை வாயலாகத் கொல்லப்படுகிறானா என்பது பற்றி விவேகிகள் கவலைப்பட வேண்டியதில்லை. வாழ்வே மாயம். அப்படியிருக்கும் போது வாழ்வு முடிவதைப் பற்றி ஏன் கண்ணீர் சிந்திட வேண்டும்? மரணம் தவிர்க்க இயலாதது, அவ்வாறிருக்கையில் எவ்வாறு மரணம் நேர்கிறது என்பதைப் பற்றி ஏன் கவலைப்பட வேண்டும்? இரண்டாம் வகைவாதம் உடலும் ஆன்மாவும் ஒன்றெனக் கருதுவது தவறு என்பதாகும். இரண்டும் வேறுபட்டவை, வேறுபட்டவை மட்டுமன்று? உடல் அழியத் தக்கது, ஆன்மா அழியாதது. நிரந்தரமானது. மரணம் நேர்கையில், உடல்தான் அழிகிறது. ஆன்மா என்றும் அழிவதில்லை. ஆன்மா அழியாதது மட்டுமன்று; காற்றால் உலராதது, தீயினால் பொசுங்காதது, ஆயுதத்தால் வெட்டப்படாதது. எனவே ஒரு மனிதன் சாகும் பொழுது ஆன்மா அழிவது எனல் தவறு. உடல் அழிவதுதான் உண்மை நிகழ்ச்சி. ஆடைகளை மாற்றுவதைப் போல, ஆன்மா உடலை நீக்குகிறது, புத்தாடை புனைவதைப் போல, புதிய உடலுக்குள் புகுகிறது. ஆன்மா அழியாதது என்பதால், ஒரு மனிதனைக் கொல்வது இரங்கத் தக்கதன்று. போரும், படுகளக்கொலையும்- துயரத்திற்கோ வெட்கப்படுவதற்கோ உரியன அல்ல என்று பகவத் கீதை வாதிக்கிறது.

நான்கு வருணக் கோட்பாட்டிற்கும் தத்துவ ரீதியான பாதுகாப்பளிக்க முன் வருகிறது, கீதை. நான்கு வருணங்களை இறைவன் படைத்தான் என்று திட்டவட்டமாக கீதை கூறுகிறது எனவே வருணதருமம்

அணுவளவும் ஐயத்துக்கிடமின்றிப் புனிதமானது. கடவுள் படைப்பு என்பதையும் தாண்டி, நியாயப்படுத்துகிறது. மனிதர்களிடைய, பிறவி-யிலேயே ஏற்படும் இயல்பான குண வேறுபாடுகளை அடிப்படையாகக் கொண்ட கோட்பாட்டின் வாயிலாகவும் கீதை இக்கோட்பாட்டை நியாயப்படுத்துகிறது. வருணத்தை நிர்ணயிப்பது, காரணகாரியத் தொடர்பு இல்லாமல் அன்று. இயல்பான, பிறவிக்[1] குணங்களின் அடிப்படையிலேயே வருணம் நிச்சயிக்கப்படுகிறது.

பகவத் கீதையால் தத்துவப் பாதுகாப்பு அளிக்கப்படும் மூன்றாம் கோட்பாடு கர்ம மார்க்கமாகும். கர்ம மார்க்கத்திற்குக் கீதை அளிக்கும் விளக்கம் மோட்சமடைவதற்கு வேள்விகள் போன்ற சமய வினை முறைகளை மேற்கொள்வதே ஆகும். பகவத் கீதை கர்மயோகத்தையே பெரிதும் தூக்கிப் பிடிக்கிறது; வலியுறுத்துகிறது. கர்மயோகக் கோட்பாட்டின் மேல் வளர்ந்துவிட்ட புற்றுகள் அதை அலங்கோலப்படுத்திவிட்டன என்று கூறி அவற்றை நீக்க முயல்கிறது கீதை. இவ்வகையில் குருட்டு நம்பிக்கை என்னும் முதற்குறையைச் சொல்லலாம். புத்தியோகம்[2] என்னும் கோட்பாட்டைக் கர்மயோகத்துடன் இணைப்பதன் மூலம், இக்குறையை அது நீக்க முயல்கிறது. புத்தியுடன் கூடிய ஸ்திதப்பிரக்ஞன் கர்ம காண்டத்தை ஆற்றுவதில் தவறொன்றுமில்லை. கர்ம காண்டத்திலுள்ள அடுத்த குறைபாடு, கர்மங்களை ஆற்றுவதற்கு சுயநலம் அடிப்படை நோக்கமாக அமைவதாகும். இக்குறையை நீக்குவதற்காக ‘அனா சக்தி‘ என்னும் கோட்பாட்டைக் கீதை முன்னிறுத்துகிறது. செயல்களின் பலன்களை[3] எதிர்பாராமல், வினையாற்றுதலே ‘அனா சத்தி’ என்பது, புத்தியோகத்தில் வேரூன்றி செய்யும் செயல்களுக்குப் பலன்களை எதிர்பாராமல் தன்னலத்-திலிருந்து விடுபட்டுள்ள கர்மயோகத்தில் என்னக்குறை இருக்க முடியும்? இவ்வாறு கர்மயோகத்தைக் கீதை ஆதரித்துப் பேசுகிறது.[4] இதைபோலவே, இன்னும் பல கோட்பாடுகளை எடுத்துக்காட்டி கீதை அவற்றிற்கு எவ்வாறு தத்துவார்த்தக் காப்பளிக்கிறது, முன்னில்லாத பாதுகாப்பை அளிக்கிறது என்று சுட்டிக் காட்டிக் கொண்டே போகலாம். பகவத் கீதை பற்றிய ஆய்வுக்கட்டுரை எழுதுபவரே இக்காரியத்தில் ஈடுபட முடியும். இவ்வியலின் நோக்கத்திற்கு அத்தகு ஆய்வு புறம்பானது. புராதன இந்திய இலக்கியத்தில் பகவத் கீதை பெறும் இடத்தைச் சுட்டிக் காட்டுவதே நம் நோக்கமாகும். எனவே, மிக முக்கியமான கோட்பாடுகளை எடுத்துக் கொண்டு, என் கருத்தோட்டத்தை விளக்கியுள்ளேன்.

---

1 பகவத் கீதை இயல் 14, செய்யுள் 13.

2 பகவத் கீதை இயல் 2, செய்யுள் 39-53.

3 பகவத் கீதை இயல் 2, செய்யுள் 47.

4 பகவத் கீதை இயல் 2, செய்யுள் 48-இல் நன்கு தொகுத்துரைக்கப்பட்டுள்ளது.

என் கருத்தோட்டம் பற்றி இரு வினாக்கள் நிச்சயம் எழும். யாருடைய கோட்பாடுகளுக்காகப் பகவத் கீதை தத்துவார்த்தக் காப்பளிக்க முயல்கிறது? இக்கோட்பாடுகளை ஆதரிக்க வேண்டிய அவசியம் அதற்கு எவ்வாறு ஏற்பட்டது?

முதல் வினாவை எடுத்துக் கொள்வோமேயானால், கீதை பாதுகாக்க முயலும் கோட்பாடுகள் எதிர்ப்புரட்சிக் கோட்பாடுகளேயாகும். எதிர்ப்புரட்சியாளரின் பைபிள் எனப்படும் ஜைமினியின் பூர்வமீமாம்சையில் காணப்படுவனவே இக்கோட்பாடுகள். இக்கூற்றை ஏற்பதில் எவ்வித இடர்ப்பாடும் இருக்காது. ஆட்சேபனை எதுவும் இருக்குமாயின் கர்ம யோகத்தைப் பற்றிய தவறான புரிதலின் விளைவாகவே அது இருக்கும். பகவத் கீதையின் மொழி பெயர்ப்பாளர்கள் 'கர்மயோகம்' எனபதைச் 'செயல் ஆற்றுதல் முறை' என்றும், ஞானயோகத்தை 'அறிவு அறிதல் முறை என்றும் தவறாக மொழிப் பெயர்க்கின்றனர். இத்தவறான கருத்தோட்டத்தின் அடிப்படையில் செயல் தத்துவத்திற்கும் அறிவுத் தத்துவத்திற்குமிடையே முரண்பாடுகளையும் உடன்பாடுகளையும் பொதுவான வகையில் கீதை விவாதம் புரிகிறது என நினைகின்றனர். இது முற்றிலும் தவறானதாகும். செயலுக்கும் அறிவுக்கும் இடையே நடைபெறும் பொதுவான தத்துவ விசாரணை பற்றி கீதை அக்கறை கொள்ளவில்லை. பொதுமையான தத்துவப் பொருள்களைப் பற்றி கீதை பேசவில்லை, குறிப்பிட்ட தத்துவப் பொருள் பற்றியே அது விசாரிக்கிறது. ஜைமினியின் கர்ம காண்டத்தில் குறித்த கோட்பாடுகளையே கீதை கர்மயோகம் என்கிறது. ஞானயோகமோ வாதராயணரின் பிரம சூத்திரத்துள் அடங்கியது என அது குறிக்கிறது. கர்மத்தைப் பற்றி கீதை பேசும்பொழுது, செயல் அல்லது செயலின்மை பற்றியோ, சாந்த நிலை அல்லது வினைத்திடத்தைப் பற்றியோ பேசவில்லை, மாறாக சமயவினைகளையும் விரதங்களையும் பற்றியே கூறுகிறது என்பதை கீதை படித்த எவராலும் மறுக்க இயலாது. அற்ப விஷயங்களைப் பற்றிக் கூறும் கட்சிப் பிரச்சார அறிக்கையின் நிலையிலிருந்து கீதையைத் தூக்கிப்பிடித்து, தத்துவ ரீதியான உயர் பொதுக் கோட்பாடுகளைப் பற்றிய ஆய்வுநூல் என்ற மதிப்பினை அதற்கு அளிக்க வேண்டும் என்பதற்காக, 'கர்மம்' 'ஞானம்' ஆகிய சொற்களுக்குப் பரந்து விரிந்த பொருள் கூற முயல்கின்றனர். இந்திய தேச பக்தர்கள் செய்த இத்தந்திரத்திற்குத் திலகரையே குறைகூற வேண்டியுள்ளது. இத்தகைய தவறான அர்த்தங்கள் அளிக்கப்பட்டதன் விளைவாக, பகவத் கீதை சுதந்திரமான போக்குடைய தன்னிறைவு பெற்ற நூலென்றும்; அதற்கு முந்தைய நூல்களுக்கும் அதற்கும் தொடர்பில்லை என்னும் கருத்து வளர்ந்திருக்கிறது. பகவத் கீதையில் காணப்படும் கர்மயோகத்தின் பொருளை நினைவில் நிறுத்தினால்,

ஜைமினி கர்ம காண்டத்தில் விவரித்துள்ள கோட்பாடுகளையே கீதை பேசுகிறது என்பது புலனாகும். கீதை முயல்கிறது. அக்கோட்பாடுகளைப் புதுபபிக்கவும் வலுவூட்டவும் கீதை முயல்கிறது.

இரண்டாம் வினாவை எடுத்துக் கொண்டால், எதிர்ப்புரட்சியின் கோட்பாடுகளைப் பகவத் கீதை காக்க முயன்றதன் காரணம் யாது? என் பார்வையில் விடை தெளிவாகத் தெரிகிறது. புத்த மதத் தாக்கத்திலிருந்து இக்கோட்பாடுகளைக் காக்கவே கீதை முற்படுகிறது. புத்தர் அஹிம்சையைப் போதித்தார். அவர் போதித்ததோடு மட்டுமன்றி, பிராமணர்களைத் தவிர பெரும்பாலான பொதுமக்கள் அஹிம்சை வழியை வாழ்க்கை முறையாக ஏற்றனர். வன்முறைக்கு எதிராக வெறுப்புணர்ச்சி காட்டினர். நான்கு வருணத்தை எதிர்த்து, புத்தர் போதித்தார். வருணதருமத்தை எதிர்த்து புத்தர் அசைக்க முடியாத உவமைகளைக் கையாண்டார். நான்கு வருணக் கோட்பாடு கட்டுக் குலைந்தது. நான்கு வருண முறை தலைகீழாகப் புரட்டப்பட்டு விட்டது. சூத்திரனும் பெண்களும் சந்நியாசியாக முடிந்தது. எதிர்ப்புரட்சியாளர் மறுத்து வந்த உரிமை இது. கர்ம காண்டத்தையும், வேள்விகளையும் கண்டித்தார். வன்முறையை அவை அடிப்படையாகக் கொண்டவை என்பதால் புத்தர் அவற்றைக் கண்டித்தார். சுயலாபம் அடைய வேண்டுமென்ற தேட்டமே அவற்றின் உள்நோக்கம் என்பதால் புத்தர் கண்டித்தார். இக்கண்டனத்திற்கு எதிர்ப்புரட்சியாளர் கூறிய மறுமொழி யாது? இதுதான். இவையெல்லாம் வேதங்களால் விதிக்கப் பெற்றவை; வேதங்கள் பிழையற்றவை; எனவே இக்கோட்பாடுகள் குறித்து யாரும் தட்டிக் கேட்கக் கூடாது என்று அவர்கள் கூறினர். புத்தர் காலம் அறிவொளி வீசிய காலம்; பகுத்தறிவு கோலோச்சிய காலம்; ஆகவே அற்பத்தனமான தானடித்த மூப்பான, பகுத்தறிவுக்குப் புறம்பான, கோட்பாடுகளை மக்கள் ஏற்கவில்லை. அஹிம்சை வாழ்க்கையில் ஒரு அம்சமாக மாறிவிட்ட சூழ்நிலையில், ஒரு வாழ்க்கை நியதியாக ஏற்கப்பட்டு விட்ட சூழ்நிலையில் வேதங்களில் சொல்லப்பட்டிருக்கிறது என்பதால் ஒரு சத்திரியன் யாரையும் கொல்லலாம், அது அவன் கடமை என்று கூறினால் எவர் ஒப்புவர்? வேதங்களில் சொல்லப்பட்டிருக்கிறது என்பதனாலேயே, பிறப்பின் அடிப்படையில் தரம் பிரிக்கப்பட்ட சதுர்வர்ணக் கோட்பாட்டை எவர் ஏற்பர்? சமுகத்தில் காணப்படும் இன்னல்களுக்கெல்லாம் அடிப்படைக் காரணம் பொருள் நாட்டம், பொருள் தேடும் இயல்பூக்கம் என்று இதனை டானி கூறுகிறார் - என்னும் போதனையை புத்தரின் மக்கள் ஏற்ற வேதங்களில் சொல்லப்பட்டிருக்கிறது என்பதால் மட்டும் யாகங்களை நடத்தி வரங்களைப் பெற வேண்டும் என்னும் முறையை எவ்வாறு ஏற்பர்?

புத்தமதத்தின் கடும் தாக்குதலுக்கு உள்ளான ஜைமினியின் எதிர்ப்புரட்சிக் கோட்பாடுகள் பகவத் கீதையின் ஆதரவை மட்டும் பெற்றிருக்காவிடில் அழிந்து போயிருக்கும் என்பதில் ஐயமில்லை. கொல்லப்படுவது ஆன்மாவன்று, உடம்பேயாதலின், கொலை கொலையாகாது என்னும் தத்துவம் யாரும் கேட்டறியாதது. இது தான் மயிர்க் கூச்செறியவைக்கும் கீதையின் கோட்பாடுகள் என்று சிலரைக் கூறவைத்தது எனலாம். ஒரு கொலை வழக்கில் கிருஷ்ணன் வழக்குரைஞராக ஆஜராகி, பகவத் கீதையில் கூறும் விவாதத்தை முன்னிறுத்திக் கொலை கொலையன்று என விவாதித்தால், அவரை மனநோய் மருத்துவமனைக்குத்தான் அனுப்புவர்.

இதேபோல் நான்கு வருணக் கோட்பாட்டைக் காப்பதற்குக் கீதை கூறும் தற்காப்பு வாதமும் சிறுபிள்ளைத் தனமானது. சாங்கிய தத்துவத்தின் குணக் கோட்பாட்டின் அடிப்படையில் வருண தர்மத்தைக் கீதை நியாயப்படுத்துகிறது. கிருஷ்ணன் தனது பேதமை இதன் வாயிலாக வெளிப்படுவதை அறிந்ததாகத் தெரியவில்லை. நான்கு வருணத்துள் நான்கு பிரிவுகள் உள்ளன. ஆனால் சாங்கியம் கூறும் குணங்கள் மூவகைப்படுவன. மூன்றுக்கு மேற்பட்ட வருணங்களை ஏற்காத ஒரு தத்துவத்தின் அடிப்படையில், எவ்வாறு நான்கு வருணக் கோட்பாட்டை நியாயப்படுத்த இயலும்? எதிர்ப் புரட்சியாளரின் கோட்பாடுகளுக்குத் தத்துவக் காப்பளிக்க முயலும் கீதையின் முயற்சி சிறுபிள்ளைத் தனமானது - கணநேர சிந்தனைக்குக் கூட அருகதையற்றது. இருப்பினும் கீதையின் தத்துவார்த்த ஆதரவு மட்டும் இல்லையென்றால் முட்டாள் தனமான கோட்பாடுகளைக் கொண்ட எதிர்ப்புரட்சி அழிந்திருக்கும் என்பதில் எள்ளளவும் ஐயமில்லை. பகவத் கீதையின் பங்களிப்பு புரட்சியாளருக்கு விஷமத்தனமானதாகப்படலாம், சந்தேகத்திற்கிடமின்றி, கீதை எதிர்ப்புரட்சியை உயிர்ப்பித்தது. எதிர்ப்புரட்சி இன்றுவரை வாழ்கிறது என்றால், பகவத் கீதை அளித்த தத்துவப் பாதுகாப்பே அதற்குக் காரணம், கீதை வேதத்திற்கும், யக்ஞத்திற்கும் எதிரானது என்று கூறப்படுகிறது . இதைவிடத் தவறு வேறு எதுவுமிருக்க முடியாது. வேதங்களுக்கும், சாஸ்திரங்களுக்கும் கீதை எதிரானதன்று *(16-23, 24: 17, 11, 13, 24)*; வேள்விகளுக்கும் அது எதிரானதன்று *(3-9-15)*, வேதங்களையும், சாஸ்திரங்களையும் தூக்கிப் பிடிக்கிறது கீதை. ஜைமினியின் பூர்வமீமாம்சைக்கும், பகவத் கீதைக்கும் பூ வேறுபாடு எதுவுமில்லை. ஜைமினியின் பூர்வமீமாம்சையைவிட எதிர்ப்புரட்சியை அதாவது நால் வருணக் கோட்பாடுகளை வலுவாக ஆதரிப்பது கீதை. அக்கோட்பாடுகளுக்கு அதற்கு முன்னில்லாத தத்துவக் கவசத்தையளித்து நிரந்தர வாழ்வளித்தது கீதை. இல்லையென்றால் அக்கோட்பாடுகள்

அழிந்து போயிருக்கும். பகவத் கீதையின் முதன்மை நோக்கம் நால் வருணத்தைக் காப்பதும் நடைமுறையில் அவ்வமைப்பைக் கட்டிக் காப்பதுமேயாகும். குணகர்மாவின் அடிப்படையில் நான்கு வருணம் அமைந்திருக்கிறது என்று கூறுவதுடன் நின்றுவிடாமல்,

இரு கட்டளைகளையும் கீதை பிறப்பிக்கிறது. முதற்கட்டளை இயல் *3*, செய்யுள் *26*-இல் அமைந்துள்ளது. நான்கு வருண நெறியிலமைந்த கர்ம காண்டத்தைக் கடைப்பிடிக்கும் அறியாப் பாமரர் மத்தியில், எதிர் பிரச்சாரத்தின் மூலம் எவ்வகையான சந்தேகத்தையும் அறிவுடையார் ஏற்படுத்தலாகாது என்று கிருஷ்ணன் கூறுகிறார். கர்ம காண்டத்திற்கும் அதிலடங்கிய விதிமுறைகளுக்கும் எதிராக எவரையும் தூண்டவோ புரட்சி செய்ய முனையவோ கூடாது. இரண்டாம் கட்டளை இயல் *18*, செய்யுள் *41-48*-இல் காணப்படுகிறது. இதில் கிருஷ்ணன் அவரவர் தத்தமக்கு விதிக்கப்பட்டுள்ள வருணதர்மத்தை ஆற்ற வேண்டும், வேறெதுவும் செய்தலாகாது என்று தம் பக்தர்களைக் கடுமையாக எச்சரிக்கிறார். பக்தியால் மட்டும் மோட்சத்தை அடைய முடியாது, பக்தியுடன் வருண ஆசாரத்தையும் கடைப்பிடித்தல் வேண்டும். சுருங்கக் கூறின் பக்தியால் மட்டும் ஒரு சூத்திரன் எவ்வளவு பெரிய பக்தனாயினும் மோட்சம் அடைய முடியாது. மேல் வருணத்தாருக்காகவே வாழ்ந்து, உழைத்து மடிந்தால் தான் மோட்சமடைய முடியும். இதைக் கொண்டு பார்க்கும்போது ஜைமினியின் கோட்பாடுகளுக்குத் தத்துவக் கவசம் பூட்டி, வாழ்வளிப்பதே கீதையின் முதன்மைக் குறிக்கோள் என்பதே என் கருத்து. ஜைமினியின் கோட்பாடுகளுக்குப் பின் கீதையின் உபதேசங்கள் இயற்றப்பட்டு புதிய ஆதரவை நல்கின. புத்த மதத்தின் புரட்சிகரமான, பகுத்தறிவுவாதத் தாக்குதலுக்குட்பட்ட எதிர்ப்புரட்சி கோட்பாடுகளைத் தத்துவ ரீதியாகக் காக்க வேண்டிய அவசியம் கீதைக்கு ஏற்பட்டது என்பதும் என் கருத்து.

என் கருத்துகளுக்கு எதிராக எழுப்பப்படக் கூடிய ஆட்சேபங்களுக்கு இப்போது வருகிறேன். பகவத் கீதை புத்தமதத்திற்கும், ஜைமினியின் பூர்வமீமாம்சைக்கும் காலத்தால் பிற்பட்டதென்னும் எனது அனுமானம் சரியானதன்று என்று ஓர் ஆட்சேபம் எழுப்பப்படுகிறது. பகவத் கீதை எந்நெறியைக் காட்டுகிறது, மனித வாழ்க்கைக்கு எத்தகு பயன் தருகிறது என்றெல்லாம் ஆராய்வதைவிட இந்திய அறிஞர்கள் பகவத் கீதைக்குக் காலத்திற்கெட்டாத பழமையை ஏற்றியுரைப்பதிலேயே கண்ணும் கருத்துமாயிருக்கிறார்கள். புத்த மதத்திற்கும். ஜைமினியின் பூர்வமீமாம்சைக்கும் மிகமுந்திய காலத்திலேயே கீதை இயற்றப்பட்டது என்று சாதிக்க இவர்கள் முற்படுகிறார்கள். இத்தகைய கருத்துடையவருள் தெலாங், திலகர் இருவரும் முக்கியமானவர்கள். கார்பி[1] கூறுவது

1 இந்தியன் ஆன்டிகொயரி முன்னுரை, இணைப்பு பக்கம் 30.

போல, "தெலாங்குக்கு மட்டுமன்று, எல்லா இந்துக்களுக்குமே, அவர்கள் எத்தகைய அறிவாளிகளாக இருப்பினும், பகவத் கீதை மிகப் புராதன காலத்தில் இயற்றப்பட்டது என்னும் அசைக்க முடியாத நம்பிக்கை உண்டு. இத்தகைய நிர்ப்பந்தங்களுக்கிடையே, உண்மையான விமர்சனத்திற்கு முற்றுப்புள்ளி வைக்கப்படுகிறது".

பேராசிரியர் கார்பி மேலும் கூறுகிறார்: "கீதையின் காலத்தை நிர்ணயம் செய்வது, அத்துறையில் ஈடுபட்டுள்ள அறிஞர்களுக்கு அரிய முயற்சியாகின்றது. மூல கீதை, திருத்தப்பட்ட கீதை என்று இரு பிரிவாகக் கொண்டால், இடர்ப்பாடுகள் இருமடங்காகின்றன. கீதையின் மூல வடிவத்தின் காலத்தினையும், திருந்திய வடிவத்தின் காலத்தையும் நிர்ணயிப்பதில் உறுதியான முடிவுகளுக்கு வருவது கடினம். ஏகதேசமான முடிவுகளை மட்டுமே எட்ட இயலும்,"

இத்தகைய ஏகதசமான முடிவுகள் யாவை? இந்த முடிவுகள் என் கருத்தோட்டத்திற்கு இயைந்திருக்கக் காண்கிறேனேயன்றி எதிராக அல்ல. புத்த மதத்திற்கும் ஜைமினியின் பூர்வமீமாம்சைக்கும் கீதை பிற்பட்டது என்பதை நிறுவ நேரடிச் சான்றுகளைக் கீதையிலிருந்தே காட்ட விரும்புகிறேன்.

இயல் 3, செய்யுள் 9-13 சிறப்பான முக்கியத்துவம் உடையன. கீதையில் ஜைமினியின் பெயரும் மீமாம்சையின் பெயரும் நேரடியாகக் குறிப்பிடப்படவில்லை. உண்மையே. ஆனால் பூர்வமீமாம்சையில் ஜைமினி வகுத்துள்ள கோட்பாடுகளையே கீதை இயல் 3, செய்யுள் 9-13இல் கூறுகிறது என்பதில் ஏதேனும் ஐயமிருக்கிறதா? கீதையின் தொன்மையில் நம்பிக்கையுள்ள திலகர்[1] கூட, பூர்வமீமாம்சையின் கோட்பாடுகளையே இப்பகுதியில் கீதை ஆராய்கிறது என்கிறார். பிறிதொரு வகையாகவும் இவ்விவாதத்தை முன் வைக்கலாம். பூர்வமீமாம்சை தூய எளிய கர்ம யோகத்தையே போதிக்கிறது. ஆனால் கீதையோ அனாசத்தி கர்மத்தைப் போதிக்கிறது. இவ்வாறு அடிப்படை மாற்றம் பெற்ற கோட்பாட்டைக் கீதை உரைக்கிறது. பகவத் கீதை கர்மயோகத்தை[2] மாற்றி உரைப்பது மட்டுமன்றி, எளிய தூய கர்மயோகத்தைப் பின்பற்றுபவர்களைக் கடுமையாகச் சாடுகிறது ஜைமினிக்குக் கீதை முற்பட்டதென்றால், ஜைமினி கீதையின் விமர்சனத்திற்குப் பதிலளித்திருப்பார். பகவத் கீதையின் அனாசத்தி கர்மயோகத்தைப் பற்றிய குறிப்புகள் ஜைமினியில் இல்லை. ஏன்? மாற்றங்கள் ஜைமினிக்குப் பின் நிகழ்ந்திருக்கின்றன. அதற்கு முன் அன்று. ஜைமினியின் பூர்வமீமாம்சைக்கும் பின்னரே கீதை <u>இயற்றப்பட்டு</u>ள்ளது என்பதே இதன் பொருள்.

1 கீதா இரகசியம் பகுதி 2 916-922

2 பகவத் கீதை இயல் 2 42-46 இயல் 18, செய்யுள் 66.

பூர்வமீமாம்சையின் பெயரைக் கீதை குறிப்பிடவில்லை என்றாலும், பிரம வாதராயணரின் சூத்திரங்களைப்[1] பெயர் குறிப்பிட்டு குறிப்பிடுகிறது. கீதையில் பிரம சூத்திரங்களைப் பற்றிய குறிப்பு முக்கியத்துவம் வாய்ந்தது. பிரம சூத்திரங்களுக்குப் பிற்பட்டது கீதை என்பதற்கு இது நேரடிச் சான்றாய் அமைகிறது.

தற்போது அதே பெயரில் வழங்கப்படும் சூத்திரங்களைத்தான் பிரமசூத்திரங்கள் என்று கீழே குறிப்பிடுவது என்பதைத் திலகர்[2] ஏற்கிறார். ஆனால் தெலாங்[3] கீதை குறிப்பிட்டுள்ள பிரம சூத்திரங்கள் தற்போது நமக்குக் கிடைத்துள்ள பிரம சூத்திரங்கள் அல்ல, வேறொரு பிரம சூத்திர ஏட்டைத்தான் அது குறித்திருத்தல் வேண்டும் என்று கூறுகிறார். தம் அசாதாரணக் கோட்பாட்டிற்குச் சான்று எதுவும் அவர் காட்டவில்லை, வெப்பரின்[4] அனுமானத்தைத்தான் தம் கூற்றுக்கு ஆதாரமாகக் காட்டுகிறார். வெப்பர் இந்திய இலக்கிய ஆய்வேட்டின் அடிக்குறிப்பில், பிரம சூத்திரங்கள் பற்றிய கீதையின் குறிப்பைச் சிறப்புப் பெயராகக் கருதாமல் பொதுப் பெயராவே கருத வேண்டும் என்கிறார். இவ்விதக் கருத்தை மேற்கொண்டிருப்பது பற்றி தெலாங்கிற்கு உள்நோக்கம் கற்பிப்பது முறையாகாது. ஆனால் பிரமசூத்திரங்கள் இயற்றப்பட்ட காலத்தை விண்டர்னிட்சின் ஆய்வு அடிப்படையில் வெப்பர் கி.பி.500 என்று நிர்ணயித்திருப்பது. பகவத் கீதையின் தொன்மை பற்றிய தெலாங்கின்[5] நம்பிக்கையைச் சிதறடிக்கும் என்பதானால், பிரமசூத்திரங்கள் பற்றிய உண்மையை ஒப்புக் கொள்ள தெலாங் பின்வாங்குகிறார் என்று கூறுவது முறையே ஆகும். இவ்வாறு கீதை ஜைமினியின் பூர்வமீமாம்சைக்கும் வாதராயணரின் பிரமசூத்திரங்களுக்கும் பிற்பட்டது என்பதற்கு அகச் சான்றுகள் நிறைய இருக்கின்றன.

பகவத் கீதை புத்தருக்கு முற்பட்டதா? இக்கேள்வியைத் தெலாங் எழுப்புகிறார்:

"நாம் இப்போது வேறொரு கருத்தினை ஆராய்வோம். சாக்கிய முனியின் பெருஞ் சீர்திருத்தத்திற்கும் கீதைக்குமுள்ள தொடர்பு யாது? இவ்வினா பெரிதும் முக்கியத்துவம் வாய்ந்தது, புத்தரது கோட்பாட்டிற்கும் எமது மொழிப்பெயர்ப்பின் அடிக்குறிப்பில்

---

1 பகவத் கீதை 13:4

2 கீதை இரகசியம், இயல் 2, பக்கம் 749

3 பகவத் கீதையின் முன்னுரை. பக்கம் 31

4 .இந்திய இலக்கிய வரலாறு, பக்.242

5 பிரம்ம சூத்திரம் மிகப்பழைய ஏடு என திலகர் கருதுவதால் இக்குறிப்பை ஏற்கிறார். கீதா ரகசியம் பகுதி.2

நாம் குறித்துள்ள கீதையின் கோட்பாடுகளுக்கும் இடையே குறிப்பிடத் தக்க ஒற்றுமை காணப்படுகிறது. ஆயினும் வினாவிற்கு விடையளிக்கத் தக்க சான்றுகள் இல்லாதது வருந்தத்தக்கது. புத்த மதத்தைப் பற்றிய மேற்கோள் கீதையிலுள்ளதாகப் பேராசிரியர் வில்சன்[1] கருதுகிறார். அவர்தம் கருத்து புத்த மதத்தினருக்கும் சாருவாகர்களைப் பின்பற்றுபவர்களுக்கும் (பொருள் முதல் வாதிகள்)[2] இடையே ஏற்பட்ட குழப்பத்தை அடிப்படையாகக் கொண்டது. இம்மேற்கோளைத் தவிர. புத்த மதம் பற்றிய குறிப்பு கீதையில் இல்லை என்ற திருப்தியற்ற எதிர்மறை வாதத்தைத் தவிர இதில் உருப்படியானது வேறு எதுவும் இல்லை. பிறிதொரு இடத்தில் நான் சுட்டிக்காட்டி இருப்பதைப் போல்,[3] கீதை கூறும் சில கருத்துக்கள் புத்தமதக் கருத்துக்களுடன் இசைந்து போகின்றன என்றாலும், முந்திய பல சிந்தனையாளர்களைக் கீதை நேரிடையாகவோ மறைமுகமாகவோ குறிப்பிட்டுள்ளது என்றாலும் இந்த வாதம் என் மனத்துக்கு உகந்ததாக இல்லை. பிராமணீயத்திற்கு எதிரான புத்தரது புரட்சி, வேதங்களின் ஏற்புடைமையையும், ஜாதி வேறுபாடுகளையும் எதிர்ப்பதுதான். கோட்பாட்டு விவாதங்களைப் பொறுத்தவரை புத்தமதம் புராதன பிராமணீயத்தின் ஒரு பகுதியேயாகும்.[4] நாம் ஏற்கனவே சுட்டியுள்ள ஒத்திசைவுகள் இவற்றை எடுத்துக்காட்ட வேண்டிய அவசியத்தை உணர்த்துகின்றன. இவ்விரு பிரச்சினைகளையும் பொறுத்தவரை கீதை, புத்த மதத்தைப் போல முற்றிலும் மறுக்கவில்லை என்றாலும் அக்காலக் கருத்துக்களை எதிர்க்கிறது. கீதை, வேதங்களை புத்தரைப் போல நிராகரிக்கவில்லை என்றாலும், முற்றிலும் அவற்றைக் கிடப்பில் போடுகிறது. ஜாதியைக் கீதை முழுதாக மறுக்கவில்லை. ஜாதிக்கு வேறொரு பொருத்தமற்ற அடிப்டையைத் தேடுகிறது. இரு கருதுகோள்களில் ஒன்று இந்நிகழ்வுகளுக்குப் பகுத்தறிவு அடிப்படையைத் தருகிறது. கீதையும், புத்தமதமும் அக்கால சமயத்தில் நிகழ்ந்த ஆன்மிகப் புரட்சியின் இருவேறு வடிவங்கள் எனலாம். கீதை இவ்விரண்டில் முந்தைய முழுமையற்ற வடிவமாக இருக்கலாம் அல்லது பிராமணீயத்திற்குப் புத்தமதம் கொடுத்த அடியினால் தளர்ச்சியுற்ற பிராமணீயத்தைத் தூக்கிப் பிடிக்கும் முயற்சியே கீதை

1 சமஸ்கிருத இலக்கிய கட்டுரைகள் பகுதி 3 பக் 150

2 கீதையின் முன்னுரையிலுள்ள எம் குறிப்பு, பக், 11

3 கீதையின் முன்னுரை (ஆங்கிலம்), பக். 5

4 .மாக்ஸ் முல்லர் -ஹப்பர்ட் சொற்பொழிவுகள் பக்கம் 137 வெப்பரின் இந்திய இலக்கியம் பக்கம் 288-289 ரைஸ் டேவிட் புத்தமதம் பற்றிய சிறிய நூல் பக்கம் 151, டேவிட் நூலின் பக்கம் 83-ம் காண்க.

எனக்கூறலாம் அதாவது மிக பலவீனமானவற்றை விடுத்து, சிறிது பலவீனமானவற்றைக் காப்பதாக இருக்கலாம். பிந்திய கருத்தை என்னால் ஏற்க இயலவில்லை. புராதன பிராமணீயத்திற்கு எதிரான கருத்துக்களுடன் சமரசம் செய்துகொள்ளும் குறிப்பு எதுவும் கீதையில் இல்லை. பழமைவாதப் போக்குடையது எனினும், கீதை வேதங்களின் ஏற்புடைமையை மறுக்கிறது; வேதங்களுக்குத் தகுதிக்கு மீறிய மரியாதை கொடுக்கப்பட்டிருக்கிறது அவர் காலத்திலும் அதற்கு முன்னும் அறிஞர் கூறியனவற்றையே கீதை ஆசிரியரும் தொடர்ந்து பின்பற்றியிருத்தல் வேண்டும். ஏற்கனவே சுட்டிய எதிர்மறை விவாதத்திற்கு இது அரண் செய்வதாகும். உபநிடதங்களிலும் கீதையிலும்[1] வெளிப்படும் கருத்துக்களின் உயர் ஆன்மீகச் சிந்தனை வளர்ச்சியையே புத்தமதத்தில் காண்கிறேன்.

இந்தப் பக்தியை முழுமையாக மேற்கோள் காட்டி இருப்பது ஏனென்றால் இந்துமத அறிஞர்கள் அனைவரின் போக்கிற்கும் இது எடுத்துக்காட்டாகும் என்பதால்தான். அவர்கள் அனைவருமே புத்தமதத்தின் தாக்கம் கீதையிலுள்ளது என்பதை ஏற்க மறுப்பவராவர். புத்த மதத்திலிருந்து கீதை எதையும் கடன் வாங்கவில்லை என்று நிறுவிடத் துடிப்பவராவர். பேராசிரியர் இராதாகிருஷ்ணனின் மனப்போக்கும், திலகரின் உளப்பாங்கும் இதுவேயாகும். புத்த மதத்திற்கும் கீதைக்கும் மறுக்க இயலாத ஒற்றுமை இருப்பது மறுக்கப்படுகிறது; கீதை உபநிடதத்தை அடிப்படையாகக் கொண்டது என்று வாதிக்கப்படுகிறது. எந்நிலையிலும் புத்தமதத்திற்கு எவ்விதத் தகுதியும் தரமறுக்கும் எதிர்ப்புரட்சியாளரின் அற்ப குணத்தையே இது காட்டுகிறது.

பகவத் கீதையையும், புத்த நெறிகளையும் ஒப்பிட்டு ஆய்ந்தவர்களுக்கு இக்கருத்துக்கள் வியப்பாகவும் பொருளற்றதாகவும் தோன்றும். பகவத் கீதையில் சாங்கியத்தத்துவம் நிறைந்திருக்கிறதென்றால், புத்தத் தத்துவங்களும் அதில் நிரம்பியிருக்கின்றன.[2] என்பது அதைவிட உண்மை. இரண்டும் ஒத்திருப்பது

1 வெப்பரின் இந்திய இலக்கிய வரலாறு, டேவிட் புத்தமதம் பக்கம் 49. ஆன்மாப் பற்றிய புத்தமத நூலின் சாரம்சத்தைக் காண்கிறோம். கீதை கூறுவதையும் ஒப்பிடுக. புலன்களோடு ஆன்மாவுக்குத் தொடர்பில்லை என்பதில் இரண்டும் ஒன்றுகின்றன. இவற்றிற்குப் புறம்பான ஆன்மா உண்டெனக் கீதை ஏற்கிறது. புத்தத் தத்துவம் அதையும் நிராகரித்துப் புலன்களை மட்டும் ஏற்கிறது,

2 இது பற்றிக் காஷ்மீர் நீதிபதி புத்திராஜா எம்.ஏ., எல்.எல்.பி. கூறும் கருத்தை ஒப்பிடுக. கீதைக்கும் புத்தத் தத்துவத்துக்கும் இடையே உள்ள சொற்றொடர் ஒற்றுமைகளைச் சுட்டிக் காட்டுகிறது. பார்க்க அவர் எழுதிய

கருத்துக்களில் மட்டுமல்ல, மொழியிலும் கூட, சில உதாரணங்கள் இவ்வுண்மையை எடுத்துக்காட்டும்.

பிரம நிர்வாணத்தைப்[1] பற்றி கீதை ஆய்கிறது. பிரம நிர்வாணத்தை அடைய முயலும் படிகளைக் கீதை கூறுகிறது.1) சிரத்தை (தன்னம்பிக்கை) 2) வியவசாயா (தீர்மானமான உறுதி) 3) ஸ்மிருதி (இலட்சிய நினைவு) 4) சமாதி (உளமொத்த தியானம்) 5) பிரஜ்னா (அகக் காட்சி அல்லது மெய்யறிவு). இந்நிர்வாணக் கோட்பாட்டைக் கீதை எங்கிருந்து கையாண்டிருக்கிறது? உபநிடதங்களிலிருந்து கடன் வாங்கவில்லை என்பது நிச்சயம். நிர்வாணம் என்ற சொல்லையே எந்த உபநிடதமும் பயன்படுத்தவில்லை. இக்கருத்து புத்தமதத்திற்கே உரியது, புத்த மதத்திலிருந்துதான் கடன் வாங்கப்பட்டுள்ளது. இதில் சந்தேகம் இருப்பவர்கள் பகவத் கீதை கூறும் பிரம நிர்வாணத்தை மகாப்பரிநிம்பன சுத்தாவில் புத்தர் கூறும் நிர்வாணத்துடன் ஒப்பிட்டுப் பார்க்கட்டும். கீதை கூறும் பிரம நிர்வாணமும் புத்த தத்துவமும் ஒன்றா-யிருப்பதைக் காண்பார்கள். புத்த தத்துவத்திலிருந்து எடுக்கப்பட்டதை மறைப்பதற்காகத்தானே நிர்வாண தத்துவத்திற்கு மாறாக பிரம நிர்வாண தத்துவத்தைக் கீதை கடன் வாங்கியிருக்கிறது?

மேலும் ஒரு உதாரணத்தைக் காண்போம். இயல் 7, செய்யுள் 13-20 கிருஷ்ணனுக்குப் பிரியமானவர் யார் என்பதுபற்றிய விவாதம் நிகழ்கிறது. ஞானமுடையவர், கர்மம் ஆற்றுபவர், பக்தி செலுத்துபவர், பக்தர்கள் தமக்குப் பிரியமானவர் என்று கிருஷ்ணன் கூறுகிறார். ஆனால் பக்தனுக்குரிய மெய்யான இலட்சணங்கள் இருக்க வேண்டும் என்கிறார். உண்மை பக்தனின் இயல்புகள் யாவை? கிருஷ்ணனின் கூற்றுப்படி உண்மை பக்தன் கீழ்வருபவனவற்றைக் கடைப்பிடிப்பவன்: 1) மைத்ரி (கனிவான அன்பு). 2) கருணை (இரக்கம்) 3) முதிதா (பரிவூட்டும் இன்பம்), 4) உபேட்சா (பற்றின்மை). உண்மை பக்தனுக்குரிய இத் தகுதிகளைப் பகவத் கீதை எங்கிருந்து கடன் வாங்கியுள்ளது? இங்கும் புத்த தத்துவத்திலிருந்துதான். சான்று காண விழைவோர் மனப்பயிற்சிக்கு உதவிடும் பாவனைகள், மனநிலைகள் பற்றி புத்தர் போதிக்கும் மகாபதன சுத்தா,[2] தே விஜ்ஜ சுத்தா[3] என்னும் பகுதிகளுடன் ஒப்பிட்டுப் பார்க்கட்டும். இவ்வொப்பாய்வின் மூலம் இக்கருத்தியல் முழுவதும் வரிக்கு வரி புத்த தத்துவத்திலிருந்து கடன் வாங்கியிருப்பது புலனாகும்.

பகவத் கீதை.

1 மாக்ஸ் முல்லர், மகாபரி நிப்பன சுத்தா, பக்கம் 63.

2 பார்க்க: மகாபதன சுத்தா, ப

3 தே விஜ்ஜ சுத்தா

மூன்றாம் உதாரணத்தை எடுத்துக் கொள்வோம். இயல் 13-இல் சேத்திர - சேத்திரஞ்ஞன் பற்றி விவாதிக்கிறது. செய்யுள் 7-11-இல் கிருஷ்ணன் ஞானம் என்பது என்ன அஞ்ஞானம் என்பது என்ன என்பது பற்றிப் பின்வருமாறு கூறுகிறார்: "பெருமிதமின்மை (அடக்க முடைமை), பாசாங்கின்மை, ஊறு செய்யாமை அல்லது ஆயர் தீங்கிழைக்காமை, மன்னிக்கும் தன்மை, நேர்மை (செம்மை), குருபக்தி, தூய்மை, ஒளிவுமறைவின்மை, தன்னடக்கம், புலன்கள் நாடும் பொருள்களின்பால் அவாவின்மை, ஆணவமின்மை, பிறவித்தீமை, துயரம், மரணம், முதுமை, நோய் பற்றிய சிந்தனை - பற்றின்மை, புதல்வன், மனை, மனைவி போன்றவற்றில் பற்றின்மை அல்லது ஒன்றாமை, செய்யத்தக்கது, செய்யத்தகாதது தளராத நடுநிலைமை, என்னிடம் தொய்விலாத பக்தி, என்னைப் பற்றிய இடையறாத தியானம், உலோகாயத மானிடர் குழுவினரை வெறுத்தல், ஒதுக்கமான இடங்களை நாடிச் செல்லல் (தனிமையில் தியானம், மனத்தை ஒருமுகப்படுத்தல்) தன்னைப் பற்றி அறிய முயல்வதில் இடைவிடா முயற்சி, தத்துவங்களின் உண்மைப் பொருளை (சாங்கிய தத்துவம்) காணத் தலைப்படல் அல்லது மெய்யுணர்தல். இவை அனைத்தும் சேர்ந்ததே "ஞானம்" என்பது. அஞ்ஞானம் அல்லது அறியாமை என்பது இவற்றிற்கு எதிர்மறையானது. "

புத்த தத்துவத்தைப் பற்றி அறிந்த எவரும், புத்தமதக் கோட்பாடுகளை வரிக்கு வரி பகவத் கீதை இச்செய்யுள்களில் எடுத்து மொழிவதை மறுக்க இயலுமா? இயல் 13, செய்யுள் 5,6,18,19-இல் கீதை பழைய கர்மங்களுக்குப் பின்வரும் பல்வேறு தலைப்புகளில் புதிய உருவகப் பொருளைக் கொடுக்க முயல்கிறது. 1) யக்ஞங்கள் (வேள்விகள்) 2) தானம் (கொடை) 3) தவம் (நோன்பு) 4) உணவு 5) சுவாத்தியம் (வேதபாராயணம்), பழம் கருத்துக்களுக்குத் தரப்படும் இந்தப் புதுப் பொருளுக்கு ஆதாரமாய் அமைந்திருப்பது யாது? மஜ்ஜிஹின நிகாயா, 286 சுத்தா வில் புத்தர் கூறுவதுடன் இதனை ஒப்பிட்டுப்பாருங்கள். இயல் 17, செய்யுள் 5,6,18, 19-இல் கிருஷ்ணன் புத்தரின் கருத்துக்களை அப்படியே சொல்லுக்குச் சொல் எடுத்தாண்டிருப்பதை எவரும் மறுத்திட இயலுமா? கொள்கை அடிப்படையில் மிக முக்கியத்துவம் வாய்ந்த சில உதாரணங்களையே நான் இங்கு குறிப்பிட்டுள்ளேன். இப்பொருள் குறித்து ஆராய்வதில் ஆர்வம் கொண்டவர்கள் பகவத் கீதை பதிப்பின் அடிக்குறிப்புகளில் தெலாங் கூறுவனவற்றை அடிப்படையாகக் கொண்டு, கீதைக்கும் புத்த தத்துவத்திற்கும் இடையே எத்தகைய ஒற்றுமை நிலவுகிறது என்பதை அறிந்து தமது ஆர்வத்தை தணித்துக் கொள்ளலாம். ஆனால், நான் சுட்டிய உதாரணங்களே கீதையுள் நிரம்பி நிற்கும் புத்த தத்துவங்களுக்கும்,

புத்தரிடமிருந்து எவ்வளவு கடன் வாங்கியிருக்கிறது கீதை என்பதற்கும் போதிய சான்றாகும். சுருங்கக் கூறின், கீதை புத்த தத்துவ சூத்தாக்களை முன் மாதிரியாகக் கொண்டு அமைக்கப்பட்டிருக்கிறது எனலாம். புத்த சூத்தாக்கள் உரையாடல் அமைப்பில் உள்ளன. கீதையும் அவ்வாறே அமைந்துள்ளது. புத்த மதம் பெண்களுக்கும் சூத்திரர்களுக்கும் மோட்சம் கொடுக்க முன் வந்தது. புத்த மதத்தினர் சங்கத்தையும், தம்மத்தையும், புத்தரையும் சரணடைகிறேன் என்று கூறுகிறார்கள். அவ்வாறே கிருஷ்ணனும் கூறுகிறார்; எல்லாச் சமயங்களையும் விடுத்து என்னைச் சரணடையுங்கள் என்கிறார். புத்த தத்துவத்திற்கும் கீதைக்குமுள்ள ஒற்றுமையைப் போன்று வேறு எங்கும் காணமுடியாது.

IV

பூர்வ மீமாம்சைக்கும். புத்த தத்துவத்திற்கும் கீதை பிற்பட்டது என்று எடுத்துக் காட்டினேன். அத்துடன் நான் நிறுத்திக் கொண்டிருக்கலாம். எனது கருத்தோட்டத்திற்கு எதிராக வேறொரு வாதம் இருப்பதை நான் சுட்டிக்காட்ட வேண்டும். நான் குறிப்பிடுவது திலகரின் வாதத்தை. புத்த தத்துவத்திற்கும் கீதைக்கும் பற்பல ஒற்றுமைகள் இருப்பதையுணர்ந்த திலகர் ஒரு தந்திரமான வாதத்தை முன்வைக்கிறார். கீதைக்கு முற்பட்டது புத்த தத்துவம். ஆதலினால், கடன் வாங்கியது கீதை, கொடுத்தது புத்த தத்துவம் என்பது தெளிவான முடிவு. ஆனால் தெளிவான இக்கருத்து திலகருக்கு உடன்பாடன்று. எதிர்ப்புரட்சியாளர் அனைவருமே இந்த முடிவை ஏற்க மறுக்கின்றனர். அவர்கள் பார்வையில் எதிர்ப்புரட்சித் தத்துவம், புரட்சித் தத்துவத்திற்குக் கடன்பட்டிருக்கிறது என்பது கசப்பான கருத்தாகும். அதைக் கௌரவப் பிரச்சினையாகவும் கருதுகின்றனர். இந்த இடர்ப்பாட்டை நீக்குவதற்குத் திலகர் ஒரு புதுவழி காண்கிறார். மகாயன புத்த தத்துவத்திற்கும் ஹீனாயன புத்த தத்துவத்திற்கும் இடையேயுள்ள வேறுபாட்டை அவர்சுட்டிக் காட்டுகிறார். மகாயன புத்த தத்துவம் கீதைக்குப் பிற்பட்டது. எனவே கீதைக்கும் புத்த தத்துவத்திற்கும் இடையேயுள்ள ஒற்றுமைகள், மகாயன தத்துவம் கீதையிலிருந்து கடன் வாங்கியதையே குறிக்கும் என்கிறார். இதனால் இரு வினாக்கள் எழுகின்றன. மகாயன புத்த தத்துவத்தின் காலம் யாது? கீதை இயற்றப்பட்ட காலம் யாது? திலகரின் வாதம் தந்திரமானதாகவும் திறமையானதாகவும் உள்ளது. ஆனால் திலகரின் வாதம் பொருளற்றது, அவருக்குச் சொந்தமானதும் அன்று, வின்டர்னிட்ஸ்,[1] கெர்ன்[2] ஆகியோரின் அடிக்குறிப்புக்களை அடிப்படையாகக் கொண்டது,

1 இந்திய இலக்கிய வரலாறு (ஆங்கில மொழி பெயர்ப்பு) பகுதி 11 பக்கம் 229

2 இந்திய புத்த தத்துவக் கையேடு பக்கம் 122 அடிக்குறிப்பு

மகாயன புத்த தத்துவத்திற்கும் கீதைக்குமிடையே பல ஒற்றுமைகள் காணப்படுகின்றன என்றும், கீதையிலிருந்து மகாயன தத்துவம் கடன் வாங்கியிருக்கலாம் என்றும் இக்குறிப்புகளில் கூறப்பட்டுள்ளது. ஆனால் இந்தக் கருத்துக்கள் பற்றி வின்டர்னீட்சோ, கெர்னோ, திலகரோ, ஆழமான ஆராய்ச்சி எதுவும் மேற்கொள்ளவில்லை. பகவத்கீதை மகாயன புத்த தத்துவத்திற்கு முற்பட்டது என்ற அனுமானத்தால் இவர்கள் எல்லோரும் கவரப்பட்டுள்ளனர் என்பது தெளிவு.

பகவத் கீதை இயற்றப்பட்ட காலத்தை, திலகர்[1] கூறும் கோட்பாட்டுடன் ஆராய வேண்டியது என் கடமை ஆகிறது. கீதை மகாபாரதத்தின் ஒரு பகுதி என்றும், இவை இரண்டுமே வியாசர் என்ற ஒரே ஆசிரியரால் எழுதப்பட்டிருக்க வேண்டும் என்றும் எனவே மகாபாரதத்தின் காலமும் கீதையின் காலமும் ஒன்றே என்றும் திலகர் கருதுகிறார். மேலும் மகாபாரதம் சக சகாப்தத்துக்கு குறைந்தபட்சம் 500 வருடங்களுக்கு முன்னால் எழுதப்பட்டிருக்க வேண்டும் என்றும் அவர் வாதிடுகிறார். மகாபாரதத்தில் இடம் பெற்றுள்ள கவிகள் சுமார் கி.மு.300-ல் சந்திரகுப்த மௌரியரின் அரசவைக்குக் கிரேக்க தூதுவராக வந்த மெகஸ்தெனிசுக்குத் தெரிந்திருப்பதற்கு ஆதாரமாகக் காட்டுகிறார். சக சகாப்தம் கி.பி.78இல் தொடங்கியது. இவ்வடிப்படையில் பகவத் கீதை கி.மு. 422-க்கு முன் இயற்றப்பட்டிருக்க வேண்டும் என்றாகிறது. தற்போது நம்மிடையேயுள்ள கீதையின் காலம் பற்றிய திலகரின் கருத்து இது. அவரது கூற்றுப்படி மூல கீதை மகாபாரதத்திற்குப் பல நூற்றாண்டுகளுக்கு முன்னர் இயற்றப்பட்டிருத்தல் வேண்டும். பகவத் கீதையின் மதம் மிகப் பண்டைக் காலத்தில் நரனால் நாராயணனுக்குப் போதிக்கப்பட்டது என்று கீதையிலேயே குறிப்பிடப்பட்டுள்ளது. இதை வைத்துப்பார்த்தால் மகாபாரதத்தின் காலம் பற்றிய திலகரின் கருத்து ஆதாரமற்றதாகிறது. முதலாவதாக மகாபாரதமோ, கீதையோ ஒரே ஆசிரியரால் முழுமையாக ஒரே நேரத்தில் இயற்றபட்டதெனும் அனுமானம் சரியன்று. அத்தகைய அனுமானத்திற்கு மரபுவழிச் சான்றோ, அந்நூல்களில் அகச்சான்றோ எதுவுமில்லை. மகாபாரதத்தைப் பற்றிய திலகரின் அனுமானம் இந்திய மரபுகளுக்கு எதிரானது. பழைய மரபுரையின்படி, மகாபாரதம் இயற்றப்பட்டது மூன்று கட்டங்களில் ஆகும்: 1) ஜெயம் 2) பாரதம் 3) மகாபாரதம். பாரதத்தின் முதற்பதிப்பான ஜெயம் என்றழைக்கப்படுவது வியாசரால் இயற்றப்பட்டது. பாரதம் என அழைக்கப்படும் இரண்டாம் பதிப்பை வைசம்பாயணர் இயற்றினார் என்பது தொல்மரபு மூன்றாம் பதிப்பாகிய மகாபாரதத்தின் ஆசிரியர் சவுதி. மகாபாரதத்தின் அகச் சான்றுகளை ஆராய்ந்த பேராசிரியர் ஹாப்கின்ஸ் இம்மரபிற்கு ஆய்வடிப்படை உளதென்கிறார்.

---

1 கீதா இரகசியம் பகுதி 11 பக்கம் 791-800

மகாபாரதம் இயற்றப்பட்டதற்கும் பல படிநிலைகள் உண்டென்றும் பேராசிரியர் ஹாப்கின்ஸ்[1] கூறுகிறார். பேராசிரியர் ஹாப்கின்ஸ் சுட்டுவதைப் போல, முதல் படிநிலையில் அது பாண்டு காவியமாகவே இருந்தது. மகாபாரத யுத்தத்தில் பங்கெடுத்த வீரர்களைப் பற்றிய கதைகளும், நிகழ்வுகளும் இதில் இடம் பெற்றிருந்தன. அறநெறிக் கருத்துக்கள் இடம் பெறவில்லை. அத்தகு மகாபாரதம் உருவாகிய காலம் கி.மு.400 முதல் கி.மு. 200-க்கும் இடைப்பட்டதாக இருக்கலாம் என்கிறார் அவர். இரண்டாம் படிநிலையில் புராணக் கதைகளும், அறநெறிக் கருத்துக்களும் இணைக்கப் பெற்றன. இது நிகழ்ந்தது கி.மு. 200-க்கும் கி.பி. 200-க்கும் இடைப்பட்ட காலத்தில், மூன்றாம் படிநிலையில், 1) இறுதிப்பகுதிகள் இரண்டாம் பதிப்புடனும், முதற்பதிப்பிற்குரிய முன்னுரையுடனும் இணைக்கப்பட்டன. 2) பெரிதாகிவிட்ட அனுசாசன பருவம் சாந்தி பருவத்திலிருந்து பிரிக்கப்பட்டு தனிப்புத்தகமாகக் கருதப்பட்டது. இது நிகழ்ந்தது கி.பி.200-க்கும் கி.பி.400-க்கும் இடைப்பட்ட காலத்தில். இம்மூன்று படிநிலைகளுக்கும் மேலாக விரிவாக்கம் செய்யும் இறுதியான நான்காம் நிலை கி.பி.400-க்கும் பின்னர் தொடங்கியது என்கிறார் பேராசிரியர் ஹாப்கின்ஸ். பாணினி நூலிலும்[2] கிருஹ்ய சூத்திரத்திலும்[3] மகாபாரதம் பற்றிக் காணப்படும் குறிப்புகள் போன்றவைற்றை அடிப்படையாகக் கொண்டு கூறும் அனைத்து வாதங்களையும் ஆராய்ந்து பேராசிரியர் ஹாப்கின்ஸ் இந்த முடிவுக்கு வந்துள்ளார். பேராசிரியர் ஹாப்கின்ஸ் ஆய்வுக்கு எடுத்துக் கொள்ளாத திலகரின் வாதங்கள் இரண்டே உள்ளன. ஒன்று சந்திர குப்த மௌரியனின் சபைக்கு வந்த மெகஸ்தனீஸ்[4] என்னும் கிரேக்கத் தூதரின் கூற்றுகள்; மற்றொன்று ஆதிபருவத்தில் காணப்படும் வானநூல் சான்று[5] உத்தராயண காலம் சிராவணராசி-யிலிருந்து தொடங்குவதாக ஆதி பருவத்தில் குறிப்பிடப்பட்டுள்ளது. மெகஸ்தனீசின் கூற்றுக்களை நாம் மறுக்க இயலாது. ஆனால் அக்கூற்றுக்கள் உணர்த்துவது சௌரசேனிய சமூகத்தில் கிருஷ்ண வழிபாடு கி.மு.300-க்கு முன்பே நிலவியது என்பதுதான்.

ஆனால் இதைக்கொண்டு மகாபாரதம் அப்போதே எழுதப்பட்டு விட்டது என்று எவ்வாறு நிரூபிக்க முடியும்?.அது இயலாது. மேலும் மெகஸ்தனிஸ் கூறும் கதைகளும் நிகழ்வுகளும் மகாபாரதத்-திலிருந்துதான் மெகஸ்தனீஸ் எடுத்ததாகக் கொள்ளவும் இயலாது.

1 .இந்தியாவின் மாபெரும் காவியம் பக்.398

2 .இந்தியாவின் மாபெரும் காவியம் பக்கம் 395

3 இந்தியாவின் மாபெரும் காவியம் பக்கம் 190

4 கீதா இரகசியம் 2 பக்கம் 79

5 கீதா இரகசியம் 2 பக்கம் 789

இக்கதைகளும் நிகழ்வுகளும் காலங்காலமாக உலவி வந்தன என்னும் கருத்தே பொருத்தமுடைது. மகாபாரதத்திற்கும், கிரேக்கத்தூதருக்கும் கதைகளை வழங்கியது இம்மரபே எனலாம்.

திலகர் கூறும் வானநூல் சான்று சரியானதாக இருக்கலாம். சிராவண மாதத்திலிருந்து விசுவாமித்திரர் ராசிகளைக் கணக்கிட்டார் (மா.பா.அஸ்வ.44. 2 மற்றும் ஆதி 71. 34) என்று அனுகீதையில் கூறப்பட்டதாக திலகர் கூறுகிறார். அச்சமயம் சிராவண மாதத்திலிருந்து உத்தராயணம் தொடங்கியது என்று உரையாசிரியர்கள் விளக்கம் கூறுகின்றனர். வேறெந்த விளக்கமும் இதற்குப் பொருந்தாது. வேதாந்த ஜோதிடக் காலத்தில் தனுர் ராசியிலிருந்துதான் உத்தராயணம் தொடங்குவது வழக்கம். வான நூல் கணிப்பின்படி, தனுர் ராசியிலிருந்து உத்தராயனம் தொடங்கிய காலம், சக வருடத்திற்கு சுமார் 1500 ஆண்டுகளுக்கு முன் என்பர். ஒரு ராசி முன்னதாக உத்தராயணம் தொடங்குதற்கு வானியல் கணிப்பின்படி ஆயிரம் ஆண்டுகள் ஆகும். சிராவண ராசியில் உத்தராயணம் தொடங்க காலம் சக வருடத்திற்கு 500 ஆண்டுகளுக்கு முந்தியதாகும், இக்கணிப்பின் அடிப்படையில் மகாபாரதம் முழுவதும் ஒரே சமயத்தில் ஒரே ஆசிரியரால் இயற்றப்பட்டிருக்க வேண்டும். அத்தகைய அனுமானத்திற்கு எவ்வித அடிப்படையுமில்லை என்பது நிச்சயம். இக்காரணத்தை முன்னிட்டு திலகர் காட்டும் வானநூல் சான்று மகாபாரத காலத்தைக் கணிப்பதற்குப் பயன்படாது. அவ்வானியல் குறிப்பு அடங்கியுள்ள மகாபாரதப் பகுதியான ஆதிபருவத்தின் காலத்தைப் கணிப்பதற்கு மட்டுமே அது பயன்படும், எனவே மகாபாரதத்தின் காலம் பற்றிய திலகரின் வாதம் முறியடிக்கப்படுகிறது. நீண்ட கால இடைவெளிக்களுக்கு இடையில் பகுதிப்பகுதியாக இயற்றப்பட்ட தொடர் கதையான மகாபாரதத்திற்குக் குறிப்பிட்ட ஒரு காலத்தினை நிர்ணயிக்க முயல்வது பயனற்றது. மகாபாரதம் கி.மு.400-க்கும் கால கி.பி.400-க்கும் இடையே இயற்றப்பட்டது என்பதை மட்டுமே சொல்ல முடியும். திலகரின் நோக்கங்களுக்கு இத்தகைய முடிவு பயனுள்ளதாக இருக்காது. சில அறிஞர்கள் இதைவிட நீண்ட காலத்தில் பாரத உருவாக்கம் நிகழ்ந்திருக்கும் என்கின்றனர். வனப்பருவத்தின் 190-ஆம் இயலில் குறிப்பிடப்படும் 'எதுகாக்கள்'[1] தவறாக புத்தமத ஸ்தூபிகள் என்று பொருள் கூறப்பட்டுள்ளது. முஸ்லீம் படையெடுப்பாளர்கள் மதம்மாறிய முஸ்லீம்களுக்காகக் கட்டிய 'இத்கா' க்களையே இது குறிக்கும் எனக் கூறப்படுகிறது. இப்பொருள்கோள் சரியானதாயின்,

---

1 தர்மானந்த கோசாம்பி - இந்தி - சமஸ்கிருதமும் அகிம்சையும் (மராத்தி பக்கம்.156)

முகமது கோரியின் படையெடுப்பிற்குப் பிறகும் மகாபாரதத்தில் பிற்சேர்க்கை நிகழ்ந்திருக்கலாம்.

பகவத் கீதையின் காலத்தைப் பற்றிய திலகரின் கருத்தை ஆராய்வோம். அவர்தம் கருத்தில் இருகூறுகள் உள்ளன; ஒன்று கீதை மகாபாரதத்தின் பகுதி என்பதும், இரண்டும் ஒரே காலத்தில் ஒரே ஆசிரியரால் இயற்றப்பட்டது என்பதும் ஆகும். முதலில் இயற்றப்பட்ட கீதையே மாறாமல் இன்றும் அப்படியே இருக்கிறது என்பது இரண்டாம் கூறு. குழப்பத்தைத் தவிர்ப்பதற்காக இரண்டு கருத்துக் கூறுகளையும் தனித்தனியே ஆராய விரும்புகிறேன்.

மகாபாரதத்தில் கீதையைத் திலகர் இணைக்கும் நோக்கம் தெளிவானது. இயற்றப்பட்ட காலம் தெரியாத கீதையை, காலம் தெரிந்த பாரதத்துடன் இணைத்தால் கீதையின் காலத்தையும் முடிவுசெய்யலாம் என்பதே அவரது நோக்கம். மகாபாரதத்திற்கும் கீதைக்கும் ஓர் உள்ளார்ந்த பிணைப்பை ஏற்படுத்துவதற்கு எடுத்துக் கொண்டுள்ள அடிப்படை துரதிஷ்டவசமாக அவரது கோட்பாட்டிலேயே மிகவும் பலவீனமான பகுதியாகும். வியாசர் என்னும் முனிவரே இரண்டையும் இயற்றினார் என்பதால் 'கீதையை மகாபாரதத்தின் ஒரு பகுதியாகக் கருதுவது என்பது - இக் கருத்தைத்தான் திலகரும் முன்வைக்கிறார் - உண்மைக்குப் பதிலாக கற்பனையை ஏற்பதற்கு ஒப்பாகும்.

வியாசர் என்பது நாம் இனம் காணக்கூடிய ஒரு தனிநபரின் பெயர் என்பதை நாம் அனுமானிக்கலாம். ஆனால் மகாபாரதத்தை இயற்றிய வியாசர் என்றும், பிரம சூத்திரங்களை இயற்றிய வியாசர் என்றும் பலவாறாகக் காண்கிறோம். பல நூற்றாண்டு இடைவெளியில் இயற்றப்பட்ட இந்நூல்களுக்கெல்லாம், வியாசர் ஆசிரியர் என்பது ஏற்புடையதன்று. பல பழமைவாத ஆசிரியர்கள் தங்கள் நூல்களுக்கு நல்ல அங்கீகாரம் கிடைக்க வேண்டும் என்பதற்காக புகழ்பெற்ற மேதைகளின் பெயரில் மறைந்து கொண்டு தம் கருத்துக்களை அரங்கேற்றினர்; 'வியாசர்' என்னும் பெயரைத் தம் புனைபெயராகப் பயன்படுத்தினர். கீதையின் ஆசிரியர் வியாசரென்றால், அது வேறொரு வியாசராகத் தான் இருத்தல் வேண்டும். பாரதமும் கீதையும் ஒரே காலத்தில் இயற்றப்பட்டதென்னும் திலகரின் கருத்தை மறுக்கும் வேறொரு சான்றும் இருக்கிறது. மகாபாரதத்தில் 18 பருவங்கள் உள்ளன. புராணங்களும் பதினெட்டே; பகவத்கீதையிலும் 18 இயல்களே இருக்கின்றன என்பது கவனிக்கத்தக்கது. இங்கு எழும் வினா, இத்தகைய ஒற்றுமை காணப்படுவது ஏன்? பழங்கால ஆசிரியர்கள், சில பெயர்களையும், சில எண்களையும் புனிதமாகக் கருதினார்கள். வியாசரின் பெயரும் 18 என்னும் எண்ணும் இதற்கு நல்ல உதாரணங்களாகும். பகவத் கீதையின் இயல்கள் பதினெட்டு

என்பது மிக முக்கியத்துவம் வாய்ந்தது. பதினெட்டு என்னும் எண்ணைப் புனிதமானதாக நிர்ணயித்தது மகாபாரதமா? கீதையா? மகாபாரதமென்றால், கீதை பின்னர் இயற்றப்பட்டிருத்தல் வேண்டும். கீதைஎன்றால், மகாபாரதம் பின்னர் இயற்றப்பட்டிருத்தல் வேண்டும் எப்படியென்றாலும் இரண்டும் ஒரே காலத்தில் இயற்றப்பட்டிருத்தல் இயலாது.

மேற்கூறிய வாதங்களைத் திலகரின் கருத்துக்கு எதிராக முடிவாகக் கொள்ளல் இயலாது. எனினும் திட்டவட்டமான வேறொரு வாதத்தை இங்கு குறிப்பிட விரும்புகிறேன். பாரதத்திலும், கீதையிலும் கிருஷ்ணனின் நிலைதான் அது. மகாபாரதத்தில் கிருஷ்ணன் கடவுளாக யாராலும் ஒப்புக் கொள்ளப்படவில்லை. மனிதர்களிலே கூடப் பலர் கிருஷ்ணனுக்கு முதல் மரியாதை தர மறுப்பதை பாரதம் காட்டுகிறது. இராசசூய யாகமுடிவில், தருமர் கிருஷ்ணனுக்கு முதல் மரியாதை தர முன்வந்த பொழுது, கிருஷ்ணனின் நெருங்கிய உறவினரான சிசுபாலன் எதிர்த்து, கிருஷ்ணனைத் திட்டிடக் காண்கிறோம். கீழான பிறவியாளன், நெறி கேடன், சூழ்ச்சிக்காரன், வெற்றிக்காகப் போர் விதிகளை மீறிய சதிகாரன் என்றெல்லாம் அவன் வசை மாரி பொழிகிறான். இந்த வசைகளெல்லாம் மிகவும் வெறுக்கத்தக்கவை என்றாலும் கிருஷ்ணன் பல செயல்களைப் புரிந்தவன் என்பது உண்மையே. துரியோதனன் இக்குற்றச்சாட்டுகளைக் கிருஷ்ணனின் முகத்திற்கு நேராக முழங்கியபொழுது, வானுலகத்து தேவர்களெல்லாம் வந்து அவன்மீது பூமழை பொழிந்தனர். துரியோதனின் குற்றச்சாட்டுகள் முற்றிலும் உண்மையே உண்மையைத் தவிர வேறில்லை என்பதற்கு அடையாளமாக இவ்வாறு செய்தனர். காட பருவத்திலேயே இந்நிகழ்ச்சி குறிப்பிடப்படுகிறது, ஆனால் பகவத் கீதையோ கிருஷ்ணனை எல்லாம் வல்ல இறைவனாக, அனைத்தையும் அறிந்தவனாக, எங்கும் நிறைந்தவனாக தூய்மையும் அன்பும் துலங்கும் நல்லோனாகச் சித்தரிக்கிறது. ஒரே கதாபாத்திரத்தைப் பற்றி மாறுபட்ட இருவேறு கணிப்புகள் கொண்ட இரு நூல்கள் ஒரே காலத்தில் ஒரே ஆசிரியரால் இயற்றப்பட்டிருத்தல் இயலாது. பகவத் கீதைக்குப் புத்தருக்கு முற்பட்ட காலத்தை நிர்ணயிப்பதில் திலகர் காட்டிய அந்த ஆர்வம் அவரது கண்ணை மறைத்தது இரங்கத்தக்கதே.

திலகரின் இரண்டாவது கருத்துரையும் பொருளற்றதே. பகவத் கீதை இயற்றப்பட்ட காலத்தை நிர்ணயிக்க முயல்வதும் கானல் நீரைத் தேடிச் செல்வதற்கு ஒப்பானாதேயாகும். இம் முயற்சி தோல்விதான் அடையும். ஏனெனில், பகவத் கீதை ஒரே ஆசிரியரால் இயற்றப்பட்ட ஒரு புத்தகம் அன்று. வெவ்வேறு ஆசிரியர்கள் வெவ்வேறு காலங்களில் இயற்றிய புத்தகங்களின் தொகுதியே கீதை.

இத்தகைய ஆய்வுமுறையை மேற்கொண்டது பேராசிரியர் கார்பே ஒருவரே. பேராசிரியர் கார்பே கீதையில் இரு பிரிவுகள் உள்ளன: ஒன்று மூலம், மற்றொன்று பிற்சேர்க்கை என்கிறார். இது கூட எனக்கு நிறைவளிக்கவில்லை. பகவத் கீதையை நான் ஆய்வு செய்ததில், கீதையில் நான்கு பகுதிகள் உள்ளதாக உணர்கிறேன். அப்பகுதிகள் தெள்ளத் தெளிவாகக் காணப்படுவதால், இந்த ஆய்வுக் கட்டுரை-யிலேயே சுட்டிக்காட்டலாம். (1) மூல கீதையை ஒரு வீரகாவியக் கதை அல்லது வீரகாவியப் பாடல் எனலாம். அர்ஜுனன் எவ்வாறு போர்புரிய விரும்பாமல் இருந்தான் என்பதையும், கிருஷ்ணன் எவ்வாறு போர் புரியுமாறு அவனை வற்புறுத்தினான் என்பதையும் இறுதியில் அர்ஜுனன் எவ்வாறு சம்மதித்தான் என்பதையும் விளக்கும் ஒரு வீரகாவியமே கீதை. அச்சமயம் அது உணர்ச்சி மிக்க கதையாக இருந்ததே தவிர, சமய சம்பந்தமானதாகவோ, தத்துவத் தொடர்புடையதாகவோ இருக்கவில்லை.

மூலகீதை இயல் 1 மற்றும் 2-ல் காணப்படுகிறது. இயல் 11 செய்யுள் 32-33 இல் கிருஷ்ணன் தன் வாதத்தை முடித்துக் கூறுகிறார்.

"என் கருவியாக இயங்கு, என் விருப்பத்தை நிறைவேற்று, போரில் ஏற்படும் பழி பாவங்களைப் பற்றிச் சிந்திக்காதே. நான் சொன்னபடி செய், கீழ்ப்படியாது இருக்காதே". இத்தகைய வாதத்தின் மூலமே கிருஷ்ணன் அர்ஜுனனைப் போரிடச் சம்மதிக்க வைத்தார். கிருஷ்ணன் அர்ஜுனன் மீது வன்முறையைப் பயன்படுத்தப் போவதாகவும் மிரட்டியிருத்தல் வேண்டும். கிருஷ்ணன் விஸ்வரூபம் எடுத்ததாகக் கூறப்படுவதை வன்முறையைப் பயன்படுத்தப் போவதாக மிரட்டும் ஒருவழி என்றே கொள்ளல் வேண்டும். அவ்வாறு கொண்டால், இப்போதைய கீதையில் கிருஷ்ணன் விஸ்வரூபமெடுத்ததை வருணிக்கும் இயல் மூல கீதையின் ஒரு பகுதியாக இருந்திருக்க வேண்டும். (2) மூல கீதையில் செய்யப்பட்டுள்ள முதல் ஒட்டு வேலை கிருஷ்ணனைப் பாகவத சமயத்தின் கடவுளான ஈஸ்வரனாகச் சித்தரிக்கும் பகுதிதான், தற்போதைய கீதையில் பக்தி மார்க்கத்தை வருணிக்கும் பகுதிகள் இவ்வகையைச் சேர்ந்தவைதாம், (3) பூர்வ மீமாம்சையின் கோட்பாடுகளுக்கு ஆதரவாக வேதாந்த, சாக்கிய தத்துவங்களைக் கீதை சுட்டிக் காட்டுவது முன்னரில்லாத வகையில், இரண்டாம் ஒட்டு வேலை ஆகும். பகவத் கீதையின் தத்துவப் பகுதி பிற்கால இடைச் செருகல் என்பதை மூல கீதையின் உரையாடல் தொடர்புடைமையைக் கொண்டு எளிதில் நிறுவலாம்.

இயல் 1, செய்யுள் 20-47- இல் அர்ஜுனன் இந்த இடர்ப்பாடுகளைக் குறிப்பிடுகிறான். இயல் 3 11-இல் அர்ஜுனன் கூறும் தடைகளுக்குக் கிருஷ்ணன் விடையளிக்க முயல்கிறார். வாதங்களும் எதிர்வாதங்களும்

இடம் பெறுகின்றன. 2,3, ஆம் செய்யுளில் கிருஷ்ணன் அர்ஜுனனிடம் அவன் நடத்தை இகழத்தக்கது என்றும் ஆரிய வமிசத்தினனுக்குப் பொருந்தாதது என்றும், பேடிபோல் நடந்துகொள்வது அவனுக்குத் தக்கதன்று என்றும் கூறுகிறார். அர்ஜுனன் இதற்கு கூறும் பதில் செய்யுள் 4-8 இல் காணப்படுகிறது. செய்யுள் 4,5,-இல் பெரிதும் 20 போற்றுதலுக்குரிய பீஷ்மரையும், துரோணரையும் எவ்வாறு கொல்வது? மரியாதைக்குரிய மூத்தவர்களைக் கொன்று அரசாட்சி அடைய நான் சிறிதும் விரும்பவில்லை என்று அவன் கூறுகிறான். செய்யுள் 6-8இல் எது சிறந்ததென்று எனக்குத் தெரியவில்லை. கௌரவர்களைக் கொல்வதா, கௌரவர்களால் கொல்லப்படுவதா? என்று அர்ஜுனன் குழம்புகிறான், இதற்குக் கிருஷ்ணன் கூறும் மறுமொழி செய்யுள் 11-39-இல் அடங்கியுள்ளது. 1) அனைத்தும் அழியக் கூடியதாதலின் துயரம் நியாயமற்றது. 2) ஆன்மா நிரந்தரமானதால், மனிதன் கொல்லப்படுகிறான் என்பது தவறான கருத்து. 3) போரிடுதலே சத்திரியனின் கடமையாதலின் அவன் போரிட்டே ஆக வேண்டும் என்பதே கிருஷ்ணனின் மறுமொழி.

இவ்வுரையாடலைப் படிப்பவர் பின்வரும் குறிப்புகளைக் காண்பர்:1) அர்ஜுனன் கேட்கும் வினாக்கள் தத்துவ வினாக்கள் அல்ல, உலகியல் சிக்கல்களை எதிர்கொள்ளும் சாதாரண மனிதன் கேட்டும் இயல்பான வினாக்கள்.

2) ஒரு கட்டம் வரை, கிருஷ்ணன் அவற்றை இயல்பான வினாக்களாகவே கருதி இயல்பான விடைகளைக் கூறுகிறார்.

3) உரையாடல் புதிய திருப்பத்தைச் சந்திக்கிறது. அர்ஜுனன் தான் போரிடப் போவதில்லையென்று திட்டவட்டமாகக் கூறுவதுடன் திடீரென்று ஒரு புதிய மாற்றத்துக்கு உள்ளாக்கி, கௌரவர்களால் கொல்லப்படுவது நல்லதா, கௌரவர்களைக் கொல்வது நல்லதா என்று வினவுகிறான். இதனால் அர்ஜுனன் கூறிய எதனுடனும் தொடர்பற்ற, திடீர் திருப்பத்தை ஏற்படுத்தி, யுத்தத்தைத் தத்துவரீதியாக நியாயப்படுவதற்குரிய வாய்ப்பு கிருஷ்ணனுக்கு ஏற்படுகிறது.

4) மீண்டும் கிருஷ்ணனின் வாதம் கீழிறங்கி ஒலிக்கிறது, செய்யுள்கள் 31-38 இதைப் புலப்படுத்துகின்றன; சத்திரியனின் கடமை போரிடுவதாதலின், போரிடுக என்று அவர் அறிவுறுத்துகின்றார்.

இங்கு வேதாந்தக் கருத்தை இடையில் நுழைத்தது இயற்கை மீறியது என்பதையும் பிற்கால இடைச் செருகல் என்பதையும் எவரும் உணர இயலும். சாங்கிய தத்துவத்தை இடையில் செருகியிருக்கும் காரணமும் தெளிவே. அர்ஜுனன் கேள்வி கேட்காமலே விடையளிக்கும் முறையில், இத்தத்துவம் செருகப்பட்டுள்ளது. போருக்குத் தொடர்பில்லாத கேள்விக்கு விடையளிக்கும் முறையிலும் அமைக்கப்பட்டுள்ளது.

5) கிருஷ்ணன் ஈஸ்வரன் நிலையிலிருந்து பரமேஸ்வரனாகப் பதவி உயர்வு பெறும் பகுதி மூல கீதையில் செய்யப்பட்டுள்ள நான்காவது ஒட்டுவேலையாகும். இயல் 10,15-இல் இந்த ஒட்டு அடங்கியிருப்பதை எளிதில் காணமுடியும். அப்பகுதியில் கிருஷ்ணன் கூறுகிறார்.

(மேற்கோள் குறிப்பிடப் பெறவில்லை)

ஏற்கனவே கூறியது போல, பகவத் கீதையின் காலத்தை நிர்ணயிக்க முயல்வது அறிவுடைமையாகாது. அவ்வாறு முயற்சி மேற்கொள்ளப்படுவதில் பயனிருக்க வேண்டுமெனில், ஒவ்வொரு ஒட்டிற்கும் உரிய காலத்தை நிர்ணயிக்க வேண்டும். இவ்வகையில் ஆராயப்புகின், தத்துவ வாசனையற்ற மூல பகவத் கீதை, 'ஜெயம்' என்று அழைக்கப்படும் முதற் பாரதத்தின் பகுதியாகும் என்பதைக் காணலாம்.

கிருஷ்ணனை ஈஸ்வரனாகச் சித்தரிக்கும் பகுதியான முதல் ஒட்டுவேலை மெகஸ்தனீஸ் காலத்திற்குப் பிறகு நடந்திருக்கும் எனக் கொள்ளுதல் வேண்டும். ஏனெனில் மெகஸ்தனீஸ் காலத்தில் கிருஷ்ணன் இனக் குழுத் தேவதையாகவே[1] காட்சியளிக்கிறார். இது எவ்வளவு பிந்தியதெனக் கூறுதல் எளிதன்று. ஆனால் பின்னர் ஆய்ந்தாக வேண்டும். கணிசமான காலம் கடந்திருத்தல் வேண்டும். தொடக்கத்தில் கிருஷ்ணன் வழிபாட்டைப் பிராமணர்கள் விரும்பவில்லை என்பதை நினைவில் கொளல் அவசியம். உண்மையில் கிருஷ்ணன் வழிபாட்டைப் பிராமணர்கள் எதிர்த்தனர்.[2] கிருஷ்ண வழிபாட்டிற்குப் பிராமணர்கள் மனம் ஒப்பி வருவதற்குக் கணிசமான காலம் கடந்திருத்தல் வேண்டும்.[3]

சாங்கிய, வேதாந்த தத்துவக் கருத்துக்களை நுழைத்த இரண்டாம் ஒட்டு, ஜைமினி, வாதராயனர் ஆகியோரின் சூத்திரங்களுக்குப் பிந்தியதாதல் வேண்டும். இச்சூத்திரங்கள் இயற்றப்பட்ட காலத்தைப் பேராசிரியர் ஜெகோபி கவனமாக ஆராய்ந்து கி.பி. 200-450க்கு இடைப்பட்ட காலம் என்று நிர்ணயித்துள்ளார்.

---

1 டாக்டர் பந்தார்கர் 'சைவம், வைணவம்' என்னும் கட்டுரையில் முதல் மௌரிய அரசன் காலத்திலேயே கிருஷ்ண வழிபாடு இருந்திருக்கிறதென்றால், அதற்கு வெகு காலத்திற்கு முன்னரே அவ்வழிபாடு தோன்றியிருத்தல் வேண்டுமென்கிறார். இக்கூற்று ஏற்கத் தக்கதே, ஆயினும் கிருஷ்ணன் இனக் குழுத் தேவதையாக இருந்த காலத்தையும், ஈஸ்வரனாக உயர்ந்த காலத்தையும் பிரித்துப் பார்க்க வேண்டும் என்பது என்கருத்து, முதற்படி நிலைக்கு, பந்தார்கரின் கருத்து பொருந்தும், இரண்டாம் நிலைக்கு அக்காலம் பொருந்தாது. கீதைக்கு இரண்டாம் நிலைதான் பொருந்தும்.
2 மிகவும் பிற்பட்ட காலத்தைச் சேர்ந்த சங்கராச்சாரியர் கிருஷ்ண வழிபாட்டை எதிர்த்தார்.
3 பிராமணர்களின் தத்துவ சூத்திரங்களின் காலம், அமெரிக்கக் கீழ்த்திசைச் சங்கத்தின் இதழ் பகுதி 31-19:1.

ஈஸ்வர நிலையிலிருந்து பரமேஸ்வர நிலைக்குக் கிருஷ்ணன் உயர்த்தப்படும் பகுதியாகிய மூன்றாம் ஒட்டு குப்தர்களின் காலத்தைச் சேர்ந்ததாய் இருக்க வேண்டும். காரணம் தெளிவாகக் காணப்படுகிறது. கிருஷ்ண-வாசுதேவ வழிபாட்டையே குலதெய்வ வழிபாடாகக் குப்த மன்னர்கள் கொண்டனர். ஏனெனில் அவர்களுக்கு எதிரிகளான சாக மன்னர்கள் மகாதேவனைக் குலதெய்வமெனக் கொண்டாடினர். பிராமணர்கள் சமயத்தை வணிகமாகக் கருதினர். எனவே ஒரு குறித்த கடவுளையே நிலையாக வழிபட்டதில்லை. ஆளும்வர்க்கம் வழிபடும் தெய்வத்தை அவர்தம் மனம் மகிழ எல்லாம் வல்ல பரமேஸ்வரனாக உயர்த்திப் பிடித்து வழிபட்டனர். இவ்விளக்கம் சரியெனில், கடைசி இடைச் செருகல் கி.பி. 400-464 கால கட்டத்தில் நிகழ்ந்திருத்தல் வேண்டும்.

புத்தருக்கு முற்பட்டதாகப் பகவத் கீதையைக் கொண்டு செல்லும் போக்கு மேற்கூறியவற்றால் முறியடிக்கப்படுகிறது. புத்தரையும் அவர் தம் புரட்சிகர வேதத்தையும் விரும்பாத அறிஞர்களின் கற்பனையின் விளைவே இக்கருத்து. இக்கருத்திற்கு வரலாற்றுச் சான்றில்லை. பகவத் கீதையின் தத்துவ விசாரணையைச் சேர்ந்த பகுதிகள், புத்த தத்துவத்திற்கும், ஜைமினி, வாதராயனர் சூத்திரங்களுக்கும் பிற்பட்டவை என்று வரலாறு நிறுவுகிறது.

காலக் கணிப்பைப் பற்றிய மேற்கூறிய விவாதங்கள் பகவத் கீதை, ஹீனாயன புத்த மதத்திற்கு மட்டுமல்லாமல், மகாயன புத்த மதத்திற்கும் பிற்பட்டது என்று மெய்ப்பிக்கின்றன, மகாயன புத்த மதம் பிற்பட்டது என்றும் ஒரு கருத்து நிலவுகிறது.

கி.பி. 100-இல் புத்த மத தத்துவ வேறுபாடுகளை முடிவுக்குக் கொண்டு வருவதற்காகக் கனிஷ்கர் கூட்டிய மூன்றாம் சபைக்கும் பின்னர் இது தோன்றியதாகத் தவறாகக் கணிக்கப்படுகிறது. இது முற்றிலும் தவறான கணிப்பு.[1] அச்சபைக் கூட்டத்திற்குப் பின்னர் புத்தமதத்தில் ஒரு புதிய பிரிவு ஏற்பட்டதென்பது சரியன்று. பழைய பிரிவுகளுக்கு இழிவான புதிய பெயர்கள் சூட்டப்பட்டன. கிமுரா கூறுவதைப் போல, மகாசங்கிகர் என்னும் புத்தமதப் பிரிவினருக்கு மகாயனப் பிரிவினர் என்னும் பெயர் வழங்கலாயிற்று. புத்தர் இறந்து 236 ஆண்டுகள் கழித்து, அதாவது கி.மு.307-ல்[2] பாடலிபுத்திரத்தில் முதல் புத்தமத மகாசபை கூட்டப்பட்டது. புத்த நெறிகளை வரையறுத்தற்

1 பார்க்க: பௌத்தத்தின் தோற்றம், இதழ் பகுதி 31-19; ரியுஹான் கிமுரா, கொல்கத்தா பல்கலைக்கழகம், 1927.

2 புத்தரின் மறைவு ஆண்டு கி.மு 453 எனக் கொண்டால் இந்த ஆண்டாகிறது. கி.மு 543 எனக் கொண்டால் கி.மு.217 ஆகிறது.

பொருட்டு அம்மன்றம் கூடியது. தேரவாத புத்தமதத்தைக் கண்டித்து அதற்கு ஹீனாயனம் என்னும் பெயர் சூட்டப் பெற்றது. ஹீனாயனம் என்பது கீழான பிரிவு என்று பொருள்படும். மகாயனர்கள் என்று பின்னர் அழைக்கப்பட்ட மகாசங்கிகரின் காலத்தில் கீதைத் தத்துவங்கள் உருவாகவில்லை. இத்துடன் மட்டுமன்றி, மகாயனர்கள் கீதை-யிலிருந்து என்ன கடன் வாங்கினார்கள்? உண்மையில், கீதையிலிருந்து அவர்கள் என்ன கடன் வாங்கிட முடியும்? கிமுரா கூறுவது போல, புத்த தத்துவப் பிரிவுகள் மூன்று கோட்பாடுகளை முதன்மையாக முன்னிறுத்துகின்றன. 1) பிரபஞ்சத்தின் இருப்பைப் பற்றியன 2) புத்தமத தத்துவத்தைப் பற்றியது 3) மானிட வாழ்வியலைப் பற்றியது. மகாயனம் இதற்கு விதிவிலக்கன்று. புத்தமத தத்துவத்தைத் தவிர, மகாயனர்களுக்குக் கீதை பயன்படாது. இருவேறு கோட்பாடுகளுக்கும் இடையேயுள்ள வேறுபாடு அத்தகையது. கால வேறுபாட்டால் இதுவும் சாத்தியமில்லை.

மேற்கூறிய விவாதம் என் கருத்திற்கு எதிரான ஒரே வாதத்தை உடைத்துவிடுகிறது. பகவத் கீதை மிகவும் புராதனமானது, புத்தருக்கு முற்பட்டது என்ற கோட்பாடு தகர்ந்து விடுகிறது. ஜைமினியின் பூர்வமீமாம்சையில் அடங்கிய எதிர்ப்புரட்சிக் கருத்துக்களுக்குத் தத்துவக் கவசம் தந்திடவே பகவத் கீதை முயல்கிறது என்பதும் தெளிவாகிறது.

சுருங்கக் கூறின், என்கருத்து முப்பரிணாமம் கொண்டது. முக்கூறுகளை உடையது. முதலாவதாக, எதிர்ப் புரட்சியின் அதிகாரப்பூர்வமான பைபிள் எனக்கருதப்படும் ஜைமினியின் பூர்வ மீமாம்சையைப் போலவே பகவத் கீதையும் எதிர்ப்புரட்சி நூல் ஆகும். இயல் 2, 40-46இல் உள்ளவற்றை மேற்கோள் காட்டி, சில அறிஞர்கள் பகவத் கீதை...

(எங்களிடமுள்ள அனைத்து நகல்களிலும், இவ்விடத்தில் கட்டுரை பூர்த்தியாகாமல் நிற்கிறது. மேலே உள்ள தொடர் இதனை உணர்த்துகிறது - பதிப்பாசிரியர்கள்)

★★★

இயல் 10

விராட பருவம் மற்றும் உத்தியோக பருவம் பற்றிய பகுப்பாய்வுக் குறிப்புகள் :

விராட பருவம்

1. பாண்டவர்களைக் கண்டறிவதற்காக அனுப்பப்பட்ட ஒற்றர்கள் திரும்பி வந்து பாண்டவர்களைக் காணமுடியவில்லை, மேலே என்ன செய்வதென்று துரியோதனனிடம் முறையிடுகிறார்கள் - விராட பருவம், அத்யா-25,

2. தன் ஆலோசகர்களிடம் துரியோதனன் யோசனை கேட்கிறான். வேறு ஒற்றர்களை அனுப்புமாறு கர்ணன் கூறுகிறான். பாண்டவர்கள் கடலைத் தாண்டிச் சென்றிருப்பார்கள், அவர்களைத் தேடிக் கண்டுபிடிக்க வேண்டும் என்கிறான் துச்சாதனன் - மேற்படி, அத்யா - 26.

3. பாண்டவர்களைத் தோற்கடிக்கவோ அழிக்கவோ முடியாது. அவர்கள் தவசிகளாக வாழ்ந்து கொண்டிருக்கலாம். எனவே, சித்தர்களையும் பிராமணர்களையும் ஒற்றர்களாக அனுப்புமாறு துரோணர் கூறுகிறார். - மேற்படி, அத்யா - 27.

4. பீஷ்மர் துரோணரை ஆதரிக்கிறார் - மேற்படி, அத்யா 28

5. கிருபாச்சாரியர் பீஷ்மர் கருத்தை ஆதரித்து, பாண்டவர்கள் வலிமைமிக்க பகைவர்கள். சிறிய பகைவரையும் கூட விவேகிகள் புறக்கணிப்பதில்லை. அவர்கள் அஞ்ஞாதவாசத்திலிருக்கும் பொழுதே, இப்போதிருந்தே படைகளைத் திரட்ட வேண்டுமென்கிறார் - மேற்படி, அத்யா 29.

6. திரிகர்த்த தேசத்து அரசன் சுசர்மன் வேறொரு பிரச்சினையை எழுப்புகிறான். விராட மன்னனின் படைத்தலைவனாக இருந்த கீசகன் இறந்து விட்டான் என்று கேள்வி. கீசகன் இறந்து விட்டதனால் விராட தேசம் வலுவிழந்திருக்கிறது. ஆகவே, ஏன் விராட தேசத்தின் மீது படையெடுக்கக் கூடாது? இதுதான் படையெடுப்பதற்குத் தக்க தருணம் என்கிறான். கர்ணனும் சுசர்மனை ஆதரிக்கிறான். பாண்டவர்களைப் பற்றி ஏன் கவலைப்படுகிறீர்கள்? அவர்கள் செல்வமும் படையுமின்றி வீழ்ச்சியுற்றிருக்கிறார்கள். ஏன் அவர்களைத் தொந்தரவு செய்ய வேண்டும்? இதற்குள் பாண்டவர் இறந்திருக்கக்கூடும். தேடுவதை விட்டு விட்டு சுசர்மன் கூறும் திட்டத்தைச் செயல்படுத்துவோம் என்கிறான் - மேற்படி, அத்யா -30.

7. விராட தேசத்தின் மீது சுசர்மன் படை எடுத்தல். விராடனனின் பசுக்களைச் சுசர்மன் கவர்ந்து செல்கிறான். இச்செய்தியைப் பசுமந்தை

மேய்ப்பர்கள் விராடனிடம் கூறுகின்றனர். சுசர்மனைப் பின் தொடர்ந்து பசுக்களை மீட்க வேண்டும் என்கின்றனர். - மேற்படி, அத்யா - 31.

8. விராடதேசம் போருக்குத் தயாரானது. இதற்கிடையில், விராடனின் இளைய தம்பி சாதனிகன் தனியாகச் செல்வதை விட, கங்கன் (சகாதேவன்) வல்லவன் (யுதிஷ்டிரன்), சாந்திபாலன் (பீமன்), கிரந்திகன் (நகுலன்) ஆகியோரைத் துணைக்கழைத்துக் கொண்டு சுசர்மனுடன் போர்புரிய வேண்டுமென்கிறான். விராடனும் சம்மதித்து அனைவரும் செல்கின்றனர். - மேற்படி, அத்யா -31.

9. சுசர்மனுக்கும் விராடனுக்கும் போர் நடக்கிறது மேற்படி, அத்யா - 32.

10. விராடனை யுதிஷ்டிரன் தப்புவிக்கிறார் - மேற்படி, அத்யா - 33.

11. அரசன் பாதுக்காப்பாக இருக்கிறானென்று விராட நகரில் அறிவிக்கப்படுகிறது. மேற்படி அத்யா-34.

விராட நகரத்தில் கௌரவர் நுழைதல்

12. விராடன் சுசர்மனுடன் போர்புரியச் சென்றவுடன், பீஷ்மர், துரோணர், கர்ணன், கிருபர், அசுவத்தாமன், சகுனி, துச்சாதனன், விவின்ஷாதி, விகர்ணன், சித்திரசேனன், துர்முகன், துசாலன் மற்றும்பல வீரர்களுடன் துரியோதனன் விராட நகரில் நுழைந்து பசுக்களைக் கடத்திச் செல்கிறான். பசு கூட்டத் தலைவர்கள் இச்செய்தியை விராடனின் அரண்மனைக்கு வந்து தெரிவிக்கிறார்கள். அரசன் இல்லாததால், அரசகுமாரன் உத்தரனிடம் செய்தி கூறுகின்றனர். - மேற்படி, அத்யா-35.

13. உத்தரன் தான் அர்ஜுனனைவிட மேலான வீரனென்றும், தானே பசுக்களை மீட்க முடியுமென்றும் பெருமை பேசுகிறான். தன் சாரதியாகப் பணியாற்ற யாருமில்லையே என்று வருந்துகிறான். திரௌபதி உத்தரனிடம், பிருகந்நளை ஒரு காலத்தில் அர்ஜுனனின் சாரதியாக இருந்தவன், ஏன் அவனைக் கேட்கக் கூடாது? என்கிறாள். இவ்வாறு கேட்க தனக்குத் துணிவில்லை என்றும், திரௌபதியையே கேட்குமாறும் கூறுகிறான். அவனது இளைய சகோதரி மனோரமையை அனுப்பிக் கேட்குமாறு, திரௌபதி கூற, பிருகந்நளையை அழைத்து வருமாறு மனோரமையை அனுப்புகிறான் - மேற்படி, அத்யா-36.

14. மனோரமை பிருகந்நளையைச் சகோரர்களிடம் அழைத்துச் செல்கிறாள். உத்தரனின் சாரதியாகப் பணியாற்றுமாறு பிருகந்நளையைக் கேட்கிறான். பிருகந்நளையும் இதற்குச் சம்மதித்து உத்தரன் ரதத்தை கௌரவர்களின் சேனை முன்பு கொண்டுபோய் நிறுத்துகிறான். மேற்படி, அத்யா-37.

15. கௌரவ சேனையைப் பார்த்ததும், உத்தரன் ரதத்திலிருந்து கீழே குதித்து அஞ்சி ஓடினான். அர்ஜுனன் அவனைத் தடுத்து நிறுத்தினான். இதைக் கண்டதும் உத்தரனின் சாரதி அர்ஜுனனாக இருக்கக்கூடுமென்று கௌரவர் ஐயுற்றனர். அர்ஜுனன் உத்தரனின் அச்சத்தைப் போக்கினான். மேற்படி, அத்யா-38.

16. அர்ஜுனன் ரதத்தை ஷாமி மரத்திற்கு ஓட்டிச் சென்றான். இதைப்பார்த்ததும் துரோணர் இது அர்ஜுனனே என்றார். இதைக் கேட்டதும் கௌரவர் மனம் தடுமாறினர். ஆனால் துரியோதனன், துரோணர் கூறியது சரியாயின், நமக்கு நல்லதுதான் என்றான். 13 ஆண்டுகள் முடிவதற்கு முன்பு அஞ்ஞாதவாச காலத்தில் பாண்டவர் கண்டுப்பிடிக்கப்படுவராயின், அவர்களை மீண்டும் 12 ஆண்டுகள் வனவாசத்திற்கு அனுப்பலாம் என்றான். - மேற்படி, அத்யா-39.

17. ஷாமி மரத்தில் ஏறி ஆயுதங்களை எடுத்துத் தருமாறு உத்தரனை அர்ஜுனன் ஏவுகிறான். - மேற்படி, அத்யா-40.

18. ஷாமி மரத்திலுள்ள பிணத்தைப் பற்றி உத்தரன் ஐயுறுகிறான். மேற்படி, அத்யா-41.

19. ஆயுதங்களைப் பார்த்து உத்தரன் பரவசமடைதல் மேற்படி, அத்யா-42.

20.அர்ஜுனன் ஆயுதங்களைப் பற்றி வருணித்தல். மேற்படி, அத்யா-43

21. பாண்டவர்களின் இருப்பிடம் பற்றி உத்தரன் கேட்டல். மேற்படி, அத்யா-44.

22.உத்தரன் மரத்திலிருந்து இறங்குதல். மேற்படி, அத்யா-45.

23.தேரில் வானரச் சின்னம் காணப்படுகிறது. அது அர்ஜுனனே என்று துரோணர் நிச்சயிக்கிறார். கௌரவ சேனை தீயசகுனங்களைக் காண்கிறது. - மேற்படி, அத்யா-46.

24. உத்தரனின் சாரதியாக வந்திருப்பவன் அர்ஜுனனே என்று துரோணர் கூறியதும் அச்சமடைந்த சேனைகளை துரியோதனன் ஊக்குவித்தல். துரோணர் மீது பழி சுமத்திய கர்ணன் அவரைப் படைத்தலைவர் பதவியிலிருந்து நீக்க வேண்டுமென்கிறான். - மேற்படி, அத்யா-47.

25. கர்ணனும், பிரதிஞ்நனும் அர்ஜுனனைத் தோற்கடிக்கச் சபதம் எடுத்தல் - மேற்படி, அத்யா-48.

26. பெருமை பேசுவதையும், சுயதம்பட்டம் அடிப்பதையும் நிறுத்துமாறு கிருபாச்சாரியர் கர்ணனிடம் கூறுகிறார். போர் கொடியது என்று சாத்திரங்கள் கூறுகின்றன என்கிறார். மேற்படி, அத்யா-49.

27. துரோணரைப் பழிதூற்றியதற்காக, அசுவத்தாமன் கர்ணனையும் துரியோதனனையும் திட்டுகிறான். - மேற்படி, அத்யா-50.

28. துரோணரைப் பழிதூற்றியமைக்காக, அசுவத்தாமன் கர்ணனை இகழ்கிறான். இதற்குக் கர்ணன் பின்வருமாறு பதில் கூறுகிறான்; 'என்னவிருந்தாலும் நான் ஒரு சூதன்தானே (தேர்ப்பாகன்). இராமன் வாலியிடம் நடந்து கொண்டது போலல்லவா, அர்ஜுனன் என்னிடம் நடந்து கொள்கிறான்". - மேற்படி, அத்யா-51. 66

29. பீஷ்மர், துரோணர், கிருபர் அசுவத்தாமனைச் சமாதானப்படுத்தினர். துரியோதனனும் கர்ணனும் துரோணனிடம் மன்னிப்புக் கேட்டனர். - மேற்படி, அத்யா-51.

30. பாண்டவர்கள் 13 ஆண்டு வனவாசம் முடிந்து விட்டது என்று பீஷ்மர் தீர்ப்பளித்தல் - மேற்படி, அத்யா-52.

31. அர்ஜுனன் கௌரவ சேனையைத் தோற்கடித்தல். - மேற்படி, அத்யா-53.

32. அர்ஜுனன் கர்ணனின் பரதத்தைத் தோற்கடித்தல். அர்ஜுனன் கர்ணனைத் தோற்கடித்தல், கர்ணன் போர்க்களம் விட்டு ஓடுதல். மேற்படி, அத்யா-54.

33. அர்ஜுனன் கௌரவ சேனையை அழித்து, கிருபரின் தேரை உடைத்தல். மேற்படி, அத்யா-55.

34. அர்ஜுனனுக்கும் கௌரவ சேனைக்கும் நடந்த யுத்தத்தைப் பார்க்க வானவர் குழுமினர். - மேற்படி, அத்யா-56.

35. கிருபரும் அர்ஜுனனும் போர்புரிதல். கிருபர் ஓட்டம். - மேற்படி, அத்யா-57.

36. துரோணரும் அர்ஜுனனும் போர்புரிதல் - துரோணர் ஓட்டம். மேற்படி, அத்யா-58.

37. அசுவத்தாமனுக்கும் அர்ஜுனனுக்கும் நடந்த போர். - மேற்படி, அத்யா-59.

38. அர்ஜுனனுக்கும் கர்ணனுக்கும் நடந்த போரில் கர்ணன் தோல்வியடைதல். - மேற்படி, அத்யா-60.

39. பீஷ்மரை அர்ஜுனன் தாக்குதல் - மேற்படி, அத்யா-61.

40. கௌரவப் படைவீரரை அர்ஜுனன் அழித்தல், - மேற்படி, அத்யா-62.

41. பீஷ்மர் தோல்வியுற்று, களத்தை விட்டு ஓடுதல். மேற்படி, அத்யா-64.

42. கௌரவப் படைவீரர் மயக்கமடைதல் - வீடுதிரும்புமாறு பீஷ்மர் அவர்களுக்குப் புத்திமதி கூறுதல். - மேற்படி, அத்யா-66.

43. கௌரவப் படைவீரர்கள் அபயமென அர்ஜுனனைச் சரண் அடைகின்றனர். உத்தரனும், அர்ஜுனனும் விராட நகருக்குத் திரும்புகின்றனர். -மேற்படி, அத்யா-67.

44. விராடன் நகருக்குத் திரும்ப மக்கள் வாழ்த்துகின்றனர். -மேற்படி, அத்யா-68.

45. பாண்டவர்கள் அரசவையுள் நுழைகின்றனர் - மேற்படி, அத்யா69

46. அர்ஜுனன் தன் சகோதரர்களை விராடனுக்கு அறிமுகப்படுத்துகிறான். -மேற்படி, அத்யா-70.

47. அர்ஜுனன் மகனுக்கும் விராடன் மகளுக்கும் திருமணம். மேற்படி, அத்யா-72.

48. விராடநகரிலிருந்து நீங்கிப் பாண்டவர் உபப்பிலாவ்ய நகரை அடைகின்றனர். -மேற்படி, அத்யா-72.

49. இதன்பின்னர் அர்ஜுனன் தன்மகன் அபிமன்யு, வாசுதேவன், யாதவன் ஆகியோரை அனிருத்த தேசத்திலிருந்து அழைத்து வந்தான். மேற்படி, அத்யா-72.

50. காசிராஜன், சல்லியன் போன்ற தருமபுத்திரரின் நண்பர்கள் இரு அக்குரோணி சேனையுடன் வந்து சேர்ந்தனர். அதுபோல யாகயசேனன் துருபதராஜன் ஒரு அக்குரோணி சேனையுடன் வந்து சேர்ந்தான். திரௌபதியின் புதல்வர்கள், அஜிங்கியன், சிகண்டி, திருஷ்டத்தும்னன் ஆகியோரும் வந்தனர். - மேற்படி, அத்யா-72.

உத்தியோக பருவம்

1. அபிமன்யுவின் திருமணத்திற்குப்பின் பாண்டவர்களும் யாதவரும் விராடனின் அரசவையில் சந்ததித்தனர். எதிர்காலத்தில் என்ன செய்வது என்பது பற்றிக் கிருஷ்ணன் அச்சபையில் உரையாற்றினான். அப்போது அவன் பின்வருமாறு குறிப்பிட்டான்; கௌரவருக்கும் பாண்டவருக்கும் நல்லதே நாம் செய்ய வேண்டும். தருமபுத்திரன் ஒரு ஊரைக் கூடத் தருமத்தின் பேரில் பெற்றுக் கொள்வான். முழு அரசையும் துரியோதனன் கொடுத்தாலும் தருமன் ஏற்கமாட்டான். இந்நாள்வரை பாண்டவர்கள் நீதியை அனுசரித்து வருகின்றனர். ஆனால் கௌரவர்கள் அநீதியைத் தொடர்ந்தால், அவர்களைக் கொல்ல பாண்டவர் தயங்கார். பாண்டவர் சிறுபான்மையாக இருப்பதால் எவரும் அஞ்சத் தேவையில்லை. பாண்டவர்கள் பக்கம் பல நண்பர்கள் உள்ளனர். அவர்கள் பாண்டவர்களின் உதவிக்கு வருவார்கள். கௌரவர்களின் நோக்கத்தை நாம் அறிதல் வேண்டும். ஒரு தூதனைத் துரியோதனனிடம் அனுப்பி, பாதி ராஜ்யத்தைப்

பாண்டவர்களுக்குத் திருப்பிக் கொடுக்கச் சொல்ல வேண்டுமென்று நான் யோசனை கூறுகிறேன். - உத்தியோக பருவம்-அத்யாயம் - 1

2. பலராமன் கிருஷ்ணனின் கருத்தை ஆதரிக்கிறான். ஆனால் சகுனியிடம் தொடர்ந்து தோற்றதை அறிந்தும், சூதாடியது தருமனின் குற்றமேயாகும். எனவே போரிடுவதைவிட, பேச்சுவார்த்தை மூலம் பெற முடிந்ததைப் பெற்றுக் கொள்ள வேண்டும் என்றான். மேற்படி, அத்யா-2.

3. சாத்யகி எழுந்து பலராமன் கருத்துக்களைக் கண்டித்துப் பேசினான். - மேற்படி, அத்யா-3.

4. துருபதன் சாத்யகியை ஆதரித்துப் பேசினான். துருபதன் தன் புரோகிதனைத் தூதனுப்ப இசைந்தான். - மேற்படி, அத்யா-4.

5. கிருஷ்ணனும் துருபதன் கருத்தை ஆமோதித்தான். பிறகு துவாரகை திரும்பினான். விராடனால் அழைக்கப்பட்ட மன்னர்கள் வந்தனர். துரியோதனனால் அழைக்கப்பட்ட மன்னர்களும் வந்தனர். -மேற்படி, அத்யா-5.

6. துரியோதனன் சபையில் எவ்வாறு நடந்து கொள்ள வேண்டுமென்றும், பிரச்சினையை எவ்வாறு சொல்ல வேண்டுமென்றும் துருபதன் புரோகிதனுக்கு எடுத்துரைத்தான். -மேற்படி, அத்யா-6.

7. போரில் கிருஷ்ணனின் உதவியை நாடுவதற்காக அர்ஜுனனும், துரியோதனனும் துவாரகைக்குச் செல்கின்றனர். அவர்களிடம் கிருஷ்ணன் பின்வருமாறு கூறினான். உங்கள் இருவருக்குமே என் உதவி உண்டு. உங்களில் ஒருவருக்கு என் சேனை முழுவதையும் தருகிறேன். மற்றவருக்கு என் ஒருவனை மட்டும் தருகிறேன். உங்கள் விருப்பமானதைத் தேர்ந்தெடுத்துக் கொள்ளுங்கள். துரியோதனன் படையையும், அர்ஜுனன் கிருஷ்ணனையும் தேர்ந்தெடுத்தனர். மேற்படி, அத்யா-7.

8. பெரும்படையுடன் சல்லியன் - பாண்டவருடன் வந்து சேர்ந்தான். துரியோதனன் அவனைக் கீழாகக் கருதினான். சல்லியன் பாண்டவர் சந்திப்பு. யுத்தத்தில் கர்ணனை ஊக்கமறச் செய்திட சல்லியனை வேண்டுகின்றனர். சல்லியன் உடன்பாடு. - மேற்படி, அத்யா-8.

9. அத்யா - 9 தொடர்பற்றது.

10. அத்யா - 10 தொடர்பற்றது.

11. அத்யா - 11 தொடர்பற்றது.

12. அத்யா- 12 தொடர்பற்றது.

13. அத்யா- 13 தொடர்பற்றது.

14.அத்யா- 14 தொடர்பற்றது.

15.அத்யா -15 தொடர்பற்றது.

16.அத்யா-16 தொடர்பற்றது.

17. அத்யா - 17 தொடர்பற்றது.

18.அத்யா - 18 தொடர்பற்றது.

19. அத்யா - 19 சாத்யகி படையுடன் பாண்டவர் பக்கம் வர, பக தத்தன் படையுடன் துரியோதனன் பக்கம் சேர்ந்தான்.

20. அத்யா -20 - கௌரவர் சபையில் துருபதனின் புரோகிதன் நுழைகிறான். பாண்டவர்கள், கௌரவர்களின் தீயசெயல்களை மறந்து சமரசம் செய்துகொள்ள விரும்புகின்றனர்; பாண்டவரிடம் பெரும் படை இருப்பினும் அவர்கள் சமரசத்தையே நாடுகின்றனர் என்றான் அவன்.

21. அத்யா - 21 - பீஷ்மர் புரோகிதரை ஆதரிக்கிறார். கர்ணன் ஆட்சேபிக்கிறான். பீஷ்மருக்கும் கர்ணனுக்கும் வாக்குவாதம் நிகழ்கிறது. அவர்கள் சார்பாக சஞ்சயனைத் தூதனுப்பலாம் என்று திரிதராஷ்டிரன் கூறுகிறான்.

22. அத்யா-22 - திரிதராஷ்டிரன் சஞ்சயனைப் பாண்டவரிடம் அனுப்புகிறான். அவனுக்குத் தன் வாழ்த்துக்களைக் கூறி, இரு சாராரிடையேயும் பகைமை வளராதிருக்க தனக்கு உசிதமெனப் பட்டதைச் செய்யுமாறு கூறுகிறான்.

23. அத்யா-23 சஞ்சயன் பாண்டவரிடம் செல்லுதல்

24. அத்யா-24 - சஞ்சயனுக்கும் யுதிஷ்ட்ரனுக்கும் நிகழ்ந்த உரையாடல்.

25. அத்யா-25 - சஞ்சயன் யுத்தத்தைக் கண்டிக்கிறான்.

26. அத்யா-26- தங்களுக்குச் சேர வேண்டிய, இந்திரப் பிரஸ்த ராஜ்யத்தைக் கொடுத்துவிட்டால் சமரசத்தை ஏற்பதாகத் தருமன் கூறுகிறான்.

27. அத்யா-27- குரு ஜனங்களைக் கொன்று ராஜ்யத்தை அடைதல் அதர்மமாகும். யுத்தமின்றி ராஜ்யத்தைக் கொடுக்க கௌரவர்கள் இசையவில்லை என்றால் விருசினி அந்தகத் தேசங்களில் யாசகம் செய்து பிழைப்பதே நன்று.

28. அத்யா-28 - நாங்கள் தர்மத்தை மீறியதாக நீங்கள் நினைத்தால், எங்களைக் கண்டியுங்கள் என்று தருமன் கூறுகிறான். சுதர்மத்தை, அல்லது சமரசத்தையே தான் விரும்புவதாக சஞ்சயன் பகர்கிறான்.

29. அத்யா - 29- யுத்தம் சட்ட ரீதியானதென்று கிருஷ்ணன் சஞ்சயனிடம் கூறி, திரிதராஷ்டிரனுக்கு அதைச் சொல்லுமாறு பணித்தான்.

30. அத்யா-30- சஞ்சயன் கௌரவர்களிடம் திரும்பி, துரியோதனனிடம் யுத்தத்திற்குத் தயாராகுமாறு கூறுகிறான். இந்திரப்பிரஸ்தத்தைப் பாண்டவர்களுக்குத் திருப்பிக் கொடுக்க வேண்டும் அல்லது யுத்தத்திற்குத் தயாராக வேண்டும் என்கிறான்.

31. அத்யா-31-வாழு, வாழவிடு என்று சஞ்சயன் துரியோதனனுக்கு அறிவுரை கூறுகிறான். இந்திரப்பிரஸ்தத்தைத் தரமுடியாவிடில், ஐந்து கிராமங்களையாவது தருமாறு அறிவுறுத்தினான்.

32. அத்யா-32 - சஞ்சயன் இரவில் திரிதராஷ்டிரனைச் சந்தித்து தருமன் காலையில் சொலியனுப்பிய செய்தியைச் சொல்கிறேன் என்றான்.

33. அத்யா - 33 - திரிதராஷ்டிரன் மனநிம்மதியின்றி, சஞ்சயன் கொண்டுவந்த செய்தியை அறிய விரும்பினான். எனவே உடனே தன்னை வந்து சந்திக்கும்படி சஞ்சயனுக்கு ஆளனுப்புகிறான். சஞ் சயன் செய்தி கூறி, பாண்டவருக்குரிய பங்கைக் கொடுத்துச் சமரசம் செய்து கொள்ளுமாறு கூறினான்.

34. அத்யா - 34 - திரிதராஷ்டிரன் விதுரனை அழைத்து யோசனை கேட்டான். பாண்டவருக்கு ராஜ்யத்திலுள்ள பங்கைக் கொடுத்துவிடுக என்பதே விதுரனின் அறிவுரை.

35. அத்யா - 35 - தொடர்பற்றது.

36. அத்யா 36 - தொடர்பற்றது - இருசாராரையும் சமாதானப் படுத்துமாறு விதுரன் கூறுகிறான்.

37. அத்யா - 37 - தொடர்ப்பற்றது.

38. அத்யா - 38 - தொடர்ப்பற்றது.

39. அத்யா - 39 - துரியோதனன் கெட்டவனாக இருந்தாலும், அவனை என்னால் கைவிட முடியாது என்று திரிதராஷ்டிரன் கூறுகிறான்.

40. அத்யா -40- விதுரன் நான்கு வருணத்தை விவரிக்கிறான்.

41. அத்யா - 41 - பிரம்மத்தைப் பற்றி திரிதராஷ்டிரன் விதுரனைக் கேட்கிறான். நான் சூத்திரன், எனவே கூறக்கூடாது என்கிறான் விதுரன். சனத்சுஜாதா அங்கு வருதல்.

42. அத்யா - 42 - பிரம்ம வித்தையைப் பற்றித் திரிதராஷ்டிரனுக்கும் சனத்சுஜாதாவுக்கும் நிகழ்ந்த உரையாடல்.

43. அத்யா - 43 - அதே பொருளைப் பற்றி மீண்டும் அவர்தம் உரையாடல்.

44. அத்யா - 44 - பிரம்ம வித்தையைப் பற்றி சனத்சுஜாதா.

45. அத்யா - 45 - சனத்சுஜாதா யோகத்தை போதித்தல்.

46. அத்யா - 46 -ஆன்மாவைப் பற்றி சனத்சுஜாதா.

47. அத்யா 47 - சஞ்சயன் கொண்டுவந்த செய்தியைக் கேட்க அரசவைக்குக் கௌரவர் வருதல்.

48. அத்யா -48 - சஞ்சயன் செய்தியை உரைத்தல் (முக்கியமாகக் கிருஷ்ணன் கூறிய பகுதியை)

49. அத்யா - 49 - அர்ஜுனனையும் கிருஷ்ணனையும் பீஷ்மர் புகழ்தல், கர்ணன் சினங்கொள்ளல், பீஷ்மரை துரோணர் ஆதரிக்கிறார்; சமரசம் செய்து கொள்க என்று கௌரவர்களுக்கு அறிவுரை பகர்கிறார்.

50. அத்யா -50 - திரிதராஷ்டிரன் பாண்டவர்களின் நண்பர்களையும் அவர்களின் படைபலத்தையும் பற்றிக் கேட்க, சஞ்சயன் விடையளிக்கிறான்.

51. அத்யா 51 - பீமனின் ஆற்றலை நினைத்து திரிதராஷ்டிரன் பெருமூச்செறிதல்.

52. அத்யா - 52 - அர்ஜுனனின் ஆற்றலை நினைத்து, திரிதராஷ்டிரன் பெருமூச்சுவிடுதல்.

53. அத்யா - 53 - தருமனின் பலத்தையும், அவனது நண்பர்களின் பலத்தையும் எண்ணிப் பார்த்து, பாண்டவர்களிடம் சமரசம் செய்து கொள்ளுமாறு தன் மக்களிடம் கூறுகிறான்.

54. அத்யா-54 - சஞ்சயன் கௌரவர்களின் தோல்வி பற்றி தீர்க்கதரிசனம் கூறுகிறான்.

55. அத்யா-55 - நம் படைபலம் அதிகமாக இருப்பதால், பாண்டவர்கள் நம்மைத் தோற்கடிக்க முடியாது என்று துரியோதனன் கூறுதல்.

56. அத்யா -56 - சஞ்சயன் பாண்டவர்கள் படை அணிவகுப்பை வருணித்தல்.

57. அத்யா -57 -கௌரவர்களது படை வீரர்களைக் கொல்ல பாண்டவர்கள் எவ்வாறு திட்டமிட்டிருக்கிறார்கள் என்பதைச் சஞ்சயன் விளக்கினான். அதிக படைபலம் படைத்த கௌரவர்களைப் பாண்டவர் தோற்கடிக்க முடியாது. எனவே பாண்டவருக்கு அஞ்சேன் என்கிறான் துரியோதனன்.

58.அத்யா -58 - துரியோதனனைப் போர்புரிய வேண்டாம் என்கிறான் திரிதராஷ்டிரன். போரிடுவதிலிருந்து பின்வாங்க மாட்டேன் என்று சபதம் கூறுகிறான் துரியோதனன், இதைக் கேட்டு திரிதராஷ்டிரன் அழுகிறான்.

59. அத்யா - 59 - கிருஷ்ணனுக்கும் அர்ஜுனனுக்கும் இடையே நடந்த உரையாடலை விவரிக்குமாறு சஞ்சயனைத் திரிதராஷ்டிரன் கேட்கிறான்.

60. அத்யா -60 -தேவர்கள் பாண்டவர்களுக்கு உதவி புரிந்து, கௌரவர்க்கு அழிவைத் தருவர் என்று திரிதராஷ்டிரன் துரியோதனிடம் கூறினான்.

61. அத்யா 61 இதைக்கண்டு நான் அஞ்சேன் என்கிறான் துரியோதனன்.

62. அத்யா 62 - அர்ஜுனனைத் தன்னால் மட்டுமே கொல்ல முடியுமென்கிறான் கர்ணன்.

63.அத்யா-63- பீஷ்மர், துரோணரை விடக் கர்ணனை நம்பியே நான் போரிடப் போவதாக துரியோதனன் கூறுகிறான்.

64. அத்யா -64 - பகைமையை விட்டுவிடுமாறு துரியோதனனை விதுரன் வேண்டுகிறான்.

65. அத்யா - 65 - துரியோதனனைத் திரிதராஷ்டிரன் கண்டிக்கிறான்.

66.அத்யா-66-அர்ஜுனன் கூறிய செய்தியைச் சஞ்சயன் திரிதராஷ்டிரனுக்குக் கூறுகிறான்.

67. அத்யா - 67 - கௌரவர் சபையில் கூடிய மன்னர்கள் தங்கள் நாடு திரும்புகின்றனர். விதுரனுடன் வியாசரும் காந்தாரியும் வருகின்றனர். கிருஷ்ணன், அர்ஜுனன் ஆகியோரின் உண்மையான சுயரூபம் பற்றித் தனக்குத் தெரிந்தவற்றைத் திரிதராஷ்டிரனிடம் கூறுமாறு சஞ்சயனை வியாசர் கேட்டுக் கொண்டார்.

68.அத்யா - 68 - கிருஷ்ணனைப் பற்றி சஞ்சயன் திரிதராஷ்டிரனுக்குக் கூறுகிறான்.

69.அத்யா 69 கிருஷ்ணனிடம் சரணடையுமாறு, துரியோதனனைத் திரிதராஷ்டிரன் வேண்டல். துரியோதனன் மறுத்தல். துரியோதனனைக் காந்தாரி கண்டித்தல்.

70. அத்யா -70 கிருஷ்ணனின் பற்பல பெயர்களும் அவை தோன்றிய விதமும்.

71. அத்யா 71 யுதிஷ்டிரனும் கிருஷ்ணனும் உரையாடல். திரிதராஷ்டிரனை நம்ப வேண்டாமென்று சஞ்சயன் கூறியதாக யுதிஷ்டிரன் கூறுகிறான். சொத்துடைமை பற்றியும் சத்திரிய தர்மத்தைச் செயல்படுத்தும் அவசியம் பற்றியும் யுதிஷ்டிரன் வலியுறுத்திக் கூறுகிறான். கௌரவர்களிடம் கிருஷ்ணன் தூது செல்ல விரும்புகிறான். அக்கருத்தை யுதிஷ்டிரன் விரும்பவில்லை என்றாலும், கிருஷ்ணன் நினைப்பதே சிறந்தது என்கிறான்.

73. அத்யா- 73 - கிருஷ்ணன் தர்மனிடம் தன்மனதிலுள்ள ரகசியத்தைக் கூறுகிறான். பாண்டவர்களிடம் மென்மையான சொற்களைப் பயன்படுத்த வேண்டாமென்று தருமனுக்கு அறிவுரை கூறுகிறான். கௌரவர்களிடம் நீ ஏன் சமரசம் செய்து கொள்ளக்கூடாது

என்பதற்குப் பல காரணங்கள் உள்ளன. துரோபதையைக் கௌரவர்கள் எவ்வாறு அவமானப்படுத்தினார்கள் என்பதை மறந்து விடாதே. எனவே, தருமா, அவர்களைக் கொல்லுவதற்கும் தயங்காதே என்று கிருஷ்ணன் வலியுறுத்துகிறான்.

74.அத்யா 74-கௌரவர்களிடம் மென்மையான சொற்களைப் பயன்படுத்தும்படி பீமன் கிருஷ்ணனிடம் கூறுகிறான்.

75.அத்யா -75- கிருஷ்ணன் பீமனைக் கேலிசெய்கிறான்.

76. அத்யா -76 - போரிட பீமன் நிச்சயிக்கிறான்.

77. அத்யா -77- தெய்வத்திற்கும் பௌருஷத்துக்குமுள்ள வேறுபாட்டினைக் கிருஷ்ணன் பீமனுக்குக் கூறுகிறான்.

78. அத்யா - 78 சாம உபாயத்தைக் கையாளுமாறு கிருஷ்ணனை அர்ஜுனன் வேண்டுகிறான் - இயலாதாயின் போரிடலாம் என்கிறான்.

79. அத்யா - 79 அர்ஜுனனிடம் கிருஷ்ணன் பேசுதல். சமாதானத்தை ஏற்படுத்த நான் முயல்வேன். இயலாதாயின் போரிடத் தயாராகுக. தருமன் ஐந்து கிராமங்களை ஏற்பதற்கு சம்மதித்திருப்பதை நான் துரியோதனனுக்கு வெளியிடமாட்டேன்.

80. அத்யா -80 -நல்லதைச் செய்திடுமாறு, கிருஷ்ணனை நகுலன் வேண்டுகிறான்.

81. அத்யா - 81 - சகாதேவன் கிருஷ்ணனைச் சந்தித்து கௌரவருடன் போருக்கு ஏற்பாடு செய்யுமாறு கூறுகிறான். இங்கு கூடியுள்ள வீரர் அனைவரும் சகாதேவன் கருத்தையே ஆதரிப்பதாக சாத்யகி கூறுகிறான்.

82. - அத்யா - 82 - துரோபதை கிருஷ்ணனை சந்தித்து, துரியோதனனைத் தண்டித்தாலொழிய தன்மனம் திருப்தியடையாது என்று கூறுகிறான் அவ்வாறே கிருஷ்ணன் உறுதியளிக்கிறான்.

83. அத்யா-83- கிருஷ்ணனுக்கும் அர்ஜுனனுக்கும் இடையே இறுதிச் சந்திப்பு சாம உபாயத்திற்காக அர்ஜுனன் பெரு முயற்சி எடுக்கிறான். குந்திக்கு உறுதிமொழிகள் கொடுக்குமாறு தருமன் கிருஷ்ணனை வேண்டுகிறான். கிருஷ்ணன் தன் பணியைத் தொடங்குதல்.

84. அத்யா - 84 - அஸ்தினாபுரத்திற்குச் செல்லும் வழியில் கிருஷ்ணன் நல்ல சகுனங்களையும், தீய சகுனங்களையும் காண்கிறான்.

85. அத்யா-85 - அஸ்தினாபுரத்திற்குக் கிருஷ்ணன் செல்லும் வழியில் துரியோதனன் ஓய்விடங்களை அமைக்கிறான். அஸ்தினாபுரத்திற்குக் கிருஷ்ணன் வந்து சேர்கிறான்.

86. அத்யா 86 கிருஷ்ணனுக்குக் கொடுக்க வேண்டிய அன்பளிப்புகளைத் திரிதராஷ்டிரன் விதுரனுக்குக் கூறுகிறான்.

87.அத்யா - 87 - பாண்டவர்களிடமிருந்து கிருஷ்ணனைப் பிரிக்க முடியாது என்று விதுரன் திரிதராஷ்டிரனுக்குக் கூறுகிறான்.

88. அத்யா 88 - கிருஷ்ணன் வணக்கத்துக்குரியவன் என்றாலும், அவனை வணங்கும் தருணம் இதுவன்று என்கிறான். துரியோதனன். பாண்டவர்களுடன் சமரசம் செய்து கொள்ளுமாறு பீமர் துரியோதனனுக்கு அறிவுரை கூறுகிறார். கிருஷ்ணனை எதிர்கொள்ள துரியோதனன் விரும்புகிறான். துரியோதனனுக்குத் தமது கடுமையான ஆட்சேபனையை பீஷ்மர் தெரிவிக்கிறார்.

89. அத்யா -89- அஸ்தினாபுரத்திற்குள் கிருஷ்ணன் நுழைதல் திரிதராஷ்டிரனுடன் சந்திப்பு. விதுரனுடன் தங்குதல்.

90. அத்யா - 90 - குந்தி-கிருஷ்ணன் சந்திப்பு; குந்தி வருந்துதல், கிருஷ்ணன் தேற்றுகிறார். குந்தி கிருஷ்ணனை வேண்டுவது: 1. ராஜ்யத்துக்காக போரிடுமாறு என் புதல்வர்களிடம் கூறுக. 2. துரோபதைக்காக நான் வருந்துகிறேன்.

91. அத்யா - 91 - கௌரவர்கள் கிருஷ்ணனை விருந்திற்கழைக்க, கிருஷ்ணன் மறுத்தல். உணவுண்ண விதுரனிடம் கிருஷ்ணன் செல்லல்.

92. அத்யா - 92 - -கௌரவர்களிடம் கிருஷ்ணன் செல்வதை விதுரன் விரும்பவில்லை.

93. அத்யா - 93 - கௌரவர் அனைவரும் ஒன்று சேர்ந்தாலும், தமக்குத் தீங்கிழைக்க முடியாதென்று கிருஷ்ணன் கூறுகிறான். சாம உபாயம் புண்ணிய காரியமாதலின் தாம் வந்திருப்பதாக அவன் சொல்லுகிறான்.

94. அத்யா - 94 - கௌரவர் அவையில் கிருஷ்ணன் நுழைதல்.

95. அத்யா - 95 - அவையில் கிருஷ்ணன் உரையாற்றுதல். சமாதானம், யுத்தம் - இரண்டிற்குமே பாண்டவர் தயாராக உள்ளனர். எனவே பாதிராஜ்யத்தை அவர்களுக்குக் கொடுத்திடுக என்று கிருஷ்ணன் கூறுகிறான்.

96.அத்யா - 96 - ஆணவத்திற்கு எதிராக ஜமதக்கினி ஒரு கதை கூறுதல்.

97. அத்யா - 97 - 105 -மாதலி அக்யான்

98. அத்யா - 106 - நாரதர் துரியோதனனுக்குக் கூறிய அறிவுரை.

99. அத்யா - 106 - 123 - காலவ அக்யான்.

100. அத்யா 124 துரியோதனனுக்கு அறிவுரை கூறுமாறு கிருஷ்ணனைத் திரிதராஷ்டிரன் வேண்டுதல்.

101. அத்யா -125 - துரியோதனனுக்குப் பீமர் கூறிய அறிவுரை - துரோணர் அதை ஆதரித்துப் பேசுதல் - துரியோதனனை விதுரன் கண்டித்தல். திரிதராஷ்டிரன் கூறிய அறிவுரை.

102.அத்யா -126 - பீஷ்மரும் துரோணரும் இரண்டாம் முறையாகத் துரியோதனனுக்கு அறிவுரை கூறுதல்.

103. அத்யா -127 - துரியோதனன் பாண்டவருக்கு எதுவும் கொடுக்க முடியாதென்று அறிவிக்கிறான்.

104. அத்யா 128 துரியோதனனைக் கிருஷ்ணன் கண்டித்தல் - துரியோதனன் சபையிலிருந்து வெளி நடப்புச் செய்தல் துச்சாதனன் பேச்சு. கிருஷ்ணன் பீஷ்மரை எச்சரித்தல்.

104. அத்யா 129 - காந்தாரியைச் சபைக்கு அழைத்து வருமாறு விதுரனை திரிதராஷ்டிரன் வேண்டுதல் - துரியோதனன் திரும்பி வருகிறான். காந்தாரி, பாதிராஜ்ஜியத்தை பாண்டவருக்குக் கொடுத்திடுமாறு துரியோதனனை வேண்டடல்.

104. அத்யா - 130 - துரியோதனன் சபையிலிருந்து மீண்டும் வெளி நடப்புச் செய்தல். கிருஷ்ணனைக் கொல்லும் நோக்கம் துரியோதனனுக்கு இருக்கிறது. இந்த ரகசிய சதித்திட்டத்தை அறிந்து, சாத்யகி திரிதராஷ்டிரனுக்கு அதைக் கூறுகிறான். ஸ்ரீ கிருஷ்ணனின் உரை. துரியோதனனை மீண்டும் சபைக்கழைத்து திரிதராஷ்டிரன் எச்சரித்தல். விதுரனின் கண்டனம்.

105. அத்யா - 131 - பகவானின் விசுவரூபதரிசனம் - திரிதராஷ்டிரன் பெற்ற திவ்ய தரிசனம். சபையிலிருந்து வெளியேறி, கிருஷ்ணன் குந்தியிடம் செல்லல்.

106. அத்யா 132 - அவையில் நடந்ததைக் கிருஷ்ணன் குந்திக்குக் கூறுதல். போர் சத்திரியர்களுக்கு இயல்பானதேயென்று குந்தி கூறுகிறாள். அதைவிடச் சிறந்த தருமம் எதுவுமில்லை என்கிறாள்.

107. அத்யா - 132 - தன் கருத்துக்கு ஆதரவாக குந்தி விதுலனின் கதையைக் கூறுகிறாள்.

108. அத்யா - 134 - விதுலனின் கதை.

109. அத்யா - 135 - விதுலனின் கதை.

110. அத்யா - 136 விதுலனின் கதை.

111. அத்யா - 137 - குந்தி தன் மக்களுக்குக் கூறிய அறிவுரை. கர்ணனுக்குக் கிருஷ்ணன் கூறிய அறிவுரை. உபப்பிலாவியம் நகருக்குக் கிருஷ்ணன் திரும்புதல்.

112. அத்யா - 138 - பீஷ்மரும் துரோணரும் துரியோதனனுக்கு அறிவுரை கூறுதல்.

113. அத்யா 139 பீஷ்மரின் வருத்தம் - துரோணர் மீண்டும் துரியோதனனுக்கு அறிவுரை பகர்தல்.

114. அத்யா 140 கர்ணனுக்குக் கிருஷ்ணன் அறிவுரை கூறுதல். - திரிதராஷ்டிரனும் சஞ்சயனும் உரையாடல்

115. அத்யா -141 - கிருஷ்ணனுக்குக் கர்ணனின் மறுமொழி.

116. அத்யா -142 - பாண்டவர்களே வெல்வார்கள் என்று கர்ணனுக்குக் கிருஷ்ணன் உறுதி கூறுதல்.

117. அத்யா 143 கர்ணன் தீய சகுணங்களைக் காணல். பாண்டவர்களைத் தீர்த்துக் கட்ட அவன் கொண்ட உறுதி. வீடு திரும்புதல்.

118. அத்யா - 144 - பிராதனனும் விதுரனும் உரையாடல், போரிடத் தீர்மானமாகத் துரியோதனன் இருப்பதை அறிதல் குந்தியின் வருத்தம். கர்ணனின் பிறப்பு இரகசியத்தைக் கூற விரும்புதல் - ஆற்றங்கரைக்குக் குந்தி செல்லல்.

119. அத்யா 145 - குந்தி கர்ணனைச் சந்தித்து, அவன் பிறப்பு இரகசியத்தைக் கூறி, பாண்டவருடன் சேருமாறு வேண்டுகிறாள்.

120. அத்யா - 146 - குந்தியின் வேண்டுகோளைச் சூரியன் ஆதரித்தல். கர்ணன் அதை நிராகரிக்கிறான். அர்ஜுனனைத் தவிர ஏனைய பாண்டவர்களைக் காத்திட உறுதியளிக்கிறான்.

121. அத்யா 147 பாண்டவரிடம் செல்லுதல். கிருஷ்ணன் கௌரவசபையில் நடந்ததைப் பற்றி தருமன் வினவுதல்.

122. அத்யா -147, 148, 149, 150 - கிருஷ்ணன் முழுக்கதையையும் கூறுதல்.

123. அத்யா -151 பாண்டவர் படைத்தலைவர் நியமிக்கப்படுதல். குருச்சேத்திரத்தில் பாண்டவர் படை நுழைதல்.

124. அத்யா 152 பாண்டவர் படைக்குத் தேவையான பொருள் வழங்கும் ஏற்பாடு.

125. அத்யா 153 - கௌரவர் பக்கம் நடத்த ஏற்பாடு, அதிகாலையில் கௌரவர் படை குருச்சேத்திரத்தில் நுழைதல் வேண்டும் என முடிவு.

126. அத்யா - 154 - போரில் இறங்குவதன் மூலம் அறநெறி பிறழ்ந்திடுமோ என தருமன் அஞ்சுதல். கிருஷ்ணன் அவனைச் சமாதானப்படுத்தல், போரிட்டே ஆக வேண்டுமென்று அர்ஜுனன் வற்புறுத்தல்.

127. அத்யா -155 - துரியோதன சேனை பற்றிய வருணனை.

128. அத்யா -156 - கௌரவர் சேனைக்குப் பீஷ்மரைத் தலைமை தாங்கிடச் செய்தல். கர்ணன் கோபடைதல். பீஷ்மர் உயிரோடு இருக்கும் வரை கர்ணன் போரிட மறுத்தல். கௌரவ சேனை குருச்சேத்திரத்திற்குள் நுழைகிறது.

129. அத்யா *157* - பாண்டவர் படைக்கு கிருஷ்ணன் தலைமை தாங்குதல்.

130. கௌரவர் அழிவைப் பார்க்க விரும்பாமல் பலராமன் தீர்த்த யாத்திரை செல்லுதல்.

131. அத்யா - *158* - அர்ஜுனன், துரியோதனன் - இருவருமே ருக்மீயின் துணையை நாடாததால், ருக்மீ வீடு திரும்புதல்.

132. அத்யா - *159* சஞ்சயன் - திருதராஷ்டிரன் உரையாடல். சஞ்சயன், திருதராஷ்டிரனைக் குறை கூறுகிறான்.

*133.*அத்யா - *160* - உறிரண்யவதி ஆற்றங்கரையில் பாண்டவர் படை. பாண்டவருக்கும் கிருஷ்ணனுக்கும் துரியோதனன் ஆத்திரமூட்டும் செய்திகளை அனுப்பி, முடிந்தால் போரிடுக என்கிறான்.

134. அத்யா - *161* - செய்திகளை உலூகன் எடுத்துச் செல்லல்.

135. அத்யா *162* - கோபமடைந்த பாண்டவர்களும் சினமிகு செய்திகளைத் திருப்பி அனுப்புகின்றனர். போர் நாளை தொடங்குமென்று ஆணையிடுகின்றனர்.

★★★

இயல் 11

பிராமணர்கள் - சத்திரியர்கள் போராட்டம்

இந்தக் கையெழுத்துப் பிரதி 43 முழு அளவு தட்டச்சுச் செய்யப்பட்ட பக்கங்களில் அடங்கும். தனித்தனியாக உள்ள அனைத்துப் பக்கங்களும் கோக்கப்பட்டுள்ளன. "பிராமணர்கள் சத்திரியர்கள் மற்றும் எதிர்ப்புரட்சி" என்று முதலில் கொடுக்கப்பட்ட தலைப்பை டாக்டர் அம்பேத்கர் தனது கையெழுத்தில் "பிராமணர்கள் - சத்திரியர்கள் போராட்டம்" என்று தலைப்புப் பக்கத்தில் திருத்தியுள்ளார். கட்டுரை முழுமையாக உள்ளதாகத் தோன்றுகிறது.

- பதிப்பாசிரியர்கள்

பிராமணர்கள் மற்றும் சத்திரியர்களிடையே நிகழ்ந்த பல போராட்டங்கள் பற்றிய நிகழ்ச்சிகளும், இரு பிரிவினர்களுக்கிடையே ஏற்பட்ட இரத்தம் சிந்திய யுத்தங்கள் பற்றிய விவரங்களும் இந்துக்களின் புனித நூல்களில் காணப்படுகின்றன.

வீணா என்ற அரசனைப்பற்றிய விவரம் முதலாவது கூறப்பட்ட நிகழ்ச்சியாகும். வீணா, சத்திரிய குலத்தைச் சேர்ந்த அரசன். பிராமணர்களுடன் அவனுக்கு ஏற்பட்ட போராட்டம் பற்றி பல்வேறு ஆவணங்களில் குறிப்பிடப்பட்டுள்ளது. கீழே வரும் விவரம் ஹரி வம்சம் என்ற நூலில் இருந்து எடுக்கப்பட்டதாகும்.

¹"முன் ஒரு காலத்தில் பிரஜாபதி (படைப்புக் கடவுள்) என்ற நேர்மையின் பாதுகாவலர் ஒருவர் இருந்தார். அவர் அங்கா என்று அழைக்கப்பட்டார். ஆதரை என்ற வம்சத்தைச் சேர்ந்தவர், இவர் அவரைப் போலவே அதிகாரத்திலிருந்தார். அவருக்கு பிரஜாபதி வீணா என்னும் மகன் இருந்தான். கடமையில் சிறிதும் அக்கறையில்லாதவன் இவன். இவனுடைய தாய் சுனிதா, மிர்த்யுவின் மகளாவாள். காலனின் (மரணம்) மகளுக்குப் பிறந்த இந்த மகன், தனது தாய்வழி பாட்டனாரிடமிருந்து மரபுவழியாகப் பெற்ற இழிகுணத்தின் காரணமாகத் தனது கடமைகளைத் தூக்கி எறிந்து விட்டு, பேராசைக்கு அடிமைப்பட்டு வாழ்ந்து வந்தான். மதத்திற்குப் புறம்பான வாழ்க்கை முறையினை இந்த அரசன் அமைத்து கொண்டான்;

1 மியூர், தொகுதி, பக்.302-303

வேதம் கூறும் நியதிகளையும் நெறிமுறைகளையும் ஒதுக்கித் தள்ளினான்; சட்டத்திற்கு முரண்பட்டவைகளில் இவன் ஈடுபாடு கொண்டான். இவனது ஆட்சியில் எந்த மனிதனும் வேத நூல்களைக் கற்க முடியவில்லை; வஷத் காரம் இல்லாமலே வாழ்ந்து வந்தனர். யாகங்களில் தேவர்கள் அருந்துவதற்குச் சோமரசம் கிடைக்கவில்லை.”

எவ்வித யாகங்களும் நடைபெறவில்லை; எத்தகைய நைவேத்தியங்களும் படைக்கப்படவில்லை. இவ்விதம் இந்தப் பிரஜாபதி மிகவும் குரூரமாக நடந்து கொண்டான். அவனது முடிவு காலம் நெருங்கிக் கொண்டு இருந்தபோது, ‘நான் தான் யாகத்துக்குரிய நாயகன், யாகத்தை நடத்துபவனும் நானே; இன்னும் சொல்லப்போனால் நானே யாகம்; எனக்குத்தான் யாகம் செய்யப்பட வேண்டும்; காணிக்கைகள் அளிக்கப்படவேண்டும்‘ என்று அவன் எக்காளமிட்டான். தனக்கு உரிமையில்லாதவற்றை எல்லாம் தனக்கே உரிமையாக்கிக் கொண்டு, கடமையின் விதிகளை மதிக்காது அவற்றைக் காலில் போட்டு மிதித்து துவைத்து வந்த இவனிடம் பெரிய ரிஷிகள் அனைவரும் மரிச்சி முனிவரின் தலைமையில் விண்ணப்பித்துக் கொண்டனர்.

அவர்களின் விண்ணப்பம் இதுதான்; “வீணா மன்னரே! பல் ஆண்டுகள் தொடர்ந்து நடைபெறும் சமயச் சடங்கு வைபவத்திற்கு எங்களை அர்ப்பணம் செய்து கொள்ள உள்ளோம்; இத்தகைய நிலைமையில் நேர்மை நெறியிலிருந்து தவறி விடாதீர்கள்; இது என்றும் சாசுவதமான கடமை விதிகளுக்கு உடன்பாடானதல்ல; என்ன இருந்தாலும் நீங்கள் ஆத்ரீ வம்ச வழிவந்த பிரஜாபதியாவீர்கள். தங்களின் குடிமக்களைப் நீங்கள் பாதுகாக்கும் கடமையால் பிணைக்கப்பட்டுள்ளீர்கள்”. எது சரியானது என்று அறியாத அறி-விலியான வீணா அந்த மகா ரிஷிகளிடம் சிரித்துக் கொண்டே கூறியதாவது: “கடமை வகுத்துக் தருபவர்கள் என்னைத் தவிர வேறு யார் இருக்கிறார்கள்? நான் யாருக்குக் கீழ்படிந்து நடக்க வேண்டும்? சத்தியத்திலும், விரதங்களிலும், சாஸ்திர ஞானத்திலும் பூலோகத்தில் எனக்கு நிகராக யார் இருக்கிறார்கள்? நீங்கள் அனைவரும் அறி-விலிகளாகவும், தங்களையே ஏமாற்றிக் கொள்பவர்களாகவும் உள்ளீர்கள்! எல்லா ஜீவராசிகளுக்கும், கருமங்களுக்கும் நானே ஆதாரம் என்பதை நீங்கள் அறிய மாட்டீர்கள். நான் நினைத்தால் பூலோகத்தையும், பரலோகத்தையும் மூடிவிட என்னால் முடியும்; பூலோகத்தை மாற்றவும் அல்லது வெள்ளப் பிரளயத்தில் அதனை அழிக்கவும் முடியும். இதனை நம்புவதற்கு நீங்கள் சற்றும் தயங்க வேண்டியதில்லை”. பிடிவாதமும் அகம்பாவமும் கொண்ட வீணாவை எவ்வகையிலும் வழிப்படுத்த காரணத்தால், மகத்தான

சக்தி படைத்த ரிஷிகள் ஆத்திரமடைந்து, கட்டுப்படுத்த முடியாத அரசனைப் பிடித்துக் கட்டிவைத்து, அவனுடையே இடது தொடையினை அழுத்தித் தேய்த்தார்கள். அவ்வாறு தேய்க்கப்பட்ட இடது தொடையிலிருந்து கருத்த நிறமுடைய, குள்ளமான ஒரு மனிதன் பிறந்தான். திகிலடைந்து, கைகளைக் கட்டிக் கொண்டு அந்த மனிதன் பயந்தபடி நின்றான். கலக்கமடைந்து நின்ற இந்த மனிதனைப்பார்த்து, 'உட்கார்' (நிஷிதா) என்று ஆத்ரி கூறினார். இவன் தான் நிஷிதர்கள் என்னும் இனத்தை நிறுவியவனான்; மேலும், வீணாவின் ஒழுக்கக் கேட்டிலிருந்து தோன்றிய திவராஸ் (மீனவர்) சந்ததியின் மூலவனும் இவனே ஆவான்.

இரண்டாவது, நிகழ்ச்சி புரூரவன் பற்றியதாகும். புரூரவன் மற்றொரு சத்திரிய அரசனாவான். இவன் இளை என்னும் பெண்ணின் மகன்; வைவஷ்வத மனுவின் பேரன். பிராமணர்களுடன் இவன் விரோதம் கொண்டவன். இது பற்றி மகாபாரதம் ஆதிபருவத்தில் பின்வரும் விபரம் கூறப்பட்டுள்ளது:

> [1]"ஞானமுள்ள புரூரவன், இளை என்பவருக்குப் பிறந்தான். இளைதான் இவனுக்குத் தாயும் தந்தையுமாயிருந்தான் என்று நாம் கேள்விப்பட்டுள்ளோம். மாகடலிலுள்ள பதிமூன்று தீவுகளை இவன் ஆண்டு வந்தான். இவரைச் சுற்றியுள்ள அனைவரும் அமானுஷ்யமானவர்கள். இவனும் மிகவும் புகழ்பெற்றவன். தன்னுடைய பராக்கிரமத்தில் மயங்கி அளவற்ற ஆணவம் கொண்ட புரூரவன் பிராமணர்களுடன் மோதலில் ஈடுபட்டான்: பிராமணர்கள் பலமாக ஆட்சேபித்தபோதிலும், அவர்களின் நகைகளைக் கொள்ளையடித்துக் கொண்டான். பிரம்மலோகத்திலிருந்து சனத்குமாரன் வந்து, புரூரவனைக் கண்டித்தார்; இருப்பினும் அவன் அதனைப் பொருட்படுத்தவில்லை. பின்னர் மிகக் கோபமடைந்த ரிஷிகளால் சபிக்கப்பட்டதால், அவன் மரணமடைந்தான். பேராசை கொண்ட இந்த மன்னன் தனது அதிகார மயக்கத்தான் தனது அறிவை இழந்தான்."

பிராமணர்களுக்கும் நகுஷன் என்ற அரசனுக்குமிடையே ஏற்பட்ட போராட்டம் மூன்றாவது நிகழ்ச்சியாகும்; இது சற்று கடுமையானதாகும். புரூரவ அரசனின் பேரன்தான் நகுஷன். மகாபாரதத்தில் இரண்டு இடங்களில் இக்கதை கூறப்படுகிறது. முதலில் வனவாசப் பருவத்திலும்; இரண்டாவதாக உத்யோக பருவத்திலும் இந்நிகழ்ச்சி சொல்லப்படுகிறது. மகாபாரதம் உத்யோகப் பருவத்திலிருந்து பின்வரும் கதை நிகழ்ச்சி எடுக்கப்பட்டுள்ளது.

---

1 மியூர், தொகுதி, பக்.307

¹"விரித்தன் என்ற பிராமணனைக் கொன்றதால் பிரம்மகத்தி தோஷத்துக்கு ஆளான இந்திரன் மனம் கலங்கி நீரில் போய் ஒளிந்து கொண்டான். தேவர்களின் அரசன் காணமல் போய்விட்டதன் காரணமாக, தேவலோகம், பூலோகம் சம்பந்தப்பட்ட அனைத்து காரியங்களும் குழப்பமடைந்தன. தேவர்களும், ரிஷிகளும் தங்களது அரசனாக நகுஷனே இருக்க வேண்டுமென அவனிடம் வேண்டிக் கொண்டனர். தனக்கு அதிகாரம் இல்லை என்ற காரணம் கூறி, அவர்களது கோரிக்கையே முதலில் நிராகரித்து விட்டான். பின்னர் அவர்களின் வேண்டுகோளை ஏற்றுக்கொண்டு, அந்த உயர் பதவியில் அமர்ந்தான். இவ்விதம் உயர்நிலை அடையும் வரை, அவன் நல்லொழுக்கமான வாழ்க்கையையே நடத்திவந்தான். ஆனால், அதற்குப் பின்னர் கேளிக்கைகளிலும் சுகபோகத்திலும் மூழ்கிப்போனான். இந்திரனின் மனைவி இந்திராணியைப் பார்த்த பின்பு, அவளைத் தன் வசப்படுத்தவும் ஆசை கொண்டான். தேவர்களின் குருவான அங்கிராஸ் பிரகஸ்பதியின் உதவியினை ராணி நாடினாள். அவளைப் பாதுகாக்க அவன் முன்வந்தார். இந்தத் தலையீட்டினைக் கேள்விப்பட்டு நகுஷன் மிகவும் கோபமடைந்தான். ஆனால் தேவர்கள் அவனைச் சமாதானப்படுத்த முயற்சி செய்தனர். அடுத்தவரின் மனைவி மீது இச்சை கொள்ளும் ஒழுக்கமற்ற தன்மையை அவர்கள் சுட்டிக் காட்டினர். இத்தகைய எச்சரிக்கைக்குச் செவி சாய்க்க நகுஷன் விரும்பவில்லை.

"காம இச்சையில் நான் ஒன்றும் இந்திரனைக் காட்டிலும் மோசமானவனல்ல" என்று அவன் வலியுறுத்திக் கூறினான். அவன் மேலும் பின்வருமாறு வாதிட்டான்:

"புகழ்மிக்க அகல்யா ஒரு முனிவரின் மனைவியாவாள். அவளது கணவன் வாழ்ந்த காலத்திலேயே அவளை இந்திரன் முன்னொரு சமயம் தீண்டினான். அவனை நீங்கள் ஏன் தடுக்கவில்லை? மேலும் பல காட்டுமிராண்டித்தனமான செயல்கள், ஒழுக்கமற்ற நடவடிக்கைகள், ஏமாற்று வேலைகள் ஆகிய குற்றங்களை இந்திரன் செய்தான். அவனை நீங்கள் ஏன் அப்போது தடுக்கவில்லை?" தேவர்களை நகுஷன் நிர்ப்பந்தம் செய்ததால், அவர்கள் இந்திராணியை அழைத்துவரச் சென்றனர். ஆனால் பிரகஸ்பதி அவளைக் கைவிட்டு விடவில்லை. அவரின் ஆலோசனைப்படி, தனது, கணவனுக்கு என்ன நேர்ந்தது

_____
1 மியூர், தொகுதி-1, பக்கம் 310 - 313

என்பதை தான் அறிந்து கொள்ளும் வரை தனக்குச் சற்று அவகாசம் வேண்டுமென அவள் நகுஷனிடம் வேண்டினாள். இந்த வேண்டுகோள் ஏற்றுக் கொள்ளப்பட்டது. இப்போது தனது கணவனைத் தேடி இந்திராணி சென்றாள்; உபஸ்ருதி (இரவின் தேவதை மற்றும் இரகசியங்களை வெளிப்படுத்துபவர்)யின் உதவியுடன், தனது கணவன் இமயமலையின் வடபகுதியிலுள்ள ஒரு மாகடலில் அமைந்திருக்கும் கண்டம் ஒன்றில் காணப்படும் ஓர் ஏரியில் ஒரு தாமரைத் தண்டில் ஒளிந்து கொண்டிருப்பதைக் கண்டுபிடித்தாள். நகுஷனின் தீய எண்ணங்களை அவள் தனது கணவனிடம் எடுத்துரைத்தாள்; அவனது சக்தியைப் பயன்படுத்தி, தன்னை ஆபத்திலிருந்து காப்பாற்றும்படியும், மீண்டும் அவனுடைய ஆட்சியை மேற்கொள்ளுமாறும் வேண்டினாள். ஆனால் நகுஷன் அதிக பலம் வாய்ந்தவன் என்ற காரணத்தினால் இந்திரன் உடனடியாக இவ்விஷயத்தில் தலையிட மறுத்தான். ஆனால், இந்திராணியைத் தகாத வழியில் கைவசப்படுத்த விரும்புபவனை அவனுடைய நிலையிலிருந்து சுழற்றி எறிந்து விடுவதற்கான வழிமுறை ஒன்றினை இந்திரன் தனது மனைவிக்குக் கூறினான். ரிஷிகள் இழுத்துவரும் தேவலோக வாகனம் ஒன்றில் வந்து தன்னைச் சந்தித்தால், தன்னை அவனுக்கு மகிழ்ச்சியுடன் அர்ப்பணிப்பதாக நகுஷனிடம் கூறும்படி இந்திரன் தன் மனைவியிடம் கூறினான். அவ்வாறே இந்திராணி நகுஷனிடம் பின்வருமாறு தெரிவித்தாள்:

“தேவர்களின் மன்னவா! இதுவரையிலும் விஷ்ணுவோ, ருத்ரனோ, அசுரர்களோ, இராட்சதர்களோ பயன்படுத்தாத, எவருக்கும் தெரியாத வாகனம் ஒன்று உங்களுக்கு வேண்டுமென நான் ஆசைப்படுகிறேன். சிறப்புமிக்க ரிஷிகள் அனைவரும் ஒன்று சேர்ந்து, அந்த வாகனத்தில் தங்களை ஏற்றிவைத்து சுமந்து வர வேண்டுமென விரும்புகிறேன்; இந்த ஏற்பாடு எனக்கு மிகவும் பிடித்தமானதாகும்“. வீண் கர்வம் பிடித்த நகுஷனக்கு இது மிகவும் விருப்பமான வேண்டுகோளாகவே இருந்தது. தனது தற்புகழ்ச்சி எண்ணத்தை வெளிப்படுத்துகின்ற முறையில் அவனது பதில் பின்வருமாறு அமைந்தது: “முனிவர்களை எனது வாகனத்தைச் சுமந்து செல்பவர்களாகப் பணிக்கும் நான் சாதாரணமான வல்லமை படைத்தவனாக இருக்க முடியாது. கடந்த காலம், நிகழ் காலம், எதிர்காலம் ஆகிய முக்காலத்திற்குமான சர்வ வல்லமை படைத்தவ்ரின் தீவிர பக்தன் நான். நான் கோபங்கொண்டால் இப்பூலோகம் நிலைக்காது; அனைத்தும் என்னையே சார்ந்துள்ளது அதனால் ஓ தேவியே!

சந்தேகமின்றி நீ விரும்புவதை நான் நிறைவேற்றுவேன். ஏழு ரிஷிகளும், அனைத்துப் பிராமண ரிஷிகளும் என்னைத் தூக்கிச் செல்லுவார்கள். அழகுமிகு தேவியே! அப்போது எனது மாட்சிமையையும், வெற்றிப் பொலிவையும் பார்"

இவ்வாறு இந்நிகழ்ச்சி தொகுப்பு மேலும் கூறுகிறது:

"அவ்வாறே, அதர்மம் படைத்த, எதேச்சதிகார நடத்தை கொண்ட, அகந்தையில் மயங்கிய இந்த கொடியவன் தனது தேரில் ரிஷிகளைப் பூட்டி, தன்னைத் தூக்கிச் செல்லுமாறு வலியுறுத்தினான்". இந்திராணி மீண்டும் பிரகஸ்பதியின் உதவியை நாடினாள்; அகந்தைக்காக வஞ்சகம் விரைவில் அவனைப் பழி தீர்க்குமென்று அவர் கூறினார்; மேலும் கொடுமைப்படுத்துபவரை அழிப்பதற்காகவும், இந்திரன் மறைந்து இருக்கும் இடத்தைக் கண்டு பிடிப்பதற்காகவும் தானே ஒரு யாகத்தைச் செய்ய விருப்பதாகவும் அவர் உறுதியளித்தார். இந்திரனைக் கண்டுபிடித்து பிரகஸ்பதியிடம் கொண்டுவர அக்னி அனுப்பப்பட்டார். பிரகஸ்பதி, இந்திரன் மறைந்திருந்த காலத்தில் நிகழ்ந்தவை பற்றி அவனுக்குக் கூறினார். நகுஷனை அழிப்பதற்கான வழி முறைகளைக் குபேரன், யமன், சோயன் மற்றும் வருணன் ஆகியோருடன் இந்திரன் கலந்தாலோசித்துக் கொண்டிருந்த போது, அகஸ்திய முனிவர் அங்கு வந்தார். இந்திரனின் பகைவன் வீழ்ச்சியடைந்ததற்காக இந்திரனுக்கு அவர் வாழ்த்துக் கூறினார். அந்த வீழ்ச்சி எவ்வாறு நடைபெற்றது என்பதை விவரிக்கத் தொடங்கினார்:

"பாவியான நகுஷனைச் சுமந்ததால் களைத்துச் சோர்ந்து போயிருந்த தெய்வீக ரிஷிகளும், அப்பழுக்கற்ற பிராமண ரிஷிகளும் ஒரு சிரமமான கேள்விக்குப் பதிலளிக்குமாறு நகுஷனை வேண்டினர்: "ஓ வாசவா! வெற்றி வீரர்களில் சிறந்து நிற்பவனே! பசுக்களைப் பலியிடும் போது ஓதப்படும் பிராமண சூத்திரங்கள் அதிகார பூர்வமானவையா, இல்லையா? தங்கள் கருத்து யாது?" இருள் கவ்விய மனம் படைத்த நகுஷன் "இல்லை" என்று இதற்குப் பதிலளித்தான். ரிஷிகள் அப்போது பின்வருமாறு கூறினர்: "நேர்மையற்றவன் நீ; நேர்மையினை நீ அடையப் போவதில்லை. மகா ரிஷிகளால் முறைப்படி போதிக்கப்பட்ட இந்த சூத்திரங்களை அதிகாரப்பூர்வமானவை என்று நாங்கள் கருதுகிறோம்" என்றனர். பின்னர் (அகஸ்தியர் மேலும் தொடர்ந்து கூறுகிறார்): "முனிவர்களுடன் விவாதித்தவாறே நகுஷன் என்னுடைய தலை மீது தன் காலை வைத்தான். இத்தகைய கொடிய செயலால் அவனது மகிமை வீழ்ந்தது; அவனது சுபிட்சம் மறைந்தது. உடனே அவன் கலக்கமுற்றான்; பயத்தால் பீடிக்கப்பட்டான்; அப்போது நான் அவனிடம் கூறினேன்:

"ஓ அறிவிலியே! சபிக்கப்பட்டவனே! மாபெரும் ஞானிகளால் பாடப்பெற்று, பிராமண ரிஷிகளால் ஓதப்பட்ட சூத்திரங்கள் எப்போதும் மரியாதைக்குரியவைகளாகக் கருதப்பட்டவை. நீ உன் பாதத்தால் என்னுடைய தலையைத் தொட்டாய்; மறுத்துக் கூறமுடியாத ரிஷிகளை உன்னைச் சுமந்து செல்ல பலவந்தப்படுத்தினாய்; எனவே, உன்னுடைய மேன்மை மறையட்டும்; உனது திறமைகள் தீய்ந்து போகட்டும். தேவலோகத்திலிருந்து பூலோகத்திற்குப் பாவியாக வீழ்த்தப்படுவாய். பத்தாயிரம் ஆண்டுகளுக்கு நீ ஒரு பெரிய பாம்பாக மாறி ஊர்ந்து செல்வாய், அந்தக் காலக்கெடு முடிந்த பின்னர் மீண்டும் தேவலோகம் போய்ச்சேர்வாய்," இவ்வாறு அந்தக் கொடியவன், வஞ்சகன் தேவர்களின் உன்னத நிலையிலிருந்து வீழ்ந்தான். ஓ, இந்திரா, இனி நாம் வளம் பெறுவோம். ஏனெனில் பிராமணர்களின் எதிரி தகர்த்தெரியப்பட்டு விட்டான். மூன்று உலகங்களின் உரிமையினைப் பெற்றுக்கொள். அங்கு வாழ்பவர்களைப் பாதுகாப்பது உன் கடமை. சசியின் (இந்திராணி) கணவனே! உனது உணர்வுகளை அடக்கி, உனது எதிரிகளை ஒடுக்கி, ரிஷிகளால் போற்றப்படுவாயாக,"

நான்காவது நிகழ்ச்சி நிமி என்னும் அரசனைப் பற்றியதாகும். நிமி இஷ்வாகுவின் புதல்வர்களில் ஒருவன். அவனுக்கும் பிராமணர்களுக்கும் இடையே நடைபெற்ற போராட்டம் பற்றிய விவரம் விஷ்ணு புராணத்தில் பின்வருமாறு கூறப்பட்டுள்ளது:

[1]"ஓராயிரம் ஆண்டுகள் நடைபெறவுள்ள யாகம் ஒன்றை முன்நின்று நடத்தித்தருமாறு பிராமண ரிஷி வசிஷ்டரை நிமி கேட்டுக் கொண்டான். ஆனால் ஐந்நூறு ஆண்டுகளுக்கு இந்திரனுடன் ஏற்கனவே ஒரு பணி ஒப்பந்தம் செய்து கொண்டதாக வசிஷ்டர் கூறினார். அந்த ஒப்பந்தக் காலம் முடிந்தவுடன் திரும்பி விடுவதாகவும் உறுதியளித்தார். அரசன் ஏதுவும் கூறவில்லை. தனது கருத்தை அரசன் ஏற்றுக் கொண்டான் என எண்ணி, வசிஷ்டர் சென்று விட்டார். ஆனால், வசிஷ்டருக்கு சம அந்தஸ்துள்ள பிராமணரிஷியான கௌதமரையும், மற்றவர்களையும் கொண்டு யாகம் செய்வதற்கு நிமி ஏற்பாடு செய்திருந்ததை வசிஷ்டர் திரும்பி வந்த போது அறிந்தார். தாம் அவமதிக்கப்பட்டதைக் கண்டு பெரிதும் சீற்றமடைந்த வசிஷ்டர், தூங்கிக் கொண்டிருக்கும் நிமி அரசன் தனது சுய உருவத்தை இழக்கக் கடவன் என்று சாபமிட்டார். கண்விழித்துப்

1 மியூர், தெகுதி-1, பக்கம் 316

பார்த்தபோது, தனக்கு எவ்வித முன்னெச்சரிக்கையும் இன்றி சாபம் அளிக்கப்பட்டிருப்பதை அறிந்து அரசன், வசிஷ்டருக்குத் தானும் அத்தகைய சாபம் ஒன்றை அளித்து விட்டு இறந்து போனான். உடல் தைலமிடப்பட்டது. ஏற்கனவே ஆரம்பிக்கப்பட்டிருந்த யாகம் நிறைவு பெற்ற பின்னர், புரோகிதர்களின் தலையீட்டின் பேரில், நிமியை மீண்டும் உயிருடன் எழுப்ப தேவர்கள் விரும்பினார்கள். ஆனால், அவன் இதனை ஏற்க மறுத்து விட்டான். அவன் விரும்பியபடி, எல்லா உயிர் ராசிகளின் கண்களுக்குத் தெரியும்படி அவன் உடல் வைக்கப்பட்டது. இதன் விளைவாகத்தான் கண்கள் எப்போதும் மூடியும் திறந்தும் இமைக்கின்றன. (நிமிஷா என்பதற்கு கண் இமைத்தல் என்று பொருள்)

ஐந்தாவது நிகழ்ச்சி வசிஷ்டருக்கும் விசுவாமித்திரருக்குமிடையே ஏற்பட்ட போராட்டம் பற்றியதாகும். வசிஷ்டர் பிராமண குரு. விசுவாமித்திரர் சத்திரிய இனத்தைச் சேர்ந்தவர். தான் பிராமணனாக வேண்டுமென்பது விசுவாமித்திரருக்கு மிகுந்த ஆசை. இராமாயணத்தில் கூறப்பட்டுள்ள பின்வரும் கதை நிகழ்ச்சி பிராமணனாக வேண்டுமென அவர் விரும்பியதற்கான காரணங்களை விவரிக்கிறது:

[1]"முன்னொருகாலத்தில் பிரஜாபதியின் மகன் குசன் என்னும் அரசன் இருந்தான். அவனுக்குக் குசனாபன் என்ற மகனிருந்தான். இவன் காதி என்பவனின் தந்தை. காதி விசுவாமித்திரரின் தந்தையாவார். விசுவாமித்திரர் பூலோகத்தைப் பல்லாயிரம் ஆண்டுகள் ஆட்சி செய்தார். பூலோகத்தை வலம் வரும்போது, ஒரு முறை வசிஷ்டரின் ஆசிரமத்திற்கு வந்தார். பல ஞானிகள், ரிஷிகள் மற்றும் புனித சீடர்கள் தங்கும் இனிய ஆசிரமம் அது. அந்த ஆசிரமத்தில் தனது பரிவாரங்களுடன் தங்கி, பிரம்மாவின் மைந்தன் அளித்த விருந்து உபசாரத்தை முதலில் விரும்பாவிட்டாலும், பின்னர் ஏற்றுக் கொண்டார். அந்த விருந்திற்கான அறுசுவை உண்டிகளை அங்கிருந்த அதிசய பசு ஒன்று அளித்ததைக் கண்ட விசுவாமித்திரர் அந்தப் பசுவின் மீது ஆசை கொண்டு, அந்தப் பசுவைத் தனக்குத் தர வேண்டுமென்றும், அதற்குப் பதிலாக ஒரு லட்சம் சாதாரணப் பசுக்களைத் தான் தருவதாகவும் சொன்னார். அத்துடன் ,"அந்த பசு ஓர் இரத்தினம்; இரத்தினங்கள் யாவும் அரசனுக்குச் சொந்தமானவை; எனவே, அந்த வகையில் அப்பசுமீது எனக்கு உரிமை உண்டு" என்றும் கூறினார்.

---

1 மியூர் தொகுதி 1, பக்கம் 397-400

இந்த விலை ஏற்றுக் கொள்ளப்படாததால், விலையை அரசர் அதிகப்படுத்திய போதும், வசிஷ்டர் பசுவை விற்பதாக இல்லை. அதன் பின்னர் அரசர் சர்வாதிகார முறையில், பலவந்தமாக பசுவைக் கைப்பற்ற முனைந்தார், ஆனால் பசு, அவருடைய ஊழியர்களிடமிருந்து தப்பித்து, தனது எஜமானரான வசிஷ்டரிடம் ஓடி வந்து நின்றது. 'நீங்கள் என்னைக் கைவிட்டு விட்டீர்கள்" என்று அது முறையிட்டது. "நான் உன்னைக் கைவிட்டுவிடவில்லை; என்னை விட அரசன் பலம் பொருந்தியவன்" என்று வசிஷ்டர் கூறினார்: அதற்குப் பசு சொன்னதாவது: 'சத்திரியர்கள் பலமுள்ளவர்கள் என்று மனிதர்கள் கூறுவதில்லை. பிராமணர்கள் அவர்களைவிட பலவான்கள். பிராமணனின் பலம் தெய்வீகமானது. சத்திரியர்களின் பலத்தைக் காட்டிலும் உயர்வுடையது. உங்களது பலம் அளவிட முடியாதது. விசுவாமித்திரர் பலமுடையவராக இருந்தாலும், நீங்கள் தான் அதிக சக்தி வாய்ந்தவர். உங்களது சக்தி கண்ணுக்குத் தெரியாதது. பிராமண சக்தியால் என்னை நீங்கள் கைவசப்படுத்தியுள்ளீர்கள். எனக்குக் கட்டளையிடுங்கள், அந்த வஞ்சக அரசனின் தற்பெருமையையும், அதிகாரத்தையும், அவனது முயற்சியையும் அழித்து விடுகிறேன்". தனது பலமான உக்காரத்தால் (கத்துதலால்) நூற்றுக்கணக்கான படைவீரர்களைப் பசு உருவாக்கியது. அவர்கள் விசுவாமித்திரரின் படைமுழுவதையும் அழித்தனர்; ஆனால் விசுவாமித்திரர் அவர்கள் எல்லோரையும் எதிர்த்து வீழ்த்தினார். பின்னர் மிகுந்த வலிமையும் வீரமும் கொண்ட சாகர்களும் யவனர்களும் பூரண ஆயுதபாணிகளாகத் தோன்றினர். அவர்கள் மீண்டும் அரசனின் வீரர்களை அழித்தனர். ஆனால் அரசன் இவர்களையும் அழித்தான் பசு மீண்டும் உக்காரமிட்டது. அது தனது உடலைச் சிலிர்த்துப் பல்வகை இனவீரர்களைத் தோற்றுவித்தது. இவர்கள் விசுவாமித்திரரின் இராணுவத்தையும், காலால் படை, குதிரைப் படை, யானைப்படை இரதங்கள் ஆகியவற்றையும் தாக்கி அழித்தார்கள். அரசனின் நூறு புதல்வர்கள் பல்வகை ஆயுதங்களைத் தாங்கி, வசிஷ்டர் மீது கடுமையான தாக்குதல் தொடுத்தனர், அப்போது மாபெரும் முனிவரான வசிஷ்டரின் வாயிலிருந்து வெளிப்பட்ட அனல் காற்று அவர்கள் அனைவரையும் ஒரு விநாடியில் எரித்துச் சாம்பலாக்கி விட்டது. இவ்விதம் படுதோல்வியடைந்து அவமானப்பட்ட விசுவாமித்திரர் தனது புதல்வர்களில் ஒருவனைத் தன் பிரதிநிதியாக நியமித்துவிட்டு இமயமலையை நோக்கிச் சென்றார்.

இமயமலைச் சாரலில் விசுவாமித்திரர் செய்த கடுந்தவத்தின் பயனாக மகாதேவனின் தரிசனம் கிடைத்தது. விசுவாமித்திரர் விரும்பியவாறே போர்க் கருவிகளுக்கான அனைத்துப் பிரிவுகளைப் பற்றிய அறிவியலையும் வெளிப்படுத்தினார்; மேலும் தேவலோக ஆயுதங்களையும் பெற்றார். இவற்றைப் பெற்று வந்து வசிஷ்டரின் ஆசிரமத்தை நிர்மூலமாக்கினார். அங்கிருந்தவர்கள் யாவரும் சிதறியோடினர். வசிஷ்டர் தனது பிராமண கதாயுதத்தை உயர்த்திப் பிடித்து விசுவாமித்திரரைப் பயமுறுத்தினார். விசுவாமித்திரரோ தன்னிடமுள்ள கொடிய ஆயுதங்களைக் காட்டித் தன்னோடு போரிட வருமாறு அறைகூவல் விடுத்தார். வசிஷ்டரும், "எங்கே உன் பலத்தைக் காட்டு; உன்னை ஒரு நொடியில் சரணடைய வைக்கிறேன்' என எதிர் அறைகூவல் விடுத்தார். மேலும் அவர், "சத்திரியனின் பலத்தைப் பிராமணனொருவனின் பலத்தோடு ஒப்பிடமுடியுமா? கேடு கெட்ட சத்திரியனே, இதோபார், எனது தெய்வீக பிராமண சக்தியை" என்றுகூறிப் போரிடமுன் வந்தார். காதியின் புதல்வனான விசுவாமித்திரர் உயர்த்திய கொடிய ஆயுதத்தைப் பிராமணனின் தண்டாயுதம் நெருப்பை நீர் அணைப்பது போல அணைத்துவிட்டது. பிரம்மாவின் கண்ணிப்பொறி, விஷ்ணுவின் சக்கராயுதம், சிவனுடைய திரிசூலம் ஆகியவற்றைத் தன் எதிரிமீது விசுவாமித்திரர் ஏவினார். பிரம்மாவின் மைந்தரான வசிஷ்டர் இவற்றை எல்லாவற்றையும் எரிக்கும் கதாயுதத்தை ஏவி விழுங்கச் செய்தார். இறுதியாக தேவர்களையும் திகிலடைய செய்யும் பிரம்மாஸ்திரத்தை விசுவாமித்திரர் பிரயோகித்தார். இதுவும் பிராமண முனிவரை எதுவும் செய்யாமல் பயனற்றுப் போயிற்று. வசிஷ்டர் அப்போது ஒரு பயங்கர உருவம் கொண்டு தோன்றினார். அவருடைய உடம்பிலிருந்த ஒவ்வொரு உரோமத் துவாரத்திலிருந்தும் புகைக்கும் தீச் சுவாலைகள் வெடித்துக் கிளம்பின. அவருடைய கையிலிருந்த கதாயுகம் புகையில்லா தீப்பந்தம் போல் அல்லது யமனுடைய இரண்டாவது தண்டம் போல் மின்னியது. எதிரியைக் காட்டிலும் அவரது பராக்கிரமதைப் பெரிதும் போற்றிப் பாராட்டிய முனிவர்களின் வேண்டுகோளுக்கிணங்க, அவர் கோபம் தணிந்தார். பின்னர், மிகுந்த வேதனையோடும் விசுவாமித்திரர் பின்வருமாறு சொன்னார். "இது சத்திரியனின் வீரத்திற்குப் பெருத்த அவமானம். பிராமணனின் வீரம்தான் வீரமாகும். ஒரே ஒரு பிராமண கதாயுதம் என்னுடைய அனைத்து ஆயுதங்களையும் அழித்து விட்டது."

மிகுந்த அவமானத்திற்குள்ளான விசுவாமித்திரருக்கு வேறு வழி எதுவும் இல்லை. ஒன்று, இந்த இழிவான நிலையை மறுப்பின்றி ஏற்றுக்கொள்ள வேண்டும்; அல்லது பிராமணன் அந்தஸ்தைப் பெறுவதற்கான வழிவகையினைத் தேட வேண்டும். பின் சொல்லப்பட்ட வழியையே அவர் மேற் கொண்டார்: "இத்தோல்விபற்றி மிகவும் ஆழ்ந்து சிந்தித்தேன். என்னை ஒரு பிராமணனின் அந்தஸ்திற்கு உயர்த்தும் மிகக் கடுமையான தவத்தை மனஉறுதியுடனும், உளப்பூர்வமாகவும் மேற்கொள்வேன்," மனந்தளர்ந்து, வெறுப்படைந்து, எதிரி மீது மிகுந்த பகைமை உணர்வுடன் அவர் தமது மனைவியுடன் தெற்கு நோக்கிப்பயணம் செய்தார். அவர் தமது முடிவினை எவ்வகையிலும் மாற்றிக் கொள்ளவில்லை. ஓராயிரம் ஆண்டுகள் கடும் தவம் புரிந்தபின்னர், பிரம்மா அவர் முன்னால் தோன்றி, அவர் ராஜரிஷிகளின் மோட்சத்தை வென்று விட்டார் என அறிவித்தார், மேலும், அவர் கடுமையான தவத்தை மேற்கொண்டதால் பிராமணன் அந்தஸ்திற்கு உயர்த்தப்பட்டு விட்டதாகவும் பிரம்மா கூறினார்".

விசுவாமித்திரருக்கும் வசிஷ்டருக்கும் இடையிலான மோதல் மேலே கூறிய நிகழ்ச்சியுடன் முடிந்து விடவில்லை. அது மேலும் தொடர்ந்தது. அது எவ்வாறு என்று பார்ப்போம்.

இட்சுவாகு வமிசத்தைச் சேர்ந்த சுதாஸ் என்னும் அரசன் ஆட்சி காலத்தில் இப்போராட்டம் தொடங்கியதாகத் தெரிகிறது. வசிஷ்டர் சுதாஸ் அரசனின் பரம்பரை குருவாவார். ஏதோ ஒரு காரணத்திற்காக - அது தெளிவாகத் தெரியவில்லை. -விசுவாமித்திரரைத் தனது குடும்ப குருவாக சுதாஸ் நியமித்துக் கொண்டான். இதனால் விசுவாமித்திருக்கும் வசிஷ்டருக்கும் தகராறு ஏற்பட்டது. இப்போராட்டம் நீண்ட காலம் தொடர்ந்து நடைபெற்றது.

இருவருக்குமிடையிலான இப்போராட்டம் ஒரு விசித்திரமான திருப்பத்தை அடைந்தது. விசுவாமித்திரர் ஏதேனும் ஒரு தர்க்க விவாதத்தில் ஈடுபட்டால், வசிஷ்டர் அந்த விவாதத்தில் கலந்து கொண்டு விசுவாமித்திரரின் எதிரிகளுக்கு ஆதரவு அளித்து வந்தார். ஒருவரை ஒருவர் தாக்கிக் கொள்ளும் செயலாக இது அமைந்தது.

அத்தகைய முதல் நிகழ்ச்சிதான் சத்திய விரதன் அல்லது திரிசங்கு பற்றியதாகும். ஹரி வம்சத்தில் இந்நிகழ்ச்சி பின்வருமாறு கூறப்பட்டுள்ளது:

[1]"அரசனுக்கும் (சத்திய விரதனுடைய தந்தை) வசிஷ்டருக்கு மிடையேயுள்ள சீடன், மதகுரு என்ற உறவின் அடிப்படையில் வசிஷ்டர்

1 மியூர் தொகுதி 1, பக்கம் 377 - 378

அயோத்தி நகரத்தையும், நாட்டையும், அரசமாளிகையில் அமைந்துள்ள அந்தரங்க இருப்பிடங்களையும் தனது ஆளுகைக்குள் வைத்திருந்தார். ஆனால் வசிஷ்டருக்கு எதிராக விதியின் காரணமாகவோ அல்லது அறிவீனத்தினாலோ சத்திய விரதன் கோபம் கொண்டிருந்தான். அவனுடைய தந்தை அவனைத் தடுக்க அரசாங்க எல்லைக்கு வெளியே தள்ளி வைத்திருப்பதை ஏதோ ஒரு காரணத்திற்காக வசிஷ்டர் தலை-யிடவில்லை."

"திருமணச் சடங்குகளில் சூத்திரங்கள் மட்டும் கட்டுப்படுத்துவதாக உள்ளன. ஏழாவது அடி எடுத்து வைத்து நான் என் மனைவியின் கையைப் பற்றிய போது இது அனுசரிக்கப்படவில்லை. சட்டத்தை அறிந்த வசிஷ்டர் இவ்விஷயத்தில் எனக்கு உதவியளிக்கவில்லை" என்று குரோத்தத்தைச் சத்திய விரதன் மனதில் வளர்த்துக் கொண்டிருந்தான்.

ஆனால் நியாய உணர்வுடன் தான் வசிஷ்டர் நடந்து கொண்டுள்ளார். சத்தியவிரதன் தனது தகப்பன் தன்மீது சுமத்திய மௌன நோன்பின் நியாயத்தையும் அறியவில்லை. இத்தகைய கடுமையான சடங்கை அவன் ஆதரித்ததால், தனது குடும்ப கௌரவத்தை மீட்டான். இருப்பினும் அவனுடைய தந்தை தன்னை ஒதுக்கி வைத்ததை வணக்கத்திற்குரிய வசிஷ்ட முனி தடுக்கவில்லை; ஆனால், அவனுடைய மகனை அரசனாக்கிட அவர் தீர்மானித்தார். பலமிக்க இளவரசன் சத்தியவிரதன் பன்னிரண்டு ஆண்டுகள் மௌன தவம் செய்த பின்னர், தான் சாப்பிட மாமிசம் கிடைக்காத வேளையில் வசிஷ்டரின் பால்தரும் பசுவைக் கண்டான்; இந்தப் பசு ஆசைகள் அனைத்தையும் நிறைவேற்றும் சக்தி படைத்தது. கோபம், ஏமாற்றம், களைப்பு, பசியின் கொடுமை ஆகியவற்றின் காரணமாகவும், பத்து கடமைகளிலிருந்து தவறி விட்டதாலும், அவன் பசுவைக் கொன்றான்...அதன் மாமிசத்தைத் தானும் தின்று, விசுவாமித்தரரின் புதல்வர்களுக்கும் கொடுத்தான். இதைக் கேள்விப்பட்டு வசிஷ்டர் மிகவும் கோபமடைந்தார். அவன் மூன்று பாவங்களைச் செய்ததால் அவன் திரிசங்கு ஆகக்கடவது எனச் சாபம் கொடுத்தார். விசுவாமித்திரர் வீட்டிற்கு வந்து சேர்ந்தபோது தன் மனைவிக்குச் சத்தியவிரதன் செய்த உதவிகளைப் பற்றிக் கேள்வியுற்று மகிழ்ச்சியடைந்து திரிசங்குக்குத் தான் அவன் விரும்பும் வரம் எதையும் தருவதாகக் கூறினார். இதனைக் கேட்ட திரிசங்கு தான் பூதவுடலுடன் தேவலோகத்தை அடைய வேண்டும் என்று கூறினான். பன்னிரெண்டு ஆண்டுகள் ஏற்பட்ட வறட்சியின் இடர்பாடுகள் முடிவுறும் நிலை ஏற்பட்டது; விசுவாமித்திரர் திரிசங்கை அவனுடைய தந்தையின் அரசில் அமரச் செய்து, அவன் சார்பாக வேள்வி நடத்தினார். வசிஷ்டரிடமிருந்தும்

தேவர்களிடமிருந்தும் பலத்த எதிர்ப்புகள் எழுந்தபோதிலும், விசுவாமித்திரர் அவனை உயிருடன் தேவலோகத்திற்கு[1] உயர்த்தினார்.

[2]"நாட்டில் அநீதிகளும் கொடுமைகளும் நிகழ்ந்ததால் இந்திரன் பன்னிரண்டு ஆண்டுகள் மழை பெய்யச் செய்யவில்லை. அப்போது தனது மனைவியையும், பிள்ளைகளையும் தனியே விட்டுவிட்டு தவம் செய்ய விசுவாமித்திரர் கடற்கரைக்குச் சென்று விட்டார். அவரது மனைவி வறுமையில் வாடினார். தனது இதர பிள்ளைகளைக் காப்பாற்றும் பொருட்டு, நூறு பசுக்களுக்காக இரண்டாவது மகனை விற்பதற்குத் தயராக இருந்தாள். சத்தியவிரதன் இந்த ஏற்பாட்டை நிறுத்தி, விற்கப்பட்ட மகனை மீட்டு, அவர்களுக்கு மாமிச உணவு அளிக்க ஏற்பாடு செய்து அக்குடும்பத்தைப் பாதுகாத்தான். தனது தகப்பனின் ஆணைப்படி பன்னிரண்டு ஆண்டுகள் பிராயச்சித்தம் செய்வதற்கு தன்னை அர்ப்பணம் செய்து கொண்டான்."

அடுத்த நிகழ்ச்சி விசுவாமித்திரர், வசிஷ்டர் ஆகிய இருவரும் எதிர்த்தரப்பில் காணப்பட்டதைப் பற்றியதாகும். அது திரிசங்கின் மகன் அரிச்சந்திரனைப் பற்றியதாகும். மார்க்கண்டேய புராணத்திலும், விஷ்ணு புராணத்திலும் இக்கதை காணப்படுகிறது. பின் கண்டவாறு இக்கதை கூறப்படுகிறது.

"ஒரு தடவை அரசன் வேட்டையாடச் சென்றபோது ஒரு பெண் ஓலமிடும் குரல் கேட்டது. இதற்கு முன்னர் வேறு யாரும் கண்டிராத வகையில் தபசுமிக்க ஞானி விசுவாமித்திரரால் வெல்லப்படும் விஞ்ஞானங்களிலிருந்து அந்த ஓலம் கேட்டது.

அவருடைய மகத்தான வல்லமையைக் கண்டு பயந்து அவை அழுதன. கணேச பகவானின் தூண்டுதலினாலும், எளியவர்களைக் காப்பது சத்திரியனின் கடமை என்பதாலும் அரிச்சந்திரன் பின்வருமாறு உரக்கச் கூறினான்: "பராக்கிரமும், எல்லையற்ற சக்தியும் நிறைந்த பிரபுவாக நான் இருக்கின்றபோது தனது ஆடையின் கரையின் ஓரத்தில் நெருப்பினைக் கட்டிக்கொள்ளும் இப்பாவியார்? வானத்தை ஒளிபெறச் செய்யும் எனது வில்லிருந்து பாயும் அம்புகளால் இவனுடைய உடம்பு துளைக்கப்பட்டு இன்று இவன் நெடிய நித்திரையை அடைவான்." விசுவாமித்திரர் இதைக் கேட்டு கோபமடைந்தார். அதனால் விஞ்

1 ஒரு குடி மகனின் மனைவியைத் தவறான எண்ணத்துடன் கடத்திச் சென்ற குற்றத்திற்காக திரிசங்கை அவனுடைய தந்தை நாட்டைவிட்டு பிரஷ்டம் செய்ததாகவும், இதைத் தடுக்க வசிஷ்டர் தலையிடவில்லை என்றும் ஹரி வம்சத்தில் மற்றொரு இடத்தில் குறிப்பிடப்பட்டுள்ளது. இதைத்தான் மூல நூல் குறிப்பிடுகிறது.

2 மியூர், தொகுதி 1, பக். 376-377

ஞானங்கள் உடனடியாக இறந்தன. அசுவத்தாமரத்தின் இலையைப் போல் அரிச்சந்திரன் நடுங்கிக் கொண்டு, தான் அரசன் என்ற முறையில் தனது கடமையைச் செய்ததாக சிறப்புமிக்க பிராமணர்களுக்கு மிகவும் பணிவுடன் கூறினான். அன்பளிப்பு செய்தல், வறியவர்களுக்கும், பயந்தவர்களுக்கும் பாதுகாப்பு அளித்தல், எதிரிகள்மீது போர் தொடுத்தல் ஆகியவை அரசனின் கடமைகள் என்றும் விளக்கமளித்தான். தனக்கும் பிராமணனுக்கு அளிக்கப்படுவது போன்று ஒரு வெகுமதி வேண்டுமென்று விசுவாமித்திரர் கேட்டார். தங்கம், தனது மகன், மனைவி, தனது உடல் மற்றும் தனது ராஜ்ஜியம் போன்ற எதை வேண்டுமானாலும் வெகுமதியாகக் கேட்கலாம் என்று அரசன் கூறினான். ராஜசூய யாகத்திற்கு முதலில் வெகுமதி தேவை என்று முனிவர் கூறினார். இதனைத் தருவதாக அரசன் கூறி, இன்னும் எதையும் கேட்கலாம் என்றான். அரிச்சந்திரன், அவனுடைய மனைவி, மகன், அவன் எங்கு செல்லும்போதும் அவனைப் பின்பற்றிச் செல்லும் அவனது தர்மம் தவிர அவனது ராஜ்ஜியம் முழுவதும் அதிலுள்ள அனைத்தும் வேண்டுமென்று விசுவாமித்திரர் கேட்டார். அரிச்சந்திரன் மகிழ்ச்சியுடன் அதற்குச் சம்மதித்தான். பின்னர், அரிச்சந்திரன் தனது அனைத்தையும் களைந்து விட்டு, மரஉரி தரித்துக் கொண்டு, தனது ஆபரணங்கள் மனைவி சைவியாவுடனும் (தாரமதி,) மகனுடனும் நாட்டை விட்டே போக வேண்டுமென்று விசுவாமித்திரர் கேட்டார். அவன் அவ்வாறே நாட்டை விட்டுப் புறப்படும் போது, அவனைத் தடுத்து நிறுத்தி, தனக்குச் கொடுக்க வேண்டிய யாகக் கட்டணத்தைத் செலுத்த வேண்டுமெனக் கோரினார். தான், தனது மனைவி, மகன் மட்டும் தான் இப்போது எஞ்சியிருக்கிறோம் என்று அரிச்சந்திரன் பதில் கூறினான். எப்படியாவது தனக்குச் சேர வேண்டியதைக் கொடுக்க வேண்டும் என்றும், "பிராமணர்களுக்கு வெகுமதிகள் கொடுப்பதாகக் கூறிய வாக்குறுதியை நிறைவேற்றாவிட்டால் அழிவுதான் ஏற்படும்" என்றும் கூறி விசுவாமித்திரர் மீண்டும் வலியுறுத்தினார். சாபம் கொடுப்பேன் என்று அவர் பயமுறுத்தியதால் ஒரு மாதத்தில் அக்கட்டணத்தைச் செலுத்தி விட முயற்சி செய்கிறான் அந்தத் துர்பாக்கிய அரசன். பின்னர் தனது குடிமக்களின் புலம்பலுக்கு மத்தியில் தனது மனைவியுடன் பயணத்தைத் தொடங்குகிறான். அன்பு நிரம்பிய தனது குடிமக்களின் அழுகையையும், அரசன் தங்களை விட்டு கைவிட்டதாக மக்கள் ஆட்சேபம் தெரிவிப்பதையும் கேட்டு, அவன் சற்றுத்தயங்கி நிற்கும் போது, விசுவாமித்திரர் வருகிறார்; புறப்படுவதைத் தாமதப்படுத்துவதையும், தயக்கம் காட்டுவதையும் கண்டு சினமடைந்த விசுவாமித்திரர் தனது கைத்தடியால் ராணியை அடித்தார்; அப்போது அவளை அரிச்சந்திரன் இழுத்துச் சென்று

கொண்டிருந்தான். சிவனின் சிறப்பான சொத்துதான் வாரணாசி என்னும் புண்ணியஸ்தலம்; அதன்மீது பூலோகத்தைச் சேர்ந்தவர்கள் யாருக்கும் உரிமை இல்லை என்று கற்பனை செய்து கொண்டு, தனது மனைவியுடனும், மகனுடனும் அங்கு புறப்பட்டு சென்றான். தனக்காகக் விசுவாமித்திரர் அங்கு காத்துக் கொண்டிருப்பதையும் காலக்கெடு முற்றிலும் முடிவுறாத நிலையில் யாகத்திற்கான வெகுமதியை அளிக்க வற்புறுத்திக் கொண்டிருப்பதையும் அவன் கண்டான்.

இத்தகைய இக்கட்டான நிலையில் இருப்பதை அறிந்த சைவிய ராணி தன்னை விற்று, அக்கட்டணத்தைச் செலுத்தும்படி தேம்பித் தேம்பி அழுது தழுதழுத்தக் குரலில் கணவனிடம் கூறினாள். கூறுவதைக் கேட்ட அரிச்சந்திரன் மயங்கி கீழே விழுந்து விட்டான். இவ்வாறு பின்னர் எழுந்து புலம்பினான்; மீண்டும் மயங்கி விழுந்தான். இதனைக் கண்ட அவனுடைய மனைவியும் மயங்கிக் கிடக்கும் நிலையில், பசியால் துடிக்கும் சிறுவன் அலறுகிறான்: "அப்பா, அப்பா, எனக்கு உணவு கொடுங்கள்; அம்மா, அம்மா பசி என்னை வாட்டுகிறது; நாக்கு தாகத்தால் வறண்டு விட்டது; ஏதாவது சாப்பிடக் கொடுங்கள்" இச்சமயத்தில் விசுவாமித்திரர் வருகிறார்: அரிச்சந்திரன் முகத்தில் நீர் தெளித்து, அவனை மயக்கத்திலிருந்து எழுப்புகிறார்; தனக்கு வெகுமதி அளிக்க வேண்டுமென மீண்டும் வலியுறுத்துகிறார். அரசன் மீண்டும் மயங்கி விழுந்தான்; அவனை மறுபடியும் மயக்கம் தெளியச் செய்தார். சூரியன் மறைவதற்கு முன்னர் வாக்குறுதியை நிறைவேற்றாவிட்டால் அவனைச் சபித்து விடுவதாக முனிவர் பயமுறுத்தினார். தனது மனைவி மீண்டும் மீண்டும் வலியுறுத்தியதால், அரசன் அவளை விற்க ஒத்துக் கொண்ட போதிலும், இத்தகைய தீய வார்த்தையை நான் ஒலித்தேனானால் இரக்கமற்ற ஈனன்கூட செய்யத் துணியாததை நான் செய்தவனாவேன்" என்று சொல்லி நகரத்திற்குள் சென்று தன்னைத்தானே பழித்துக் கொண்டு தன் மனைவியை அடிமையாக விற்பதாகக் கூறினான். அதைக்கேட்டு ஒரு பணக்கார பிராமணன், வீட்டு வேலைகளைச் செய்யும் அடிமை வேலைக்காரிக்கு என்ன விலை மதிப்பு உண்டோ அந்த விலைக்கு வாங்கிக் கொள்வதாக முன்வந்தான். பிராமணன் அவனை விலைக்கு வாங்கிக் கொண்டு இழுத்துக் கொண்டு சென்ற போது அவனது மகன் அவனைப் பின் தொடர்ந்து கண்ணீர் சிந்தி 'அம்மா' என்று அழுது கொண்டு ஓடினான். அந்த பிராமணனோ அந்தச் சிறுவனை உதைத்து விரட்டிய போதும் அச்சிறுவன், ' அம்மா, அம்மா' என்று அழுதுகொண்டே சென்றான். அப்போது தாரமதி பிராமணனைப் பார்த்து," எஜமானே, சற்று அன்பு காட்டுங்கள்; இச்சிறுவனையும் வாங்கிக் கொள்ளுங்கள்; அவனில்லையென்றால் நான் உங்களுக்குப்

பயனற்றவளாகி விடுவேன். எனது வறுமைக்காக எனக்கு கருணை காட்டுங்கள். பசுவுடன் கன்று சேருவது போல், என்னுடைய மகனுடன் என்னையும் இணைத்துச் சேருங்கள்" என்றாள். "இப்பணத்தை எடுத்துக் கொண்டு, அவனை என்னிடம் கொடு" என்று கூறி, பிராமணன் சிறுவனையும் விலைக்கு வாங்கிக் கொண்டான். தான் விலைக்கு வாங்கிய இருவருடன் பிராமணன் சென்ற பின்னர், விசுவாமித்திரர் மீண்டும் வந்து தனது கோரிக்கையை வலியுறுத்தினார். தனது மனைவியையும், மகனையும் விற்பனை செய்ததால் கிடைத்த சிறு தொகையை மனம் சோர்ந்து போன அரிச்சந்திரன் கொடுத்தபோது, விசுவாமித்திரர் அவனைக் கடிந்து கொண்டு சொன்னார்:

"பரிதாபத்துக்குரிய சத்திரியனே! இதுதான் எனது யாகத்திற்குத் தகுந்த ஒரு வெகுமதியென நீ நினைத்தால், எனது வல்லமை மிக்க தவத்தின் சக்தியையும், களங்கமற்ற எனது பிராமண மாட்சிமை- யினையும், எனது புனிதமான ஞானத்தின் வல்லமையையும் நீ விரைவில் காண்பாய்!" இதைக் கேட்ட அரிச்சந்திரன் மேலும் வெகுமதி அளிப்பதாக வாக்குறுதியளித்தான். இந்த வெகுமதி கடன் பாக்கியினைத் தீர்த்துக்கொள்ள மீதியுள்ள கால் நாள் அவகாசத்தை விசுவாமித்திரர், அரிச்சந்திரனுக்குக் கொடுத்தார். அதிர்ச்சியும் துயரமும் கொண்ட அரசன் இத்தகைய கொடுமையான கோரிக்கையை நிறைவேற்ற தன்னையே விலைக்கு விற்க முன் வந்தான். தர்மம் (நீதி), பயங்கரமான உருவத்தில் ஒரு சண்டாளனாக மாறி வந்து, அவன் கோரும் விலை அதிகமாகவோ அல்லது குறைவாகவோ இருந்தாலும், அவன் கூறும் விலைக்கு அவனை வாங்கிக் கொள்ள முன் வந்தது. இத்தகைய இழிவான அடிமை வேலையை ஏற்க, அரிச்சந்திரன் மறுத்தான். இத்தகைய விதியின் விளையாட்டுக்குப் பணிந்து செல்வதைக் காட்டிலும், தன்னைக் கொடுமைப்படுத்துபவரின் சாபத்தீய்க்கு இறையாவேன் என்று கூறினான். விசுவாமித்திரர் மீண்டும் வந்து, சண்டாளன் அளிக்கும் பெருந்தொகையை ஏன் அரிச்சந்திரன் ஏற்றுக் கொள்ளக்கூடாது என்று கேட்டார். தான். சூரிய வம்சத்தின் வழி வந்தவன் என்று கூறி அரிச்சந்திரன் வாதாடினான்; அப்போது விசுவாமித்திரர், தன்னை விற்பனை செய்து அதற்குரிய தொகை- யினை அளிக்காவிட்டால் அவனுக்குச் சாபம் கொடுத்து விடுவதாகப் பயமுறுத்தினார். இத்தகைய மிக இழிந்த நிலைக்குத் தன்னை ஒதுக்கித் தள்ளுவதைத் தவிர்க்குமாறு அரிச்சந்திரன் வேண்டினான்; தனது கடன் பாக்கியைச் செலுத்துவதற்கு விசுவாமித்திரரின் அடிமையாகத் தன்னை ஏற்றுக் கொள்ளுமாறு கூறினான். அதைக் கேட்ட முனிவர் கூறினார்: "நீ என்னுடைய அடிமை; அதனால் உன்னை சண்டாளனுக்குப் பத்துக் கோடி பணத்திற்கு விற்பனை செய்கிறேன்"

“சண்டாளனுக்கு மிகுந்த மகிழ்ச்சி; பணத்தைச் செலுத்தி விட்டு அரிச்சந்திரனைக் கட்டி உதைத்து, தனது இருப்பிடத்திற்கு அழைத்துச் சென்றான். சுடுகாட்டில் விட்டுவிடப்படும் துணிகளைத் திருடுவதற்காக அரிச்சந்திரனை ஒரு சுடுகாட்டுக்கு புலையன் அனுப்பினான். அவ்வாறு திருடப்படும் பொருளில் ஆறில் இரண்டு பங்கு தனது எஜமானர்களுக்கும், ஆறில் ஒரு பங்கு அரசனுக்கும் கொடுக்க வேண்டும் என்று அவனுக்குக் கட்டளையிடப்பட்டது. திகிலூட்டும் மயானத்தில் செய்யும் இந்த இழிவான தொழிலைச் செய்தான். அந்தப் பன்னிரண்டு மாதங்கள் நூறு ஆண்டுகள் போல் இருந்தன. பின்னர் ஒருநாள் அவன் தூக்கத்திலாழ்கிறான்: தனது பழைய கால நினைவுகள் கனவுகளாக அவனுக்குத் தோன்றுகின்றன. கண்விழித்தெழுந்த போது, பாம்பு கடித்து இறந்த தனது மகனின் ஈமச்சடங்கினை நிறைவேற்ற அவனுடைய மனைவி இடுகாட்டிற்கு வருகிறாள். முதலில் ஒருவரையொருவர் அடையாளம் கண்டு கொள்ளவில்லை. துன்பங்களால் அவர்கள் இருவரின் உடலில் ஏற்பட்ட மாற்றங்கள்தான் அதற்குக் காரணம். இருப்பினும் அவள் அழுது புலம்புவதிலிருந்து அப்பெண் தனது மனைவிதான் என்பதை அரிச்சந்திரன் கண்டு கொண்டு, மயங்கி விழுந்தான். தனது கணவனை அடையாளம் கண்டுகொண்டதும் ராணியும் மயங்கி கீழே விழுகிறாள். மைந்தனின் மரணத்துக்காக உள்ளம் உருகி, மனம் நொந்து கதறி அழுதான். அரசனுக்கு ஏற்பட்ட இழிநிலையைக் கண்டு மனைவி மனம் ஒடிந்து அழுதாள். பின்னர் அவனை அவள் கட்டிப் பிடித்துக் கொண்டு கேட்டாள்: “இவையாவும் கனவா அல்லது உண்மை நிகழ்ச்சியா? நான் அதிர்ச்சியடைந்துள்ளேன்.” அவள் மேலும் கூறினாள்: “இவை அனைத்தும் உண்மை என்றால் தர்மத்தைப் பின்பற்றுபவர்களுக்குத் தர்ம தேவதை உதவுவதில்லை என்று அர்த்தமாகிறது” தனது எஜமானனின் அனுமதியின்றி தன்மகனுக்கு எரியூட்டி ஈமச் சடங்குகளைச் செய்ய முதலில் தயங்கிய அரிச்சந்திரன், பின்னர் விளைவுகள் எதுவாக இருப்பினும் அவ்வாறு செய்யத் தீர்மானித்தான். “ நான் வெகுமதிகளை அளித்திருந்தால், யாகங்கள் செய்து எனது மதக் குருக்களைத் திருப்திபடுத்தி இருந்தால், உன்னுடனும் (மனைவி) எனது மகனுடனும் அடுத்த உலகத்தில் நான் ஒன்று சேர வேண்டும்“ என்று மகனுடன் மரணமடைய முடிவெடுக்கின்றான். அப்படியே தானும் மரணமடைய ராணி உறுதிகொள்கிறாள். தன்னுடைய மகனின் உடலை ஈம விறகு அடுக்கிய இடத்திலிட்டு, நாராயண, கிருஷ்ண பகவானை நினைத்துத் தியானம் செய்கிறான். அப்போது தர்ம தேவனின் தலைமையில் எல்லாத் தேவர்களும், விசுவாமித்திரருடன் வருகிறார்கள். இத்தீவிரமான முடிவைக் கைவிடும்படி ‘தர்மம்‘

கேட்கிறது. தங்களின் நற்செயல்களால், அரிச்சந்திரனும், அவனது மனைவியும், மகனும் தேவலோகத்தையே வென்று விட்டதாக இந்திரன் கூறினான். மரணத்தை வெல்லும் அருமருந்தான அமிர்தமும், பூமாரியும் தேவர்களால் வானத்திலிருந்து மழையாகப் பொழியப்பட்டன. அரசனின் மகன் இளமைப் பொலியுடன் பிழைத்து எழுந்தான்; தேவலோக ஆடை ஆபரணங்களை அரசன் அணிந்து கொண்டு, தனது மனைவியுடன் சேர்ந்து தங்களது மகனைக் கட்டித் தழுவினர். தனது எஜமான் புலையனின் அனுமதியின்றியும், மீட்புச் தொகையினைச் செலுத்தாமலும் தேவலோகத்திற்குத் தான் போக முடியாது என அரிச்சந்திரன் கூறினான். தானே புலையனாக வந்ததாக தர்மதேவன் அரசனுக்கு வெளிப்படுத்தினான். தனது நற்செயல்களில் பங்குதாரர்களாக உள்ள விசுவாசமுள்ள தனது குடிமக்கள் தேவலோகத்திற்குக் குறைந்தது ஒரு நாளாவாவது தன்னுடன் வர அனுமதியில்லா விட்டால், தான் வர இயலாது என அரிச்சந்திரன் மறுத்தான். இந்திரனால் இந்த வேண்டுகோள் ஏற்றுக் கொள்ளப்பட்டது.

அரிச்சந்திரனின் மகன் பதவி ஏற்பதற்காக விசுவாமித்திரர் ராஜ உத்சவத்தைத் துவக்கி வைத்தார். அதன் பின்னர் தனது நண்பர்களும், தொண்டர்களும் பின் தொடர, அரிச்சந்திரன் தேவலோகத்திற்குப் புறப்படுகின்றான். கங்கா நதி நீரில் பன்னிரண்டு ஆண்டுகள் தங்கிய பின் அரிச்சந்திரனின் குலகுருவான வசிஷ்டர் நாடு திரும்பினார். தான் அங்கு இல்லாத போது பன்னிரண்டு ஆண்டுகளில் நடந்தவை அனைத்தும் பற்றிக் கேள்விப்பட்டார்; சிறந்த பண்புள்ள அரசனுக்கு ஏற்பட்ட இழிவு குறித்து பெரும் சினம் கொண்டார். அரிச்சந்திரன் தேவர்களிடமும், பிராமணர்களிடம் கொண்டுள்ள பக்தியைப் பாராட்டினார். தனது நூறு புதல்வர்களை விசுவாமித்திரர் கொன்று குவித்தபோதுகூட தான் இப்போது போல் இவ்வளவு சினமடைய வில்லை என்று கூறினார். பின்னர் விசுவாமித்திரர் ஒரு நாரையாக மாற வேண்டுமெனச் சாபமிட்டார். “பிராமணர்களின் எதிரியான இந்த வஞ்சக மனிதன், எனது சாபத்தினால் அறிஞர்கள் குழாத்திலிருந்து நீக்கப்படுவார்; தனது மதியிழந்து, ஒரு வகாவாக (நாரை) மாறக்கடவர்.” என்றார் விசுவாமித்திரரும் பதிலுக்குச் சாபம் இடுகிறார். வசிஷ்டரை ஆரி பறவையினத்தைச் சேர்ந்த ஒரு பறவையாகத் தனது சாபத்தால் மாற்றினார். இவ்விருவரும் தங்களது புதிய உருவங்களில் கடும் சண்டை புரிந்தனர். ‘ஆரி பறவையின் உயரம் இரண்டாயிரம் யோஜனா; அதாவது 18000 மைல்கள். வகாவின் உயரம் 3090 யோஜனா’ அவை இரண்டும் முதலில் இறக்கைகளைக் கொண்டு சண்டை போட்டன. நாரை மூக்கினாலும், ‘ஆரி’ நகத்தாலும் ஒன்றை ஒன்று தாக்கிக்

கொண்டன இந்தப் பறவைகளின் இறக்கைகள் எழுப்பிய பலமான காற்றினால் மலைகள் நொறுங்கி விழுந்தன; பூமி அதிர்ந்தது; பூமியின் செங்குத்தான நிலை மாறி சரிவு கண்டது. இந்தப் பல்வகையான நடுக்கத்தின் காரணமாக பறவைகள் கூட்டம் கூட்டமாக அழிந்தன. இத்தகைய பெருங்குழப்பம் பிரம்மாவின் கவனத்திற்கு வந்தது. தேவர்கள் புடை சூழ, நிகழ்ச்சி நடைபெறும் இடத்திற்குப் பிரம்மா வந்தார். இருவரும் போர் செய்வதை நிறுத்துமாறு ஆணையிட்டார். இந்த ஆணையினைக் கேட்ட இருவரும் பெரிதும் கோபமடைந்தனர். ஆனால், பிரம்மா இந்த போராட்டத்தில் ஈடுபட்ட அவர்களின் சுய உருவத்திற்கு மாற்றி, போராட்டத்திற்கு முடிவு கட்டி, இருவரும் சமாதானம் செய்து கொள்ள ஆலோசனை கூறினார்.

இருவரும் எதிரிகளாக வரும் அடுத்த நிகழ்ச்சி அயோத்தி அரசன் அம்பரீசன் சம்பந்தப்பட்டதாகும்.

"¹இக்கதை கூறுவதாவது: அம்பரீசன் யாகம் செய்வதில் ஈடுபட்டிருந்தான். அப்போது இந்திரன் பலி பிராணியைத் தூக்கிச் சென்றுவிட்டான். இத்தகைய அபசகுனமான நிகழ்ச்சி ஏற்பட அரசனின் சீர்குலைந்த நிருவாகம் தான் காரணம் என்றும், ஒரு மனிதனைப் பலி கொடுத்துத்தான் இதற்குப் பரிகாரம் தேடவேண்டும் என்றும் குரு கூறினார். நீண்ட காலம் தேடியபின்னர், ராஜரிஷியான அம்பரீசன் பிருகு வம்சத்தைச் சேர்ந்த பிராமண ரிஷியான ரிச்சிகனைச் சந்தித்தான்.

அப்போது யாகத்தில் பலியிடுவதற்கு அவருடைய புதல்வர்களில் ஒருவனை லட்சம் பசுக்களை விலையாகப் பெற்றுக் கொண்டு விற்கும்படி கேட்டான். ரிச்சிகன் தனது மூத்த மகனை விற்கமுடியாது என்று கூறினார். அவனுடைய மனைவியோ தனது கடைசி மகனை விற்க முடியாது என்றும், "தகப்பனுக்கு மூத்த மகன் செல்லப்பிள்ளை என்றும், தாய்க்குக் கடைசி மகன் செல்லப் பிள்ளை" என்றும் கூறினாள். இரண்டாவது மகன் சுனசேபன் தன்னை விற்கலாம் என்றும், அரசன் தன்னை அழைத்துக் கொண்டு போகலாம் என்றும் தன் விருப்பத்தைத் தெரிவித்தான். ஒரு லட்சம் பசுக்கள், ஒரு கோடி பொன் காசுகள், ஆடை ஆபரணங்கள் விலையாக அளிக்கப்பட்டன; சுனசேபன் விலை பொருளாக அழைத்துச் செல்லப்பட்டான். புஷ்கரம் வழியாக அவர்கள் செல்லும் போது இதர ரிஷிகளுடன் தவம் செய்து கொண்டிருந்த தனது தாய்மாமன் விசுவாமித்திரனைச் சுனசேபன் கண்டான். விசுவாமித்திரரின் அரவணைப்பில் தன்னைப் புதைத்துக் கொண்டு, பரிதாபகரமான நிலையிலிருந்து தன்னை விடுவிக்குமாறு சுனசேபன் வேண்டினான்.

---

1 மியூர் தொகுதி - 1, பக்கம் 405 - 407

விசுவாமித்திரர் அவனைச் சமாதானப்படுத்தினார். சுனசேபனுக்குப் பதிலாக தனது புதல்வர்களில் ஒருவன் பலியாகச் செல்ல வேண்டுமென அவர்களை வலியுறுத்தினார். இந்த யோசனையை மதுசியந்தனும் ஏனைய புதல்வரும் ஏற்கவில்லை. அவர்கள் கர்வமாகவும், கேலியாகவும் பேசினர். "மற்றவர்களின் புதல்வர்களைக் காக்க நீங்கள் எவ்வாறு உங்களுடைய புதல்வர்களைப் பலி கொடுக்க முடியும்? இது தவறு என்று கருதுகிறோம்; தன்னுடைய சதையையே தான் தின்பது போன்றதாகும் இது" என்று கூறினர். தனது கட்டளை மீறப்படுவது குறித்து முனிவர் சினமடைந்தார். வசிஷ்டரின் புதல்வர்கள் போல், தனது புதல்வர்கள் இழிகுலத்தில் பிறந்து, ஆயிரம் ஆண்டுகளுக்கு நாயின் மாமிசத்தைத் தின்ன வேண்டுமெனத் தண்டனை விதித்தார்.

பின்னர் சுனசேபனிடம் இவ்வாறு கூறினார்:

"புனித நூலால் கட்டப்பட்டு, சிவப்பு மாலை அணிந்து, வாசனைத் தைலத்தைத் தேய்த்து விஷ்ணுவின் பலிபீடத்துடன் இணைக்கப்பட்டிருக்கும் போது, அக்கினியை நோக்கி முறையிட்டு, இந்த இரண்டு தெய்வீகப் பாட்டுகளைப் பாடினால், அம்பரிஷன் யாகம் நடைபெறும் இடத்தில் நினைப்பது நிறைவேறும்" இரண்டு தெய்வீகமந்திரத்தைத் தெரிந்து கொண்டு, தாங்கள் செல்ல வேண்டிய இடத்திற்கு உடனடியாகப் புறப்படலாம் என அம்பரீஷனிடம் சுனசேபன் கூறினான். தீக்குளிப்பதற்காக, சிவப்பு நிற ஆடையுடன் எரி தண்டத்துடன் கட்டுண்டு இருந்தபோது, இந்திரனையும் அவனது இளைய சகோதரன் விஷ்ணுவையும் சிறப்பான மந்திரப் பாடல்களால் துதித்தான். இரகசியமான இப்பாடலைக் கேட்ட ஆயிரம் கண்களுடைய இந்திரன் மகிழ்ச்சியடைந்து, சுனசேபனுக்கு நீண்ட ஆயுள் அருளினான்."

இறுதியாக விசுவாமித்திரரும் வசிஷ்டரும் எதிரிகளாகத் தோன்றிய நிகழ்ச்சி மகாபாரதம் ஆதி பர்வத்திலுள்ளது. கல்மஷ பாதன் என்ற அரசனைப் பற்றியதாகும் இது.

> [1]"கல்மஷ பாதன் இஷ்வாகு மரபைச் சேர்ந்தவன். அவனுடைய ராஜகுருவாகத் தான் நியமிக்கப்பட விசுவாமித்திரர் விரும்பினார்; ஆனால் அரசனோ வசிஷ்டரை நியமிக்க விரும்பினான்." ஒரு சமயம் அரசன் வேட்டைக்குச் சென்ற போது, பல விலங்குகளை வேட்டையாடிக் கொன்றான். அதனால் அவனுக்குக் களைப்பும், பசியும், தாகமும் ஏற்பட்டது தான் செல்லும் வழியில் வசிஷ்டரின் நூறு மகன்களில் மூத்தவனான சக்திரியை அவன் கண்டபோது, தனது வழியைவிட்டு விலகிச் செல்லுமாறு ஆணையிட்டான். சக்திரி மரியாதையுடன் இவ்வாறு

1 மியூர், தொகுதி-1, பக். 415 -417

சொன்னார்: "இது நான் செல்லும் வழி; அரசனே, இதுதான் தொன்மையான சட்டம், பிராமணனுக்கு வழி விடவேண்டும் என்பது காலம்காலமாக அனுசரிக்கப்பட்டு வரும் நியதியாகும்". இருவரும் விட்டுக் கொடுப்பதாக இல்லை; வாக்குவாதம் முற்றியது. தன்னுடைய சாட்டையால் முனிவரை அரசன் அடித்தான். கோபமடையும் முனிவர்கள் வழக்கமாகக் கையாளும் முறைப்படி, மனிதர்களைத் தின்பவனாக மாறக்கடவாய் என்று அரசனுக்குச் சாபம் கொடுத்துத் தண்டித்தார் முனிவர். கல்மஷ பாதனுக்கு யார் ராஜகுருவாக இருக்க வேண்டும் என்பது பற்றிய சர்ச்சை ஏற்பட்டதன் காரணமாக, வசிஷ்டருக்கும் விசுவாமித்திரருக்குமிடையே அப்போது விரோதம் நிலவியது. விசுவாமித்திரர் அரசனைப் பின்தொடர்ந்தார்; சக்திரியுடன் அரசன் விவாதித்துக் கொண்டிருக்கும் போது, அவனை அணுகினார். தனது எதிரியான வசிஷ்டரின் மகனுடன் இருந்ததால், விசுவாமித்திரர் தன்னை மறைத்துக் கொண்டு, அவர்களைக் கடந்து சென்றார். அரசன் சக்திரியின் கருணையை வேண்டினான். இருவரும் சமாதானம் செய்து கொள்ளுவதை விசுவாமித்திரர் தடுக்க விரும்பினார்; எனவே ஒரு ராட்சதனை அரசனுக்குள் புகுந்து விடக் கட்டளையிட்டார்.

பிரம்ம ரிஷியின் சாபமும், விசுவாமித்திரரின் கட்டளையும் ஒன்று சேர்ந்த காரணத்தால், ராட்சதன் கட்டளைக்குப் பணிந்தான். தனது எண்ணம் நிறைவேறியதைக் கண்ட விசுவாமித்திரர், நடப்பது நடக்கட்டும் என்று கருதி நாட்டை விட்டு வெளியேறி விட்டார். ஒரு சமயம் அரசன் ஒரு பசியுள்ள பிராமணனைச் சந்தித்தபோது, அவனுக்குத் தனது சமையல்காரன் மூலம் மனித மாமிசத்தை அனுப்பினான். இதனால் சத்திரி அளித்தது போல், அந்த பிராமணனும் சாபம் தந்தான்.

சாபம் இப்போது நிறைவேறியது; சக்திரியே முதல் பலியாகி, அரசனால் தின்னப்பட்டான்; விசுவாமித்திரரின் கட்டளையால் வசிஷ்டரின் இதர புதல்வர்களும் இவ்வாறே பலியானானர்கள். சக்திரி இறந்து விட்டான் என்பதை அறிந்த விசுவாமித்திரர் ராட்சதனை வசிஷ்டரின் புதல்வர்களுக்கு எதிராக மீண்டும் மீண்டும் தூண்டி விட்டார். சிங்கம், வனவிலங்குகளைத் தின்பது போல சக்திரியின் சகோதரர்களை ராட்சதன் கொன்று தின்றான். விசுவாமித்திரரால் தனது புதல்வர்கள் அழிக்கப்பட்டதைக் கேள்வியுற்ற வசிஷ்டர், ஒரு பெரிய மலை பூமியைத் தாங்கிக் கொண்டிருப்பது போல், தனது துயரத்தைச் சகித்துக் கொண்டார்.

தன்னைத் தானே அழித்துக் கொள்ளவிரும்பி, அவர் தியானம் செய்தார். ஆனால் கௌசிகர்களை அழிக்க அவர் விரும்பவில்லை. இத்தெய்வீக ஞானி, மகா மேரு மலையிலிருந்து குதித்தார். பஞ்சுக் குவியலில் விழுவது போல், பாறைகளின் மீது அவர் உடல் விழுந்தது.

கீழே விழுந்து சாவதிலிருந்து பிழைத்துக் கொண்ட முனிவர் காட்டில் கொழுந்து விட்டு எரியும் தீயில் குதித்தார். நெருப்பு அவரை எரித்துச் சாம்பலாக்கவில்லை; நீர் போல் நெருப்பு குளிர்ச்சியாக இருந்தது. தன் கழுத்தில் ஒரு கனமான கல்லைக் கட்டிக் கொண்டு சமுத்திரத்திற்குள் குதித்தார். ஆனால் சமுத்திர அலைகள் அவரைக்கரை சேர்த்தன. தனது பர்ண சாலைக்கு அவர் போன போது, அது வெறுமையாக அவல நிலையில் காட்சியளித்தது. துக்கத்தோடு மீண்டும் வெளியேறிச் சென்றார். அண்மையில் பெய்த மழையால் விபசா நதியில் வெள்ளம் கரை புரண்டு ஓடுவதையும், நதியின் கரையில் வளர்ந்திருந்த மரங்கள் யாவும் வெள்ளத்தால் அடித்துச் செல்லப்படுவதையும் அவர் கண்டார். வெள்ளத்தில் மூழ்கிவிட நினைத்து, தன்னைக் கயிற்றால் நன்கு சுற்றிக்கட்டிக் கொண்டு ஓடும் வெள்ளத்தில் குதித்தார். ஆனால் நதி அவரது கட்டுக்களை அவிழ்த்து அவரைக் கரை சேர்த்தது. எனவேதான் இந்த நதிக்கு முனிவரால் இப்பெயர் சூட்டப்பட்டது. அதற்குப் பின்னர் முதலைகள் நிறைந்த சத்ரு பயங்கரமான (சட்லஜ்) நதியில் குதித்தார்.

நெருப்பு போல் பிரகாசித்து நிற்கும் பிராமண முனிவரைக் கண்ட நதி நூறு திசைகளில் பிரிந்து சிற்றாறாக ஓடியது. அதனால்தான் அதற்கு இப்பெயர். இதனால் முனிவர் மீண்டும் நிராதரவாகத் தவித்து நின்றார். தன்னைத்தானே கொன்றுவிட முடியாததால் மீண்டும் பர்ண சாலைக்குத் திரும்பினார்.

விசுவாமித்தரருக்கும் வசிஷ்டருக்கும் இடையே உள்ள பொதுவான பகைமை பற்றி சில குறிப்பிட்ட நிகழ்ச்சிகளை மட்டுமே இதுவரை கூறினோம், ஆனால் விசுவாமித்திரர், வசிஷ்டரைக் கொலை செய்ய விரும்பும் அளவிற்குக் கூட இந்தப் பகைமை மிகவும் முற்றிப் போயிற்று. இது மகாபாரதத்தில் ஷாலிய பர்வத்தில் கூறப்பட்டுள்ளது. இதனை மகாபாரதம் ஆசிரியர் பின்வருமாறு கூறுகிறார்:

[1]"தவம் செய்வதில் ஏற்பட்ட போட்டியின் காரணமாக விசுவாமித்திரருக்கும் பிராமணரிஷி வசிஷ்டருக்குமிடையே

1 மியூர், தொகுதி-1, பக். 420 -422

கடும் பகைமை நிலவிற்று. ஸ்தானுதீர்த்தத்தில் வசிஷ்டருக்குப் பெரிய பர்ண சாலை அமைந்து இருந்தது; இதற்குக் கிழக்குப் பக்கத்தில் விசுவாமித்திரரின் பர்ணசாலை அமைந்திருந்தது. இவ்விரு சந்நியாசிகளும் நாள்தோறும் செய்யும் தபசுகளில் தீவிரமான போட்டிகள் இருந்தன. வசிஷ்டரின் வல்லமை குறித்து விசுவாமித்திரருக்குப் பெரும் பொறாமை உண்டு. இது பற்றி அவர் ஆழ்ந்து சிந்தித்தார். இந்த முனிவருக்குத் எப்போதும் பின்வரும் எண்ணம் உள்ளத்தில் அலைமோதிக் கொண்டிருந்தது: "ஜபங்களில் தலைசிறந்த வசிஷ்டரை சரசுவதி நதி என்னிடம் அழைத்து வரும்; அப்படி அந்த பிராமணன் வரும்போது, நிச்சயமாக அவரை நான் கொன்று விடுவேன்". இவ்விதம் உறுதிகொண்ட தெய்வீக முனிவரான விசுவாமித்திரரின் கண்கள் கோபத்தால் சிவந்தன; மனத்திற்குள்ளே நதிகளின் தலைவியை அழைத்தார். முனிவரின் எண்ண அலைக்கு இலக்கான சரசுவதி நதி, அவர் மிகவும் சக்தி வாய்ந்தவர் என்பதையும், கோபக்காரர் என்பதையும் அறிந்திருந்தது; எனவே கரம் கூப்பி, நடுங்கிக் கொண்டு முனிவர்களின் தலைவர் முன்னால் வந்து நின்றது. கணவனை இழந்த ஒரு பெண்போல், அது வேதனையடைந்தது; தான் என்ன செய்ய வேண்டுமெனக் கேட்டது. சினங்கொண்ட முனிவர் கூறினார்: "வசிஷ்டரை இங்கு உடனடியாக அழைத்துவா; நான் அவரைக் கொல்ல வேண்டும்". செங்கமல நயனங்களைக் கொண்ட அந்த தேவதை காற்றில் ஆடும் தளிர் கொடிபோல், கைகளைக் கட்டி நடுங்கி நின்றது. எனினும் அவள் நிலைமையை விசுவாமித்திரர் புரிந்து கொண்டு மீண்டும் கூறினார். அவருடைய எண்ணம் மிகவும் பாவகரமானது என்பதையும், வசிஷ்டரின் வல்லமை ஒப்பில்லாதது என்பதையும் அறிந்த சரசுவதி இரண்டு முனிவர்களின் சாபத்திற்குள்ளாகும் அபாயத்தைக் கண்டு அஞ்சி வசிஷ்டரிடம் சென்று, அவருடைய எதிரி கூறியதைக் தெரிவித்தது. மெலிந்து வெளிறிப்போய்க் கவலையுடன் நிற்கும் சரசுவதியைப் பார்த்து அவர் கூறினார்: "நதிகளின் தலைவியே! தயக்கமின்றி என்னை விசுவாமித்திரரிடம் சுமந்து செல்; அவ்வாறு செய்யாவிட்டால் அவர் சாபமளிப்பார்". முனிவரின் கருணை நிறைந்த இவ்வார்த்தைகளைக் கேட்ட சரசுவதி புத்திசாலித்தனமாக எவ்வாறு நடந்து கொள்வது என்று சிந்தித்தது. "என்னிடம் வசிஷ்டர் எப்போதும் அதிக அன்பு கொண்டுள்ளார். அவருடைய நலத்தை நான் பாதுகாக்க வேண்டும்" என்று சரசுவதி நினைத்தது. தனது கரையில் கௌசிக முனிவர் ஜெபம்

செய்து கொண்டிருப்பதைச் சரசுவதி நதி கண்டது: இதை ஒரு நல்ல சந்தர்ப்பமாகக் கருதி, தனது வெள்ளச் சுழற்சியால் அவரை நீரில் அடித்துச் சென்றது. மித்ரன், வருணனின் மைந்தனான வசிஷ்டர் நதியில் அடித்துச் செல்லப்படும் போது நதியைப் பார்த்துப் பாராட்டினார்: "சரசுவதி நதியே! நீ பிரம்மாவிடமிருந்து உற்பத்தியாகிறாய். உனது கிளை நதிகளால் உலக முழுவதும் படர்ந்து பரவி நிற்கிறாய். ஆகாயத்திலிருந்து மேகங்களுக்குள் நீர் நிரப்புகிறாய். நீயே தான் அனைத்து நீர் நிலைகளாக உள்ளாய். இதனால் நாங்கள் அறிவது என்னவென்றால்: 'நீயே புகழ்; முழுநிறைவுடைய பொருள்; உயிர்தரும் ஊட்டம்; ஒளி: அறிவு: நீயே மொழி; நீயே சிவகா; இவ்வுலகம் முழுவதும் உன் உட்பட்டது; ஆளுகைக்கு நான்கு வடிவங்களில் எல்லா உயிர்களிடத்திலும் குடி கொண்டுள்ளாய்..."

சரசுவதி நதியால் வசிஷ்ட முனிவர் தனக்கு அருகே கொண்டு வரப்படுவதைக் கண்ட விசுவாமித்திரர், வசிஷ்டரைக் கொல்லுவதற்கு ஒரு ஆயுதத்தைத் தேடினார். விசுவாமித்திரரின் கோபத்தை அறிந்து கொண்டு, எங்கே பிராமணக் கொலை நடந்துவிடுமோ என்ற பயத்தினால், வசிஷ்டரை நதி விரைவாக கீழ்த்திசை நோக்கி இழுத்துச் சென்றது. இவ்வாறு செய்ததினால், இரு முனிவர்களின் ஆணைகள் நிறைவேற்றப்பட்டதுடன். விசுவாமித்திரரின் கையிலிருந்து தப்பிக்கவும் முடிந்தது. வசிஷ்டர் இழுத்துச் செல்லப்படுவதைக் கண்டு விசுவாமித்திரர் கோபமுற்று, அமைதியிழந்தார். நதியிடம் கூறினார்: "நதிகளின் தலைமை நதியே! நீ என்னிடமிருந்து நழுவிச் சென்று விட்டாய். எனவே, பேய்களின் தலைவி விரும்பும் இரத்த அலைகளில் நீ மிதப்பாய்" (பேய்கள் இரத்ததைக் குடித்துத் திளைக்கும் என்று புராணங்களில் கூறப்பட்டுள்ளது). சரசுவதி நதி இவ்வாறு சாபத்திற்குள்ளாகியதால், ஓராண்டு காலம் இரத்தம் கலந்த தண்ணீர் அந்த ஆற்றில் பாய்ந்தோடியது. வசிஷ்டர் நதியால் அடித்துச் செல்லப்பட்ட இடம் புண்ணிய தலமாகக் கருதப்பட்டு, இந்த இடத்திற்கு ராட்சதர்கள் வந்து, குடித்து, இரத்த ஆற்றில் குளித்து, நடனமாடி, கேளிக்கைகளில் ஈடுபட்டனர். சுவர்க்கத்தையே வென்று விட்டது போன்ற பிரமையில் திளைத்தனர். சில காலம் கழித்து இந்த இடத்துக்கு வந்த சில ரிஷிகள் ஆற்றில் ரத்தம் கலந்த நீர் பாய்ந்தோடுவதையும், அந்நீரை ராட்சதர்கள் பெரிதும் விரும்பிக் குடிப்பதையும் கண்டு பயந்து போயினர்; சரசுவதி நதியை மீட்க அவர்கள் பெரும் முயற்சி செய்தனர்".

மேலே சொல்லப்பட்ட நிகழ்ச்சிகள் யாவும் ஒரு குறிப்பிட்ட பிராமணருக்கும் ஒரு குறிப்பிட்ட சத்திரியருக்குமிடையே நிகழ்ந்த தனிப்பட்ட போராட்டங்களாகும். பின்வரும் நிகழ்ச்சிகளைப் பிராமணர்களுக்கும் சத்திரியர்களுக்கும் இடையே நடைபெற்ற வர்க்க அல்லது வகுப்புவாத மோதல்கள் எனலாம். அவற்றை வெறும் மோதல்கள் என்று கூறமுடியாது. அதே சமயம் அவநிறை வகுப்புக் கலவரங்கள் போன்றவை என்றும் சொல்வதற்கில்லை. மாறாக அவை ஒரு சமூகம் இன்னொரு சமூகத்தை வேரோடு மண்ணோடு கெல்லியெறிய சபதம் பூண்டு நடைபெற்ற வகுப்புப் போர்களாகும். மகாபாரதத்தில் இத்தகைய இரண்டு வகுப்புப் போர்கள் பற்றி கூறப்பட்டுள்ளது. முதலாவதாக பார்க்கவா பிராமணர்கள் மீது ஹைகயா சத்திரியர் தொடுத்த போர் பற்றி சொல்லப்பட்டுள்ளது. கீர்த்த வீரியன் என்னும் சத்திரிய அரசன் ஆட்சியில் இது நடை பெற்றது. மகாபாரதம்[1] ஆதி பர்வத்தில் சொல்லப்பட்ட போர் பற்றிய விவரம் கீழே விளக்கப்படுகிறது.

"கீர்த்த வீரியன் என்னும் அரசன் தாரள மனப்பாங்குடையவன். வேதங்களை நன்கு அறிந்த பிருகு, அவனுடைய குடும்ப குரு இவருக்கு அரசன் பொன், பொருள் அனைத்தும் அளித்தான். இக்குரு மோட்சமடைந்த பின்னர், அவருடைய வம்சாவழியினர் வறிய நிலையடைந்ததினால், பிருகுவின் குடும்பத்தாரிடம் ஏராளமான செல்வம் இருப்பதை அறிந்து, தங்களுக்கு வேண்டிய பொருள்களைத் தானமாக வழங்கி உதவுமாறு கேட்டனர். பிருகுவின் குடும்பத்தாரில் சிலர் பணத்தைப் புதைத்து வைத்தனர். சிலர் சத்திரியர்களுக்குப் பயந்து பிராமணர்களுக்குத் தானமாகத் தந்தனர்; மற்றவர்கள் தங்களிடமுள்ள செல்வத்தையும் கடைசியில் தந்தனர். ஒரு சமயம் சத்திரியன் ஒருவன், ஒரு பிருகுவின் வீட்டில் மண்ணைத் தோண்டிக் கொண்டிருந்த போது மண்ணில் பணம் புதைக்கப்பட்டிருப்பதைக் கண்டான். சத்திரியர்கள் எல்லோரும் ஒன்று கூடி இப்புதையலைக் கண்டு, கோபமடைந்தனர்; கர்ப்பத்திலுள்ள குழந்தை முதல் எல்லா பிருகுகளையும் கொன்று குவித்தனர். பிருகுகள் மீது அவர்களுக்கு எப்போதுமே மிகுந்த வெறுப்பு இருந்து வந்தது. விதவைகள்-அனைவரும் இமயமலைக்குத் தப்பி ஓடினர். விதவை ஒருத்தி இன்னும் பிறக்காத குழந்தையைத் தனது தொடையில் மறைத்து வைத்திருப்பதை ஒரு பிருகு மூலம் அறிந்து கொண்ட சத்திரியர்கள், அக்குழந்தையைக் கொல்ல முயன்றனர். அக்குழந்தை தனது தாயின் தொடை-

1 மியூர், தொகுதி-1, பக். 448 -449

யிலிருந்து பிரகாசமான ஒளிக் கதிரை வீசி, தன்னைத் தாக்கவந்த அனைவரையும் குருடர்களாக்கினான். பார்வை-யிழந்து மலைப் பகுதியில் சுற்றித் திரிந்த பின்னர், தங்களுக்குக் கண்பார்வை. திரும்ப வேண்டுமெனக் குழந்தையின் தாயை அவர்கள் மன்றாடிக் கேட்டுக் கொண்டனர். ஆறு வேதாங்கங்கள் உள்ளிட்ட வேதங்கள் யாவும் தன்னுடைய அதிசயக் குழந்தையான ஆயுர்வானிடம் அடங்கியுள்ளதாகவும், அக்குழந்தை தான் அவர்களது கண்பார்வையை அழித்து விட்டதாகவும் (தனது உறவினரைக் கொன்று குவித்ததற்குப் பழிவாங்கும் முறையில்), அக்குழந்தையால் தான் இவர்களுக்குப் பார்வை தரமுடியுமென்றும், அக்குழந்தையிடம் அவர்கள் செல்ல வேண்டுமென்றும் அந்தத்தாய் கூறினாள். அவ்வாறே அவர்கள் அக்குழந்தையிடம் சென்று, விண்ணப்பித்து பார்வையடைந்தனர். பிருகுக்களை கொன்றதற்காக எல்லா ஜீவராசிகளும் அழிக்கப்பட வேண்டுமென்று ஆயுர்வான் தியானம் செய்தான்; தேவர்களையும், அசுரர்களையும் மானுடர்களையும் திகிலடையச் செய்யும் தபசுகளையும் மேற்கொண்டான். ஆனால் அக்குழந்தையின் நோக்கத்தைத் திசை திருப்பும் எண்ணத்துடன் சத்திரியர்கள் மீது பழி தீர்ப்பது தங்களது விருப்பம் அல்ல என்று பிருகுகளின் பித்ருகள் கூறின. “கொலைகார சத்திரியர்கள் செய்த படுகொலையைத் பிருகுகள் தங்களுடைய பலவீனத்தின் காரணமாக அலட்சியப்படுத்தவில்லை. முதுமை வாட்டுகிற போது சத்திரியர்களால் கொலை செய்யப்படுவதையே நாங்கள் விரும்பினோம். பிருகு ஒருவரின் வீட்டில் புதைக்கப்பட்ட பணம் சத்திரியர்களிடம் வெறுப்பை உண்டாக்கி, பிருகுக்கள் மீது கோபம் கொள்ளச் செய்யும் நோக்கத்தில் புதைத்து வைக்கப்பட்டதேயாகும். மோட்சத்தைப் பற்றி சிந்திக்கும் எங்களுக்கு இப்பணம் எதற்கு?” தாங்கள் தற்கொலை செய்து கொள்வதைத் தடுப்பதற்காகவும் இந்த வழிமுறையைப் பின்பற்றியதாகவும் அவர்கள் சொன்னார்கள்; அக்குழந்தையைத் தனது கோபத்தைத் தணித்துக் கொள்ளுமாறும், செய்ய எண்ணியுள்ள பாவத்தைத் தவிர்க்குமாறும், ஆயூர்வானைக் கேட்டுக் கொண்டனர்; “மகனே! சத்திரியர்களையோ அல்லது ஏழு உலகங்களையோ நீ அழிக்க வேண்டாம். தபசுகளால் ஏற்படும் சக்தியினைச் சீர்குலைக்கும் உனது கோபத்தை அடக்கு” ஆனால் தன்னுடைய சபதத்தை நிறைவேற்றாமல் விட மாட்டேன் என்று இதற்கு ஆயுர்வான் பதில் சொன்னான், “வேறு ஏதாவது ஒரு சக்தியால் எனது கோபம் அழிக்கப்பட்டால்

ஒழிய, அது என்னையே விழுங்கி விடும்" என்று அவன் கூறினான். கடமை, நீதி, அவசியம் ஆகியவற்றின் அடிப்படை-யிலேயே கோபம் தான் அடைந்துள்ளதாகக் கருணை காட்ட வேண்டுமெனப் பரிந்துரை செய்யும் தனது சந்ததியினரிடம் கூறினான். இருப்பினும், அவன் தனது கோபக் கனலைக் கடலுக்குள் வீசி விடுமாறும், அவ்வாறு செய்வதால் அது நீரிலுள்ள இயற்கை ஆற்றலைத் தாக்குமென்றும், அவனுடைய சபதமும் நிறைவு பெறும் என்றும் அவனுடைய சந்ததியினர் யோசனை கூறினார்கள்".

இரண்டாவது வகுப்புப்போரும் ஹைகய சத்திரியர்கள் மீது பார்க்கவா பிராமணர்கள் மேற்கொண்ட போரேயாகும். இப்போராட்டத்தில் பரசுராமன் பார்க்கவ பிராமணர்களின் தலைவராக இருந்தான். பரசுராமன் பிறப்பு பற்றிய கதை விஷ்ணு புராணத்தில் பின்வருமாறு விளக்கப்பட்டுள்ளது.[1]

"காதியின் மகள் சத்தியவதி பிருகு குடும்பத்தைச் சேர்ந்த இருஷிகன் என்னும் வயதான பிராமணனுக்குத் திருமணம் செய்யப்பட்டிருந்தாள். பிராமணனின் குணநலன்களைக் கொண்ட ஒரு மகனைத் தனது மனைவி பெற்றெடுக்க வேண்டுமென்ற நோக்கத்தில் அவள் சாப்பிடுவதற்காக (அரிசி, பார்லி, பருப்பு, வெண்ணெய், பால் கலந்த) சாரு எனும் உணவை இருஷிகன் சமைத்துக் கொடுத்தான். ஒரு வீரனின் குணநலம் கொண்ட மகனைப் பெற்றெடுப்பதற்காக அவளுடைய தாய்க்கும் அதற்கேற்ற உணவு சமைத்துக் கொடுக்கப்பட்டது. ஆயினும் சத்தியவதியின் தாய், உணவைத் தங்களுக்குள் மாற்றிக் கொள்வதற்கு மகளைச் சம்மதிக்க வைத்தாள். வீடு திரும்பிய அவளுடைய கணவன் நடந்ததை அறிந்து, அவளைக் கடிந்து கொண்டான். மூலக் கதையின் வாசகத்தை கீழே தருகிறேன்:

"பழிகாரப் பெண்ணே! நீ எத்தகைய முறையற்ற செயலைச் செய்துள்ளாய்? உனது உடல் பயங்கரத் தோற்றத்தை அளிப்பதை நான் காண்கிறேன். உன் தாய் சமைத்த சாரு உணவை நீ சாப்பிடிருக்கிறாய். இது தவறு. வீரம், வலிமை ஆகிய அம்சங்களை உன் தாய்க்கான அந்த சாரு உணவில் நான் சேர்ந்தேன். உன்னுடைய உணவில் சாந்தம், அறிவு, பொறுமை ஆகிய பிராமணனின் குணநல அம்சங்களைச் சேர்த்தேன். என்னுடைய எண்ணத்திற்கு எதிராக நீ நடந்து கொண்டதால், இதனால் ஒரு சத்திரியனுக்குரிய மூர்க்கத் தனமும், கொலைகார உணர்வும் கொண்டு வாழும் ஒரு குழந்தையை நீ பெற்றெடுப்பாய். உன்னுடைய தாய்க்குப் பிறக்கும் குழந்தை <u>சாந்தம் ததும்பும் பிராமணனின் குணத்தைப் பெற்றதாக இருக்கும்</u>."

[1] மியூர் தொகுதி-1, பக். 349-350

இதனைக் கேட்டவுடன் சத்தியவதி கீழே விழுந்து, தன்னுடைய கணவனின் கால்களைப் பிடித்துக் கொண்டு சொன்னாள்: "பிரபுவே! நான் அறியாமையால் அவ்வாறு நடந்து கொண்டேன். எனக்குச் கருணை காட்டுங்கள். நீங்கள் விவரித்தது போன்ற குணங்களுடைய குழந்தை எனக்குப் பிறக்க வேண்டாம்: அத்தகைய குணம் படைத்த பேரன் ஒருவன் வேண்டுமானால் எனக்குக் கிடைக்கட்டும்:"

சத்தியவதி ஜமத்கனியையும், அவளுடைய தாய் விசுவாமித்திரரையும் பெற்றெடுத்தனர். சத்தியவதி கௌசிகி நதியாக மாறினாள். இஷ்வாகு வமிசத்தைச் சேர்ந்த ரேணுவின் மகளான ரேணுகையை ஜமதக்கனி மணம்புரிந்தான். அவள் பரசுராமனைப் பெற்றாள். பரசுராமரின் குடும்பம் பற்றிய விவரங்கள் மேலும் மகாபாரதம்[1] வனப் பர்வதத்தில் கூறப்பட்டுள்ளன.

"ஜமத்கனிக்கும் ரேணுகைக்கும் ஐந்து புதல்வர்கள் உண்டு. இவர்களில் கடைசி புதல்வன்தான் பரசுராமன். தன்னுடைய தகப்பனின் ஆணைப்படி, தன் தாயை இவன் கொன்று விட்டான் (தன்னுடைய உடல் இச்சைகாரணமாக பரிசுத்த நிலையிலிருந்த இவள் தாழ்ந்து விட்டாள், நான்கு மூத்தப் புதல்வர்களும் இச்செயலைச் செய்ய மறுத்துவிட்ட காரணத்தால், தங்களுடைய தகப்பன் அளித்த சாபத்தினால் பகுத்தறியும் தகுதியினை அவர்கள் இழந்து விட்டார்கள். பரசுராமனின் விருப்பத்திற்கேற்ப அவனுடைய தந்தை, தாய்க்கு உயிர் அளித்தார்; இதர சகோதரர்களுக்கும் பகுத்தறியும் ஆற்றல் மீண்டும் தரப்பட்டது. பரசுராமனுக்கும் அவனுடைய கொலைப் பாவத்திலிருந்து மன்னிப்பு அளிக்கப்பட்டது. அது மட்டுமின்றி அவனுடைய தந்தை அவனுக்கு நீண்ட ஆயுளையும் எவராலும் வெல்ல முடியாத ஆற்றலையும் வழங்கினார்."

கார்த்தவீரியன் என்னும் அரசனின் புதல்வன் ஹைகய வம்ச அரசனான அர்ச்சுனன். இவனுடைய ஆட்சி காலத்தில் இரண்டாவது வகுப்புப் போர் நடைபெற்றது. இதனைச் சரியாகப் புரிந்து கொள்ள வேண்டுமானால், அதில் இரண்டு கட்டங்கள் உள்ளன. பிராமணர்கள் சில விசேட அதிகாரங்களும் தனி உரிமைகளும் தங்களுக்கு வேண்டுமென்று கேட்ட காரணத்தினால் தொல்லை ஏற்பட்டது. அர்ச்சுனன் அவர்களை மிகவும் வெறுத்தான். மகாபாரதம் அனுசாசன பர்வத்தில் பின்வருமாறு கூறப்பட்டுள்ளது:

"பின்னர் அர்ஜுனன் தனது வலிமை குறித்து மிகுந்த இறுமாப்பு கொண்டு, தகதகவென்று பிரகாசிக்கும் சூரியனைப் போல்

1 மியூர் தொகுதி-1, பக்.450.

ரதத்தில் ஏறி, பின் கண்டவாறு கூறினான்; "வீரம், தைரியம், புகழ், ஆற்றல் மன திடம் ஆகியவற்றில் என்னைப் போல் யார் இருக்கிறார்கள்?" இப்பேச்சு முடிவுற்றதும் ஆகாயத்தில் ஒரு அசரீரி எழுந்தது: "ஏ அறிவிலியே! ஒரு பிராமணன் ஒரு சத்திரியனைக் காட்டிலும் சிறந்தவன் என்பதை நீ அறிய மாட்டாய். பிராமணனின் உதவியுடன்தான் சத்திரியர்கள் தங்கள் குடிமக்களை ஆட்சி புரிகின்றனர்." இதற்கு அர்ச்சுனன் பின்வருமாறு பதிலளித்தான்; "நான் விரும்பினால் என்னால் உயிர்ராசிகளை ஆக்கவும் அல்லது விரும்பவில்லை என்றால் அவற்றை அழிக்கவும் முடியும், செயலில், சிந்தனையில், எண்ணத்தில் என்னைக் காட்டிலும் எந்த பிராமணனும் சிறந்தவனல்ல. முதலில் சொல்லப்பட்ட கருத்து பிராமணர்கள் உயர்ந்தவர்கள் என்பதும் இரண்டாவது சொல்லப்படும் கருத்து சத்திரியர்கள்தான் உயர்ந்தவர்கள் என்பதும் ஆகும். இவ்விரண்டு பிரிவினர்களிடையே ஒரு வித்தியாசம் உண்டு. பிராமணர்கள் சத்திரியர்களைச் சார்ந்துள்ளனர்; சத்திரியர்கள் பிராமணர்களைச் சார்ந்து இல்லை. சத்திரியர்கள் மீது பிராமணர்கள் பொறாமை கொண்டுள்ளனர். வேதத்தை ஒரு சாக்காக வைத்து பிராமணர்கள் ஆர்ப்பரிக்கின்றனர். நீதியைப் பராமரிப்பதும், மக்களைப் பாதுகாப்பதும் சத்திரியர்களின் கடமையாகிறது. சத்திரியர்கள் மூலம்தான் பிராமணர்கள் வாழ்க்கை நடத்துகின்றனர். பின்னர் எப்படி பிராமணர்கள் சத்திரியர்களைக் காட்டிலும் உயர்ந்தவர்களாக முடியும்? தானம் பெற்று வாழும் பிராமணர்கள் எல்லோரையும்விடத் தங்களை உயர்ந்தவர்களெனக் கருதுகின்றனர். பிராமணர்களை எனது அதிகாரத்திற்குள் அடக்கி வைத்திருக்கிறேன். காயத்ரி ஆகாயத்தில் இருந்து உண்மையை விளம்பினாள். தோல் உடைதரித்த கட்டுக்கடங்காத சகல பிராமணர்களையும் நான் அடக்குவேன். மூன்று உலகத்திலுமுள்ள எந்த மனிதனோ அல்லது தேவரோ என்னுடைய அரசு அதிகாரத்திலிருந்து என்னை அசைக்க முடியாது. எனவே, எல்லாப் பிராமணர்களைக் காட்டிலும் நான் உயர்ந்தவன்."

இதனைக் கேள்வியுற்ற வாயு அர்ஜுனனிடம் கூறுகிறது:

[1]"பாவமான இம்மனப் போக்கை விட்டுவிடு; பிராமணர்களிடம் பணிவோடு நடந்துகொள். அவர்களுக்குத் தீங்கு செய்தால், உன்னுடைய ராஜ்ஜியம் அழிந்து போகும். உன்னை அவர்கள்

1 மியூர், தொகுதி-1, பக்.454

வெற்றி கொள்வார்கள். வல்லமை மிகுந்த அந்த மனிதர்கள் உன்னை அடிபணிய வைத்து விடுவார்கள்; உன்னுடைய நாட்டை விட்டும் உன்னை விரட்டி விடுவார்கள்" அப்போது அரசன் கேட்டான்: "நீ யார்" வாயு பதில் சொன்னது: "நான் வாயு; தேவர்களின் தூதுவன்; உனது நன்மைக்கு எது தேவையோ அதைத்தான் நான் சொல்லுகிறேன்" அர்ஜுனன் மேலும் பதிலளிக்கிறான்: "இன்று நீங்கள் பிராமணர்கள் மீது அளவு கடந்த ஆர்வமும் பக்தியும் வைத்திருக்கிறீர்கள். பூமியிலுள்ள இதர எல்லா உயிரினம் போன்றவன்தான் பிராமணன். மிகச் சிறந்த பிராமணன் காற்றைப் போன்றவன். ஆனால் நெருப்போ நீர் அல்லது சூரியன் அல்லது வானத்தைப் போன்றது"

பிராமணர்களின் சிறப்பை விளக்கும் பல நிகழ்ச்சிகளை வாயு எடுத்துக் காட்டுகிறான். இதன்பேரில் பிராமணனர்களிடம் கொண்டிருந்த விரோத குரோத மனப்போக்கை அர்ஜுனன் கைவிட்டு, அவர்களின் நண்பனானான், அனுசாசன பர்வத்தில் அவன் கூறியதாகச் சொல்லப்படும் விவரம் வருமாறு:

[1]"நான் முற்றிலும் பிராமணர்களுக்காக வாழ்கிறேன். மிகுந்த ஈடுபாட்டுடன் பிராமணர்களுக்குச் சேவை செய்கிறேன். தொடர்ந்து அவர்களிடம் இணக்க வணக்கமாக நடந்து கொள்கிறேன். தத்தாத்திரேயன் (ஒரு பிராமணன்) காட்டிய ஆதரவினால் எனக்கு மிகுந்த மதிப்பும், அதிகாரமும் கிடைத்தது; நான் தர்மத்தைப் பின்பற்றுகிறேன்."

இரண்டாவது கட்டத்தில்தான் பரசுராமன் தோன்றுகிறான்; சத்திரியர்களை அழிக்கிறான். சாந்தி பர்வத்தில் பின்வருமாறு கூறப்பட்டுள்ளது.

[2]"அன்பு, பணிவு, பக்தி, இரக்கம் ஆகிய குணம் படைத்த அர்ஜுனன் சாபத்தைப் பற்றி எதுவும் நினைக்கவில்லை; ஆனால் திமிர், மூர்க்கத்தனம் படைத்த அவனுடைய புதல்வர்கள்தான் அவனுடைய மரணத்திற்குக் காரணமானார்கள். தனது தந்தைக்குத் தெரியாமல் ஜமத்கனியின் பசுவைத் கவர்ந்து கொண்டனர்; அதனால் பரசுராமன் அர்ஜுனனைத் தாக்கி, அவனுடைய கைகளை வெட்டினான்" அர்ஜுனனுடைய மகன் இதற்கும் பழிவாங்கினான்; அவன் ஜமத்கனியைக் கொன்றான். பரசுராமன் தன்னுடைய தந்தை படுகொலை செய்யப்பட்டதைக் கண்டு மிகுந்த கோபங் கொண்டான்; பூமி-

1 மியூர் தொகுதி - 1, பக். 415 - 417,

2 மியூர் தொகுதி - 1, பக். 473

யிலுள்ள அனைத்து சத்திரியர்களையும் ஒழிப்பதாகச் சபதம் ஏற்றான்; தன்னுடைய ஆயுதங்களை எடுத்தான்; அர்ஜுனனின் புதல்வர்கள், பேரன்கள் உட்பட, ஆயிரக்கணக்கான ஹைகய சத்திரியர்களைக் கொன்றுகுவித்தான். பூலோகத்தையே இரத்தம் படிந்த மண்ணாக மாற்றிவிட்டான். பூலோகத்திலிருந்து சத்திரியர்கள் அனைவரையும் ஒழித்து விட்டபின்னர் இரக்கமும் பரிவும் அவன் உள்ளத்தை ஆட்கொண்டன; நாட்டை விட்டுக் காட்டுக்குச் சென்றான், பல்லாயிரக்கணக்கான ஆண்டுகளுக்குப் பின்னர் விசுவாமித்திரரின் பேரனும், ரெய்பியனின் புதல்வனுமான பருவசு என்ற வீரனால் ஒரு அவையில் பரசுராமன் அவமதிக்கப்பட்டடான். அவன் பரிகாசமாகக் கூறிய வார்த்தைகள் இவைதான்: யயாதி நகரத்தில் நடைபெறும் யாகத்தில் கலந்து கொள்ளும் பிராதர்னாவும், இதரர்களும் சத்திரியர்கள் அல்லவா? உன்னுடைய சபையில் சபதத்தை நிறைவேற்றாமல் வீணாக கர்வத்தோடு பேசுகிறாய், இந்த வம்சத்தின் (சத்திரியர்கள்) மக்கள் பூலோகம் முழுவதும் நிரம்பி இருக்கின்ற வேளையில் சத்திரியர்களுக்குப் பயந்து காட்டிற்கு ஓடிவிட்டாய்".

இவ்வார்த்தைகளைக் கேட்ட பரசுராமன் தன்னுடைய ஆயுதங்களைக் எடுத்தான். முன்பு பாதிக்கப்படாத நூற்றுக்கணக்கான சத்திரியர்கள் இப்போது வல்லமை மிக்க அரசர்களாக வளர்ந்துள்ளளனர். அவர்களையும் அவர்களுடைய குழந்தைகளையும், இவ்வுலகத்தில் அப்போதுதான் பிறந்திருந்த சிசுவையும் கூட பரசுராமன் அழித்தான். சில சிசுக்களை அவற்றின் தாய்மார்கள் பாதுகாத்து வைத்தனர்."

சத்திரியர்களின் பிற்காலத்திய வரலாற்றினைத் தெரிந்து கொள்ள விரும்புபவர்கள் ஆதிபர்வத்திலிருந்து எடுக்கப்பட்ட பின்வரும் விவரத்தைக் காணலாம்:

[1]"பூமியிலிருந்து அனைத்து சத்திரியர்களையும் இருபத்தொருமுறை அழித்த பின்னர், மலைகளில் மிகச் சிறந்த மகேந்திர மலையில் ஜமதக்னியின் மகன் தவம் செய்தான். சத்திரியர்கள் அனைவரையும் அவன் அழித்தொழித்த காரணத்தால், அவர்களின் விதவைகள் தங்களுக்குச் குழந்தைப் பாக்கியம் வேண்டுமென்று பிராமணர்களிடம் பிரார்த்தித்துக் கொண்டனர்.

எவ்வித காமவெறியும் இல்லாத பக்திமான்களான பிராமணர்கள் இப்பெண்களிடம் உரிய காலங்களில் உடல் உறவு கொண்டனர்.

1 மியூர், தொகுதி - 1, பக். 451 -452

இப்பெண்கள் கர்ப்பமுற்று, வீரம்மிக்க சத்திரிய ஆண், பெண், குழந்தைகளைப் பெற்றெடுத்தனர். இதனால் சத்திரிய குலம் மீண்டும் தழைக்க ஆரம்பித்தது.

இவ்வாறு பிராமணப் புருடர்கள் மூலம் சத்திரியப் பெண்கள். பெற்றெடுத்த வம்சம்தான் சத்திரிய குலம். இந்த குலம் பல்கிப் பெருகியது. பல்லாண்டுகள் வாழ்ந்தது. அதனால் உருவானதுதான் பிராமணர்களுக்குக் கீழேயுள்ள நான்கு வருணங்கள்".

மேலே சொல்லப்பட்ட பகைமை நிகழ்ச்சிகளில் ஒரு தரப்பிலிருந்து சவால்கள் விடப்பட்டன. மற்றொரு தரப்பிற்குச் இரு தரப்பினர்களிடையே நிலவிய கோபதாபங்களை இந்நிகழ்ச்சிகள் துலாம்பரமாக எடுத்துக்காட்டுகின்றன. நிமி மன்னன் பிராமணர்களைத் தனது தேரின் நுகத்தடியில் பூட்டி, தன்னை இழுத்துச் செல்லும்படி செய்ததிலிருந்து சத்திரியர்கள் பிராமணர்களை அவமானப்படுத்த எவ்வாறு உறுதி கொண்டிருந்தனர் என்பதை அறியலாம். பிராமணர்களுக்கெதிராக கார்த்த வீரிய அர்ஜுனன் விடுத்த சவால்கள் பிராமணர்களை மட்டம் தட்ட அவன் மேற்கொண்ட உறுதிப்பாட்டைக் காட்டுகிறது. இச்சவாலை ஏற்றுக்கொள்ள பிராமணர்களும் தயங்கவில்லை. பிராமணர்களின் கோபத்தையும் கார்த்தவீரிய அர்ஜுனின் பிராமணர்களுக்குச் சவால் விடுத்த பின்னர், அவனோடு பிராமணர்களின் பிரதிநிதி வாயு பேசிய பேச்சும் இதனைத் தெளிவுப்படுத்துகிறது. ஆத்ரி பிராமணர்கள் எவ்வாறு கடலில் சிறுநீர் கழித்து, கடல் நீரை உப்பு நீராக மாற்றினர் என்பதையும், பிராமணர்கள் எவ்வாறு தண்டகர்களை விரட்டியடித்தனர் என்பதையும், தலஜகாசைச் சேர்ந்த சத்திரியர்களை ஒரே ஒரு பிராமணன் ஆயூர்வான் எவ்வாறு அழித்தான் என்பதையும் வாயு தெளிவாக விளக்கினான். போரிடும் வல்லமை சத்திரியர்களைக் காட்டிலும் பிராமணர்களுக்கு அதிகம் என்றும், தேவர்களையும் மிஞ்சியவர்கள் பிராமணர்கள் என்றும் வாயு கூறியதோடு தேவர்கள் மீது தொடுத்த போர்களில் பிராமணர்கள் அடைந்த சில வெற்றிகளைப் பற்றியும் எடுத்துக் கூறினான். அங்கிரசன் இனத்தைச் சேர்ந்த பிராமண உதத்தியனின் மனைவியும், சோமனின் மகளுமான பத்ரயை வருணன் எவ்வாறு கடத்திச் சென்றான் என்பதையும், அவன் விவரித்தான். பூமி காய்ந்துபோகும் படி உதத்தியன் எவ்வாறு சாபமிட்டான் என்பதையும், அதனால் எவ்வாறு வருணன் உதத்தியனின் மனைவியைத் திரும்ப அவனிடமே கொண்டு வந்து ஒப்படைத்து விட்டான் ஏ்ன்பதையும் வாயு விளக்கினான்.

அசுரர்களும் தனவாசுகளும் எவ்வாறு ஒரு முறை தேவர்களை வென்றார்கள் என்பதையும் தங்களுடைய மதிப்பினை இழந்த

பிராமணர்கள் பூமிக்கு வந்து, பாதுகாப்புத் தரச்சொல்லிப் பிராமண அகஸ்திய முனிவரை எவ்வாறு கேட்டுக் கொண்டனர் என்பதையும். எவ்வாறு தனவாசுகள் தேவலோகத்திலும், பூமியிலிருந்தும் பொசுக்கப்பட்டார்கள் என்பதையும் தெற்கு நோக்கி அகஸ்தியர் பயணம் செய்து, தேவர்களை அவர்களுடைய ஆட்சியில் எவ்வாறு அமர்த்தினார் என்பதையும் வாயு கூறினான். ஒருமுறை ஆதித்தியர்கள் தபசு நடத்திக் கொண்டிருக்கும் போது காலிம் என்னும் தனவாசுகள் ஆயிரக்கணக்கில் வந்த அவர்களைத் தாக்க முற்பட்டனர். அப்போது ஆதித்தியர்கள் இந்திரனின் உதவியை நாடினர்; ஆனால் தானே தைத்தியர்களால் தாக்கப்பட்டு வருவதால் தன்னால் ஆதித்தியர்களுக்கு, உதவி எதுவும் செய்ய இயலாது என்று இந்திரன் கூறி விட்டான். பிறகு ஆதித்தியர்கள் பிராமண வசிஷ்டரிடம் சென்றனர். அவர்கள் மீது கருணை காட்டி தனவாசுக்களை உயிருடன் எரித்து ஆதித்தியர்களை வசிஷ்டர் காப்பாற்றினார். பின்னர் மேலும் வாயு அர்ஜுனனிடம் சொன்னதாவது: தேவர்களுடன் தனவாசுகள் ஒருமுறை போர் செய்தனர். தனவாசுகள் இருளில் சூழ்ந்து கொண்டு தேவர்களைக் கொன்று குவித்தனர். தேவர்கள் பிராமண ஆத்ரியை அணுகி, அவன் நிலவாக உருவெடுத்து, சூரியனைச் சுற்றியுள்ள கருநிறத்தை அகற்றும்படி கேட்க, அவனும் அவ்வாறே செய்தான். அதனால் தனவாசுகளிடமிருந்து தேவர்கள் பாதுகாக்கப்பட்டனர். வாயு, கார்த்தவீரிய அர்ஜுனனிடம் பிராமணனின் வல்லமை பற்றி கூறும் கடைசி கதை இது தான்; தங்களுடன் சம அந்தஸ்து, பெறுவதற்கு அஸ்வினிகளை அனுமதிக்குமாறு இந்திரனைப் பிராமண சயவணன் வற்புறுத்தினான்; சமத்துவத்தின் அடையாளமாக அவர்கள் தங்களுடன் சோம ரசம் பருக வேண்டும் என்றும் கூறினான். இதற்கு இந்திரன் மறுத்ததால், தேவர்களிடமிருந்து பூமியையும் தேவலோகத்தையும் அவன் எடுத்துக் கொண்டான். பின்னர் அவன் மாதன் என்னும் ராட்சதனை உருவாக்கி, "இந்திரன் உட்பட அனைத்துத் தேவர்களையும் அவனுடைய (ராட்சதன்) வாயில் புகுத்தினான்; அஸ்வினிகளுக்குச் சம அந்தஸ்து அளிக்கவும், அவர்களுடன் ஒன்று சேர்ந்து சோமரசம் பருகவும் வேண்டும் என்று இந்திரனை வற்புறுத்தினான். இறுதியில் இந்திரன் சயவணனிடம் சரணடைந்தான்.

வாயு பிராமணர்களின் வீரதீரச் செயல்களை விவரித்துக் கூறுவதுடன் மட்டும் நிற்கவில்லை. மேலும் ஒரு காரியத்தையும் செய்தான்: அதாவது பிராமணர்களின் ஆற்றலை விவரிக்கும் ஒவ்வொரு நிகழ்ச்சியையும் தொகுத்துக் கூறும் போதெல்லாம் அவனைக் காட்டிலும் (சொல்லப்படும் கதை நிகழ்ச்சியில் வரும் நாயகன்) சிறந்த சத்திரியன் ஒருவனை எனக்கு சுட்டிக்காட்டிக் கூறமுடியுமா?"

"அவனைவிட மேலான ஒரு சத்திரியனை நீ குறிப்பிட்டுக் கூற முடியுமா?" "ஆத்ரியைக் காட்டிலும் மேலான ஒரு சத்திரியனைப் பற்றி என்னிடம் தெரிவிக்க முடியுமா?" என்பன போன்ற கேள்விகளைக் கேட்டான்.

பிராமணர்களுக்கும் சத்திரியர்களுக்குமிடையிலான வகுப்புப் போராட்டம் பல்லாண்டுக் காலம் தொடர்ந்து நடைபெற்றுக் கொண்டிருந்திருக்க வேண்டும். இப்பின்னணியில் இந்த வகுப்புப் போர் பற்றி மனு கொண்டிருந்த கருத்து விநோதமானதாகும். மனு ஸ்மிருதியில் வரும் கீழ்க்கண்ட வாசகங்களைச் சற்று சிந்தித்துப் பாருங்கள்:

135 "உண்மையில் செல்வத்தை விரும்புபவர் எவரும், சத்திரியனையும், பாம்பையும், கல்வியறிவு படைத்த பிராமணனையும் நிந்திக்காமல் இருக்கக் கடவர்."

136 "இம்மூன்று வகையினரும், யார் ஒருவன் அவமதிப்பு செய்கிறானோ, அவனை முழுமையாக அழித்துவிடுவார்கள்; எனவே அறிவுள்ள மனிதன் எவனும் இவர்களை ஒருக்காலும் நிந்திக்கக் கூடாது."

322 "பிராமணர்கள் இல்லாமல் சத்திரியர்கள் வளம் பெறுவதில்லை; சத்திரியர்கள் இல்லாமல் பிராமணர்கள் வளம் பெறுவதில்லை. பிராமணர்களும், சத்திரியர்களும் மிக நெருக்கமாகப் பிணைக்கப்பட்டுள்ளதால் அவர்கள் இவ்வுலகிலும், மறு உலகிலும் வளம் பெறுகிறார்கள்."

பிராமணர்களும் சத்திரியர்களும் ஒன்றுபடுவதற்கு மனு முயற்சி செய்கிறார் என்பது இதிலிருந்து தெரிகிறது. யாருக்கு எதிராக பிராமணர்களும், சத்திரியர்களும் ஒன்று சேரவேண்டுமென மனு விரும்புகிறார்? மறப்போம் மன்னிப்போம் என்னும் கோட்பாட்டை நிலைநிறுத்தும் முயற்சியா? அல்லது ஒரு தீய நோக்கத்தை நிறைவேற்றுவதற்கு அவர்களை ஒன்றுபடுத்தும் ஒரு சதி முயற்சியா? சத்திரியர்களுடன் தொன்றுதொட்டு நிலவிவந்துள்ள தங்களது பகைமையை மறந்து, அவர்களுடன் கைகோக்கும்படி பிராமணர்களுக்கு மனு ஆலோசனை கூறுவதற்கான சூழ்நிலை என்ன? சூழ்நிலைகள் மிகவும் நிர்ப்பந்தமானதாக இருந்திருக்க வேண்டும். இரு வகுப்பாருக்குமிடையே சமரசம் ஏற்படுவதற்கான வழி எதுவும் இல்லை. பிராமணர்கள், சத்திரியர்களை மிகவும் அவமதிக்கும் வகையில் பேசினர். சத்திரிய விதவைகள் பிராமணர்களுக்கு வைப்பாட்டியாகிப் பிறந்தவர்களே சத்திரியர்கள் என்று பகிரங்கமாகக் கூறி, அவர்களின் மரியாதையைக் கெடுத்து இழிவுபடுத்தினர். பிராமணர்கள்தான்

யுத்தம் செய்வதில் சத்திரியர்களைக் காட்டிலும் உயர்ந்தவர்கள் என்று ஏற்றுக்கொள்ளும் ஒப்புதலை அவர்களிடமிருந்து பலவந்தமாகப் பெற்றது சத்திரியர்களின் உணர்வுகளைப் புண்படுத்தும்படி செய்தது மற்றும் ஒரு குற்றமாகும். பீஷ்மர் வாய்மூலம் பின்வருமாறு கூறும்படி பிராமணர்கள் செய்துள்ளனர்:

[1]"பிராமணர்களின் வீரம் தேவர்களையும் அழிக்கவல்லது. ஞானமுள்ள இவர்கள் எல்லா உலகத்தையும் காண்கிறார்கள். நறுமணம் கமழும் சந்தனத்தைப் பூசிக்கொண்டாலும் சரி அல்லது சேற்றிலும் சகதியிலும் அழுந்தி அறுவெறுப்பாகத் தோன்றினாலும் சரி, அவர்களுக்கு உணவு கிடைத்தாலும் சரி அல்லது பட்டினி கிடந்தாலும் சரி, பட்டாடை உடுத்தினாலும் சரி அல்லது மர உரி அல்லது கோணிப்பைத் துணி அணிந்தாலும் சரி இவற்றையெல்லாம் அவர்கள் சிறிதும் பொருட்படுத்துவதில்லை. தெய்வீகமாக இல்லாததைத் தெய்வீகமானதாக மாற்ற அவர்களால் முடியும்; கோபங் கொண்டால் பல உலகங்களை அவற்றின் பாதுகாவல்களுடன் உருவாக்க முடியும்; அவர்கள் தேவர்களுக்கெல்லாம் தேவர்கள்; காரணத்தின் காரணமாக உள்ளவர்கள். அறியாமை மிகுந்த ஒரு பிராமணனும்கூட தேவராவார்; ஒரு கற்றறிந்த பிராமணன் பூரண சமுத்திரம் போன்று தேவர்களைக் காட்டிலும் உயர்ந்தவன்."

பிராமணர்கள் தங்களுடைய வழிக்கு சத்திரியர்களைக் கொண்டு வர திடீர் என்று கீழே இறங்கிவருவது மர்மமாக உள்ளது. இந்த மர்மத்திற்கான காரணம் என்னவாக இருக்க முடியும்?.

***

---

1 மியூர் தொகுதி-1, பக். 473-474.

இயல் 12

சூத்திரர்களும் எதிர்ப் புரட்சியும்

[இது ஓர் இருபத்தியொரு பக்க தட்டச்சுப் பிரதி. 'சூத்திரர்களும் எதிர்ப் புரட்சியும்' என்ற தலைப்பை முகப்பில் தாங்கியுள்ள இது, அடுத்தப் பக்கத்திலும் அதனையே தலைப்பாகக் கொண்டுள்ளது. இந்த இயலின் பக்கங்கள் அனைத்தும் இணைத்துக் கட்டப்பட்ட உதிரித் தாள்களாவே இருந்தன. துரதிஷ்டவசமாக, 21 பக்கங்கள் மட்டுமே நமக்குக் கிடைக்க, பிற பக்கங்களை நாம் இழந்து விட்டதாகவே தோன்றுகிறது.

-பதிப்பாசிரியர்கள்

மனுதர்மக் கோட்பாடுகள், இந்துக்களின் உளநிலையை உருவாக்கியவை என்ற முறையிலும், இன்றும் என்றும் இந்து சமுதாயத்தின் தனிப்பெரும் எண்ணிக்கையினரான சூத்திரர்கள்பால் இந்துக்களின் நடைமுறைப் போக்கை நிர்ணயித்தவை என்ற காரணத்தாலும், இவை நமது பார்வைக்கு உரியவையாகின்றன. இக்கோட்பாடுகள், சூத்திர சமுதாயத்தினருக்கு மனுவால் அளிக்கப்பட்ட தகுதிநிலை பற்றி வாசகர்கள் முழுமையாக அறிந்து கொள்ளும் பொருட்டு தனித்தனி தலைப்புகளின் கீழ் இங்கு விவரிக்கப்படுகின்றன.

பிராமண, சத்திரிய, வைசிய குலங்களைச் சார்ந்த இல்லறத்தோருக்கு மனு பணிக்கிறார்:

4:61. "சூத்திரர் ஆளுகையின் கீழ் உள்ள நாட்டின் குடிமகனாக ஒருவன் வாழ்தல் வேண்டா."

ஒரு சூத்திரன் மரியாதைக்குரியவனாக ஏற்கப்படுவது ஆகாது. மனுவின் விதி இதோ:

11:24. "யாகம் செய்தல்வேண்டி, அதாவது மதகாரியங்களுக்காக, ஒரு பிராமணன் சூத்திரனின் சொத்திலிருந்து யாசகம் கேட்டல் கூடாது. சூத்திரர்களுடன் அனைத்துத் திருமண உறவுகளும் தடை செய்யப்பட்டவை. மற்ற மூன்று குலப்பெண்களுடன் சூத்திரர் மண உறவு கொள்ளுதல் ஆகாது. ஒரு சூத்திரன் மேல்குலப் பெண்களுடன் எத்தகைய தொடர்பும் கொள்ளுதல் கூடாது. அவன் மேல்குலப் பெண்டிரை நயத்தலாவது மரண தண்டனைக்குரிய குற்றமாகும்."

8:374. “ தன் உறவினர் பாதுகாப்பிலோ அல்லது தனித்தோ வாழும் மேல்குலப் பெண்ணுடன் உடலுறவு கொண்ட ஒரு சூத்திரன் தண்டிக்கப்பட வேண்டிய முறையாவது:

“தனித்து வாழும் பெண்ணிடம் அவன் குற்றம் இழைக்கும்போது குற்றத்தோடு தொடர்புடைய தன் அவயவத்தை இழக்கிறான்.”

“அவள் சுற்றத்தோடு வாழ்பவளாயின் அவன் சொத்துக்கள் பறிமுதல் செய்யப்பட்டு மரண தண்டனை அவனுக்கு அளிக்கப்பட வேண்டும்.”

பணிப் பாகுபாடு பற்றி மனு விதிப்பதாவது:

8:20. “பிறப்பால் மட்டுமே பிராமணனான ஒருவர், அதாவது வேத நூல்களைக் கல்லாத அல்லது வேதங்கள் கூறும் செயல்முறைகளைக் கடைபிடிக்காத ஒருவன், ஆளும் மன்னன் விரும்பின், சட்டங்களுக்கு விளக்கமளிக்கலாம், அதாவது, நீதிபதியாகச் செயலாற்றலாம். அப்பணியை ஒரு சூத்திரன் (அவன் எத்துணைக் கற்றோனாயினும்) ஒருக்காலும் செய்தல் ஆகாது.”

8:21. “சூத்திரனை, சட்டப்பொருள் கூறுவோனாகக் கொண்ட ஒரு அரசு, சதுப்பு நிலத்தில் சிக்கிய பசுபோல ஆழ்ந்து மூழ்கிவிடும்.”

8:272. ‘ஒரு சூத்திரன் இறுமாப்புடன் தகாத துணிவால் பிராமணருக்குச் சமயத்தைப் போதிக்க முற்படுவானாயின் அவனது வாயிலும் செவிகளிலும் கொதிக்கும் எண்ணெயை அரசன் ஊற்ற வேண்டும்.”

கற்றறிதல் பற்றி மனு கீழ்க்கண்டவாறு வகுத்தமைக்கிறார்:

3:156. “சூத்திர மாணாக்கருக்குக் கல்வி கற்பிப்போனும், சூத்திரனை ஆசிரியராகக் கொண்டவனும், சூத்திரருக்குத் தகுதி அளித்தமையால், தனது தகுதியை இழந்தவன் ஆகிறான்.”

4:99. “சூத்திரர் முன்னிலையில் வேதங்களை ஒருபோதும் படித்தல் கூடாது. “

மனுவுக்குப் பின்வந்தோர், சூத்திரர் வேதம் பயிலுதலுக்கு மிகக் கொடுமையான தண்டனையை விதித்தனர். எடுத்துக்காட்டாக, வேதம் ஓதுகையில் ஒரு சூத்திரன் அதனை (ஒளிந்து நின்றோ, தற்செயலாகவோ) காதால் கேட்டிருந்தால், அல்லது வேதத்தில் பயின்ற ஒரு சொல்லை உச்சரிக்கத் துணிந்தால், மன்னன் அவன் நாவினை இரண்டாகத் துண்டித்து, அவனது செவிகளில் வெம்மையான உருக்கிய ஈயத்தை ஊற்ற வேண்டும் எனக் காத்யாயனர் விதி செய்கிறார்.

சூத்திரனது சொத்துரிமை பற்றி மனு வரையறுப்பதாவது:

10:129. “ஒரு சூத்திரன், அவனுக்கு அதற்காகத் திறமையிருப்பினும், தேவைக்கு மிகுதியான செல்வம் ஈட்டல் கூடாது. ஏனெனில்,

கீழ்ப்படிதல் நிலையிலுள்ள ஒருவனிடம் செல்வம் கொழிக்க, அவன் இறுமாப்பு வசப்பட்டு, திமிராலும் புறக்கணிப்பு மனப்பான்மையாலும் பிராமணருக்குத் துன்பம் இழைப்பான்."

8:417. "ஒரு பிராமணன் பிழைப்பாதாரம் குன்றித் துன்புறுங்கால் அவன் தயக்கமின்றி ஒரு சூத்திரனுடைய பொருள்களைக் கையகப்படுத்திக் கொள்ளலாம்."

சூத்திரனுக்கு உரிய வாழ்க்கைத் தொழில் ஒன்று மட்டுமே. இது மனுவின் அசைக்க முடியாத விதியாகும். மனு கூறுகிறார்:

1:91. "சூத்திரருக்கு இறைவன் வகுத்துரைத்துள்ள வாழ்க்கைத் தொழில் ஒன்றே. அது மற்ற மூன்று குலங்களுக்கும் (பிராமணர், சத்திரியர், வைசியர்) பணிந்து ஏவல் புரிவது."

10:121. "(பிராமணருக்குப் பணி செய்வதால் தன் பிழைப்புக்கு வழியற்ற நிலையில்) ஒரு சூத்திரன் பிழைப்பாதாரம் வேண்டின், அவன் சத்திரியருக்குப் பணிசெய்யலாம், அல்லது செல்வந்தரான வைசியருக்குப் பணி செய்யும் முகத்தான் தன் வாழ்வுக்கு வழி தேடலாம்."

10:122. "எனினும், அவன் மேலுலக இன்பத்திற்காகவோ, அல்லது இவ்வுலக, மேலுலக நன்மை இரண்டிற்காகவோ பிராமணருக்கு ஏவல்புரிதல் வேண்டும். ஏனெனில் பிராமணருக்கு ஏவலனான ஒருவன் தனக்கு வேண்டிய அனைத்தும் பெறுகிறான்."

10:123. "இவ்வேவல் பணியே ஒரு சூத்திரனுக்குப் பெருமை மிக்கது. அவன் புரியலாகும் வேறு எந்ததொழிலும் பலன் தருவது அன்று."

சூத்திரனுடைய சேவையை மனு ஒரு தன்னுரிமை சார்ந்த ஒப்பந்தமாக விட்டுவிடவில்லை. அவன் ஏவல் புரிய மறுத்தால் அவனைக் கட்டாயத்திற்குட்படுத்தும் நிபந்தனையும் (மனுவில்) உண்டு, அதாவது:

8.412 " பிராமணன் சூத்திரனின் பணியை (விலை கொடுத்தோ, அன்றியோ) கட்டாயப்படுத்தி பெறலாம். ஏனெனில் சூத்திரர், பிராமணருக்கு ஏவல் செய்யவே படைக்கப்பட்டுள்ளனர்."

10:124. "ஒரு சூத்திரனின் திறமை, உழைப்பின் தன்மை, அவனைச் சார்ந்துள்ளோரின் எண்ணிக்கை இவற்றைக் கணக்கில் கொண்டு பிராமணர் அவனுக்குத் தங்களுடைய குடும்பச் சொத்திலிருந்து பிழைப்பூதியம் வழங்கவேண்டும்."

10:125. "எஞ்சியுள்ள தம் உணவையும், பழைய வீட்டுத் தட்டுமுட்டுப் பொருள்களையும் பிராமணர் சூத்திரருக்குத் தருதல் வேண்டும்."

ஒரு சூத்திரன் மற்ற மூன்று குலத்தாருக்கும் சொல்லிலும் செயலிலும் பணிவுடன் சேவை செய்ய வேண்டும் என்பது மனுவின் நியதி.

8:270. "நயமற்ற வன்சொல் உரைத்து இருபிறப்பாளரை அவமதிக்கிற ஒரு சூத்திரனுடைய நா துண்டிக்கப்பட வேண்டும். ஏனெனில் அவன் இழிபிறப்பினன்."

8:271. "இரு பிறப்பாளர்களுடைய பெயர்களையோ குலத்தையோ ஒரு சூத்திரன் அவமதிக்கும் போக்கில் குறிப்பிட்டால், பத்துவிரல் நீளமுள்ள இரும்பாணியைப் பழுக்கக் காய்ச்சி அவனது வாயில் செலுத்த வேண்டும்."

மனு இத்தோடு மனநிறைவடையவில்லை. சூத்திரருடைய அடிமை நிலையானது அன்னாருடைய பெயர்களிலும், குடும்பப் பெயர்களிலும், வெளிப்பட வேண்டுமென்பது அவர் விருப்பம். அவர் கூறுவதாவது:

2:31. "ஒரு பிராமணனுடைய முதற்பெயர் புனிதத்துவம் உள்ள ஒன்றைக் குறிக்கட்டும்; சத்திரியனுடையது திறனைக் குறிக்கட்டும்; வைசியனுடையது செல்வத்தைக் குறிக்கட்டும், சூத்திரனுடையது இழிபொருள் ஒன்றைச் சுட்டட்டும்."

2:32. "ஒரு பிராமணன் பெயரின் இரண்டாம் பகுதி மகிழ்வைக் குறிக்கட்டும், சத்திரியனுடையது பாதுகாப்பையும், வைசியனுடையது செழிப்பையும் வெளிப்படுத்தட்டும். சூத்திரனுடையது தொண்டூழியத்தைச் சுட்டட்டும்."

மனுவிற்குமுன் சூத்திரர் நிலை என்ன? மனு அவர்களை ஆரியரல்லாத அன்னிய மக்களாக, ஆரியருக்குரிய சமூக, சமய சலுகைகளுக்கு உரிமையற்றவராகப் பார்க்கிறார். துரதிஷ்டவசமாக, சூத்திரர் ஆரியல்லாதவர் என்ற கருத்து சாதாரண மக்களால் மிக எளிதாக ஏற்றுக் கொள்ளப்பட்டுள்ளது. ஆனால் இக்கருத்துக்குப் பண்டைய ஆரிய இலக்கியத்தில் மிகச்சிறிய அடிப்படை கூட இல்லை என்பது தெளிவு.

பல்வேறு சமுதாயப்பிரிவுகள், குழுக்கள் பற்றிப் பண்டைய ஆரிய சமய இலக்கியங்கள் பேசுகின்றன. முதல்நிலையில் நாம் காண்பது, பிராமணர், சத்திரியர், வைசியர், சூத்திரர். இவர்களின்றி (1) அசுரர், (2) சுரர் அல்லது தேவர், (3) யட்சர், (4) கந்தர்வர், (5) கின்னரர், (6) சாரணர், (7) ஆஷ்வினர், (8) நிஷதர் ஆகியோரும் காணப்பட்டனர். நிஷதர்கள் நாகரிக முதிர்ச்சியற்ற, காடு வாழ் தொல்குடியினர். கந்தர்வர், யட்சர், கின்னரர், சாரணர், ஆஷ்வினர் ஆகியோர் தொழில்முறைப் பிரிவினரேயன்றி சமுதாயப் பிரிவினர் அல்லர். அசுரர் எனும் சொல் பல்வேறு பண்டைய இனமரபுக் குழுக்களான தைத்தியர், தனவாசர்கள், தஸ்யூக்கள், காலாநஞ்சர், கலெயர், காளிர்கள், நாகர்,

நிவாதகவசர்,பாலோமர், பிஸாசர், ராட்சஸர்கள் ஆகியோரைச் சுட்டிய ஒரு பொது இனப்பெயர். சுரர்களும், தேவர்களும் அசுரர் போன்று இனமரபுக் குழுக்களா என்பது நமக்கு அறியக் கிடைக்கவில்லை. தேவகுலத்தின் தலைவர்களாக பிரம்மன், விஷ்ணு, ருத்திரன், சூரியன், இந்திரன், வருணன், சோமன் ஆகியோரை நாம் நன்கு அறிந்திருக்கிறோம்.

முக்கியமாக, சயனாச்சாரியரின் அறியாமை தோய்ந்த பொருள் விளக்கங்கள் காரணத்தால், ஆரியர், அசுரர், தேவர் ஆகிய சமூகப் பிரிவுகள் பற்றியும் அவர்களிடையே நிலவிய இடையுறவு மற்றும் குருதி உறவு பற்றியும் மிகவும் விந்தையான சில நம்பிக்கைகள் கற்றுத் துறைபோகிய அறிஞர்களிடையேயும் நிலவக் காண்கிறோம். அவையாவன: அசுரர்கள் மனித இனத்தவரே அல்லர். அவர்கள் இரவு வேளைகளில் ஆரியர்களுக்கு ஊறு விளைவிக்கும் நோக்கத்தோடு பேய்களாகவும், பூதங்களாகவும் தோற்றமளித்தவர்கள். சுரர் அல்லது தேவர் என்போர் கவிஞர்களால் இறைமைப்படுத்தப்பட்ட இயற்கையாற்றலின் வடிவங்கள். ஆரியர்கள் கூரிய நாசியும், வெள்ளை நிறமும் கொண்ட இனம்; மற்ற நிறத்தவர்பால் எதிர்ச்சார்பான தப்பெண்ணம் கொண்டவர்கள். தஸ்யூ என்பது சூத்திரருடைய மறு பெயரே அன்றி வேறன்று. சூத்திரர்கள் இந்தியாவின் தொல்குடியினர். கருத்த உடலும், தட்டையான நாசியும் கொண்டவர். இந்தியாவின் மீது படையெடுத்த ஆரியர் இம்மக்களை வென்று அடிமையாக்கினார். அடிமைத்தனத்திற்கு அடையாளமாக அடிமை என்று பொருள்படும் தஸ்யூ[1] என்னும் பெயரை இவர்களுக்கு இட்டனர்.

இந்நம்பிக்கைகள் அனைத்தும் அடிப்படை அற்றவை. அசுரர்களும், சுரர்களும், ஆரியர்களைப் போன்று சமுதாயப் பிரிவுகளே. அவர்கள் காசிபன் என்ற பொது மூதாதையரின் கால்வழி வந்தவர்கள். இது பற்றிய புனைந்துரையாவது: தக்ஷ பிரஜாபதிக்கு அறுபது பெண்மக்கள் இருந்தனர். அவர்களில் 13 பேர் காசிபனுக்கு மணம் செய்விக்கப்பட்டனர். திதியும், அதிதியும் காசிபனுக் கரிய அப்பதிமூன்று மனைவியரில் இருவர். திதிக்குப் பிறந்தோர் அசுரர் என்றும், அதிதிக்குப் பிறந்தோர் சுரர் அல்லது தேவர் என்றும் அழைக்கப்பட்ட னர். அசுரரும். தேவரும் புவியின் ஆளுகைக்காக ஒரு நெடிய, கொடூரமான போரில் இறங்கினர். இது ஐயத்திற்கு இடமின்றி ஒரு புராணக்கதையாகும். புராணமானது வரலாற்றின் உயர்வு நவிற்சியேயன்றி வேறன்று.

---

1 நிருக்தாவின் கருத்துப்படி தாஸ் என்னும் சொல் அழித்தல் என்னும் பொருள் உடையது.

ஆரியரென்போர் ஓர் இனமல்ல, ஒரு மக்கள் தொகுதியே. ஆரியர் பண்பாடு என்று அழைக்கப்பட்ட ஒருவகைப் பண்பாட்டினைக் காப்பதில் உள்ள விழைவே அவர்களை ஒன்று சேர்த்து வைத்திருந்தது. இப்பண்பாட்டினை ஏற்றுக்கொண்ட எவரும் ஆரியராகக் கொள்ளப்பட்டனர். இது ஒரு இனம் இல்லையாகையால் ஒரு வகை ஆரியன் என்றழைப்பதற்கான உடல்திறமோ, உறுப்பமைதியோ ஒருவன்பால் காண இயலாது. இவர் ஆரியர் அல்லாதவர் என்று பாகுபடுத்துவதற்கான கருமை நிறமும் தட்டை நாசியும் கொண்ட தனித்த எவரும் இல்லை. தஸ்யூக்கள் சம்பந்தமாகப் பயன்படுத்தப்பட்ட வருணா, அனாஸ் ஆகிய இரு சொற்களுக்குத் தரப்பட்ட தவறான பொருள்களே, ஆரியர் தஸ்யூக்களுக்கு இடையே பாகுபாடு நிலவக் காரணமாகிய நிறம் பற்றிய தப்பெண்ணத்திற்கு அடித்தளமாக அமைந்தது. வருணா என்ற சொல் நிறத்தையும் அனாஸ் நாசி-யில்லாமையையும் குறிப்பதாகக் கொள்ளப்படுகிறது. இவை தவறானவை. வருணம் என்பது குலத்தை அல்லது வகுப்பைக் குறிப்பது. அன் - ஆஸ் எனப்பிரித்துப் பார்க்கையில் அனாஸ் என்பது பண்படாத பேச்சு எனப் பொருள்படும். ஆரியரின் உடல்நிறம் பற்றிய தப்பெண்ணமே சமுதாயப் படி நிலையை வரையறுத்தது எனும் கூற்று பொருத்தக்கேடானது. உடல்நிறம் பற்றிய தப்பெண்ணம் சிறிதும் மக்கள் இல்லாத இருந்திருப்பார்களேயானால் அவர்கள் ஆரியர்களே. காரணம், அவர்களை மற்றவர்களிடமிருந்து வேறுபடுத்திய சிறப்பான நிறம் என்று ஒன்று இல்லை.

தஸ்யூக்கள் ஆரியரல்லாத இனத்தவர் என்பது தவறு. அவர்கள் ஆரியருக்கு முற்பட்ட இந்தியாவின் தொன் முதுமக்கள் அல்லர். ஆரிய பண்பாட்டோடு ஒட்டிய ஒரு நம்பிக்கையையோ சமயக் கோட்பாட்டு முறையையோ எதிர்த்தமைக்காக ஆரியர் எனும் பட்டத்தை இழந்துவிட்ட இவர்கள், முன்னர் ஆரிய சமுதாயத்தின் உறுப்புகளே. தஸ்யூக்கள் ஆரியரல்லாத ஓர் இனத்தவர் என்ற நம்பிக்கை எவ்வாறு தோன்றிருக்க முடியும் என்பது அறிதற்குக் கடினமானது. ரிக் வேதத்தில் (10.49) இந்திரன் கூறுகிறார். "நான் மனித நலனுக்காக எனது வஜ்ராயுதத்தால் அழித்தேன். காத்தல் பணி மேற்கொண்டு கூபாவைப் பேணியிருக்கிறேன். சுஷ்ணாவை அழிக்க வஜ்ராயுதம் ஏந்தினேன். தஸ்யூக்கள் ஆரியன் எனும் பட்டத்தை இழக்கச் செய்தேன்."

தஸ்யூக்கள் ஆரியர் என்பதற்கு இதனை விடத் தெளிவான சான்று ஒன்று இருக்க முடியாது. ஆயினும் இதற்கு மேலும் சிறப்பான ஆதாரமும் நமக்குக் கிடைத்திருக்கிறது. இந்திரன் புரிந்த பல்வேறு அடாத செயல்களுக்காக அவர்மீது தொடுக்கப்பட்ட குற்றச்சாட்டே அது. இக்குற்றங்களின் பட்டியலில் ஒரு குற்றச்சாட்டு அவன்

விருத்ரனைச் கொன்றான் என்பதாகும். விருத்ரன் தஸ்யூக்களின் தலைவன். தஸ்யூக்கள் ஆரியரல்லாதவராய் இருந்திருந்தால் இத்தகைய ஒரு குற்றச்சாட்டு இந்திரன் மீது சுமத்தப்பட்டிருக்க முடியாது.

சூத்திரர்கள் ஆரியப் படையெடுப்பாளர்களால் தோற்கடிக்கப்பட்டனர் என்பது தவறான நம்பிக்கை; முதலாவதாக, ஆரியர்கள் இந்தியாவுக்கு வெளியிலிருந்து வந்து இந்நாட்டுக்குடிகளைத் தாக்கினர் என்பதற்கு ஆதாரம் இல்லை. ஆரியர்களுக்கு இந்தியா தாய்நாடு என்பதற்கே நிறைய சான்றுகள் இருக்கின்றன. இரண்டாவதாக, ஆரியர்களுக்கும் தஸ்யூக்களுக்கும் போர் நடந்ததாக எங்கும் ஆதாரம் காணப்படவில்லை. அத்தகையதே சூத்திரர்களுக்கும் தஸ்யூக்களுக்கும் தொடர்பில்லை என்பதும். மூன்றாவதாக, ஆரியர்கள் இராணுவ பலம் மிக்க, ஆற்றல் வாய்ந்த மக்கள் என நம்புவது கடினமானது. தேவர்களோடு தொடர்புபடுத்தும் இந்தியாவின் ஆரியர்களது வரலாற்றை அறிந்த எவரும், நிலப்பிரபுத்துவ காலங்களில் பிரபுக்களுக்கும் அவர்தம் பண்ணைத் தொழிலாளிக்கும் இடையே நிலவிய உறவை நினைவு கூர்வர். தேவர்கள்தான் இப்பிரபுக்கள்; ஆரியர்கள்தான் அத்தொழிலாளிகள். ஆரியர்கள் நடத்திய எண்ணிறந்த வேள்விகள் அவர்கள் தேவர்களுக்குச் செலுத்திய பிரபுத்துவக் கடனாகக் காட்சியளிக்கின்றன. தேவர்கள்பால் ஆரியர் காட்டிய இவ்வடிமைப் போக்குக்குத் தேவர்களின் உதவியும் பாதுகாப்புமின்றி அவர்களால் அசுரர்களின் தாக்குதல்களை எதிர்கொள்ள இயலவில்லை என்பதே காரணமாகும். இத்தகைய உரமற்ற ஒரு மக்கள் சூத்திரர்களை வென்றிருக்க இயலும் எனக் கொள்ளல் ஏற்புடைத்தாக இல்லை. இறுதியாகச் சூத்திரர்களை வெற்றிகொள்ள வேண்டிய தேவையே இருக்கவில்லை. ஏனெனில் ஆரியர் என்பதன் ஒரே பொருளான 'ஆரியப் பண்பாட்டினைப் பற்றி நின்றவர்கள்' என்பதை நோக்குமிடத்து இம்மக்களும் ஆரியர்களே. சூத்திரர்களைப் பற்றிய இருசெய்திகள் நமக்குத் தெளிவாகத் தெரிகின்றன. அவர்கள் கருத்த உடலும் தடித்த நாசியும் கொண்டவர் என்றோ, அவர்கள் ஆரியர்களால் தோற்கடிக்கப்பட்டனர் என்றோ, அடிமைப்படுத்தப்பட்டனர் என்றோ எவரும் வாதிட்டதில்லை. தஸ்யூக்களையும், சூத்திரர்களையும் ஒரே இனத்தவராகக் கருதுவது பிழையானது. மனித இனத்தவர் என்ற முறையில் அவர்கள் ஒருவராக இருக்கலாம். ஆனால் பண்பாட்டுக் கூறுகளின் அடிப்படையில் பார்க்கும் போது அவர்கள் முற்றிலும் மாறுபட்டவர்கள். ஆரியர்களிடமிருந்து விலகிச் சென்றவர்கள் என்ற முறையிலும், தஸ்யூக்களை ஆரியரல்லாதார் என்றும் நாம் கொள்ளலாம். மாறாகச் சூத்திரர்கள் ஆரியர், ஆரிய வாழ்க்கை நெறிகளில் நம்பிக்கையுடையவர்கள். அவர்கள் ஆரியராக ஏற்றுக்

கொள்ளப்பட்டனர். பின்னாளில் கௌடில்யரின் அர்த்த சாத்திரத்திலும் சூத்திரர், ஆரியர் என்றே அழைக்கப்பட்டனர்.

யஜுர் வேதத்திலுள்ள ஒரு வேண்டுதல் வாசகம் சூத்திரர்கள் ஆரிய சமுதாயத்தின் ஒன்றிய, இயல்பான, உயர்வாக எண்ணப்பட்ட ஓர் அங்கம் என்பதை நிரூபிக்கும் முகத்தான் அமைந்துள்ளது. ஒரு வேள்வியாளரால் பேசப்படும் அவ்வாசகம்[1] இதோ:

"...ஓ கடவுளே!"

நமது புனிதம் மிக்க புரோகிதர்களுக்கு மேன்மையை நல்குங்கள்:

நம் மன்னர்களை மிகு புகழுடன் வைத்திருங்கள்; வைசியர்களுக்கும், சூத்திரர்களுக்கும் சிறப்பினை அளியுங்கள்: என்னை மேன்மைக்கு இட்டுச் செல்லுங்கள்!"

இவ்வேண்டுதல் குறிப்பிடத்தக்க ஒன்று, ஏனெனில் இது சூத்திரரை ஓர் ஆரிய இனத்தவராக, அவ்வினத்தின் மரியாதைக்குரிய ஒருவராகக் காட்டுகிறது.

சூத்திரர்கள் மற்ற மூன்று குலத்தோரான பிராமணர், சத்திரியர், வைசியர் ஆகியோருடன் அரசனது முடிசூட்டு விழாவிற்கு அழைக்கப்பட்டனர் என்பதற்கு மகாபாரதம் காட்டும் பாண்டவரது மூத்த அண்ணன் யுதிஷ்ட்ரரின் முடிசூட்டு விழாவே சான்று. அவ்வரவேற்பில் சூத்திரர் பங்கேற்றனர். இந்நிகழ்ச்சியைப் பற்றி விளக்கும் நில்கந்தர் என்னும் பண்டைய ஆசிரியர் குறிப்பாகக் கூறுவதாவது; பிராமண, சத்திரிய, வைசிய, சூத்திர தலைமை அமைச்சர்கள் புது மன்னனுக்கு அரசமைவு செய்து வைத்தனர். பின்னர் இக்குலங்கள் ஒவ்வொன்றின் தலைவர்களும் இவருக்கும் கீழான குலத்தோரும் புனித நீர்கொண்டு அவனை அரசேற்பு செய்து வைத்தனர். அதைத் தொடர்ந்து இரு பிறப்பாளர் புகழ்ச்சியை வழங்கினர்.

வேத காலத்தினை அடுத்த, மனுவிற்கு முந்தைய காலகட்டத்தில் இரத்தனிகள் என்று அழைக்கப்பட்ட, மக்களது பிரதிநிதிகள் இருந்தனர். இவர்கள் அரசனது முடியேற்புச் சடங்குகளில் சிறப்பான பங்கு ஏற்றனர். இறையாண்மையின் சின்னமாக இரத்தின (ஆபரணம்)த்தை அவர்கள் வைத்திருந்த காரணத்தால் இப்பெயர் பெற்றனர். இவ்வாபரணத்தை அவர்கள் அளிக்கும் பொழுதுதான் அரசன் இறையாண்மையைப் பெற்றவனாகிறான். இறையாண்மை அளிக்கப்பட்டதும், அரசன் ஒவ்வொரு இரத்தினியன் இல்லத்திற்கும் சென்று காணிக்கை வழங்குவான். இந்த இரத்தினிகளில் ஒருவர் சூத்திரன் என்பது ஈண்டு குறிப்பிடத்தக்கது.

---

1 வெள்ளை யஜீர் வேதம், ப. 200

ஜனபதா, பௌரா எனப்பட்ட இரு பண்டைய அரசியல் குழுமங்களில் சூத்திரர்கள் உறுப்பினர்களாக இருந்தனர். இப்பதவி பிராமணர்களிடையேயும் இவர்களுக்கு ஒரு சிறப்பான மரியாதையைப் பெற்றுத் தந்தது.

பண்டைய ஆரிய சமுதாயத்தில் சூத்திரர்கள் ஓர் உயர்ந்த அரசியல் படிநிலை பெற்றிருந்தனர் என்பது மறுக்க இயலாத உண்மை. அரசியல் அமைச்சர்களாகவும் அவர்கள் ஆக முடிந்தது. மகாபாரதம் இதற்குச் சான்றாக அமைகிறது. பல்வேறு சமூகப் பிரிவினர் அமைச்சர்களாக இருந்ததை தன் நினைவிலிருந்து புகலும் இவ்விதிகாசத்தின் ஆசிரியர் 37 அமைச்சர்கள் பட்டியலைத் தருகிறார். அவர்களில் நால்வர் பிராமணர். எட்டுபேர் சத்திரியர்கள், இருபத்தியொருவர் வைசியர்கள், மூவர் சூத்திரர், ஒருவர் சுதர்.

சூத்திரர் அரசின் அமைச்சர்களாக இருந்தது மட்டுமன்றி அரசர்களாகவும் ஆகியிருந்தனர். ஒரு சூத்திரன் மன்னனாகும் தகுதி பற்றிய மனுவின் கருத்துக்களை, ரிக்வேதம் சூத்திரர் பற்றி பேசுவதுடன் ஒப்பிடும்போது முன்னவற்றில் ஒரு கொடூரமான தன்மையைக் காண்கிறோம்.

சுதனுடைய ஆட்சி குறிப்பிடப்படும் இடம் சுதனுக்கு, யார் அரசப் புரோகிதராக இருப்பது என்பது குறித்து விசுவாமித்திரருக்கும் வசிஷ்டருக்கும் ஏற்பட்ட கடுமையான போட்டியைப் பேசும் சந்தர்ப்பம் மட்டுமே. வசிஷ்டர் பிராமணர், ஏற்கெனவே அவ்வரசனுக்கு அரசப் புரோகிதராக இருந்த அவர் ஒரு பிராமணன் மட்டுமே அரசப் புரோகிதராக ஆக முடியும் என்று உரிமை கோரினார். மாறாக, சத்திரியரான விசுவாமித்தரர், ஒரு சத்திரியன் அப்பதவிக்கு தகுதி படைத்தவன் என வாதிட்டார். இப்போட்டியில் விசுவாமித்திரன் வென்று, அவரது முறை வந்தபோது அரசப் புரோகிதர் ஆனார். இப்போட்டி பிராமணருக்கு ஒரு நிரந்தர இழப்புக்கு வழிகோலவில்லை எனினும் இது மிக முக்கியமான வாதப் பொருள் ஒன்றை உள்ளடக்கியமையின், இது நம் நினைவில் இருத்திக் கொள்ளத்தக்கது. பழைய இலக்கியத்தில் சமூக வரலாறு பேசுவனவற்றுள் இப்புனைந்துரை மிகச்சிறந்த ஒன்றாகக் கூடும் என்பதில் ஐயமில்லை. துரதிஷ்டவசமாக, ஒருவரும் இதனை முறையான கவனத்திற்குரிய ஒன்றாகக் கொள்ளவில்லை. இவ்வரசன் யாரென்று கூட ஒருவரும் வினவவில்லை. சுதன், பைஜாவானனின் மகன்; பைஜாவானன் காசியின் அரசனான தேவதாசின் மகன்; சுதனின் குலம் என்ன? அவன் ஒரு சூத்திரன் என்றால் அதை நம்புபவர் எண்ணிக்கை குறைவாகவே இருக்கும். ஆனால் உண்மை அதுதான். இதனை மகாபாரதச்[1] சான்று கொண்டு நிரூபிக்க முடியும். இந்நூலின்

1 மியூர், சமஸ்கிருத நூல்கள், தொகுதி, ப.366

சாந்தி பர்வத்தில் பைஜாவனன் ஒரு சூத்திரர் எனக் குறிப்பு வருகிறது இக்குறிப்பிலிருந்து நாம் காணும் சுதன் பற்றிய கதை, ஆரிய சமூதாயத்தில் சூத்திரரின் சமூகப்படி நிலைப்பற்றி நமக்கு ஒரு புதிய தெளிவினை அளிக்கிறது.

ஒரு சூத்திரன் ஆளும் மன்னனாக முடிந்தது என்பதை இது காட்டுகிறது. ஒரு சூத்திர அரசனின் சேவையில் பிராமணரும் சத்திரியரும் மதிப்பிழப்போ தாழ்ச்சியோ காணவில்லை என்பதோடு அவனது ஆதரவைப் பெறுவதற்கு அவர்கள் ஒருவரோடொருவர் போட்டியிட்டனர். அவனது இல்லத்தில் வேதச் சடங்குகள் இயற்றவும் தயாராக இருந்தனர்.

பிற்காலங்களில் சூத்திர அரசர்கள் இல்லை எனக் கூற முடியாது. மாறாக, மனுவுக்கு முந்தைய இரு அரச வம்சங்கள் சூத்திர குலத்தவரது வம்சங்கள் என்பதை வரலாறு காட்டுகிறது. கி.மு. *413-322* கால கட்டத்தில் ஆட்சி செலுத்திய நந்தர்கள் சூத்திரர்கள் . அவர்களுக்குப்பின் வந்த மௌரியர்களும் கி.மு.*322-183* சூத்திரர்களே. இந்தியாவின் பேரரசராக விளங்கிய அசோகர் சூத்திரர். அவருடைய பேரரசு சூத்திரர்களால் உருவாக்கப்பட்டது என்பதைக் காட்டிலும், சூத்திரர்கள் பெற்றிருந்த உயரிய நிலைக்கும் மரியாதைக்கும் சிறப்பான எடுத்துக் காட்டு வேறென்ன இருக்க முடியும்?

சூத்திரர் வேதம் பயிலும் உரிமை பற்றிய ஐயப்பாட்டிற்கான விளக்கம் சந்தோக்கிய உபநிடதத்தில் (தொகுதி 1,2) கிடைக்கிறது. அதில் காணப்படுவதாவது: வேதாசிரியர் ராய்கவர், ஜனசுருதி என்பவருக்கு வேதப்பொருள் பயிற்றுவித்தார். ஜனசுருதி ஒரு சூத்திரர் - இது நம்பக் கூடியதாயின், சூத்திரர் வேதம் கற்பதற்கு த் தடை இல்லாதிருந்த காலம் ஒன்றிருந்தது என்பதில் ஐயமில்லை.

சூத்திரர் வேதம் கற்பதற்குத் தடையில்லாதிருந்தது மட்டுமல்ல, சூத்திரர்கள் முனிவர் நிலை எய்தியும் இருந்தனர். அவர்களில் வேதப்பாசுரங்கள் இயற்றுபவரும் இருந்தனர். இதற்குக் கவஸ் அலியுஸ் முனிவரின் வரலாறு[1] ஒரு சிறந்த சான்று, ரிக்வேதம் பத்தாவது தொகுதியில், அவர் யாத்த பல பாசுரங்கள் காணக் கிடைக்கின்றன.[2]

சூத்திரர்களின் வேதச் சடங்குகள், வேள்விகள் புரிவதற்கான ஆன்மிகத் தகுதிநிலை பற்றிய ஐயப்பாட்டிற்கான விளக்கம் பின்வரும் தரவுகளில் கணக்கிடைக்கிறது.

---

1 ஐத்ரேய பிராமணம், தொகுதி 2, ப. 112

2 மாக்ஸ் முல்லர், பண்டைய சம்ஸ்கிருத இலக்கியம், 1860 பக். 58.

பூர்வ மீமாம்சை ஆசிரியர் ஜைமினி,[1] பதாரி எனும் தொல்லாசிரியர் பற்றிக் குறிப்பிடுகிறார். இவரது படைப்புகள் காணக்கிடைக்கவில்லை. இவர் சூத்திரரும் வேத வேள்விகள் புரிய முடியும் எனும் கருத்தின் வித்தகருமாவார். மறைவழி யாகம் இயற்றத் தேவையான புனிதமான முத்தீயைப் படையல் செய்ய 'இயலும் எனும் கருத்துநிலை கொண்ட வேறொரு பிரிவினரும் இருந்தனர் என்பதைப் ப்ரத்வாஜ ஸ்ரௌதர் சூத்திரம் (க்ஷி. 28) ஏற்றுக் கொள்கிறது. அதுபோன்றே, சூத்திரர் வேதச் சடங்குகள் புரிய தகுதி வாய்ந்தவர் என உயத்துணரச் செய்யும் வேத நூல்கள் இருந்தன என்று காத்யாயன ஸ்ரௌத சூத்திரத்தின் (1 & 5) உரையாசிரியர் ஏற்றுக் கொள்கிறார். யாகம் இயற்றுங்கால் அதை வளர்க்கும் புரோகிதர் கடைபிடிக்க வேண்டிய மறைநெறிகளைச் சத்பத பிராமணம்(1.4.12) தெளிவுப்படுத்துகிறது. அதில் வேள்வி இயற்றுவிப்போனை அதைத் தொடங்கி வைப்பதற்காகப் புரோகிதர் அழைக்கும் முறை பற்றி கூறப்படுகிறது. அவ்விதியாவது:

"அவனை விளிக்கும் முறை நான்கு. அவையாவன: அவன் பிராமணனாயின், அணுக 'ஈண்டு வருக' என்பதாகும்; அவன் வைசியன் அல்லது போர்ப்படையினனாயின் 'அணுகுக, ஈண்டு விரைந்திடுக' என்பதாகும்; அவன் சூத்திரனாயின அது 'ஈண்டு ஓடி வருக' என்பதாகும்." சூத்திரர்கள் சோமயாகம் இயற்றவும் தெய்வீகத் தன்மையினதான சோம பானம் பருகுதலில் கலந்து கொள்ளவும் தகுதியுடையோர் என்பதற்குச் சத்பத பிராமணம்[2] சான்று பகர்கிறது. அது இயம்புவதாவது: பால் மட்டுமே அருந்த வேண்டும் எனும் பாயோ விரதத்திற்குப் பதில் நடைபெறும் சோமயாகத்தில் மாஸ்து எனப்படும் ஊறல்நீர் சூத்திரருக்கு உரியது. இதே நூல்[3] வேறொரு இடத்தில் கூறுவதாவது:

"பிராமணர், அரசர், வைசியர், சூத்திரர் ஆகிய நான்கு குலங்களில் சோம பானத்தை விரும்பாதார் எவருமிலர். அவ்வாறு ஒருக்கால் யாரேனும் இருப்பாராயின், அதற்காக அவர் கழுவாய் புரிதல் வேண்டும்."

இதன் பொருளாவது, சோமரசம் அருந்துவது அனுமதிக்கப்பட்டது மட்டுமின்றி, சூத்திரர் உட்பட அனைவருக்கும், கட்டாயமான ஒன்றாகவும் கொள்ளப்பட்டது. ஆனால் ஆஷ்வினா பற்றிய கதையில் சூத்திரர் சோம ரசம் அருந்த உரிமையுடையவர் என்பதற்கான தெளிவான சான்று கிடைக்கிறது. இக்கதையின்படி[4] ஆஷ்வினர்கள்

1 பார்க்க: கானே, தர்ம சாஸ்திரங்களின் வரலாறு.

2 கானே, தர்ம சாஸ்திரங்களின் வரலாறு.

3 மேற்கோள்: மியூர், சஸ்கிருத நூல்கள் - 1 பக்.367.

4 ஃபிவுஸ்பாய்ல், இந்தியப் புராணங்கள், பக்.128-134

ஒரு சமயம் சுகன்யா வெற்றுடலுடன் நீராடிக் கொண்டிருந்தபோது பார்க்க நேர்ந்தது. சியவனா என்ற மரணத்தின் வாசலில் நின்ற ஒரு முதிய முனிவருக்கு மணம் செய்விக்கப்பட்ட இளம் பெண் அவள். சுகன்யாவின் அழகில் கட்டுண்ட ஆஷ்வினர்கள் "உன் இளமை இவ்வாறு வீணாதல் தகாது; எங்களில் ஒருவரை மணாளனாக ஏற்றுக் கொள்" என்றனர்.

சுகன்யா அதை மறுத்து தன் கணவன்பால் தனக்குள்ள ஆழ்ந்த பற்றுதலை எடுத்துரைத்தாள். மீண்டும் அவர்கள் சுகன்யாவிடம் இதுபற்றி பேசினர். இம்முறை ஒரு பேரத்தை முன் வைத்தனர். "பெயர்பெற்ற விண்ணுலக மருத்துவரான நாங்கள் உன் கணவருக்கு இளமையும் வனப்பும் அளிப்போம். அதன்பின் எங்களில் ஒருவரை நின் கணவனாக ஏற்றுக்கொள்" என்றனர். தன் கணவரிடம் அப்பெண் இது பற்றிக் கூறினாள். சியவனர் "அவ்வாறே செய்க" எனப்புகல, ஒப்பந்தப்படி அவருக்கு இளமை மீண்டும் கிடைத்தது. அதன்பின் இவ்வாஷ்வினர்கள் சோமபானத்திற்கு உரிமையுடையவர்களா என்பது பற்றிய சிக்கல் எழுந்தது. இந்திரன், அஷ்வினர்கள் சூத்திரர்களாகையால் அவர்கள் சோமபானத்திற்கு உரிமை பெற்றவர்களாகார் என மறுத்துரைக்க, மாறா இளமை பெற்ற சியவனர் இந்திரன் வாதத்தை நிராகரித்து ஆஷ்வினர்க்கு சோமபானம் நல்கச் செய்தார்.

சூத்திரர், வேதச் சடங்குகள் புரியாதவராய் இருந்திருப்பின் இவ்வனைத்திற்கும் பொருளொன்றும் இருக்க முடியாது. ஒரு சூத்திரப் பெண்மணி அசுவமேத யாகத்தில் கலந்து கொண்டதாக நாம் அறிகிறோம்.[1]

உபநயன சடங்கு செய்வதிலும் பூணூல் அணிவதிலும் சூத்திரருக்கு எதிரான குறிப்பிட்ட தடை ஏதும் இல்லை. மாறாக சம்சகார கணபதியில் சூத்திரர் உபநயனத்திற்குத் தகுதியுடையவர் எனச் சாற்றும் சிறப்பு வாசகம் காணப்படுகிறது.[2]

மனுவின் காலத்திற்கு முன்பு சூத்திரர், சமுதாயத்தின் கீழ்ப் படியில் இருந்தபோதும் சுதந்திர மக்களாகவே வாழ்ந்தனர் என்பது வெளிப்படை. கௌடில்யரின் அர்த்தசாஸ்திரம் புகல்வதைக் காண்போம்:

"சூத்திரன் பிறப்பால் அடிமையல்ல. அவன் பெரும்பான்மையான இனமாக ஆகவில்லை. ஆனால் பிறப்பால் அவன் ஆரியனே. அவனது வாழ்க்கையை அவன் சுற்றத்தினர் அடைமான அல்லது விற்பனைப் பொருளாகக் கொள்வது இரண்டு பண அபராத தண்டனைக்குரியது."

---

1 ஜெய்சுவால், இந்திய ஆட்சியியல், பகுதி 2, ப.17

2 மாக்ஸ் முல்லர், பண்டைய சமஸ்கிருத இலக்கியம், 1860, ப. 207

“ஓர் அடிமையின் பணத்தை ஏமாற்றுவதோ, அவன் தான் ஆரியன் என்றமுறையில் (ஆரியபாவா) சலுகைகளைப் பறிப்பதோ ஓர் ஆரியனை அடிமையாக்குவதற்கான அபராத தண்டனையில் பாதியளவு தண்டனைக்குரியது”.

“குறிப்பிட்ட மீட்புத் தொகையைப் பெற்ற பின்பும் அடிமைக்கு விடுதலை வழங்கக் தவறுவது 12 பண அபராதத் தண்டனைக்குரியது. ஓர் அடிமையைக் காரணமின்றி சிறைப்படுத்தி வைத்திருப்பதும் இதுபோன்ற தண்டனைக்குரியதே.”

“தன்னை அடிமையாக விற்றுக்கொண்ட ஒருவனுடைய குழந்தையை ஆரிய குலத்ததாகவே கொள்ள வேண்டும். ஓர் அடிமை தன் ஆண்டையின் தொழில் தொழில் வரவிலிருந்தும் அவன் அவருடைய தந்தையிடமிருந்து பெற்ற வழிவழிச் சொத்திலிருந்தும் எத்தகைய தடையுமின்றிப் பங்குபெற உரிமையுடையவர்.”

மனு ஏன் சூத்திரரை ஒடுக்கினார்?

இப்புதிர் சிக்கல் நிறைந்தது; எளிதில் புரிந்து கொள்ளக்கூடியதல்ல, ஆரியர்கள் ஆரியல்லாதாரை ஆரியராக்கும் (அதாவது அவர்கள் ஆரியப் பண்டபாட்டிற்குக் கொண்டுவர) முயற்சியில் எஞ்ஞான்றும் ஈடுபட்டு வந்தனர். இம்முயற்சியில் அவர்களது முனைப்பு, பேரளவில் மற்றவரை ஆரியராக்கும் நோக்கில் விராத்திய ஸ்தோமா எனும் மதச் சடங்கினைப் புதிதாக உருவாக்கும் அளவுக்குச் சென்றது. இச்சடங்குபற்றி மகாமகோபாத்யாய ஹர பிரசாத் சாஸ்திரி கூறுவதாவது:

“விராத்தியரைத் தூய்மைப்படுத்த வேண்டி நிகழ்த்தப்பட்டதும், பஞ்சவிம்ச பிராமணத்தில் கூறப்பட்டிருப்பதும் ஆன இச்சடங்கு, வேதகாலத்து மற்ற பெரும் சடங்குகளிலிருந்து குறைந்தது, ஓரம்சத்திலாவது மாறுபட்டிருந்தது. அதாவது, மற்ற சடங்குகளுக்கு வேள்விக்கூடத்தில் ஒரு வேள்வியாளரும் அவரது மனைவியுமே இருக்க, இந்தச் சடங்கிற்கு ஆயிரக்கணக்கில் வேள்வியாளர்கள் இருந்தனர். அவர்களுள் ஒருவனைப் பேரறிவும், பெருஞ்செல்வமும், பெருந்திறனும் கொண்ட ஒருவன் குலபதியாக இருக்க, மற்றவர் அவரை வெறுமனே தொடர்ந்து சென்றனர். இக்குலபதி மற்றவரைவிட அதிகமாக தட்சணை செலுத்த வேண்டும்.”

ஒரு சடங்கில் ஆயிரக்கணக்கில் விராத்தியரை முனிவர் சமூகத்தில் சேர்த்துக் கொள்வதற்கான உபாயமென்று இதனை நான் நினைக்கிறேன். இதுபோன்ற சடங்குகள் அடிக்கடி நிகழ்ந்தன. இவ்வாறு கூட்டங் கூட்டமாக நாடோடி ஆரியர்கள், நிலைத்து ஓரிடத்தில் வாழும் நிலைமைக்குக் கொண்டு வரப்பட்டனர். இவ்வாழ்க்கை முறைமைக்கு வரும் தூய்மைப்படுத்தப்பட்ட அவர்கள் தங்களுடைய விராத்திய

வாழ்க்கையில் வைத்திருந்த உடைமைகளை உடன் கொண்டு வர அனுமதிக்கப்படவில்லை அவற்றை இன்னும் விராத்தியராகவே வாழ்பவருக்கு அல்லது மகதேச பிராமணர் என்றழைக்கப்படுபவருக்கு விட்டுவிட்டு வரவேண்டும். வேறொரு இடத்தில் நான் கூறியிருக்கிற படி, மகத தேச மக்கள் என்போர் முனிவர்களால் தாழ்நிலையினராக எண்ணப்பட்டவர்கள்''.

“ஆனால் விராத்தியர்கள் நிலைத்த வாழ்க்கைக்கு அனுமதிக்கப் பட்டவுடன் அவர்கள் முழுமையான சமத்துவம் பெற்றனர். முனிவர்கள் சமைத்த உணவையும், அவர்கள் முனிவர்களுக்காக சமைத்த உணவையும் உண்ணுவர். அவர்களுக்கு மூன்று வித்தைகளும், சாம, ரிக், யஜுர் வேதங்களும் கற்பிக்கப்பட்டன. அவர்கள் இந்நூல்களைக் கற்பிக்கவும், அவர்களுக்காகவும், மற்றவர்களுக்காகவும் யாகம் செய்யவும் அனுமதிக்கப்பட்டனர். அதாவது, அவர்கள் முழுவதுமாக சமநிலைக்கு உரியராகக் கருதப்பட்டனர். அதுமட்டுமின்றி அவர்கள் ஒரு முனிவரின் மிக உயரிய திறனையும் எய்தினர். சாமவேதம் மற்றும் ரிக்வேதமும் கூட அவர்தம் பார்வைக்கு எட்டியது. கௌசிதாகி என்ற புனிதமடைந்த ஒரு விராத்தியர் ரிக்வேத பிராமணங்களைத் தொகுக்க அனுமதிக்கப்பட்டார். அத்தொகுதி இன்னும் அவர் பெயரிலேயே வழங்குகிறது.”

ஆரியர்கள் தாங்களாகவே இணங்கி ஆரியரல்லாதவர்களைத் தங்களுடைய நெறிக்கு மாற்றியது மட்டுமல்ல; தங்களை, தங்களுடைய வேள்வி நெறிகளை, தங்களது நான்கு வருண கோட்பாட்டை, ஏன் ஆரியர்களிடமிருந்து அசுரர்கள் கவர்ந்து சென்றதாகப் புராண மரபு கூறும் அவர்களது வேதங்களைக் கூட எதிர்த்தவர்களாகிய அசுரர்களை, அவர்கள் விருப்பம் கொள்ளாத போதும் ஆரியர்கள் தங்கள் நெறிக்கு மாற்ற முயற்சித்தனர். மகன் பிரகலாதன் ஆரிய கலாச்சாரத்திற்குத் தன்னை மாற்றிக் கொள்ள விழைய, தந்தை இரண்ய கசிபு எதிர்க்க, மகனைத் தந்தையிடமிருந்து காத்தல் வேண்டி விஷ்ணு இரண்ய கசிபுவைக் கொன்றாக வழங்கும் கதை ஆரியர்களின் மேற்கூறிய போக்கிற்கு ஒரு பொருத்தமான எடுத்துக்காட்டாகும். இதுபோன்ற எடுத்துக்காட்டுகள் ஆரியர்கள் ஆரியரல்லாதவர்களுக்குத் தன்னுரிமையும் குடியுரிமையும் பெற்றவராக்கினர் என்பதைக் காட்டுவன. இவ்வாறிருக்க, சூத்திரர்பால் மட்டும் ஏன் ஓர் எதிரான போக்கு கடைபிடிக்கப்பட்டது? முழு உரிமையும் தகுதியும் கொண்டிருந்த சூத்திரர்கள் ஏன் தன்னுரிமையும் குடியுரிமையும் மறுக்கப்பட்டவராயினர்?

இப்புதிருக்கு நிஷதர்கள் நடத்தப்பட்ட முறை ஓர் உட்கோளாக அமைகிறது. இதனை நாம் ஒதுக்கிவிடக்கூடாது. ஐந்து தொல்லினங்கள்

பற்றிய குறிப்புகள், பண்டைய சமஸ்கிருத இலக்கியத்தில் நிறைந்து காணப்படுகின்றன. இவ்வினங்கள் பஞ்ச கிருஷ்த்யா, பஞ்ச கிஷ்த்யா, மானுஷ்யா, பஞ்ச சார்ஷனயா, பஞ்ச ஜனா, பஞ்ச ஜன்யா, அதாவது பஞ்ச புமா, பஞ்சஜதா எனும் பல்வேறு பெயர்களால் வழங்கப்படுகின்றன. இச்சொற்கள் சுட்டும் பொருள்பற்றி கருத்து வேறுபாடு நிலவுகிறது. ரிக்வேத உரையாசிரியர் சயனாச்சாரியர் இச்சொற்கள் நான்கு வருணங்களையும், நிஷதர்களையும் குறிப்பதாகக் கூறுகிறார். நிஷதர்களைப் பற்றி விஷ்ணு புராணத்தில் கூறப்பட்டிருப்பதாவது:

7. மரித்யூ (இறப்புக்கடவுள்) வின் தலைமகள் சுனிதா அங்கனுக்கு மணம் செய்விக்கப்பட்டாள், அவளுடைய மகன் வீணா.

8.அவனுக்குத் தாய்வழிப் பாட்டானாரின் கறை தொற்றிக் கொள்ள, கறை படிந்தவனாகப் பிறந்தான். அக்கறை அவனுக்கு இயற்கையானதாகவே அமைந்தது.

9.மேன்மை சான்ற முனிவர்களால் மன்னனாக முடிசூட்டப்பட்டபோது அவன் பின்வருமாறு தன்னைப் பற்றிப் பறைசாற்றுவித்தான்.

“மனிதர்கள் வேள்விகள் இயற்றுவதோ அன்பளிப்புகள் வழங்குவதோ, நவேந்தியங்கள் செய்தோ கூடாது. என்னைத்தவிர வேள்விகட்குரியவர் யாருள்ளார்? யானே என்றும் கொடையின் முதல்வன்”

10. பின்னர் அனைத்து முனிவர்களும் மன்னனை அணுகி, வணங்கி, வாழ்த்தி இணக்கத்துடன் மொழிந்தனர்:

11. ஓ மன்னனே யாம் இயம்புவதைக் கேட்பீராக:

12. விண்ணுலக வேந்தனும் வேள்விகளின் தலைவனுமான ஹரியை நாங்கள் ஒரு நீண்ட யாகத்தில் (திர்க்கசத்ரா) வழிபடுவோம். அஃது உமது நாட்டுக்கும் உமக்கும், உமது குடிகளுக்கும் மிகப் பெரும் நன்மைகளைப் பயக்கும். திருவருள் நின்பால் நிலைக்கட்டும்; இச்சடங்கில் நீவிரும் பங்கேற்பீராக.

13. விஷ்ணு, வேள்வியின் முதல்வனாகிய மால் இச்சடங்கு வாயிலாக செய்யப்படும் கழுவாய் பொருட்டு நீவிர் விரும்புவதெல்லாம் அளித்தருள்வார். வேள்வி முதல்வனாகிய ஹரி தனக்கு திருப்படையலுடன் சிறப்பு செய்யும் நாட்டின் மன்னனுக்கு அவன் விரும்பும் அனைத்தும் அருளுவான்.

வீணாவின் பதிலுரையாவது: “எம்மைக்காட்டிலும் உயரியது எது? என்னைத் தவிர யார் பெருமைபடுத்துதற்கு உரியார்? வேள்வியின் முதல்வனாக நீர் கருதும் ஹரி என்பார் யார்? அருள்தலும் சபித்தலும்

புரிவோரான பிரம்ம ஜனார்தனன் ருத்ரன், இந்திரன், வாயு, யமன், ரவி (சூரியன்), அக்கினி, வருணன், தாத்ரி, பூஷன், நிலமகள், திங்கள் இவர்களும் மற்ற கடவுளர் அனைவரையும் மன்னன் தன்னகத்தே கொண்டுள்ளான், எவ்வாறெனின் கடவுளர் அனைவரின் சேர்க்கையே மன்னன். ஓ பிராமணர்களே, இதை உணர்ந்து என் கட்டளை வழி செயல்புரிவீராக! யாகம் வளர்ப்பதோ, பரிசுகள் வழங்குவதோ, திருப்படையல் சாத்துவதோ செய்யதொழிவீர்!

14. மன்னன் மேலும் கூறினான்: "என் கட்டளையை நீவிர் நிறைவேற்றுதல், பெண்டிருக்கு அவர்தம் கணவரைப் பணிதல் மிகப் பெரும் கடமையாதல் போன்றதாகும்" முனிவர்கள் மன்னனுக்கு மறுமொழி கூறுகையில் "பெருமைமிக்க வேந்தனே அனுமதி வழங்குங்கள், சமயம் அழிந்து போக வேண்டாம். இவ்வுலகனைத்துமே திருப்படையலின் ஒரு மாறுபட்ட அமைப்பே" என்றுரைத்தனர்.

15. சமயம் அழிந்துபடும்போது இப்புவியும் அத்தோடு சேர்ந்தே அழிகிறது. வீணா பெரும் முனிவர்களால் இவ்வாறு இடித்துரைக்கப்பட்டும் மீண்டும் மீண்டும் வற்புறுத்தப்பட்டும், அன்னாருக்கு அனுமதி வழங்கவில்லை. சீற்றமும் கடுஞ்சினமும் கொண்டு முனிவர்கள் அனைவரும் உரத்த குரலில் ஒருவருக்கொருவர் "இப்பாவியைக் கொல்லுவீர்" எனப் புகன்றனர்.

16. "ஆதியும் அந்தமும் அற்ற இறைவனை, வேள்வியின் தலைவனாகிய மாலை இழிவுபடுத்தி பழிகூறுவோனாகிய இவன் உலகைக் காக்க அருகதையற்றவன்." இவ்வாறு கூறி, ஏற்கனவே தெய்வப் பழியாலும் தனது மற்ற குற்றங்களாகும் பீடிக்கப்பட்டிருந்த அவனை, மறை நூல்களால் தீக்கை செய்யப்பட்ட தர்ப்பைப் புல் இதழ்களால் தாக்கியழித்தனர். பின்னர் சுற்றிலும் தூசிப்படலம் சூழ, அங்கு குழுமியிருந்த மக்களை அதுபற்றி வினவினர்.

17. மக்கள் உரைத்ததாவது, "அரசனற்ற இந்நாட்டில் பெரிதும் இன்னலுற்ற மக்கள் கள்வர்களாகி மற்றவர் செல்வத்தைப் பறிக்கத் துவங்கியுள்ளனர்.

18. இக்கள்வருடைய கட்டற்ற வெறித்தனம் கூடிய வேகத்தாலும் மற்றவர் பொருளை அவர்கள் கொள்ளையிடுதலாலும் விளைந்த தூளிப்படலமே இது" இது கேட்ட முனிவர்கள் ஒருவரையொருவர் கலந்து பேசி வாரிசற்ற அம்மன்னன் வழி ஒரு வாரிசு பெற வேண்டி அவனது தொடையை வலிந்து தேய்த்தனர். அப்பொழுது அவனது தொடையிலிருந்து மிகமிக குட்டையான தட்டைமுகம் கொண்ட, தீய்ந்த மரக்கட்டை போன்ற ஒரு மனிதன் தோன்றினான்.

19. கடும் வேதனையோடிருந்த அம்மனிதன் அவர்களிடம், "தான் செய்ய வேண்டியது யாது" என வினவினான். அவர்கள் அவனிடம் "உட்கார்" (நிஷதா) என்றனர். இவ்வாறாக அவன் ஒரு நிஷதன் ஆனான்."

20. அவன் வழி தோன்றியவர்களே கொடுஞ்செயல்களுக்குப் பெயர்போன, விந்திய மலைகளில் வாழும் நிஷதர்கள்.

21. இவ்வாறாக அவ்வரசனது பாவச் செயல் அவனிடமிருந்து நீங்கியது இவ்வாறாகவே வீணா அரசனது கொடுமையின் விளைவாக நிஷதர்கள் தோன்றினர்:

இது ஒரு புராண மரபினை அடியொற்றிய கதையே. ஆயினும் இது வரலாற்று உண்மைகளை உள்ளடக்கியுள்ளது. இந்நிஷதர்கள் விந்திய மலைக்காடுகளில் வாழ்ந்த பண்பாட்டு முதிர்ச்சி இல்லாத ஒரு கீழ்நிலை பழங்குடி மக்கள் என்பதும் இக்கதை வாயிலாக தெளிவாகிறது. அவர்கள் தங்களது தோற்றத்தை விளக்கவும் தங்களை ஆரிய சமுதாயத்தோடு பிணைத்துக் கொள்ளவும் வேண்டி ஒரு புராண மரபுக் கதையைத் தோற்றுவித்தனர். இவை அனைத்தும் நிஷதர்கள் ஆரியப் பண்பாட்டுடன் ஒன்ற இயலாவிடிலும் ஆரிய சமுதாயத்தில் ஓரங்கமாக ஆகும் நோக்கத்துடனேயே செய்யப்பட்டவை. இன்று, ஒரு கீழ்நிலையினதான, நாகரிக முதிர்ச்சியற்ற ஆரியரல்லாத இவ்வினம் எத்தகையதொரு தகுதிக் குறைபாட்டாலும் முடக்கப்பட்ட நிலையில் இல்லை.

நமது கேள்வி, ஆரிய இனத்தைச் சார்ந்த, பண்பட்ட சூத்திரர் ஏன் முடக்கி வைக்கப்பட்டனர் என்பதே.

★★★

இயல் 13
மகளிரும் எதிர்ப்புரட்சியும்

"மகளிரும் எதிர்ப்புரட்சியும்" என்னும் தலைப்பில் ஒரு நகல் உள்ளது. அதே கட்டுரையின் பிறிதொரு நகல் 'மகளிர் பற்றிய புதிர்' என்னும் தலைப்பில் உள்ளது. இக்கட்டுரை 'இந்து சமயத்தின் புதிர்கள்' என்னும் பகுதியில் அமைவதைவிட மகளிர் பற்றிய புதிர் பகுதியில் அமைவதே பொருத்தமென்று பதிப்பாசிரியர் குழு கருதுகிறது.

- பதிப்பாசிரியர்கள்.

மனு, சூத்திரர்களைவிட மகளிரிடம் அதிக அன்பு காட்டியவர் என்று சொல்லிவிட முடியாது. பெண்களைப் பற்றி மிக மோசமான கருத்துடன் மனு தொடங்குகிறார். அவர் கூறுகிறார்:

2.213 இவ்வுலகில் ஆண்களை மயக்குவதே பெண்களின் இயல்பு. எனவே தான் பெண்களிடம் பழகும் பொழுது விவேகிகள் எப்போதும் விழிப்புடனிருக்கிறார்கள்.

2.214. இந்த உலகில் முட்டாளை மட்டுமின்றி அறிவாளியையும் தவறான வழிக்கு இட்டுச் செல்வதுடன், ஆசைக்கும், கோபத்திற்கும் அவர்களை அடிமையாக்குவதில் வல்லவர்கள் பெண்கள்.

2.215. தாய், மகள், சகோதரி -எப்பெண்ணுடனும் தனி-யிடத்தில் அமர்தல் கூடாது. புலன்கள் ஆற்றல் வாய்ந்தவை. அறிவாளியையும் வெற்றி கொள்ளும்.

9:14. பெண்கள் அழகைப் பற்றி கவலைப்படுவதில்லை. வயதைப் பற்றியும் அக்கறை கொள்வதில்லை. ஆணாக இருந்தால் போதும். அழகாக இருப்பினும், அசிங்கமாக இருப்பினும் உடலுறவு கொள்ளத் தயங்கார்.

9:15. ஆடவருடன் உறவுகொள்ளத் துடிக்கும் மோகத்தால், சலன புத்தியால், இயல்பாக அமைந்த ஈவிரக்கமற்ற தன்மையால் கணவர்கள் எவ்வளவு விழிப்பாக இருந்தாலும் பெண்கள் துரோகிகளாகிவிடுவர்.

9:16. படைப்பிலேயே கடவுள் பெண்களுக்கு அமைத்துள்ள இயல்பை அறிந்து ஒவ்வொரு மனிதனும் பெருமுயற்சி செய்து பெண்களைக் காத்துவரல் வேண்டும்.

9:17. படைப்பிலேயே மனு பெண்களுக்கு ஒதுக்கியுள்ள குணங்கள் படுக்கை மோகம், பதவி தாகம், ஆபரண ஆசை,

கேடான ஆசைகள், கோபம், நேர்மையின்மை, வஞ்சகம், தீய நடத்தை ஆகியவை.

மனு பெண்கள் பற்றி வகுத்துள்ள சட்டங்கள் இக்கருத்துக்களின் அடிப்படையிலேயே அமைந்துள்ளன.

எச்சூழ் நிலையிலும், பெண்கள் சுதந்திரமாக இருத்தல் கூடாது என்பது மனுவின் கருத்து.

9:2. இரவும் பகலும் பெண்களை அவர்தம் குடும்பத்து ஆடவர் தம் அதிகாரத்தின் கீழ் வைத்திருத்தல் வேண்டும். உடலுறவை நாடும் பெண்களை ஒருவர் கட்டுக்குள் வைத்தல் வேண்டும்.

9:3. குழந்தைப் பருவத்தில் தந்தையின் பாதுகாப்பிலும், இளமையில் கணவன் பாதுகாப்பிலும், முதுமையில் மகன்களின் பாதுகாப்பிலும் பெண்கள் இருத்தல் வேண்டும். பெண் எப்பொழுதும் சுதந்திரமாக இருப்பதற்குக் தகுதியற்றவள்.

9:5. எவ்வளவு அற்பமாகத் தோன்றினாலும் பெண்களிடம் தீய குணங்கள் தோன்றி வளர்வதைத் தடுத்தல் வேண்டும். பாதுகாக்காவிட்டால் இரு குடும்பத்திற்கும் துயரத்தை வருவிப்பார்கள்.

9:6. எல்லாச் சாதியினருக்கும் விதிக்கப்பட்டுள்ள உயர்கடமை கருதி, வலுவற்ற கணவர்கள் கூடத் தம் மனைவியரைக் காக்க வேண்டும்.

4:147. சிறுமியாயினும், இளம் பெண்ணாயினும், ஏன் முதியவளாயினும் தம்வீட்டில் கூடச் சுதந்திரமாக எதையும் செய்திட அனுமதித்தல் கூடாது.

5:148. குழந்தைப் பருவத்தில் தந்தையின் கட்டுப்பாட்டுக்குள்ளும், இளமையில் கணவனின் காவலிலும், கணவன் இறந்தபின் மகன்களின் காவலிலும் பெண்கள் இருத்தல் வேண்டும். ஒரு பெண் எப்போதும் சுதந்திரமாக இருத்தல் கூடாது.

5:149. தந்தையிடமிருந்தோ, கணவனிடமிருந்தோ, மகன்களிடமிருந்தோ ஒரு பெண் பிரியக் கூடாது. பிரிந்தால் பிறந்த வீட்டிற்கும் புகுந்தவீட்டிற்கும் பழியை ஏற்படுத்துவாள். பெண்களுக்கு விவாகரத்து உரிமை கிடையாது.

11:45. கணவனும் மனைவியும் ஒன்றெனக் கூறப்படுவதன் பொருள் திருமணத்திற்குப் பின் மணமுறிவு, பிரிவு என்பதே கிடையாது.

பல இந்துக்கள் இத்துடன் நிறுத்தித் திருப்திப்பட்டுக் கொள்கின்றனர். மனு திருமணத்தைப் புனிதமானதாகக் கருதியதால் விவாகரத்தை

மறுத்தார் என்றும், விவாகரத்து மறுத்த மனுவின் நியதியைப் போற்றிப் புகழ்ந்து தம் மனச்சாட்சியைத் தேற்றிக் கொள்கின்றனர். இது உண்மைக்கு முற்றிலும் புறம்பானது. விவாகத்திற்கு எதிரான அவர் விதி வேறொரு உள் நோக்கம் கொண்டது. ஒரு ஆணைப் பெண்ணுடன் கட்டிப் போடுவது அவர்தம் நோக்கமன்று; பெண்ணை ஆணுடன் கட்டிச் போட்டுவிட்டு ஆணைச் சுதந்திரமாக உலவவிடுவதே அவரது நோக்கமாகும்.

கணவன் மனைவியைக் கைவிடுவதை மனு தடுக்கவில்லை. மனைவியைக் கைவிட்டு விடுவதை மட்டுமன்று, கணவன் மனைவியை விற்றுவிடுவதைக்கூட மனு அனுமதிக்கிறார். ஆனால் திருமண பந்தத்திலிருந்து மனைவி விடுபடுவதைத் தடுக்கிறார்.

9:46. விற்றுவிட்டாலும், கைவிட்டாலும், கணவனின் பந்தத்-திலிருந்து மனைவி விடுபட முடியாது.

இதன் பொருள் யாதெனில், கணவன் மனைவியை விற்று விட்டபிறகு, அவளை வாங்கியவரோ, அல்லது அவளை ஆதரிப்போரோ சட்டப்படி அவளுக்கு மறு கணவனாக முடியாது. இதைவிட அரக்கத்தனம் இருக்க முடியுமா? மனு தம் சட்டத்தின் நீதி அல்லது அநீதியைப் பற்றிக் கவலைப்படவில்லை. புத்தமத ஆட்சியில் மகளிர் பெற்ற சுதந்திரத்தை அவர் பறிக்க விரும்புகிறார். தன் சுதந்திரத்தைத் தவறாகப் பயன்படுத்தும். அல்லது சூத்திரனை மணக்க விரும்பும் பெண்ணால் வருண தர்மத்தின் அடிப்படை தகர்ந்து விடும் என்று கூறுகிறார். இத்தகைய சுதந்திரத்தால் ஆத்திரமடைந்த மனு அதைப் பறிக்க விரும்புகிறார்.

சொத்துரிமை பற்றிய விசயத்தில் பெண்ணை அடிமையாக மாற்றுகிறார் மனு.

9:416. மனைவி, மகன், அடிமை, இம்மூவரும் சொத்துரிமைக்கு அருகதையற்றவர்; அவர்கள் ஈட்டும் செல்வம், அவர்களை உடையவருக்கே போய்ச்சேரும்.

ஒரு பெண் விதவையானால் கணவன் கூட்டுக் குடும்பத்தவன் என்றால் ஜீவனாம்சத்திற்கு உரியவள்; குடும்பத்திலிருந்து பிரிந்து தனிக்குடும்பமாக வாழ்ந்து வந்தால், கணவன் சொத்தில் ஜீவனாம்ச உரிமை உண்டு. ஆனால் சொத்தை ஆளுகிற உரிமை அவளுக்கு என்றும் கிடையாது என்கிறார் மனு.

மனு நீதிச் சட்டங்களின்படி கணவன் அவளது உடலுக்கு ஊறு செய்யும் தண்டனை விதிக்கலாம், கணவனுக்கு மனைவியை அடிக்கும் உரிமையையும் மனு வழங்கியுள்ளார்.

8:299. மனைவி, மகன், அடிமை, மாணவன், இளைய சகோதரன் ஆகியோர் தவறு செய்யின் கயிறு அல்லது மூங்கில் கழியால் அடிக்கலாம்.

மற்ற விஷயங்களிலும் பெண்ணைச் சூத்திரன் நிலைக்குத் தள்ளியுள்ளார் மனு.

2:66. பெண்களுக்குக் கூட சம்ஸ்காரங்கள் அவசியம், அவற்றை ஆற்றுதல் வேண்டும். ஆனால் வேதமந்திரங்களை ஓதாமல், அவற்றை ஆற்றுதல் வேண்டும்.

9:18. வேதங்களைப் பயிலும் உரிமை பெண்களுக்கு இல்லை. ஆகவேதான் அவர்களின் சம்ஸ்காரங்கள் வேத மந்திரங்கள் ஓதாமல் ஆற்றப்படுகின்றன. வேதங்களைப் படிக்கும் மறுக்கப்பட்டதால் பெண்களுக்குச் சமய ஞானம் பாவத்தைப் போக்குவதற்கு வேத மந்திரங்களை ஓதுதல் முக்கியமானது. பெண்கள் வேதமந்திரங்களை உச்சாடனம் செய்ய இயலாது. ஆதலின் பெண்கள் அசத்தியத்தைப் போலவே தூய்மையற்றவர்கள்.

யக்ஞங்களில் ஆகுதி வழங்கல் பிராமயணீத்தின் அடிப்படை சமயக் கோட்பாடு. மனு அவ்வுரிமையை மகளிருக்கு மறுக்கிறார். மனு பின்வருமாறு கட்டளையிடுகிறார்.

9:36. வேதங்களில் சொல்லப்பட்ட தினசரி வேள்வி நியமங்களைப் பெண் ஆற்றுதல் கூடாது.

9:36. அவள் அவ்வாறு செய்தால், நரகத்திற்குப் போவாள். அத்தகைய வேள்வி நியமங்களை ஆற்றிடப் பிராமணப் புரோகிதர்களுக்கும் மனு தடை விதிக்கிறார்.

4:205. ஒரு பெண் ஆற்றிடும் வேள்வியில், பிராமணன் உண்ணக் கூடாது.

4:206. பெண்கள் இயற்றும் வேள்விகள் அமங்கலமானவை. தெய்வ சம்மதமற்றவை. அவற்றைப் பிராமணர்கள் தவிர்த்தல் வேண்டும்.

அறிவார்ந்த பணியில் பெண்கள் ஈடுபடலாகாது. சுதந்திர சிந்தனையையும் சுயமுடிவு எடுக்கும் உரிமையையும் பெண்களுக்கு மனு மறுக்கிறார். பௌத்தம் போன்ற பிற சமயப் பிரிவுகளிலும் பெண்கள் சேருதல் கூடாது. மரணம் வரை அவ்வாறு புறசமயத்தைத் தொடர்ந்து ஆதரித்து வந்தால், இறந்தவர்களுக்கு இறைக்கும் எள்ளும் தண்ணீரும் அவளுக்குக் கிடையாது.

இறுதியாகப் பெண்களுக்கு இருக்க வேண்டிய வாழ்க்கை இலட்சியத்தைப் பற்றிக் குறிப்பிட வேண்டும். அதை மனுவின் மொழியிலேயே சொல்வது நல்லது.

5:151. தன் தந்தை யாருக்கு மணம் செய்து கொடுக்கிறாரோ அல்லது தந்தை இசைவுடன் சகோதரன் தன்னை யாருக்கு மணம் செய்து கொடுக்கிறாரோ அக்கணவனுக்கு வாழ்நாள்வரை அவள் கீழ்ப்படிதல் வேண்டும். இறந்தபிறகும் கணவன் நினைவைப் பழித்தலாகாது.

5:154. அறநெறி பிறழ்ந்தவனாயினும், வேறொருத்தியிடம் இன்பம் கொள்பவனாயினும், நல்ல குணங்கள் இல்லாதவனா-யினும் விசுவாசமுள்ள மனைவி கணவனை எந்நேரமும் தெய்வமாக வழிபடுதல் வேண்டும்.

5:155. கணவன் இல்லாமல் வேள்வியோ, விரதமோ, நோன்போ எதையும் பெண்கள் இயற்றுதல் கூடாது. கணவனுக்குக் கீழ்ப்படிந்து நடந்தாலே மனைவிக்குச் சொர்க்கத்தில் உயர்பதவி கிடைக்கும்.

5:153. புனித மந்திர முழக்கங்களிடையே அவளை மணந்த கணவன் தான் எப்பொழுதும் இன்பம் தருபவன்; இவ்வுலகிலும் ஏன் அவ்வுலகிலும் கூட அவ்வண்ணமே.

5:150, அவள் எப்பொழுதும் மகிழ்ச்சியாக இருத்தல் வேண்டும். வீட்டுக் காரியங்களைத் திறம்பட ஆற்றுதல் வேண்டும். பாத்திரங்களைக் கவனமாகக் கழுவிவைத்தல் வேண்டும். செலவில் சிக்கனத்தைக் கடைப்பிடித்தல் வேண்டும்.

இதை பெண்களுக்கு உரிய மிக உன்னத இலட்சியமாக இந்துக்கள் கருதுகிறார்கள்.

இதை மனுவின் காலத்திற்கு முன்பு பெண்கள் இருந்த நிலையுடன் ஒப்பிடுக.

பிரம்மச்சரியத்தை முடித்தபின் ஒருபெண் திருமணத்திற்குத் தகுதியுடையவள் ஆகிறாள். எனினும் அதர்வ வேதக் கூற்று பெண்களுக்கு உபநயனம் செய்யும் உரிமையிருந்ததைக் காட்டுகிறது. சிரௌத்த சூத்திரங்கள் கூறுவதிலிருந்து பெண்கள் வேத மந்திரங்களைப் பயிலலாமென்றும், பெண்களுக்கு வேதக்கல்வி புகட்டப்பட்டதென்றும் அறிகிறோம். பாணினியின் ‘அஷ்டாத்யாயி’ மூலம் பெண்கள் குரு குலத்தில் பயின்றனர் என்பதற்கும் சான்றுகள் கிட்டியுள்ளன. பதஞ்சலியின் மகாபாஷ்யத்தில் பெண்கள் வேதம் பயிற்றுவிக்கும் ஆசிரியராகிச் சிறுமியருக்குக் கற்பித்து வந்தனர் என்றும் அறிகிறோம். சமயம், தத்துவம் மெய்யியல் போன்ற நுண்பொருள் பற்றிய பொது மன்ற விவாதங்களில் பெண்கள் ஆண்களுடன் ஈடுபட்டனர் என்றும் அறிகிறோம். ஜனகருக்கும் சுல்பாவுக்கும் இடையேயும், யாக்ஞவல்கியருக்கும் கார்க்கிக்கும்

இடையேயும், சங்கராச்சாரியருக்கும் வித்யாதரிக்கும் இடையேயும், யாக்ஞவல்கியருக்கும் மைத்ரேயிக்கும் இடையேயும் நிகழ்ந்த விவாதம் மனுவிற்கு முந்திய காலத்தில், மகளிர் கல்வியிலும் ஆய்விலும் உயர்நிலை அடைந்திருந்தனர் என்பதைக் காட்டுகின்றன.

மனுவிற்கு முந்திய காலத்தில் மகளிருக்கு மரியாதை இருந்ததை மறுக்க முடியாது, பழங்கால இந்தியாவில், அரசனின் முடிசூட்டு விழாவில் சிறப்பாகப் பங்கேற்ற முதன்மையானவர்களில் அரசியும் முக்கியமானவர். ஏனைய பெரியோருக்கு மரியாதை செலுத்தியது போலவே, அரசன் அரசிக்கும் காணிக்கை[1] வழங்கினான். அரசிக்கு மட்டுமல்லாமல் கீழ்ச்சாதியைச்[2] சேர்ந்த மனைவிகளுக்கும் அரசன் மரியாதை செலுத்தினான். அது போலவே தலைமை வழிகாட்டு[3] அலுவலரின் மனைவியருக்கும் அரசன் மரியாதை செலுத்தினான்.

கௌடில்யரின்[4] காலத்தில் ஆடவர் 16 வயதிலும் மகளிர் 12 வயதிலும் வயது வந்தவர்களாக கருதப்பட்டனர். திருமணம் வயதும் வயதுக்கு வந்த நிலையும் ஒன்றெனக் கருதப்பட்டது. பௌதாயணரின் கிருஹ்ய சூத்திரங்களிலிருந்து தெரியவருவது பருவம் எய்திய பின்னரே திருமணம் நிகழ்த்தப்பட்டது என்பதாகும். திருமண காலத்தில் மாதவிடாய் ஏற்பட்டால் அதற்கென ஒரு பரிகாரச் சடங்கு கிருஹ்ய சூத்திரத்தில்[5] விதிக்கப்பட்டுள்ளது.

இசைவு தெரிவிப்பதற்குரிய வயது பற்றிய குறிப்பு எதுவும் கௌடில்யரின் சட்டங்களில் இல்லை. பருவம் எய்தியபின் திருமணங்கள் நடைபெற்றதால், அதுபற்றிய குறிப்பு எதுவுமில்லை. மேலும் கௌடில்யர், ஏற்கனவே திருமணத்திற்கு முன் உடலுறவு கொண்டதை மணமகன் அல்லது மணமகள் மறைத்துத் திருமணம் செய்து கொள்வது பற்றியும், மாத விடாய்க் காலத்தில் உடலுறவு கொண்ட பெண்களைப் பற்றியும் அதிகக் கவனம் செலுத்துகிறார். முன்னைய சிக்கல் பற்றி, கௌடில்யர் கூறுகிறார்.[6]

> "ஏற்கனவே வேறொருவருடன் உடலுறவு கொண்டதை மறைத்துத் திருமணம் செய்து கொள்ளும் பெண்களுக்கு அபராதம் விதித்தலுடன், சுல்கம் (பரிசம்) சீதனம் ஆகியவற்றைத்

---

1 ஐஸ்வால், இந்திய அரசமைப்பு பகுதி 2 பக்கம் 16

2 மேற்படி பகுதி 2 பக்கம் 17

3 மேற்படி பக்கம் 82

4 சாம் சாஸ்திரி, கௌடில்யரின் அர்த்த சாஸ்திரம் பக்கம் 175

5 பௌதாயணர் 1,7,22

6 சாம் சாஸ்திரி, கௌடில்யரின் அர்த்த சாஸ்திரம், பக்.222

திரும்பத் தருதல் வேண்டுமென்றும் விதிக்கப்படுகிறது. மணமகனின் ஒழுக்கக் கேடுகளை மறைத்துத் திருமணம் செய்து கொண்டால் இரண்டு மடங்கு அபராதம் செலுத்தவேண்டும்; அவன் மணமகளுக்குக் கொடுத்த சுல்கம் (பரிசம்) சீதனம் இரண்டையும் இழந்துவிடுவான்." இரண்டாம் சிக்கலைப்பற்றிக் கௌடில்யர் கூறுகிறார்.

"முதலில் மாதவிடாய் ஆனதிலிருந்து மூன்று வருடங்கள் கழிந்தபின், தனது சாதியையும் அந்தஸ்தையும் சேர்ந்த ஓர் ஆடவனுடன் ஒரு பெண் உடலுறவு கொள்வது தவறாகாது. வேறு சாதியைச் சார்ந்த ஆடவன் என்றாலும், முதலில் மாதவிடாய்க்கு மூன்று ஆண்டுகள் கழிந்தபின் ஒரு பெண் அணிகலன்களை அணிந்திருக்கவில்லை என்றால் அத்தகையவளுடன் உடலுறவு கொள்வதும் தவறாகாது."

மனுவைப் போலன்றிக் கௌடில்யரின் கருத்து ஒருதார மணமாகும். சில குறித்த சூழ்நிலைகளில் மட்டுமே, ஒன்றுக்கு மேற்பட்ட மனைவியை மணப்பது அனுமதிக்கப்பட்டது. அச்சூழ்நிலைகளைக் கௌடில்யர்[1] பின்வருமாறு கூறுகிறார்:

"ஒரு பெண்ணுக்கு (உயிருடன்) குழந்தை பிறக்கவில்லை என்றாலும், ஆண்குழந்தை இல்லை என்றாலும், மலடி என்றாலும் மறுமணம் செய்து கொள்வதற்கு ஒரு ஆண் எட்டாண்டுகள் காத்திருக்க வேண்டும். ஒரு பெண் இறந்த குழந்தையை மட்டுமே பெற்றால் மறுமணம் செய்து கொள்வதற்குக் கணவன் பத்தாண்டுகள் காத்திருக்க வேண்டும். பெண் குழந்தைகளே தொடர்ந்து பெற்றுக் கொண்டிருந்தால் பன்னிரெண்டு ஆண்டுகள் காத்திருக்க வேண்டும்: பின் புதல்வரைப் பெற கணவன் விரும்பினால் மறுமணம் செய்துகொள்ளலாம். இவ்விதியை மீறினால் சுல்கத்தையும் (பரிசம்) சீதனத்தையும் திருப்பிக் கொடுப்பதுடன் போதிய நட்ட ஈடும் தருதல் வேண்டும் அரசாங்கத்திற்கு அபராதப் பணமாக 24 பணம் கொடுத்தல் வேண்டும். திருமணகாலத்தில் சுல்கமும் (பரிசம்) சீதனமும் பெறாத பெண்களுக்குக் கூட, அவற்றைக் கொடுத்து, போதிய நட்ட ஈடும் வாழ்க்கைப் பணமும் தந்த பின்னர் எத்தனை பெண்களை வேண்டுமானாலும் திருமணம் செய்துகொள்ளலாம். ஏனெனில் புதல்வரைப் பெறுவதற்காகவே பெண் படைக்கப் பட்டிருக்கிறாள்"

மனுவைப் போலன்றி, கௌடில்யர் காலத்தில், பரஸ்பர பகை, வெறுப்பு காரணமாக ஒரு பெண் விவாகரத்து கோரலாம்.

1 மேற்படி பக்.259

"கணவனை வெறுக்கும் மனைவி அவன் விருப்பத்திற்கு மாறாகத் திருமண முறிவு செய்தல் முடியாது. அவ்வாறே கணவனும் மனைவியின் விருப்பத்திற்கு மாறாக மணமுறிவு செய்தல் கூடாது. ஆனால் பரஸ்பர பகை காரணமாக விவாகரத்து பெறலாம். தன் மனைவி அபாயகரமானவள் என்று விவாகரத்து கோருபவன் திருமண காலத்தில் அவளுக்குக் கொடுக்கப்பட்ட அனைத்தையும் திருப்பிக் கொடுத்தல் வேண்டும். ஆனால் கணவன் அபாயமானவன் என்று மனைவி விவாகரத்து கோரினால் தன் சீதனச் சொத்துரிமையை அவள் இழந்துவிடுவாள்.

தீய நடத்தையுள்ள கணவனை ஒரு மனைவி விட்டு நீங்கலாம்.

"காலவரையற்ற ஜீவனாம்சம் பெறும் தகுதியுடைய பெண்ணுக்குத் தேவையான உணவு, உடை முதலியனவும், ஜீவனாம்சம் தர வேண்டியவனின் வருவாய்க்கு ஏற்பத் தாராளமாக வாழ்க்கைப் பூராவும் பெற உரிமை உண்டு. உணவு, உடை முதலியவற்றுக்குரிய தொகை அதில் பத்திலொரு பங்கு கூடுதல் தொகையுடன் அளிக்க வேண்டிய காலம் வரையறைக்குட்பட்டதாயின், ஜீவனாம்சம் தர வேண்டியவனின் வருவாய்க்கேற்ப ஒரு குறித்த தொகையும் அளித்தல் வேண்டும். தன் கணவன் மறுமணம் செய்து கொள்வதற்கு அனுமதித்தமைக்காக தனக்குத்தரப்பட வேண்டிய சுல்கம், சீதனம், நட்ட ஈடு பெறவில்லை என்றாலும் மேற்கூறியபடியே ஜீவனாம்சம் அளிக்கப்படுதல் வேண்டும். மாமனாரின் குடும்பத்தைச் சார்ந்த ஒருவரின் பாதுகாப்பில் அவள் வாழ்ந்து வந்தாலும் சுதந்திரமாக வாழ்ந்து கொண்டிருந்தாலும் அவள் கணவனிடம் ஜீவனாம்சம் கோருதல் இயலாது. ஜீவனாம்சம் பற்றிய தீர்வுகள் இவ்வாறு கூறப்பட்டுள்ளன."

கௌடில்யரின் காலத்தில், ஒரு பெண் அல்லது விதவை மறுமணம் செய்து கொள்ளத் தடை ஏதுமில்லை.

"கணவன் இறந்தவுடன், மனைவி தூய தனி வாழ்க்கை வாழ விரும்பினால் அவளுடைய நகைகள், சீதனம் மட்டுமின்றிச் சுல்கத்தின் எஞ்சிய பகுதியையும் உடன்பெறுவதற்கு அவள் உரிமையுடையவள். இவற்றைப் பெற்றபின் மறுமணம் கொண்டால், வட்டியுடன் அவற்றைத் திருப்பிக் கொடுத்தல் வேண்டும். ஒரு பெண் மறுமணம் செய்து கொள்ள விரும்பினால் மறுமணம் செய்யும் நேரத்தில் மாமனாரோ கணவனோ இருவருமோ கொடுத்த பொருள்கள் அவளுக்குத் தரப் பெறுதல் வேண்டும். அவள் தான் மறுமணம் செய்ய அனுமதிக்கப்படும் காலம் பற்றி நீண்ட காலம் பிரிந்திருக்கும் கணவனைப்பற்றிய பகுதியில் கூறப்படும். மாமனாரின்

தெரிந்தெடுத்த நபரையன்றிப் பிறிதொருவரை ஒரு விதவை மறுமணம் புரிந்தால், மாமனாரும் கணவனும் அவளுக்குக் கொடுத்த பொருள்களை இழந்து விடுவாள். உறவினனைத் திருமணம் செய்யும் பொழுது எடுத்துச் சென்ற சொத்தை அப்பெண்ணின் உறவினர்கள் பழைய மாமனாருக்குத் திரும்பக் கொடுத்தல் வேண்டும். தம் பாதுகாப்பில் நியாயமான முறையில் ஒரு பெண்ணை வைத்துக்கொள்பவர் அவள் சொத்தையும் பாதுகாக்கவேண்டும். மறுமணம் செய்தபின் இறந்த கணவனின் சொத்துக்களில் மனைவி உரிமை கொண்டாடுதல் இயலாது.

"தூய தனி வாழ்வு வாழ்ந்திட்டால், கணவன் சொத்தை மனைவி அனுபவிக்கலாம். மகன் அல்லது மகள்களை உடைய பெண், மறுமணம் செய்தபின், தன் சீதனச் சொத்தைக் கூட விருப்பம் போல் பயன்படுத்த முடியாது. அவளது அச்சொத்தைப் புதல்வர்களே பெறுவதற்குரியர்.

"மறுமணம் செய்துகொண்டபின், முன்னைய கணவனின் குழந்தைகளைப் பராமரிக்க வேண்டும் என்று காரணம் காட்டி, தன் சொத்தை அனுபவிக்க முற்படின் அச்சொத்தை அவர்கள் பேருக்கு மாற்றிடல் வேண்டும். பல கணவருடன் பல புத்திரர்களைப் பெற்றவளாயின் கணவர்களிடமிருந்து பெற்ற அதே நிலையில் சொத்துக்களைப் பராமரித்து வருதல் வேண்டும். சர்வ சுதந்திர பாத்தியத்தை உடன் அனுபவிக்குமாறு அளிக்கப்பட்ட சொத்துக்களைக் கூட மறுமணம் செய்துகொண்ட ஒரு பெண் தன் மகன்கள் பெயருக்கு மாற்றிடல் வேண்டும்.

"மாண்ட கணவனுக்கு விசுவாசமாகத் தூயவாழ்வு நடத்தும் விதவை, தன் ஆசானின் பாதுகாப்பில், தான் வாழ்நாள்வரை அச்சொத்தை அனுபவித்து வரலாம். ஏனென்றால் அவளுக்கு எத்தகைய இடர்களும் நேரிடக் கூடாது என்பதற்காகவே இந்தச் சொத்து அவளுக்கு உரிமையாக்கப்பட்டுள்ளது. அவரது மரணத்திற்குப் பின் அச்சொத்து அவரது தாயாதிகளைச் சேரும். கணவன் உயிருடனிருந்து மனைவி இறந்துவிட்டால், அவளது புதல்வர்கள், புதல்விகளுக்கு இடையே அவளது சொத்து பகுத்து வழங்கப்படுதல் வேண்டும். புதல்வர்கள் இல்லையென்றால் சொத்து புதல்விகளைச் சேரும். மகளும் இல்லையென்றால் கணவன் அவளுக்குக் கொடுத்த பரிசத் தொகையை அச்சொத்திலிருந்து எடுத்துக்கொள்வான். அவளது உறவினர் தாம் அவளுக்குக் கொடுத்த சீதனங்களையும் பரிசுகளையும் திருப்பி எடுத்துக்கொள்ளலாம். இவ்வாறு பெண்ணின் சொத்துரிமைகள் நிர்வகிக்கப்படுகிறது.

“சூத்திர, வைசிய, சத்திரிய, பிராமண வர்க்கத்தைச் சார்ந்த மனைவிகள், குழந்தைகள் பெறவில்லை என்றால் முறையே ஒன்று இரண்டு மூன்று, நான்கு ஆண்டுகள் வரை, குறுகிய காலம் பிரிந்து சென்ற கணவர் வருகைக்காகக் காத்திருத்தல் வேண்டும். குழந்தை பெற்றவராயின் பிரிந்து சென்ற கணவர் வருகைக்காக ஓராண்டு காலத்திற்கு மேல் காத்திருக்க வேண்டும். அவளது வாழ்க்கைக்கு வேண்டிய வசதிகள் செய்து தரப்படுமானால், மேலே குறிப்பிட்ட காலத்தைப்போல் இரண்டு மடங்கு காலம் காத்திருக்க வேண்டும். இத்தகைய வாழ்க்கை வசதிகள் செய்து தரப்படவில்லை என்றால் பொருள்வசதியுள்ள அவர்களுடைய உறவினர்கள் அவர்களை நான்கு முதல் எட்டாண்டுகள் வரை பாதுகாத்தல் வேண்டும். பிறகு அவர்கள் அந்தப் பெண்களுக்குத் தாங்கள் கொடுத்த அனைத்து பொருள்களைத் திரும்ப எடுத்துக்கொண்டு அவர்களை மறுமணம் செய்து கொள்ள விட்டுவிட வேண்டும். அயல்நாட்டில் கல்வி கற்கும் பிராமணக் கணவனென்றால், குழந்தை பெறாத மனைவி அவன் வருகைக்காகப் பத்தாண்டுகள் காத்திருத்தல் வேண்டும். குழந்தை பெற்றவளாயின் பன்னிரண்டு ஆண்டுகள் காத்திருத்தல் வேண்டும். கணவன் அரசு ஊழியனாயின் மனைவி அவனுக்காகச் சாகும் வரை காத்திருத்தல் வேண்டும். இன விருத்தியைக் கருத்தில் கொண்டு கணவனுடைய கோத்திரத்தைச் சேர்ந்த வேறொருவனுக்குக் குழந்தைகள் பெற்றாலும், அவளை வெறுத்தலாகாது. தலத்தில் இல்லாத கணவன் ஜீவனாம்சம் தரவில்லை என்றாலும், அவளைப் பாதுகாக்கக்கூடிய உறவினர்கள் இல்லை என்றாலும், தன்னைப் பாதுகாத்துத் துயர் தீர்க்கும் வேறொருவனை அவள் மறுமணம் செய்து கொள்ளலாம்.”

மனுவைப் போலன்றி, மணமான பெண்களுக்குப் பொருளாதார சுதந்திரம் வழங்குவதில் கௌடில்யத்தில் பெரிதும் கவனம் செலுத்தப்பட்டது. மனைவியின் சொத்து, ஜீவனாம்சம் பற்றி, கௌடில்யரின் அர்த்த சாத்திரம் தெளிவாகக் கூறுகிறது.

“ஜீவனாம்ச வழிவகை, ஆபரணங்கள் ஆகியவை ஒரு பெண்ணுக்குரிய சொத்துக்களாகும். ஈராயிரம் பணத்திற்கு மேல் மதிப்புள்ள ஜீவனாம்சச் சொத்து அவள் பெயரில் எழுதப்பெறுதல் வேண்டும். ஆபரணங்களுக்கு இவ்வரையறை ஏதுமில்லை. தலத்தில் இல்லாத கணவன் ஜீவனாம்சத்திற்கு ஏற்பாடு செய்யவில்லை என்றால் தனக்கும் மகன், மருமகள் ஆகியோருக்கும் ஆகும் வாழ்க்கைச் செலவுக்கு அச்சொத்தைப் பயன்படுத்தல் தவறாகாது. இயற்கைப் பேரிடர்கள் நேரும் பொழுது, பஞ்சமும் நோயும் மிகும்பொழுது ஆபத்துக்களைத்

தவிர்த்திட அறச்செயலாகக் கணவனும் கூட அதனைப் பயன்படுத்தலாம். இரட்டைக் குழந்தை பெற்ற தம்பதியினரும் பரஸ்பர சம்மதத்தின் பேரில் இச்சொத்தைப் பயன்படுத்தத் தடை ஏதுவுமில்லை. முதல் நான்குவகைத் திருமண மரபுகளின்படி திருமணமாகி மூன்றாண்டுகள் கழிந்த தம்பதியர் இச்சொத்தைப் பயன்படுத்துதல் குற்றமன்று. ஆனால் கந்தருவ, அசுரத் திருமண முறைப்படி மணம் செய்து கொள்ளும் தம்பதியர் இதைப் பயன்படுத்தினால் வட்டியுடன் திரும்பிக் கொடுத்தல் வேண்டும். ராட்சச, பைசாச முறைத் திருமணமாயின் இச்சொத்தைப் பயன்படுத்தல் திருட்டு எனக் கருதப்படும். திருமணம் பற்றிய கடமைகள் இவ்வாறு வரையறுக்கப்படுகின்றன."

"காலவரையற்ற ஜீவனாம்சம் பெறும் தகுதியுடையவர்களுக்குத் தேவையான உணவு, உடை முதலியனவும், ஜீவனாம்சம் தரவேண்டியவனின் வருவாய்க்கேற்ற வாழ்க்கைப் பணமும் பெறும் உரிமை உண்டு. உணவு, உடை, முதலியவற்றிற்குரிய தொகை, அதில் பத்திலொரு பங்கு கூடுதல் தொகையிடன் அளிக்க வேண்டிய காலம் வரையறைக்குட்பட்டதாயின் ஜீவனாம்சம் தரவேண்டியவனின் வருவாய்க்கேற்ற ஒரு குறித்த தொகையும் அளித்தல் வேண்டும். தன் கணவன் மறுமணம் செய்து கொள்வதற்காக அனுமதிக்கப்பட்ட சுல்கம், சீதனம், நட்டஈடு பெறவில்லை என்றாலும், மேற்கூறியபடியே ஜீவனாம்சம் அளிக்கப்பெறுதல் வேண்டும். மாமனாரின் குடும்பத்தைச் சார்ந்த ஒருவரின் பாதுகாப்பில் அவள் வாழ்ந்து வந்தால் கணவனிடம் ஜீவனாம்சம் கோருதல் இயலாது - ஜீவனாம்சம் பற்றிய தீர்வுகள் இவ்வாறு கூறப்பட்டுள்ளன"

தாக்குதலுக்கோ, அவதூறுக்கோ உள்ளான ஒரு மனைவி கணவன்மீது நீதிமன்றத்தில் வழக்குத் தொடரலாமென்னும் கௌடில்யர் காலத்து விதி வியப்பாக இருக்கிறதன்றோ!

சுருங்கக் கூறின், மனுவிற்கு முந்தைய நாட்களில், பெண் சுதந்திரமான, கணவனுக்கு நிகரான பங்காளியாயிருந்தாள்.

மனு ஏன் பெண்ணைத் தாழ்ந்த நிலைக்குத் தள்ளினார்?

★★★